సత్యశోధన

మోహన్‌దాస్ కరమ్‌చంద్ గాంధీ
ఆత్మకథ

క్లాసిక్ బుక్స్

32 - 13/2 - 3ఎ , అట్లూరి పరమాత్మ స్ట్రీట్ , మొగల్‌రాజపురం , విజయవాడ - 520010

సెల్ : 8522002536

SATYASODHANA
(My Experiments with Truth)

An Autobiography of M.K.Gandhi

Cover Design
Giridhar.A

Edition
September 2024

Publishers
CLASSIC BOOKS
32-13/2-3A, Atluri Paramatma Street,
Mogalrajpuram Vijayawada - 520010
Cell : 8522002536
email : classicbooks2019@gmail.com

Printers
Nagendra Offset Printers
Vijayawada - 3

Price : ₹ **225.00**

ISBN : 978-93-92951-68-8

ప్రస్తావన

నాలుగు లేక అయిదు సంవత్సరాల క్రితం తోటి అనుచరుల పట్టుదల వల్ల నేను ఆత్మకథ వ్రాయుటకు అంగీకరించాను. వ్రాయటం ప్రారంభించి ఒక ఫుల్‌స్కేప్ పేజీ పూర్తి చేశానో లేదో ఇంతలో బొంబాయిలో రగడ ప్రారంభమైంది. దానితో నా ఆత్మకథ ఆగిపోయింది. తరువాత అనేక పనుల్లో నిమగ్నమయ్యాను. చివరికి యర్రవాడ జైల్లో నాకు సమయం దొరికింది. జయదాస్ రామ్ భాయి కూడా అక్కడ వున్నారు. మిగతా పనులన్నీ ఆపి ఆత్మకథ పూర్తి చేయమని ఆయన నన్ను కోరారు. అప్పటికే నా నిత్య కార్యక్రమాలు నిర్ణయమై పోయాయి. అట్టి స్థితిలో ఆత్మకథ వ్రాయటం కుదరదని చెప్పాను. అయితే శిక్షా కాలం పూర్తి అయ్యేంతవరకు యరవాడ జైల్లో వుండే అవకాశం లభిస్తే మాత్రం ఆత్మకథ వ్రాయవచ్చని అనుకున్నాను. అందుకు ఇంకా ఒక సంవత్సరం మిగిలివుంది. అంతకు పూర్వం ప్రారంభించిన ఆత్మకథ ముందుకు సాగలేదు. ఆరంభించగానే ఆగిపోయింది. ఇప్పుడు స్వామి ఆనంద్ – ఆత్మకథ వ్రాయడం తిరిగి ప్రారంభించమని కోరారు. ఈలోపున నేను దక్షిణాఫ్రికా సత్యాగ్రహ చరిత్ర పూర్తిచేశాను. అందువల్ల ఇక ఆత్మకథ ప్రారంభించవచ్చునని భావించాను. నేను ఆత్మకథను త్వరగా వ్రాసి, గ్రంథరూపంలో ప్రకటించాలని స్వామీ ఆనంద్ కోరిక. అయితే త్వరగా వ్రాయడానికి అవసరమైన సమయం నాకు లేదు. అందుకు ఒకటే మార్గం. నవజీవన్ పత్రికకు ఏదో కొంత వ్రాయక తప్పడం లేదు. అట్టిస్థితిలో నవజీవన్ కోసం ఆత్మకథనే వ్రాయవచ్చు కదా అని అభిప్రాయపడ్డాను. స్వామి ఆనంద్ నా అభిప్రాయాన్ని అంగీకరించారు. ఇక ఆత్మకథ వ్రాయడం ప్రారంభించాను.

ఆనాడు సోమవారం. నాకు మౌన దినం. ఒక మంచి మనస్సుగల అనుచరుడు నా దగ్గరకు వచ్చాడు. “మీరు ఆత్మకథ వ్రాయాలని ఎందుకు అనుకుంటున్నారు? ఇది పాశ్చాత్య విధానం. ప్రాచ్యదేశాల్లో ఎవరూ ఆత్మకథ వ్రాసినట్లు కనబడదు. అయినా మీరు ఏం వ్రాస్తారు? ఈనాడు మీరు అంగీకరిస్తున్న సిద్ధాంతాన్ని రేపు అంగీకరించక పోవచ్చుకదా! ఇవాళ మీరు చేస్తున్న పనుల్లో రేపు మార్పు చేయవలసి రావచ్చు. మీ రచనను ప్రామాణికమని భావించి కొందరు తమ ఆచరణను రూపొందించు కొంటారు గదా! వాళ్ళు తప్పుదోవన పడితే? అందువల్ల మీరు ఆత్మకథ వ్రాయకుండా ఉండటం మంచిదేమో కొంచెం ఆలోచించండి” అని అన్నాడు.

అతని మాటలు నా మనస్సుమీద కొంత పనిచేశాయి. ఈ విషయమై బాగా యోచించాను. నేను ఆత్మ చరిత్ర వ్రాయాలని అనుకో లేదు. అయితే అనేక సమయాల్లో ఎన్నో సత్య ప్రయోగాలు చేశాను. ఆ ప్రయోగాల్ని ఆత్మకథగా రూపొందించాలని మాత్రం అనుకున్నాను. నా జీవితం అట్టి ప్రయోగాలతో నిండివుంది. వాటన్నింటిని అక్షరబద్ధం చేస్తే అది ఒక జీవన చరిత్ర అవుతుంది. అందలి ప్రతిపుట సత్యప్రయోగాలతో నిండి వుంటే నా యీ కథ నిర్దుష్టమైనదని భావించవచ్చు. నేను చేసిన సత్యప్రయోగాలు అన్నింటిని ప్రజల ముందుంచగలిగితే ఎంతో ప్రయోజనం చేకూరుతుంది. ఇది నాకు కాలిగిన మోహమే కావచ్చు. నేను రాజకీయ రంగంలో చేసిన ప్రయోగాలు భారతదేశానికి తెలుసు. నా దృష్టిలో వాటి విలువ స్వల్పమే. ఈ ప్రయోగాల వల్లనే నాకు “మహాత్మ” అను బిరుదు వచ్చింది. నా దృష్టిలో ఆ బిరుదుకుగల విలువ స్వల్పమే. ఆ బిరుదు వల్ల అనేక పర్యాయాలు నాకు విచారం కూడా కలిగింది. ఆ బిరుదును

తలచుకొని ఉబ్బితబ్బిబ్బు అయిన క్షణం నా జీవితంలో ఒక్కటి కూడా వున్నట్లు గుర్తులేదు. రాజకీయ రంగంలో నాకు శక్తిచేకూర్చిన, నాకు మాత్రమే తెలిసిన నా ఆధ్యాత్మిక ప్రయోగాలను ఇతరులకు కూడా తెలియజేయాలి. అవి నిజంగా ఆధ్యాత్మికాలైతే అందులో గర్వానికి తావులేదు. పెరిగితే వినమ్రతే పెరగవచ్చు. నా గత జీవితాన్ని పరిశీలించి చూస్తే అందులో కూడా నాకు కన్పించె ఘనకార్యాలులేవు.

గత ముప్పది సంవత్సరాల నుండి జీవితంలో నేను చేసిన కార్యాలన్నీ ఆత్మదర్శనం కోసమే. ఈశ్వర సాక్షాత్కారం కోసమే. మోక్షం కోసమే. నా రచనా వ్యాసంగమంతా అందుకోసమే. రాజకీయరంగంలో నా ప్రవేశం కూడా అందుకోసమే. ఒకరికి శక్యమైంది అందరికీ శక్యం కాగలదనే నా విశ్వాసం. అందువల్ల నా ప్రయోగాలు నా వరకే పరిమితం కావు. ఆ ప్రయోగాలను అందరికీ తెలిపినందువల్ల వాటి ఆధ్యాత్మికత తగ్గుతుందని అనుకోను. అయితే ఆత్మకే తెలిసినట్టి, ఆత్మలోనే శాంతిపొందే విషయాలు కొన్ని ఉంటాయి. అట్టివిషయాలను వివరించడం నా శక్తికి మించిన పని. నా ప్రయోగాలు ఆధ్యాత్మికాలు, అనగా నైతికాలు. ధర్మం అంటే నీతి. ఆత్మదృష్టితో పిన్నలు, పెద్దలు, యువకులు, వృద్ధులు నిర్ధారించగల విషయాలు ఈ కథలో ఉంటాయి. ఈ నా కథను తటస్థుడనై, అభిమాన రహితుడనై వ్రాయగలిగితే సత్యాన్వేషణామార్గాన పయనించి ప్రయోగాలు చేసేవారందరికీ కొంత ఆలంబన లభిస్తుందని నా విశ్వాసం.

నా ప్రయోగాలు పూర్ణత్వం పొందాయని నేను సమర్ధించుకోవడం లేదు. వైజ్ఞానికుడు బుద్ధి కుశలతతో యోచించి పరిశోధనలు చేస్తాడు. అయితే వాటి ఫలితాలే చివరివని భావించడు. వాటిమీద నమ్మకం ఏర్పడినా తాను మాత్రం తటస్థంగా ఉంటాడు. నా ప్రయోగాలు కూడా అటువంటివే. నేను ఆత్మనిరీక్షణ కూడా చేసుకున్నాను. ప్రతి విషయాన్ని పరీక్షించి చూచాను, విశ్లేషించి చూచాను. వాటి పరిణామాలే అందరికీ అంగీకారయోగ్యాలని, అవే సరియైనవని నేను ఎన్నడూ చెప్పదలచలేదు. అయితే ఇవి నా దృష్టిలో సరియైనవని, ఈనాటికి ఇవి చివరివని మాత్రం చెప్పగలను. అలా విశ్వసించకపోతే వీటి పునాది మీద ఏ విధమైన భవనం నిర్మించలేము. చూచిన వస్తువులను అడుగడుగునా పరిశీలించి ఇవి త్యజాలు ఇవి గ్రాహ్యాలు అని రెండు రకాలుగా విభజిస్తాను. గ్రాహ్యాలను బట్టి నా ఆచరణను మలుచుకుంటున్నాను. నాకు, నా బుద్ధికి, నా ఆత్మకు తృప్తి, సంతోషం కలిగిస్తూ ఆ ఆచరణ వుంటుందో అంతవరకు దాని శుభపరిణామాలను విశ్వసిస్తూ ఉంటాను.

కేవలం సిద్ధాంతాలను అనగా తత్వాలను గురించి వర్ణనే ముఖ్యమని భావిస్తే ఈ ఆత్మకథ వ్రాయవసిన అవసరం లేదు. కాని ఆ ప్రయోగాలపై చేసిన కృషిని పేర్కొనాలి. అందువల్లనే నేను నాయీ కృషికి ప్రధమంగా సత్యశోధన అని పేరు పెట్టాను. ఇందు సత్యానికి భిన్నమని భావించబడే అహింస, బ్రహ్మచర్యం మొదలుగాగల వాటిని గురించిన ప్రయోగాలు కూడా చోటుచేసుకున్నాయి. అయితే నా అభిప్రాయం ప్రకారం సత్యమే అన్నింటిలోను గొప్పది. అందు పలు విషయాలు దాగివున్నాయి. ఈ సత్యం స్థూలంగా వుండే వాక్సత్యం కాదు. ఇది వాక్కుకు సంబంధించినదేగాక భావానికి సంబంధించిన సత్యం కూడా. ఇది కల్పితసత్యం గాక సుస్థిరత కలిగిన స్వతంత్రమైన అస్థిత్వం గల సత్యం. అంటే సాక్షాత్ పరబ్రహ్మ మన్నమాట.

పరమేశ్వరునికి వ్యాఖ్యలు అనేకం. గొప్పతనాలు కూడా అనేకం. ఆ గొప్పతనాలు నన్ను ఆశ్చర్యపరుస్తాయి. కొద్దిసేపు నన్ను మోహింపచేస్తాయి. నేను సత్యస్వరూపుడగు పరమేశ్వరుని పూజారిని. అతనొక్కడే సత్యం. మిగిలిందంతా మిధ్యయే. ఆ సత్యం నాకు గోచరించలేదు. అయితే నేను సత్యశోధకుణ్ణి. ఆ శోధన కోసం నాకు ఎంతో ప్రీతికరమైన వస్తువును సైతం త్యజించుటకు నేను సిద్ధమే. ఈ శోధనాయజ్ఞంలో శరీరాన్ని సైతం హోమం చేయడానికి నేను సిద్ధమే. అట్టి శక్తి నాకు కలదనే నమ్మకం వుంది. ఆ సత్య సాక్షాత్కారం కలుగనంత వరకు నా అంతరాత్మ దేన్ని సత్యమని నమ్ముతుందో ఆ కాల్పనిక సత్యాన్ని

ఆధారం చేసుకొని, దాన్ని దీపంగా భావించి దాని నీడలో జీవితం గడుపుతాను. నిజానికి ఇది కత్తిమీద సాము వంటిది. అయినా నాకు సులువు అనిపించింది. ఈ మార్గాన నడుస్తున్నప్పుడు భయంకరమైన పొరపాట్లు కూడానాకు తుచ్ఛమైనవిగా కనబడతాయి. అట్టి పొరపాట్లు చేసికూడా రక్షణ పొందాను. నాకు తెలిసినంతవరకు ముందుకే సాగాను. విశుద్ధ సత్యపు వెలుగురేఖ దూరాన లీలగా కనబడుతూ వుంది.

ఈ జగత్తులో సత్యం తప్ప మరొకటి ఏమీ లేదను నమ్మకం రోజు రోజుకు బలపడుతోంది. ఎలా బలపడుతుందో నవజీవన్ మొదలుగాగల పత్రిక పాఠకులు తెలుసుకొని ఇష్టమైతే నా ప్రయోగాలలో భాగస్వాములు అవుదురుగాక. అంతేగాక నాకు శక్యమైన వస్తువు ఒక బాలునికి సైతం శక్యం కాగలదని నా నమ్మకం. అందుకు బలవత్తరమైన కారణాలు అనేకం వున్నాయి. సత్యశోధనకు సంబంధించిన సాధనాలు ఎంత కఠినమైనవో అంత సరళమైనవి కూడా. అవి అహంకారికి అసాధ్యాలు. కాని కల్లాకపటం ఎరుగని బాలునికి సాధ్యము. సత్యాన్వేషకుడు ధూళికణం కంటే చిన్నగా వుండాలి. ప్రపంచమంతా ధూళికణాన్ని కాలిక్రింద త్రొక్కివేస్తుంది. అయితే సత్యాన్వేషకుడు ధూళికణం కూడా త్రొక్కివేయలేనంత సూక్ష్మంగా వుండాలి. అప్పుడే అతనికి సత్యం లీలగా గోచరిస్తుంది. ఈ విషయం వశిష్ఠ విశ్వామిత్రుల కథలో స్పష్టంగా చెప్పబడింది. క్రైస్తవ, ఇస్లాం మతాలు కూడా ఈ విషయాన్ని బలపరుస్తున్నాయి.

నేను వ్రాస్తున్న ప్రకరణాల్లో పాఠకులకు అహంభావపు వాసన తగిలితే నా అన్వేషణలో ఏదో పెద్ద పొరపాటు వున్నదనీ నేను కనుగొంటున్న వెలుగు రేఖ ఎండమావియేనని గ్రహించాలి. నా వంటి పలువురు శోధకులు మ్రగ్గిపోయినా సత్యం మాత్రం సదా జయించాలి. అల్పమైన ఆత్మను కొలుచుటకు సత్యమనే కొలబద్ద ఎన్నటికీ తరిగిపోకూడదు. నా ప్రకరణాలను ప్రామాణికమని భావించవద్దని అందరినీ ప్రార్థిస్తున్నాను. నేను పేర్కొన్న ప్రయోగాలను దృష్టాంతాలుగా భావించి అంతా తమ తమ ప్రయోగాలు శక్త్యానుసారం, తమకు తోచిన విధంగా చేయాలని కోరుతున్నాను. నా ఆత్మకథవల్ల ఏదో కొంత ప్రజలకు లాభించగలదని విశ్వసిస్తున్నాను. ప్రకటించుటకు అనుకూలమైన ఏ ఒక్క విషయాన్ని కూడా నేను దాచలేదని మనవి చేస్తున్నాను. నా దోషాలన్నింటిని పూర్తిగా పాఠకులముందు వుంచానని విశ్వసిస్తున్నాను. సత్యపు ప్రయోగాలను వివరించడమే నా లక్ష్యం. నా గుణగణాలను వర్ణించుకోవాలనే కోరిక నాకు లేశమాత్రమైనా లేదు. ఏ కొలబద్దతో నన్ను నేను కొలుచుకోవాలని భావిస్తున్నానో, ఏ కొలబద్దను మనమంతా ఉపయోగించవలసిన అవసరం వున్నదని నమ్ముతున్నానో ఆ కొలబద్ద ప్రకారం క్రింది సూక్తిని ఉటంకిస్తున్నాను.

మో సమ్ కౌన్ కుటిల్ ఖల్ కామీ?
జిన్ తన్ దియో తాహి బిసరాయో
ఐసో సమక్ హరామీ **(సూరదాసు)**

(నా వంటి కుటిలుడు, ఖలుడు, కాముకుడు మరొకడెవ్వడు గలడు? ఏ ప్రభువు ఈ తనువును ఇచ్చాడో అతనినే మరిచాను. నేను అంతటి కృతఘ్నుణ్ణి) నా జీవికి ఎవరిని ప్రభువని భావిస్తున్నానో, ఎవరి ఉప్పుతిని నేను బ్రతికుతున్నానో, ఆ ప్రభువుకు ఇంకా దూరంగా వున్నాననే బాధ ప్రతిక్షణం నన్ను వేధిస్తూ వున్నది. అందుకు కారణాలైన నాయందలి వికారాలను చూడగలుగుతూ వున్నానే కాని ఇంకా తొలగించుకోలేక పోతున్నాను.

ఇక ముగిస్తున్నాను. ప్రస్తావనయందు సత్యశోధనల కథలో ప్రవేశించను. ఆ కథంతా ముందు ప్రకరణల్లో వివరిస్తాను.

ఆశ్రమం, సాబర్మతి
ది. 26 నవంబరు, 1925.

విషయసూచిక

మొదటి భాగం

1. జననం

గాంధీ కుటుంబంవారు మొదట పచారు దినుసులు అమ్ముకునేవారని ప్రతీతి. కాని మా తాతగారి పూర్వపు ముగ్గురు పురుషులు కాఠియావాడ్‌కు చెందిన కొన్ని సంస్థానాల్లో మంత్రులుగా పని చేశారు. మా తాతగారి పేరు ఉత్తమచంద్ గాంధీ. ఆయనకు ఓతాగాంధీ అని మరో పేరు కూడా వుండేది. ఆయన గట్టి నియమ పాలకుడని ప్రతీతి. తత్ఫలితంగా కొన్ని రాజకీయకుట్రలకు గురై పోరుబందరు దివాన్‌గిరీ విడిచిపెట్టి జునాగఢ్ అను సంస్థానాన్ని ఆశ్రయించవలసి వచ్చింది. అక్కడ ఆయన నవాబుకు ఎడమ చేత్తో సలాం చేశాడట. యీ అవిధేయతకు కారణం ఏమిటని ప్రశ్నించగా కుడిచేయి యిదివరకే పోరుబందరుకు అర్పితమై పోయిందని సమాధానం యిచ్చాడట.

భార్య చనిపోగా ఓతాగాంధీ రెండోపెండ్లి చేసుకున్నాడు. మొదటిభార్యకు నలుగురు కొడుకులు, రెండోభార్యకు యిద్దరు కొడుకులు పుట్టారు. ఓతాగాంధీ కొడుకులంతా ఏక గర్భసంజాతులు కారని బాల్యంలో నాకు తెలియదు. ఆ విషయం యితరుల వల్ల బాల్యంలో తెలుసుకున్నానని కూడా చెప్పలేను. ఆ ఆరుగురు అన్నదమ్ముల్లో అయిదవవాడు కరంచంద్‌గాంధీ. ఆయనకు కబాగాంధీ అని మరో పేరు కూడా వున్నది. ఆరవవాడు తులసీదాసుగాంధీ. యీ అన్నదమ్ములిద్దరూ ఒకరి తరువాత ఒకరు పోరుబందరుకు దివానులుగా పనిచేశారు. కబాగాంధీ మా తండ్రి. పోరుబందరు ప్రధానామాత్య పదవిని త్యజించిన తరువాత ఆయన స్థానిక కోర్టులో సభ్యుడుగా పనిచేశారు. తరువాత రాజకోట దివానుగాను, ఆ తరువాత బికనేరుకు దివానుగాను పనిచేశారు. యావజ్జీవితం రాజకోట సంస్థానంలో పింఛను పుచ్చుకున్నారు.

కబాగాంధీకి నాలుగు పెళ్ళిళ్ళు జరిగాయి. మొదటి భార్యకు, రెండో భార్యకు యిద్దరు కూతుళ్ళు పుట్టారు. నాలుగో భార్య పుత్తలీబాయి. ఆమెకు ఒక కుమార్తె, ముగ్గురు కుమారులు పుట్టారు. వారిలో నేను చివరివాణ్ణి. నా తండ్రి కులాభిమాని, సత్యప్రియుడు, శూరుడు, ఉదారుడు! కాని, కోపిష్టి. కొంచెం విషయ లోలుడని చెప్పవచ్చు. ఎందుకంటే నలభై ఏళ్ళు గడిచాక నాలుగో పెళ్ళి చేసుకున్నారు కదా! ఆయన లంచగొండి కాదనీ, ఇంటా బయటా కూడా పక్షపాతం లేకుండా వ్యవహరించే న్యాయశీలి అని ఖ్యాతి గడించారు. ఆయన సంస్థానాభిమానం సర్వవిదితం. ఆయన ప్రభువగు రాజకోట రాజును అసిస్టెంట్ పొలిటికల్ ఏజెంటు ఒకనాడు తూలనాడే సరికి కబాగాంధీ ఆయన్ని ఎదిరించారు. ఆ ఏజెంటుకు కోపం వచ్చింది. పొరపాటు చేశానని ఒప్పుకుని శరణువేడితే క్షమిస్తానని అన్నాడు. కానీ కబాగాంధి అందుకు అంగీకరించలేదు. తత్ఫలితంగా ఆయన్ని కొన్ని గంటలపాటు నిర్బంధించి వుంచారు. అయినా ఆయన భయపడలేదు. ఆ తరువాత ఆయనను విడిచి పెట్టారు.

మా తండ్రికి డబ్బు నిల్వ చేద్దామనే తలంపులేదు. అందువల్లనే మాకు బహు తక్కువ ఆస్తి మిగిలింది. మా తండ్రి చదివింది అయిదవ తరగతి వరకే. చరిత్ర, భూగోళం ఆయన ఎరుగడు. కాని ఆయన గొప్ప అనుభవజ్ఞుడు. వ్యవహారజ్ఞానంలో దిట్ట. చిక్కు సమస్యల్ని తేలికగా

పరిష్కరించడంలో మేటి. కనుకనే వేలాది మంది జనాన్ని పరిపాలించగల సామర్థ్యం ఆయన గడించాడు. మత సంబంధమైన పరిచయం ఆయనకు తక్కువగా వుండేది. దేవాలయాలను దర్శించడం, చాలామంది హిందువుల మత సంబంధమైన వాదాలు వినడంవల్ల వలనే ఆయనకు ధర్మ పరిజ్ఞానం కలిగింది. మా కుటుంబానికి ఆప్తుడైన ఒక బ్రాహ్మణునిచే ప్రేరణ పొంది చివరి రోజుల్లో గీతా పారాయణం ప్రారంభించారు. ప్రతిరోజూ శ్లోకాలు పఠిస్తూ వుండేవారు.

మా అమ్మ పరమసాధ్వి. ఆ విషయం బాల్యంనుంచే నా హృదయంలో నాటు కుంది. ఆమెకు దైవచింతన అధికం. ప్రతిరోజు పూజ చేయకుండా భోజనం చేసేది కాదు. వైష్ణవ దేవాలయం వెళ్ళిరావడం ఆమె నిత్య కార్యక్రమం. ఆమె చాతుర్మాస్య వ్రతం వర్షాకాలంలో రోజుకు ఒకపూట భోజనం చేయు వ్రతం) మానడం నేను ఎన్నడూ చూడలేదు. ఎన్నో కఠినమైన నోములు నోచి వాటిని నిర్విఘ్నంగా నెరవేరుస్తూ వుండేది. జబ్బు చేసినప్పుడు దాన్ని సాకుగా తీసుకొని నోములు మానడం ఎరుగదు. ఒక పర్యాయం ఆమె చాంద్రాయణ వ్రతం చంద్రుని పెరుగుదలను బట్టి భోజనపరిమాణం పెంచడం, తగ్గించడం అను వ్రతం ప్రారంభించి మధ్యలో జబ్బు పడింది. జబ్బు ఏ మాత్రం తగ్గలేదని నాకు గుర్తు. రెండు మూడు రోజుల ఉపవాసమంటే ఆమెకు లెక్కలేదు. చాతుర్మాస్య వ్రతపు రోజుల్లో ఒక పూట మాత్రమే భుజించడం ఆమెకు అలవాటు. అంతటితో ఆగక ఒక పర్యాయం చాతుర్మాస్య వ్రతం పట్టి సూర్యుని చూచిగాని భోజనం చేయనని నిర్ణయించుకుంది. ఆ రోజుల్లో సూర్యదర్శనం అయిందని మా అమ్మకు చెప్పేందుకై పిల్లలమంతా సూర్యుని కోసం నిరీక్షిస్తూ డాబా మీద నిలబడి హఠాత్తుగా సూర్యుడు కనిపించినప్పుడు గబగబా మా అమ్మ దగ్గరికి పరిగెత్తుకొని వెళ్ళి "అమ్మా, అమ్మా! సూర్యుడు వచ్చాడు" అని చెప్పిన రోజులు నాకు గుర్తువున్నాయి. సూర్య దర్శనం కోసం ఆమె పరుగు పరుగున బయటకు వచ్చేది. అంతలో మాయదారి సూర్యుడు మబ్బుల చాటున దాక్కునేవాడు. "యివాళ నేను భోజనం చేయడం ఈశ్వరునికి యిష్టం లేదు కాబోలు" అని అంటూ ఆమె సంతోషంగా వెళ్ళి ఇంటిపనుల్లో లీనమైపోయేది.

మా అమ్మకు వ్యవహారజ్ఞానం అధికం. సంస్థానానికి సంబంధించిన విషయాలు ఆమెకు బాగా తెలుసు. రాణివాసంలో గల స్త్రీలు మా అమ్మ తెలివితేటల్ని మెచ్చుకునేవారు. బాల్యం తెచ్చిన వెసులుబాటును ఉపయోగించుకుని నేను కూడా మా అమ్మవెంట తరుచు రాణివాసానికి వెళుతూ వుండేవాణ్ణి. రాజమాతకు, మా అమ్మకు మధ్య జరుగుతూవుండే సరస సంభాషణలు ఇప్పటికీ నాకు గుర్తువున్నాయి. కబాగాంధీ, పుత్తలీబాయి దంపతులకు సుదామాపురి అను పోరుబందరులో 1869 అక్టోబరు 2వ తేదీన (శుక్ల సంవత్సరం భాద్రపద బహుళద్వాదశి శనివారం) నేను జన్మించాను. పోరుబందర్‌లో నా శైశవం గడిచింది. నన్ను బడిలో చేర్చడం నాకు గుర్తుంది. ఎక్కాలు వల్లించాలంటే నాకు ఇబ్బందిగా వుండేది. అప్పుడు తోటిపిల్లలతో పాటు మా పంతుల్ని తిట్టటం తప్ప నేను నేర్చిందేమీ గుర్తులేక పోవడాన్ని తలచుకుంటే నా బుద్ధిమందమైనదనీ, నాకు జ్ఞాపకశక్తి తక్కువనీ స్పష్టంగా చెప్పవచ్చు. పిల్లలమంతా అప్పడం పాట పాడేవాళ్ళం. ఆ పాటను ఇక్కడ వుటంకిస్తున్నాను.

ఒకటే ఒకటి అప్పడం ఒకటి
అప్పడం పచ్చి ... కొట్టో కొట్టు...

మొదటి ఖాళీ చోట పంతులు పేరు, రెండవ ఖాళీ చోట తిట్టువుండేది. వాటిని వ్రాయను.

2. బాల్యం

నా ఏడవయేట నాతండ్రి రాజకోటకు స్థానిక కోర్డు సభ్యునిగా వెళ్ళగా అక్కడ నన్ను ఒక ప్రాథమిక పాఠశాలలో చేర్చారు. పోరు బందరులో వలే ఇక్కడా నేను సామాన్య విద్యార్థినే. ఈ స్కూలునుండి సబర్బను స్కూల్లోను, అక్కడ నుండి హైస్కూల్లోను చేరాను. అప్పటికి నాకు పన్నెండేళ్ళు. ఈ కాలంలో అటు ఉపాధ్యాయులతో కాని, ఇటుతోటి విద్యార్థులతో కాని అబద్ధాలాడిన గుర్తులేదు. నాకు సిగ్గు ఎక్కువ. అందువల్ల సమాజాన్ని తప్పించుకు తిరిగేవాణ్ణి. నా పుస్తకాలు, నా పాఠాలు, నా జతగాళ్ళు, వేళకు బడికి పోవడం, బడి మూసివేయగానే పరిగెత్తుకుని ఇంటికి చేరడం ఇదే నా నిత్య కార్యక్రమం. నిజంగా నేను పరిగెత్తేవాణ్ణి. ఇతరులతో మాట్లాడటం అంటే కష్టంగా వుండేది. ఎవరన్నా ఎగతాళి చేస్తారేమో అని భయంగా వుండేది. హైస్కూల్లో చేరిన మొదటి సంవత్సరం పరీక్షా సమయమప్పుడు జరిగిన ఒక విషయం వ్రాయడం అవసరం. విద్యాశాఖకు చెందిన జైయిల్స్ అను పేరుగల ఇనస్పెక్టరు మా స్కూలుకు ఇనస్పెక్షనుకై వచ్చాడు. అతడు మా పిల్లల అక్షరజ్ఞానాన్ని పరీక్షించేందుకై ఐదు శబ్దాలు ఇచ్చాడు. వాటిల్లో కెటిల్ (Kettle) అను శబ్దం ఒకటి. నేను దాన్ని తప్పుగా వ్రాశాను. ఇది గమనించి ఉపాధ్యాయుడు తన బూటుకాలుతో నొక్కి తప్పుదిద్దు కోమన్నట్లు సైగ చేశాడు. కాని నేను దిద్దలేదు. ఎదురుగావున్న పిల్లవాడి పలక చూచి తప్పుదిద్దుకోమని మాష్టారు సైగ చేస్తున్నారన్న విషయం తెలుసుకోలేకపోయాను. ఒకరి పలక మరొకరు చూచి వ్రాయకుండా వుండేందుకే మాష్టారు అక్కడ వున్నారని నా భావం. మిగతా పిల్లలంతా వ్రాసిన ఐదు శబ్దాలు సరిగా వున్నాయి. నేను ఒక్కణ్ణి మాత్రం దద్దమ్మ నైనాను. తరువాత మాష్టారు నా మూర్ఖత్వాన్ని నాకు తెలియజేశారు. కాని ఆయన మాటలు నా మీద పనిచేయలేదు. ఇతరుల్ని చూచి వ్రాయడం నేను ఎప్పుడూ నేర్చుకోలేకపోయాను. అయితే ఈ సంఘటన ఉపాధ్యాయుని పట్ల నాకుగల వినయాన్ని ఏమాత్రం తగ్గించలేదు. పెద్దల దోషాల్ని చూచి కళ్ళు మూసుకోవడం నా స్వభావం. తరువాత కూడా ఆ ఉపాధ్యాయుణ్ణి గురించిన దోషాలు నా దృష్టికి వచ్చాయి. కాని ఆయన ఎడ నాకు వినయం తగ్గలేదు. నేను పెద్దల ఆజ్ఞ పాలించడమే నేర్చాను గాని వారి పనుల్ని గురించి తర్కించడం నేర్చుకోలేదు. అప్పటి మరోరెండు విషయాలు నా మనస్సుకు హత్తుకొని వుండిపోయాయి. బడి పుస్తకాలు తప్ప యితర పుస్తకాలు చదువుదామనే కోరిక నాకు వుండేది కాదు. రోజువారి పాఠాలు చదవాలిగదా! ఉపాధ్యాయుణ్ణి మోసగించడమంటే నాకు యిష్టం వుండేదికాదు. ఆయనచే మాట పడటం నాకు యిష్టంలేక పాఠాలు బాగా వల్లించేవాణ్ణి. అయితే నా మనస్సుమాత్రం పాఠాల మీద నిలిచేదికాదు. యీ విధంగా నా పాఠాలే నాకు సరిగా రానప్పుడు పుస్తకాలు చదవడం సాధ్యమా? ఒకసారి మా తండ్రిగారు కొని తెచ్చిన ఒక పుస్తకం నా కంటపడింది. అది శ్రవణ పితృభక్తి నాటకం. శ్రద్ధగా ఆ పుస్తకం చదివాను. ఆ రోజుల్లో చెక్కల బాక్సుకు అమర్చిన అద్దంలో చిత్రాలు చూపిస్తూ కొందరు ఇంటింటికి తిరుగుతూ వుండేవారు. వాళ్ళు చూపించిన చిత్రాల్లో అంధులగు తన తల్లిదండ్రుల్ని కావడిలో కూర్చోబెట్టుకొని యాత్రకు వారిని మోసుకుపోతున్న శ్రవణుని బొమ్మ నా హృదయం మీద చెరగని ముద్ర వేసింది. అతణ్ణి లక్ష్యంగా పెట్టుకున్నాను. శ్రవణుడు చనిపోయినప్పుడు అతని తల్లిదండ్రులు విలపించడం యిప్పటికీ నాకు జ్ఞాపకం వున్నది. ఆ లలిత గీతం నన్ను ద్రవింపచేసింది. నా తండ్రిగారు కొని యిచ్చిన వాద్యం మీద ఆ గీతాన్ని ఆలపించాను కూడా. అప్పుడే ఒక నాటక కంపెనీ అక్కడికి వచ్చింది. వాళ్ళ

నాటకం చూసేందుకు నాకు అనుమతి లభించింది. అది హరిశ్చంద్ర నాటకం. ఆ నాటకం నాకు బాగా నచ్చింది. కాని ఎక్కువ సార్లు ఎవరు చూడనిస్తారు! అయినా నా మనస్సులో ఆ నాటకం ప్రదర్శితం అవుతూ వుండేది. కలలో హరిశ్చంద్రుడు కనపడుతూ వుండేవాడు. అందరూ సత్య హరిశ్చంద్రులు ఎందుకు కాకూడదు అని అనుకునేవాణ్ణి. హరిశ్చంద్రుడు పడ్డ కష్టాలు తలుచుకుని ఎన్ని ఆపదలు వచ్చినా అంతా సత్యం పలకవలసిందేనని అనుకునేవాణ్ణి. నాటకంలో హరిశ్చంద్రుడు అనుభవించిన కష్టాలన్నీ యదార్థమైనవేనని అనుకొని, హరిశ్చంద్రుని దుఃఖం చూచి, దాన్ని జ్ఞాపకం పెట్టుకుని నేను బాగా ఏడ్చేవాణ్ణి. అతడు ఐతిహాసిక పురుషుడు కాడని యిప్పటికీ నాకు అనిపిస్తుంది. నా హృదయంలో యిప్పటికీ శ్రవణుడు, హరిశ్చంద్రుడు జీవించే వున్నారు. ఆ నాటకం చదివితే యిప్పటికీ నా కండ్లు చమరుస్తాయనే నా నమ్మకం.

3. బాల్య వివాహం

ఈ ప్రకరణం వ్రాయకుండా వుండడం నాకెంతో యిష్టం. కాని కథాక్రమంలో యిట్టి చేదు మాత్రలు ఎన్నో మ్రింగవలసి వచ్చింది. సత్యపూజారిని కదా! వేరే మార్గం లేదు. వ్రాయక తప్పదు. సుమారు పదమూడో యేట నాకు పెండ్లి అయింది. యీ విషయాలు గ్రంధస్థం చేయవలసి వచ్చినందుకు విచారంగా వుంది. అయినా విధియని భావించి వ్రాస్తున్నాను. నా రక్షణలో వున్న పన్నెండు లేక పదమూడు ఏండ్ల బాలబాలికల్ని చూస్తూవుంటే నా పెండ్లి సంగతి జ్ఞాపకం వచ్చి నా మీద నాకే జాలికలుగుతూ వుంటుంది. నాకు పట్టిన దౌర్భాగ్యం వాళ్ళకు పట్టలేదు. కనుక వాళ్ళను అభినందించాలని వుంటుంది. పదమూడేళ్ళ వయస్సులో జరిగిన నా పెళ్ళిని సమర్థించుకునేందుకు నైతిక కారణం ఒక్కటికూడా లేదు.

ప్రధానం గురించి వ్రాస్తున్నానని పాఠకులు గ్రహించాలి. కాఠియావాడ్‌లో వివాహమంటే ప్రధానంకాదు. యిద్దరు బాలబాలికలకు పెండ్లి జరపాలని వాళ్ళ తల్లిదండ్రులు చేసుకునే నిర్ణయాన్ని లేక ఒడంబడికను ప్రధానం అని అంటారు. ప్రధానం అనుల్లంఘనీయం కాదు. ప్రధానం అయిన తరువాత పెండ్లికి పూర్వం పిల్లవాడు చనిపోతే ఆ బాలిక వితంతువై పోదు. ప్రధానానికి సంబంధించినంత వరకు వరుడికి, వధువుకి మధ్య సంబంధం ఉండదు. అసలు తమకిరువురికి ప్రధానం జరిగిందనే విషయం కూడా వాళ్ళకు తెలియదు. ఈ విధమైన ప్రధానాలు నాకు వరుసగా మూడు జరిగాయని విన్నాను. అవి ఎప్పుడు జరిగాయో నాకు తెలియదు. ప్రధానం జరిగిన తరువాత యిద్దరు కన్యలు చనిపోయారని నాకు చెప్పారు. మూడో ప్రధానం ఏడేండ్ల వయస్సులో జరిగినట్లు నాకు గుర్తు. అయితే ప్రధానం జరిగినప్పుడు నాకు ఎవరైనా ఏమైనా చెప్పారో లేదో గుర్తులేదు. పెండ్లి జరిగినప్పుడు వరుడు, వధువు అవసరం అవుతారు. కొన్ని విధులు వారు నిర్వర్తించవలసి వుంటుంది. అట్టి వివాహాన్ని గురించే వ్రాస్తున్నాను. నా పెండ్లికి సంబంధించిన కొన్ని వివరాలు నాకు గుర్తు వున్నాయి.

మేము ముగ్గురం అన్నదమ్ములమని పాఠకులకు గతంలో తెలియజేశాను. మాలో అందరికంటే పెద్దవాడికి పెండ్లి అయిపోయింది. రెండవవాడు నాకంటే రెండుమూడు సంవత్సరాలు పెద్ద. అతడికీ, వయస్సులో నాకంటే ఒకటి లేక ఒకటిన్నర సంవత్సరం పెద్దవాడైన మా పినతండ్రి చివరికొడుక్కి, నాకు ముగ్గురికీ ఒకేసారి పెండ్లి జరపాలని పెద్దలు నిర్ణయించారు. ఈ విషయంలో

మా మేలును ఎవ్వరూ ఆలోచించలేదు. మా యిష్టాయిష్టాలను గురించి యోచించే అవకాశమే లేదు. పెద్దవాళ్ళు తమ సౌకర్యం గురించి, పెండ్లి ఖర్చులు తగ్గించడాన్ని గురించి మాత్రమే యోచించారు.

హిందూసమాజంలో వివాహమంటే సామాన్య విషయం కాదు. వరుడు, వధువుల తల్లిదండ్రులు ఆర్థికంగా తరచూ కూలిపోతూ వుంటారు. డబ్బును, సమయాన్ని వృర్థం చేస్తారు. పెండ్లి ఏర్పాట్లు ఎన్నో నెలల ముందునుంచే ప్రారంభిస్తారు. నూతన వస్త్రాలు, ఆభరణాలు సమకూరుస్తారు. విందులు వినోదాలు ఏర్పాటు చేస్తారు. పిండివంటల విషయంలో పోటాపోటీలు ప్రారంభమవుతాయి. కంఠం సరిగా వున్నా లేకపోయినా లెక్కచేయకుండా స్త్రీలు పాటలు పాడి పాడి గొంతు పోగొట్టుకుంటారు. జబ్బు కూడా పడతారు. ఇరుగుపొరుగువాళ్ళ శాంతికి భంగం కలిగిస్తారు. అయితే ఇరుగుపొరుగువాళ్ళు కూడా తమ ఇళ్ళలో శుభకార్యాలు జరిగినప్పుడు ఇలాగే చేస్తారు! అందువల్ల గందరగోళం జరిగినా, ఎంగిలిమంగలం అయినా, మురికి పేరుకున్నా పట్టించుకోరు. సహించి వూరుకుంటారు. ఇంత గొడవ, గందరగోళం మూడుసార్లు జరిపేకంటే ఒక్క పర్యాయమే జరిపితే సౌకర్యం కదా! డబ్బు ఖర్చు తగ్గినా దర్జాకు లోటు వుండదు. మూడు వివాహాలు ఒకే పర్యాయం జరపడం వల్ల డబ్బు విచ్చలవిడిగా ఖర్చు చేయవచ్చు. మా తండ్రి, పినతండ్రి ఇద్దరూ వృద్ధులు. మేము వారి చివరి బిడ్డలం. అందువల్ల మా వివాహాలను పురస్కరించుకొని హాయిగా ఆనందించి తమ వాంఛల్ని నెరవేర్చుకోవాలని వారు అనుకోవడం సహజం. ఈ విషయాలన్నిటినీ దృష్టిలో పెట్టుకుని ముగ్గురి వివాహాలు ఒకేసారి చేయాలనే నిర్ణయానికి మా పెద్దలు వచ్చారు. ఇంతకుముందు వివరించినట్లు కొన్ని మాసాల ముందునుంచే ఏర్పాట్లు ప్రారంభమైనాయి.

వాటిని చూచి మా వివాహాలు జరుగుతాయను విషయం ముగ్గురు సోదరులం తెలుసుకున్నాం. క్రొత్త బట్టలు ధరించడం, మేళతాళాలు మ్రోగడం, గుర్రంమీద ఎక్కడం, రకరకాల పిండివంటలు తినడం, ఆటలకు, వినోదాలకు ఒక క్రొత్త పిల్ల దొరకడం ఇవి తప్ప మరోరకమైన వాంఛ మాకు వున్నట్లు నాకు గుర్తులేదు. భోగవిలాసాన్ని గురించిన భావం తరువాత కలిగింది. ఎలా కలిగిందో సవివరంగా తరువాత చెబుతాను. కాని అట్టి జిజ్ఞాస పాఠకులు తగ్గించుకొందురు గాక. నాకు కలిగిన బిడియాన్ని కొంతవరకు దాచుకుంటాను. చెప్పదగిన కొన్ని విషయాలు చెబుతాను. అయితే ఆ వివరాలు వ్రాస్తున్నప్పుడు నా అభిప్రాయాన్ని గమనిస్తే అందు విషయావాసనలు తక్కువేనని తేలుతుంది.

మా అన్నదమ్ములిద్దరినీ రాజకోట నుండి పోరుబందరు తీసుకువెళ్ళారు. అక్కడ మా ఒంటికి నూనె రాశారు. పసుపు మొదలుగాగలవి పూశారు. నలుగు పెట్టారు. మనోరంజకంగావున్నా అవి వదిలివేయ దగినవి. మా తండ్రి దివాను అయినప్పటికీ నౌకరే గదా! రాజుగారికి విశ్వాసపాత్రుడు. అందువల్ల మరింత పరాధీనుడన్నమాట. చివరి నిమిషం వరకు రాజుగారు మా తండ్రికి వెళ్ళడానికి అనుమతి నీయలేదు. రెండురోజుల తరువాత అనుమతించారు. మా ప్రయాణానికి ప్రత్యేక ఏర్పాట్లు చేశారు. కాని విధి నిర్ణయం మరో విధంగా ఉంది. రాజకోట పోరుబందరుకు మధ్య 60 క్రోసుల దూరం. ఎడ్లబండి మీద అయిదురోజుల ప్రయాణం. రాజుగారు గుర్రపు బగ్గి ఏర్పాటుచేశారు. అందువల్ల ప్రయాణం మూడోరోజు ముగుస్తుంది. కాని చివరిమజిలీ దగ్గర గుర్రంబగ్గీ బోర్లపడింది.

మా నాన్నగారికి గట్టి దెబ్బలు తగిలాయి. చేతులకు కట్లు, వీపుకు కట్లు కట్టించుకుని పోరుబందరు చేరారు. దానితో పెండ్లి ఆనందం సగం తగ్గిపోయింది. అయినా వివాహాలు జరిగాయి. పెండ్లి ముహూర్తాన్ని ఆపడం ఎవరితరం? నేను పెండ్లి సంతోషంలో మా తండ్రిగారికి తగిలిన దెబ్బల దుఃఖం మరిచిపోయాను. చిన్నతనం కదా! నేను పితృభక్తి కలవాణ్ణి. దానితో పాటు విషయవాంఛలకు కూడా భక్తుణ్ణి అయ్యాను. విషయాలంటే ఇంద్రియాలకు సంబంధించినవని కూడా గ్రహించాలి. తల్లిదండ్రులు యెడల భక్తికోసం సర్వమూ త్యజించాలనే జ్ఞానం తరువాత నాకు కలిగింది. నా భోగాభిలాషకు దండన విధించడం కోసమేనేమో అప్పుడు ఒక ఘట్టం జరిగింది. అప్పటినుండి ఆ ఘటన నన్ను బాధిస్తూనే వుంది. ఆ వివరం ముందు తెలుపుతాను. నిష్కలానందుడు చెప్పిన "త్యాగ్‌న టకేరే వైరాగవినా, కరీయే కోటి ఉపాయ్‌జీ" "కోటి ఉపాయాలు పన్నినా, విషయవాంఛల యెడ వైరాగ్యం కలుగనిచో త్యాగభావం అలవడదు సుమా" అను గీతం చదివినప్పుడు ఆ గీతం ఎవరైనా చదువగా విన్నప్పుడు కటువైన ఆ ఘటన చప్పున జ్ఞాపకం వచ్చి నన్ను సిగ్గులో ముంచేస్తుంది.

మా తండ్రి గాయాలతో బాధపడుతూ కూడా నవ్వు ముఖంతో వివాహకార్యాలు నిర్వహించారు. మా తండ్రి ఏఏ సమయంలో ఎక్కడెక్కడ కూర్చున్నదీ యిప్పటికీ నాకు బాగా గుర్తు. నాకు బాల్య వివాహం చేసినందుకు తరువాత నా తండ్రిని తీవ్రంగా విమర్శించాను. కాని పెండ్లి సమయంలో ఆ విషయం నాకు తోచలేదు. అప్పుడు సంతోషంగా, ఆనందంగా వున్నాను. అంతా మనోహరంగా కనిపించింది. పెండ్లి ఉబలాటంలో అప్పుడు నా తండ్రి చేసినదంతా మంచే అని అనిపించింది. ఆ విషయాలు యిప్పటికీ నాకు గుర్తు వున్నాయి.

పెండ్లి పీటల మీద కూర్చున్నాం. సప్తపది పూర్తి అయింది. ఒకే పళ్ళెంలో కంసారు అనగా గోధుమరవ్వ, చక్కెర, కిస్‌మిస్, ఎండుద్రాక్షలతో తయారుచేసే జావ తాగాం. ఒకరికొకరం తినిపించుకున్నాం. యిద్దరం కలిసిమెలిసి వున్నాం. ఆ విషయాలన్నీ కండ్లకు కట్టినట్లు యిప్పటికీ నాకు కనబడుతున్నాయి. ఆహా! మొదటి రాత్రి. అభం శుభం తెలియని యిద్దరు పిల్లలం. సంసార సాగరంలోకి ఉరికాము. మొదటి రాత్రి ఏం చేయాలో, కొత్త ఆడపిల్లతో ఎలా వ్యవహరించాలో మా వదిన నాకు బోధించింది. నీ వెవరి దగ్గర నేర్చుకున్నావని ఆ రాత్రి నా ధర్మపత్నిని అడిగినట్లు గుర్తులేదు. యిప్పటికీ అడుగవచ్చు. కాని నాకు అట్టి ఇచ్ఛలేదు. ఒకరిని చూచి ఒకరం భయం భయంగ వున్నామని పాఠకులు గ్రహించవచ్చు. బాగా సిగ్గుపడ్డాం. ఎట్లా మాట్లాడాలో నాకేం తెలుసు? నేర్చుకున్న పాఠాలు జ్ఞాపకం వుంటాయా? అసలు అవి ఒకరి దగ్గర నేర్చుకునే విషయాలా? సంస్కారాలు బలంగా వున్నచోట పాఠాలు పనిచేయవు. మెల్లమెల్లగా ఒకరినొకరం అర్థం చేసుకోసాగాం. మాట్లాడుకోసాగాం. మేమిద్దరం సమవయస్కులం. అయినా భర్తగా అధికారం చలాయించడం ప్రారంభించాను.

4. భర్తగా

నాకు పెండ్లి అయిన రోజుల్లో దమ్మిడికో, కాణికో, చిన్నచిన్న పత్రికలు అమ్ముతూ వుండేవారు. వాటిలో భార్యాభర్తల ప్రేమ, పొదుపు, బాల్యవివాహాలు మొదలుగాగల విషయాలను గురించి వ్రాస్తూ వుండేవారు. చేతికందినప్పుడు వాటిని పూర్తిగా చదివేవాణ్ణి. నచ్చని విషయాల్ని మరిచిపోవడం, నచ్చిన విషయాల్ని ఆచరణలో పెట్టడం నాకు అలవాటు. ఒకసారి ఒక పత్రికలో ఏకపత్నీవ్రతం ధర్మం అను వ్యాసం ప్రకటించారు. శ్రద్ధగా చదివాను. ఆ విషయం నా మనస్సులో నాటుకుపోయింది.

సత్యమంటే నాకు మక్కువ. అట్టి స్థితిలో భార్యను మోసగించడం నావల్ల సాధ్యం కానిపని. అందువల్ల మరో స్త్రీ యెడ మక్కువ కూడదని నాకు బోధపడింది. చిన్న వయస్సులో ఏకపత్నీవ్రతం భంగం అయ్యే అవకాశం తక్కువేనని చెప్పవచ్చు.

కాని ఒక ముప్పు కూడా కలిగింది. నేను ఏకపత్నీ వ్రతం అవలంబించితే ఆమె కూడా పాతివ్రత్యాన్ని పాటించాలి. యీ రకమైన యోచన నన్ను ఈర్ష్య పడే భర్తగా మార్చివేసింది. పాటించాలి అని అనుకున్న నేను "పాటింప చేయాలి" అనే నిర్ణయానికి వచ్చాను. ఆమెచే పాటింపచేయాలంటే నేను జాగ్రత్త పడాలి అని భావించాను. నిజానికి నా భార్యను శంకించవలసిన అవసరం లేనే లేదు. కాని అనుమానం పెనుభూతం వంటిది కదా. నా భార్య ఎక్కడికి పోతున్నదీ నేను తెలుసుకోకపోతే ఎలా? నా అనుమతి లేనిదే ఆమె ఎక్కడికి వెళ్ళకూడదు. దానితో మా మధ్య ఎడమొహం పెడమొహం ప్రారంభమైంది. అనుమతి లేకుండా ఎక్కడికీ పోకూడదంటే ఒక విధమైన జైలేకదా! అయితే కస్తూరిబాకి యిలాంటి జైలు బంధాలు గిట్టవని తేలిపోయింది. నేను వెళ్ళొద్దని వత్తిడి తెచ్చిన కొద్దీ వెళ్ళసాగింది. దానితో నాకు చిరచిర ఎక్కువైంది. పిల్లలమైన మా మధ్య మాటలు కూడా ఆగిపోయాయి! కస్తూరిబా తీసుకున్న స్వాతంత్ర్యం నిజానికి దోషరహితం. మనస్సులో ఏ విధమైన దోషం లేని బాలిక దైవదర్శనానికో, మరెవరినైనా కలుసుకోవడానికో వెళ్ళడాన్ని అంగీకరించక అధికారం చలాయిస్తే సహిస్తుందా! నేను ఆమె మీద దర్పం చూపిస్తే ఆమె కూడా నామీద దర్పం చూపించవచ్చుకదా! అయితే యీ విషయం కాలం గడిచాక బోధపడింది. కాని అప్పుడొక భర్తగా అధికారం చలాయించడమే నా పని.

నా గృహ జీవితంలో మాధుర్యం లోపించిందని పాఠకులు అనుకోవద్దు. నా వక్రపోకడకు మూలం ప్రేమయే. నా భార్యను ఆదర్శ స్త్రీగా తీర్చిదిద్దాలని నా భావం. ఆమె స్వచ్ఛంగా, శుద్ధంగా వుండాలనీ, నేను నేర్చుకున్న దాన్ని ఆమె నేర్చుకోవాలనీ, నేను చదివిందాన్ని ఆమె చదవాలనీ, యిద్దరం ఒకరిలో ఒకరం ఏకం అయిపోవాలన్న యోచన తప్ప మరో ఆలోచన నాకులేదు.

కస్తూరిబాకి కూడా నా మాదిరి యోచన వున్నదో లేదో నాకు తెలియదు. ఆమెకు చదువురాదు. స్వభావం మంచిది. స్వతంత్రురాలు. కష్టజీవి. నాతో తక్కువగా మాట్లాడేది. చదువుకోలేదను చింత ఆమెకు లేదు. చదువుకోవాలనే స్పందన ఆమెలో చిన్నతనంలో నాకు కనబడలేదు. అందువల్ల నా యోచన ఏకపక్షమైనదని అంగీకరిస్తున్నాను. నేను ఆమెను అమితంగా ప్రేమించాను. అలాగే ఆమె కూడా నన్ను ప్రేమించాలని కోరాను. ఆ విధంగా అన్యోన్య ప్రేమలేకపోయినా, ప్రేమ ఏకపక్షంగా వుండిపోయినా అది మాకు బాధాకరం కాలేదు. నా భార్య మీద నాకు మక్కువ ఎక్కువగా వుండేది. స్కూల్లో కూడా ఆమెను గురించిన ధ్యాసే. ఎప్పుడెప్పుడు చీకటి పడుతుందా, ఎప్పుడెప్పుడు యిద్దరం కలుస్తామా అని ఆరాటపడుతూ వుండేవాణ్ణి. వియోగాన్ని సహించలేని స్థితి. రాత్రిళ్ళు నిరర్థకమైన మాటలతో నేను కస్తూరిబాని నిద్రపోనిచ్చేవాణ్ణి కాదు. యింతటి ఆసక్తితో బాటు కర్తవ్యనిష్ఠ లేకపోతే నేను అప్పుడు రోగగ్రస్థుడనై మృత్యువు కోరల్లో చిక్కుకుపోయేవాణ్ణి. ప్రపంచానికి భారమైపోయేవాణ్ణి. తెల్లవారగానే నిత్య కార్యక్రమాలు నిర్వర్తిస్తూ వుండేవాణ్ణి. మరొకరిని మోసగించడం ఎరగనివాణ్ణి. కనుకనే అనేక పర్యాయాలు చిక్కుల్లో పడకుండా రక్షణ పొందాను.

కస్తూరిబా చదువుకోలేదని మొదటే వ్రాశాను. ఆమెకు చదువు చెప్పాలనే కోరిక నాకు వుండేది. కాని విషయవాంఛ అందుకు అడ్డుపడేది. ఆమెకు బలవంతంగా చదువు చెప్పవలసిన

పరిస్థితి, అదికూడా రాత్రిపూట, ఏకాంతంగా వున్న సమయంలోనే సాధ్యపడేది. పురజనుల ఎదుట భార్యవంక చూడటానికి కూడా వీలు లేని రోజులు. అట్టి స్థితిలో ఆమెతో మాట్లాడటం సాధ్యమా? కాఠియావాడ్‌లో పనికి మాలిన మేలిముసుగు అనగా పర్దా రివాజు అమలులో వుండేది. యిప్పటికీ ఆ రివాజు అక్కడక్కడా అమలులో వుంది. యీ కారణాలవల్ల కస్తూరిబాకు చదువు చెప్పేందుకు అవకాశం చిక్కలేదు. యౌవ్వన సమయంలో భార్యకు చదువు చెప్పడానికి నేను చేసిన ప్రయత్నాలన్నీ వ్యర్థమయ్యాయని అంగీకరిస్తున్నాను. విషయవాంఛల నుంచి మేల్కొని బయటపడేసరికి ప్రజాజీవితంలో బాగా లీనమైపోయాను. యిక ఆమెకు చదువు చెప్పేందుకు సమయం దొరకనేలేదు. ఉపాధ్యాయుణ్ణి పెట్టి చదువుచెప్పిద్దామని చేసిన ప్రయత్నం కూడా ఫలించలేదు. ఏతావాతా కస్తూరిబా చదువరి కాలేదు. ఆమె కొద్దిగా జాబులు వ్రాయగలదు. సామాన్యమైన గుజరాతీ అర్థం చేసుకోగలదు. ఆమె యెడ నాకుగల ప్రేమ వాంఛామయం కాకుండా వుండివుంటే ఈనాడు ఆమె విదుషీమణి అయివుండేదని నా అభిప్రాయం. చదువు యెడ ఆమెకు గల నిర్లిప్తతను జయించి వుండేవాణ్ణి. శుద్ధమైన ప్రేమవల్ల జరగని పని అంటూ ఏదీ వుండదని నాకు తెలుసు.

భార్య మీద భోగవాంఛ అమితంగా పెంచుకున్నప్పటికీ నన్ను కాపాడిన విషయాల్ని గురించి వ్రాశాను కదా! మరో విషయం కూడా చెప్పవలసిన అవసరం వుంది. ఎవరి నిష్ఠ పవిత్రంగా వుంటుందో వారిని పరమేశ్వరుడు రక్షిస్తూ వుంటాడను సూక్తి మీద అనేక కారణాల వల్ల నాకు విశ్వాసం కలిగింది. అతి బాల్యవివాహం పెద్ద దురాచారం. దానితో పాటు అందలి చెడుగుల్ని కొంత తగ్గించడానికా అన్నట్లు హిందువుల్లో ఒక ఆచారం వుంది. తల్లిదండ్రులు నూతన దంపతుల్ని ఎక్కువ కాలం కలిసి ఒక చోట వుండనీయరు. నూతన వధువు సగం కాలం పుట్టింట్లో వుంటుంది. మా విషయంలో అలాగే జరిగింది. మాకు పెండ్లి అయిన అయిదేళ్ళ కాలంలో (13 ఏట నుండి 18 వరకు) మేము కలిసియున్న కాలం మొత్తం మూడేండ్లకు మించదు. ఆరునెలలు గడపకుండానే పుట్టింటి నుండి కస్తూరిబాకి పిలుపు వచ్చింది. ఆ విధంగా పిలుపు రావడం నాకు యిష్టంవుండేది కాదు. అయితే ఆ పిలుపులే మమ్మి రక్షించాయి. 18వ ఏట నేను ఇంగ్లాండు వెళ్ళాను. అది మాకు వియోగకాలం. ఇంగ్లాండు నుండి తిరిగివచ్చాక కూడా మేము ఆరునెలల కంటే ఎక్కువ కాలం కాపురం చేయలేదు. అప్పుడు నేను రాజకోటనుండి బొంబాయికి, బొంబాయినుండి రాజకోటకు పరుగులు తీస్తూ వుండేవాణ్ణి. తరువాత నేను దక్షిణ ఆఫ్రికా వెళ్లవలసివచ్చింది. ఈ లోపున నేను పూర్తిగా మేల్కొన్నాను.

5. హైస్కూల్లో

పెండ్లి జరిగినప్పుడు నేను హైస్కూల్లో చదువుతూ వున్నానని ముందే వ్రాశాను. మేము ముగ్గురు సోదరులం ఒకే హైస్కూల్లో చేరి చదువుతున్నాము. మా పెద్దన్నయ్య పెద్ద తరగతిలో వున్నాడు. నాతో పాటు పెండ్లి అయిన రెండో అన్నయ్య నా పై తరగతిలో వున్నాడు. పెండ్లివల్ల ఒక సంవత్సరం పాటు మా చదువు ఆగిపోయింది. మా అన్న పని మరీ అన్యాయం. ఆయన బడి మానివేశాడు. మా అన్నవలె ఎంతమంది పిన్న వయస్సులో యీ విధంగా చదువు మాని వేశారో ఆ భగవంతునికే ఎరుక. యీనాటి మన హిందూ సమాజంలో విద్య వివాహం రెండు వెంట వెంట నడుస్తున్నాయి.

నా చదువు మాత్రం ఆగిపోలేదు. హైస్కూల్లో నాకు మొద్దబ్బాయి అని పేరురాలేదు. ఉపాధ్యాయులకు నా యెడ వాత్సల్యం మెండు. పిల్లవాడి నడతను గురించి, అతని చదువును గురించి ప్రతి సంవత్సరం స్కూలు నుండి ఒక సర్టిఫికెట్ తల్లిదండ్రులకు పంపుతూ వుంటారు. వాళ్ళు ఎప్పుడూ నా నడతను గురించిగానీ, నా చదువును గురించిగానీ వ్యతిరేకంగా వ్రాయలేదు. రెండో తరగతి తరువాత నేను బహుమతులు కూడా కొన్ని సంపాదించాను. అయిదు, ఆరవ తరగతుల్లో నెలకు నాలుగు రూపాయలు ఆ తరువాత పదిరూపాయల చొప్పున విద్యార్థి వేతనం కూడా పొందాను. యిందు నా తెలివి తేటల కంటే నా అదృష్టం ఎక్కువగా పనిచేసిందని నా అభిప్రాయం. యీ వేతనాలు విద్యార్థులందరికీ లభించేవి కావు. సౌరాష్ట్ర ప్రాంతం మొత్తంలో ఫస్టు వచ్చిన వాళ్ళకు యిట్టి వేతనం లభించేది. 40 లేక 50 మంది గల తరగతిలో అప్పుడు సౌరాష్ట్ర ప్రాంతానికి చెందిన విద్యార్థులు బహుతక్కువ.

నాకు తెలిసినంతవరకు తెలివితేటల్ని గురించిన గర్వం నాకు వుండేదికాదు. బహుమతులు లేక స్కాలర్‌షిప్పులు లభించినప్పుడు ఆశ్చర్యం కలిగేది. కాని నడతను గురించి మాత్రం జాగ్రత్తగా వుండేవాణ్ణి. ఆచరణలో దోషం కనబడితే ఏడుపు వస్తూవుండేది. ఉపాధ్యాయులు నన్ను మందలించటంగానీ, అట్టి పరిస్థితి ఏర్పడటంగానీ నేను సహించలేక పోయేవాణ్ణి. నాకు బాగా జ్ఞాపకం. ఒక పర్యాయం నేను దెబ్బలు తినవలసి వచ్చింది. దెబ్బలు తగిలినందుకు నేను విచారించ లేదు. దండనకు గురి అయినాననే బాధ అమితంగా కలిగింది. బాగా ఏడ్చాను. మొదటి తరగతిలోనో లేక రెండో తరగతిలోనో యిలా జరిగింది. అప్పుడు దొరాబ్జీఎదల్జీగీమీ హెడ్‌మాష్టరు. ఆయన విద్యార్థులకు యిష్టుడు. తాను నియమబద్ధంగా పనిచేస్తూ యితరులచేత పనిచేయించేవాడు. చదువు బాగా చెప్పేవాడు. పెద్ద తరగతి విద్యార్థులకు వ్యాయామం, క్రికెట్టు అనివార్యం చేశాడు. నాకు అవి యిష్టంలేదు. నేను వాటిలో పాల్గొనేవాణ్ణి కాదు. నా అయిష్టం సరికాదని యిప్పుడు నాకు అనిపిస్తుంది. ఆ రోజుల్లో చదువుకు, వ్యాయామానికి ఏ మాత్రం సంబంధంలేదని నేను అనుకునేవాణ్ణి. విద్యార్జన మానసిక శిక్షణ వ్యాయామం శారీరిక శిక్షణ ఇవి విద్యార్థికి అవసరమని తరువాత బోధపడింది. అయినా వ్యాయామంలో పాల్గొనక పోవడంవల్ల నాకేమీ నష్టం కలుగలేదని చెప్పగలను. తెరప గాలిలో వాహ్యాళి ఎంతో ప్రయోజనకరమైనదని చదివాను. ఆ సలహా నాకు నచ్చింది. దానితో పెద్ద తరగతుల్లో చదువుకునేటప్పటి నుండి నాకు కాలినడకన వాహ్యాళికి వెళ్ళడం అలవాటై పోయింది. చివరివరకు యీ అలవాటు నన్ను వదలలేదు. కాలినడకన తిరగడం కూడా మంచి వ్యాయామమే. అందువల్ల నా శరీరంలో కొంచెం బిగువు వచ్చింది. నా తండ్రికి సేవ చేయాలనే తలంపు కూడా వ్యాయామంలో పాల్గొనక పోవడానికి మరో కారణం. స్కూలు మూసివేయగానే యింటికి చేరి తండ్రికి సేవ చేసేవాణ్ణి. స్కూల్లో వ్యాయామాన్ని అనివార్యం చేయడంవల్ల తండ్రిగారి సేవకు ఆటంకం ఏర్పడింది. కనుక స్కూలు వ్యాయామంలో పాల్గొనకుండా వుండుటకు అనుమతి నొసంగమని అర్జీ పెట్టుకున్నాను. కానీ గీమీగారు అంగీకరిస్తారా? ఒక శనివారం నాడు స్కూలు ఉదయం పూట నడిపారు. సాయంకాలం మేఘాలు క్రమ్మాయి. అందువల్ల టైము ఎంత అయిందో తెలియలేదు. మేఘాలవల్ల మోసపోయాను. క్లాసుకు వెళ్ళాను. ఎవ్వరూలేరు. రెండో రోజున గీమీగారు హాజరు పట్టిక చూచారు. నేను పాల్గొనలేదని తేలింది. కారణం అడిగారు. నేను నిజం చెప్పాను. నేను చెప్పింది నిజం కాదని ఆయన భావించారు. ఒకటో లేక రెండో అణాల (ఎంతో సరిగా జ్ఞాపకం లేదు) జుర్మానా వేశారు. నేను అబద్ధం చెప్పలేదని రుజువు చేయడం ఎలా? ఉపాయం

ఏమీ కనబడలేదు. వూరుకున్నాను. బాగా ఏడ్చాను. నిజం మాట్లాడేవారు, నిజాయతీగా వ్యవహరించే వారు ఏమరచి వుండకూడదని గ్రహించాను. చదువుకునే రోజుల్లో అజాగ్రత్తగా వుండటం అదే ప్రథమం. అదే అంతిమంకూడా. చివరికి ఆ జుర్మానాను మాఫీ చేయించుకో గలిగానని జ్ఞాపకం. స్కూలు మూసివేయగానే నా సేవకు మా అబ్బాయి అవసరం అని మా తండ్రి హెడ్‌మాష్టరుకు జాబు వ్రాశారు. దానితో నాకు ముక్తి లభించింది.

వ్యాయామానికి బదులు వాహ్యాళికి వెళ్ళడం అలవాటు చేసుకున్నందువల్ల అనారోగ్యం బారినుండి తప్పించుకోగలిగాను. కాని మరో పొరపాటు వల్ల కలిగిన ఫలితం నేను ఈనాటికి అనుభవిస్తున్నాను. చదువుకునేటప్పుడు అందంగా వ్రాయడం నేర్చుకోవలసిన అవసరం లేదనే తప్పు అభిప్రాయం నా బుర్రలో ఎలా దూరిందో తెలియదు. విదేశానికి బయలుదేరేంతవరకు ఆ అభిప్రాయం మారలేదు. కాని దక్షిణాఫ్రికాకు వెళ్ళిన తరువాత, అక్కడి వకీళ్ళు అక్కడి ప్రజలు ముత్యాల్లాంటి అందమైన అక్షరాలు వ్రాస్తూ వుంటే చూచి సిగ్గుపడ్డాను. వంకరటింకర అక్షరాలు అసంపూర్ణ విద్యకు చిహ్నంగా భావించాలనే భావం అప్పుడు నాకు కలిగింది. తరువాత నా అక్షరాల్ని అందంగా వ్రాద్దామని ఎంతో ప్రయత్నించాను. కాని వ్యవహారం చేయిదాటి పోయింది. దస్తూరి మార్చుకోలేకపోయాను. నన్ను చూచి ప్రతి బాలుడు, బాలిక జాగ్రత్తపడాలని కోరుతున్నాను. మంచి దస్తూరి విద్యలో భాగమని అందరూ గుర్తించాలి. అక్షరాలు దిద్దించుటకు ముందు బాలురకు చిత్రలేఖనం నేర్పటం అవసరమని నాకు అనిపించింది. పూవులు, పిట్టలు మొదలుగాగల వాటిని పరిశీలించి చిత్రించినట్లే అక్షరాల్ని కూడా పరిశీలించి వ్రాయడం అవసరం. వస్తువుల్ని చూచి గీయడం నేర్చుకున్న తరువాతే వ్రాత నేర్వడం మంచిది. అప్పుడు అక్షరాలు అందంగా వుంటాయి. ఆనాటి మా బడిని గురించిన రెండు విషయాలు చెప్పవలసినవి వున్నాయి. వివాహంవల్ల నా ఒక సంవత్సరం కాలం వ్యర్థమై పోయింది. దాన్ని సరిచేసేందుకు ఉపాధ్యాయుడు నన్ను పై క్లాసులో చేర్పించాడు. కష్టపడి చదివే వాళ్ళకు అట్టి అవకాశం లభిస్తూ వుండేది. అందువల్ల నేను మూడో తరగతిలో ఆరునెలలు మాత్రమే వుండి ఎండాకాలపు సెలవులకు పూర్వం జరిగే పరీక్షలు పూర్తి అయిన తరువాత నాలుగో తరగతిలో చేర్చబడ్డాను. నాలుగో తరగతి నుండి పాఠ్యవిషయాలు ఎక్కువభాగం ఇంగ్లీషులో బోధించబడేవి. నాకు నడి సంద్రంలో వున్నట్లు అనిపించేది. రేఖాగణితం నాకు క్రొత్త. ఇంగ్లీషులో రేఖాగణితం బోధించడంవల్ల నా పాలిట అది గుదిబండ అయింది. ఉపాధ్యాయుడు పాఠం బాగా చెప్పేవాడు. కాని ఏమీ బోధపడేది కాదు. పాఠాలు కష్టంగా వుండటం వలన నా మనస్సు కలత చెంది తిరిగి మూడో తరగతిలోనే చేరదామని భావించాను. రెండేండ్ల చదువు ఒక సంవత్సరంలో పూర్తి చేయడం కష్టమనిపించింది. కాని నాకంటే కూడా నా ఉపాధ్యాయునికి యిలా తిరిగి నేను మూడో తరగతిలో చేరడం అవమానమనిపించింది. నా చదువు మీద గల విశ్వాసంతో ఆయన నన్ను నాలుగో తరగతిలో చేర్పించాడు. యింతగా శ్రమ పడిన తరువాత తిరిగి మూడో తరగతిలో నేను చేరడం సబబా? అందువల్ల నేను నాలుగో తరగతిలోనే ఉండిపోయాను. బాగా కష్టపడి చదవడం ప్రారంభించాను. యూక్లిడ్‌లో 13వ ప్రోపొజిషన్ వరకురాగా, అక్కడినుండి రేఖాగణితం సులభంగా బోధపడిపోయింది. తెలివితేటల్ని వుపయోగించి సరళప్రయోగాలు చేస్తూ కృషిచేస్తే ఏ విషయమైనా తప్పక బోధపడుతుంది. అప్పటి నుండి నాకు రేఖాగణితం యెడ అభిరుచి పెరిగింది.

సంస్కృతం బాగా కష్టమనిపించింది. రేఖాగణితంలో బట్టీ పట్టవలసిన అవసరం వుండేది కాదు. కాని సంస్కృతం అంతా బట్టీపట్టడమే. అందుకు ధారణాశక్తి అవసరమనిపించింది. నాలుగో తరగతికి చేరేసరికి సంస్కృత పాఠాలు మరీ కష్టమనిపించాయి. సంస్కృత ఉపాధ్యాయుడు పిల్లలకు సంస్కృతాన్ని నూరిపోద్దామని అనుకునేవాడు. సంస్కృత ఉపాధ్యాయుడికీ, ఫారసీ ఉపాధ్యాయుడికీ పడేది కాదు. ఫారసీ మౌల్వీ సౌమ్యుడు. ఫారసీ తేలిక అని ఫారసీ మౌల్వీ పిల్లల్ని ప్రేమగా చూస్తాడని పిల్లలు చెప్పుకునేవారు. ఆ మాటలు నన్ను ఆకర్షించాయి. ఒకసారి ఫారసీ క్లాసులో కూర్చున్నాను. అది చూచి సంస్కృత ఉపాధ్యాయుడు చాలా బాధపడ్డాడు. నన్ను పిలిచి "అబ్బాయి! నీవు ఎవరి కొడుకువో ఆలోచించుకో, నీ ధార్మిక భాష సంస్కృతం. దాన్ని నీవు నేర్చుకోవా? సంస్కృతం రాకపోతే నాదగ్గరికి రావచ్చుకదా ? శక్తి కొద్దీ పిల్లలకు సంస్కృతం నేర్పడం నా లక్ష్యం. ముందుముందు సంస్కృతం తేలిక అవుతుంది. అధైర్యపడవద్దు, వచ్చి సంస్కృతం క్లాసులో కూర్చో" మని మంచిగా చెప్పాడు.

ఆయన చూపిన మంచితనాన్ని కాదనలేక పోయాను. గురు ప్రేమను తిరస్కరించలేక పోయాను. ఆయన పేరు కృష్ణశంకర పాండ్యా. యిప్పుడు వారిని వారు చెప్పిన పాఠాల్ని గుర్తు చేసుకుంటే నా హృదయం వారి ఉపకారాన్ని మరిచిపోలేక కృతజ్ఞతతో నిండిపోతుంది. ఆనాడు వారి దగ్గర ఆ కొద్దిపాటి సంస్కృతం నేర్చుకుని వుండకపోతే ఆనందం పోగొట్టుకునేవాడిని. నిజానికి నేను సంస్కృతం ఇంకా ఎక్కువ నేర్చుకోలేకపోయాననే బాధ యిప్పుడు నాకు కలుగుతూ వుంటుంది. ప్రతి హిందూ బాలుడు, బాలిక సంస్కృతం చక్కగా నేర్చుకోవడం అవసరమని తరువాత గ్రహించాను.

నా అభిప్రాయం ప్రకారం భారత దేశపు ఉన్నత విద్యా ప్రణాళికలో మాతృభాషతో పాటు హిందీ, సంస్కృతం, ఫారసీ, అరబ్బీ, ఇంగ్లీషు భాషలను పాఠ్యాంశాలుగా చేర్చాలి. ఈ సంఖ్యను చూచి భయపడవలసిన అవసరంలేదు. మనకు బోధించబడుతున్న విద్యను క్రమబద్ధం చేసి పరాయి భాషలో పాఠ్యాంశాలు నేర్చుకోవలసిన అవసరం లేకుండా చేసి, ఆ భారం తగ్గించితే పిల్లలు తేలికగా ఈ భాషలు నేర్చుకోగలుగుతారని, వాళ్ళకు ఆనందం కలుగుతుందని నా అభిప్రాయం. ఒక భాషను శాస్త్రీయంగా అభ్యసిస్తే మిగతా భాషలు సులభతరం అవుతాయి. అసలు హిందీ, గుజరాతీ, సంస్కృత భాషలు ఏక భాషలేనని చెప్పవచ్చు. అదే విధంగా ఫారసీ, అరబ్బీ భాషలు ఏక భాషలే. ఫారసీ భాష ఆర్యభాషకు చెందింది. అరబ్బీ భాష హీబ్రూకు చెందినది. అయినా ఈ రెండిటికీ దగ్గరి చుట్టరికం వుంది. ఈ రెండు భాషలు ఇస్లాం మతంతో బాటు అభివృద్ధి చెందాయి. ఉర్దూ భాష వేరు అని నేను అంగీకరించను. హిందీ వ్యాకరణాంశాలు అందువుండటం, ఫారసీ అరబ్బీ పదాలు అందువుండటం అందుకు కారణం. గుజరాతీ, హిందీ, బెంగాలీ, మరాఠీ, మొదలుగా గల మన భాషల్లో మంచి ప్రవేశం కలగాలంటే సంస్కృతం నేర్చుకోవడం చాలా అవసరం. అలాగే ఉర్దూలో మంచి ప్రవేశం కలగాలంటే ఫారసీ, అరబ్బీ భాషలు అభ్యసించాలి.

6. దుఃఖకరమైన ప్రకరణం - 1

హైస్కూల్లో వేరు వేరు సమయాల్లో నాకు యిద్దరు స్నేహితులు వుండేవారు. వారిలో ఒకడితో మైత్రి ఎక్కువ కాలం సాగలేదు. ఆ మిత్రుణ్ణి నేను పరిత్యజించలేదు. మరొకనితో నేను స్నేహంగా వుండటం యిష్టం లేక అతడు నన్ను వదిలివేశాడు. యిక రెండోవానితో స్నేహం చాలా కాలం

సాగింది. అది ఎంతో దుఃఖకరమైన ప్రకరణంగా మారింది. అతణ్ణి సంస్కరించాలనే భావంతో నేను అతనితో స్నేహం చేశాను.

అతడు మొదట మా రెండో అన్నయ్యకు మిత్రుడు. వాళ్ళిద్దరూ సహాధ్యాయులు. అతనిలో కొన్ని దోషాలు వున్నాయి అని నాకు తెలుసు. అయినా అతడు విశ్వసనీయుడనే భావించాను. మా అమ్మ, పెద్దన్నయ్య, నా భార్య కూడా యీ చెడుసహవాసం వద్దని హెచ్చరించారు. అభిమానంగల భర్తనైన నేను భార్య మాటల్ని పాటిస్తానా? కాని మా అమ్మ, పెద్దన్నయ్య మాటల్ని వినడం తప్పనిసరి. "మీరు చెప్పిన దోషాలు అతనిలో వున్నమాట నిజమే. కాని అతనిలోగల సుగుణాలు మీకు తెలియవు. అతడు నన్ను చెడగొట్టలేడు. మంచిదారికి తీసుకొని వచ్చేందుకే అతనితో స్నేహం చేస్తున్నాను. తన దోషాల్ని సరిచేసుకుంటే అతడు ఉత్తముడవుతాడు. అందుకే అతనితో చేతులు కలిపాను. నన్ను గురించి మీరు విచారపడవద్దు" అని అమ్మకు, పెద్దన్నయ్యకు నచ్చజెప్పాను. నా మాటలు మా వాళ్ళకు నచ్చాయని అనలేను. కాని యిక వాళ్ళు నన్నేమీ అనలేదు. నా దారిన నన్ను పోనిచ్చారు.

తరువాత నాదే పొరపాటని తేలింది. యితరుల్ని సంస్కరించడం కోసం మరీలోతుకు పోకూడదని గ్రహించాను. స్నేహంలో అద్వైత భావం ఉంటుంది. సమాన గుణాలు కలిగిన వారి స్నేహమే శోభిస్తుంది, నిలుస్తుంది. మిత్రుల ప్రభావం ఒకరిపై మరొకరిది తప్పక పడుతుంది. అందువల్ల స్నేహితుల్ని సంస్కరించడం కష్టం. అసలు అతి స్నేహం పనికిరాదని నా అభిప్రాయం. సామాన్యంగా మనిషి సుగుణాల కంటే దుర్గుణాల్నే త్వరగా గ్రహిస్తాడు. ఆత్మీయమైత్రిని, భగవంతుని మైత్రిని కోరుకునేవాడు ఏకాకిగా వుండాలి. లేదా ప్రపంచమంతటితో స్నేహంగా వుండాలి. యీ నా అభిప్రాయాలు సరైనవో, కావో తెలియదు. కాని నా ఆ స్నేహప్రయత్నం మాత్రం ఫలించలేదు.

ఆ వ్యక్తితో స్నేహం చేసినప్పుడు రాజకోటలో సంస్కరణోద్యమం ముమ్మరంగా సాగుతున్నది. మా ఉపాధ్యాయుల్లో చాలామంది చాటుగా మద్యమాంసాలు సేవిస్తున్నారని ఆ స్నేహితుడు నాకు చెప్పాడు. సుప్రసిద్ధులైన రాజకోటకు చెందిన కొందరు ప్రముఖుల పేర్లు కూడా చెప్పాడు. అట్టివారిలో హైస్కూలు వాళ్ళు కూడా కొంతమంది వున్నారని చెప్పాడు.

ఇదంతా నాకు వింతగా తోచింది. తరువాత బాధ కూడా కలిగింది. వాళ్ళు అలా ఎందుకు చేస్తున్నారని అడిగాను. "మనం మాంసం తినం. అందువల్ల మన జాతి దుర్బలమై పోయింది. తెల్లవాళ్ళు మాంసభోజులు. అందువల్లనే వాళ్ళు మనల్ని పరిపాలించ గలుగు తున్నారు. నన్ను చూడు. బలశాలిని. చాలా దూరం పరిగెత్తగలను. యీ విషయం నీకు తెలుసు. నేను మాంసాహారి కావడమే అందుకు కారణం. మాంసాహారులకు కురుపులు లేవవు. గ్రంధులు ఏర్పడవు. ఒకవేళ ఏర్పడినా వెంటనే మానిపోతాయి. మన ఉపాధ్యాయులు, రాజకోట ప్రముఖులు వెర్రివాళ్ళు కాదు. వాళ్ళు మాంసం ఎందుకు తింటున్నారనుకుంటున్నావు? మాంసం వల్ల కలిగే ప్రయోజనాలేమిటో వాళ్ళకు బాగా తెలుసు. నువ్వుకూడా వారిలాగే మాంసం తిను. కృషితో సాధించలేనిదంటూ ఏమీ ఉండదు. మాంసం తిని చూడు ఎంత బలం వస్తుందో నీకే తెలుస్తుందని నన్ను ప్రోత్సహించాడు.

ఇవి అతడు ఒక్క పర్యాయం చెప్పిన మాటలు కావు. అనేక పర్యాయాలు సమయాన్ని సందర్భాన్ని బట్టి అతడు చెప్పిన మాటల సారం. మా రెండో అన్నయ్య యిదివరకే అతని మాటల్లో పడిపోయాడు. పైగా ఆ స్నేహితుని వాదనను సమర్థించాడు కూడా. ఆ మిత్రుని ముందు, మా

రెండో అన్నయ్య ముందు నేను దోమ వంటివాణ్ణి. వాళ్ళిద్దరూ బలిష్ఠులు,దృఢగాత్రులు. నా స్నేహితుని పరాక్రమం చూచి, నివ్వెరపోయాను. ఎంత దూరమైనా సరే రివ్వున పరిగెత్తగలడు. ఎత్తు మరియు దూరం దూకడంలో అతడు మేటి. ఎన్ని దెబ్బలు కొట్టినా కిమ్మనడు. సహిస్తాడు. తరచుగా తన పరాక్రమాన్ని నా ముందు ప్రదర్శిస్తూ వుండేవాడు. తనకు లేని శక్తులు యితరుల్లో చూచి మనిషి ఆశ్చర్యపడటం సహజం. అందువల్ల నేను అతగాణ్ణి చూచి ఆశ్చర్యపడేవాణ్ణి. అతని వలే బలశాలి కావాలని ఆశ నాకు కలిగింది. నేను దూకలేను. పరిగెత్తలేను. అతనిలా దూకాలి, పరిగెత్తాలి అనే కోరిక నాకు కలిగింది.

నేను పిరికివాణ్ణి. దొంగలన్నా, దయ్యాలన్నా, తేళ్ళన్నా పాములన్నా నాకు భయం. రాత్రిళ్ళు గడప దాటాలంటే భయం. చీకట్లో ఎక్కడికీ పోలేను. ఒక దిక్కునుండి దయ్యాలు వచ్చి మ్రింగి వేస్తాయని, మరోదిక్కు నుండి పాములు వచ్చి కరిచి వేస్తాయని భయం వేసేది. గదిలో దీపం లేకుండా పడుకోలేను. నా ప్రక్కనే పడుకొని నిద్రిస్తున్న యౌవనదశలో నున్న నా భార్యకు నా భయం గురించి ఎలా చెప్పను? నాకంటే ఆమెకు ధైర్యం ఎక్కువ అని నాకు తెలుసు. నాలో నేను సిగ్గుపడ్డాను. ఆమెకు పాములన్నా, దయ్యాలన్నా భయం లేదు. చీకట్లో ఎక్కడికైనా నిర్భయంగా వెళుతుంది. యీ విషయాలన్నీ నా స్నేహితునికి తెలుసు. "పాముల్ని చేత్తో పట్టుకుని ఆడిస్తా. దొంగల్ని తరిమి కొడతా, దయ్యాల్ని లెక్క చెయ్యను" అంటూ వుండేవాడు. అది అంతా మాంసాహార ప్రతాపమేనని తేల్చేవాడు.

ఆ రోజుల్లో నర్మద కవి వ్రాసిన క్రింది గుజరాతీ పాట పిల్లలంతా పాడుతూ వుండేవారు.

"అంగ్రేజో రాజ్య కరే, దేశీరహే దఖాయీ
దేశీరహేదబాయీ జోనే బేనాం శరీర్‌భాయీ
పేలో పాంచ్ హాథ్ పూరో, పూరో పాంచ్‌సే నే

(దేశీయులను దద్దమ్మలుగా చేసి ఆంగ్లేయులు రాజ్యం చేస్తున్నారు. యిద్దరి శరీరాల్ని పరికించి చూడు. మన అయిదువందల మందికి అయిదు అడుగుల ఆంగ్లేయుడొక్కడు చాలు)

వీటన్నిటి ప్రభావం నా మీద బాగా పడింది. మాంసాహారం మంచిదని ! అది నాకు బలం చేకూర్చి, వీరుణ్ణి చేస్తుందని, దేశ ప్రజలంతా మాంసం తింటే తెల్లవాళ్లను జయించవచ్చుననే విశ్వాసం నాకు కలిగింది. మాంసభక్షణకు ముహూర్తం నిర్ణయమైంది. అది రహస్యంగా జరగాలి అనే నిర్ణయానికి వచ్చాం. గాంధీ కుటుంబాలవారిది వైష్ణవ సంప్రదాయం. మా తల్లిదండ్రులు పరమవైష్ణవులు. వాళ్ళు ప్రతి రోజు దేవాలయంకు వెళతారు. మా కుటుంబం కోసం ప్రత్యేకించి దేవాలయాలు వున్నాయి. గుజరాత్‌లో జైన సంప్రదాయులు ఎక్కువ. ప్రతిచోట ప్రతి విషయంలో ఆ సంప్రదాయ ఆధిక్యత మెండు. జైనులు, వైష్ణవులు మాంసభక్షణకు పూర్తిగా వ్యతిరేకులు. అంతటి మాంస వ్యతిరేకత హిందూ దేశంలో గాని, మరో దేశంలోగాని గల యితర సంప్రదాయాల వాళ్ళకు లేదని చెప్పవచ్చు. యిది పుట్టుకతో వచ్చిన సంప్రదాయ సంస్కారం.

నేను నా తల్లిదండ్రుల పరమభక్తుణ్ణి. నేను మాంసం తిన్నానని తెలిస్తే వాళ్ళ స్థితి ఏమవుతుందో నాకు తెలుసు. అప్పటికే సత్య నిరతి నాలో అధికంగా వుంది. నేను మాంసభక్షణ ప్రారంభిస్తే నా తల్లిదండ్రుల్ని మోసం చేయవలసి వస్తుంది. అట్టి స్థితిలో మాంసం తినడం ఎంత భయంకరమైన విషయమో వేరే చెప్పనక్కరలేదు. కాని నా మనస్సంతా సంస్కారదీక్ష మీద

కేంద్రీకృతమైంది. నేను మాంసం తింటున్నది రుచికోసం కాదు. మాంసం రుచిగా వుంటుందని నాకు తెలియదు. నాకు బలం కావాలి. పరాక్రమం కావాలి. నాదేశ ప్రజలంతా పరాక్రమవంతులు కావాలి. అప్పుడు తెల్లవాళ్ళను జయించి హిందూ దేశాన్ని స్వతంత్రం చేయవచ్చు. యిదే నా కోరిక, స్వరాజ్యం అను శబ్దం అప్పటికి నా చెవిన పడలేదు. కాని స్వతంత్ర్యం అంటే ఏమిటో నాకు తెలుసు. సంస్కారపు పిచ్చి నన్ను అంధుణ్ణి చేసింది. రహస్యంగా మాంసభక్షణం చేసి, తల్లిదండ్రులకు యీ విషయం తెలియనీయకుండా రహస్యంగా వుంచాలి. యిలా చేయడం సత్యపథాన్నుండి తొలగడం కాదనే నమ్మకం నాకు కలిగింది.

7. దుఖఃకరమైన ప్రకరణం - 2

నిర్ణయించిన రోజు రానే వచ్చింది. ఆనాటి నా స్థితిని గురించి వర్ణించలేను. ఒకవైపు సంస్కరణాభిలాష. మరోవైపు జీవితంలో గొప్ప మార్పు వస్తుందనే భావం, యింకో వైపు దొంగలా చాటుగా యీ పని చేస్తున్నాననే బిడియం, బాధ. వీటిలో ప్రాధాన్యం దేనిదో చెప్పలేను. ఏకాంత ప్రదేశం దొరికింది. అక్కడ జీవితంలో మొదటిసారి మాంసం చూచాను. నాన్ రొట్టె కూడా తెచ్చాం. రెండిటిలో ఒక్కటి కూడా రుచించలేదు. మాంసం తోలులా బిరుసుగా వుండి మింగటం సాధ్యం కాలేదు. కక్కు వచ్చినంత పని అయింది. మాంసం పరిత్యజించవలసి వచ్చింది.

ఆ రాత్రి కష్టమైపోయింది. ఏవేవో పీడకలలు రాసాగాయి. కన్ను మూతబడేసరికి నా కడుపులో బ్రతికియున్న మేక 'మే మే' అని అరిచినట్లనిపించడం, త్రుళ్ళిపడి లేవడం, యిష్టపడే మాంసం తిన్నానుగదా అని ఊరట చెందడం, యిదీ వరస.

నా మిత్రుడు అంతటితో నన్ను వదలలేదు. మాంసంతో రకరకాల పాకాలు వండి తేవడం ప్రారంబించాడు. నదీతీరాన తినడం మాని గొప్ప భవనంలో తినడం ప్రారంభించాము. భోజనశాలలో మేజా బల్లలు, కుర్చీలు, అన్నీ వున్నాయి. అక్కడి వంటవాణ్ణి మంచి చేసుకొని మిత్రుడు ఆ దివ్య భవనంలో స్థానం సంపాదించాడు.

మిత్రుని ప్లాను బాగా పనిచేసింది. నాన్‌రొట్టె మీద నాకు రోత పోయింది. మేకల మీద జాలి కూడా తగ్గిపోయింది. వట్టి మాంసం కాకుండ, మాంసంతో తయారుచేసిన రకరకాల పాకాలు తినసాగాను. యీ విధంగా ఒక సంవత్సరం గడిచింది. మొత్తం ఆరుమాంసపు విందులు ఆరగించాను. తక్కువసార్లు తినడానికి కారణం ఆ రాజభవనం మాటిమాటికి దొరక్కపోవటమే. రుచిగల మాంసపు వంటకాలు మాటిమాటికి సిద్ధం చేయడం కూడా కష్టమే. పైగా యీ సంస్కరణ కార్యక్రమాన్ని నిర్వహించేందుకు అవసరమైన సొమ్ము నా దగ్గర లేదు. మిత్రుడే డబ్బు తెచ్చి ఖర్చు పెట్టవలసి వచ్చేది. ఎక్కడనుండి అంత డబ్బు తెచ్చేవాడో తెలియదు. నన్ను మాంసాహారిగా మార్చాలని, భ్రష్టుణ్ణి చేయాలని దీక్ష వహించినందున మిత్రుడే డబ్బు ఖర్చు పెడుతూ వుండేవాడు. అతనికి మాత్రం మాటిమాటికి అంత డబ్బు ఎట్లా లభిస్తుంది? అందువల్ల మా మాంసాహార విందుల సంఖ్య తగ్గిపోయింది.

దొంగతనంగా విందులు ఆరగించిన తరువాత నాకు ఆకలి వేసేది కాదు. యింటికి వచ్చి ఆకలి లేదని చెప్పవలసి వచ్చేది. మా అమ్మ అన్నానికి పిలిచేది. ఆకలి లేదంటే కారణం అడగకుండా వూరుకునేది కాదు. "అన్నం అరగలేదు. అందువల్ల ఆకలి కావడం లేదని" అబద్ధం చెప్పవలసి

వచ్చేది. యీ విధంగా అబద్ధాలు చెబుతున్న ప్పుడు బాధగా వుండేది. అమ్మకు అబద్ధం చెబుతున్నాను అని కుమిలిపోయేవాణ్ణి. మా బిడ్డలు మాంసాహారులైనారని తెలిస్తే మా తల్లిదండ్రుల గుండెలు బ్రద్దలైపోతాయని నాకు తెలుసు. యీ విషయాలన్ని తలుచుకొని బాధ పడుతూ ఉండేవాణ్ణి.

మాంసభక్షణను గురించి హిందూదేశంలో ప్రచారం చేయడం ఎంతో అవసరం అన్నమాట నిజమే. కాని తల్లిదండ్రుల్ని మోసగించడం, వారికి అబద్ధం చెప్పడం సబబా? అందువల్ల వారు జీవించి యున్నంతవరకు యిక మాంసం తినకూడదు. నేను పెద్దవాణ్ణి అయిన తరువాత బహిరంగంగా తింటాను. యీ లోపల మాంసభక్షణ విరమించి వేస్తాను లనే నిర్ణయానికి వచ్చాను.

నా యీ నిర్ణయాన్ని మిత్రునికి తెలియజేశాను. తమ కొడుకులిద్దరూ మాంసా హారులైనారను విషయం మా తల్లిదండ్రులకు తెలియదు. మా తల్లిదండ్రుల ముందు అబద్ధాలాడకూడదని నిర్ణయించుకుని మాంసభక్షణ మానివేశానే కాని నా ఆ మిత్రుని సావాసం మాత్రం నేను మానలేదు. యితరుల్ని సంస్కరించాలనే కోరిక నన్ను నిలువునా ముంచి వేసింది. చివరకు ఆ సావాస ఫలితం యింతగా హానికారి అవుతుందని నేను అప్పుడు ఊహించలేదు.

అతని స్నేహం నన్ను వ్యభిచార రంగంలోకి కూడా దింపేదే. కాని త్రుటిలో ఆ ప్రమాదం తప్పి పోయింది. ఒక రోజున అతడు నన్ను ఒక వేశ్య యింటికి తీసుకొని వెళ్ళాడు. కొన్ని వివరాలు చెప్పి నన్ను వేశ్య గదిలోకి పంపాడు. అవసరమైన ఏర్పాట్లు అదివరకే అతడు చేశాడు. యివ్వవలసిన సొమ్ము అదివరకే యిచ్చివేశాడు. నేను పాపపు కోరల్లో చిక్కుకుపోయాను. కాని భగవంతుడు నన్ను రక్షించాడు. ఆ పాపపు గుహలో నాకు కండ్లు కనబడలేదు. నోటమాట రాలేదు. పరుపు మీద నేను ఆమె ప్రక్కన కూర్చున్నాను. నా నోరు మూసుకుపోయింది. ఆమె చాలాసేపు ఓపిక పట్టింది. యిక పట్టలేక తిట్టడం ప్రారంభించింది. ద్వారం చూపించి వెళ్ళిపొమ్మంది. నా మగతనానికి అవమానం కలిగినట్లనిపించింది. సిగ్గు పడిపోయాను. భూమి తనలో నన్ను ఇముడ్చు కోకూడదా అని అనిపించింది. అయితే ఆ ఆపద నుండి నన్ను రక్షించినందుకు భగవంతుణ్ణి ప్రార్థించాను. నా జీవితంలో యిటువంటి ఘట్టాలు నాలుగు పర్యాయాలు జరిగాయి. అదృష్టం వల్ల వాటి నుండి బయటపడ్డాను. నా ప్రయత్నం కంటే నా అదృష్టమే తోడ్పడిందని చెప్పవచ్చు. యివన్నీ తప్పుడు పనులే. నా పతనానికి కారణం విషయవాంఛలే ఎక్కువగా పనిచేశాయి. నేను వాటికి లొంగిపోయాను. నిజానికి క్రియ ఎట్టిదో, అందుకు తోడ్పడే భావం కూడా అట్టిదే. కాని లౌకిక దృష్టితో చూస్తే నేను నిర్దోషిని. దేవుని అనుగ్రహం వల్ల కర్తకు, అతనికి సంబంధించిన వారికి తప్పిపోయే కర్మలు కొన్ని వుంటాయి. ఆ విధంగా ఆపద తప్పిపోయిన తరువాత జ్ఞానం కలిగిన వెంటనే దేవుని అనుగ్రహాన్ని గురించి మానవుడు యోచిస్తాడు. మనిషి వికారాలకు లోనవడం అందరికీ తెలిసిన విషయమే. అదే విధంగా భగవంతుడు అడ్డుపడి ఆ వికారాల్ని తొలగించి మనిషిని రక్షిస్తూ వుండటం కూడా అందరికీ తెలిసిన విషయమే. ఇదంతా ఎలా జరుగుతున్నది? మానవుడు ఎంతవరకు స్వతంత్రుడు? ఎంతవరకు పరతంత్రుడు? పురుషప్రయత్నం ఎంతవరకు పనిచేస్తుంది? భగవదేచ్ఛ ఎప్పుడు రంగంలో ప్రవేశిస్తుంది? యిది పెద్ద వ్యవహారం.

ఇక విషయానికి వద్దాం. యింత జరిగినా నా స్నేహితుని దుస్సాంగత్యాన్ని గురించి నా కండ్లు మూసుకునే వున్నాయి. ఊహించి యెరుగని అతని దోషాలు ప్రత్యక్షంగా యింకా నేను చూడలేదు. అతని దోషాల్ని కండ్లారా చూచినప్పుడు కాని నా కండ్లు తెరుచుకోలేదు. అప్పటివరకు ఆ దోషాలు అతనిలో లేవనే భావించాను. వాటిని గురించి తరువాత వివరిస్తాను.

అప్పటి మరో విషయం వ్రాయడం అవసరమని భావిస్తున్నాను. మా దంపతుల మధ్య ఏర్పడిన విభేదాలకు జరిగిన కలహాలకు కారణం కూడా అతడి స్నేహమే. మొదటే వ్రాశాను నేను నా భార్య యెడ మిక్కిలి ప్రేమ కలవాణ్ణిని. దానితో పాటు ఆమె యెడల నాకు అనుమానం కూడా ఏర్పడింది. యిందుకు కారణం ఆ స్నేహమే. మిత్రుడు చెప్పిన మాటల్ని నిజాలని పూర్తిగా నమ్మాను. మిత్రుని మాటలు నమ్మి నా భార్యను కష్టాలపాలు చేశాను. నేను ఆమెను హింస పెట్టాను. అందుకు నన్ను నేను క్షమించుకోలేను. యిలాంటి కష్టాలు హిందూ స్త్రీయే సహిస్తుంది. అందువల్లనే స్త్రీని నేను ఓర్పుకు, సహనశక్తికి ప్రతీక అని భావిస్తాను. నౌకరును అపోహతో అనుమానిస్తే అతడు ఉద్యోగం మానుకొని వెళ్ళిపోతాడు. కన్నకొడుకుని అవమానిస్తే ఇల్లువదిలి వెళ్ళిపోతాడు. స్నేహితులలో అనుమానం పెరిగితే స్నేహం దెబ్బతింటుంది. భర్త మీద అనుమానం కలిగితే పాపం ఆమె ఏంచేస్తుంది? ఆమె ఎక్కడికి వెళుతుంది? పెద్దకులాలకు చెందిన హిందూ స్త్రీ కోర్టుకెక్కి విడాకులు కోరగల స్థితిలో కూడా లేదు. యీ విధంగా స్త్రీ విషయంలో న్యాయం ఏకపక్షంగా వుంది. నేను కూడా అట్టి న్యాయాన్నే అనుసరించాను. అందువల్ల కలిగిన దుఃఖం ఎన్నటికీ పోదు. అహింసను గురించి పూర్తి జ్ఞానం కలిగిన తరువాతే అనుమాన ప్రవృత్తి నాలో తగ్గింది. అంటే బ్రహ్మచర్య మహత్తు నేను తెలుసుకున్న తరువాత, భార్య భర్తకు దాసి కాదనీ, అతడి సహచారిణి అనీ, సహధర్మచారిణి అనీ, యిద్దరూ సుఖదుఃఖాలలో సమాన భాగస్వాములనీ, మంచిచెడులు చూచే స్వాతంత్ర్యం భర్తకు ఉన్నట్లే భార్యకు కూడా వున్నదనీ నేను తెలుసుకోగలిగాను. తరువాతనే అనుమాన ప్రవృత్తి తొలగిపోయింది. అనుమానంతో నేను వ్యవహరించిన కాలం జ్ఞాపకం వచ్చినప్పుడు నా మూర్ఖత్వం, విషయవాంఛల ప్రభావంవల్ల కలిగిన నిర్ధాక్షిణ్యం మీద నాకు కోపం వస్తుంది. మిత్రుని మీద కలిగిన మోహాన్ని తలచుకున్నప్పుడు నా మీద నాకే జాలి కలుగుతుంది.

8. దొంగతనం - ప్రాయశ్చిత్తం

మాంసభక్షణ ప్రారంభించిన కాలం నాటి మరికొన్ని దోషాలు కూడా వివరించ వలసినవి వున్నాయి. అవి నా వివాహానికి ముందువి, ఆ తరువాతవి కూడా.

నా ఒక బంధువు సావాసంలోపడి సిగరెట్టు తాగాలని నాకు సర్దా కలిగింది. మా దగ్గర డబ్బులు లేవు. సిగరెట్టు త్రాగితే కలిగే ప్రయోజనం ఏమిటో, దాని వాసనలో గల మజా ఏమిటో మా యిద్దరిలో ఎవ్వరికీ తెలియదు. కాని పొగూదుతూ వుంటే మజాగా వుండేది. మా పినతండ్రికి ఆ అలవాటు వున్నది. ఆయన, మరో కొంతమంది పొగపీల్చి సుతారంగా బయటికి వదులుతూ వుండటం చూచి మాకు కూడా ఒక దమ్ము లాగుదామనే కోరిక కలిగింది. మా దగ్గర డబ్బులు లేవు. అందువల్ల మా పినతండ్రి కాల్చిపారేసిన సిగరెట్టు ముక్కలు ఏరి కాల్చడం ప్రారంభించాము. అయితే అవి అనుకున్నప్పుడల్లా దొరికేవికావు. దొరికినా ఎక్కువ పొగ వచ్చేది కాదు. అందువల్ల నౌకర్ల డబ్బు దొంగిలించి బీడీలు కొనడం ప్రారంభించాము. అయితే వాటిని ఎక్కడ దాచడమా అనే సమస్య వచ్చింది. పెద్దవాళ్ళ ముందు ఎలా కాల్చడం? అందువల్ల దొంగిలించిన డబ్బుతో దేశవాళీ సిగరెట్లు కొని రహస్యంగా త్రాగడం ప్రారంభించాం. కొన్ని మొక్కల కాడలకు (పేరు జ్ఞాపకం లేదు) సన్నని బెజ్జాలు వుంటాయనీ, వాటిని సిగరెట్ల మాదిరిగా కాల్చవచ్చనీ విన్నాము. దీనితో మాకు తృప్తి కలుగలేదు. మా పారతంత్ర్యాన్ని గురించి యోచించి చాలా దుఃఖించాము. పెద్దల అనుమతి లేకుండా ఏమీ చేయలేకపోతున్నందుకు విచారించాము. చివరికి విసిగిపోయి

ఆత్మహత్యకు పూనుకున్నాము. అయితే ఆత్మహత్య ఎలా చేసుకోవడం? విషం ఎలా దొరుకుతుంది? ఉమ్మెత్త గింజలు విషం అని తెలుసు కున్నాము. వాటి కోసం వెతుక్కుంటూ అడవికి వెళ్ళి వాటిని తెచ్చాము. సాయంకాలం వాటిని తినాలని ముహూర్తం నిర్ణయించుకున్నాం. కేదారేశ్వరుని దేవాలయానికి వెళ్ళి, దీపం ప్రమిదలో నెయ్యి పోశాం. దైవదర్శనం చేసుకున్నాం. మారుమూల వున్న చోటుకోసం వెతికాం. అయితే వెంటనే ప్రాణం పోకపోతే? చస్తే ఏమి లాభం? ఏమి సాధించినట్లు? స్వాతంత్ర్యం లేకుండా బ్రతకకూడదా? ఈ రకమైన ఆలోచనలతో బుర్ర వేడెక్కిపోయింది. ధైర్యం తగ్గిపోసాగింది. అప్పటికి రెండు మూడు ఉమ్మెత్త గింజలు మ్రింగివేశాము. తరువాత సాహసించలేక పోయాము. మా యిద్దరికీ చావంటే భయం వేసింది. కుదుటపడేందుకు, ప్రాణాలు నిలుపుకునేందుకు రామమందిరం వెళ్ళాలని నిర్ణయించుకున్నాం. ఆత్మహత్య ఎవరైనా చేసుకోవడం తేలిక వ్యవహారం కాదని అప్పుడు నాకు బోధపడింది. అప్పటినుండి ఎవరైనా ఆత్మహత్య చేసుకుంటానని అంటే నాకు వాళ్ళ మాటమీద విశ్వాసం కలుగకుండా పోయింది.

ఈ ఆత్మహత్య సంకల్పం మాకు మరో విధంగా తోడ్పడింది. సిగరెట్లు పీకలకు ఒక సలాం చేసేందుకు, సిగరెట్ల కోసం నౌకర్ల డబ్బులు దొంగిలించకుండా వుండేందుకు ఎంతగానే సహకరించింది.

పెరిగి పెద్దవాడినైన తరువాత సిగరెట్లు తాగాలనే వాంఛ ఎన్నడూ నాకు కలుగలేదు. అది చాలా అనాగరికం, హానికరం, రోత వ్యవహారం అనే నిశ్చయానికి వచ్చాను.

ప్రపంచంలో సిగరెట్ల కోసం యింత మోజెందుకో నాకు అర్థం కాదు. పొగ త్రాగేవాళ్ళతో రైలు ప్రయాణం నేను చేయలేను. నాకు ఊపిరాడదు.

అంతకంటే మరో పెద్ద తప్పు చేశాను. నాకు 13 ఏండ్ల వయస్సులో (అంతకంటే తక్కువ వుండవచ్చు) మొదట సిగరెట్ల కోసం డబ్బులు దొంగిలించాను. తరువాత 15వ ఏట పెద్ద దొంగతనం చేశాను. మాంసం భక్షించే మా అన్న చేతికి వుండే బంగారు మురుగు నుండి కొంచెం బంగారం దొంగిలించాము. మా అన్న ఇరవై రూపాయలు అప్పుబడ్డాడు. యీ అప్పు ఎలా తీర్చడమా అని మేమిద్దరం ఆలోచించాము. అతని చేతికి బంగారు మురుగు వుంది. దానిలో ఒక తులం ముక్క తీయించడం తేలిక అని నిర్ణయించాం. ఆ పని చేశాం. అప్పుతీర్చాం. కాని ఈ చర్యను నేను సహించలేకపోయాను. ఇక దొంగతనం చేయకూడదని నిశ్చయించుకున్నాను. అయితే నా మనస్సు శాంతించలేదు. తండ్రిగారికి చెప్పవలెనని అనిపించింది. కాని ఆయన ముందు నోరు విప్పి ఈ విషయం చెప్పేందుకు సాహసం కలుగలేదు. వారు కొడతారనే భయం కలుగలేదు. తన బిడ్డలనెవ్వరినీ మా తండ్రి కొట్టరు. బంగారు మురుగు విషయం చెబితే మనస్తాపంతో క్రుంగిపోతారనే భయం నన్ను పట్టుకుంది. ఏది ఏమైనా దోషం అంగీకరిస్తేనే బుద్ధి కలుగుతుందని విశ్వాసం కలిగింది. తండ్రికి మనస్తాపం కలిగించినా పరవాలేదని భావించాను.

చివరికి ఒక చీటిమీద చేసిన తప్పంతా రాసి క్షమించమని ప్రార్థించాలి అనే నిర్ణయానికి వచ్చాను. ఒక కాగితం మీద జరిగినదంతా వ్రాశాను. వెళ్ళి మా తండ్రిగారికి ఇచ్చాను. ఇంతటి తప్పు చేసినందుకు తగిన విధంగా శిక్షించమని, యికముందు దొంగతనం చేయనని శపథం చేశాను. ఇదంతా వ్రాసిన చీటీ వారి చేతికి యిస్తున్నప్పుడు వణికిపోయాను. మా తండ్రి భగందర రోగంతో బాధపడుతూ మంచం పట్టి వున్నారు. ఆయన బల్లమీద పడుకుని వున్నారు. చీటీ వారి చేతికి ఇచ్చి ఎదురుగా నిలబడ్డాను.

వారు చీటీ అంతా చదివారు. వారి కండ్ల నుండి ముత్యాలవలె కన్నీరు కారసాగింది. ఆ కన్నీటితో చీటీ తడిసిపోయింది. ఒకనిముషం కండ్లు మూసుకుని ఏమో యోచించారు. తరువాత చీటీని చింపివేశారు. మొదట చీటీ చదివేందుకు ఆయన పడకమీద నుంచి లేచారు. ఆ తరువాత తిరిగి పడుకున్నారు. నాకు కూడా ఏడుపు వచ్చింది. తండ్రికి కలిగిన వేదనను గ్రహించాను. చిత్రకారుడనైతే ఈ రోజు కూడా ఆ దృశ్యాన్ని చిత్రించగలను. ఆ దృశ్యం యిప్పటికీ నా కండ్లకు కట్టినట్లు కనబడుతున్నది. వారి ప్రేమాశృవులు నా హృదయాన్ని కడిగివేశాయి. అనుభవించిన వారికే ఆ ప్రేమ బోధపడుతుంది.

"రామబాణ్ వాగ్యాంరే హోయ్ తే జేణే". రామబాణం మహిమ ఆ బాణం తగిలిన వాడికే తెలుస్తుంది అని దాని అర్థం. ఆ ఘట్టం నాకు మొదటి అహింసా పాఠం అయింది. పితృవాత్సల్యం అంటే ఏమిటో అప్పుడు నాకు బోధపడలేదు. కాని యీనాడు ఆలోచిస్తే అదంతా అహింస మహిమేనని అనిపిస్తుంది. అట్టి అహింస అంతటా వ్యాప్తమైనప్పుడు దాని స్పర్శ తగలకుండా వుండదు. అహింసా శక్తి అమోఘం.

అంతటి శాంతం ఓర్పు వాస్తవానికి మా తండ్రి స్వభావానికి విరుద్ధం. ఆయన కోప్పడతారనీ, దూషిస్తారనీ లేక తల బ్రద్దలు కొట్టుకుంటారనీ భావించాను. కాని ఆయన ప్రదర్శించిన శాంతితత్వం అద్భుతం. అందుకు కారణం దోషాన్ని అంగీకరించడమేనని నా విశ్వాసం. మళ్ళీ యీ విధమైన దోషం చేయను అని శపథం చేశాను. దాని అర్థం గ్రహించ గలవారి ముందు వుంచాను. అదే సరియైన ప్రాయశ్చిత్తమని నా అభిప్రాయం. నేను దోషం అంగీకరించి యిక చేయనని శపథం చేసినందువల్ల మా తండ్రి నన్ను విశ్వసించారు. వారికి నా మీద వాత్సల్యం ఇనుమడించిందని నాకు బోధపడింది.

9. పితృ నిర్యాణం - నా వల్ల జరిగిన మహాపరాధం

అప్పుడు నాకు పదహారోఏడు. మా తండ్రిగారు రాచకురుపుతో బాధపడుతూ మంచం పట్టారని పాఠకులకు తెలుసు. మా అమ్మగారు, ఒక పాత నౌకరు, నేను మా తండ్రిగారికి ముఖ్య పరిచారకులం. నర్సుపని, అనగా కట్టు విప్పి తిరిగి కట్టు కట్టడం, మందులు యివ్వడం, అవసరమైనప్పుడు మందులు నూరడం, మందులు కలపడం మొదలగు పనులు నాకు అప్పగించారు. ప్రతిరాత్రి వారి కాళ్ళు పిసికి, వారు చాలు అన్నప్పుడు విరమించేవాణ్ణి. ఒక్కొక్కప్పుడు వారు నిద్రించేంతవరకు కాళ్ళు పిసుకుతూ వుండేవాణ్ణి. యీ విధంగా తండ్రికి సేవ చేయడం నాకు ఎంతో యిష్టంగా వుండేది. యీ విషయంలో నేను ఎప్పుడూ ఏమరచి యుండలేదని గుర్తు. నిత్యకృత్యాలు తీర్చుకునేందుకు అవసరమైన సమయం మినహా, మిగతా సమయమంతా బడికి వెళ్ళి రావడం, తండ్రికి సేవ చేయడంలో గడుపుతూ వుండేవాణ్ణి. నాకు మా తండ్రి సెలవు యిచ్చినప్పుడు, వారికి కొంచెం నయంగా వున్నప్పుడు మాత్రమే నేను సాయంత్రం షికారుకు వెళుతూ వుండేవాణ్ణి. ఆ ఏడే నాభార్యకు నెల తప్పింది. యిప్పుడు ఆ విషయం తలచుకుంటే సిగ్గు వేస్తుంది. నేను విద్యార్థి దశలో వుండికూడా బ్రహ్మచర్యాన్ని పాటించలేదు. అదొక కారణం. విద్యా వ్యాసంగం నావిధి. పైగా చిన్నప్పటి నుంచి శ్రవణుడంటే నాకు గురి. పితృసేవ అంటే నాకు ఆసక్తి. అయినా నా భోగవాంఛ వీటన్నింటినీ మించిపోయిందన్న మాట. నా సిగ్గుకు యిది రెండో కారణం. ప్రతిరోజు రాత్రిపూట నా చేతులు మా తండ్రిపాదాలు వత్తుతూ వున్నా, నా మనస్సు

మాత్రం పడకగది మీద కేంద్రీకరించి యుండేది. ధర్మశాస్త్రం, వైద్య శాస్త్రం, లోక జ్ఞానం మూడింటి దృష్ట్యా స్త్రీ సంగమం నిషేధించబడిన సమయంలో నా మనస్థితి యిలా వుండేది. ఆయన నన్ను వదిలి పెడితే చాలు వెళదామని తొందరగా వుండేది. అనుమతి లభించగానే మా తండ్రి గారికి నమస్కరించి తిన్నగా పడకగదికి వడివడిగా వెళ్ళేవాణ్ణి.

సరిగ్గా ఆ రోజుల్లోనే మా తండ్రిగారికి క్రమ క్రమంగా వ్యాధి ఎక్కువ కాసాగింది. ఆయుర్వేద వైద్యుల పూతలు, హకీముల పట్టీలు, నాటు వైద్యుల ఔషధాలు అన్నీ పూర్తి అయ్యాయి. ఒక అల్లోపతీ డాక్టరుకూడా వచ్చి తన శక్తిని వినియోగించి చూచాడు. శస్త్రచికిత్స తప్ప వేరే మార్గం లేదని డాక్టరు చెప్పివేశాడు. కాని అందుకు మా కుటుంబ వైద్యుడు అంగీకరించలేదు. మా వైద్యుడు సమర్థుడు, సుప్రసిద్ధుడు కూడా. అందువల్ల ఆయన మాట నెగ్గింది. శస్త్రచికిత్స జరుగలేదు. అందుకోసం కొన్న మందులన్నీ మూలబడ్డాయి. కుటుంబవైద్యుడు శస్త్రచికిత్స అంగీకరించియుంటే వ్రణం నయమైపోయేదని నా తలంపు. ఆ శస్త్రచికిత్స బొంబాయిలో ప్రసిద్ధుడైన ఒక గొప్ప డాక్టరు చేత చేయించాలని భావించాం. కాని ఈశ్వరేచ్ఛ అనుకూలం కాలేదు. మృత్యువు నెత్తిమీదకు వచ్చిపడినప్పుడు మంచి ఉపాయం ఎవ్వరికీ తోచదుకదా? తరువాత శస్త్రచికిత్సా పరికరాలన్నింటిని వెంటపెట్టుకుని మా తండ్రిగారు బొంబాయి నుండి ఇంటికి వచ్చేశారు. ఆయనకు యిక జీవించననే విశ్వాసం కలిగింది. క్రమంగా ఆయన నీరసించిపోయారు. మంచంమీదనే అన్ని పనులు జరగవలసిన స్థితి ఏర్పడింది. కాని మా తండ్రిగారు అందుకు అంగీకరించలేదు. పట్టుబట్టి చివరివరకు ఏదో విధంగా లేచి అవతలకి వెళుతూ వుండేవారు. శుభ్రతవిషయంలో వైష్ణవ ధర్మంలో విధులు అంత కఠినంగా వుండేవి. అట్టి శుద్ధి అవసరమే, కాని రోగికి బాధకలగకుండ, మంచంమీద మైలపడకుండ, పరిశుభ్రంగా నిత్యకృత్యాలు మంచంమీదనే ఎలా జరపవచ్చునో పాశ్చాత్య వైద్యశాస్త్రం మనకు నేర్పింది. ఈ విధమైన పారిశుద్ధ్యాన్నే నేను వైష్ణవ ధర్మమని అంటాను. కాని రోగతీవ్రతలో సైతం మా తండ్రిగారు స్నానాదుల కోసం మంచం దిగవలసిందేనని పట్టుబట్టటం నాకు ఆశ్చర్యం కలిగించింది. లోలోపల వారిని మెచ్చుకునేవాణ్ణి. ఒకనాడు ఆ కాళరాత్రి రానే వచ్చింది. మా పినతండ్రి రాజకోటలో వుండేవారు. మా తండ్రి అపాయస్థితిలో వున్నారని తెలిసి ఆయన రాజకోటకు వచ్చిరని నాకు కొద్దిగా గుర్తు. వారిరువురి మధ్య సోదర ప్రేమ అధికంగా వుండేది. మా పినతండ్రి పగలంతా మా తండ్రిపడక దగ్గరే కూర్చుండి, రాత్రిపూట మమ్మల్నందరినీ నిద్రపొమ్మని పంపి వేసేవాడు. తాను మా తండ్రి మంచం ప్రక్కనే పడుకునేవాడు. అదే చివరిరాత్రి అని ఎవ్వరం ఊహించలేదు. అయితే ఎప్పుడూ భయం భయంగా వుండేది. ఆ రాత్రి 10.30 లేదా 11 గంటలైంది. నేను మా తండ్రిగారి కాళ్ళు పిసుకుతూ వున్నాను. "నువు వెళ్ళు నేను కూర్చుంటాను" అని మా పినతండ్రి అన్నారు. ఆ మాటలు విని నేను సంతోషించాను. తిన్నగా పడకగదిలోకి వెళ్ళిపోయాను. పాపం నా భార్య గాఢనిద్రలో వుంది. నేను ఆమెను నిద్రపోనిస్తానా? ఆమెను లేపాను. అయిదు ఆరు నిమిషాల తరువాత మా నౌకరు వచ్చి దబదబ తలుపుతట్టాడు. కంగారు పడిపోయాను. నాన్నగారికి జబ్బు పెరిగిందని బిగ్గరగా అన్నాడు. బాగా జబ్బుతో వున్నారనే విషయం నాకు తెలుసు అందువల్ల జబ్బు పెరిగిందనేసరికి విషయం నాకు అర్థమయ్యింది పక్కమీద నుంచి క్రిందికి దూకాను.

"సరిగా చెప్పు ఏమైంది?"

"తండ్రిగారు చనిపోయారు" అని సమాధానం వచ్చింది. ఆ మాట విని క్రుంగిపోయాను. పశ్చాత్తాపపడితే ప్రయోజనం ఏమిటి. ఎంతో విచారం కలిగింది. తండ్రిగారి దగ్గరికి పరుగెత్తాను. భోగవాంఛ నన్ను అంధుణ్ణి చేసింది. అందువల్లే చివరి క్షణంలో మా తండ్రిగారి మరణ సమయంలో నేను వారి దగ్గర వుండలేకపోయాను. వారి వేదనలో పాలుపంచుకోలేకపోయాను. ఆ అదృష్టం మా పినతండ్రిగారికి దక్కింది. మా పినతండ్రి తన అన్నగారికి పరమ భక్తుడు. అందువల్ల ఆయనకే అంత్యకాలంలో సేవ చేసే అదృష్టం లభించింది. మరణం ఆసన్నమైందని మా తండ్రి గ్రహించారు. సైగ చేసి కలం కాగితం తెప్పించి దానిమీద ఏర్పాట్లు చేయండి అని వ్రాశారు. తరువాత తన దండకు కట్టియున్న తాయిత్తును, మెడలో వున్న బంగారపు తులసీ తావళాన్ని తీసి క్రింద పెట్టారు. వెంటనే కన్నుమూశారు. కన్నతండ్రి ప్రాణం పోతున్నప్పుడు కూడా నా భార్యపై కలిగిన మోహం నాకు మాయరాని మచ్చ తెచ్చింది. నాకు తల్లి తండ్రి యెడగల భక్తి అపారం. వారికోసం నా సర్వస్వం ధారపోయగలను. కాని అందులో యింకా కొరత వుందని యీ ఘట్టం తెలియజేసింది. ఏ సమయంలో నేను జాగ్రత్తగా వుండాలో ఆ సమయంలో నా మనస్సు భోగవాంఛలకు లోబడింది. అందువల్ల ఎన్నటికీ క్షమించరాని దోషం చేశాను. ఏకపత్నీ వ్రతుణ్ణే అయినా కామాంధుణ్ణి అని భావించక తప్పదు. కామవాంఛను అదుపులో పెట్టడానికి చాలా కాలం పట్టింది. దాన్ని అదుపులో పెట్టుకునే లోపున అనేక గండాలు గడిచాయి.

రెండు కారణాల వల్ల నేను సిగ్గు పడవలసివచ్చింది. యీ ప్రకరణం ముగించే ముందు మరో విషయం వివరించడం అవసరం. తరువాత నా భార్య ప్రసవించింది. శిశువు మూడు నాలుగు రోజుల కంటే మించి బ్రతకలేదు. చేసిన తప్పుకు శిక్షపడినట్లేకదా! బాల్య వివాహాలకు యిది ఒక హెచ్చరిక వంటిది. దాన్ని గమనించి బాల్యంలో పెండ్లి అయిన దంపతులు మేల్కొందురు గాక.

10. మతంతో పరిచయం

ఆరవ ఏట నుంచి ప్రారంభించి పదహారు సంవత్సరాల వయస్సు వచ్చేదాక విద్యాధ్యయనం కావించాను. కాని పాఠశాలలో అప్పటిదాకా మతాన్ని గురించిన బోధ జరుగలేదు. కాని అక్కడి వాతావరణం వల్ల అట్టి శిక్షణ లభించింది. యిక్కడ ధర్మం అంటే ఆత్మబోధ లేక ఆత్మ జ్ఞానమను విశాల అర్థాన్ని పాఠకులు గ్రహించుదురు గాక. వైష్ణవ సంప్రదాయంలో జన్మించడంవల్ల దేవాలయానికి వెళ్ళే అవకాశం నాకు తరుచుగా లభించేది. కాని ఆ కోవెల అంటే నాకు శ్రద్ధ కలుగలేదు. దాని వైభవం నాకు బోధపడలేదు. అచట కొంత అవినీతి జరుగుతున్నదని విని దానియెడ ఉదాసీనత ఏర్పడింది.

అయితే నాకు అక్కడ అబ్బని విశేషం ఒకటి మా కుటుంబంలోని దాసివల్ల అబ్బింది. ఆమె నాయెడ చూపించన వాత్సల్యం యిప్పటికీ నాకు గుర్తు వున్నది. భూత ప్రేతాదులంటే నాకు భయం అని మొదట వ్రాశాను. మా కుటుంబదాసి పేరు రంభ. ఆమె బూతప్రేతాదుల భయానికి రామనామ స్మరణం మంచి మందు అని చెప్పింది. ఆమె చెప్పిన మందు మీద కంటే ఆమె మీద నాకు అమిత నమ్మకం ఏర్పడింది. దానితో అప్పటినుండి భూత ప్రేతాదుల భయం పోయేందుకై రామరామ జపం ప్రారంభించాను. ఆ జపం ఎక్కువ కాలం చేయలేక పోయినా చిన్ననాటి హృదయంలో నాటుకున్న రామ నామమను బీజం తరువాత కూడా చెక్కుచెదరకుండా అలాగే హృదయంలో వుండి పోయింది. యీనాడు రామనామం నా పాలిటి దివ్యౌషదం. ఆనాడు అది రంభ నాటిన విత్తనమే.

ఆ రోజుల్లో మా పినతండ్రి కొడుకుయొక్క సాహచర్యం మాకు లభించింది. అతడు రామభక్తుడు. మా అన్నదమ్ములిద్దరికీ అతడు రామరక్షాస్తోత్రం నేర్పే ఏర్పాటు చేశాడు. ఆ స్తోత్రం మేము కంఠోపాఠం చేశాము. ప్రతిరోజు ఉదయం స్నానం చేసిన తరువాత రామనామ స్తోత్ర జపం చేయడం అలవాటు చేసుకున్నాం. పోరుబందరులో వున్నంత కాలం మా జపం నిర్విఘ్నంగా సాగింది. రాజకోట వాతావరణం వల్ల కొంత సడలిపోయింది. యీ జపం మీద నాకు శ్రద్ధ కలుగలేదు. మా పినతండ్రి కుమారుని యెడగల ఆదరభావంవల్ల రామరక్షా స్తోత్రం శుద్ధమైన ఉచ్చారణతో సాగుతూవుండేది.

రామాయణ పారాయణం ప్రభావం నా మీద అమితంగా పడింది. మా తండ్రిగారు జబ్బు పడ్డప్పుడు కొంతకాలం పోరుబందరులో వున్నాం. అక్కడ గల రామాలయంలో రోజూ రాత్రిపూట రామాయణం వింటూ వుండేవాణ్ణి. రామభద్రుని పరమభక్తుడు భీలేశ్వర్‌కు చెందిన లాఘామహారాజ్ రామాయణం వినిపిస్తూ వుండేవాడు. ఆయనను కుష్ఠురోగం పట్టుకుందట. ఆ రోగానికి ఆయన ఏ మందూ వాడలేదు. భీలేశ్వర్‌లో గల మహా శివునికి బిల్వపత్రాలతో భక్తులు పూజ చేస్తూ వుండేవారు. ఆ విధంగా శివుని స్పర్శ పొందిన బిల్వ పత్రాన్ని ఆయన కుష్ఠు సోకిన అవయవాలకు కట్టుకునేవాడు. రామనామ జపం చేస్తూ వుండేవాడు. దానితో అతని కుష్ఠురోగం పూర్తిగా నయమై పోయిందని అందరూ చెప్పుకునేవారు. అది నిజమో కాదో మాకైతే తెలియదు. కాని ఆయన నోట రామాయణం వినేవారమంతా అది నిజమేనని నమ్ముతూ వుండేవారం. రామాయణ గానం ప్రారంభించినప్పుడు ఆయన ఆరోగ్యంగా వున్నాడు. ఆయన కంఠం మధురంగా వున్నది. ఆయన రామాయణానికి సంబంధించిన దోహా చౌపాయిలు పాడుతూ వాటి అర్థం చెబుతూ అందులో తను లీనమైపోయేవాడు. శ్రోతలు తన్మయత్వంతో ఆయన గానం వింటూ వుండేవారు. అప్పుడు నాకు పదమూడు సంవత్సరాల వయస్సు. ఆయన రామకథ వినిపిస్తూ వుంటే ఆనందంతో వింటూ వుండేవాణ్ణి. యిప్పటికీ నాకు ఆ విషయం గుర్తుంది. ఆనాటి రామాయణ శ్రవణం వల్ల నాకు రామాయణం యెడ ప్రేమ అంకురించిన మాట నిజం. తులసీదాసు రామాయణం సర్వోత్తమమైన గ్రంథం.

కొద్దినెలల తరువాత మేము రాజకోటకు వచ్చాము. అక్కడ రామాయణ కాలక్షేపానికి అవకాశం చిక్కలేదు. కాని ప్రతి ఏకాదశి నాడు భాగవత పారాయణం జరుగుతూ వుండేది. నేను అప్పుడప్పుడు భాగవతం విందామని వెళ్ళేవాణ్ణి. ఆ పౌరాణికుడు జనాన్ని ఆకర్షించలేకపోయాడు. భాగవతం భక్తి ప్రధానమైనదని తెలుసుకున్నాను. నేను దాన్ని గుజరాతీ భాషలో తన్మయుడనై చదివాను. మూడు వారాల పాటు నేను ఉపవాసదీక్ష వహించిన సమయంలో పండిత మదన మోహన మాలవ్యాగారు మూలంలోని కొన్ని ఘట్టాలు చదివి వినిపించారు. మాలవ్యా వంటి మహాభక్తుని నోట భాగవతం వినే అదృష్టం నాకు కలిగింది. అట్టి అదృష్టం బాల్యంలోనే కలిగియుంటే దానిపై గాఢమైన ప్రీతి కలిగియుండేది కదా అని అనుకున్నాను. బాల్యంలో శుభాశుభ సంస్కారాల ప్రభావం అమితంగా హృదయం మీద పడుతుంది. అందువల్ల బాల్యకాలంలో అటువంటి గ్రంథాలు ఎక్కువగా వినలేక పోయాననే విచారం నాకు కలుగుతూ వుంటుంది.

రాజకోటలో వున్నప్పుడు సర్వమత సంప్రదాయాలయెడ సమత్వభావం సునాయాసంగా యేర్పడింది. హిందూమతమందలి అన్ని సంప్రదాయాల యెడ నాకు ఆదరభావం కలిగింది. మా తల్లిదండ్రులు అక్కడ రామాలయానికి శివాలయానికి వెళుతూవుండేవారు. మమ్మల్ని కూడా తమతో

పాటు అక్కడికి తీసుకుని వెళుతూవుండేవారు. అప్పుడప్పుడు మమ్మల్ని పంపుతూ వుండేవారు. జైన ధర్మాచార్యులు తరచుగా మా తండ్రిగారి దగ్గరకు వస్తూవుండేవారు. మేము జైనులంకాము. అయినా వారు మా యింట్లో భోజనం చేస్తూ వుండేవారు. వారు మా తండ్రిగారితో ధర్మాన్ని గురించి, తదితర విషయాల్ని గురించి చర్చిస్తూ వుండేవారు. ఇంతేగాక మా తండ్రికి మహమ్మదీయులు, పారసీకులు చాలామంది మిత్రులు వుండేవారు. వారు తమ తమ మతాల్ని గురించి చెపుతూ వుండేవారు. మా తండ్రి వారి మాటలు శ్రద్ధతో వింటూ వుండేవారు. మా తండ్రిగారికి 'నర్సు'గా వున్నందువల్ల వాళ్ళ మాటలు వినే అవకాశం నాకు లభిస్తూ వుండేది. ఈ విధంగా వివిధ మతాలను గురించిన విషయాలు వింటూవుండటం వలన వాటన్నిటియెడ సమత్వభావం నాకు కలిగింది. అందుకు ఆ చర్చలు దోహదం చేశాయి.

ఇక క్రైస్తవ మతం మాత్రమే మిగిలింది. దానియెడ నాకు అభిరుచి కలుగలేదు. పైగా అరుచి ఏర్పడింది. ఆ రోజుల్లో క్రైస్తవ మత బోధకులు కొందరు మాపాఠశాల వద్ద ఒక మూల నిలబడి హిందువుల్ని వారి దేవుళ్ళను నిందిస్తూ ఉపన్యాసాలు చేస్తూవుండేవారు. నేను ఆ నిందను సహించలేకపోయేవాణ్ణి. వాళ్ళు చెప్పేది వినడానికి నేను ఒక పర్యాయం మాత్రమే అక్కడ నిలబడ్డాను. ఇక నిలబడి వినవలసిన అవసరం లేకుండా పోయింది. ఆ రోజుల్లోనే సుప్రసిద్ధుడగు ఒక హిందువు క్రైస్తవ మతంలో కలిసిపోయాడనీ, అతడు గోమాంసం తినవలసి వచ్చిందనీ, మద్యం సేవించవలసి వచ్చిందనీ, వేషం కూడా మార్చవలసి వచ్చిందనీ తరువాత హ్యాటు, బూటు, కోటు వగైరా పాశ్చాత్య దుస్తులు ధరించి తిరగవలసి వచ్చిందనీ ఊరు వాడా మారుమ్రోగిపోయింది. ఈ విషయం విని నేను బాధపడ్డాను. గోమాంసభక్షణం, మద్యసేవనం, పాశ్చాత్య వేషధారణం వంటి విధులు విధించుమతం మతమనిపించుకోదను భావం నాకు కలిగింది. కొత్తగా మతం పుచ్చుకున్న ఆ వ్యక్తి అప్పుడే విమర్శిస్తున్నాడని విన్నాను. ఇట్టి విషయాలన్నీ క్రైస్తవ మత మీద అభిమానం పోగొట్టాయి.

ఇతరమతాల యెడ సమభావం కలిగిందంటే నాకు దేవుని మీద పూర్తిగా శ్రద్ధ ఏర్పడిందని అనుకోకూడదు. యిదే సమయంలో మా తండ్రిగారి దగ్గర గల గ్రంథాలలో మనుస్మృతి అను గ్రంథం కనబడింది. అందు లిఖించబడిన విషయాలు నాకు ఆసక్తి కలిగించలేదు. కొద్ది నాస్తికత్వం కలిగించాయి. మా రెండో పినతండ్రి కుమారుని తెలివితేటల మీద నాకు విశ్వాసం కలిగింది. నా సందేహాల్ని అతనికి తెలియజేశాను. అతడు నా సందేహనివృత్తి చేయలేకపోయాడు. "పెద్దవాడవైన తరువాత సందేహ నివృత్తి నీవే చేసుకోగలుగుతావు. చిన్నపిల్లలు ఇటువంటి ప్రశ్నలు వేయకూడదు". అని అతడు అన్నాడు. మనస్సుకు శాంతి లభించలేదు. మనస్మృతి అందలి ఖాద్యాఖాద్య ప్రకరణం, తదితర ప్రకరణాలలో ప్రచలిత విధానాలకు విరుద్ధమైన కొన్ని విషయాలు రాసివున్నాయి. యీ విషయమై కలిగిన సందేహానికి సమాధానం కూడా అదే పద్ధతిలో లభించింది. పెద్దవాడనైన తరువాత చదివి తెలుసుకోగలనని మనస్సుకు నచ్చచెప్పుకున్నాను.

మనుస్మృతి చదివిన ఆ సమయంలో నాకు అహింసా బోధ కలుగలేదు. మనుస్మృతిలో మాంసాహారానికి సమర్థత లభించింది. పాములు, నల్లులు, మొదలుగాగల వాటిని చంపడం నీతి బాహ్యం కాదని తోచింది. ఆ రోజుల్లో ధర్మమని భావించి నల్లుల్ని నేను చంపాను. ఆ విషయం యిప్పటికీ నాకు జ్ఞాపకం వున్నది.

ఒక్క విషయం మాత్రం గాఢంగా నా హృదయంలో నాటుకున్నది. ఈ ప్రపంచం నీతి మీద నిలబడి వున్నది. నీతి అనేది సత్యంతో కూడివుంది. కనుక సత్యాన్వేషణ జరిపితీరాలి అను

భావం నాలో గట్టిపడింది. రోజురోజుకి సత్యం యొక్క మహత్తు నా దృష్టిలో పెరిగిపోసాగింది. సత్యాన్ని గురించిన వాఖ్య నా దృష్టిలో విస్తరించింది. యిప్పటికీ విస్తరిస్తూ వుంది.

నీతికి సంబంధించిన ఒక ఛప్పయ్ ఛందం నా హృదయంలో చోటు చేసుకున్నది.

"జలమును మీకీయగలవాని కెందేని నొసగుమీ కడుపార నోగిరంబు
వందనంబును జేయువానికి జేయుమీ భుక్తిమై సాష్టాంగవందనంబు
దమ్మిడినీకిచ్చు ధన్యాత్మునకు మాఱుగా నిమ్ము ఏ నెమ్మేనినేని కోసి
ఒకటియొసగిన బదిరెట్టులొసగవలయు
చెట్టు చేసిన మేలును జేయవలయు
ప్రాతఃకాలము నాటి యీ చేతలెల్ల
అనుపూర్విగ సత్యరహస్యమరయ"

(తెలుగు సేత - శతావధాని వేలూరి శివరామశాస్త్రి)

ఈ పద్యంలో చెప్పబడిన అపకారానికి ప్రతీకారం అపకారం కాదు, ఉపకారం సుమా! అను సూత్రం నా జీవితానికి మూలమైంది. ఆ సూత్రం నా మనస్సుపై రాజ్యం చేసింది. అపకారి మేలుకోరడం, మేలు చేయడంపై అనురాగం పెరిగింది. ఈ విషయమై ఎన్నో ఎన్నెన్నో ప్రయోగాలు చేశాను.

11. ఇంగ్లండు ప్రయాణ సన్నాహం

1887వ సంవత్సరంలో నేను మెట్రిక్యులేషన్ పరీక్షకు కూర్చున్నాను. అప్పుడు అహమదాబాదు, బొంబాయి పరీక్ష కేంద్రాలు. దేశంలో దారిద్ర్యం ఎక్కువగా వుండటంవల్ల కాఠియావాడ్ విద్యార్థులు తమకు దగ్గరలో వున్న కొద్ది ఖర్చుతో జీవించగలిగే అహమదాబాదు కేంద్రానికి వెళ్ళేందుకు ఇష్టపడేవారు. మా కుటుంబ ఆర్థికస్థితి కూడా అంతంత మాత్రంగానే వుంది. అందువల్ల నేను ఆ కేంద్రానికే వెళ్ళవలసి వచ్చింది. రాజకోట నుండి అహమదాబాదుకు ఒంటరిగా మొదటిసారి ప్రయాణం చేశాను.

మెట్రిక్యులేషన్ పూర్తి అయిన తరువాత కాలేజీలో చదవమని మా పెద్దలు ప్రోత్సహించారు. భావనగర్ మరియు బొంబాయిలో కాలేజీలు వున్నాయి. భావనగర్‌లో ఖర్చు తక్కువ. అందువల్ల అక్కడి శ్యామలదాస్ కాలేజీలో చేరాను. కాని అక్కడంతా అడవి గొడవ. ఉపాధ్యాయులు చెప్పేది నాకు బోధపడలేదు. అది వారి లోటుకాదు. అక్కడి ఉపాధ్యాయులకు మంచి పేరు వుండేది. అందువల్ల అర్థం కాక పోవడం నా లోటే. ఆరునెలలు గడిచాయి. యింటికి వెళ్ళాను. "మావుజీ దవే" అనువారు మా కుటుంబానికి పాత మిత్రులు. మాకు మంచి చెడులు చెబుతూ వుండేవారు. ఆయన బ్రాహ్మణులు. విద్వాంసులు. వ్యవహారదక్షులు. మా తండ్రిగారు గతించిన తరువాత కూడా మా కుటుంబ కష్టసుఖాల్ని గురించి తెలుసుకుంటూ వుండేవారు. సెలవు దినాల్లో వారు మా యింటికి వచ్చారు. మా అమ్మగారితోను మా పెద్దన్నగారితోనూ మాట్లాడుతూ నా చదువును గురించి అడిగారు. నేను శ్యామలదాసు కాలేజీలో చేరి చదువుతున్నానని తెలుసుకున్నారు. కొంతసేపు యోచించి వారు యీ విధంగా అన్నారు. "ఇప్పుడు కాలం మారింది. తగిన చదువు లేందే మీలో ఎవ్వరూ ఇప్పుడు మీనాన్నగారు పొందిన పదవి, హోదా పొందలేరు. యీ పిల్లవాడు చదువులో

ముందడుగు వేస్తున్నాడు కనుక యితడు ఈ హోదాను నిలుపుకునేలా చూడండి. బి.ఏ. ప్యాసు కావాలంటే ఇంకా నాలుగేళ్ళ సమయం పడుతుంది. ఎంత తంటాలుపడ్డా నెలకు 50 లేదా 60 రూపాయలు మాత్రమే సంపాదించగలుగుతాడు. దివాను మాత్రం కాలేడు. మా కుమారుని వలె లాయరు కావాలంటే చాలా కాలం పడుతుంది. యీ పిల్లవాడు లాయరు అయ్యేనాటికి దివాన్ పదవి కోసం చాలామంది లాయర్లు తయారవుతారు. అందువల్ల మీ పిల్లవాణ్ణి ఇంగ్లాండు పంపడం మంచిదని నా అభిప్రాయం. అక్కడ బారిష్టరు కావడం తేలికని మా అబ్బాయి కేవలరామ్ చెప్పాడు. మూడేళ్ళలో తిరిగి రావచ్చు. నాలుగైదువేల రూపాయలు ఖర్చు అవుతాయి. బారిష్టరై తిరిగి వచ్చిన ఆ కొత్తవాణ్ణి చూడండి ఎంత దర్జాగా వున్నాడో, అతడు అడిగితే చాలు దివాన్‌గిరీ ఇచ్చేలా వున్నారు. కనుక యీ సంవత్సరమే మోహనదాస్‌ను ఇంగ్లాండు పంపడం మంచిది. మా అబ్బాయి కేవల్‌రామ్‌కు ఇంగ్లాండులో మిత్రులున్నారు. వారికి పరిచయ పత్రాలిస్తాడు. అందువల్ల పిల్లవాడికి అక్కడ యిబ్బంది కలుగదు" ఈ విధంగా మా వాళ్ళకు చెప్పి జోషీగారు (దవేగారిని మా కుటుంబీకులు జోషీగారని అనేవారు) మేము అంగీకరించినట్లు భావించి నావంకకు తిరిగి "నీవు యిక్కడ చదవడం కంటే ఇంగ్లాండులో చదువుకునేందుకు అభిలషింపవా?" అని అడిగారు. వారి మాటలు విన్న నాకు సంతోషం కలిగింది. కాలేజీలో సాగుతున్న కఠినమైన విద్యాబోధన వల్ల నేను విసిగిపోయివున్నాను. అందువల్ల వారి యీ మాటవినగానే ఆనందపడి "ఎంత త్వరగా నన్ను పంపితే అంత మంచిది" అని అనేశాను. పరీక్షలు త్వరగా ప్యాసు కావడం కష్టం. అందువల్ల నన్ను వైద్య చదువుకు పంపకూడదా అని అడిగాను.

మా అన్నగారు నా మాటకు అడ్డువచ్చి "నాన్నకు వైద్యమంటే ఇష్టంలేదు, మనం వైష్ణవులం, పీనుగుల్ని కోయడం సంస్కారం కాదు అని నాన్నగారు నిన్ను దృష్టిలో పెట్టుకుని అనేవారు. నీవు వకీలు కావడం నాన్నగారికి ఇష్టం" ఇని అన్నాడు.

వెంటనే జోషీ మా అన్నగారి మాటల్ని సమర్థిస్తూ ఇలా అన్నారు. "నేను మీ నాన్నగారిలా వైద్యవృత్తిని ద్వేషించను. వైద్యవృత్తిని శాస్త్రం కూడా నిషేధించలేదు. నీవు వైద్య పరీక్ష ప్యాసైనా దివాన్ పదవి పొందలేవు. నీవు దివాన్ కావాలి. చేతనైతే అంతకంటే పెద్దపదవి సంపాదించాలి. అప్పుడే ఈ పెద్దకుటుంబాన్ని పోషించగలుగుతావు. రోజులు త్వరగా మారిపోతున్నాయి. రోజులు గడిచేకొద్దీ కష్టాలు పెరుగుతాయి. అందువల్ల బారిష్టరు కావడమే అన్నివిధాలా మంచిది" అని చెప్పి మా అమ్మగారి వంక తిరిగి "ఇక నాకు సెలవీయండి. నేను చెప్పిన విషయాన్ని గురించి యోచించండి. మళ్ళీ నేను వచ్చేసరికి ఇంగ్లాండు ప్రయాణానికి సన్నాహాలు జరుపుతూ వుండండి. నేను చేయగల సాయం ఏమైనా వుంటే తప్పక చేస్తా" అంటూ జోషీ లేచి వెళ్ళిపోయారు. నేను ఆకాశ సౌధాలు నిర్మించసాగాను.

మా అన్నగారు ఆలోచనా సాగరంలో మునిగిపోయారు. నన్ను ఇంగ్లాండు పంపడానికి డబ్బుఎక్కడినుండి తేవడం? ఒంటరిగా చిన్నవాణ్ణి ఇంగ్లాండుకు ఎలా పంపడం? యీ మధనలో అన్నగారు పడ్డారు.

మా అమ్మగారు కూడా చింతలో పడిపోయింది. నన్ను విడిచి వుండలేదు. నా ఎడబాటు ఆమె సహించలేదు. అందువల్ల ఒక ఉపాయం ఆమెకు తట్టింది. "మన కుటుంబ పెద్దలు మీ పిన తండ్రిగారున్నారు కదా! మొదట వారితో సంప్రదిద్దాం. వారు అంగీకరిస్తే తరువాత ఆలోచిద్దాం" అని ఆమె అన్నది.

మా అన్నగారికి మరో ఊహ కలిగింది. "పోరుబందరుపై మనకు కొంత హక్కువున్నది. అక్కడ లేలీగారు పెద్ద అధికారి. మా కుటుంబమంటే వారికి గౌరవం. మన పినతండ్రిగారంటే వారికి ప్రత్యేక అభిమానం. నీ విద్యావ్యయానికి సంస్థానం పక్షాన కొంత సహాయం అందజేసి వారు తోడ్పడవచ్చు" అని నాతో అన్నారు.

వారి మాటలు నాకు నచ్చాయి. పోరుబందరుకు ప్రయాణమైనాను. ఆ రోజుల్లో రైళ్ళు లేవు. అయిదు రోజులు ఎద్దుబండి మీద ప్రయాణం చేయాలి. నాకు పిరికితనం ఎక్కువ అని ముందే చెప్పాను. అయితే ఇంగ్లాండుకు వెళ్ళాలనే ఉత్సాహం కలగడంవల్ల దానిముందు నా పిరికితనం పటాపంచలై పోయింది. ధోరాజీ వరకు ఎడ్లబండిలో వెళ్ళాను. ఒంటెమీద ప్రయాణం సాగించాను. ఒంటె ప్రయాణం మొట్టమొదటిసారి చేశాను.

పోరుబందరు చేరాను. మా పినతండ్రిగారికి సాష్టాంగప్రణామం చేశాను. విషయమంతా వారికి చెప్పాను. వారు అంతా విని కొంచెంసేపు ఆలోచించి ఇలా అన్నారు. "ఇంగ్లాండులో స్వధర్మ రక్షణ సాధ్యపడుతుందని నాకు అనిపించడంలేదు. నేను విన్న విషయాల్ని బట్టి అక్కడ స్వధర్మ రక్షణ అసంభవమని భావిస్తున్నాను. అక్కడికి వెళ్ళివచ్చిన బారిష్టర్లను చూస్తున్నాను. వీళ్ళకు ఆ తెల్లవాళ్ళకు భేదం కనబడటం లేదు. ఆహారం విషయంలో వారికి నిషేధాలు లేవు. చుట్ట ఎప్పుడూ వారి నోట్లో వుండవలసిందే. ఇంగ్లీషువాళ్ళ దుస్తులు సిగ్గులేకుండా ధరిస్తారు. అది మన కుటుంబ సంప్రదాయంకాదు. నేను కొద్దిరోజుల్లో తీర్థయాత్రకు బయలుదేరుతున్నాను. నేను యిక ఎన్నాళ్ళో బ్రతకను. కాటికి కాళ్ళు చాచుకొని యున్న నేను సముద్రయానానికి అంగీకరించలేను. కాని నేను నీ దారికి అడ్డం రాను. ఈ విషయంలో నిజంగా కావలసింది మీ అమ్మగారి అనుమతి. ఆమె అంగీకరిస్తే బయలుదేరు. నేను అడ్డురానని ఆమెకు చెప్పు. నేనూ ఆశీర్వదిస్తాను."

"నాకు కావలసింది అదే. మా అమ్మగారి అనుమతి కోసం ప్రయత్నిస్తాను. మీరు లేలీగారికి సిఫారసు చేయండి" అని అడిగాను. "నేను ఎలా చేస్తాను? అయితే అతను మంచివాడు. నీవే ఉత్తరం వ్రాయి. మన కుటుంబాన్ని గురించి తెలిస్తే తప్పక అనుమతిస్తాడు. సహాయం కూడా చేయవచ్చు" అని అన్నారు.

నేను సిఫారసు చేయమని అడిగితే మా పినతండ్రి ఎందుకు అంగీకరించ లేదో నాకు బోధపడలేదు. సముద్రయానానికి ప్రత్యక్షంగా సాయం చేయడం ఆయనకు యిష్టం లేదని నాకు గుర్తు.

లేలీగారికి జాబు వ్రాశాను. వారి అనుమతి తీసుకుని కలుద్దామని వెళ్లాను. మేడమీద ఎక్కుతూ ఆయన నన్ను చూచాడు. బి.ఏ. పూర్తిచేయి. తరువాత వచ్చి నన్ను కలు. నీకు యిప్పుడు ఏమీ సాయం లభించదు. అని చెప్పి పైకి వెళ్ళిపోయాడు. నేను ఆయనను చూడడానికి బాగా తయారైవచ్చాను. వారికి చెప్పాలని కొన్ని మాటలు కూడా రాసుకుని బాగా వల్లించాను. వంగివంగి రెండు చేతులతో సలాం చేశాను. కాని అంతా వృధా అయిపోయింది.

తరువాత ఆలోచించాను. నా భార్య నగలపై నా దృష్టి పడింది. మా అన్నగారిమీద నాకు అపరిమిత విశ్వాసం. ఆయన ఉదార హృదయుడు. ఆయనకు నాపై పుత్రవాత్సల్యం. నేను పోరుబందర్ నుండి రాజకోటకు వచ్చాను. జరిగినదంతా చెప్పాను. జోషీగారితో కూడా మాట్లాడాను. అవసరమైతే అప్పుచేసైనా ఇంగ్లాండు వెళ్ళమని ఆయన సలహా ఇచ్చాడు. నా భార్య నగలు అమ్మితే రెండు

మూడువేల రూపాయలు వస్తాయనీ, వాటిని అమ్మి ఇంగ్లాండుకు వెళతానని అన్నాను. మా అన్నగారు ఏదో విధంగా డబ్బు ఏర్పాటు చేస్తానని వాగ్దానం చేశారు.

కాని మా అమ్మకు ఇష్టం లేదు. ఆమె ఏవో వంకలు చెప్పడం మొదలుపెట్టింది. ఇంగ్లాండు వెళ్ళే యువకులు చెడిపోతారని ఎవరో ఆమెకు చెప్పారు. అక్కడ వాళ్ళు గోమాంసం తింటారని, మద్యం త్రాగందే బ్రతకలేరని కూడా చెప్పారు. “యిదంతా ఏమిటి?” అని ఆమె నన్ను అడిగింది. “అమ్మా! నన్ను నమ్మవా? నేను నీకు అబద్ధం చెబుతానా? నేను వాటిని ముట్టుకోను. ఒట్టు పెట్టుకుంటాను. నిజానికి అటువంటి అపాయమేవుంటే జోషిగారు వెళ్ళమని చెబుతారా?” అని అన్నాను. “నాయనా! నాకు నీమీద నమ్మకం వున్నది. కానీ దూరదేశం కదా! ఎట్లానమ్మడం? నాకు ఏమీ తోచడంలేదు. బేచర్జీ స్వామిని అడిగిచూస్తాను” అని ఆమె అన్నది.

బేచర్జీస్వామి మోఢ్ వైశ్యులు. మధ్యలో ఆయన జైన సాధువుగా మారారు. జోషీగారి వలెనే వారు కూడా మా కుటుంబ హితుడు. వారిని కలిశాము. “ఇతని చేత మూడు వాగ్దానాలు చేయించి ఇంగ్లాండుకు పంపవచ్చు” అని చెప్పి “మద్యం, మాంసం, మహిళ” లను ముట్టనని నా చేత ప్రమాణం చేయించారు. అప్పుడు మా అమ్మ అంగీకారం తెలిపింది.

హైస్కూల్లో నాకు వీడ్కోలు సభ జరిగింది. రాజకోటకు చెందిన ఒక పిన్నవయస్కుడు ఇంగ్లాండు వెళ్లడం అక్కడ అసాధారణ విషయమైపోయింది. నేను నా కృతజ్ఞతలు తెలిపేందుకు మూడు నాలుగు వాక్యాలు ముందుగా రాసి పెట్టుకున్నాను. వాటిని చదివేసరికి నాకు చెమటలు పట్టాయి. శరీరం వణికింది. ఆనాటి ఆ విషయం యిప్పటికీ నాకు బాగా గుర్తు వున్నది.

పెద్దల దీవెలనతో బొంబాయికి బయలుదేరాను. బొంబాయికి యిదే నా ప్రథమయాత్ర. మా అన్న నా వెంట బొంబాయి వచ్చారు. కాని యిల్లు అలకగానే పండుగ అవుతుందా? బొంబాయిలో కొన్ని గండాలు దాటవలసి వచ్చింది.

12. కుల బహిష్కరణ

మా అమ్మ ఆజ్ఞను, ఆశీస్సులను పొంది పసిపాపను, భార్యను విడిచి అమితోత్సాహంతో బొంబాయికి బయలుదేరాను. జూన్, జూలై మాసాల్లో హిందూ మహాసముద్రం సామాన్యంగా ఒడిదుడుకులుగా వుంటుంది. “మీ తమ్ముడికి ఇది మొదటి సముద్ర ప్రయాణం కదా! నవంబరు వరకు సముద్ర ప్రయాణం ఆపుకోండి, యీ మధ్యనే తుఫాను వల్ల ఒక స్టీమరు కూడా మునిగిపోయింది” అని కొందరు మిత్రులు మా అన్నగారికి చెప్పారు. దానితో ఆయన కంగారుపడి సముద్ర ప్రయాణానికి అంగీకరించలేదు. అక్కడే ఒక మిత్రుని ఇంట్లో నాకు బసఏర్పాటుచేసి తాను రాజకోటకు వెళ్ళి ఉద్యోగంలో చేరారు. నాకు కావలసిన ప్రయాణ వ్యయం మా బావ దగ్గర ఉంచి వేళ్ళేప్పుడు యిమ్మని చెప్పడమేగాక, అవసరమైన సహాయం చెయ్యమని మిత్రులకు చెప్పి మా అన్న యింటికి వెళ్ళిపోయారు.

బొంబాయిలో ప్రొద్దుపోవడంలేదు. రాత్రింబవళ్ళు ఎప్పుడూ ఇంగ్లాండుకు వెళ్ళే కలవరింతలే. ఇంతలో మా కులం వారిలో కలవరం బయలుదేరింది. అంతవరకు మా కులం వారైన మోఢ్ వైశ్యులెవ్వరూ సీమ ప్రయాణంచేయలేదు. నేను సీమ వెళుతున్నాను గనుక నన్ను కులాన్నుంచి బహిష్కరించాలని కొందరికి ఆవేశం కలిగింది. అందుకోసం ఒక సభ ఏర్పాటు చేశారు. కులస్థులు

చాలామంది వచ్చారు. నన్ను పిలిపించారు. నాకు అంత సాహసం ఎలా వచ్చిందో నాకే తెలియదు. నేనా సభకు నిర్భయంగా వెళ్ళాను. ఆ కులం పెద్ద అయిన సేఠ్‌కు మా తండ్రిగారికి పరిచయం వున్నదట. ఆయన మాకు దూరబంధువు కూడానట.

"కుల ధర్మాన్ని బట్టి నీవు సీమకు వెళ్ళటం సరిగాదు. సముద్రయానం మనకు నిషిద్ధం. అక్కడ ధర్మ పాలనం సాధ్యంకాదు" అని సేఠ్ అన్నాడు. "సీమకు వెళ్ళడం ఎంతమాత్రం ధర్మేతరం కాదు. నేను అక్కడికి విద్య కోసం వెళుతున్నాను. మీరు భయపడుతున్న వస్తువుల్ని తాకనని మా అమ్మ దగ్గర ప్రతిజ్ఞ చేశాను. అది నన్ను కాపాడుతుంది" అని సమాధానం చెప్పాను.

"నీవు అక్కడికి వెళితే ధర్మపాలన జరగదు. మీ తండ్రిగారికి నాకు ఎంతటి స్నేహమో నీకు తెలుసా? కావున నా మాట విను. సీమ ప్రయాణం విరమించుకో" అని సేఠ్ చెప్పగా, "అయ్యా నాకు తెలుసును. మీరు నా తండ్రివంటి వారు. సీమకు వెళ్ళాలనే నా నిర్ణయం మార్చుకోను. మా తండ్రిగారికి మిత్రులు, విద్వాంసులు అగు బ్రాహ్మణులు సీమకు వెళ్ళమని ప్రోత్సహించారు. వారికి దోషం ఏమీ కనబడలేదు. మా అమ్మగారు, మా అన్నగారు కూడా అంగీకరించారు. అందువల్ల నేను వెళతాను" అని సమాధానం యిచ్చాను.

"అయితే కులం పెద్దల ఆజ్ఞను మన్నించవా?"

నాకు వేరే మార్గంలేదు. కులం పెద్దలు యీ విషయంలో కల్పించుకో కూడదని స్పష్టంగా చెప్పివేశాను. దానితో సేఠ్‌గారికి కోపం వచ్చింది. చివాట్లు పెట్టాడు. నేను నిబ్బరంగా కూర్చున్నాను.

"నేను ఇతణ్ణి కులం నుంచి వెలివేస్తున్నాను. యితనికి సహాయం చేసేవారికి ఇతణ్ణి సాగనంపేందుకు హార్బరు దగ్గరకు వెళ్ళేవారికి ఒక రూపాయి పావలా (సాలిగ్రామదానం) జరిమానా విధిస్తున్నాను" అని సేఠ్ తన నిర్ణయం ప్రకటించాడు. నేను ఏమీ చలించలేదు. సేఠ్ దగ్గర సెలవు తీసుకొని తిరగి వచ్చేశాను. మా అన్నగారికి ఈ విషయం తెలిస్తే వెళ్ళవద్దు తిరిగి వచ్చి వేయమంటారేమోనని భయపడ్డాను. కాని మా అన్నగారు ఆ విధంగా అనలేదు సరికదా, కులంవారు వెలివేసినా భయపడ నవసరంలేదు. నీవు నిర్భయంగా సీమకు వెళ్ళు అని జాబు వ్రాశారు. అది నా అదృష్టం. ఇదంతా జరిగిన తరువాత నాకు తొందర ఎక్కువైంది. యిలాంటి వారి వత్తిడివల్ల మా అన్నగారి మనస్సు మారుతుందేమోనన్న భయం నన్ను పట్టుకున్నది. యింతలో జునాగఢ్ వకీలు ఒకరు ఇంగ్లాండుకు బారిష్టరు పరీక్ష కోసం సెప్టెంబరు నాలుగోతేదీన వెళుతున్నారని తెలిసింది. నేను యీ వార్తను మా అన్నగారి మిత్రులకు తెలియజేశాను. ఇట్టి అవకాశం పోగొట్టుకోకూడదని వారంతా భావించారు. సమయం తక్కువగా వున్నందున తంతి ద్వారా ఈ విషయం మా అన్నగారికి తెలియజేశాను. ఆయన అందుకు అంగీకరించాడు. మా బావగారికి తెలిపి పైకం అడిగాను. ఆయన "సేఠ్ ఆజ్ఞను గురించి చెప్పి నేను నీకు డబ్బు యివ్వను" అని అన్నాడు. అప్పుడు నేను మా కుటుంబమిత్రులు ఒకరి దగ్గరకు వెళ్ళి విషయం అంతా చెప్పి నా ప్రయాణానికి అవసరమైన సొమ్ము ఇచ్చి సాయం చేయమనీ, మా అన్నగారి దగ్గర ఆ పైకం తీసుకోవచ్చుననీ విన్నవించాను. ఆయన నా విన్నపం అంగీకరించడమే కాక నన్నెంతో ప్రోత్సహించారు. వారికి కృతజ్ఞతలు తెలిపి అవసరమైన డబ్బు తీసుకొని వెళ్ళి ఓడ టికెట్టు కొన్నాను. ప్రయాణానికి అవసరమైన ఏర్పాట్లు చేసుకోవాలి. అక్కడి మిత్రులు అనుభవజ్ఞులు. నాకు అవసరమయ్యే దుస్తులు తయారుచేయించారు. వాటిలో కొన్ని నాకు బాగున్నాయి. కొన్ని బాగాలేవు. ఇప్పుడు నేను ధరించేందుకు అంగీకరించిన నెక్‌టైని ఆనాడు

అసహ్యించుకున్నాను. పొట్టి చొక్కా (జాకెట్) ధరిస్తుంటే సిగ్గువేసింది. అయితే ఇంగ్లాండు వెళ్ళాలనే ఉత్సాహం ముందు ఈ చిన్న వ్యవహారాలు నిలువలేదు. ప్రయాణానికి అవసరమైన తినుబండారాలు అధికంగా సమకూర్చుకున్నాను. జునాగఢ్ వకీలు త్ర్యంబకరాయ్ మజుందార్‌గారు కేబిన్‌లోనే నా మిత్రులు నాకు ఒక బర్తు తీసుకున్నారు. వారికి నన్ను పరిచయం చేశారు. ఆయన పెద్దవాడు లోకానుభవం కలవాడు. నాకు అంత లోకానుభవం లేదు. పద్దెనిమిదేండ్లవాణ్ణి. ఇతణ్ణి గూర్చి మీరేమీ భయపడవద్దని నన్ను సాగనంపడానికి వచ్చినవారందరికీ మజుందార్ చెప్పాడు. ఈ విధంగా 1888 సెప్టెంబరు 4వ తేదీనాడు బొంబాయి నుండి ఓడలో ఇంగ్లాండుకు బయలుదేరాను.

13. ఇంగ్లండు చేరిక

సముద్ర యానం వల్ల అందరికీ సామాన్యంగా వచ్చే వాంతులు మొదలగు వ్యాధులు నాకు రాలేదు. కాని రోజులు గడుస్తున్న కొద్దీ నాకు ఆరాటం పెరుగుతూ వుంది. స్టువర్టు అనగా నౌకరుతో మాట్లాడటానికి కూడా నాకు సంకోచంగా వుండేది. నాకు ఇంగ్లీషులో మాట్లాడే అలవాటు లేదు. రెండవ సెలూన్‌లో ఒక్క మజుందారు తప్ప తక్కిన వారంతా ఆంగ్లేయులే. వారితో నేను మాట్లాడలేను. వారు ఇంగ్లీషులో ఏమి మాట్లాడారో నాకు తెలిసేది కాదు. తెలిసినప్పుడు బదులు చెప్పలేక పోయేవాణ్ణి. సమాధానం చెప్పదలిస్తే ముందు ప్రతి వాక్యం లోపల కూడబలుక్కోవలసి వచ్చేది. భోజన సమయంలో ముల్లు గరిటెలు వాడటం నాకు చేతకాదు. ఆహార పదార్థాలలో మాంసం కలపని వస్తువులేమిటి అని అడగడానికి ధైర్యం చాలేది కాదు. అందువల్ల భోజనశాలకు వెళ్ళి పదిమందితో కలిసి కూర్చొని నేనెప్పుడూ భోజనం చేయలేదు. నా గదిలోనే వుండి నేను వెంట తెచ్చుకున్న చిరు తిండ్లు, పండ్లు తింటూ వున్నాను. మజుందారుగారికి యిట్టి బాధలేదు. ఆయన అందరితోను కలిసి స్టీమరు పైభాగాన తిరుగుతూ వుండేవారు. కాని నేను పగలంతా నాగదిలోనే వుండి సాయంత్రం జనం తక్కుగా వున్నప్పుడు ఓడ పైకి వెళ్ళి తిరుగుతూ వుండేవాణ్ణి. మజుందారు నీవు కూడా ప్రయాణీకు లందరితో కలసివుండమనీ, సిగ్గుపడవద్దనీ చెబుతూ వుండేవాడు. లాయర్లు బాగా మాట్లాడుతూ వుండాలని కూడా చెప్పి తన అనుభవాలు వినిపిస్తూ వుండేవాడు. అవకాశం దొరికినప్పుడు ఇంగ్లీషులో మాట్లాడుతూ వుండమనీ, తప్పులు వచ్చినా భయపడవద్దని కూడా చెప్పేవాడు కాని నాకు మాత్రం ధైర్యం చాలలేదు.

ఒక ఆంగ్లేయుడు దయతో నన్ను మాటల్లోకి దింపాడు. అతడు నాకంటే పెద్దవాడు. నీవు ఏమి తిన్నావు? నీకేం పని? నీవెక్కడికి వెళుతున్నావు? నీకీ మొగమాటం ఎందుకు? యీ రకమైన ప్రశ్నలు వేశాడు. అందరితో బాటు భోజనానికి రమ్మని ప్రోత్సహించాడు. మాంసం ముట్టకూడదన్న నా దీక్షను గురించి విని నవ్వాడు. ఓడ ఎర్ర సముద్రంలో ప్రవేశించినప్పుడు స్నేహితుడిలా సలహా యిస్తూ “బిస్కే సముద్రం చేరేటంత వరకు నీవు చెప్పిన విధంగా శాకాహారం తీసుకోవచ్చు. కాని తరువాత నీ ఆహార నియమాన్ని మార్చుకోక తప్పదు. ఇంగ్లాండులో చలి అధికం. అందువల్ల మాంసం తినక తప్పదు” అని చెప్పాడు.

“అక్కడ మాంసం తినకుండా కూడా జనం ఉండవచ్చని విన్నానే” అని అన్నాను. “అసంభవం. నాకు తెలిసినంతవరకు ఆ విధంగా వుండే వారెవ్వరూ లేరు. నేను మద్యం తాగుతున్నాను. నిన్ను తాగమని చెప్పానా? కాని మాంసం తినక తప్పదు. మాంసం తినకపోతే అక్కడ బ్రతకడం కష్టం” అని అన్నాడు.

"మీ ఉపదేశానికి ధన్యవాదాలు. నేను మా అమ్మగారి ఎదుట మాంసం ముట్టనని ప్రమాణం చేశాను. అందువల్ల ఏది ఏమైనా సరే, నేను మాంసం తినను. ఒకవేళ కుదరకపోతే తిరిగి మా దేశానికి వచ్చేస్తాను. అది మంచిదని నా అభిప్రాయం" అని చెప్పాను.

ఓడ బిస్కే సముద్రంలో ప్రవేశించింది. కాని అక్కడ మద్య మాంసాల జోరు కనబడలేదు. నేను బయలుదేరేటప్పుడు నీవు మాంసం ముట్టలేదని తెలిసిన వారి దగ్గర సర్టిఫికెట్లు తీసుకోమని మిత్రులు నాకు చెప్పారు. ఆ విషయం నాకు జ్ఞాపకం వున్నది. నాకు ఒక సర్టిఫికెట్టు ఇమ్మని వారిని కోరాను. అతడు సంతోషంతో యిచ్చాడు. నేను కొంతకాలం ఆ సర్టిఫికెట్టు జాగ్రత్తగా కాపాడాను. కాని ఆ తరువాత మాంసం తినేవాళ్ళు కూడా మాంసం తినడం లేదని సర్టిఫికెట్లు పుచ్చుకోవడం చూచాను. దానితో యీ విధమైన సర్టిఫికెట్ల మోజు తగ్గిపోయింది. మాటకు విలువ వుండాలే గాని యీ విధమైన సర్టిఫికెట్ల వల్ల ప్రయోజనం ఏముంటుంది.

ప్రయాణం ముగించుకొని మేము సౌదెంప్టన్ చేరాం. ఆనాడు శనివారం అని గుర్తు. నా మిత్రులు తెల్లని ఉన్ని సూటు (ఫాంటు, కోటు, వెస్టు కోటు) తయారు చేయించి యిచ్చారు. ఓడలో నల్ల సూటు ధరించాను. రేవులో దిగినప్పుడు తెల్లసూటు బాగుంటుందని భావించి దాన్ని ధరించాను. అవి సెప్టెంబరు మాసం చివరి రోజులు. నేను తప్ప మరెవ్వరూ అటువంటి సూటు ధరించలేదు. చాలామంది తమ సామాను, తాళం చెవుల్తో సహా గ్రిండ్లే కంపెనీ ఏజంటుకు అప్పగించడం చూచి నేను కూడా అలాగే నా సామాను వారికి అప్పగించాను.

డాక్టర్ ప్రాణ్ జీవన్ మెహతా, దంపత్‌రాం శుక్ల, రణజిత్ సింగ్ మహారాజ్, దాదాభాయి నౌరోజీ గార్ల పేరిట మిత్రులు ఇచ్చిన సిఫారసు పత్రాలు నా దగ్గర వున్నాయి. లండనులో విక్టోరియా హోటలులో బస చేయమని ఒకరు ఓడలో మాకు సలహా ఇచ్చారు. ఆ ప్రకారం నేను, మజుందారు యిద్దరం విక్టోరియా హోటలుకు వెళ్ళాం. తెల్ల దుస్తుల్లో వెలి వేసినట్లు నేనొక్కణ్ణే అక్కడ కనబడుతూ వుండటం వల్ల బాధపడ్డాను. మర్నాడు ఆదివారం. కావడంవల్ల గ్రిండ్లే కంపెనీ వారు సామాను ఇవ్వరని తెలిసి చిరాకు పడ్డాను.

సౌదెంప్టన్ నుంచి డాక్టర్ మెహతాగారికి నేను తంతి పంపాను. అది వారికి అందింది. ఆదివారం రాత్రి ఎనిమిది గంటలకు హోటల్‌కు వచ్చి నన్ను కలిశారు. నన్ను ఎంతో ఆదరంగా చూచారు. నా ఉన్ని దుస్తుల్ని చూచి ఆయన నవ్వారు. మాటల సందర్భంలో ఆయాచితంగా వారి హేటును చేతిలోకి తీసుకున్నాను. దాని మృదుత్వాన్ని పరిశీలిద్దామని చేతితో దాన్ని అటూ ఇటూ త్రిప్పి దాని మీద గల రోమాల్ని నిమరడం ప్రారంభించాను. మెహతాగారు కొంచెం చిరాకు పడి నన్ను వారించారు. కాని అప్పటికే నా వల్ల పొరపాటు జరిగిపోయింది. ఇది మొదటి మందలింపు. పాశ్చాత్య దేశంలో ఇది నేను నేర్చుకున్న మొదటి పాఠం. ఆ దేశ విశేషాల్ని గురించి మెహతాగారు చెబుతూ "ఇతరుల వస్తువుల్ని తాకకూడదు. భారత దేశంలో వలె యిక్కడ ప్రథమ పరిచయం కాగానే ఎవ్వరినీ ప్రశ్నలు వేయకూడదు. భారత దేశంలో ఎదుటివారిని మనం అయ్యా అని సంబోధిస్తాం. ఇక్కడ ఆ విధంగా సంబోధించకూడదు. ఇక్కడ యజమానుల్ని నౌకర్లు మాత్రమే అయ్యా అని సంబోధిస్తారు. హోటల్లో వుంటే ధనం బాగా ఖర్చవుతుంది. కావున ఏదో కుటుంబంలో చేరడం మంచిది". అని చెప్పారు. సోమవారం నాడు ఒక నిర్ణయానికి వద్దామని భావించాం.

శ్రీ మజుందారు గారికి, నాకూ కూడ హోటలు ఖర్చు అధికమనిపించింది. ఓడలో ప్రయాణం చేస్తున్నప్పుడు ఒక సింధు మిత్రుడు మాతో పాటు ప్రయాణించాడు. ఆయనకీ మజుందారు గారికీ

స్నేహం కలిసింది. ఆయనకు లండను కొత్త కాదు. లండనులో మీకు అద్దె గదులు యిప్పిస్తానని ఆయన మాకు చెప్పాడు. మేము అంగీకరించాము. సోమవారంనాడు గ్రిండ్లే కంపెనీ వారు మా సామాన్లు మాకు అందజేశారు. హోటలు వాళ్ళకు యివ్వాల్సిన సొమ్ము యిచ్చి వేశాము. మా సింధు మిత్రుడు మా కోసం చూచి వుంచిన గదుల్లో ప్రవేశించాము. హోటలు గదికి చెల్లించాల్సిన అద్దె క్రింద నా వంతు సొమ్ము మూడు పౌండ్లు చెల్లించి వేశాను. నేను బిల్లు చూచి నివ్వెరపోయాను. ఇంత సొమ్ము చెల్లించి కూడా ఆకలితోనే వున్నాను. హోటలు భోజనం రుచించలేదు. ఒక వస్తువు తీసుకొని రుచి చూచాను. అది రుచించలేదు. మరో వస్తువు తీశాను. రెండిటికీ సొమ్ము చెల్లించ వలసి వచ్చింది. బొంబాయి నుండి వెంట తెచ్చుకున్న తిను బండారాల మీదనే ఆధారపడ వలసి వచ్చింది.

ఈ కొత్త గదుల్లో కూడా నాకు ఏమీ తోచలేదు. నా మనస్సు ఎప్పుడూ దేశం మీద, ఇంటిమీద, అమ్మ మీద కేంద్రితమై వుండేది. బెంగగా వుండేది. రాత్రి ఇంటి సంగతులు జ్ఞాపకం వచ్చేవి. ఒకటే ఏడుపు. రాత్రిళ్ళు నిద్ర లేదు. నా కష్టం ఇంకొకరితో చెప్పేది కాదు. చెప్పి ఏం ప్రయోజనం? అంతా కొత్త ఆచారాలు. ఎంతో జాగ్రత్తగా వుండాలని భావించాను. పైగా శాకాహారం గురించి నేను చేసిన ప్రతిజ్ఞ ఒకటి. అక్కడి ఆహార పదార్థాలు రుచిగా లేవు. ముందుకు పోతే నుయ్యి వెనక్కుపోతే గొయ్యిగా మారింది నా పని. ఇంగ్లాండులో వుండలేను. తిరిగి ఇండియాకు వెళ్ళలేను. ఆలోచనలో పడిపోయాను. చివరకు ఈ మూడు సంవత్సరాలు ఇక్కడ గడపవలసిందే అని ఒక నిర్ణయానికి వచ్చాను. ఇది నాకు కలిగిన అంతరాత్మ ప్రబోధం.

14. నా అభిరుచి

డాక్టర్ మెహతా నన్ను కలుసుకునేందుకై విక్టోరియా హోటలుకు వెళ్లి అక్కడ మా అడ్రసు తెలుసుకుని మా బసకు వచ్చారు.

ఓడ మీద ప్రయాణిస్తున్నప్పుడు మూర్ఖంగా వ్యవహరించి ఒంటికి తామర తగిలించుకొన్నాను. అక్కడ ఉప్పు నీళ్ళలో స్నానం చేయవలసి వచ్చింది. ఆ నీళ్ళలో సబ్బు కరగదు. నేను సబ్బు రుద్దు కోవడం సభ్యతా లక్షణమని భావించాను. తత్ఫలితంగా శరీరం శుభ్రపడడానికి బదులు జిగటలు సాగింది. దానితో తామర అంటుకున్నది. డాక్టరు మెహతాగారికి చూపించాను. ఆయన మంటలు రేగే ఎసిటిక్ యాసిడ్ అను మందు యిచ్చారు. ఆ మందు నన్ను బాగా ఏడిపించింది.

డాక్టరు మెహతా మా గదులు వగైరా చూచారు. తల త్రిప్పుతూ "ఇలా గడవదు. చదువుకంటే ముందు ఇక్కడి జీవనసరళి తెలుసుకోవడం ముఖ్యం" అందుకోసం ఏదేని కుటుంబంతో కలిసి వుండటం అవసరం. అయితే అందాకా కొంచెం నేర్చుకొనేందుకు, ఫలానా వారి దగ్గర నిన్ను ఉంచాలని అనుకొన్నాను. ఆయన వచ్చి నిన్ను తీసుకొని వెళతాడు అని చెప్పారు. వారి మాటను కృతజ్ఞతా భావంతో శిరసావహించాను. ఆ మిత్రుని దగ్గరకు వెళ్ళాను. ఆయన నన్ను ఆదరించారు. తన తమ్ముడిలా నన్ను చూచాడు. ఆంగ్ల పద్ధతులు, అలవాట్లు, నేర్పాడు. ఇంగ్లీషు మాట్లాడే విధానం కూడా నేర్పాడు.

నా భోజన వ్యవహారం సమస్యగా మారింది. ఉప్పు, మసాలాలు లేని కూరలు రుచించలేదు. ఇంటి యజమానురాలు పాపం నా కోసం ఇంకా ఏం చేస్తుంది? ఉదయం వరిగల పిండితో జావ

చేసేది. దానితో కడుపు కొద్దిగా నిండేది. కాని మధ్యాహ్నం, సాయంత్రం తినడానికి ఏమీ ఉండేది కాదు. పొట్ట ఖాళీ, మాంసం తినమని రోజూ స్నేహితుల వత్తిడి పెరిగింది. ప్రతిజ్ఞ సంగతి చెప్పి మౌనం వహించేవాణ్ణి. వాళ్ళ తర్కానికి సమాధానం చెప్పడం కష్టంగా వుండేది. మధ్యాహ్నం రొట్టె, కూర, మురబ్బాతో పొట్ట నింపుకొనేవాణ్ణి. సాయంత్రం కూడా అదే తిండి. రెండు మూడు రొట్టె ముక్కలతో తృప్తి పడేవాణ్ణి. మళ్ళీ అడగాలంటే మొగమాటం. బాగా కడుపునిండా తినే అలవాటు గలవాణ్ణి. ఆకలి బాగా వేస్తూ వుండేది. తిన్నది చాలేది కాదు. మధ్యాహ్నం సాయంత్రం పాలు లభించేవి కావు. అడగడానికి బిడియం. నా యీ పద్ధతి చూచి మిత్రుడు చికాకు పడ్డాడు. "నీవు నా సోదరుడవే అయి వుంటే యీ పాటికి మూట ముల్లె కట్టించి పంపివేసి వుండేవాణ్ణి. యిక్కడి పరిస్థితులు తెలియక, చదువురాని నీ తల్లి దగ్గర చేసిన ప్రమాణానికి విలువ ఏమిటి చెప్పు! అది లా ప్రకారం అసలు ప్రమాణమే కాదు. అట్టి ప్రమాణానికి కట్టుబడి ఉండటం అజ్ఞానం. ఇదిగో చెబుతున్నా. యీ పట్టుదల వల్ల నీకు యిక్కడ ఏమీ ఒరగదు. పైగా నీవు గతంలో మాంసం తిన్నానని, అది రుచించిందని కూడా చెప్పావు. అవసరం లేని చోట మాంసం తిని, అవసరమైన చోట తిననంటున్నావు. యిది దురదృష్టకరం" అని గట్టిగా అన్నాడు.

ఇట్టి తర్కం రోజూ జరుగుతూ వుండేది. వందరోగాలకు కూడా "తినను" అనే మందు నా దగ్గర వుంది. మిత్రుడు వత్తిడి చేసే కొద్దీ నా పట్టుదల పెరగసాగింది. రోజూ రక్షించమని దేవుణ్ణి ప్రార్థిస్తూ వుండేవాణ్ణి. ఆ రోజు రక్షణ జరుగుతూ వుండేది. దేవుడంటే ఏమిటో, ఎవరో నాకు తెలియదు. కాని ఆనాడు "రంభ" చేసిన బోధ నాకు ఎంతో మేలు చేసింది, చేస్తూవున్నది.

ఒకనాడు మిత్రుడు 'బెంథమ్' వ్రాసిన పుస్తకం నా ఎదుట చదవడం ప్రారంభించాడు. ఉపయోగాన్ని గురించిన అధ్యాయం అది. భాష, విషయం రెండూ గంభీరంగా వున్నాయి. అర్థం గ్రహించడం కష్టం. ఆయన వివరించి చెప్పడం ప్రారంభించాడు. అప్పుడు "క్షమించండి. యింతటి సూక్ష్మ విషయాలు నాకు బోధపడవు. మాంసాహారం ఆవశ్యకమని అంగీకరిస్తాను. కాని నేను చేసిన ప్రమాణాన్ని జవదాటను. దాన్ని గురించి వాదించను. నేను మీతో వాదించి జయం పొందలేనని ఒప్పుకుంటున్నాను. అజ్ఞానిననో, పెంకి వాడననో భావించి నన్ను వదలి వేయండి. మీ ప్రేమకు కృతజ్ఞుణ్ణి. మీరు నా హితులని నాకు తెలుసు. మీరు నా మంచి కోరి మళ్ళీ మళ్ళీ చెబుతున్నారని తెలుసు. కాని నేను నా నియమాన్ని ఉల్లంఘించలేను. ప్రతిజ్ఞ ప్రతిజ్ఞయే. అది అనుల్లంఘనీయం" అని స్పష్టంగా చెప్పి వేశాను.

నామాటలు విని మిత్రుడు నిర్ఘాంతపోయాడు. అతడు ఆ పుస్తకం మూసి "మంచిది, యిక వాదించను" అని అన్నాడు. నేను సంతోషించాను. అతడు మళ్ళీ ఎన్నడూ ఆ విషయమై వాదించలేదు. అయితే నన్ను గురించి బాధపడుతూ వుండేవాడు. అతడు పొగత్రాగే వాడు. మద్యం సేవించేవాడు. నాకు అవి గిట్టవని చెప్పివేశాను. అతడు ఎన్నడూ వాటిని త్రాగమని నాకు చెప్పలేదు. అయితే మాంసం తినకపోతే మూల పడతావని, యీ విధంగా వుంటే ఇంగ్లాండులో వుండలేవని, వచ్చిన పని పూర్తి చేసుకోలేవని ఆయన చెబుతూ వుండేవారు.

ఒక నెల యీ విధంగా గడిచింది. ఆయన ఇల్లు రిచ్‌మండ్‌లో వుంది. అందువల్ల వారానికి రెండు మూడుసార్ల కంటే లండను వెళ్ళడం కష్టంగా వుండేది. యిది చూచి డా. మెహతాగారు, దలపత్‌రాం శుక్లాగారు మరో ఇల్లు చూశారు. నేను అక్కడ వుండడం మంచిదని భావించారు.

వెస్టు కెన్సింగ్టన్‌లో వున్న ఒక ఆంగ్లో ఇండియన్ కుటుంబంతో కలిసి వుండటానికి శ్రీ శుక్లాగారు ఏర్పాటు చేశారు. ఆ ఇంటి యజమానురాలు వితంతువు. ఆమెకు నా ప్రమాణాన్ని గురించి తెలియజేశాను. ఆమె నన్ను జాగ్రత్తగా చూస్తానని మాట యిచ్చింది. నేను అక్కడ ప్రవేశించాను. కాని అక్కడ కూడా మాకు కటిక ఉపవాసమే. తినుబండారాలు కొద్దిగా పంపమని ఇంటికి వ్రాశాను. అవి యింకా రాలేదు. ఏ వస్తువు తినడానికి రుచిగా వుండేదికాదు. ఆమె పదార్థం వడ్డించి యిది బాగుందా అని అడుగుతూ వుండేది. కాని ఆ పదార్థం గొంతు దిగేది కాదు. ఆమె చేయగలిగింది మాత్రం ఏముంటుంది? నాకు బిడియం తగ్గలేదు. వడ్డించిన దానికంటే మించి యింకా వడ్డించమని అడగడానికి బిడియంగా వుండేది. ఆమెకు యిద్దరు కూతుళ్ళు. వాళ్ళు చెరొక రొట్టె ముక్క బలవంతాన నా ప్లేటులో వుంచేవారు. అయితే అంతకు రెండింతలైతేగాని నా ఆకలి తీరదని పాపం వాళ్ళకు తెలియదు.

కొంతకాలానికి నాకు నిలకడ చిక్కింది. యింకా నేను చదువు ప్రారంభించలేదు. శుక్లా గారి ధర్మమా అని వారిచ్చిన వార్తా పత్రికలు చదవడం ప్రారంభించాను. ఇండియాలో ఎప్పుడూ అట్టి పని చేయలేదు. యిక్కడ ప్రతిరోజూ వార్తా పత్రికలు చదివి వాటి యందు అభిరుచి కలిగించుకున్నాను. డైలీ న్యూస్, డైలీ టెలిగ్రాఫ్, పాల్‌మాల్‌గెజెట్ రోజూ చూడసాగాను. వాటిని చదవడానికి గంట కంటె ఎక్కువ సమయం పట్టేది కాదు.

ఇక ఊరు తిరగడం ప్రారంభించాను. మాంసం లేని హోటళ్ళు ఎక్కడ వుంటాయా అని అన్వేషణ ప్రారంభించాను. మా ఇంటి యజమానురాలు అట్టివి కొన్ని వున్నాయని చెప్పింది. రోజూ పదిపన్నెండు మైళ్ళు తిరిగి చవుక రకం దుకాణాల్లో కడుపు నిండ రొట్టె తినడం ప్రారంభించాను. అయినా తృప్తి కలుగలేదు. ఇలా తిరుగుతూ వుంటే ఒక రోజున ఫారింగ్‌డన్ వీధిలో శాకాహారశాల (Vegetarian restrent) ఒకటి కనబడింది. తనకు కావలసిన వస్తువు దొరికినపుడు పిల్ల వాడికి ఎంత ఆనందం కలుగుతుందో నాకు అంత ఆనందం కలిగింది. లోపలికి అడుగు పెట్టే పూర్వం ద్వారం దగ్గర గాజు కిటికీలో అమ్మకానికి పెట్టిన పుస్తకం ఒకటి కనబడింది. అది సాల్ట్ రచించిన "అన్నాహార సమర్ధన" అను పుస్తకం. ఒక షిల్లింగు యిచ్చి ఆ పుస్తకం కొన్నాను. తరువాత భోజనానికి కూర్చున్నాను. ఇంగ్లాండు వచ్చాక యివాళ కడుపు నిండా మొదటిసారి హాయిగా భోజనం చేశాను. దేవుడు నా ఆకలి తీర్చాడు.

సాల్ట్ రచించిన ఆ పుస్తకం చదివాను. నా మీద ఆ పుస్తక ప్రభావం బాగా పడింది. ఆ పుస్తకం చదివిన తరువాత అన్నాహారం మంచిదనే నిర్ణయానికి వచ్చాను. మా అమ్మగారి దగ్గర నేను చేసిన ప్రతిజ్ఞ నాకు ఎంతో ఆనందం కలిగించింది. జనమంతా మాంసాహారులైతే మంచిదని ఒకప్పుడు భావించేవాణ్ణి. తరువాత కేవలం ప్రతిజ్ఞ నెరవేర్చడం కోసం మాంసం త్యజించాను. భవిష్యత్తులో బహిరంగంగా మాంసం తిని యితరులను కూడా మాంసం తినమని చెప్పి ప్రోత్సహించాలని భావించాను. కాని ఇప్పుడు శాకాహారిగా వుండి, ఇతరులను కూడా శాకాహారులుగా మార్చాలనే కోరిక నాకు అమితంగా కలిగింది.

15. ఆంగ్ల వేషం

రోజురోజుకి నాకు శాకాహారం మీద నమ్మకం పెరగసాగింది. సాల్ట్ గారి పుస్తకం చదివిన తరువాత ఆహార విషయాలను గురించిన పుస్తకాలు చదవాలనే కాంక్ష పెరిగింది. దొరికిన పుస్తకాలన్నీ చదివాను. హోవర్డు విలియమ్స్‌గారు వ్రాసిన "ఎతిక్స్ ఆఫ్ డైట్" అను గ్రంథం వాటిలో ఒకటి.

అందు ఆదికాలం నుండి నేటి వరకు మనుష్యుల ఆహారాన్ని గురించిన చర్చ విస్తారంగా వుంది. పైథాగరస్, జీసస్ మొదలుకొని నేటి వరకు వున్న మతకర్తలు, ప్రవక్తలు అంతా ఆకులు, కూరలు, అన్నం తిన్నవారేనని రుజువు చేయబడింది. డాక్టర్ ఎల్లిన్‌సన్ గారు ఆరోగ్యాన్ని గురించి రాసిన రచనలు ఉపయోగకరమైనవి. ఆయన రోగుల ఆహార పద్ధతులను నిర్ధారించి తద్వారా రోగాన్ని కుదిర్చే ప్రణాళికను ఒక దానిని రూపొందించాడు. అతడు శాకం, అన్నం తినేవాడు. తన దగ్గరికి వచ్చిన వారందరికీ ఆ ఆహారమే నిర్ధారించేవాడు. ఈ గ్రంధాలన్నీ చదవడం వల్ల ఆహార పరీక్షకు ప్రధాన కారణం అయినా తరువాత ఈ శాకాహార విధానానికి ధర్మ దృష్టియే ప్రధాన లక్ష్యం అయింది.

అయినా నా మిత్రునికి నా ఆహారాన్ని గురించి బెంగపోలేదు. మాంసం తినకపోతే చిక్కిపోయే ప్రమాదం వుందనీ, ఇంగ్లీషువారితో కలిసి వుండలేక పోవచ్చుననీ భావించి నన్ను మాంసం తినమని వత్తిడి చేయడం ప్రారంభించాడు. నా యందు గల ప్రేమాధిక్యం వల్లనే ఆయన యీ విధంగా చేశాడు. శాకాహార గ్రంధాలు విస్తారంగా చదవడం వల్ల నాకు చెడు జరుగుతుందేమోనని భయపడ్డాను. ముఖ్యమైన అసలు చదువు మాని ఆహార పదార్థాలను గురించిన గ్రంధాలు చదువుతూ కాలమంతా వ్యర్థం చేసుకొంటాడేమోననే భావం ఆయనకు కలిగింది. దానితో చివరి ప్రయత్నం గట్టిగా చేయాలని నిర్ణయించుకొన్నాడు. ఒకనాడు నన్ను నాటకానికి రమ్మంటే వెళ్ళాను. నాటకం చూడబోయే ముందు హాల్‌బర్న్ రెస్టారెంట్‌లో భోజనం ఏర్పాటు చేశాడు. అది నాకు ఒక నగరంలా కనబడింది. విక్టోరియా హోటలును ఖాళీచేసిన తరువాత యింత పెద్ద హోటలును నేను చూడలేదు. విక్టోరియా హోటల్లో నేను ఏ విధమైన ప్రయోగమూ చేయలేదు. అచ్చట వున్నన్ని రోజులు ఏమి చేయడానికీ తోచలేదు. కాని యీ హోటలుకు నన్ను తీసుకురావడానికి ఆయన ఒక ఎత్తు ఎత్తాడని తరువాత బోధపడింది. యీ హోటలులో చాలామంది భోజనం చేస్తూ వుంటారు. మధ్యలో మాట్లాడడానికి వీలు వుండదు. కిక్కురుమనకుండా పెట్టింది తినవలసి వస్తుందనే భావం ఆయనకు కలిగిందన్న మాట. మేము చాలామందిమి ఒక బల్ల దగ్గర కూర్చున్నాము. మొదటి వాయి సూప్, అది దేనితో చేశారా అని నాకు సందేహం కలిగింది. మిత్రుణ్ణి అడగడానికి వీలు లేదు. వడ్డించేవాణ్ణి పిలిచాను. అతణ్ణి ఎందుకు పిలుస్తున్నావని మిత్రుడు గట్టిగా నన్ను అడిగాడు. అంతటితో ఆగక “నీవు యీ సమాజంలో వుండతగవు. ఎలా మెలగాలో తెలియకపోతే ఇంకొక హోటలుకు వెళ్ళి భుజించు. నేను వచ్చేదాకా హోటలు బయట వేచి వుండు” అని కోపంగా అన్నాడు.

ఆయన మాటలు వినగానే నాకు లోలోన సంతోషం కలిగింది. వెంటనే లేచి బయటికి వచ్చాను. దగ్గరలోనే ఒక శాకాహారశాల వుంది. ప్రొద్దుపోయినందున దాన్ని మూసివేశారు. ఆ పూట నాకు తిండిలేదు. తరువాత యిద్దరం నాటకం చూచేందుకు వెళ్ళాము. యీ ఘట్టాన్ని గురించి ఆయన ఎన్నడూ నా దగ్గర యెత్తలేదు. ఎత్తవలసిన అవసరం నాకు లేదుగదా! మా మిత్రకలహం చివరిది ఇదే, అయితే దాని వల్ల మా స్నేహానికి ఆటంకం కలగలేదు ఆయన పడ్డ తపనకు మూలం ప్రేమే. ఆచరణలోను, ఆలోచనలోను వ్యత్యాసం వున్నప్పటికీ ఆయనంటే నాకు అమిత గౌరవం ఏర్పడింది.

మాంసం తినక పోయినా మిగతా విషయాల్లో ఆంగ్లసమాజంలో సరిగా మసలగలనని ఆయనకు తెలియజేయాలని భావించాను. అందుకోసం అవసరం అనుకొన్న ఆంగ్ల పద్ధతుల్ని అవలంభించ ప్రారంభించాను.

నేను ధరించే దుస్తులు బొంబాయిలో తయారైనవి. అవి ఇంగ్లీషు వారి సమాజానికి పనికి రావని తెలుసుకొని, ఆర్మీ అండ్ నేవీ స్టోర్స్‌లో తయారు చేయించాను. పంథొమ్మిది షిల్లింగులు పెట్టి చిమ్నీ పాట్‌హ్యాటు కొన్నాను. ఆ రోజుల్లో నేను ఆ హ్యాట్ కోసం ఎక్కువ ధర చెల్లించాను. అంతటితో ఆగక నాగరికతకు నడిగడ్డ అయిన బాండ్ వీధిలో ఒక ఈవెనింగ్ సూటు కోసం పదిపౌండ్లు వెచ్చించాను. మా అన్నగారికి జేబులో వ్రేలాడే రెండుపేటల బంగారు గొలుసు పంపమని వ్రాస్తే ఆయన వెంటనే ఎంతో దయతో పంపించారు. టై కట్టుకోవడం నేర్చుకొన్నాను. మన దేశంలో క్షవరం నాడే అద్దం చూచే అలవాటు వుండేది. కాని యిక్కడ నిలువెత్తు అద్దం ముందు నిలబడి టై సరిగా కట్టుకోవడం, వెంట్రుకల్ని పాయలు పాయలుగా దువ్వుకోవడం, పాపిట సరిగా తీసుకోవడం మొదలుగా గల పనుల ప్రతిరోజూ పదిపదిహేను నిమిషాలు వ్యర్థం అవుతూ వుండేది. నా జుట్టు మృదువుగా వుండేది కాదు. అందువల్ల దాన్ని సరిగా దువ్వుకోవడానికి బ్రష్‌తో నిత్యము కుస్తీ పట్టాల్సి వచ్చేది. హ్యాటు ధరించినప్పుడు, తొలగించినప్పుడూ పాపిట చెడిపోకుండా చెయ్యి దానిమీదనే వుంటూ వుండేది. అంతేగాక సభ్యుల మధ్య కూర్చున్నప్పుడు ఎప్పుడూ చెయ్యి పాపిట మీదనే వుంటూ వుండేది.

ఈ టిప్పుటాప్పులు అంతటితో ఆగలేదు. ఆంగ్లేయుల వేషం వేసుకున్నంత మాత్రాన అందులో సభ్యుడవటం సాధ్యామా? యింకా సభ్య లక్షణాలు నేర్చుకోవలసినవి చాలా వున్నాయి. డాన్సు చేయడం నేర్చుకోవాలి. ఫ్రెంచిభాష బాగా నేర్చుకోవాలి. ఇంగ్లాండుకు పొరుగున వున్న ఫ్రాన్స్ దేశపు భాష ఫ్రెంచి. యూరప్ పర్యటించాలనే కోరిక నాకు వుండేది. అంతేగాక సభ్య పురుషుడు ధారాళంగా ఉపన్యసించడం కూడా నేర్చుకోవాలి. నేను డాన్సు నేర్చుకోవాలని నిర్ణయించు కున్నాను. ఒక క్లాసులో చేరాను. ఒక టరముకు మూడు పౌండ్లు ఫీజుగా చెల్లించాను. మూడు వారాలలో ఆరు తరగతులు జరిగి వుంటాయి. తాళానికి అనుగుణ్యంగా అడుగు పడలేదు. పియానో మోగుతూ వుండేది. కాని అది ఏమి చెబుతున్నదో బోధపడేది కాదు. ఒకటి, రెండు, మూడు అంటూ వాయిద్యం ప్రారంభమయ్యేది. కాని వాటి మధ్య గల అంతరాళం అర్థం అయ్యేది కాదు. యిక ఏం చేయాలి? చివరికి నా వ్యవహారం కౌపీన సంరక్షణార్థం ఆయంపటాటోపః అన్న చందానికి దిగింది. వెనకటికి ఒక సన్యాసి తన గోచీని కొరకకుండ ఎలుకల్ని ఆపడానికి ఒక పిల్లిని పెంచాడట. పిల్లిని పెంచడానికి ఒక ఆవు. ఆ ఆవును కాచేందుకు ఒక గొల్లవాడు. ఈ విధంగా గోచీని రక్షించుకోవడం కోసం సంసారం ఏర్పడిందట.

పాశ్చాత్య సంగీతం నేర్చుకునేందుకై ఫిడేలు నేర్చుకోవాలని నిర్ణయించాను. ఫిడేలుకు మూడు పౌండ్ల సొమ్ము ఖర్చయింది. ఫిడేలు నేర్చుకోవడానికి కొంత ఖర్చు పెట్టక తప్పలేదు. ఉపన్యాస ధోరణి నేర్చుకొనేందుకు మరో గురువుకు ఒక గిన్నీ ప్రవేశ రుసుం క్రింద చెల్లించాను. అందుకోసం బెల్ రచించిన స్టాండర్డ్ ఎలోక్యూషనిస్ట్ అను గ్రంథం కొన్నాను. అందలి సిట్‌గారి ఉపన్యాసంతో అభ్యాసం ప్రారంభించాను.

కాని ఆ బెల్ అను ఆయన నా చెవిలో (బెల్ అనగా) గంట వాయించడంతో మేల్కొన్నాను.

నేను ఇంగ్లాండులో ఎల్లకాలం వుంటానా? ధారాళంగా ఉపన్యసించడం నేర్చుకొని ఏం చేయాలి? డాన్సులు చేసి సభ్యుడినవుతానా? ఫిడేల్ మన దేశంలో లేదా! అక్కడ నేర్చుకోవచ్చుకదా? నేను విద్యార్థిని, విద్యార్జనకే నేను వచ్చాను. వృత్తి కోసం నేను సిద్ధం కావాలి. సదాచారాల ద్వారా సభ్యుడనని గుర్తించబడితే చాలు. అంతేకదా కావలసింది? ఇంక ఎందుకీ వ్యామోహం?

ఈ విధమైన భావాలను వెల్లడిస్తూ ఒక జాబు ఉపన్యాస కళను నేర్పే గురువు గారికి రాసి పంపాను. ఆయన దగ్గర రెండు మూడు పాఠాలు మాత్రమే నేను నేర్చుకున్నాను. డాన్సు మాష్టరుకు కూడా అదే విధమైన జాబు వ్రాశాను. ఫిడేల్ నేర్పే గురువుగారి దగ్గరికి ఫిడేలు పుచ్చుకొని వెళ్ళాను. ఎంత వస్తే అంతకు దీన్ని అమ్మి వేయమని చెప్పాను. ఆయనతో అప్పటికే కొద్దిగా స్నేహం ఏర్పడింది. అందువల్ల నాకు కలిగిన మోహభ్రమల్ని గురించి ఆయనకు చెప్పాను. డాన్సుల జంజాటం నుండి నేను బయటపడటానికి ఆయన యిష్టపడ్డాడు.

సభ్యుడు కావాలనే వ్యామోహం సుమారు మూడుమాసాల పాటు నన్ను వదలలేదు. అయితే ఆంగ్ల వేషానికి సంబంధించిన పటాటోపం మాత్రం కొన్ని సంవత్సరాల వరకు సాగింది. అయినా విద్యార్థిగా మారానని చెప్పవచ్చు.

16. మార్పులు

ఆట పాటల్లో పడి నేను ఇష్టం వచ్చినట్లు కాలం గడిపానని ఎవరూ తలంచవద్దు. కొంత ఆత్మశోధన జరిగిన తరువాత నాకా వ్యామోహం తొలగిపోయింది. నేను ఖర్చు పెట్టిన ప్రతి పైసా ఖర్చు పుస్తకంలో రాసి పడుకొనే ముందు వాటిని సరిచూచుకునే వాణ్ణి. ఆ అలవాటు యిప్పటికీ నాకు వున్నది. దీని వల్ల అనేక ప్రయోజనాలు కలిగాయి. లక్షలాది రూపాయల ధర్మాదాయం నా చేతుల మీదగా ఖర్చవుతూ వుండేది. శాఖోపశాఖలుగా అనేక విషయాలకు ధనం ఖర్చు పెడుతున్నా మితంగాను, సరిగాను ఖర్చు చేశాను. ప్రతిరోజు మిగులు చూపానే గాని, తగులు చూపలేదు.

ఈ విషయం ప్రతి వారు శ్రద్ధతో గమనించి తనకు వచ్చే ప్రతి పైసకీ, తను యిచ్చే ప్రతి పైసకి లెక్క రాసి పెడితే చివరికి నావలెనే తప్పక మేలు పొందగలరు. ఎంతో జాగ్రత్తగా ఆదాయ వ్యయాలు వ్రాస్తూ వున్నందున ఖర్చు తగ్గించుకోవడం అవసరమని తెలుసుకోగలిగాను. పద్దు పుస్తకం చూసుకుంటే అందు బాడుగలు ఎక్కువగా కనిపించాయి. నేను ఒక కుటుంబంతో కలిసి వుంటున్నందున, వారికి ప్రతి వారం కొంత డబ్బు యివ్వవలసి వచ్చింది. మర్యాద కోసం ఆ కుటుంబం వారితో కలిసి డిన్నర్లకు వెళ్ళవలసి వచ్చేది. అప్పుడు ఖర్చు నేనే భరించవలసి వచ్చేది. అందుకు కారణం ఆ దేశంలో డిన్నర్లకు పిలిచిన ఆమె స్త్రీ అయితే పురుషుడే వ్యయం భరించాలి. ఆ కుటుంబం వారికి ప్రతి వారం యిచ్చే సొమ్ములో ఆ డిన్నరు ఖర్చు తగ్గించుకోరు. అదనంగా ఆ ఖర్చు భరించవలసిందే. లెక్కలు చూచాక యీ ఖర్చు తగ్గించవచ్చునని తోచింది. యీ విధంగా దుబారా ఖర్చు చేస్తున్నందున నేను ధనికుడననే అపోహ కూడా జనానికి కలుగుతున్నదని తోచింది.

ఈ కుటుంబంతో బాటు ఇక వుండకుండా ప్రత్యేకంగా గదులు అద్దెకు తీసుకొని వుండాలని నిర్ణయించుకున్నాను. నేను చేయవలసిన పనులకు అనుకూలంగాను సమీపంలోను వుండే చోటుకు మారాలని భావించాను. దానివల్ల అనుభవం గడించవచ్చునని అనుకున్నాను. పనివున్న చోటుకు తేలికగా గంటలో నడిచి వెళ్ళేందుకు వీలుగా దగ్గరిలో గదులను అద్దెకు తీసుకున్నాను. అందువల్ల కార్ల బాడుగ వగైరా వ్యయం తగ్గింది. ఇదివరకు ఎక్కడికి వెళ్ళినా కారులో వెళ్ళేవాణ్ణి. అందుకు బాడుగ క్రింద కొంత సొమ్ము ఖర్చు పెట్టవలసి వచ్చేది. ఇప్పుడు అది తగ్గింది. కాని నడిచి వెళ్ళాలంటే కొంత కాలం పడుతున్నది. యీ విధంగా ప్రతిరోజు చాలా దూరం నడుస్తుండటం వల్ల నాకు జబ్బులు రాకపోవడమే గాక చాలావరకు శరీర దార్ఢ్యత కూడా కలిగింది. నేను రెండుగదులు

కిరాయికి తీసుకున్నాను. ఒకటి కూర్చునేందుకు, రెండవది పడుకునేందుకు. నేను చేసిన మార్పుల్లో యిది రెండవ దశ అని చెప్పవచ్చు. మూడో మార్పు కూడా త్వరలోనే వస్తుంది. యీ విధంగా ఖర్చు సగం తగ్గిపోయింది. కాని సమయమో! బారిష్టరు పట్టాకోసం ఎక్కువగా చదవవలసింది ఏమీ వుండదని తెలిసి ధైర్యం కలిగింది. కాని నా ఇంగ్లీషు భాషాజ్ఞానం సరిగాలేదు. అందుకు బాధగా వుండేది. "బి.ఎ. పూర్తి చేసుకో. ఆ తరువాత రా" అని శ్రీ లేలీగారు అన్నమాటలు గ్రుచ్చు కుంటున్నాయి. బారిష్టరు కావడం కోసం యింకా అదనంగా చదవాలి. ఆక్స్‌ఫర్డ్ కేంబ్రిడ్జి కోర్సులను గురించి తెలుసుకున్నాను. చాలామంది మిత్రుల్ని కలిశాను. అక్కడికి వెళితే ఖర్చు చాలా అవుతుందనీ, పైగా కోర్సు చాలా పెద్దదనీ, చాలా కాలం పడుతుందని తెలిసింది. మూడు సంవత్సరాలకంటే మించి నేను ఇంగ్లాండులో వుండటానికి వీలు లేదు. "నీవు పెద్ద పరీక్ష పాసవాలనుకుంటే లండను మెట్రిక్యులేషన్‌కు కూర్చో. అయితే బాగా కష్టపడవలసి వస్తుంది. సామాన్యజ్ఞానం బాగా పెరుగుతుంది. ఖర్చు ఏమీ వుండదు" అని ఒక మిత్రుడు చెప్పాడు. యీ సలహా నాకు నచ్చింది. కాని కోర్సు చూసే సరికి భయం వేసింది. లాటిన్ మరియు మరో భాష తప్పనిసరిగా నేర్చుకోవాలి. లాటిన్ ఎలా నేర్చుకోవడం? "వకీలుకు లాటిన్ భాషా జ్ఞానం చాలా అవసరం. లాటిన్ తెలిసినవాడు లా గ్రంధాల్ని తేలికగా అర్థం చేసుకుంటాడు. అంతేగాక 'రోమన్ లా' పరీక్షయందు ఒక ప్రశ్న పత్రం పూర్తిగా లాటిన్ భాషలోనే వుంటుంది లాటిన్ నేర్చుకున్నందువల్ల ఇంగ్లీషు భాష మీద మంచి పట్టు లభిస్తుంది". అని కూడా ఆ మిత్రుడు చెప్పాడు. ఆయన మాటల ప్రభావం నా మీద బాగా పడింది. కష్టమైనా, సులభమైనా లాటిన్ నేర్చుకోవలసిందేనని నిర్ణయానికి వచ్చాను. ఫ్రెంచి నేర్చుకోవడం అదివరకే ప్రారంభించాను. దాన్ని పూర్తి చేయాలి. అందువల్ల రెండో భాషగా ఫ్రెంచి తీసుకోవాలని నిర్ణయానికి వచ్చాను. ప్రైవేటుగా నడుస్తున్న ఒక మెట్రిక్యులేషన్ క్లాసులో చేరాను. ఆరు నెలలకు ఒక్క పర్యాయం పరీక్ష నడుస్తుంది. అయిదు మాసాల గడువు వున్నది. శక్తికి మించిన పని అని అనిపించింది. ఆ దేశ సభ్యుడు కావాలని కృషి చేస్తున్న నేను చివరికి కష్టపడి చదివే విద్యార్థిగా మారిపోయాను. టైంటేబులు తయారుచేసుకున్నాను. ఒక్కొక్క నిమిషం మిగుల్చుకో సాగాను. అయితే యితర విషయాలతో బాటు లాటిన్ మరియు ఫ్రెంచి భాషల్లో సైతం నైపుణ్యం సంపాదించగలంతటి బుద్ధివికాసం నాకు కలగలేదు. పరీక్షకు కూర్చున్నాను. లాటిన్‌లో తప్పిపోయాను. విచారం కలిగింది. కాని అధైర్యపడలేదు. లాటిన్ విషయంలో ఆసక్తి పెరిగింది. సైన్సులో మరో విషయం తీసుకుందామని నిర్ణయించాను. రసాయన శాస్త్రం ఒకటి వుంది. ఆ సబ్జక్టు మీద ఆసక్తి బాగా పంచుకోవాలని భావించాను. కాని ప్రయోగాలకు అవకాశం లేనందున అది కుదరలేదు. ఇండియాలో రసాయన శాస్త్రం కూడా నేను చదివాను. అందువల్ల లండను మెట్రిక్ కోసం రసాయన శాస్త్రం చదవాలని భావించాను. యీ పర్యాయం 'వెలుగు, వేడి' అను విషయాలు ఎన్నుకున్నాను. అది తేలికేనని అనిపించింది.

పరీక్ష కోసం తయారీ ప్రారంభించాను. దానితోబాటు జీవితంలో సరళత్వం తేవడం యింకా అవసరమని భావించాను. నా కుటుంబ బీద పరిస్థితులకు యిక్కడి నా జీవనసరళి అనుగుణ్యంగా లేదని తెలుసుకున్నాను. మా అన్నయ్య బీదతనాన్ని ఆర్థికంగా అతడు పడుతున్న బాధను గురించి తలుచుకునేసరికి విచారం కలిగింది. కొందరికి విద్యార్థి వేతనం లభిస్తూ వుండేది. నా కంటే సాదాగా జీవనం గడుపుతున్న విద్యార్థులు కూడా నాకు తటస్థపడ్డారు. అటువంటి చాలా మంది

బీద విద్యార్థులతో నాకు పరిచయం ఏర్పడింది. ఒక బీద విద్యార్థి లండన్ నగరంలో "బీదమహల్"లో వారానికి రెండు షిల్లింగుల చొప్పున సొమ్ము చెల్లించి ఒక గదిలో వుండేవాడు. లోకార్టులో వున్న చవుక కోకో దుకాణంలో రెండు పెన్నీలకు "కోకో, రొట్టె" తీసుకొని పొట్ట నింపుకునేవాడు. అతడితో పోటీ పడగల శక్తి నాకు లేదు. అయితే రెండు గదులు ఎందుకు? ఒక్క గదిలో వుండవచ్చు గదా! ఒక పూట భోజనం స్వయంగా తయారు చేసుకుంటే నెలకు అయిదు లేక ఆరు పౌండ్లు మిగులుతాయి. సాదా జీవనసరళిని గురించి పుస్తకాలు చదివాను. రెండు గదులు వదిలి ఒక గది మాత్రమే అద్దెకు తీసుకున్నాను. వారానికి ఎనిమిది షిల్లింగులు చెల్లించాలి. ఒక కుంపటి కొన్నాను. ఉదయం భోజనం స్వయంగా చేసుకో సాగాను. ఇరవైనిమిషాల సమయం వంటకు పట్టేది. వరిగల సంకటికి, కోకో కోసం నీళ్ళు వెచ్చపెట్టడానికి అంత కంటే ఎక్కువ సమయం అవసరం కదా! మధ్యాహ్నం పూట బయట భోజనం చేసేవాణ్ణి. సాయంత్రం మళ్ళీ కోకో తయారుచేసుకొని రొట్టెతో బాటు పుచ్చుకునేవాణ్ణి. యీ విధంగా ఒకటి లేక ఒకటింపావు షిల్లింగ్‌తో రోజూ పొట్ట నింపుకోవడం నేర్చుకున్నాను. ఇప్పుడు ఎక్కువ సమయం చదువుకు ఉపయోగించ సాగాను. జీవనం సరళం అయిపోయినందున సమయం ఎక్కువ మిగిలింది. రెండో పర్యాయం కూర్చొని పాసయ్యాను. యీ విధమైన మార్పుల వల్ల నా అసలు జీవితానికి, బాహ్యజీవితానికి సరియైన సమన్వయం కుదిరింది. కుటుంబ పరిస్థితులకు అనుగుణ్యంగా నా నడవడికలో నానిత్య వ్యవహారాలలో మార్పు వచ్చింది. జీవితం సత్యమయం అయింది. నాకు ఆత్మతృప్తి కలిగింది.

17. ఆహారంలో మార్పులు - ప్రయోగాలు

నేను లోతుగా పరిశీలించసాగాను. అభ్యాంతరాలైన బాహ్య ఆచారాలు మార్చు కోవలసిన ఆవశ్యకత గోచరించింది. నిత్యవ్యవవహారాలలోను, వ్యయం విషయంలోను మార్పు చేయడంతో పాటు ఆహారంలో కూడా మార్పులు ప్రారంభించాను. శాకాహారం గురించి పుస్తకాలు రాసిన ఆంగ్ల రచయితలు నిశితంగా శోధన చేశారు. మత వైద్య ప్రకృతి శాస్త్రాల కనుగుణ్యంగా ఆచరణకు అనుకూలంగా లోతుగా పరిశీలించి రాశారు. "మానవుడు జంతువులకంటే అధికుడు. అందువల్ల వాటిని కాపాడటం అవసరం. ఒక మనిషి మరో మనిషికి ఏ విధంగా సహాయం చేస్తాడో అదే విధంగా మిగతా ప్రాణులకు కూడా సహాయం చేయాలి" అని రాసి అది మానవుని నైతిక ధర్మమని నిర్ధారించారు. మనిషి తినడానికి రుచే ప్రధాం కాదనీ, బ్రతకడానికేననీ ప్రకటించి యిది సత్యమని నిర్ధారించారు. ఆ గ్రంథ రచయితల్లో చాలామంది మాంసాన్నే గాక, గ్రుడ్లను, పాలను కూడా నిషేధించారు. వారు స్వయంగా ఆ విధంగా నడుచుకున్నారు. కొందరు మానవ శరీర నిర్మాణాన్ని బట్టి వండిన పదార్థాలు సరిపడవనీ, పళ్ళు వచ్చేవరకు పిల్లలకు తల్లిపాలు త్రాగించాలనీ, తరువాత పండ్లు ఫలాలు తినిపించాలని రాశారు. వైద్యశాస్త్ర ప్రకారం ఊరగాయలు, పచ్చళ్ళు పోపులు, మసాలాలు మొదలగు వాటిని పరిత్యజించాలని చెప్పారు. శాకాహారం అందరికీ అందుబాటులో వుంటుందనీ, ఖర్చుకూడా తక్కువ అవుతుందని నిర్ణయించారు. యీ నాలుగు విషయాలు నా అనుభవంలోకి కూడా వచ్చాయి. శాకాహార భోజనశాలల్లో యీ నియమాల్ని పాటించేవారిని చాలామందిని కలుసుకున్నాను. ఆంగ్లదేశంలో శాకాహార ప్రచారసంఘాలు కూడా చాలా వున్నాయి. వారు ఒక వారపత్రికను ప్రకటిస్తున్నారు. నేను ఆ సంఘంలో చేరాను. ఆ పత్రికకు చందాదారుణ్ణి

అయ్యాను. కొద్ది రోజులకే ఆ సంఘ కార్య నిర్వాహక వర్గసభ్యునిగా ఎన్నికైనాను. శాకాహార నియమాన్ని నిష్ఠతో అమలుపరిచే చాలామంది ప్రముఖులతో నాకు పరిచయం కలిగింది. ఆహారం విషయంలో ప్రయోగాలు మొదలుపెట్టాను.

ఇంటి నుండి తెప్పించిన చిరుతిండ్లు, ఊరగాయలు తినడం మానివేశాను. మనస్సు మారినందున వాటిపై నాకు విరక్తి కలిగింది. వెనక రిచ్‌మండులో వున్నప్పుడు నా జిహ్వాకు చప్పగా వున్న మసాలా లేని స్పెనక్ (బచ్చలి) యిప్పుడు రుచిగా వుంది. ఈ విధమైన ప్రయోగాల వల్ల ఆహార పదార్థాల రుచి విషయంలో మనస్సు ప్రధానం గాని, జిహ్వాకాదని తేలింది. ఆర్థిక దృష్టి కూడా నా విషయంలో బాగా పనిచేసింది. ఆ రోజుల్లో కొందరు కాఫీ, టీలు ఆరోగ్యానికి హాని కలిగిస్తాయని భావించి కోకో పుచ్చుకోవడం ప్రారంభించారు. నేను కూడా తిండి శరీర నిర్వహణకేనని నిశ్చయించి టీ, కాఫీలు మానివేసి కోకో పుచ్చుకోసాగాను.

శాకాహార భోజనశాలలో రెండు విభాగాలు వుండేవి. ఒక విభాగంలో కావలసిన పదార్థాలు తిని, తిన్న పదార్థాలకు మూల్యం చెల్లించాలి. పూటకు మనిషికి రెండు షిల్లింగుల దాకా ఖర్చు అవుతుంది. యీ విభాగానికి డబ్బు గలవాళ్ళు వెళతారు. రెండో విభాగంలో తొమ్మిది పెన్నీలకు ఒక రెట్టెముక్క, మరో మూడు పదార్థాలు పెడతారు. నేను ఖర్చు తగ్గించుకోవాలని ప్రయత్నం ప్రారంభించినప్పటి నుండి రెండో విభాగంలోకే వెళ్ళాను. ఈ ప్రయోగాలతో బాటు కొన్ని చిన్న ప్రయోగాలు కూడా ప్రారంభించాను. కొంత కాలం గంజి పదార్థాలు మానివేశాను. కొంతకాలం రొట్టె, పండ్లు మాత్రమే తింటూ వున్నాను. కొంత కాలం జున్ను, పాలు, గ్రుడ్లు పుచ్చుకుంటూ ఉన్నాను. యీ చివరి ప్రయోగం పదిహేనురోజుల కంటే మించి సాగలేదు. గంజిలేని పదార్థాలు తినాలని బోధించిన సంస్కర్త గ్రుడ్లు తినడం మంచిదని, అది మాంసాహారం కాదని సమర్థించాడు. గ్రుడ్లు తింటే జీవ జంతువులకు హాని కలుగదు అని మొదట భావించాను. అందువల్ల కొంచెం కక్కుర్తి పడ్డాను. అయితే యీ విధానం ఎక్కువకాలం సాగలేదు. నా ప్రమాణానికి కొత్త వ్యాఖ్యానం ఎలా చెప్పను? ప్రమాణం చేయించిన మా అమ్మగారి ఉద్దేశ్యం నాకు తెలియదా? గ్రుడ్లు కూడా మాంసమనే మా అమ్మ ఉద్దేశ్యం. ఈ ప్రమాణంలో దాగియున్న సత్యం గ్రహించి వెంటనే గ్రుడ్లను సేకరించడం మానివేశాను.

ఇంగ్లాండులో మాంసాన్ని గురించిన మూడు లక్షణాలు తెలుసుకున్నాను. మొదటి లక్షణం ప్రకారం పశు, పక్షుల మాంసమే మాంసం. యీ లక్షణాన్ని గుర్తించిన శాకాహారులు అట్టి మాంసం త్యజించి చేపల్ని తినడం ప్రారంభించారు. యిక గ్రుడ్లు కూడా పుచ్చుకునే వారిని గురించి చెప్పనవసరం లేదనుకుంటాను. రెండవ లక్షణం ప్రకారం సమస్త జీవజంతువుల మాంసం కూడా మాంసమే. ఈ లక్షణం ప్రకారం సమస్త జీవజంతువుల మాంసం, వానివల్ల ప్రభవించే పదార్థాలు అంటే గ్రుడ్లు, పాలు మొదలైనవి కూడా మాంసం క్రింద లెక్కే. యిందు మొదటి లక్షణం అంగీకరిస్తే నేను చేపలు కూడా తినవచ్చు. అయితే మా అమ్మ అభిప్రాయమే సరియైనదని నిర్ణయానికి వచ్చాను. ఆమె ఎదుట చేసిన ప్రమాణం ప్రకారం నేను గ్రుడ్లు కూడా తినకూడదు. అందువల్ల గ్రుడ్లు తినడం మానివేశాను. దీనివల్ల నాకు బాగా శ్రమ కలిగింది. సూక్ష్మంగా లోతుకు దిగి పరిశీలించి చూస్తే శాకాహారశాలల్లో లభించే చాలా ఆహార పదార్థాలలో గ్రుడ్లు కలుస్తాయని తేలింది. అందువల్ల గ్రుడ్లు వాడిందీ లేనిదీ తెలుసుకోవడం కోసం వడ్డన చేసేవాణ్ణి పిలిచి అడగవలసిన అవసరం కలిగింది. కేకుల్లోను, పుడ్డింగుల్లోను గ్రుడ్లు కలుస్తూ వుండటం వల్ల అలా అడిగి తెలుసుకోవలసి

వచ్చింది. దానితో ఇంకా కొన్ని చిక్కులు తొలిగాయి. సాదా పదార్థాలు మాత్రమే తినవలసిన ఆవశ్యకత ఏర్పడింది. నాలుక రుచి మరిగిన అనేక ఆహారపదార్థాలను మానుకోవలసి వచ్చింది. కష్టమనిపించింది. అయితే ఈ కష్టం క్షణికమేనని తేలింది. ప్రతిజ్ఞను నెరవేర్చాలనే స్వచ్ఛమైన, సూక్ష్మమైన. స్థిరమైన రుచి, నాలుక మరిగిన క్షణిక రుచి కంటే గొప్పదని తోచింది. అయితే అసలు పరీక్ష మరొకటి వుంది. చేసిన ప్రతిజ్ఞలో అదీ ఒక భాగమే.

ఈ ప్రకరణం ముగించేముందు ప్రతిజ్ఞ యొక్క అర్థాన్ని గురించి చెప్పడం అవసరమని భావిస్తున్నాను. మా అమ్మ ఎదుట నేను చేసిన ప్రతిజ్ఞ అలా నిలబడేవుంది. చేసిన వాగ్దానాన్ని నిలబెట్టుకోక పోవడం వల్లనే ప్రపంచంలో చాలా అనర్థాలు కలుగుతూ వుంటాయి. ప్రమాణ పత్రం ఎంత స్పష్టంగా వ్రాసుకోబడ్డా తమకు నచ్చే విధంగా మాటలకు అర్థం చెబుతూనే వుంటారు. స్వార్థం మనిషిని గ్రుడ్డివాణ్ణి చేస్తుంది. గోడమీద పిల్లివాటంగా మూలానికి అర్థాలు చెప్పి, ఆత్మవంచన చేసుకుని, లోకాన్ని, దైవాన్ని మోసగించే ప్రయత్నం చేస్తూవుంటారు. అసలు ప్రమాణం చేసినవారు, ప్రమాణం చేయించినవారు చెప్పిన ప్రకారం నడుచుకోవాలి. ఇది ఉత్తమ విధానం. సత్యపథం అనుసరించేవాడు ఉత్తమ పద్ధతినే అవలంభించాలి. కొత్త అర్థాలు తీసే విద్యావంతులతో అతనికి పని వుండకూడదు. మాంసానికి సంబంధించినంత వరకు మా అమ్మ ఉద్దేశ్యమే నాకు ప్రధానం. ఇందు నా అనుభవానికి గాని, పాండిత్య గర్వానికి గాని తావులేదు.

ఇంగ్లాండులో ఆర్థిక దృష్టితోను, ఆరోగ్య దృష్టితోను నా పరిశోధనలు జరిగాయి. దక్షిణాఫ్రికాకు వెళ్ళక పూర్వం యీ విషయమై పరిశోధించలేదు. కాని ఆ తరువాత బాగా పరిశోధనలు చేశాను. ఆ వివరాలు రాబోయే ప్రకరణాల్లో తెలుపుతాను. ఏది ఏమైనా ఆహారం విషయమై ప్రయోగాల బీజం ఇంగ్లాండులోనే మొలకెత్తింది. అసలు మొదటి నుండీ మతంలో వున్న వాళ్ళకంటే కొత్తగా మతంలో చేరినవాళ్ళకు ఆరాటం ఎక్కువగా వుంటుంది. ఇంగ్లాండులో శాకాహార విధానం సరిక్రొత్త. నాకూ అది అంతే. మొదట మాంసాహారం మంచిదని నేను నమ్మేవాణ్ణి. కాని తరువాత శాకాహారంలోకి మారాను. నాకు అబ్బిన యీ కొత్త శాకాహార ప్రవేశానుభవంతో నేను నివసిస్తున్న బేసువాటర్‌పేటలో ఒక శాకాహారక్లబ్బు పెట్టదలచి, అక్కడ కాపురంవున్న సర్ ఎడ్విన్ ఆర్నాల్డుగారిని ఉపాధ్యక్షునిగా వుండమని కోరాను. వెజిటేరియన్ పత్రికా సంపాదకుడు ఓల్డ్ ఫీల్డుగారు అధ్యక్షులు. నేను కార్యదర్శిని. కొంతకాలం ఆ క్లబ్బు బాగా నడిచింది. కాని ఆ తరువాత కొద్ది నెలలకు మూతబడింది. నేను కొద్దికాలం తరువాత మరోచోటుకి బస మార్చుకుంటూ వుండేవాణ్ణి. ఆ ప్రకారం ఆ ప్రదేశాన్నుండి నా నివాసాన్ని మార్చాను. కాని యీ కొద్ది అనుభవం కొన్ని సంస్థలు స్థాపించి ప్రచారంలోకి తేగల శక్తి నాకు ప్రసాదించింది.

18. బిడియం డాలుగా పనిచేసింది

ఆహార మండల కార్యనిర్వాహక సమితికి మెంబరుగా ఎన్నుకోబడి ప్రతి మీటింగుకు హాజరవుతూ వుండేవాణ్ణి. కాని మాట్లాడటానికి నోరు తెరుపుడు పడేదికాదు. డాక్టర్ ఓల్డ్‌ఫీల్డు ఈ విషయం గమనించి "నీవు నాతో బాగా మాట్లాడతావు కాని సమావేశంలో ఎన్నడూ నోరు తెరవవు. అందువల్ల నీకు మొగ తేనెటీగ అను పేరు పెట్టవచ్చు" అని అన్నాడు. నాకు ఆయన వ్యంగ్యం అర్థమైంది. ఆడ తేనెటీగలు ఎప్పుడూ శ్రమపడుతూ వుంటాయి. కాని మొగ తేనెటీగ తినడం తాగడమే గాని పనిచేయదు. సోమరి పోతన్నమాట. కమెటీ మీటింగులో అంతా తమ తమ

అభిప్రాయాలు చెబుతూ వుండేవారు. కాని నేను మాత్రం నోరు తెరిచేవాణ్ణికాదు, మాట్లాడాలనే కాంక్ష లేకకాదు. నోరు తెరిస్తే ఏం మాట్లాడాలి? నాకంటే మిగతా మెంబర్లంతా ఎక్కువ తెలిసిన వారుగా కనబడేవారు. ఒక్కొక్కప్పుడు విషయం మీద మాట్లాడాలని సిద్ధపడేవాణ్ణి కాని ఇంతలో మరో విషయం మీద చర్చ ప్రారంభమయ్యేది.

ఈ పద్ధతి కొంతకాలం దాకా నడిచింది. ఒక పర్యాయం గంభీరమైన సమస్య కమిటీ ముందుకు వచ్చింది. ఆ సభకు వెళ్ళకపోవడం అనుచితం, ఏమీ మాట్లాడకుండా నోట్ యివ్వడం పిరికితనం. థేమ్స్ ఐరన్ వర్క్సు కంపెనీ అధ్యక్షుడు హిల్స్ గారు ఆ సభకు అధ్యక్షులు. అతడు నీతివాది. ఆయన యిచ్చే ధనసహాయంతోనే ఆ సంఘం నిలచియున్నదని చెప్పవచ్చు. సభ్యుల్లో చాలామంది ఆయన గొడుగు నీడలో వున్న వారే. శాకాహార విషయంలో ప్రసిద్ధికెక్కిన అల్లిన్సన్ గారు కూడా కార్యవర్గ సభ్యులు. డాక్టర్ అల్లిన్సన్ గారికి సంతాన నిరోధం యిష్టం. దాన్ని గురించి జనానికి ప్రభోదిస్తూ వుండేవాడు. యీ పద్దతులు నీతివంతమైనవి కావని హిల్స్‌గారి అభిమతం. యీ శాకాహార సంఘం కేవలం శాకాహారాన్ని గురించియేగాక నీతిని గురించి కూడా ప్రచారం చేయాలని ఆయన ఉద్దేశ్యం. విపరీత భావాలు గల అల్లిన్సన్ గారి వంటి వారి నీతి బాహ్యాలైన ఉద్దేశ్యాలు కలవారు సంఘంలో తొలగించాలని ఒక ప్రతిపాదన తెచ్చారు. యీ చర్చ నా హృదయాన్ని ఆకర్షించింది. సంతానం కలగకుండ ఉపాయాలు చేయాలని అల్లిన్సన్ గారి ఉద్దేశ్యం భయంకరమైనదని నేను భావించాను. అయితే హిల్స్‌గారు నీతివాదియగుట వలన అల్లిన్సన్ గారికి వ్యతిరేకం కావడం కూడా సరియేయని భావించాను. హిల్స్‌గారి ఔదార్యం చూచి వారి యెడ నాకు ఆదరణ భావం వుడేది. అయితే నీతి విషయంలో అభిప్రాయ భేదం ఏర్పడినంత మాత్రాన ఒక పెద్ద మనిషిని శాకాహార సంఘాన్నించి తొలగించడం మంచిదికాదని అభిప్రాయపడ్డాను. హిల్స్‌గారు నీతివాది కావడంవల్ల యిటువంటి అభిప్రాయాన్ని వ్యతిరేకించవచ్చు. కాని దానికీ శాకాహార సంఘ ఉద్దేశ్యానికి సంబంధం లేదని నా అభిప్రాయం. శాకాహార సంఘ లక్ష్యం శాకాహార విధానాన్ని ముమ్మరం చేయడమే కాని నీతివాదాన్ని ప్రచారం చేయడం కాదు. అందువల్ల నీతికి సంబంధించిన అభిప్రాయాలు ఎలా వున్నప్పటికీ శాకాహార సంఘాన్నుంచి ఒకరిని తొలగించకూడదనే నిర్ణయానికి నేను వచ్చాను.

ఈ విషయంలో సంఘసభ్యుల్లో ఎక్కువమంది నాతో ఏకీభవించారు. అయితే యీ విషయం నేనే సమావేశంలో మాట్లాడాలని భావించాను. అది ఎలా సాధ్యం? నాకు సాహసం లేదు. అందువల్ల కాగితం మీద వ్రాసుకొని వెళ్ళాను. దాన్ని చదవడానికి కూడా సాహసం చాలక అధ్యక్షుడికి ఆ కాగితం అందజేశాను. ఆయన నా ఆ కాగితం ఇంకొకరిచేత చదివించాడు. డా.అల్లిన్సన్ గారి పక్షం ఓడిపోయింది. ప్రథమ ప్రయత్నంలో నాకు అపజయం కలిగింది. అయినా నా అభిప్రాయం సరియైనదేనను అభిప్రాయం కలిగి నాకు తృప్తి కలిగింది. తరువాత నాకు ఆ సమితిలో సభ్యత్వం వద్దని కోరినట్లు గుర్తు. ఆంగ్ల దేశంలో వున్నంతకాలం నన్ను సిగ్గు బిడియం వదలలేదు. మిత్రుల ఇళ్ళకు వెళ్ళినప్పుడు కూడా పదిమంది చేరితే నోరు మెదపలేకపోయేవాడిని.

నేను ఒకసారి వెంటసన్ అను ఊరు వెళ్ళాను. నా వెంట మజుందార్ కూడా వున్నాడు. ఒక శాకాహారి యింట్లో బసచేశాం. "ది ఎతిక్స్ ఆఫ్ డైట్" అను గ్రంథం రచించిన హోవర్డు గారు కూడ అక్కడే నివసిస్తున్నారు. ఇది రేవు పట్టణం. ఆరోగ్యవంతమైన ప్రదేశం. మేము హోవర్డుగారిని కలిసి మాట్లాడాము. ఆయన శాకాహార ప్రవర్తన సభలో ఉన్యసించమని మమ్మల్ని ఆహ్వానించారు.

అట్టి సభలో వ్రాసుకొని వెళ్ళి చదవడం తప్పుకాదని తెలుసుకున్నాను. పరస్పర సంబంధం పోకుండా వుండేందుకు, ప్రసంగం క్లుప్తంగా వుండేందుకుగాను చాలామంది అట్లా చేస్తారని తెలిసింది. ఆశువుగా ఉపన్యసించడం అసంభవం. అందువల్ల అనుకున్న విషయమంతా వ్రాసి తీసుకువెళ్ళాను. అదీ ఎక్కువగా లేదు. కాని లేచి నుంచునే సరికి కళ్ళు తిరిగాయి. వణుకు పట్టుకుంది. అప్పుడు మజుందార్ నా కాగితం తీసుకొని చదివారు. ఆయన ప్రత్యేకించి ఉపన్యాసం కూడా చేశారు. అపుడు శ్రోతలు కరతాళ ధ్వానం చేశారు. నాకు బాగా సిగ్గువేసింది. నా అసమర్థతకు విచారం కూడా కలిగింది. ఆంగ్ల దేశం విడిచి వచ్చేటప్పుడు చివరి ప్రయత్నం కూడా చేశాను. అప్పుడు కూడా అంతా అస్తవ్యస్తం అయింది. శాకాహారులగు మిత్రులకు హార్‌బర్న్ రెస్టారెంటులో డిన్నరు ఏర్పాటు చేశాను. అది శాకాహార రెస్టారెంటు కాదు. అయినా దాని యజమానికి చెప్పి శాకాహారమే తయారుచేయించాను. నా మిత్రులీ క్రొత్త పద్ధతికి చాలా సంతోషించారు. డిన్నర్లు చాలా వైభవంగాను, సంగీతాలతోను, ఉపన్యాసాల తోను జరుగుతాయి. నేను ఏర్పాటు చేసిన ఆ చిన్న డిన్నరులో కూడా అట్టి కార్యక్రమాలు కొన్నింటిని ఏర్పాటు చేశాను. కొన్ని ఉపన్యాసాలు జరిగాయి. నావంతు రాగానే నేను లేచి నిలబడ్డాను. ఆలోచించి ఆలోచించి మాట్లాడదలచిన విషయాన్ని కొన్ని వాక్యాల్లో యిముడ్చుకొని మాట్లాడటం ప్రారంభించాను. మొదటి వాక్యంతో ప్రసంగం ఆగిపోయింది. గతంలో అడిసన్ గారిలా అయింది. హౌస్ ఆఫ్ కామన్సులో ఆయన ఉపన్యసించాలని లేచి నిలబడ్డారు. "నేను కనుచున్నాను, నేను కనుచున్నాను, నేను కనుచున్నాను" అంటూ ఆగిపోయారు. ఇక మాటలు పెగలలేదు. అది చూచి ఒక వినోదప్రియుడు లేచి నిలబడి "వీరు మూడుసార్లు కన్నారేగాని ఏం పుట్టిందో కనబడటం లేదు?" అని అన్నాడు. ఆ ఘట్టం నాకు జ్ఞాపకం వచ్చింది. హాస్య పద్ధతిలో మాట్లాడాలని భావించాను. అందుకు శ్రీకారంచుట్టాను కూడా. కాని వెంటనే ఉపన్యాసం ఆగిపోయింది. రెండో వాక్యం నోట వెలువడలేదు. అంతా మరిచిపోయాను. అందర్నీ నవ్వించాలని భావించి నేనే నవ్వుల పాలయ్యాను. చివరికి తమరు దయతో విచ్చేసినందుకు వందనాలు అంటూ ముగించివేశాను,

నన్ను యీ బిడియం చాలా కాలం వదలలేదు. దక్షిణాఫ్రికా వెళ్ళిన తరువాత అక్కడ చాలా వరకు తగ్గిపోయింది. ఆశువుగా నేను మాట్లాడలేను. కొత్తవారిని చూస్తే నాకు సంకోచం కలుగుతుంది. మాట్లాడకుండా తప్పించుకొనేందుకు ప్రయత్నించేవాణ్ణి. యిప్పటికి కూడా గాలిపోగు చేసి మాట్లాడటం నాకు చేతగాదు.

అప్పుడప్పుడు పరిహాసానికి పాల్పడటమమేగాని దానివల్ల నాకు కలిగిన హాని ఏమీ లేదని చెప్పగలను. అప్పుడు విచారం కలిగించిన ఆ పద్ధతి తరువాత ఆనందం కలిగించింది. మితంగా మాట్లాడటం, అంటే తక్కువ పదాల్ని ఉపయోగించడం జరిగిందన్నమాట. నా నోటినుండి కాని, నా కలాన్నుండిగానీ పొల్లుమాట ఒక్కటి కూడా వెలువడలేదని నాకు నేను సర్టిఫికెట్టు యిచ్చుకోగలను. నా మాటలో గాని, నా రాతలోగాని తప్పుదొర్లడం జరగలేదని గుర్తు. సత్యారాధకునికి మౌనం అవసరమని నాకు కలిగిన అనుభవం. సామాన్యంగా అబద్ధం చెప్పడం, తెలిసో తెలియకో అతిశయోక్తులు పలకడం, సత్యాన్ని మరుగు పరచడం మనిషికి కలిగే సహజ దౌర్బల్యం. అయితే మితభాషి అర్థం లేని మాటలు మాట్లాడడు. ప్రతి మాట ఆచి తూచి మాట్లాడతాడు. మాట్లాడటానికి ఆరాటపడేవారిని మనం చూస్తుంటాము. మేమంటే మేము అని ఉపాన్యాసిలిచ్చేందుకై అధ్యక్షుణ్ణి వత్తిడి చేస్తుంటారు. అనుమతి యివ్వగానే వక్త సామాన్యంగా సమయాన్ని అతిక్రమించడం

జరుగుతుంటుంది. యింకా సమయం కావాలని కోరుతూ వుంటారు. అనుమతి యివ్వకపోయినా ఉపన్యసిస్తూనే వుంటారు. యిలా మాట్లాడేవారివల్ల మేలేమీ జరగదు. పైగా కాలహరణం జరుగుతుంది. అందువల్ల బిడియం నాకు డాలుగా పనిచేసింది. సత్యశోధనకు అది ఎంతగానో సహకరించింది.

19. అసత్యవ్రణం

నలభై ఏండ్ల క్రితం ఆంగ్ల దేశంలో భారత దేశ విద్యార్థుల సంఖ్య యీకాలాన్ని బట్టి చూస్తే చాలా తక్కువ. వారు వివాహితులై యుండి కూడా అక్కడ అవివాహితులమని చెప్పేవారు. అందుకు ఒక కారణం వుంది. ఇంగ్లాండులో ప్రతి విద్యార్థి బ్రహ్మచారియే. 'వివాహో విద్యనాశాయ' అను సూక్తి ననుసరించి అక్కడి వాళ్ళు విద్యార్థి దశలో పెండ్లి చేసుకోరు. పూర్వం మన దేశంలో కూడా మనం బ్రతికి యున్నకాలంలో విద్యార్థికి బ్రహ్మచారి అనే పేరువుండేది. మనకు బాల్య వివాహాలు వచ్చి పడ్డాయి. కాని ఇంగ్లాండులో బాల్యవివాహం ఏమిటో కూడా ఎవ్వరికీ తెలియదు. భారతీయ విద్యార్థులు ఇంగ్లాండు వెళ్ళిన తరువాత తమకు పెండ్లి అయిందని సిగ్గువల్ల అక్కడ చెప్పుకోరు. ఇందుకు మరో కారణం కూడా వుంది. ఆ దేశంలో పెండ్లి అయిన మొగవాళ్ళు పెండ్లికాని ఆడపిల్లలతో కలిసి మెలిసి తిరగకూడదు. తాము బసచేస్తున్న ఇళ్ళవారికి తమకు పెండ్లి అయిందని తెలిస్తే వాళ్ళు తమ ఆడపిల్లలతో కలిసి మెలిసి తిరగనీయరు. కులాసాగా కబుర్లు చెప్పుకునేందుకు అవకాశం లభించదు. అక్కడ వరుడే తగిన వధువును వెతుక్కుంటాడు. అందువల్ల కన్యలు, యువకులు కూడా కలిసి మెలసి వుంటారు. అది అక్కడ స్వాభావికం. ఇంగ్లాండుకు వెళ్ళగానే భారతదేశ యువకులు అక్కడి కన్యల మోహంలో పడి పెండ్లి కాలేదని చెబితే దాని పరిణామం భయంకరంగా వుంటుంది. అట్టి గొడవలు అక్కడ అనేకం విన్నాను. భారతీయ యువకులు అసత్యం పలికి అక్కడి కన్యల వెంటబడి అసత్య జీవితం గడిపేందుకు సిద్ధపడతారు. ఆంగ్లేయులు అందుకు అంగీకరించరు. భారతీయులు ఇలా చేయడానికి సాహసిస్తారు. నాకు పెండ్లి అయింది. ఒక బిడ్డ కూడా పుట్టాడు. అయినా అక్కడ బ్రహ్మచారిగా వున్నాను. అట్టి సిగ్గు బిడియాలు నన్ను ఆ అసత్యం నుండి కాపాడాయి. నేను మాట్లాడకుండా వుంటే నాతో ఎవరు మాట్లాడతారు ? మొగవాడు ముందడుగు వేస్తేనే గదా ఆడమనిషి కూడా ముందుకు వచ్చేది.

నాకు పిరికితనంతోబాటు బిడియంకూడా అధికంగావుండేది. వెంటనర్‌లో నేను వున్న కుటుంబంలో ఇంటి యజమానురాలి కూతురు, తమ అతిధుల్ని షికారుకు తీసుకువెళుతూ వుండేది. అది అక్కడి ఆచారం. ఆమె ఒకనాడు నన్ను దగ్గరలోనే వున్న గుట్టల మీదకు తీసుకు వెళ్ళింది. అసలు నాది వడిగల నడక. ఆమెది నాకన్న ఎక్కువ వడిగల నడక. ఆ మాటలు యీ మాటలు చెబుతూ నన్ను వడివడిగా లాక్కు వెళ్ళసాగింది. నేనూ కబుర్లు చెబుతూనే వున్నాను. ఒకప్పుడు ఔను అని, మరొకప్పుడు కాదు అని, ఇంకొకప్పుడు ఆహా! ఎంత బాగా వుంది? అంటూ ఆమె వెంట నడుస్తున్నాను. ఆమె పిట్టలా తుర్రున పోతూవుంది. ఇంటికి పోయేసరికి ఎంత సేపవుతుందోనని ఆలోచనలో పడ్డాను. అయినా నేను వారించకుండా ఆమె వెంట పడిపోతూనే వున్నాను. ఒక పర్వత శిఖరం మీదకు ఎక్కాం. మడమల జోడు తొడుక్కుని ఇరవై లేక ఇరవై అయిదేళ్ళు వయస్సులో వున్న ఆ యువతి రివ్వున క్రిందికి దిగసాగింది. క్రిందికి దిగడానికి నేను క్రిందుమీదులవుతూ వున్నాను. నా బాధ ఆమె కంటబడుతుందేమోనని నాకు సిగ్గు. ఆమె వెనక్కి తిరిగి నవ్వుతూ

యిటుదిగు, అటుదిగు అంటూ ఊతం యిచ్చి దింపనా అంటూ రెచ్చగొట్టసాగింది. అసలే ఎక్కడ పడతానో అని భయం. అయినా ఆమె పట్టుకుంటే నేను ఆమె ఊతంతో దిగటమా? చివరికి అతికష్టం మీద కొన్ని చోట్ల పాకి, కొన్ని చోట్ల కూర్చొని ఏదో విధంగా క్రిందికి ఊడిపడ్డాను. ఆమె శభాష్ శభాష్ అంటూ బిగ్గరగా నవ్వి నన్ను బాగా సిగ్గుపడేలా చేసింది.

అయితే అన్ని చోట్ల యిలా ఆమె బాహువుల్లో పడకుండా తప్పించుకోవడం సాధ్యమా? అయితే భగవంతుడు నా అసత్య వ్రణాన్ని మాన్పాలని భావించాడు. నన్ను రక్షించాడు. బ్రైటన్ అను గ్రామం వెంటనర్ గ్రామం మాదిరిగ సముద్రం ఒడ్డున గల పర్యటనా కేంద్రం. అక్కడికి ఒక పర్యాయం నేను వెళ్ళాను. ఇది వెంటనర్ వెళ్ళడానికి ముందు జరిగిన ఘట్టం. నేను బ్రైటన్‌లో గల ఒక చిన్న మోటలుకు వెళ్ళాను. అక్కడ సామాన్య స్థితిగతులు కలిగిన వృద్ధవితంతువు కనపడింది. ఇంగ్లాండులో యిది నాకు మొదటి సంవత్సరం. అక్కడ ఆహారపదార్థాల వివరమంతా ఫ్రెంచి భాషలో వున్నది. నాకు బోధపడలేదు. ఆ వృద్ధురాలి బల్ల దగ్గరే నేనూ కూర్చున్నాను. యితడు కొత్తవాడు. గాబరాపడుతున్నాడని ఆమె గ్రహించింది. ఆమె మాటలు ప్రారంభించింది.

“నీవు కొత్తవాడిలా వున్నావు. సంకోచిస్తున్నట్లున్నావు. తినేందుకు ఇంత వరకు నీవు ఆర్డరు ఇవ్వలేదు. కారణం? అని అడిగింది. నేను ఆహారపదార్థాల పట్టిక చూస్తున్నాను. వడ్డన చేసే వాణ్ణి పిలిచి మాట్లాడదామని అనుకొంటున్నప్పుడు ఆమె మాట్లాడింది. ఆమెకు ధన్యవాదాలు సమర్పించి “ఈ పట్టికలో ఆహారపదార్థాలను గురించి వివరం తెలుసుకోలేక పోతున్నాను. నేను శాకాహారిని. అందువల్ల వీటిలో ఏమేమి మాంసం కలవనివో తెలుసుకో కోరుతున్నాను” అని అన్నాను.

“ఇదా విషయం! నేను నీకు సహాయం చేస్తాను. పదార్థాల వివరం చెబుతాను. నీవు తీసుకోగల పదార్థాలు చెబుతాను”. అని అన్నది. నేను అందుకు అంగీకరించాను. అప్పటినుండి మాకు దగ్గర సంబంధం ఏర్పడింది. నేను ఆంగ్లదేశంలో వున్నంతవరకేగాక, అక్కడ నుండి వచ్చిన తరువాత కూడా మా సంబంధం చాలాకాలం వరకు చెక్కుచెదరలేదు. ఆమెది లండను. అక్కడి తన అడ్రసు నాకు యిచ్చింది. ప్రతి ఆదివారం భోజనానికి తనింటికి రమ్మని ఆహ్వానించింది. యితర సమయాల్లో కూడా నన్ను భోజనానికి ఆహ్వానిస్తూ వుండేది. నాకు గల సిగ్గును బిడియాన్ని పోగొట్టేందుకు బాగా సహకరించింది. యువతులను పరిచయం చేసింది. వాళ్ళతో మాట్లాడమని నన్ను ప్రోత్సహించింది. ఒక స్త్రీ ఆమె దగ్గరే వుండేది. ఆమెను నా దగ్గరకు పంపి ఆమెతో మాట్లాడమని నన్ను ప్రోత్సహించింది. అప్పుడప్పుడు మమ్మల్ని యిద్దరినీ ఒంటరిగా వుండనిచ్చేది.

ప్రారంభంలో యీ తతంగం నాకు నచ్చలేదు. ఏం మాట్లాడాలో తోచేదికాదు. ఎగతాళి మాటలు ఏం మాట్లాడను? కాని వృద్ధురాలు యీయీ మాటలు, యీయీ విధంగా మాట్లాడమని చెప్పి ధైర్యం చెబుతూ వుండేది. అంటే నేను స్త్రీ సాంగత్యానికి “సిద్ధం” చేయబడుతున్నానన్నమాట. ఆదివారం కోసం ఎదురు చూడటం ప్రారంభించేవాణ్ణి. ఆ స్త్రీతో మాట్లాడటం ఎంతో ఇష్టంగా వుండేది.

వృద్ధురాలు కూడా నన్ను స్త్రీ వ్యామోహంలోకి నెట్టసాగింది. మా ఈ సాంగత్యం ఆమెకు కూడా ఇష్టమేనన్న మాట. మా ఇద్దరి మేలు ఆమె కూడా కోరియుంటుంది. ఇక నేను ఏం చేయాలి? నాకు పెండ్లి అయిందని యిదివరకే చెప్పివుంటే బాగుండేది కదా! అప్పుడు ఆమె నా వంటివాడి పెండ్లి విషయం యోచించేదా? ఇప్పటికీ సమయం మించిపోలేదు. నిజం తెలియజేస్తే

ముప్పు తప్పిపోతుంది గదా! ఈ విధంగా యోచించి పూర్తి వివరాలు తెలుపుతూ ఆమెకు ఒక జాబు వ్రాశాను. జ్ఞాపకం వున్నంత వరకు నేను రాసిన జాబు సారాంశం క్రింద తెలుపుతున్నాను.

"బ్రైటన్‌లో కలిసినప్పటి నుండి మీరు నన్ను ప్రేమగా చూస్తున్నారు. తల్లి తన బిడ్డను చూచే విధంగా మీరు నన్ను చూస్తున్నారు. నాకు పెళ్ళి అవడం మంచిదనే భావంతోనే యువతుల్ని నాకు పరిచయం చేస్తున్నారు. యీ వ్యవహారం ముదరక ముందే మీ యీ ప్రేమకు నేను తగనని తెలియజేయడం నాకర్తవ్యమని భావిస్తున్నాను. నాకు ఇదివరకే పెళ్ళి అయిపోయిందని నేను మీతో పరిచయం అయినప్పుడే చెప్పి వుండవలసింది. భారత దేశంలో పెండ్లి అయి ఇక్కడ చదువుకునేందుకు వచ్చే విద్యార్థులు తమకు పెళ్ళి అయిందని చెప్పరనే విషయం నాకు తెలుసు. నేను కూడా ఆ విధానాన్ని పాటించాను. అయితే ఇప్పుడు ఆ విషయం చెప్పివుండవలసిందని నాకు బోధపడింది. బాల్యంలోనే నాకు వివాహం అయిపోయిందనీ, నాకు ఒక కొడుకు కూడా కలిగాడనీ ముందుగానే చెప్పియుంటే బాగుండేది. మీకు చెప్పకుండా దాచి వుంచినందుకు నేను విచారిస్తున్నాను. అయితే ఇప్పటికైనా మీకు నిజం తెలియజేయాలనే ధైర్యం భగవంతుడు నాకు ప్రసాదించాడు. అందుకు సంతోషిస్తున్నాను. మీరు నన్ను క్షమించండి. మీరు నాకు పరిచయం చేసిన యువతితో ఏ విధమైన అక్రమసంబంధం నేను పెట్టుకోలేదని మీకు తెలుపుతున్నాను. మీరు నా యీమాటను నమ్మవచ్చు. హద్దు దాటగూడదను విషయం నాకు తెలుసు. నాకు మూడు ముళ్ళు పడాలనే భావం మీకు కలదని నాకు తెలుసు. ఈ భావం ఇంకా మీ మనస్సులో వ్రేళ్ళూన గూడదనే భావంతో నిజాన్ని ఈ జాబు ద్వారా తెలియజేస్తున్నాను.

ఈ జాబు అందిన తరువాత నేను మీ దగ్గరకు రాతగని వాడనని మీరు భావిస్తే నేను బాధపడను. మీరు చూపిన స్నేహానికి సదా కృతజ్ఞుణ్ణి. మీరు నన్ను వదలి వేయకుంటే చాలా సంతోషిస్తాను. ఇంత జరిగినా మీరు నన్ను మీ దగ్గరకు రానిస్తే, అందుకు నేను తగుదునని మీరు భావిస్తే నాకు కొత్త స్ఫూర్తి లభిస్తుంది. మీ ప్రేమకు పాత్రుడనయ్యేందుకు సదా ప్రయత్నిస్తూ వుంటాను.

ఇంత పెద్ద జాబు త్వరగా రాశానని పాఠకులు గ్రహించకుందురు గాక. ఎన్ని చిత్తులు వ్రాశానో పాఠకులు ఊహించుకోవచ్చు. ఈ జాబు ఆమెకు పంపి పుట్టెడు బరువు తీరిపోయినట్లు భావించాను. యీ చర్య నాకు హాయి కలిగించింది. మరు టపాలో ఆ వృద్ధమహిళ రాసిన జాబు అందింది. అందులో యీ విధంగా వుంది. "నీవు నిర్మల హృదయంతో రాసిన జాబు అందింది. మా ఇద్దరికీ సంతోషం కలిగింది. ఇద్దరం బాగా నవ్వుకున్నాం. నీవు అసత్యానికి పాల్పడ్డావు. అది క్షమించడానికి అర్హమైన తప్పిదమే. నీవు నిజం తెలుపడమే ఆ అర్హతకు కారణం. నీకు స్వాగతం. నా ఆహ్వానం నీకు ఎప్పుడూ ఉంటుంది. వచ్చే ఆదివారం నాడు నీకోసం మేమిద్దరం ఎదురు చూస్తూ వుంటాము. నీ బాల్యవివాహం గురించి వివరాలు వింటాము. నిన్ను ఎగతాళి చేసి ఆనందం పొందుతాము. మన స్నేహం ఎప్పటిలాగానే స్థిరంగా వుంటుంది. పూర్తిగా నమ్మవచ్చు".

నాలో ముదిరిన అసత్యమనే యీ వ్రణాన్ని తొలగించుకుని నయం చేసుకోగలిగాను. తరువాత యిలాంటి వ్యవహారం జరిగినపుడు నా వివాహం సంగతి ముందే చెప్పివేయగల ధైర్యం నాకు కలిగింది.

20. మతాలతో పరిచయం

ఆంగ్లదేశంలో ఉన్న రెండవ ఏడు చివరిభాగంలో ఇద్దరు దివ్యజ్ఞాన సామాజికులతో నాకు పరిచయం కలిగింది. వారు సోదరులు, అవివాహితులు. భగవద్గీత చదవమని వారు నన్ను ప్రోత్సహించారు. వారు సర్ ఎడ్విన్ అర్నాల్డుగారు గీతకు చేసిన ఆంగ్లానువాదం చదువుతున్నారు. వారితో కలిసి సంస్కృతం గీత చదువుదాము రమ్మని నన్ను ఆహ్వానించారు. నేను సిగ్గుపడ్డాను. దాన్ని అంతవరకు చదవకపోవడం, కనీసం గుజరాతీ అనువాదాన్ని అయినా చదవకపోవడమే అందుకు కారణం. నా యీ విషయం సంకోచిస్తూనే వారికి చెప్పాను. నాకు సంస్కృతం ఎక్కువగా రాదు. అయితే మూలానికి అనువాదానికి తేడా వస్తే ఆ వివరం చెప్పగలను అని చెప్పి వారితో బాటు గీత చదవడం ప్రారంభించాను. ద్వితీయ అధ్యాయంలో రెండు శ్లోకాలున్నాయి.

"ధ్యాయతో విషయాన్ పుంసః సంగస్తేషూపజాయతే!
సంగాత్సంజాయతేకామః కామాత్ క్రోధోభిజాయతే

సాంఖ్యయోగం - శ్లోకసంఖ్య 62

క్రోధాద్భవతి సంమోహః సమ్మోహత్ స్మృతి విభ్రమః
స్మృతి భ్రంశాద్బుద్ధినాశో బుద్ధి నాశాత్ ప్రణశ్యతి

సాంఖ్యయోగం - శ్లోకసంఖ్య 63

(శబ్దాది విషయాలను సదా ధ్యానిస్తూ వుంటే మనిషికి వాటియందు ఆకర్షణ కలుగును. దానివలన కోరిక పుట్టును. కోరిక ద్వారా కోపము సంభవించును.

కోపంవల్ల అవివేకము ఆవహించును. అవివేకంవల్ల మతిభ్రమ కలుగును. దానివల్ల బుద్ధి నశించును. బుద్ధి నశించినచో సమస్తము హతమగును)

ఈ రెండు శ్లోకాలు నా మనస్సులో నాటుకున్నాయి. ఇప్పటికీ వాటిధ్వని నా చెవుల్లో ప్రతిధ్వనిస్తున్నది. భగవద్గీత అమూల్యమైన గ్రంధమను విశ్వాసం రోజురోజుకు నాలో పెరగసాగింది. తత్వజ్ఞానంలో దానితో సమానమైన గ్రంధం మరొకటి లేదనే నమ్మకం నాకు కలిగింది. నా మనస్సు చెదిరినప్పుడు భగవద్గీత నాకు ఎంతో సహాయం చేసింది. ఆంగ్ల గీతానువాదాలన్నింటిని దరిదాపుగా నేను చదివాను. ఆర్నాల్డుగారి ఆంగ్ల గీతానువాదమే ఉత్తమమైనదని నా అభిప్రాయం. అతడు మూలానుయాయి. అది అనువాదంలా వుండదు. ఆ మిత్రులతో కలిసి గీత చదవానేగాని క్షుణ్ణంగా అర్ధం చేసుకుని చదివానని చెప్పలేను. ఆ తరువాత కొంతకాలానికి నాకు అది నిత్యపారాయణ గ్రంధం అయింది.

ఆర్నాల్డుగారు "లైట్ ఆఫ్ ఏషియా" (బుద్ద చరితం) చదవమని చెప్పారు. అంతకు ముందు ఆర్నాల్డుగారు ఒక్క గీతనే ఆంగ్లంలోకి అనువదించారని అనుకున్నాను. కాని బుద్ధ చరిత్రను మాత్రం క్రింద పెట్టడానికి మనస్సు అంగీకరించేదికాదు. వారు ఒకనాడు నన్ను బ్లానటోస్కీగారికి, అనిబిసెంట్ గారికి పరిచయం చేశారు. బిసెంట్గారు అప్పుడు దివ్య జ్ఞాన సమాజంలో చేరారు. అప్పుడు ఆమెను గురించి పత్రికల్లో చమత్కారంగా చర్చలు జరుగుతూ వుండేవి. నేను ప్రతిచర్చను ఆసక్తితో చదువుతూ వున్నాను. వారు నన్ను దివ్యజ్ఞాన సమాజంలో చేరమని ఆహ్వానించారు. "నా మతాన్ని గురించే నాకు సరిగా తెలియదు. అట్టి స్థితిలో ఇతర మతాలలో ఎలా చేరడం? అని చెప్పి

వినమ్రంగా ఆమె ఆహ్వానాన్ని నిరాకరించాను. వారు చెప్పిన మీదట నేను "కీ టు థియాసఫీ" అను మదాం బ్లావట్ స్కీ రచించిన గ్రంథాన్ని చదివినట్లు గుర్తు. ఆ గ్రంథం చదివిన తరువాత హిందూ మతగ్రంథాలు చదవాలనే కోరిక నాకు కలిగింది. మూఢ నమ్మకాల మయం హిందూ మతం అని క్రైస్తవ మతబోధకులు చేసే ప్రచారం తప్పనే అను నమ్మకం కూడా నాకు కలిగింది.

ఆ రోజుల్లోనే మాంచెస్టరు నుండి వచ్చిన ఒక మంచి క్రైస్తవుడు శాకాహార శాలలో నన్ను కలిసి క్రైస్తవమత ప్రాశస్త్యాన్ని గురించి వివరించాడు. రాజకోటలో నేనెరిగిన క్రైస్తవపాదరీల బోధల్ని గురించి ఆయనకు చెప్పాను. అది విని ఆయన దుఃఖపడి "నేను శాకాహారిని. నేను మద్యం త్రాగను. నాతోడి క్రైస్తవులు మద్యం త్రాగుతున్నారు. మాంసం తింటున్నారు. కాని యీ రెండింటిని తినమని బైబిలు చెప్పలేదు. బైబిలు చదివితే మీకే తెలుస్తుంది." అని అన్నాడు. అందుకు నేను అంగీకరించాను. ఆయన నాకు ఒక బైబిలు గ్రంథం యిచ్చాడు. ఆయనే బైబిలు అమ్మినట్లు, పటాలు, అనుక్రమణిక మొదలగునవి కల బైబిలు ప్రతి ఆయన దగ్గర నేను కొన్నట్లు గుర్తు. దాన్ని చదవడం ప్రారంభించాను. కాని ఓల్డ్ టెస్టామెంట్ (పాత నిబంధన) ముందుకు సాగలేదు. సృష్టిని గురించిన అధ్యాయాలు, తరువాతి అధ్యాయాలు చదువుతూ వుంటే నిద్ర వచ్చింది. చదివాను అని అనిపించడం కోసం ఏదో విధంగా మొత్తం చదివాను. కాని ఏమీ రుచించలేదు. నంబర్స్ అను భాగం వెగటుగా వుంది.

న్యూటెస్టామెంట్ బాగా ఆకర్షించింది. ముఖ్యంగా అందలి "సెర్మన్ ఆఫ్‌ది మౌంట్" (గిరి – ప్రవచనము) గీతకు ఇది సాటి అని అనుకున్నాను. "ఎవరు ఎట్లు చేయుదురో వారు అట్టి ఫలమును అనుభవింతురు. కాని అన్యాయంతో అన్యాయాన్ని పారద్రోలలేరు. ఎవరైనా నీ కుడి చెంప మీద చెంప దెబ్బ కొడితే నీవు నీ ఎడమ చెంప కూడా వానికేసి త్రిప్పు. ఎవరైనా నీ ఉత్తరీయం లాగుకుంటే నీ అంతర్యం కూడా ఇచ్చి వేయి" అను వాక్యాలు నన్ను బాగా ఆకర్షించాయి. నాకు ఎంతో ఆనందం కలిగింది. శ్యామలభట్టు రచించిన ఛప్పయ్‌ఛందం జ్ఞాపకం వచ్చింది. నా బాలమనస్సు గీత, ఆర్నాల్డు రచించిన బుద్ధ చరితం, ఏసుక్రీస్తు ప్రవచనాలు యీ మూడింటినీ ఏకీకృతం చేసింది. త్యాగమే ఉత్తమ మతమని నాకు తోచింది. ఈ గ్రంథపఠనం మెల్లగా ఇతర మతాచార్యుల జీవితాలు చదువుటకు నన్ను ప్రోత్సహించింది. కార్లయిల్ వ్రాసిన హీరోస్ అండ్ హీరో వర్షిప్ అను గ్రంథం చదవమని ఒక మిత్రుడు సలహా ఇచ్చాడు. అందు మహమ్మద్ జీవితం చదివి అతడి మహత్యాన్ని, వీరత్వాన్ని, తపశ్చర్యను తెలుసుకున్నాను.

పరీక్షలు దగ్గర పడటం వల్ల యిక ఏమీ చదవలేకపోయాను. కాని వివిధ మతాల్ని గురించి తెలుసుకోవాలని మాత్రం మనస్సులో నిర్ణయించుకున్నాను. నాస్తిక మతాన్ని గురించి కూడా తెలుసుకోవడం మంచిదని భావించాను. బ్రాడ్లాగారి పేరు, పేరుతో పాటు అతని మతాన్ని ప్రతి హిందువు ఎరుగును. నాస్తికతను గురించి నేనొక పుస్తకం చదివాను. దాని పేరు మాత్రం గుర్తులేదు. నాకది రుచించలేదు. అప్పటికే నేను నాస్తిక మరుభూమిని దాటాను. అప్పుడే బిసెంటుగారు నాస్తిక మతాన్నుండి ఆస్తిక మతంలోకి ప్రవేశించారు.

నాస్తికమతం యెడ నాకు కలిగిన అరుచికి అదికూడా ఒక కారణం. బిసెంటుగారు వ్రాసిన "హౌ వుయ్ బి కేమ్ ఎ థియాసఫిస్ట్" (నేను ఎటుల దివ్యజ్ఞాన సమాజంలో చేరితిని) అను గ్రంథం నేను చదివాను. ఆ రోజుల్లోనే బ్రాడ్లా గారు చనిపోయారు. వోకింగ్ సెమిట్రిలో ఆయనకు

అంత్యక్రియలు జరిగాయి. అప్పుడు లండనులోని భారతీయులంతా ఆయన శవపేటికతో పాటు వెళ్ళారు. అంత్యక్రియలు చూద్దామని నేను, మరికొందరు పాదరీలతో బాటు వెళ్ళాను. తిరిగి వచ్చేటప్పుడు రైలు కోసం స్టేషనులో వేచి వున్నాము. అక్కడ ఒక నాస్తిక భావాలు గల వ్యక్తి, ప్రక్కనే వున్న పాదరీని చూచి దేవుడున్నాడా? అని ప్రశ్నించాడు. ఉన్నాడు అని పాదరీ జవాబిచ్చాడు. "భూమి చుట్టు కొలత 78,000 మైళ్ళు అని మీరు అంగీకరిస్తారా" అని నాస్తికుడు పాదరీని పరాజయం పాలు చేయాలనే భావంతో అడిగాడు.

"అంగీకరిస్తాను" అని పాదరీ అన్నాడు.

అయితే అయ్యా చెప్పండి. భగవంతుని కొలత ఎంత? ఆయన ఎక్కడ ఉన్నాడు.

"ఆయన మనిద్దరి హృదయాల్లోనూ వున్నాడు. అయితే ఆయనను తెలుసు కోగలగాలి అంతే"

ఏమండీ! యింకా పసివాణ్ణనే భావిస్తున్నారా? అంటూ తాను విజయం పొందినట్లు పోజు కొట్టి తలపంకించి చూచాడు. పాదరీ వినమ్రతతో మౌనం వహించి ఊరుకున్నాడు.

ఈ సంభాషణ కూడా నాకు నాస్తికమతం యెడగల ఆరుచిని పెంచింది.

21. బలహీనుడికి బలం రాముడే

నాకు హిందూ మతంతోను, ప్రపంచమందలి ఇతర మతాలతోను కొంచెం పరిచయం కలిగింది. కాని విషయ సమయంలో ఆ జ్ఞానం ఉపయోగపడదని నేను గ్రహించలేదు. ఆపత్సమయంలో ఏ వస్తువు మనిషిని రక్షిస్తుందో, ఆ వస్తువు మనిషికి కనబడదు. ఆపద తొలగడానికి అతని స్వభావమే కారణం అని కొందరు అంటారు. వేదాంతాధ్యయనం, తపస్సు లేక సాధన కారణం అని కొందరు భావిస్తారు. యీ విధంగా ఎవరికి తోచిన విధంగా వారు యోచిస్తున్నారు. కాని రక్షణ పొందినపుడు మాత్రం తనను తన సాధనయే రక్షించిందో లేక మరొకడెవడైనా రక్షించాడో తెలుసుకోలేరు. కొందరు తమ నిష్ఠాబలం గొప్పదని భావిస్తారు. కాని నిష్ఠాబలం ఆపత్సమయంలో ఎందుకూ కొరరాదు. అట్టి సమయంలో అనుభవం లేని శాస్త్రజ్ఞానం వృధా అవుతుంది.

కేవలం శాస్త్రజ్ఞాన ప్రయోజనం నాకు కొంతవరకు అర్ధమైంది. ఆంగ్లదేశంలో అంతకుముందు జరిగిన విషయాలలో నాకు రక్షణ ఎలా కలిగిందో చెప్పలేను. అప్పటికి నేను చిన్నవాణ్ణి. కాని ఇప్పుడు నాకు ఇరవై ఏళ్ళు. గృహస్థాశ్రమ అనుభవం కూడా కలిగింది. పెళ్ళాం వున్నది. పిల్లవాడు కూడా పుట్టాడు.

నాకు బాగా గుర్తు. ఆంగ్లదేశంలో నేనున్న చివరి సంవత్సరం అది. 1890 పోర్టు సుమత్‌లో శాకాహారసభ జరిగింది. నేను నా మిత్రుడు ఆ సభకు ఆహ్వానింపబడ్డాం. పోర్టు సుమతు సముద్రపు రేవు. ఆ ఊళ్ళో నావికజనం ఎక్కువగా వున్నారు. అచ్చట చెడు నడతగల స్త్రీలు వున్నారు. అయితే వాళ్ళు వేశ్యలు కారు. కాని వాళ్ళకు నీతి నియమం ఏమీలేదు. అట్టి వాళ్ల ఇంట్లో మేము బసచేశాము. సన్మాన సంఘం వారికి ఆ విషయం తెలియదు. ఎప్పుడో ఒకసారి పోర్టు సుమతు వంటి పట్టణానికి వచ్చి వెళ్ళే మా వంటి బాటసార్లకు అక్కడ ఏది మంచి బసయో, ఏది చెడుబసయో తెలుసుకోవడం కష్టం. సభలో పాల్గొని రాత్రి మేము ఇంటికి చేరాము. భోజనం అయిన తరువాత మేము పేకాట ప్రారంభించాము. ఆంగ్లదేశంలో గొప్పగొప్పవారి ఇళ్ళల్లో కూడా గృహిణిలు అతిధులతో పేకాట

ఆడటం ఆచారం. సామాన్యంగా పేకాటలో అంతా ఛలోక్తులు విసురుకుంటూ వుంటారు. అయితే అందు దోషం ఉండదు. కాని మా పేకాటలో భీభత్స వినోదం ప్రారంభమైంది.

నా స్నేహితుడు యిట్టి వ్యవహారంలో ఆరితేరిన వాడని నాకు తెలియదు. నాకు కూడా యీ వినోదంలో ఆనందం కలిగింది. నేను కూడా అందులో దిగాను. మాటలు దాటి వ్యవహారం చేతల్లోకి దిగింది. పేక ప్రక్కన పెట్టివేశాం. ఇంతలో భగవంతుడు నా స్నేహితుని హృదయంలో ప్రవేశించాడు. "నీవా! ఈ ఘోరకలిలోనా? ఈ పాపకూపంలోనా! నీకు ఇక్కడ చోటులేదు. పో! లేచిపో?" అని అరిచాడు. సిగ్గుతో నాతల వంగిపోయింది. అతడి ఆదేశాన్ని శిరసావహించాను. హృదయంలో అతడికి కృతజ్ఞతలు తెలుపుకున్నాను. మా అమ్మగారి ముందు చేసిన ప్రమాణం జ్ఞాపకం వచ్చింది. నేను లేచి బయటికి పరిగెత్తాను. నాగదిలోకి దూరాను. వేటగాని బారినుండి తప్పించుకున్న లేడిలా గుండె గజగజ వణికిపోయింది.

పరాయి ఆడదాని విషయంలో ఈ విధంగా ప్రధమ పర్యాయం నాకు వికారం కలిగింది. ఆ రాత్రి నాకు నిద్ర పట్టలేదు. అనేక ఆలోచనలు నన్నావహించాయి. ఈ ఇంటి నుంచి పారిపోనా? ఈ పట్టణం వదిలి వెళ్ళిపోనా? నేనున్నదెక్కడ? నేను జాగ్రత్తగా వుండకపోతే నా గతి ఏమవుతుంది? యీ రకమైన ఆలోచనలతో సతమతం అయి, తరువాత నుండి అతి జాగ్రత్తగా మసలుకోసాగాను. ఆ ఇంటినేగాక వెంటనే పోర్టు సుమతును వదిలి వెళ్ళిపోవడం మంచిదని భావించాను. సభలు ఇంకా రెండు రోజులు జరుగుతాయని తెలిసింది. ఆ మర్నాడు సాయంత్రమే నేను పోర్టుసుమతును వదిలివేసినట్లు, నా మిత్రుడు మరికొంత కాలం అక్కడే వున్నట్లు గుర్తు.

ఆ సమయంలో నాకు మతాన్ని గురించి గాని, దేవుణ్ణి గురించిగాని, దైవసహాయాన్ని గురించిగాని తెలియదు. నన్ను అప్పుడు దేవుడే రక్షించాడని అనుకోవడం తెలిసీ తెలియని స్థితే. నిజానికి కష్ట సమయంలో ఎన్నో పర్యాయాలు నన్ను భగవంతుడే రక్షించాడు. జీవితంలో అనేక రంగాల్లో ఇట్టి అనుభవం నాకు కలిగింది. "భగవంతుడు నన్ను రక్షించాడు" అను మాటకు సరియైన అర్థం ఇప్పుడు నాకు బాగా బోధపడింది. అయినా యింకా పూర్తిగా తెలుసుకోలేక పోతున్నానని కూడా నేను ఎరుగుదును. అనుభవంద్వారా ఆ విషయం తెలుసుకోవడం అవసరం. ఎన్నో ఆధ్యాత్మిక ప్రయత్నాల యందును, లాయరు పనియందును, సంస్థల్ని నడపడంలోను రాజకీయ వ్యవహారాల్లోను అనేక విషమ ఘట్టాలలోను భగవంతుడు నన్ను రక్షించాడని చెప్పగలను. ఉపాయాలు అడుగింటినప్పుడు, సహాయకులు వదిలివేసినప్పుడు ఆశలుడిగినప్పుడు ఎటునుండో ఆ సహాయం అందుతుందని నా అనుభవం. స్తుతి, ఉపాసన, ప్రార్ధన ఇవి గుడ్డి నమ్మకాలు కావు. అవి ఆహార విహారాదుల కంటే కూడా అధికసత్యాలు. అవే సత్యాలు, మిగతావన్నీ అసత్యాలే అని కూడా అనవచ్చు.

ఈ ఉపాసన, ఈ ప్రార్థన కేవలం వాక్ ప్రతాపం కాదు. దీనికి మూలం జిహ్వాకాదు. హృదయం. అందువల్ల హృదయాన్ని భక్తితో నింపి నిర్మలం చేసుకుంటే మనం అనంతంలోకి ఎగిరి పోగలం, ప్రార్ధనకు జిహ్వతో పనిలేదు. అది స్వభావానికి సంబంధించినది. అదొక అద్భుతమైన వస్తువు. విశాల రూపాలలో నున్న మాలిన్యాన్ని, అనగా కామాది గుణాల్ని శుద్ధి చేయుటకు హృదయ పూర్వకమైన ఉపాసన ఉత్తమ సాధనమని చెప్పుటకు నేను సందేహించను. అయితే అట్టి ఉపాసన అమిత వినమ్రతా భావంతో చేయాలి.

22. నారాయణ హేమచంద్రుడు

ఆ రోజుల్లో నారాయణ హేమచంద్రుడు ఇంగ్లండు వచ్చిరని తెలిసింది. ఆయన మంచి రచయిత అని విన్నాను. నేషనల్ ఇండియన్ అసోసియేషన్‌కు సంబంధించిన మానింగ్ కన్యా గృహంలో వారిని కలిశాను. నేను ఇతరులతో కలిసి వుండలేనని మానింగ్ కన్యకు తెలుసు. నేను ఆమె ఇంటికి వెళ్ళినప్పుడు, ఎవరైనా మాట్లాడించితే తప్ప మౌనంగా వుండేవాణ్ణి. ఆమె ఆయనకు నన్ను పరిచయం చేసింది. ఆయనకు ఇంగ్లీషురాదు. ఆయనది వింతవాలకం. వికారంగా వుండే ఫాంటు అట్టిదే మడతలుబడిన మురికి బూడిదరంగు పార్సీ పద్ధతి కోటు ధరించివున్నాడు. నెక్‌టైగాని, కాలరుగాని లేదు. కుచ్చులు గల ఉన్ని టోపీ పెట్టుకున్నాడు. పొడుగుపాటి గడ్డం. బక్క పలుచని శరీరం. మనిషి పొట్టి. గుండ్రని ఆయన ముఖం మీద మశూచి మచ్చలు. ముక్కుకొన తేలిలేదు. మొద్దుపారీ లేదు. మాటిమాటికి ఆయన చేత్తో గడ్డం నిమురుకుంటూ వుండేవారు.

నాగరిక సంఘం ఆయనను అంగీకరిస్తుందా? తప్పక వేలు పెట్టి చూపిస్తుంది. "మిమ్మల్ని గురించి నేను విన్నాను. మీ గ్రంథాలు కొన్ని చదివాను. మీరు మా ఇంటికి దయచేయరా!" అని అడిగాను. ఆయన కంఠం కొంచెం బండబారివుంది. నవ్వుతూ మీ బస ఎక్కడ? అని ప్రశ్నించారు.

"పోర్టువీధిలో"

"అయితే మనం ఒక గూటివాళ్ళమే. ఇంగ్లీషు చదువుకోవాలని వుంది. నేర్పుతారా?" "నాకు తెలిసినంతవరకు మీకు నేర్పడం యిష్టమే. నా శక్తి కొద్దీ నేర్పుతాను. మీరు సరేనంటే నేనే మీ దగ్గరకు వస్తాను." అని అన్నాను. సమయం నిర్ణయించాం. త్వరలోనే మామధ్య మంచి స్నేహం కుదిరింది.

నారాయణ హేమచంద్రునికి వ్యాకరణం రాదు. ఆయన దృష్టిలో గుర్రం క్రియ, పరుగెత్తడం, విశేష్యం. ఇట్టి ఉదాహరణలు చాలా వున్నాయి. ఆయన అజ్ఞానం నాకు బోధపడలేదు. నా స్వల్ప వ్యాకరణ జ్ఞానం ఆయన మీద పారలేదు. వ్యాకరణం రాలేదనే బాధ ఆయనకు లేదు. "నేనెన్నడూ మీవలె స్కూలుకు వెళ్ళలేదు. నా అభిప్రాయం వెల్లడించవలసి వచ్చినప్పుడు వ్యాకరణం ఆవశ్యకత నాకు కలుగలేదు". సరే గాని మీకు బెంగాలీ వచ్చా? "నాకు వచ్చు. నేను బెంగాలు దేశంలో తిరిగాను. మహర్షి దేవేంద్రనాథ ఠాకూరు గ్రంథాలు గుజరాతీ వారికి అనువదించి నేనే యిచ్చాను. ఇతర భాషల్లో వున్న మహద్గ్రంథాల్ని గుజరాతీలోకి అనువదించి యివ్వాలి. నేను చేసే అనువాదం మక్కీకి మక్కి వుండదు. భావానువాదం మాత్రం చేస్తాను. నాకు అదే తృప్తి. నా తరువాత వాళ్ళు ఇంకా సవివరంగా చేస్తారు. వ్యాకరణ సాయం లేకుండా గ్రహించింది నాకు చాలు. తృప్తోస్మి. నాకు మరాఠీ, హిందీ, బెంగాలీ వచ్చు. ఇప్పుడు ఇంగ్లీషు నేర్చుకుంటున్నాను. నాకు కావలసింది శబ్దాల పట్టిక. అంతటితో నాకు తృప్తిలేదు. నేను ఫ్రాన్సు వెళ్ళాలి. ఫ్రెంచి నేర్చుకోవాలి. ఫ్రెంచి భాషలో మహద్గ్రంథాలు చాలా వున్నాయని విన్నాను. వీలైతే జర్మనీ వెళ్ళాలి. ఆ భాష నేర్చుకోవాలి." ఇదీ ఆయన ధోరణి. భాషలన్నింటిని చుట్టబెట్టి మ్రింగివేయాలని ఆయన ఆశ. ఇతర దేశాలు తిరగాలనే ఆశ కూడా అధికంగా వుంది.

"అయితే మీరు అమెరికా కూడా వెళతారా?"

"తప్పక వెళతాను. ఆ నూతన ప్రపంచం చూడకుండా ఇండియాకు తిరిగి వెళతానా? "అయితే డబ్బు"? "నాకు డబ్బుతో పనిలేదు. నాకు మీవలె అవసరాలు ఉండవు. నేను తినేదెంత?

నా పుస్తకాలిచ్చే డబ్బు నాకు చాలు. మిత్రులిచ్చేది చాలు. నేను మూడవ తరగతిలోనే ప్రయాణం చేస్తాను. అమెరికా వెళితే డెక్ మీదే వెళతాను.

ఇదీ నారాయణ హేమచంద్రుని విధానం. ఆ విధానం ఆయన సొంతం. అందుకు తగిన మంచి మనస్సు ఆయనకుంది. గర్వం ఏ మాత్రము లేదు. అయితే ఆయనకు తన శక్తిమీద మోతాదుకు మించిన విశ్వాసం ఉందని నా అభిప్రాయం.

మేము రోజూ కలిసేవాళ్ళం. మా పనుల్లో కొంత పోలికవుంది. మేమిద్దరం శాకాహారులం. తరచు మేమిద్దరం ఒకే చోట భోజనం చేసేవాళ్ళం. ఇంట్లో సొంతంగా వండుకొని నేను కాలం గడుపుతున్న రోజులవి. వారానికి 17 షిల్లింగులు మాత్రమే ఖర్చు అవుతుంది. ఆయన గదికి నేను, నా గదికి ఆయన అప్పుడప్పుడు వస్తూపోతూ వుండేవారం. నావంటకం ఇంగ్లీషువారి మాదిరిది. ఆయనకు ఇదినచ్చదు. ఆయనకు హిందూమాదిరి వంటకాలు కావాలి. పప్పులేందే ఆయనకు ముద్ద దిగదు. నేను ముల్లంగితో సూపు తయారుచేస్తే ఆయనకు గుటక దిగేదికాదు. ఒకనాడు ఎలా సంపాదించారో ఏమో వేరుసెనగ పప్పు తెచ్చి నాకు వండిపెట్టడానికి సిద్ధపడ్డారు. నేను లొట్టలు వేస్తూ ఆయన వంటకం తిన్నాను. ఈ విధంగా నాకు ఆయన ఆయనకు నేను వంటచేసి పెట్టడం అలవాటు అయిపోయింది. ఆ రోజుల్లో కార్డినల్ మానింగ్‌గారి పేరు ప్రతివారి నోటిమీద ఆడుతూవుంది. నౌకాశ్రయంలో పనివాళ్ళు సమ్మెకట్టారు. జాన్‌బరస్సు గారు కార్డినల్ మానింగ్‌గారు పూనుకొని ఆ సమ్మెని ఆపివేశారు. మానింగ్ గారి నిరాడంబర జీవితాన్ని గురించి డిజరాలీ మంత్రిగారి అభినందనల్ని గురించి నేను హేమచంద్రునికి చెప్పాను. "నే నా సాధు పురుషుణ్ణి చూచితీరాలి." అని అన్నారు హేమచంద్రుడు.

"అతడు చాలా గొప్పవాడు. మీరెట్లా చూడగలరు?"

"తేలిగ్గా చూస్తా. దానికి మార్గం చెబుతా. నేనొక రచయితను. రచయితగా ఆయన పరోపకార పారీణతకు స్వయంగా కలిసి ధన్యవాదాలు చెబుతాననడం ఒక పద్ధతి. నాకు ఇంగ్లీషురాదు గనుక నిన్ను దుబాసీగా తీసుకు వస్తున్నట్లు కబురుచేద్దాం. నేను చెప్పిందంతా చేర్చి ఆయనకు నీవు ఒక జాబు వ్రాయి. తెలిసిందా?"

నేను ఆయన చెప్పినట్లు జాబు వ్రాశాను. రెండుమూడు రోజుల్లో సమయం నిర్ణయించి కలుసుకోవడానికి అంగీకారం తెలుపుతూ కార్డినల్ మానింగ్‌గారు మాకు జాబు వ్రాశారు. మేమిద్దరం వెళ్లాం. నేను పెద్దలను చూచేందుకు వెళ్ళేటప్పుడు ధరించాల్సిన దుస్తులు ధరించాను. నారాయణ హేమచంద్రుడు మాత్రం తన మామూలు దుస్తులే వేసుకున్నారు. మామూలు కోటు, మామూలు లాగు. నేను కొంచెం పరిహాసం చేశాను. ఆయన నా పరిహాసాన్ని చిటికెలో పరాస్తం చేస్తూ "మీరంతా నాగరికతా లక్షణాల కోసం అర్రులు చాచే పిల్లకాయలు, పిరికిపందలు, మహా పురుషులు హృదయాన్ని చూస్తారుగాని పైపై మెరుగులు చూడరు." అని అన్నారు.

మేము కార్డినల్ గారి మహల్లో ప్రవేశించాం. అదొక పెద్దనగరంలా వుంది. మేము కూర్చోగానే ఒక బక్కపలుచగావున్న పొడుగుపాటి వృద్ధుడొకడు వచ్చి కర స్పర్శ కావించాడు. ఆయనే కార్డినల్ గారని తెలిసిపోయింది.

వెంటనే నారాయణ హేమచంద్రుడు అభివందనాలు సమర్పించి "నేను మీ సమయం అపహరించను. నేను మీ కీర్తిని గురించి చాలా విన్నాను. మీరు సమ్మె కట్టిన పనివాళ్ళకు ఉపచారం

చేశారు. ఇక్కడకు వచ్చి మిమ్మల్ని అభినందించాలని బుద్ధి పుట్టింది. ప్రపంచంలో సాధు సజ్జనుల దర్శనం చేసుకోవడం నాకు అలవాటు. అందువల్ల మీకీ శ్రమ కలిగించాను." అని గబగబా అన్నాడు.

ఆయన గుజరాతీ మాటల్ని నేను ఇంగ్లీషులోకి మార్చాను. "మీరాకకు సంతోషి స్తున్నాను. మీకు ఇచట నివాసం సుకరం అవుగాక, భగవంతుడు మీకు మేలు చేయుగాక". అని ఆయన వెంటనే వెళ్ళిపోయాడు.

ఒకరోజున నారాయణ హేమచంద్రుడు ధోవతి కట్టుకుని, షర్టు తొడుగుకొని నాబసకు విచ్చేశాడు. ఆ ఇంటి యజమానురాలు తలుపుతీసి చూడగానే దడుచుకున్నది. (నేను మాటిమాటికి మకాం మారుస్తూ వుంటానని వ్రాశానుగదా! ఆ క్రమంలో ఈ మధ్యనే ఈ ఇంటికి వచ్చాను. ఈ ఇంటి యజమానురాలు నారాయణ హేమచంద్రుణ్ణి అదివరకు చూడలేదు.) ఆమె తత్తరపడుతూ వచ్చి "ఎవరో పిచ్చివాడిలా వున్నాడు మీకోసం వేచివున్నాడు" అని చెప్పింది. నేను ద్వారం దగ్గరికి వెళ్ళాను. నారాయణ హేమచంద్రుడు నిలబడివున్నాడు. నివ్వెరపోయాను. ఆయన ఎప్పటిలాగానే నవ్వుతూ వున్నాడు.

"బజార్లో పిల్లలు మిమ్మల్ని చూచి అల్లరి చేయలేదా?"

"వాళ్ళు నా వెంటబడ్డారు. కాని నేను వారివంక కన్నెత్తి చూడలేదు. దానితో వాళ్ళు వెళ్ళిపోయారు."

లండనులో కొంతకాలం వుండి నారాయణ హేమచంద్రుడు తరువాత పారిస్ వెళ్ళిపోయారు. ఆయన ఫ్రెంచి భాష కొంచెం నేర్చుకున్నారు. కొన్ని ఫ్రెంచి గ్రంథాల్ని అనువదించడానికి పూనుకున్నారు కూడా. ఆయన అనువాదం సరిచూడగలిగినంత ఫ్రెంచి భాష నాకూ వచ్చు. అందువల్ల అనువాదం ఎలా వుందో చూడమని ఆయన నాకు యిచ్చారు. అది నిజానికి అనువాదం కాదు. భావార్థం మాత్రమే.

అమెరికా వెళ్ళాలనే తన కోరికను కూడా తీర్చుకున్నారు. తంటాలుపడి చివరకు డెక్ టిక్కెట్టు సంపాదించారు. షర్టు, ధోవతి కట్టుకొని వెళ్ళడం అమెరికాలో అసభ్యతా లక్షణమట. ఆయన అవి ధరించి బజారుకు వెళ్ళగా ఆయన్ని అమెరికాలో ప్రాసిక్యూట్ చేశారట. తరువాత ఆయనను విడిచి వేసినట్లు గుర్తు.

23. పెద్ద సంత

1890వ సంవత్సరంలో పారిస్‌లో గొప్ప సంత జరిగింది. అందుకోసం పెద్ద ఏర్పాట్లు చేయబడుతున్నాయని పత్రికల్లో చదివాను. నాకు పారిస్ నగరం చూడాలనే కోరిక కలిగింది. రెండు పనులు కలిసి వస్తాయని భావించి పారిస్ వెళ్ళాలని నిర్ణయించాను. ఆ సంతలో ఈఫిల్ టవర్ (గోపురం) అను నది గొప్ప వింత. దాని పొడవు వేయి అడుగులు. కేవలం ఇనుముతో కట్టబడింది. ఇంకా అనేక వింతలు అక్కడ వున్నాయి. కాని ఆ గోపురం మాత్రం గొప్పవింత. అంత ఎత్తుగల కట్టడం స్థిరంగా వుండదని అక్కడ అంతా అనుకుంటూ వుంటారు.

పారిస్‌లో శాకాహారశాల ఒకటి వున్నదని విన్నాను. అందొక గది నాకోసం ఏర్పాటు చేసుకున్నాను. ఏడురోజులు అక్కడ వున్నాను. తక్కువ ఖర్చుతో పారిస్ వెళ్ళడానికి, అక్కడ వుండడానికి

ఏర్పాటు చేసుకున్నాను. పారిస్ నగర పటం ఒకటి, సంతకు సంబంధించిన విరాలు తెలిపే పుస్తకం ఒకటి సంపాదించి దగ్గర పెట్టుకున్నాను. చాలా ప్రదేశాలు నడిచే వెళ్ళాను. మ్యాపు సహాయంతో రాజవీదులు, దర్శనీయస్థానాలకు వెళ్ళడం తేలిక అయింది.

ఆ ప్రదర్శనశాల అంతగా గుర్తులేదు. దాని వైశాల్యం, వైవిధ్యం మాత్రం జ్ఞాపకం వున్నాయి. రెండుమూడు సార్లు ఎక్కడం వల్ల ఈఫిల్ టవర్ నాకు చక్కగా గుర్తు వుంది. దాని మీద మొదటి మజిలీలో భోజనశాల వుంది. అంత ఎత్తున బోజనం చేశానని చెప్పుకునేందుకుగాను దాని మోహాన ఏడు షిల్లింగులు పారవేశాను.

పారిస్ నగరంలో గల చర్చి గృహాలు జ్ఞాపకం వున్నాయి. వాటి భవ్యస్వరూపం, వాటిలోపల లభించే శాంతి మరిచిపోదామన్నా వీలులేనివి. నోటర్ డామ్ కట్టడపు పని, లోపలి చిత్తరువులు, అక్కడి చెక్కడపుపని చిరకాలం జ్ఞాపకం వుంటాయి. అట్టివిశాలమైన చర్చి దేవళాల్ని లక్షలాది రూపాయలు ఖర్చు పెట్టి కట్టించిన వారి హృదయాంతరాళాలలో ఈశ్వర భక్తి ఎంతగా నిండి వుందో వాటిని చూస్తే బోధపడుతుంది.

పారిస్ నగరపు ఫాషన్లను గురించి, అక్కడి భోగవిలాసాల్ని గురించి చాలా చాలా చదివాను. ఇది ప్రతి వీధిలో మనకు కనబడుతుంది. కాని చర్చి దేవళాలు మాత్రం అద్భుతం. వాటిలోపల అడుగు పెట్టేసరికి బయట గొడవంతా మరిచిపోవలసిందే. మన ప్రవర్తన మారిపోతుంది. వర్జిన్ మేరీ దగ్గర మోకరించి యున్న వాళ్ళ దగ్గరగా నడిచి వెళుతున్నప్పుడు భయభక్తులు ఉత్పన్నమవుతాయి. మోకరిల్లుట, ప్రార్థించుట ఇవి గుడ్డి నమ్మకాలు కావు. అని ఆనాడు నాకు బోధపడింది. ఆ భావం నాలో రోజురోజుకు పెరుగుతూ వున్నది. వర్జిన్ మేరీ విగ్రహం ముందు భక్తి ప్రపత్తులతో మోకరిల్లుట రాతికి రప్పకు మోకరిల్లుట అని అనగలమా? వారు భక్తిచే తన్మయులై రాతిని గాక, దాని యందలి దేవుణ్ణి కొలుస్తున్నారని చెప్పవచ్చు. వాళ్ళు ఈ విధంగా దేవుని మహిమను తగ్గించకుండా హెచ్చించు చున్నారని నేను భావించినట్లు గుర్తు.

ఈఫిల్ టవరును గురించి రెండు మూడు మాటలు వ్రాయడం అవసరం. దాని ఉపయోగం ఏమిటో నాకు బోధపడలేదు. కొందరు దాన్ని దూషించినట్లు, కొందరు భూషించినట్లు విన్నాను. దాన్ని నిందించిన వారిలో ప్రముఖుడు టాల్‌స్టాయి అని గుర్తు. అతడు ఈఫిల్ టవరు మానవుని విజ్ఞానానికి గాక అజ్ఞానానికి చిహ్నం అని పేర్కొన్నాడు.

"మాదక ద్రవ్యాలలో పొగాకు కడు నీచం. దానికి అలవాటు పడినవాడు త్రాగుడుకు అలవాటు పడిన వాళ్ళ కంటే మించి నేరాలు చేస్తాడు. తాగుడువల్ల ఉన్మాదం కలుగుతుంది. కాని పొగాకువల్ల బుద్ధి తమస్సులో పడిపోతుంది." "పొగాకును ఉపయోగించేవాడు ఇలాంటి ఆకాశ సౌధాలు కట్టజూస్తాడని" టాల్‌స్టాయి చెప్పినట్లు గుర్తు. ఈఫిల్ టవరు అట్టి వ్యసన పరిణామమే. ఈఫిల్ టవరు నందు శిల్పం లేదు. అది పారిస్‌లో ఏర్పాటు చేయబడ్డ గొప్ప సంతకు ఏ విధంగానూ అందం సమకూర్చిపెట్టలేదు. దాని క్రొత్త దనాన్ని, వింత కొలతల్ని చూచి జనం దాన్ని చూడటం కోసం మూగుతూ వుంటారు. దాని మీదకు ఎక్కుతూ వుంటారు. అది సంతలో ప్రదర్శన కోసం పెట్టబడ్డ బొమ్మ. బాలురమై వున్నంతవరకు బొమ్మలపై మోహం వుంటుంది. ఎంత వరకు అట్టి మోహం ఉంటుందో అంతవరకు మనం బాలురమేనని ఈ ఈఫిల్ టవరు స్పష్టంగా చెబుతూ వుంటుంది. అందుకు ఈ ఈఫిల్ టవరు ఉపయోగపడుతున్నదని చెప్పవచ్చును.

24. పట్టా పుచ్చుకున్నాను - కాని ఆ తరువాత?

బారిష్టరు పట్టాకోసం గదా నేను ఆంగ్లదేశం వెళ్ళింది? దాన్ని గురించి కొంచెం రాస్తాను. అందుకు ఇది మంచి తరుణం.

బారిష్టరు పరీక్షకు రెండు నియమాలు వున్నాయి. ఒకటి నిశ్చిత సమయపాలన. రెండవది - పరీక్షలు వ్రాయడం. నిశ్చిత సమయపాలనకు పట్టే సమయాన్ని పన్నెండు భాగాలుగా విభజించాలి. ఆ సమయపు ఒక్కొక్క భాగంలో జరిగే ఇరవై నాలుగు డిన్నర్లలో కనీసం ఆరు డిన్నర్లలోనైనా పాల్గొనాలి. (అంటే మూడు సంవత్సరాలకు పన్నెండు టరములు. సంవత్సరానికి నాలుగు టరములు. డిన్నర్లు తొంభై ఆరు అన్నమాట) విందుల్లో పాల్గొనడమంటే భోజనం చేయడం అని అర్థం కాదు. నిర్ణీత సమయంలో హాజరై విందు జరిగినంత సేపు ఉండటం అని అర్థం. సామాన్యంగా అంతా పక్వాన్నాలు భుజిస్తారు. కోరిన మద్యం సేవిస్తారు. ఒక్కొక్క విందువెల రెండు మూడు పౌండ్లు. అది తక్కువే. హోటల్లో అయితే ఒక మద్యానికే అంత వెల చెల్లించవలసి వస్తుంది. నవనాగరికులు కాని హిందువులకు భోజనం కంటే, అందులో ఒక భాగమైన మద్యానికి అంత ధర వుంటుందని అంటే ఆశ్చర్యం కలుగుతుంది.

లండనులో నాకీ విషయం తెలిసినప్పుడు త్రాగుడుకు ఇంతడబ్బు పాడుచేస్తున్నారేమిటా అని బాధ కలిగింది. తరువాత అక్కడి డిన్నర్ల విషయం అర్థమైంది. నేను ఆ డిన్నర్లలో పాల్గొని తిన్నది ఏమీలేదు. అయితే రొట్టె, బంగాళ దుంపలు, కాబేజీ కూరమాత్రం తినేవాణ్ణి. ప్రారంభంలో ఇష్టంలేక వాటిని తినలేదు. రుచి మరిగిన తరువాత ఇంకా వడ్డించమని అడగడానికి కూడా సాహసించాను.

అక్కడ విద్యార్థులకు పెట్టే ఆహారం కంటే ఉపాధ్యాయులకు పెట్టే ఆహారం మేలుగా వుండేది. నాతోబాటు శాకాహారి అయిన పార్సీ యువకుడు మరొకడు వుండేవాడు. మేము శాకాహారులం అందువల్ల ఉపాధ్యాయులకు పెట్టే శాకాహార పదార్థాల్లో కొన్ని మాకు పెట్టమని విన్నవించుకున్నాం. మా విన్నపం అంగీకరించ బడింది. మాకు కూడా శాకాలు, పండ్లు లభించసాగాయి.

నలుగురు విద్యార్థుల బృందానికి రెండు మద్యం సీసాలు ఇస్తారు. నేను మద్యం త్రాగను. అందువల్ల ప్రతివారు తమ బృందంలోకి రమ్మని నన్ను ఆహ్వానించేవారు. నేను వాళ్ళ బృందంలో కలిస్తే నా భాగం కూడా వారే త్రాగొచ్చు. ప్రతి ఇరవైనాలుగు డిన్నర్లకు ఒకటి చొప్పున పెద్ద డిన్నరు ఏర్పాటు చేసేవారు. దానికి గ్రాండ్‌నైట్ అని పేరు. అప్పుడు మామూలు మద్యాలతో బాటు షాంపేన్, ఫోర్‌టువైన్, షెర్రీ మొదలుగా గల మద్యాలుకూడా ఇచ్చేవారు. ఆనాడు నాకు ప్రత్యేక ఆహ్వానాలు బ్రహ్మాండంగా లభిస్తూ వుండేవి.

అసలు యీ రకం డిన్నర్లవల్ల బారిష్టరగుటకు ఏవిధంగా అర్హత చేకూరుతుందో అప్పటికీ, ఇప్పటికీ నాకు బోధపడలేదు. విద్యార్థులు వెళుతూ వుండేవారనీ, విద్యార్థులకు, ఉపాధ్యాయులకు సంభాషణకు చర్చకు అవకాశం లభించేదనీ, అక్కడ ఉపన్యాసాలు జరిగేవనీ, వాటివల్ల కొంత లోకజ్ఞానం, కొంత నాగరికత, ఉపన్యాస సమర్థత విద్యార్థులకు కలుగుతూ వుండేదనీ వినికిడి. నా టైము వచ్చేసరికి అవన్నీ పోయాయి. ఉపాధ్యాయులు, విద్యార్థులు దూరం దూరంగా కూర్చోసాగారు. అసలు ప్రయోజనం మృగ్యమైపోయి ఆచారం మాత్రం మిగిలింది. పూర్వాచారాల మీద ఆసక్తి కలిగియుండే ఇంగ్లాండు ఆ ఆచారాన్ని వదలలేదు.

బారిష్టరు పరీక్షకు అవసరమైన పుస్తకాలు తేలిక. అందుకే బారిస్టర్లకు అక్కడ డిన్నర్ బారిస్టర్‌లని పేరు వచ్చింది. డిన్నర్ బారిష్టర్లంటే తిండిపోతు బారిష్టర్లని అర్థం. పరీక్షలు పేరుకు మాత్రమేనని అందరికీ తెలుసు. ఆ రోజుల్లో రెండు పరీక్షలు జరిగేవి. అవి రోమన్ లా, కామన్ లా పరీక్షలు. ఈ పరీక్షలకు పాఠ్యగ్రంథాలు వుండేవి. విడివిడిగా చదివి విడివిడిగా పరీక్షలు వ్రాయవచ్చు. కాని ఎవ్వరూ పాఠ్యపుస్తకాలు చదివిన పాపానపోరు. రెండువారాలు రోమన్ లాటీను బట్టీవేసి పరీక్షకు కూర్చుంటారు. రెండు మూడు నెలలు కామన్ లాటీనును బట్టీ వేసి పరీక్షకు కూర్చుంటారు. అటువంటి వాళ్ళను చాలా మందిని చూచాను. ప్రశ్నలు తేలిక, పరీక్షకులు ఉదార స్వభావులు. రోమన్ లా పరీక్షార్థుల్లో నూటికి 95నుండి 99మంది ప్యాసయ్యేవారు. పెద్ద పరీక్షలో నూటికి 75మంది, అంతకంటే ఎక్కువ మంది ప్యాస్. అందువల్ల పరీక్షా భయంలేదు. సంవత్సరానికి పరీక్షలు నాలుగుసార్లు జరుగుతూ వుండేవి. ఇంత అనువుగా వున్న పరీక్షలు కష్టమనిపించవు.

నేను మాత్రం పుస్తకాలన్నీ చదవాలని నిర్ణయించుకున్నాను. పాఠ్యగ్రంథాలు చదవకపోవడం మోసమని నాకు అభిప్రాయం కలిగింది. నేను ఆ పుస్తకాల కోసం డబ్బు బాగా ఖర్చుచేశాను. రోమన్‌లాను లాటిన్ భాషలో చదవదలిచాను. నేను లండన్ మెట్రిక్యులేషన్ పరీక్ష కోసం లాటిన్ భాష అభ్యసించాను. అది యిప్పుడు బాగా ఉపకరించింది. నేను చదివిన చదువుకు విలువ లేకుండా పోలేదు. దక్షిణాఫ్రికాలో అది నాకు బాగా ఉపయోగపడింది. దక్షిణాఫ్రికాలో రోమన్ డచ్చి భాషలా ప్రామాణికం. యీ విధంగా లాటిన్ చదువు దక్షిణాఫ్రికాదేశపు చట్టాలను తెలుసుకోవడానికి బాగా ఉపయోగపడింది.

ఇంగ్లాండు దేశపు కామన్‌లాను రాత్రింబవళ్ళు చదవడానికి నాకు తొమ్మిది నెలలు పట్టింది. బ్రూముగారి "కామన్‌లా" పెద్దది. కాని చదవడానికి బాగుండేది. కాలం మాత్రం చాలా పట్టింది. స్నెల్‌గారి "ఈక్విటీ" అర్థం చేసుకోవడం కొంచెం కష్టం. వైట్ ట్యూడర్ రచించిన "లీడింగ్ కేసెస్" అను గ్రంథంలో కొన్ని కేసులు తప్పనిసరిగా చదువతగ్గవి. ఆ గ్రంథం హృదయరంజకం, జ్ఞానదాయకం. విలియం ఎడ్వర్డ్‌గార్ల "రియల్ ప్రాపర్టీ" గుడ్వీగారి "పర్సనల్ ప్రాపర్టీ" అని గ్రంథాలు సంతోషంతో చదివాను. విలియంగారి పుస్తకం చదవడానికి నవలగా వుంటుంది. మెయిన్‌గారి "హిందూలా" ఎంతో అభిరుచితో చదివాను. హిందూదేశానికి తిరిగి వస్తున్నప్పుడు ఓడలో దాన్ని చదివినట్లు గుర్తు. హిందూలా గ్రంథాన్ని గురించి విశ్లేషించడానికి ఇది తరుణంకాదు.

నేను పరీక్ష ప్యాసయ్యాను. ది.10 జూన్1891లో పట్టా చేతికందింది. 11వ తేదీన ఇంగ్లాండు హైకోర్టులో రెండున్నర షిల్లింగులు చెల్లించి పేరు రిజిష్టరు చేయించుకున్నాను. 12వ తేదీన ఇంటికి బయలుదేరాను.

ఇంత చదివిన తరువాత కూడా నన్ను పెద్ద బెంగ పట్టుకుంది. కోర్టులో వాదించడానికి నేను తగనని భయంవేసింది.

ఆ క్షోభను గురించి వర్ణించేందుకు మరో ప్రకరణం అవసరం.

25. నన్ను పట్టుకున్న పెద్ద బెంగ

బారిష్టరు అని అనిపించుకోవడం తేలికే గాని బారిష్టరీ చేయడం మాత్రం కష్టమని తోచింది. లా చదివానుగాని, వకీలు వృత్తి నేర్చుకోలేదు. లా లో అనేక ధర్మ సిద్ధాంతాలు చదివాను. అవి నాకు నచ్చాయి. కాని వాటిని వృత్తిలో ఎలా అమలుపరచాలో బోధపడలేదు. "ఇతరుల ఆస్థికి

నష్టం కలుగకుండా నీ సర్వస్వాన్ని వినియోగించు" అనునది ధర్మవచనం. కాని వకీలు వృత్తికి పూనుకొని వారి విషయంలో యీ సిద్ధాంతాన్ని ఎలా అమలు బరచగలమో బోధపడలేదు. ఈ సిద్ధాంతం అమలుబరచ బడిన కేసుల వివరం చదివాను. కాని ఆ వివరంలో ఈ సిద్ధాంతాల్ని అమలుపరచిన ఉపాయాలు లభించలేదు.

నేను చదివిన చట్టాలలో హిందూ దేశానికి సంబంధించిన చట్టాలు ఏమీ లేవు. హిందూ చట్టాలు ఇస్లాం చట్టాలు ఎలా వుంటాయో నేను తెలుసుకోలేకపోయాను. దావాలు ఎలా వేయాలో తెలియదు. పెద్ద బెంగ పట్టుకున్నది. ఫిరోజ్ షామోహతాగారి పేరు విన్నాను. ఆయన కోర్టుల్లో సింహంలా గర్జిస్తాడని విన్నాను. ఆంగ్ల దేశంలో ఆయన ఏ విధంగా చదివారో తెలియదు. ఆయన లాంటి తెలివి ఈ జీవితంలో నాకు అబ్బదు అని అనిపించింది. ఒక వకీలుగా వృత్తి చేసుకుంటూ జీవనం గడుపుకునేందుకు అవసరమైన భృతి సంపాదించగలనా అని అనుమానం కూడా నన్ను పట్టుకుంది.

లా చదువుతున్న రోజుల్లోనే ఈ సంశయంకలిగి బాధపడ్డాను. మిత్రులతో ఈ విషయం చెప్పాను. దాదాభాయి నౌరోజీగారి సలహా తీసుకోమని ఒక మిత్రుడు చెప్పాడు. నేను ఇంగ్లాండుకు వెళ్ళేటప్పుడు శ్రీదాదాభాయి నౌరోజీగారి పేరిట కూడా ఒక సిఫార్సు పత్రం తీసుకు వెళ్ళానని గతంలో వ్రాశాను. చాలాకాలం తరువాత నేనా ఉత్తరాన్ని బయటికి తీశాను. ఆ మహాపురుషుని దర్శించడానికి నాకుగల అధికారం ఏమిటా అని యోచించాను. వారి ఉపన్యాసం జరుగుతుందని తెలియగానే నేను ఆ సభకు వెళ్ళి ఒక మూల కూర్చొని వారిని కండ్లారా చూచి వారి ఉపన్యాసం శ్రద్ధగా చెవులారా వినేవాణ్ణి. విద్యార్థుల బాగోగులను గురించి తెలుసుకునేందుకు ఆయన ఒక సంఘం స్థాపించారు. ఆ సభలకు నేను విధిగా వెళుతూ ఉన్నాను. నౌరోజీగారు విద్యార్థుల పట్ల చూపే ప్రేమ, వాత్సల్యం, విద్యార్థులు వారియెడ చూపే శ్రద్ధా భక్తులు చూచి ఎంతో ఆనందించాను. ఒకరోజు ధైర్యం తెచ్చుకొని సిఫార్సు ఉత్తరం పుచ్చుకొని వారి దగ్గరకు వెళ్ళాను. "నీ కిష్టమైనప్పుడల్లా వచ్చి నన్ను కలవవచ్చు" అని ఆయన అన్నారు. అయితే ఆ అవకాశం నేను ఉపయోగించుకోలేదు. అవసరం లేనప్పుడు వెళ్ళి వారిని ఇబ్బంది పెట్టడం నాకు ఇష్టం లేక ఆ సలహాను నేను అమలు చేయలేదు.

ఫ్రెడరిక్ పిన్‌కట్ గారిని దర్శించమని ఆ మిత్రుడే సలహాయిచ్చాడో లేక మరో మిత్రుడే యిచ్చాడో గుర్తులేదు. పిన్‌కట్‌గారు మితవాది. పూర్వాచారపరాయణుడు. భారతీయ విద్యార్థులమీద ఆయన చూపు ప్రేమ నిర్మలం, నిస్వార్థమయం. విద్యార్థులు సలహా కోసం వారి దగ్గరకు వెళుతూ వుండేవారు. నేను కూడా వారి దర్శనం కోసం వెళ్ళాను. ఆ సంభాషణను నేను మరిచిపోలేదు. ఒక మిత్రునితో సంభాషించినట్లు ఆయన నాతో మాట్లాడారు. నన్ను పట్టుకున్న బెంగను నవ్వుతూ పోగొట్టారు. "ఏమిటి? అంతా ఫిరోజ్ షామెహతాలు అవుతారా? ఫిరోజ్‌షాలు, బదురుద్దీనులు కొద్దిమందే ఉంటారు. లాయరవడానికి గొప్ప తెలివితేటలు ఉండాలని భావించకు. ప్రామాణికత్వం, శ్రద్ధ వుంటే చాలు. తద్వారా అవసరమైనంత డబ్బు సంపాదించ వచ్చు. దావాలన్నీ చిక్కులమయంగా వుండవు అని చెప్పి సరే, పాఠ్యపుస్తకాలు కాక యింకా ఇతర పుస్తకాలు ఏమేమి చదవావో చెప్పు అని అడిగారు.

నేను చదివిన కొద్ది గ్రంథాల పేర్లు చెప్పాను. ఆయన కొంచెం నిరాశ పడ్డారు. ఒక్క క్షణం సేపే అలావుండి చిరునవ్వు నవ్వుతూ "నీ క్షోభ నాకు అర్థం అయింది. నీకు ఇతర గ్రంథాల వల్ల

కలిగిన జ్ఞానం కొద్దే. నీకు గల ప్రపంచజ్ఞానం కొద్దే. నీవు కనీసం హిందూ దేశచరిత్ర అయినా చదవాలి. మనిషి స్వభావం తెలుసుకోవాలి. మనిషి మొహం చూచి అతడెట్టివాడో తెలుసుకొనగలిగి యుండాలి. ప్రతి హిందువు హిందూ దేశచరిత్ర చదివితీరాలి. లాయరుకు దానితో సంబంధం లేకపోయినా దాన్ని చదవాలి. విషయం తెలుసుకోవాలి. కే మరియు మాలెసన్‌గారు కలిసి వ్రాసిన 1857 సంవత్సరు విప్లవ చరిత్ర కూడా నీవు చదవలేదు. వెంటనే ఆ పుస్తకం చదువు. మానవ స్వభావాన్ని గురించి తెలియజెప్పే ముఖ సాముద్రికాన్ని గురించి లావేటరుగారు, షెమ్మెల్ పెన్నిక్ గారు వ్రాసిన గ్రంధాలు సంపాదించు” అని చెప్పి ఆ గ్రంథాల పేర్లు కాగితం మీద రాసి నాకు ఇచ్చారు.

వారికి నేనెంతో కృతజ్ఞుణ్ణి. ఆయన ఎదుట నా భయం ఎగిరిపోయింది. కాని కాలు బయటపెట్టగానే మళ్ళీ బెంగ మొదలైంది. ముఖం చూచి మనిషి స్వభావం తెలుసుకోవడం ఎట్లా అని దారి పొడుగునా అనుకుంటూ ఆ రెండు పుస్తకాల గురించి యోచిస్తూ ఇంటికి చేరాను. దుకాణంలో షెమ్మిల్ పెన్నిక్‌గారి పుస్తకం దొరకలేదు. మర్నాడు లావేటరుగారి పుస్తకం చదివాను. అది స్నెల్‌గారి “ఈక్విటీ” కంటే కష్టంగావుంది. షేక్‌స్పియర్‌గారి ముఖసాముద్రికం చదివాను. కాని లండను వీధుల్లో క్రింది నుండి పైకి, పై నుండి క్రిందికి ఎంత తిరిగినా షేక్‌స్పియర్‌గారు చెప్పినట్లు ముఖసాముద్రికాన్ని గురించి తెలుసుకునే ప్రావీణ్యం నాకు కలుగలేదు.

లావేటరుగారి పుస్తకం నాకు ఉపయోగపడలేదు. కాని వారి స్నేహం నాకు ఎంతో ఉపయోగపడింది. వారి నవ్వుముఖం, ఉదారాకృతి నా హృదయానికి హత్తుకున్నాయి. మంచి లాయరు అయ్యేందుకు ఫిరోజ్‌షామెహతాగారి నైపుణ్యం, ధారణాశక్తి అవసరంలేదు. కాని ప్రామాణికత శ్రద్ధ, కష్టపడి పనిచేసే మనస్తత్వం అవసరమని వారిచ్చిన సలహా మీద నాకు విశ్వాసం ఏర్పడింది. ఆ ప్రకారం నడుచుకోవాలని నిర్ణయించుకున్నాను. దానితో కొంచెం ఆశ చిగురించింది.

కే మరియు, మాలెసన్ గారు కలిసి వ్రాసిన గ్రంధాల్ని చదవలేకపోయాను. సమయం దొరికితే ముందు ముందు వారి గ్రంధాల్ని చదవాలని నిర్ణయించుకున్నాను. ఆ నా కోరిక దక్షిణాఫ్రికాలో తీరింది. నన్ను పట్టుకున్న బెంగలో కొంత ఆశారేఖ గోచరం చింది. దానితో అస్సాము అను స్టీమరు ఎక్కి బొంబాయి చేరాను. సముద్రం అల్లకల్లోలంగా వుంది. లాంచీలో ఒడ్డుకుచేరాను.

◆◆◆

రెండవ భాగం

1. రాయచంద్ భాయి

బొంబాయి రేవు దగ్గర సముద్రం అల్లకల్లోలంగా వున్నదని గత ప్రకరణంలో వ్రాశాను. జూన్ జూలై మాసాల్లో అరేబియా సముద్రం అల్లకల్లోలంగా వుండటం సహజం. ఓడలో వాళ్ళంతా జబ్బుపడ్డారు. నేను మాత్రం జబ్బు పడలేదు. డెక్ మీద వుండి సముద్రంలో రేగిన తుఫానును చూస్తూ ఉన్నాను. ప్రొద్దుటి భోజనంలో నాతోబాటు ఇద్దరు ముగ్గురు పాల్గొన్నారు. పళ్ళాలు జాగ్రత్తగా పట్టుకొని వరిగల పిండితో తయారైన గంజి త్రాగుతున్నాము. పళ్ళెం జాగ్రత్తగా పట్టుకోకపోతే అది తన దారి తాను చూచుకునే స్థితిలో వుంది. తుఫాను అంత తీవ్రంగా వుందన్నమాట.

బయటి తుఫానుకు, నాలో వీస్తున్న తుఫానుకు భయపడని నేను లోపలి తుఫానుకు చలించనని పాఠకులకు బోధపడేవుంటుందని భావిస్తున్నాను. బొంబాయి చేరి ఇంటికి వెళ్ళగానే కుల బహిష్కారం సిద్ధంగా వున్నది. ప్లీడరు వృత్తికి నేను తగనని గతంలో రాశాను. నేను సంస్కర్తను కనుక ఏఏ విషయాలు ఏఏ విధంగా సంస్కరించాలా అని ఆలోచించసాగాను. కాని తర్కానికి కొరుకుడు పడని కొన్ని సమస్యలు నాకోసం ఎదురు చూస్తున్నాయి.

నన్ను కలుసుకునేందుకు మా పెద్దన్నగారు బొంబాయి రేవు దగ్గరకు వచ్చారు. డా.మెహతా గారితోను, వారి పెద్దన్నగారితోను ఆయనకు అదివరకే పరిచయం ఏర్పడింది. డా. మెహతాగారు తమ ఇంటికి రమ్మని గట్టిగా పట్టుపట్టడంవల్ల మేమంతా వారి ఇంటికి వెళ్ళాము. ఆంగ్లదేశంలో ఏర్పడిన మా పరిచయం వృద్ధి అయింది. ఇక్కడవతలవారి కుటుంబానికి, మా కుటుంబానికి సంబంధాలు బాగా పెరిగాయి.

మా "అమ్మ"ను త్వరగా చూడాలని తహతహ ప్రారంభమైంది. కాని ఆమె యీ లోకాన్ని వీడిపోయిందను వార్త మా అన్నగారు ముందు నాకు తెలియచేయలేదు. ఓడ దిగిన తరువాత చెప్పారు. నేను సూతక స్నానం చేశాను. నేను ఇంగ్లాండులో వున్నప్పుడే ఆమె చనిపోయింది. ఈ సంగతి తెలిస్తే బాధపడిపోతానని మా అన్నగారు నాకు తెలియజేయలేదు. ఈ వార్త విన్నప్పుడు నాకు అపరిమితమైన దుఃఖం కలిగింది. ఏడుపు పెల్లుబికింది. కాని ఇప్పుడు ఇక అగాధ అప్రస్తుతమేకదా! మా తండ్రిగారు గతించినప్పుడు కలిగిన వ్యధకంటే ఇది అత్యధికం. నా కోరికలన్నీ గొంతెమ్మ కోరికలే అయ్యాయి. కాని అప్పుడు దుఃఖానికి కళ్ళెం వేసుకున్నట్లు గుర్తు. నేను కంట తడిబెట్టలేదు. మా అమ్మగారు చనిపోనట్లే వ్యవహరించి, నా వ్యవహారాలు నేను చక్కదిద్దుకోసాగాను. డా॥ మెహతాగారు చాలామందిని నాకు పరిచయం చేశారు. వారిలో దేవాశంకర్ జగజీవన్‌గారు ఒకరు. వారి మైత్రి యావజ్జీవిత మైత్రిగా మారింది. అప్పుడే మెహతాగారు నాకు రాయచంద్ కవి లేక రాజచంద్ర కవిగారిని పరిచయంచేశారు. వీరు డా॥ మెహతాగారి పెద్దన్న గారి అల్లుడు. దేవా శంకర్ జగజీవన్ గారి నగల దుకాణంలో భాగస్వామి. నాకు వారితో పరిచయం కలగడం పెద్ద విశేషం. వారికి అప్పుడు ఇరవై అయిదేండ్లు, చూడగానే వారు నిర్మల చరిత్రులని, విద్వాంసులని తెలుసుకోగలిగాను. వారు శతావధానులు. డా. మెహతాగారు రాజచంద్రకవిగారి ధారణాపటిమను కొంచెం చూడమని చెప్పారు. నాకు వచ్చిన పాశ్చాత్య భాషాపాండిత్యాన్ని అధికంగా ఆయన ముందు

ఉపయోగించాను. నేనెట్లా చదివితే రాజచంద్ర కవిగారు అట్లా చదివారు. ఆయన సామర్థ్యం చూచి నేను తట్టుకోలేక పోయాను. ధారణ, శతావధానం, అను శక్తులకు నేను ముగ్ధుడిని కాలేదు. నన్ను ముగ్ధుణ్ణి చేసిన విశేషం తరువాత బోధపడింది. అది వారి విశాల శాస్త్రజ్ఞానం. నిర్మలమైన వారినడత. ఆత్మజ్ఞానం యెడవారికి గల తీవ్రమైన తపన. యీ చివరి దానికోసమే వారు తనజీవితాన్ని వినియోగించారని తరువాత తెలిసింది. శ్రీముక్తానందుడు రచించిన క్రింది ఛందం ఆయన సదా స్మరిస్తూ వుండేవారు. వారి హృదయంలో ఈ గేయం అంకితమై పోయింది.

హనుతాం రమతాం ప్రగట వారి దేఖుంరే,
మారుల జీవ్యాం సఫల తవ లేఖుంరే,
ముక్తానందనో, నాథ విహారీరే,
ఓథా జీవనదోరీ అమారీరే.

(నవ్వుతూ ఆడుతూ పాడుతూ ప్రతిపనిలో హరిని దర్శించితేనే నా జీవితం ధన్యమని భావిస్తాను. నా ప్రభువు భగవంతుడే. ఆయనే నా జీవితానికి సూత్రం. ఇది ముక్తానందుని కదనం). ఆయన వ్యాపారం లక్షలమీద సాగుతున్నది. ముత్యాల, వజ్రాల, రత్నాల వ్యాపారమందతని ప్రజ్ఞ అసామాన్యం. ఎంతటి చిక్కు సమస్యనైనా యిట్టే పరిష్కరించగల శక్తి ఆయనకు వుంది. కాని నిజానికి ఆయన బుద్ధి లౌకిక వ్యవహారాల్లో చిక్కుకొని వుండిపోలేదు.

ఆయన ఎప్పుడూ పురుషార్థం, ఆత్మ సాక్షాత్కారం హరిదర్శనం అంటూ ఆ భావనలో లీనమైయుండేవాడు. ఆయన రాత బల్లమీద చిత్రాలతో పాటు ఏదో ఒక వేదాంత గ్రంథం, దినచర్య (డైరీ) రాసుకొనే పుస్తకం వుండేవి. వ్యవహారం ముగియగానే ఆ రెండిటిలో ఒక పుస్తకం తీసుకొనేవారు. యీ డైరీ నుంచి సమీకరించి ఆయన పలు గ్రంథాలు ప్రకటించారు. ఆయన లక్షల్లో కొద్ది వ్యాపారస్థులతో లావాదేవీలు జరిపిన తరువాత ఆత్మజ్ఞానానికి సంబంధించిన గూఢ విషయాలు రాస్తూ వుండేవారు. ఆయన సామాన్య వర్తకుడుకాడు. జ్ఞాన కోటిలోనివాడు. దుకాణంలో వ్యాపారం సాగుతూ వుండగా ఆయన ధ్యానమగ్నుడై వుండటం అనేక పర్యాయాలు నేను చూచాను. ఆయన అందరితోను సమానంగా వ్యవహరించేవాడు. ఆయనకు నా విషయంలో స్వార్థం ఏమీలేదు. వారితో గాఢ పరిచయం కలిగింది. నేను అప్పటికి పనిపాటలు లేని బారిష్టరును. నేను వారి దుకాణానికి వెళ్ళినప్పుడు వేదాంత చర్చ తప్ప మరో చర్చ జరిగేదికాదు. నాకు అప్పటికి వేదాంత విషయాల్లో అంతగా ప్రవేశం లేదు. అయినా వారి మాటలే నాకు మంత్రాలుగా వుండేవి. తరువాత నేను అనేక మంది మతాచార్యుల్ని దర్శించాను. ప్రత్యేకించి విశేష ప్రజ్ఞ కలిగిన ఆచార్యుని కోసం అన్వేషించాను. కాని రాయచంద్‌భాయి యిచ్చే ఉపదేశాల వంటివి ఎక్కడా లభించలేదు. వారి ఉపదేశం సూటిగా హృదయంలో నాటుకునేది. వారి బుద్ధియెడ, వారి ప్రామాణిత్వం యెడ నాకు అపారమైన ఆదరణ కలిగింది. తన హృదయంలో వుండే భావాలు కొన్ని నాకు ఆయన చెబుతూ వుండేవాడు. భగవంతుణ్ణి గురించి తెలిసీ తెలియక కొట్టు మిట్టాడుతున్నప్పుడు ఆయన అండగా కనిపించేవాడు. రాయచంద్‌భాయి యెడ నాకు ఇంత గౌరవం ఉన్నా ఆయనను ఆధ్యాత్మిక గురువుగా నేను భావించలేకపోయాను. నా హృదయమందలి ఆ సింహాసనం యింకా ఖాళీగానే వున్నది. నా అన్వేషణ యింకా సాగుతూనే వున్నది.

హిందూ వేదాంతం గురువు అను పదానికి ఎంతో మహత్తు కల్పించింది. దాన్ని నేను అంగీకరిస్తాను. గురువు లేనిదే ముక్తిలేదన్న విషయం సత్యం. అక్షర జ్ఞానం కలిగించే గురువు అజ్ఞాని అయినా పరవాలేదు. కాని ఆధ్యాత్మిక గురువు అసమర్ధుడైతే సాగదు. గురువు పదవికి పూర్ణ జ్ఞానియే అర్హుడు. జ్ఞానప్రాప్తి కోసం సదా సర్వదా శోధన అవసరం. శిష్యుని యోగ్యతననుసరించి గురువు లభిస్తాడు. తనతన యోగ్యతను బట్టి ప్రతి సాధకుడు ప్రయత్నించవచ్చు. అట్టి అధికారం అతనికి వుంటుంది. ఫలితం ఈశ్వరాధీనం.

నేను రాయచంద్‌భాయిని నా ఆధ్యాత్మిక గురువుగా భావించక పోయినప్పటికీ ఎన్నోసార్లు ఆయన నాకు మార్గ దర్శకుడుగాను, సహాయకుడుగాను తోడ్పడి సహకరించారు. ఆ వివరం రాబోయే ప్రకరణాల్లో మీకు తెలుస్తుంది. నా జీవితంలో తమ గాఢముద్రను వేసిన వారు ముగ్గురు వ్యక్తులు. ఆ ముగ్గురు ఆధునిక యుగానికి చెందినవారే. రాయచంద్‌భాయి ప్రత్యక్షసాంగత్యం వల్ల నా హృదయంలో నాటుకుపోయారు. రెండవవారు టాల్‌స్టాయి. వారు రచించిన "వైకుంఠం నీ హృదయంలోనే" (the kingdom of God is within you) అను గ్రంథం ద్వారాను, మూడవవాడు రస్కిన్. తాము రచించిన "సర్వోదయం" (unto his last) అను పుస్తకం ద్వారాను నా హృదయంలో నిలిచిపోయారు. సమయ, సందర్భాలను బట్టి వివరాలు తరువాత చెబుతాను.

2. జీవనయాత్ర

మా అన్నగారు నా మీద ఎన్నో ఆశలు పెట్టుకున్నాడు. ఆయనకు ధనం, కీర్తి, పదవి, మూడు కావాలి. ఆయన దోషాల్ని క్షమించగల విశాల హృదయుడు. దానికి తోడు నిరాడంబరమైన ప్రవర్తన కలవాడు. అందువల్ల ఆయనకు మిత్రులు ఎక్కువగా వుండేవారు. తన యీ మిత్రుల సహాయంతో నాకు కేసులు తెప్పించాలని ఆయన భావించాడు. నా ప్లీడరు వృత్తి బాగా సాగుతుందని భావించి ఇంటి ఖర్చులు బాగా పెంచివేశాడు. నా ప్రాక్టీసు కోసం ఆయన ఎంతో కృషి చేశాడు.

నా సముద్రయానపు తుఫాను యింకా వీస్తూనే వుంది. మా కులంలో రెండు పక్షాలు బయలుదేరాయి. ఒక పక్షంవారు నన్ను వెంటనే కులంలో కలుపుకున్నారు. రెండో పక్షం వారు యింకా కుల బహిష్కారం మీద పట్టిన పట్టు విడువలేదు. మమ్మల్ని కులంలో కలుపుకున్న వారిని సంతోషపెట్టడం కోసం మా అన్న నన్ను నాసికకు తీసుకు పోయి అక్కడ నదీస్నానం చేయించాడు. రాజకోట చేరగానే మా కులం వారికి భోజనాలు ఏర్పాటు చేశాడు. అందుకు నా మనస్సు అంగీకరించ లేదు. కాని మా అన్నగారికి నా మీద గల ప్రేమ అపారం. వారి యెడనాకు భక్తి అపారం. అందువల్ల ఆయన చెప్పింది మంత్రంగా భావించి ఏం చేయమంటే అది చేశాను. యీ విధంగా జరిగిన తరువాత వెలిని గురించి యిక ఎవ్వరూ మాట్లాడలేదు. నన్ను వెలివేసిన వారిలో కలవడానికి నేను ఎన్నడూ ప్రయత్నించలేదు. వారిమీద ఈర్ష్య ద్వేషం పెంచుకోలేదు. వారిలో కొందరు నన్ను ఏవగించుకునేవారు. కాని నేను వారి జోలికి పోకుండా జాగ్రత్తగా వుండేవాణ్ణి. వెలికి సంబంధించిన కొన్ని కట్టుబాట్లను నేను పాటించేవాణ్ణి. మా అత్తమామలు గాని, అక్కబావలు కాని నన్ను భోజనానికి పిలిస్తే వాళ్ళను వెలివేయవచ్చు. అందువల్ల నేను వాళ్ళ యిళ్ళలో మంచి నీళ్ళు కూడా పుచ్చుకునేవాణ్ణి కాదు. మావాళ్ళు చాటుమాటుగా మాతో కలుద్దామని చూచేవారు. కాని నేను అంగీకరించే వాణ్ణి కాను. ఏది చేసినా బహిరంగంగా చేయాలి గాని చాటుమాటుగా చేయకూడదని నా అభిప్రాయం.

నేను జాగ్రత్తగా వున్నందున కులం వాళ్ళు నా జోలికి రాలేదు. నన్ను వెలివేసిన వారిలో చాలామందికి నేనంటే అమిత ప్రేమ. మాకులానికి ఏదో చేస్తానని భావించకుండానే వారు నా ప్రయత్నానికి ఎంతగానో సహకరించారు. నా పనుల వల్ల యిట్టి సత్ఫలితం కలిగిందని నా విశ్వాసం. వెలివేసిన వారికి వ్యతిరేకంగా నేను వ్యవహరించినా, స్వపక్షీయుల్ని కలుపుకొని రగడ ప్రారంభించినా వ్యవహారం ముదిరేదే. ఆంగ్ల దేశాన్నుంచి రాగానే యీ గొడవల్లో పడివుంటే నేను ఏదో కపటవేషం వేయక తప్పేదికాదు.

మా దాంపత్యం యింకా నేననుకున్నట్లు కుదుట పడలేదు. నేను ఆంగ్ల దేశం వెళ్ళిన తరువాత కూడా నా ద్వేష దుష్ట స్వభావం నన్ను విడిచి పెట్టలేదు. అడుగడుగునా తప్పులెన్నే నా స్వభావం యధా ప్రకారంగానే వున్నది. అందువల్ల నా కోరిక నెరవేరలేదు. నా భార్యకు చదువు గరపాలి. కాని నా కామోద్రేకం అందుకు అడ్డుగా వున్నది. లోపం నాది. కాని కష్టం అనుభవించింది ఆమె. ఒకసారి ఆమెను పుట్టింటికి పంపివేయడానికి కూడా సిద్ధపడ్డాను. అనేక కష్టాలపాలు చేసిన తరువాతనే ఆమెను దగ్గరకు రానిచ్చాను. కొంత కాలానికి తప్పంతా నాదేనని గ్రహించాను.

మా బాలుర విద్యాభ్యాసాన్ని సంస్కరించాలని పూనుకున్నాను. మా అన్నగారికి పిల్లలు వున్నారు. ఆంగ్లదేశం వెళ్ళక పూర్వం నాకు పిల్లవాడు పుట్టాడు. వాడికి యిప్పుడు నాలుగేండ్లు. వీళ్ళ చేత కసరతు చేయించి వీళ్ళను వజ్రకాయుల్ని చేయాలని, ఎప్పుడూ నా కనుసన్నల్లో వాళ్ళను వుంచుకొని పెంచాలని భావించాను. మా అన్నగారు అందుకు అంగీకరించారు. అందువల్ల యీ విషయంలో నాకు సాఫల్యం లభించింది. పిల్లలతో కలిసి వుండటం నాకు యిష్టం. పిల్లలతో ఆడుకోవడం, పిల్లలతో నవ్వులాడటం అంటే నాకు యిప్పటికీ యిష్టమే. నేను పిల్లలకు మంచి ఉపాధ్యాయుణ్ణి కాగలిగానని నా విశ్వాసం.

అన్నపానీయాల విషయంలో సంస్కరణ అవసరమని భావించాను. మా ఇంట్లో కాఫీ, టీలు ప్రవేశించాయి. నేను ఇంగ్లాండు నుండి తిరిగి వచ్చేసరికి మా ఇంటికి ఆంగ్ల దొరల గృహ పోలికలు ఏర్పడేలా చూడాలని మా అన్నగారు భావించారు. అందుకోసం ఇంట్లో పింగాణీ సామాను పెరిగి పోయింది. కాఫీ టీలకు బదులు కోకో, వరిగ పిండి జావల్ని ప్రవేశపెట్టాను. పేరుకు మాత్రమే యీ మార్పుగాని, యివికూడా కాఫీటీలకు తోడయ్యాయి. మేజోళ్ళు ముందే ప్రవేశించాయి. ఇక నేను కోటు, ఫాంటు ధరించి మా ఇంటిని పావనం చేశాను.

దానితో ఇంటి ఖర్చు పెరిగిపోయింది. ప్రతి రోజూ ఏవేవో క్రొత్త వస్తువులు రాసాగాయి. తెల్ల ఏనుగు చందాన మా పరిస్థితి మారింది. కాని ఆ తెల్ల ఏనుగుకు మేత కావాలి కదా! అది ఏదీ? రాజకోటలో వృత్తి ప్రారంభించడం నాకు ఇష్టంలేదు. వకీలుకు ఉండవలసిన జ్ఞానం నాకు లేదని తెలుసు. ఫీజు మాత్రం పెద్ద వకీళ్ళంతగా లాగాలని ఉబలాటం. వ్యాజ్యానికి నన్ను కుదుర్చుకునే మూర్ఖుడెవడు? ఒకవేళ ఎవడైనా వున్నా నా తెలివి తక్కువకు తోడు, నా అహంకారాన్ని కూడా కలిపి మొత్తం భారం నెత్తిన వేసుకోవాలి గదా!

బొంబాయి వెళ్ళి అక్కడ హైకోర్టులో కొంత అనుభవం గడిస్తూ, హిందూలా చదువుతూ, వ్యాజ్యాలతో, కొంతకాలం గడపడం మంచిదని మిత్రులు సలహా ఇచ్చారు. ఆ ప్రకారం నేను బొంబాయి వెళ్ళాను.

ఇల్లు తీసుకున్నాను. వంటవాణ్ణి పెట్టుకున్నాను. నాకు అతడు తగినవాడే. బ్రాహ్మణుడు. అతణ్ణి నేను నౌకరుగా భావించలేదు. కుటుంబంలో ఒకడిగా భావించాను. అతడు లింగం మీద

నీళ్ళు పోసినట్లు ఒంటిమీద నీళ్ళు పోసుకునేవాడు. ఒళ్ళు తోముకోడు. మడిపంచె మురికిగా వుండేది. జందెం మడ్డిగా వుండేది. శాస్త్రజ్ఞానం శూన్యం. నాకు ఇంతకంటే మంచి వంటవాడు ఎట్లా దొరుకుతాడు?

"ఏమండీ రవిశంకరుగారూ! మీకు వంటచేత కాకపోతే మానె. రెండు సంధ్యా వందనం ముక్కలైనా రాకపోతే ఎలాగండీ!"

"అయ్యా! సంధ్యావందనమా! నాకు నాగలే సంధ్య. పారే నిత్యకర్మ. ఏదో మాదిరి బ్రాహ్మణ్ణి. మీ అనుగ్రహం వల్ల బ్రతుకుతున్నాను. మీరు కాదంటే నాచేతి ముల్లుకర్ర మళ్ళీ పుచ్చుకుంటాను."

నేను రవిశంకర్‌కు గురుత్వం వహించాను. నాకు అంతా తీరికేగదా! సగం వంట నేనే చేసేవాణ్ణి. శాకాహారం తయారుచేయడంలో దొరల పద్ధతిని ప్రవేశ పెట్టాను. ఒక స్టౌ కొన్నాను. ఎవరితోనైనా సరే సహపంక్తి భోజనానికి నేను సిద్ధమే. రవిశంకర్‌కూ ఇబ్బంది లేదు. మా ఇద్దరికీ జోడు కుదిరింది. అయితే ఒక చిక్కు వచ్చి పడింది. మడ్డి గుడ్డలు విడవననీ, అన్నం పరిశుభ్రంగా వుంచననీ రవిశంకరుని ప్రతిజ్ఞ. దాన్ని మాత్రం జాగ్రత్తగా కాపాడుకొంటూ వున్నాడు. బొంబాయిలో నాలుగైదు మాసాల కంటే ఎక్కువకాలం వుండటానికి వీలు పడలేదు. అక్కడ ఖర్చు ఎక్కువ, రాబడి తక్కువ.

ఈ విధంగా సంసార సాగరంలో ఈత ప్రారంభించి వకీలు వృత్తి మంచిది కాదనే నిర్ణయానికి వచ్చాను. ఇది కేవలం చూపుడు గుర్రమే. పైన పటారం, లోనలొటారం. ఇక నా కర్తవ్యం ఏమిటా అని ఆలోచనలో పడ్డాను.

3. మొదటి కేసు

నేను బొంబాయిలో ఒక వంక హిందూలా చదవడం, మరోవంక భోజనం విషయంలో ప్రయోగాలు చేయడం ప్రారంభించాను. మిత్రుడు వీరచంద్‌గాంధీ నాకు సహకరించాడు. మా అన్నగారు నాకోసం కేసుల్ని తీసుకు వచ్చేందుకు కృషి చేయసాగారు.

హిందూలా చదవడం విసుగుపని. సివిల్ ప్రొసీజరుకోడ్ నాకు నడవలేదు. ఎవిడెన్సు ఆక్టు విషయం వేరు. వీరచంద్‌గాంధీ సొలిసిటర్ పరీక్షకు చదువుతూ వున్నాడు. అతడు బారిష్టర్ వృత్తిని గురించి, వకీళ్ళను గురించీ రకరకాల గాథలు చెబుతూ వుండేవాడు. లా శాస్త్రంలో అగాధమైన జ్ఞానమే ఫిరోజ్‌షాగారి యోగ్యతకు నిపుణతకు కారణం. ఆయనకు ఎవిడెన్సు ఆక్టు పూర్తిగా బట్టీ. 32వ సెక్షనులోని ప్రతికేసు ఆయనకు కంఠోపాఠం. బదరుద్దీన్ తయాబ్జీగారి వాదనా పటిమ చూచి జడ్జీలు నివ్వెరబోయేవారు. ఇట్టి అతిరథమహారథుల గాథలు విని నా గుండె నీరైపోతూ వుండేది.

ఇంకా "కొత్త బారిష్టర్లకు అయిదారు మాసాల పాటు పని ఏమీ వుండదు. ఇది అందరికీ తెలిసిన విషయం. అందువల్లనే నేను సొలిసిటర్ జనరల్ కోర్సు చదువుతున్నాను. నీవు యింకా మూడు నాలుగు మాసాలలో డబ్బు సంపాదించ గలిగితే అదృష్టమే." అని అన్నాడు. నెలనెలకు ఇంటి ఖర్చు పెరిగిపోతున్నది. ఇంటి బయట బారిష్టరు అని బోర్డు కట్టి, ఇంటిలోపల కూర్చొని బారిష్టరు వృత్తికి కృషి చేయడం నాకు నచ్చలేదు. యీ విధమైన పరిస్థితి వల్ల గ్రంథపఠనంలో మనస్సు లీనంకాలేదు. ఎవిడెన్సు ఆక్టుమీద బలవంతాన ఆసక్తి పెంచుకున్నాను. మైన్‌గారు రచించిన "హిందూలా" ను ఉత్సాహంతో చదివాను. కాని కోర్టులో వాదించేందుకు గుండె చాలలేదు. ఇక నా కష్టం ఆ దేవుడికే ఎరుక. అత్తగారింటికి వచ్చిన కొత్త కోడలికంటే నా పని కనాకష్టమైపోయింది.

ఈ సమయంలోనే మమీబాయి అను నామె కేసు ఒకటి తీసుకున్నాను. అది స్మాల్‌కాజుకు సంబంధించినది. మధ్య దళారి కొంతసొమ్ము కమీషను ఇమ్మని అడిగాడు. నేను పైసా కూడా ఇవ్వనన్నాను. "ఫలానా పెద్దలాయరు నెలకు మూడు నాలుగు వేల రూపాయలు సంపాదిస్తున్నాడు ఆయనే కమీషను సొమ్ము ఇస్తాడుకదా!" "ఆయనతో నాకు పోటీలేదు. నాకు మూడు వందల రూపాయలు చాలు. మానాయన అంతకంటే ఎక్కువ సంపాదించలేదు," "అది ఇక్ష్వాకుల కాలం. బొంబాయిలో ఆహార పదార్థాల ధరలు పెరిగాయి. ప్రపంచాన్ని అర్థం చేసుకొని మెలగడం మంచిది." కాని నేను మెత్త బడలేదు. అయినా ఆమె కేసు నాకే వచ్చింది. అది చాలా తేలిక వ్యవహారం. ముప్పది రూపాయల ఫీజు తీసుకున్నాను. ఒక రోజుకన్న ఆ కేసుకు ఎక్కువ సమయం పట్టదు.

స్మాల్ కాజ్ కోర్టులో ఇదే నాకు మొదటి కేసు. 'హరిః ఓమ్' అన్న మాట. నేను ప్రతివాది పక్షం. అందువల్ల వాది తరపు సాక్షుల్ని క్రాస్ చేయాల్సి వచ్చింది. కోర్టులో లేచి నుంచున్నాను. గుండె దడదడలాడింది. తల తిరిగిపోయింది. కోర్టంతా తిరిగి పోతున్నట్లనిపించింది. ప్రశ్నలు అడుగుదామంటే నోరు తెరుపుడు పడలేదు. జడ్జి నవ్వి వుంటాడు. తోటి వకీళ్ళకు కూడా నవ్వు వచ్చి వుంటుంది. కాని నేను ఇదంతా పట్టించుకునే స్థితిలో లేను. నేను కుర్చీలో కూర్చుండిపోయాను. ఏజంటును పిలిచి "ఈ కేసును వదిలేస్తున్నాను. మరొక పటేలును పెట్టుకోండి. నాకిచ్చిన రుసుం ముప్పది రూపాయలు తిరిగి ఇచ్చి వేస్తాను" అని చెప్పి సొమ్ము ఇచ్చి వేశాను. వాళ్ళు యాభై రూపాయలకు పటేలును కుదుర్చుకున్నారు. ఆ కేసు ఆయనకు బహు సులభం.

నేను గబగబా ఇంటికి వెళ్ళాను. ఆ కేసు ఏమైందో నాకు తెలియదు. నాకు మాత్రం చాలా సిగ్గు వేసింది. ఇక కేసులు తీసుకోకూడదని నిర్ణయానికి వచ్చాను. దక్షిణ ఆఫ్రికా పోనంతవరకు ఆ కేసుల వైపు చూడలేదు. ఈ విధమైన నిర్ణయం మంచిదికాదు కాని ఆ సమయంలో అది మంచిదే అయింది. ఓడిపోయేందుకు నాకు ఎవ్వడూ కేసులు యివ్వడుకదా!

బొంబాయిలో నా దగ్గరికి మరో కేసు వచ్చింది. అయితే అందు కేవలం అర్జీ మాత్రమే వ్రాయాలి. పోరుబందరులో నిరుపేదయగు ఒక తురకవాని భూమిని సంస్థానం వారు జప్తు చేశారు. మా తండ్రిగారి గౌరవాన్ని బట్టి అతడు నా సాయం కోరాడు. అతని వాదంలో బలం లేదు. అయినా అర్జీ వ్రాసి ఇచ్చేందుకు అంగీకరించాను. దానికి అయ్యే ఖర్చు అతడే భరించాడు. చిత్తు వ్రాసి మిత్రులకు వినిపించాను. బాగున్నదని వారంతా అన్నారు. దానితో ఎట్టి అర్జీలనైనా వ్రాయ గలననే ధైర్యం కలిగింది. అది నిజం కూడా.

డబ్బు పుచ్చుకోకుండా ఈ విధంగా అర్జీలు వ్రాసి పెట్టడానికి సమయం బాగా పట్టేది. కాని బండి సాగాలికదా! అందువల్ల ఉపాధ్యాయ వృత్తి ఏదైనా దొరుకుతుందేమోనని చూచాను. నాకు ఇంగ్లీషు భాష వచ్చు. అందువల్ల మెట్రిక్యులేషను పిల్లలకు ఇంగ్లీషు నేర్పే ఉపాధ్యాయ పదవి లభిస్తే మంచిదని ఇంటి ఖర్చులకు కొంత సరిపోతుందని భావించాను. పత్రికలలో ఒక విజ్ఞాపన "ఒక ఆంగ్ల ఉపాధ్యాయుడు కావాలి. ఒక గంట ఇంగ్లీషు బోధించాలి. జీతం నెలకు 75 రూపాయలు" అని వెలువడింది. అది అక్కడి ఒక ప్రసిద్ధ హైస్కూలు వారి విజ్ఞాపన. వారికి అప్లికేషన్ పంపాను. వారు వచ్చి కలవమని జాబు వ్రాశారు. నేను సంతోషంతో వెళ్ళాను. బి.ఏ. ప్యాసు కాలేదు గనుక నీవు మాకు పనికిరావని ఆ స్కూలు హెడ్‌మాస్టరు చెప్పి వేశాడు.

"నేను లాటిన్ ద్వితీయ భాషగా ఇంగ్లాండులో మెట్రిక్యులేషన్ పరీక్ష పాసైనాను". "నిజమే కాని మాకు కావలసింది బి.ఏ.". ఆ ఉద్యోగం దొరకలేదు. బాదపడ్డాను. మా అన్నగారు కూడా చాలా బాధ పడ్డారు. ఇక బొంబాయిలో వుండటం అనవసరమని నిర్ణయానికి వచ్చాను. నేను రాజకోటలో వుండటం మంచిది. అక్కడ మా అన్నగారు చిన్న వకీలు. ఆయన అర్జీలు వ్రాసేపని నాకు అప్పగించగలడు. రాజకోటలో సంసారం వున్నది. బొంబాయిలో సంసారం ఎత్తివేస్తే ఖర్చులు తగ్గిపోతాయి. కనుక బొంబాయిలో ఆరునెలల నివాసానికి స్వస్తి చెప్పాను.

బొంబాయిలో నేను ప్రతిరోజు హైకోర్టుకు వెళుతూ వుండేవాణ్ణి. కాని అక్కడ నాకేమీ ప్రయోజనం కలుగలేదు. ఎక్కువ నేర్చుకుందామనే ఆసక్తి కూడా కలుగలేదు. అక్కడ నడిచే కేసులు అర్థం కాక చాలాసార్లు నిద్ర వచ్చేది. నాతోబాటు ఇంకా కొంతమంది నిద్రబోయే వకీళ్ళుకూడా వున్నందున నేను సిగ్గుపడలేదు. తరువాత హైకోర్టులో కూర్చొని నిద్రపోవడం కూడా దర్జాయే అని భావించి సిగ్గు పడటం పూర్తిగా మానివేశాను.

నడిచి వెళ్ళడం, ఇంటికి నడిచి రావడం అలవాటు చేసుకున్నాను. నడిచి వెళ్ళడానికి నలభై అయిదు నిమిషాలు పట్టేది. వచ్చేటప్పుడు అంతే. ఎండకు తట్టుకునేవాణ్ణి. అందువల్ల ఖర్చు బాగా తగ్గింది. నా మిత్రులు చాలా మంది జబ్బుపడుతూ వుండేవారు. కాని నేను మాత్రం జబ్బు పడలేదు. డబ్బు రావడం ప్రారంభమైన తరువాత కూడా నేను నడిచే వెళుతూ వున్నాను. ఆనాటి ఆ అలవాటు యొక్క సత్ఫలితం నేను యీనాటికీ పొందుతున్నాను.

4. మొదటి ఎదురుదెబ్బ

బొంబాయి వదిలి రాజకోట చేరాను. స్వయంగా ఒక ఆఫీసు పెట్టుకున్నాను. ఇక్కడ పని బాగానే సాగింది. అర్జీలు, దరఖాస్తులు వగైరాలు వ్రాసి పెట్టడం వల్ల నెలకు మూడొందల రూపాయలు రాసాగాయి. అయితే యీ పని దొరకటానికి కారణం నా యోగ్యత కాదు. మా అన్నగారు, మరో వకీలు ఉమ్మడిగా పనిచేస్తున్నారు. ఆ వకీలుకు ప్రాక్టీసు ఖాయం అయిపోయింది. అవసరమైనవీ, ముఖ్యమైనవీ అని తాను భావించిన అర్జీలు పెద్ద బారిష్టర్ల దగ్గరికి అతడు పంపేవాడు. బీద క్లైంట్ల అర్జీలు మాత్రం నేను వ్రాసేవాణ్ణి.

"ఎవ్వరికీ సొమ్ము ఇవ్వను అని బొంబాయిలో నేను పట్టుబట్టానే కాని, రాజకోటలో మాత్రం ఆ విషయమై కొంత మెత్తబడవలసి వచ్చింది. ఈ రెండు చోట్ల వ్యవహారం వేరని విన్నాను. బొంబాయిలో దళారులకు సొమ్ము చెల్లించాలి. ఇక్కడ వకీళ్ళకు సొమ్ము చెల్లించాలి. రాజకోటలో ప్రతి వకీలు, ఏజంట్లకు కొంత సొమ్ము ఇస్తారని తెలుసుకున్నాను. మా అన్నగారు ఈ విషయమై ఇలా చెప్పారు. చూడు! నేను మరో వకీలుతో భాగస్వామిని కదా! నీవు చేయగల పనులు నీకు వచ్చేలా నేను చూడగలను. అట్టి స్థితిలో ఎవ్వరికీ పైసా ఇవ్వను అని నీవంటే నేను ఇబ్బందులు పడతాను. మనిద్దరం అవిభక్తులం. కనుక నీకు వచ్చిన ఫీజంతా మన ఉమ్మడి సొమ్ము! అంటే అందులో నాకు భాగం వున్నట్లే! మరి నా భాగస్వామి అయిన వకీలు విషయం యోచించు. ఈ కేసులు మరో వకీలుకిస్తే అతడికి రావలసిన సొమ్ము రాదా?

మా అన్నగారి మాటలకు నేను లొంగిపోయాను. బారిష్టరు వృత్తిలో వుంటూ ఇట్టి పట్టు పట్టరాదని భావించాను. నాకు నేను సరి పుచ్చుకున్నానే గాని ఇది ఆత్మవంచనే. అయితే ఏ కేసుల్లోను ఎవ్వరికీ రుసుం ఇవ్వలేదనే గుర్తు.

ఈ విధంగా జీవితం సాఫీగా వెళ్లబారుతూ వుండగా నా జీవితానికి మొదటి గట్టి ఎదురు దెబ్బ తగిలింది. తెల్ల అధికారుల ప్రవర్తనను గురించి విన్నానే గాని అట్టి అనుభవం నాకు అప్పటివరకు కలుగలేదు.

చనిపోయిన పోరుబందరు రాణాగారు గద్దె ఎక్కేపూర్వం నాటిమాట, ఆయనకు మా అన్నగారు మంత్రిగాను, సలహాదారుగాను వుండేవారు. ఉద్యోగంలో వుంటూ రాణాగారికి కుట్ర సలహా ఇచ్చాడని మా అన్నగారిమీద నేరం మోపబడింది. అది పొలిటికల్ ఏజంటుదాకా వెళ్ళింది. ఆయన మా అన్నగారి మీద కక్ష కట్టాడు. నేను ఇంగ్లాండులో వున్నప్పుడు అతనికి నాకు పరిచయం ఉండేది. స్నేహం కూడా ఉండేది. ఆ స్నేహాన్ని ఉపయోగించి అతనికి తనపై గల కక్షను పోగొట్టేలా చేయమని మా అన్నగారు నన్ను కోరారు. నాకు ఇట్టి వ్యవహారం నచ్చదు. ఎక్కడో ఇంగ్లాండులో యాదృచ్ఛికంగా ఏర్పడిన పరిచయాన్ని, స్నేహాన్ని ఈ విధంగా ఉపయోగించడం నాకు ఇష్టం లేదు. నిజంగా మా అన్న దోషం చేసియుంటే యీ నా ప్రయత్నం వల్ల ఫలితం ఏముంటుంది? దోషం చేయకపోతే నిర్భయంగా రాచబాటన అర్జీ పంపి విజయం సాధించవచ్చుకదా! మా అన్నగారు ఇందుకు అంగీకరించలేదు. "నీకు కఠియావాడు తెలియదు. నీకు ప్రపంచ జ్ఞానం తక్కువ. ఇక్కడ పలుకుబడికే ప్రాధాన్యం. నేను నీకు సోదరుణ్ణి. ఆ తెల్లదొర నీకు స్నేహితుడు. అతడికి నచ్చచెప్పి నాపై గల అతని కక్షను తొలగింపచేయడం నీ ధర్మం" అంటూ ఆయన వత్తిడి చేశారు.

ఇక నేను కాదనలేక ఆ దొరను కలవడానికి నిర్ణయించుకున్నాను. అతని దగ్గరకు వెళ్ళి, ఈ విషయం చెప్పడం నాకు తగినపని కాదని తోచింది. అయినా తప్పలేదు. ఆయన దగ్గరకు జాబు పంపి కలుసుకునేందుకు సమయంకోరాను. ఆయన ఇచ్చిన సమయానికి వెళ్ళి ఆయనను కలిసి గతంలో ఇరువురి స్నేహాన్ని గురించి జ్ఞాపకం చేశాను. కాని కఠియావాడుకు, ఇంగ్లాండుకు ఎంతో భేదం కనబడింది. సెలవులో వున్న ఉద్యోగివేరు, పనిలో ఉన్న ఉద్యోగి వేరు. ఆ పొలిటికల్ ఏజంటు మా స్నేహాన్ని అంగీకరించాడు. కాని మా అన్నగారి విషయం ఎత్తేసరికి అతడు కరుకు బారాడు. అదా విషయం! ఆ స్నేహాన్ని పురస్కరించుకొని అనుచిత లాభం పొందాలని చూస్తున్నావా? అన్న భావం ఆయన కండ్లలో నాకు గోచరించింది. అయినా నా పాట నేను మొదలు పెట్టాను. దానితో ఆ దొర చిరాకుపడి "మీ అన్న చాలా కుట్రదారు. నేనేమీ వినను. నాకు అవకాశం తక్కువ. ఏమైనా చెప్పుకోవాలనుకుంటే మీ అన్ననే వచ్చి చెప్పుకోమను" అని అన్నాడు. నిజానికి ఆ సమాధానం నాకు చాలు. నేను చెప్పిన దానికి సరియైన సమాధానం ఇచ్చినట్లేగదా! కాని నా అవసరం నాది. నేను మానకుండా ఇంకా చెబుతూనే వున్నాను. ఆయన లేచి "ఇక వెళ్ళు" అని అన్నాడు.

నా మాటలు పూర్తిగా వినమని పట్టుబట్టాను. దానితో అతనికి కోపం వచ్చింది. నౌకరును పిలిచి "వీనికి త్రోవ చూపించు" అని ఆదేశించాడు. నేను గొణుగుతూ వున్నాను. నౌకరు నా రెండు బుజాలు పట్టుకొని బైటికి పంపివేశాడు. దొర వెళ్ళిపోయాడు. నౌకరు కూడా వెళ్ళిపోయాడు. నాకు రోషం వచ్చింది. రొప్పుతూ రొప్పుతూ లోనికి వెళ్ళి ఒక జాబు వ్రాశాను. "మీరు నన్ను అవమానించారు. నౌకరు ద్వారా నన్ను బయటికి నెట్టించారు. ఇందుకు సంజాయిషీ చెప్పుకోకపోతే మీ మీద కోర్టులో మాన నష్టం దావా వేస్తాను అని ఆ జాబులో రాశాను. ఆ దొర వెంటనే ఒక గుర్రపు రౌతు ద్వారా పత్రం పంపించాడు. "మీరు నా దగ్గర అసభ్యంగా వ్యవహరించారు. నేను

వెళ్ళమని చెప్పినా మీరు వెళ్ళలేదు. గత్యంతరం లేక మిమ్మల్ని నౌకరు ద్వారా బయటికి పంపక తప్పలేదు. నౌకరు పొమ్మన్నా మీరు పోలేదు. అందువల్ల మిమ్ము బైటికి పంపించుటకు బలం ఉపయోగించక తప్పలేదు. మీరేం చేసుకున్నాసరే" అని ఆ పత్రంలో వ్రాశాడు.

ఆ పత్రం జేబులో పెట్టుకొని తలవంచుకొని ఇంటికి చేరాను. జరిగిందంతా మా అన్నగారికి తెలియజేశాను. ఆయన చాలా బాధపడ్డారు. నన్ను ఎలా శాంత పరచాలో ఆయనకు బోధపడలేదు. ఆ దొర మీద కేసుపెట్టాలని నా భావం. ఆ విషయమై మా అన్న కొందరు వకీళ్ళ సలహా తీసుకున్నాడు. సరీగా అదే సమయానికి సర్ ఫిరోజ్ వచ్చారు. వారిని కొత్త బారిష్టరు కలవడం సాధ్యం కాదు గదా! అందువల్ల వారిని తీసుకొని వచ్చిన వకీలుకు ఈ వివరమంతా వ్రాసిన పత్రం ఇచ్చి మెహతా గారి సలహా అర్థించాను. వకీలు నా పత్రం మెహతా గారికి అందజేశారు.

"ఇప్పుడు చాలా మంది బారిష్టర్లకు, వకీళ్ళకు ఇట్టి అనుభవాలే కలుగుతున్నాయి. అతడు ఆంగ్ల దేశం నుంచి ఇప్పుడే వచ్చాడు కదా! అందువల్ల ఉడుకు పాలు ఎక్కువగావుంది. ఆంగ్ల దొరల స్వభావం ఇంకా అతనికి తెలియదు. ధనం బాగా సంపాదించ కోరితే, జీవితం సుఖంగా గడపాలని బావిస్తే ఇటువంటి అవమానాల్ని దిగమింగ వలసిందే. ఈ తెల్లదొరతో కలహం పెట్టుకుంటే నష్టమేగాని లాభం కలుగదు. గాంధీజీ ఇంకా లోకజ్ఞానం అవసరం." అని ఫిరోజ్‌గారు ఆ వకీలు ద్వారా నాకు సలహా పంపారు.

వారి సలహా నాకు విషప్రాయంగా తోచింది. కాని మింగక తప్పలేదు. అందువల్ల కొంత ప్రయోజనం కూడా కలిగింది. ఇక భవిష్యత్తులో ఇలాంటి పనులు చేయకూడదని, స్నేహాన్ని ఈ విధంగా వినియోగించుకోకూడదని ఒక నిర్ణయానికి వచ్చాను. అప్పటినుండి ఆ నిర్ణయాన్ని అతిక్రమించలేదు. తత్ఫలితంగా నా జీవితంలో ఎంతో మార్పు వచ్చింది.

5. దక్షిణ ఆఫ్రికాకు ప్రయాణం

నేను ఆ అధికారి దగ్గరికి వెళ్ళడం పూర్తిగా తప్పు. అయితే అతడి తొందరపాటు, అతడి ఔద్ధత్యం ముందు నా తప్పు చిన్నదై పోయింది. నన్ను గెంటించనవసరం లేదు. అతని సమయాన్ని అయిదు నిమిషాల కంటే నేను వ్యర్థం చేయలేదు. అతడు నా మాటలు వినడానికే సిద్ధం కాలేదు. నన్ను మంచిగా వెళ్ళమని చెప్పవచ్చు. కాని అతనికి అధికార దర్పం పెచ్చు పెరిగిపోయింది. అసలు అతనికి సహనం తక్కువ అని కూడా ఆ తరువాత తెలిసింది. వచ్చిన వాళ్ళనందరినీ తృణీకరించి పంపుతూ వుంటాడని, కొంచెం కష్టానికే మండి పడుతూ వుంటాడని తెలిసింది.

అయితే నా పని అంతా అతగాడి ముందే. అతడిని త్రోవకు తేవడం కష్టం. ఆశ్రయించడం నాకు ఇష్టం లేదు. మాన నష్టం దావా వేస్తానని వ్రాసి ఆ తరువాత వూరుకోవడం నాకు ఇష్టం లేదు.

ఈ సమయంలో మా రాష్ట్రమందలి చిన్న చిన్న రాజకీయాలు నాకు తెలిశాయి. కాఠియావాడు చిన్న చిన్న రాజ్యాల కూటమి. అందువల్ల రాజకీయ వేత్తలు అక్కడ అధికం. సంస్థానానికి సంస్థానానికి పడదు. అనేక కుట్రలు. పలుకుబడి కోసం ఉద్యోగుల్లో ఉద్యోగులికి మధ్య కుట్రలు. సంస్థానాధిపతులకు ఎవరు ఏం చెబితే అదే. చెవులు కొరికే వారికి సంస్థానాధి పతులు సులభులు. వాళ్ళు దొరగారి నౌకర్లకు కూడా సులభులే. ఇక శిరస్తాదారు. ఆయన దొరగారి కంటే ఎక్కువ. శిరస్తాదారే దొరగారికి కన్ను, చెవి. అతడే దొరగారికి దుబాసి. అందువల్ల శిరస్తాదారు మాటే మాట. అతడి రాబడి

దొరగారి రాబడికంటే అధికం. అతడికి వచ్చే జీతం కంటే అతడికి అయ్యే ఖర్చు చాలా అధికం. ఇందు అతిశయోక్తి ఏ మాత్రమూ లేదు.

ఈ దేశమంతా విషవాయుమయం అనిపించింది. యీ విషవాయువు తగలకుండా స్వాతంత్ర్యాన్ని రక్షించుకుంటూ ఉండటం ఎలా అనే దిగులు నన్ను పట్టుకుంది.

నాకు ఉత్సాహం తగ్గి పోయింది. యీ విషయం మా అన్నగారు గ్రహించారు. ఎక్కడైనా ఉద్యోగం దొరికితే కుట్ర నుండి బయటపడవచ్చునని తోచింది. కుట్ర చేయకపోతే మంత్రి పదవిగాని, జడ్జి పదవిగాని లభించదు. పైగా ఆ దొరకు నాకు ఏర్పడ్డ వైమనస్యం మా ఇద్దరి మధ్య పెద్ద అగాధం సృష్టించింది. అప్పుడు పోరుబందరు సంస్థానం తెల్లవారి ప్రభుత్వాధికారానికి లోబడివుంది. ఆ సంస్థానాధిపతికి కొన్ని అధికారాలు సంపాదించి పెట్టే ఉద్యోగం ఒకటి వుంది. ఇది కాక మేరులు అను ఒక జాతివారి మీద విధించబడ్డ హెచ్చు పన్నులను గురించి కూడా ఆ రాష్ట్రాధికారిని కలవవలసిన అవసరం ఏర్పడింది. అతడు హిందువే. కాని దురహంకారంలో తెల్లదొరల తాత అని తెలిసింది. అతడు సమర్థుడు. కాని అతడివల్ల రైతులకు ప్రయోజనం ఏమీ కలుగలేదు. నేను సంస్థానాధిపతికి కొన్ని కొత్త అధికారాలు సంపాదించి పెట్టగలిగానే గాని మేరులకు మేలు చేయలేకపోయాను. వారి విషయమై పూర్తిగా శ్రద్ధ వహించలేదని అనిపించింది.

అందువల్ల ఈ వ్యవహారంలోకూడా నిరాశపడ్డాను. నా క్లయింట్లకు న్యాయం జరగలేదు. న్యాయం కలిగించగల సాధనం నాదగ్గర లేదు. చివరికి పొలిటికల్ ఏజంటుకో లేక గవర్నరుకో అర్జీ పెట్టుకోవాలి. అలా చేస్తే దీనితో మాకేమీ సంబంధం లేదని వాళ్ళు త్రోసి పుచ్చేవాళ్ళు. చట్టం ఏమైనా వుంటే అవకాశం వుండేది. కాని ఇక్కడ దొరగారి మాటే చట్టం, అదే శాసనం.

ఈ విధంగా నేను ఉక్కిరి బిక్కిరి కావలసి వచ్చింది. ఇంతలో పోరుబందరు నుండి మేమన్ దుకాణం వారు మా అన్నగారికి జాబు వ్రాశారు. "మాకు దక్షిణ ఆఫ్రికాలో వ్యాపారం వున్నది. మాది పెద్ద దుకాణం. మాకు అక్కడి కోర్టులో పెద్ద దావా వున్నది. అది నలభైవేల పౌండ్ల దావా. చాలా కాలాన్నుండి నడుస్తున్నది. మేము అందుకు పెద్ద వకీళ్ళను, బారిష్టర్లను పెట్టాము. మీ తమ్ముణ్ణి పంపితే అతడు మాకు ఉపయోగపడతాడు. అతడికీ ఉపయోగం కలుగుతుంది. అతడు కొత్త దేశం చూస్తాడు. కొత్త అనుభవాలు పొందుతాడు" అని ఆ జాబులో వారు రాశారు.

ఈ విషయం మా అన్నగారు నాకు చెప్పారు. అక్కడ నేను చేయాల్సిన పనేమిటో తెలియదు. అయితే అక్కడికి వెళ్ళాలనే కోరిక కలిగింది. "దాదా అబ్దుల్లా అండ్ కో లో భాగస్వామియగు సేఠ్ అబ్దుల్ కరీం జావేరీ గారికి (తరువాత గతించారు) మా అన్న నన్ను చూపించారు. ఆయన ఇదేమి కష్టంకాదు అని నచ్చచెప్పి "అక్కడ మాకు పెద్ద పెద్ద తెల్లవాళ్ళు మిత్రులుగా ఉన్నారు. వారితో మీకు పరిచయం కలుగుతుంది. దుకాణంలో మీరు మాకు ఉపయోగ పడతారు. మావ్యవహారమంతా ఇంగ్లీషులో వుంటుంది. దానికి మీరు పనికి వస్తారు. ఆ దేశంలో వున్నంత కాలం మీరు మాకు అతిథులు. అందువల్ల విడిగా మీకు ఖర్చు ఏమీ వుండదు" అని చెప్పాడు.

"ఒక్క సంవత్సరం కంటే ఎక్కువ పట్టదు. రాకపోకలకు మీకు ఫస్టు క్లాసు టికెట్టు ఇస్తాం. నూట అయిదు పౌండ్ల సొమ్ము ఇస్తాం" అని అన్నాడు. ఇంత కొద్ది సొమ్ము కోసం దక్షిణ ఆఫ్రికా వెళ్ళడం బారిష్టరు చేయవలసిన పని కాదు. పైగా దాస్యం చేయాలి. అయినా ఏదో విధంగా ఈ దేశాన్ని విడిచి వెళదామనే కోరిక ఎక్కువైపోయింది. కొత్త దేశం చూద్దామని, కొత్త అనుభవం

పొందుదామని అభిలాష కలిగింది. ఇదిగాక ఆ నూట అయిదు పౌండ్లు మా అన్నగారికి పంపవచ్చు. కుటుంబ ఖర్చులకు ఆ సొమ్ము వినియోగ పడుతుంది. ఈ రకమైన అభిప్రాయాలతో ఇక మారు మాటాడకుండా సరేనని చెప్పి దక్షిణ ఆఫ్రికా ప్రయాణానికి సిద్ధపడ్డాను.

6. నేటాల్ చేరిక

ఆంగ్ల దేశానికి వెళ్ళినప్పుడు కలిగిన వియోగ దుఃఖం దక్షిణ ఆఫ్రికాకు వెళ్ళుతున్నప్పుడు నాకు కలుగలేదు. మా అమ్మగారు ఇప్పుడు లేరు. నాకు లోకానుభవంతో పాటు సముద్రయానానుభవం కూడా కలిగింది. బొంబాయి రాజకోటలకు తరచుగా రాకపోకలు సాగిస్తూ ఉన్నాను.

ఈసారి భార్యను విడిచి వెళ్ళడానికి కొంచెం కష్టం కలిగింది. ఇంగ్లాండు నుండి వచ్చిన తరువాత ఒక పిల్లవాడు పుట్టాడు. మా ప్రేమ ఇంకా కామవాంఛ నుండి విడివడలేదు. కాని మెల్లమెల్లగా మెరుగుపడసాగింది. ఇంగ్లాండు నుండి వచ్చిన తరువాత మేము కలిసి కొద్ది కాలం వున్నాము. ఆమెకు ఉపాధ్యాయుడనై ఏదో విధంగా కొన్ని సంస్కారాలు నేర్పడానికి పూనుకున్నాను. ఆ శిక్షణ పూర్తికావాలంటే ఇద్దరం కలిసి వుండటం అవసరం అని అనుకున్నాము. కాని దక్షిణ ఆఫ్రికాకు వెళ్ళే మహోత్సాహంలో వియోగ దుఃఖం అంతగా బాధించలేదు. ఒక సంవత్సరంలో మళ్ళీ కలుద్దామని చెప్పి భార్యను ఊరడించి రాజకోట నుండి బొంబాయికి బయలుదేరాను.

దాదా అబ్దుల్లా కంపెనీ వారి ఏజంటు ద్వారా టిక్కెట్టు రావాలి. ఓడలో కాబిన్ ఖాళీగా లేదు. ఇప్పుడు బయలుదేరి వెళ్ళకపోతే ఒక మాసం రోజులు బొంబాయిలోనే వుండాలి. మేము మొదటి తరగతి టికెట్టు కోసం చాలా ప్రయత్నం చేశాము. కాని లాభం లేకపోయింది. “మీరు వెళ్ళదలచుకుంటే డెక్ మీదనే వెళ్ళాలి. మొదటి తరగతి భోజనం మాత్రం ఏర్పాటు చేశాము” అని ఏజంటు చెప్పాడు. అవి నా మొదటి తరగతి ప్రయాణం రోజులు. బారిష్టరు డెక్ మీద ప్రయాణం చేయడమా? అందుకు నేను అంగీకరించలేదు. మొదటి తరగతి టికెట్టు దొరకలేదంటే నేను నమ్మలేక పోయాను. అందువల్ల మొదటి తరగతి టిక్కెట్టు సంపాదించాలని నేను నిర్ణయించుకున్నాను. నేను ఓడ మీదకు వెళ్ళి ముఖ్యాధికారిని కలిసి మాట్లాడాను. అతడు దాపరికం లేకుండా ఇలా చెప్పాడు. “మా ఓడలో ఇదివరకెన్నడూ ఇంత వత్తిడి లేదు. మొజాంబిక్ గవర్నరు గారు ఈ ఓడలో వస్తున్నారు. బెర్తులన్నీ వారే పుచ్చుకున్నారు.” “ఏదో విధంగా నా ఒక్కడికి చోటు చేయలేరా” అని అడిగాను. అతడు నన్ను ఎగాదిగా చూచాడు. చిరునవ్వు నవ్వి” ఒక్క ఉపాయం వుంది. నా గదిలో మరొక బెర్తు వుంది. అది ప్రయాణీకులకు ఇచ్చేది కాదు. అయినా నీకిస్తాను.” అని అన్నారు. నేనందుకు కృతజ్ఞతలు చెప్పి వెళ్ళి ఏజంటును వెంట తీసుకొని వచ్చాను. 1893 ఏప్రిల్ నెలలో దక్షిణ ఆఫ్రికాలో నా అదృష్టం ఎలా వుంటుందో అని యోచిస్తూ మహోత్సాహంతో బయలుదేరాను.

మొదటి రేవు లామూ. అక్కడికి వెళ్ళడానికి 13 రోజులు పట్టింది. త్రోవలో నేను, ఓడ కెప్టెను మంచి స్నేహితులమైనాము. అతనికి చదరంగమంటే ఇష్టం. కొత్తగా నేర్చుకున్నాడు. అందువల్ల అతనితో ఆడటానికి మరొక సరికొత్త వాడు కావాలి. నన్ను పిలిచాడు. నేను చదరంగాన్ని గురించి చాలా విన్నాను. కాని ఆట ఎరుగను. చదరంగంలో తెలివి తేటలు చాలా అవసరం అని నేర్పరులు చెప్పగా విన్నాను. ఆ కెప్టెను నాకు నేర్పుతానన్నాడు. నాకు చాలా ఓర్పు వుండటం వల్ల మంచి శిష్యుడు దొరికాడని అతడు చాలా సంతోషించాడు. ప్రతి ఆటలోను నేనే ఓడిపోతూ వున్నాను.

ఓడిన కొద్దీ నాకు బోధించేందుకు అతనికి ఎక్కువగా ఉత్సాహం కలుగుతూ వున్నది. నాకు ఆ ఆట యెడ అభిరుచి కలిగింది. కాని ఆ ఓడ దిగిన తరువాత ఆ అభిరుచి నిలవలేదు. చదరంగంలో నా ప్రవేశం రాజును, మంత్రిని నడుపుట కంటే మించలేదు. లామూ రేవులో ఓడ మూడు లేక నాలుగు గంటలు ఆగింది. నేను రేవు చూద్దామని దిగాను. కెప్టెను కూడా దిగాడు. "ఇక్కడి ఈ సముద్రం దగా కోరు. ఎప్పుడు ఏమవుతుందో తెలియదు. మీరు వెంటనే తిరిగి వచ్చి వేయండి" అని కెప్టెను గట్టిగా చెప్పాడు.

ఆ రేవు చాలా చిన్నది. నేను పోస్టాఫీసుకు వెళ్ళి అక్కడ గుమాస్తాలుగా పనిచేస్తున్న భారతీయులను చూచాను. నాకు సంతోషం కలిగింది. వాళ్ళతో మాట్లాడాను. ఆఫ్రికా వాసులు కొంత మంది కనబడగా వారియోగక్షేమాల్ని గురించి అడిగి తెలుసుకున్నాను. ఈ పనులకు కొంత సమయం పట్టింది.

డెక్ మీద ప్రయాణం చేస్తున్న కొందరితో అక్కడ పరిచయం కలిగింది. వారు ఒడ్డున తీరికగా వంటచేసుకొని భోజనాలకు కూర్చున్నారు. వారు ఓడదాకా పోవడానికి ఒక నావ కుదుర్చుకొనగా నేను కూడా దానిలోకి ఎక్కాను. ఇంతలో హఠాత్తుగా సముద్రంలో పోటు హెచ్చింది. రేవు అల్లకల్లోలం అయింది. మేమెక్కిన నావ మీద బరువు పెరిగింది. ఓడ నిచ్చెనకు మా నావను కట్టి నిలపడానికి వీలు లేనంత బలంగా నీరు పొంగుతూ వుంది. నావ నిచ్చెన దగ్గరకు వెళ్ళేసరికి నీటి ప్రవాహం వచ్చి నావను దూరంగా నెట్టివేస్తూ వుంది. ఓడ బయలు దేరుటకు మొదటి ఈల అప్పుడే మోగింది. నాకు తొందర పెరిగింది. కెప్టెను పైనుండి మా అవస్థ చూచాడు. మరో అయిదు నిమిషాలు ఓడను ఆపమని ఆదేశించాడు. నా మిత్రుడొకడు ఓడ దగ్గరగా వున్న ఓడ నావవాడికి పదిరూపాయలిచ్చి నన్ను తీసుకురమ్మనగా ఆ నావవాడు దగ్గరకు వచ్చి నన్ను బలవంతాన తన నావలోకి లాక్కున్నారు. అప్పటికి ఓడ పైకి ఎక్కి వెళ్ళే నిచ్చెనను తొలగించి వేశారు. దానితో ఒక మోకు పట్టుకొని నేను పైకి పాకవలసి వచ్చింది. ఓడ వెంటనే బయలు దేరింది.

మొదటి నావలో వున్న సహయాత్రీకులంతా అక్కడే దిగబడి పోయారు. కెప్టెను మాటలకు గల విలువ ఏమిటో అప్పుడు బోధపడింది.

లామూ దాటిన తరువాత మొంబాసా చేరాము. తరువాత జాంజిబారు. అక్కడ ఓడ పదిరోజుల వరకు వుంటుందని, అక్కడ మరో ఓడలోకి మారాలని తెలిసింది.

కెప్టెనుకు నాపైగల ప్రేమ వర్ణనాతీతం అయితే ఆ ప్రేమ మరో వికృత కార్యానికి కారణ భూతమైంది. తన వెంట ఆయన నన్ను, మరో తెల్లవాడిని రమ్మన్నాడు. మేము ముగ్గురం ఆయన నావమీద తీరానికి చేరాం. విహారానికి వెళదాం అన్నాడు. విహారమంటే వాళ్ళ భావం ఏమిటో నాకు బోధపడలేదు. ఆ విషయంలో నేనెంత తెలివితక్కువ వాడినో ఆయనకు తెలియదు. ఒక తార్పుడుగాడు మా ముగ్గురినీ నీగ్రో స్త్రీల పేటకు తీసుకు వెళ్ళాడు. ముగ్గురికి మూడు గదులు చూపించాడు. నేను గదిలో స్త్రీని చూచి సిగ్గుతో కుంచించుకుపోయాను. పాపం, ఆమె నన్ను గురించి ఏమనుకున్నదో ఆ దేవునికే తెలియాలి. కెప్టెను కొంతసేపైన తరువాత నన్ను పిలిచాడు. నేను వెళ్ళిన వాణ్ణి వెళ్ళినట్లు బయటికి వచ్చాను. నా చేతగాని తన్నాన్ని అతడు పసికట్టాడు. మొదట కొంచెం నాకు చిన్న తనంగా వుంది. కాని ఆ తర్వాత ఆ విషయం తలుచుకుంటేనే భయం వేసింది. ఆడది ఎదురూగా వుంటే జారిపోకుండా వుంచమని భగవంతుణ్ణి ప్రార్థించాను.

హృదయ దౌర్బల్యాన్ని తలచుకొని బాధపడ్డాను. "ముందే గదిలోకి వెళ్ళనని ధైర్యంగా చెప్పి యుంటే బాగుండేదికదా" అని అనుకున్నాను.

నా జీవితంలో యిది మూడో అనుభవం. కల్లాకపటం ఎరుగని చిన్న వాళ్ళు పాపలిప్తులవుతారు. అయినా నేను లోపలికి వెళ్ళడం తప్పుగదా! లోపలికి వెళ్ళి ఊరుకోవడం పురుషార్ధం కాదు. ముందే వెళ్ళనని చెప్పి బయటనే వుండి వుంటే అది నిజంగా పురుషార్ధం. యీ ఘట్టం భగవంతుని మీద గల నా విశ్వాసాన్ని బాగా పెంచిందని చెప్పగలను. ఈ రేవులో ఏడు రోజులకు పైగా వుండ వలసి రావడం వల్ల నేను పట్టణంలో బసచేసి చుట్టు ప్రక్కల చూచి వచ్చాను. జాంజిబారు వృక్షాలకు నిలయం. మలబారులా వుంటుంది. అక్కడి చెట్ల ఎత్తును, ఆ చెట్లకు కాచే పండ్ల నిగనిగల్ని చూచి ఆశ్చర్యపడ్డాను.

తరువాత మా ఓడ మొజాంబిక్‌లో ఆగింది. మే నెలాఖరుకు నేటాలు చేరుకున్నాము.

7. కొన్ని అనుభవాలు

నేటాలు దేశానికి రేవు పట్టణం దర్బన్. దానికి పోర్టునేటాల్ అని కూడా పేరు వుంది. అబ్దుల్లా సేఠ్‌గారు నన్ను తీసుకువెళ్ళేందుకు అక్కడికి వచ్చారు. నేటాలు వాళ్ళు చాలా మంది తమ వాళ్ళను తీసుకొని వెళ్ళేందుకు వచ్చారు. భారతీయుల ఎడ అక్కడి వాళ్ళకు ఆదరం వున్నట్లు కనిపించలేదు. అబ్దుల్లా సేఠ్‌ను అంతా తేలికగా చూడటం గమనించాను. ఆ స్థితి చూచి నా ప్రాణం చివుక్కుమన్నది. కాని అబ్దుల్లా సేఠ్‌కు యీ విషయంలో బాగా అనుభవం వున్నట్లనిపించింది. అంతా నావంక వికారంగా చూచారు. తతిమ్మా, భారతీయుల కంటే నా వేషం వేరుగాను వింతగాను వుంది. కనుక ఫ్రాంక్ కోటు బెంగాలీల పగడీ వంటి తలపాగా ధరించాను.

అబ్దుల్లా గారు నన్ను ఇంటికి తీసుకువెళ్ళాడు. తన గదికి ప్రక్కనే వున్న గదిని నా కోసం ఏర్పాటు చేశాడు. నా సంగతి వారికి, వారి సంగతి నాకు తెలియదు. తన తమ్ముడు నా చేతికిచ్చి పంపిన కాగితాలు చదివి కొంత గడబిడ పడ్డాడు. తన తమ్ముడు భారత దేశాన్నుండి ఒక తెల్ల ఏనుగును తన వద్దకు పంపించాడని ఆయన భావించాడు. నా వేషభాషలు చూచి దొరలకయ్యేటంత వ్యయం నాకోసం అవుతుందని భావించాడు. అప్పుడు ప్రత్యేకించి నాకు అప్పగించడానికి సరియైన పని కూడా లేదు. వారి వ్యవహారం ట్రాన్సువాలులో సాగుతున్నది. వెంటనే నన్నక్కడికి పంపడంలో అర్థం లేదు. పైగా నా శక్తిని, సామర్ధ్యాన్ని, యోగ్యతను గురించి ఆయనకు ఏమీ తెలియదు! నాకోసం తాను ఎప్పుడూ ప్రిటోరియాలో వుండవలసి వస్తుంది. అది ఆయనకు వీలుపడని పని. ప్రతివాదులు ప్రిటోరియాలోనే వున్నారు. వాళ్ళు నన్ను తమవైపుకు తిప్పుకుంటారేమోనని ఆయనకు భయం. అయితే ఆ దావా కాకపోతే నాకు అప్పగించే పని యింకేముంది?

మిగతా పనులన్ని నా కంటే ఆయన గుమాస్తాలే బాగా చేయగలరు. ఆ గుమాస్తాలు తప్పు చేస్తే వాళ్ళను దండించవచ్చు. కాని నేను తప్పు చేస్తే దండించేదెలా? ఆ దావాలో ఏదో పని అప్పగించకపోతే ఊరికే కూర్చో బెట్టి మేపవలసి వస్తుంది.

అబ్దుల్లా గారికి అక్షర జ్ఞానం తక్కువే కాని వ్యవహార జ్ఞానం ఎక్కువ. ఆయన బుద్ధి చాలా చురుకైనది. బ్యాంకు మేనేజర్లతో వ్యవహారం నడుపుకొనుటకు, తెల్ల వర్తకులతో వ్యవహారం

గడుపుకొనుటకు, వకీళ్ళకు తన వ్యవహారాలు చెప్పుటకు తగినంత ఇంగ్లీషు ఆయనకు వచ్చు. భారతీయులకు ఆయనంటే గౌరవం. వారి వ్యాపార సంస్థ అక్కడి వ్యాపార సంఘాలన్నింటిలోకి పెద్దది. అన్నీ వున్నాయిగానీ ఒక లోటు మాత్రం ఆయనలో వుంది. ఆయనది అనుమాన స్వభావం.

ఆయనకు ఇస్లాం మత మంటే అమిత అభిమానం. తత్వ జ్ఞానాన్ని గురించి మాట్లాడాలనే తపన ఆయనకు వుంది. కురాన్ షరీఫు మరియు తదితర ఇస్లాం మత గ్రంధాలలో ఆయనకు కొద్దిగా ప్రవేశం వుంది. మాట్లాడేటప్పుడు అనేక ప్రమాణ వాక్యాలు అమితంగా ఉపయోగిస్తూ వుంటారు. ఆయనను కలియడం వల్ల ఇస్లాం మతం విషయమై నాకు కొంత పరిజ్ఞానం కలిగింది. మా మనస్సులు కలిసిన కొద్దీ ఇస్లాం తత్వ విషయాలను గురించి చర్చించడం ప్రారంభించాడు.

నేనచ్చటికి వెళ్ళిన రెండవరోజునో, మూడవరోజునో అబ్దుల్లా సేఠ్ నన్ను దర్బను కోర్టుకు తీసుకు వెళ్ళాడు. తమ మిత్రులను నాకు పరిచయం చేశాడు. కోర్టులో తన వకీలు ప్రక్కనే నన్ను కూర్చోబెట్టాడు. మొదటి నుండి మెజిస్ట్రేటు నావంక మిర్రి మిర్రిగా చూడడం ప్రారంభించాడు. చివరకు తలపాగాను తీసి వేయమని ఆదేశించాడు. తలపాగా తీయను అని చెప్పి కోర్టు నుంచి బయటకు వచ్చి వేశాను.

ఇక్కడ కూడా తగువు మొదలైందని భావించాను. భారతీయులచే తలపాగాలు తీసి వేయించుటకు గల కారణాలు అబ్దుల్లా వివరించి చెప్పారు. మహమ్మదీయ ఆచారాలు కలవారు తలపాగాలు పెట్టుకోవచ్చు. కాని కోర్టుకు వచ్చే మిగతా భారతీయులు మాత్రం తలపాగా ధరించరాదని శాసనం. ఈ సూక్ష్మ భేదం తెలుసుకునేందుకు ఇంకొంచెం లోతుకు వెళ్ళాలి. అక్కడికి చేరిన మూడు నాలుగు రోజుల్లోనే అక్కడి భారతీయులు రకరకాలుగా విభాజితులై వున్నారని బోధపడింది. ఒకరు తురక వర్తకులు. వీరు మేము అరబ్బులమని చెప్పుకుంటున్నారు. మరొకరు హిందూ గుమాస్తాలు లేక పారసీ గుమాస్తాలు. పారసీ గుమాస్తాలు మేము పారశీకులం అని చెప్పుకుంటారు. ఇక హిందూ గుమాస్తాలు అటూగాక, ఇటూగాక వుండిపోయారు. యీ మూడురకాల వారికి సాంఘిక సంబంధాలు వున్నాయి. వీళ్ళందరినీ మించిన మరో తెగ వున్నది. ఆ తెగలో అరవవారు, తెలుగువారు, ఉత్తర హిందూ స్థానము నుండి ఇన్‌డెన్‌చెర్డు కూలికి వచ్చినవారు వున్నారు. ఇన్‌డెన్‌చెర్డు కూలీలంటే అయిదేండ్లు నేటాలు దేశంలో పనిచేసేందుకు అంగీకారం కుదుర్చుకున్న కూలివారన్నమాట. వీరికి గిర్మిటియాలని పేరు. ఈ శబ్దం అగ్రిమెంట్ అను పదానికి అపభ్రంశమగు గిర్మిట్ అను పదము నుండి ఉత్పన్నమైనది. పై మూడు తెగలవారు కూడా ఈ గిర్మిటియాలతో కూలిపని విషయమై తప్ప వేరు సంబంధం పెట్టుకోరు. దొరలంతా వీళ్ళను కూలీలు అని అంటారు. భారతీయులలో ఎక్కువ మంది కూలిచేసుకునేవారే. అందువల్ల భారతీయులంతా కూలివారే. 'సామీ' అని మరో పేరు కూడా వీళ్ళకు వున్నది. సామి అను పదం సామాన్యంగా అరవవారి పేర్లకు చివర వుంటుంది. స్వామిన్ అను సంస్కృత పదానికి ఇది వికృతి. సామి అనే సంబోధనం ఇష్టంలేని భారతీయులు తెల్లవారితో నీవు నన్ను సామి అని పిలుస్తున్నావు సరేకాని సామి అంటే అధికారి అని అర్థం, నేను నీకు అధికారినికాదుకదా! అందువల్ల ఆ శబ్దం నాకు వాడకు అని చెబుతారు. కొందరు ఏమీ మాట్లాడకుండా వుండిపోతారు. మొత్తం మీద సామి శబ్దం నీచార్థకమని ప్రచలితం అయిపోయింది.

నాకు కూలి బారిష్టరు అని పేరు వచ్చింది. వర్తకులకు కూలి వర్తకులని పేరు. ఈ విధంగా కూలీ అంటే అసలు అర్థంపోయి కూలీలంటే భారతీయులు అను అర్థం రూఢి అయిపోయింది.

తురక వర్తకులకిది గిట్టదు. వాళ్ళు మేము అరబ్బులం అనో, లేక మేము బేహారులం అనో చెప్పుకుంటూ వుంటారు. తెల్లవాడు మంచి వాడైతే కూలీ అన్నందుకు క్షమాపణ కోరతాడు.

ఇట్టి పరిస్థితుల్లో నేను తలపాగా పెట్టుకోవడం తప్పుగా భావించబడిందన్న మాట. అందువల్ల ఎందుకొచ్చిన గోల అని భావించి తలపాగా తీసివేసి ఇంగ్లీషు వాళ్ళ హేటు పెట్టుకొందామనే నిర్ణయానికి వచ్చాను. దానితో ఈ తగాదా పోతుందని అనుకున్నాను.

కాని అబ్దుల్లా సేఠ్‌గారు ఒప్పుకోలేదు. "నీవు యీ పని చేస్తే మరీ ప్రమాదం. నీవు ఇట్లా చేస్తే తలపాగా ధరించాలని భావించే వారందరనీ మోసగించినట్లవుతుంది. అదీగాక మనదేశం తలపాగా మీకు బాగుంటుంది. ఇంగ్లీషు వాళ్ళ హేటు పెట్టుకుంటే ఇంగ్లీషు వాళ్ళ హోటళ్ళలో పని చేసే నౌకరని అంతా అనుకుంటారు." అని అబ్దుల్లా నన్ను హెచ్చరించాడు.

ఆయన బోధనలో తెలివి, దేశభక్తి వున్నాయి. అందలి తెలివి స్పష్టం. దేశభక్తి లేందే అటువంటి మాటలు నోటరావు. హోటల్లో పనిచేసే వారియెడ నైచ్యభావం వుండటం వల్ల తేలికభావం వ్యక్తమవుతూ వుంది. గిర్మిటియాలలో హిందువులు, తురుకలు, క్రైస్తవులు వున్నారు. అక్కడ వున్న క్రైస్తవులంతా మతం పుచ్చుకున్న గిర్మిటియాల సంతతి వారే. 1893 నాటికే వారి సంఖ్య బాగా పెరిగింది. వాళ్ళలో చాలామంది దొరల వేషం ధరించి హోటళ్ళలో పనిచేస్తున్నారు. అబ్దుల్లాగారు హేటు విషయంలో తేలికగా మాట్లాడింది వీళ్ళను గురించే. హోటళ్ళలో చేసే సేవకత్వం ఎంతో ధైన్యంగా వున్నదన్నమాట. నేటికీ చాలా మందికి అట్టి చులకన భావం పోలేదు.

మొత్తం మీద అబ్దుల్లా గారి సలహా నాకు నచ్చింది. ఈ తలపాగా వ్యవహారం మొదలైన తరువాత నేను నా పక్షాన్ని సమర్ధిస్తూ పత్రికల్లో వ్యాసం వ్రాశాను. దానితో తలపాగాను గురించి పత్రికల్లో బాగా రగడ జరిగింది. "అన్‌వెల్‌కం విజిటర్" పిలువని పేరంటకాడు అని నాకు పత్రికల్లో పేరు వచ్చింది. తత్ఫలితంగా మూడు నాలుగు రోజుల్లో నా పేరు బాగా ప్రచారంలోకి వచ్చింది. కొందరు నా పక్షాన్ని సమర్థించారు. కొందరు నా పొగరు బోతుతనాన్ని నోరార తిట్టారు.

నేను దక్షిణ ఆఫ్రికాలో కొంత కాలం తలపాగా తొలగించలేదు. అది నాతలపైనే వున్నది. అయితే తరువాత ఎందుకు తొలగించవలసి వచ్చిందో, నేను ఎందుకు తొలగించానో రాబోయే ప్రకరణాల్లో తెలియజేస్తాను.

8. ప్రిటోరియా వెళ్ళేదారిలో

దర్బనులో నివశిస్తున్న భారతీయ క్రైస్తవులతో నాకు పరిచయం ఏర్పడింది. కోర్టులో దుబాసిగా వున్న పాల్‌గారు రోమన్ కేతలిక్. మా ఇద్దరికీ స్నేహం కుదిరింది. ప్రొటెస్టెంట్ మిషన్‌లో బోధకుడుగా వున్న సుభాన్‌గ్రాడ్ ఫ్రేగారితో స్నేహం ఏర్పడింది. వీరు ఇటీవలే గతించారు. దక్షిణ ఆఫ్రికా భారతీయ ప్రతినిధి సంఘ సభ్యులుగా నిరుడు ఇండియాకు వచ్చిన జేమ్సుగాడ్ ఫ్రే గారికి వీరు జనకులు. ఇదే విధంగా పార్సీ రుస్తుం గారితోను, ఆదంజీ మియాఖాన్‌గారితోను మైత్రి ఏర్పడింది. వీరిద్దరూ ఇటీవలే గతించారు. వ్యాపార వ్యవహారంలో తప్ప ఇక ఎన్నడూ ఒకరి ముఖం మరొకరు చూచుకోని వీరంతా ఏ విధంగా గాఢ మిత్రులైనారో తరువాత వివరిస్తాను.

ఈ విధంగా నా పరిచితుల సంఖ్య పెరిగిపోసాగింది. ఇంతలో అబ్దుల్లాగారి వకీలు నుంచి వారికి ఒక సమాచారం అందింది. ఇక కేసుకు సిద్ధం కావాలి. అందువల్ల అబ్దుల్లాగారే రావడమో,

లేక వారి తరఫున మరొకరినెవరినైనా పంపడమో చేయమని ఆ సమాచార సారాంశం. అబ్దుల్లా గారు నాకా లేఖను చదవమని ఇచ్చి ప్రిటోరియాకు వెళతారా అని అడిగాడు. "నేను ఆ వ్యవహార మంతా క్షుణ్ణంగా తెలుసుకొని వెళతాను. అక్కడ ఏం చేయాలో నాకిప్పటికీ తెలియదు" అని నేను చెప్పాను. అప్పుడు ఆయన ఆ విషయం నాకు బోధపరచమని కొందరు గుమాస్తాలను ఆదేశించాడు.

ఆ కేసును కొంత ఆకళింపు చేసుకున్న తరువాత అసలు ఈ కేసును ఓం నమశ్శివాయతో ప్రారంభించ వలసియున్నదని అర్థం చేసుకున్నాను. జాంజిబారులో వున్న కొద్ది రోజులు అక్కడి కోర్టుకు వెళ్ళి వివరాలు తెలుసుకున్నాను. పార్శీ వకీలొకడు ఒక సాక్షి ఖాతాలోగల జమా ఖర్చులను గురించి అడుగుతూ వుండటం గమనించాను. జమాఖర్చులంటే నాకు అంతా అడవి గొడవ. నేను భారతీయ స్కూళ్ళలోగాని, ఆంగ్లదేశంలోగాని జమాఖర్చులను గురించి నేర్చుకోలేదు.

దక్షిణ ఆఫ్రికాకు ఏ కేసును గురించి నేను వచ్చానో అదంతా ఖాతాలకు సంబంధించిందే. జమా ఖర్చుల లెక్కలలో నిపుణుడైన వాడే వాటి వివరాలు తెలుసుకోగలడు, ఇతరులకు తెలుపగలడు. గుమాస్తా ఇది జమ, ఇది ఖర్చు అని చెప్పుకుపోతూ వుంటే నాకంతా గందర గోళంగా వుంది. పి. నోటు అంటే ఏమిటో నాకు బోధపడలేదు. ఇంగ్లీషు నిఘంటువును తిరగవేశాను. ఆ శబ్దం ఎక్కడా కనబడలేదు. నా ఇబ్బంది ఆ గుమాస్తాకు తెలియజేశాను. ఆ గుమాస్తా వెంటనే పి. నోటు అంటే ప్రాంశరీ నోటు అని చెప్పాడు. అప్పుడు జమా ఖర్చులకు సంబంధించిన పుస్తకం ఒకటి కొని చదివాను. దానితో కొంత ధైర్యం వచ్చింది. ఆ దావా నాకు అర్థమైంది. అబ్దుల్లా సేఠ్ జమా ఖర్చులు ఎలా వ్రాయాలో ఎరుగడు అయినా ఎంత చిక్కులెక్కనైనా చిటికెలో విడదీసి చెప్పగల అనుభవం ఆయన గడించాడని నేను తెలుసుకున్నాను. "ప్రిటోరియా వెళ్ళడానికి ఇప్పుడు, నేను సిద్ధం" అని అన్నాను.

"మీరెక్కడ బస చేస్తారు?" "మీరు ఎక్కడ బసచేయమంటారో చెప్పండి" అనగా "నేను మన వకీలుకు జాబు వ్రాస్తాను. ఆయన మీకు విడిది ఏర్పాటు చేస్తాడు. ప్రిటోరియాలో నాకు మేమన్ మిత్రులున్నారు. వాళ్ళకి కూడా రాస్తాను. అయితే మీరు వారి ఇంట్లో బసపెట్టవద్దు. మన ప్రతి పక్షులకు అక్కడ మంచి పలుకుబడి ఉంది. మన రహస్య పత్రాలు వారిలో ఎవరైనా చూచారో, కొంప మునుగుతుంది. వారికి మీరు ఎంత దూరంగా వుంటే అంత మంచిది."

"మీ వకీలు ఎక్కడ వుండమంటే అక్కడే వుంటాను. లేకపోతే నేను వేరే బస ఏర్పాటు చేసుకుంటాను. దాన్ని గురించి మీరు విచార పడవద్దు. మన రహస్యం పిట్టకైనా తెలియనీయనని పూర్తిగా నమ్మండి. అయితే నేను వాళ్ళతో కలిసిమెలసి వుంటాను. ప్రతి వాదులతో స్నేహం చేసుకోవడం మంచిదని నా అభిప్రాయం. ఏ మాత్రం అవకాశం వున్నా కోర్టుకు పోకుండా చూస్తాను. ఇంతకూ తయబ్‌సేఠ్ మీకు చుట్టమేకదా? నిజానికి ప్రతివాది స్వర్గీయ సేఠ్ తైయబ్జీహాజీ ఖాన్ మహమ్మద్‌గారు కూడా అబ్దుల్లా సేఠ్ గారికి దగ్గరి చుట్టమే.

రాజీ మాట వినగానే అబ్దుల్లా గారు కలవరపడటం గమనించాను. అయితే రబ్బాను చేరి ఆరే రోజులైనప్పటికీ మేమొకరి హృదయం మరొకరం అర్థం చేసుకున్నాం. నన్ను తెల్ల ఏనుగుగా భావించిన రోజులు గడిచిపోయాయి. అందువల్ల వెంటనే అందుకొని "మేము రక్తబంధువులం. రాజీద్వారా వివాదం పరిష్కారం అయితే మంచిదే. మేమిద్దరం ఒకరి నొకరం బాగా ఎరుగుదుము. తైయబ్ సేఠ్ త్వరగా పరిష్కారం కానీయడు. ఆయనతో జాగ్రత్తగా వ్యవహరించాలి. ఏ మాత్రం

రహస్యం పసిగట్టినా మనల్ని అదఃపాతాళానికి తొక్కివేస్తాడు. అందువల్ల ఏమరచకుండా తెలివిగా వ్యవహరించండి.” అని చెప్పారు అబ్దుల్లా సేఠ్.

“ఈ విషయంలో తొట్రుపాటు బడను. దావా విషయమై తైయబ్‌సేఠ్‌తో గాని, మరొకరితోగాని మనకేంపని? ఎప్పుడైనా కలిస్తే మాత్రం డొంక తిరుగుడు గొడవలు మాని ఏదో ఒక దారికి రమ్మని చెబుతాను” అని అన్నాను. వచ్చిన ఏడో రోజునో, ఎనిమిదో రోజునో నేను దర్బాను నుంచి బయలుదేరాను. నాకు మొదటి తరగతి టికెట్టు కొని ఇచ్చారు. పరుపు కావాలంటే ఆదనంగా అయిదు షిల్లింగులు అక్కడ చెల్లించాలి. పరుపు తీసుకోమని అబ్దుల్లాగారు మరీమరీ చెప్పారు. కాని అనవసరంగా పట్టుదలకు పోయి, పరుపు తీసుకోకూడదని అనుకున్నాను. అయిదు షిల్లింగులు మిగిల్చాలనే భావం కూడా నాలో అప్పుడు పని చేసింది. అయినా అబ్దుల్లాసేఠ్ నన్ను సముదాయిస్తూ “చూడండి! ఇది భారతదేశం కాదు. అల్లా అనుగ్రహం వల్ల మనకు తినడానికి కట్టడానికి, ఇతరులకు సాయం చేయడానికి తగినంత సిరిసంపదలు లభించాయి. మీరు సంకోచించకండి. అవసరమైన ఖర్చు చేయండి.” అని నచ్చ చెప్పాడు.

నేను ధన్యవాదాలు పలికి పరవాలేదని చెప్పాను. రైలు నేటాలు ముఖ్య పట్టణం మారిట్జుబర్గుకు రాత్రి తొమ్మిది గంటలకు చేరింది. పడుకునే వాళ్ళకు ఇక్కడే పరుపు లిస్తారు. రైలు జవాను వచ్చి పరుపు కావాలా అని అడిగాడు. నా దగ్గర వుంది. పరుపు అక్కర్లేదని చెప్పాను. అతడు వెళ్ళిపోయాడు. ఇంతలో ఒక ప్రయాణీకుడు లోనికి వచ్చి నన్ను ఎగాదిగా చూచాడు. నేను నల్లవాణ్ణి. అతడు సహించలేకపోయాడు. పెట్టెదిగి వెళ్ళి ఒకరిద్దరు ఉద్యోగుల్ని తీసుకువచ్చాడు. వారు వెటకారంగా నిలబడ్డారు. ఇంతలో మరో ఉద్యోగి వచ్చి “లేవయ్యా, లే, నీవు వెనుక పెట్టెలో కూర్చోవాలి. లే” అని గద్దించాడు.

“నా దగ్గర మొదటి తరగతి టిక్కెట్టు ఉన్నది. నా మాట మీరు వినండి. దర్బనులో నన్ను ఇక్కడ కూర్చోనిచ్చారు. నేనిక్కడే వుంటాను.”

“అయితే పోవా? నీవు వెళ్ళకపోతే పోలీసును పిలిచి నెట్టించి వేస్తాను.”

“సరే! అతడు వచ్చి నెట్టితే నెట్టనీ! నేను మాత్రం పోను.”

పోలీసువాడు వచ్చి నా చెయ్యి పుచ్చుకొని బయటికి దించివేశాడు. నా సామాను కూడా బయటికి విసరి వేశాడు. నేను మాత్రం వెనక పెట్టెలోకి పోనని భీష్మించాను. రైలు వెళ్ళిపోయింది. నేను చేతిసంచి పుచ్చుకొని వెయిటింగు రూములోకి వెళ్ళి కూర్చున్నాను. సామాను పడిపోయిన చోటనే వుంది. రైల్వేవారు దాన్ని కాపాడుతూ వున్నారు.

అది చలికాలం. దక్షిణ ఆఫ్రికాలోని పర్వత ప్రాంతాలలో చలి అధికం. మారిట్జుబర్గు మరీ ఎత్తుమీద వున్నందున చలి మరీ ఎక్కువగా వుంది. నా ఓవర్‌కోటు సామానులో వుంది. దాన్ని ఇమ్మని కోరితే మళ్ళీ అవమానిస్తారేమోనను భయంతో అడగలేకపోయాను. వణుకు పట్టుకున్నది. ఆ గదిలో దీపం లేదు. అర్ధరాత్రి ఒక ప్రయాణీకుడు అక్కడికి వచ్చాడు. అతడు నన్ను పలకరించాలని భావించాడేమో కాని నేను మాట్లాడే స్థితిలో లేను.

ఇక ఏం చేయాలి అని ఆలోచించాను. నా హక్కుకోసం పోరాడాలా? లేక నోరుమూసుకొని ఇండియా దారిపట్టాలా? వచ్చిన పని పూర్తి చేయకుండా వెళితే అవమానం కదా! పిరికతనం

కూడా. ఇప్పుడు నేను పడ్డ కష్టం కొద్దే. ఇది మహారోగానికి బాహ్యచిహ్నం మాత్రమే. ఈ మహారోగం వర్ణానికి అంటే రంగుకు సంబంధించింది. సామర్థ్యం వుంటే యీ రోగమూలాన్ని పెరికి పారేస్తాను. ఎన్ని కష్టాలైనా ఇందుకోసం సహిస్తాను. వర్ణ ద్వేషానికి సంబంధించిన ఈ జాడ్యాన్ని తొలగించేందుకై ఎంత కృషి అయినా సరే చేస్తాను. ఈ విధంగా ఆలోచించి తరువాత వచ్చే రైల్లో ప్రిటోరియాకు వెళ్ళాలని నిర్ణయించుకున్నాను. మర్నాడు రైల్వే జనరల్ మేనేజరుకు ఒక పెద్ద టెలిగ్రాం పంపాను. అబ్దుల్లా సేఠ్ గారికి కూడా యీ విషయం తెలియజేశాను. అబ్దుల్లా సేఠ్ వెంటనే జనరల్ మేనేజర్ని కలిసి మాట్లాడాడు.

ఈ విషయం నాకు తెలిసింది. "ఇందు రైల్వేవారి దోషం ఏమీలేదు. అయినా వెంటనే గాంధీకి సాయం చేయమని స్టేషను మాస్టరుకు తంతి పంపాను" అని ఆయన అబ్దుల్లా గారికి చెప్పాడు. అబ్దుల్లా గారు వెంటనే మారట్జు బర్గులోని భారతీయ వర్తకులకు మరికొందరికి తంతి పంపి రైలు స్టేషనులో వున్న గాంధీకి సాయం చేయమని కోరాడు. వారంతా రైలు స్టేషనుకు వచ్చి నన్ను కలిశారు. తమకు జరిగిన ఇలాంటి అవమానాల్ని గురించి వారు నాకు చెప్పడం మొదలుపెట్టారు.

ఈ దేశంలో ఇది కొత్తకాదని చెప్పి నన్ను ఓదార్చడానికి ప్రయత్నించారు. ఫస్టు, సెకండు క్లాసుల్లో ప్రయాణం చేసే భారతీయ ప్రయాణీకులు ఏ రైలు ఉద్యోగుల చేతుల్లోనో, ఏ తెల్లవారి చేతుల్లోనో ఇట్టి కష్టాలు పడేందుకు సిద్ధపడి వుండాలన్నమాట. ఆ రోజంతా మనవాళ్ళ కష్టగాథలు వినడంతో సరిపోయింది. రాత్రి రైలు వచ్చింది. అందులో నా కోసం ఒక బెర్తు రిజర్వు చేయబడివుంది. దర్బానులో వద్దన్న పరుపు టికెట్టును మాత్రం ఈ రోజున మారిట్జుబర్గులో కొన్నాను. ఆ రైలు నన్ను చార్లెస్ టౌనుకు తీసుకువెళ్ళింది.

9. నేను పడిన కష్టాలు

ప్రొద్దుటికి రైలు చార్లెస్ టౌను చేరింది. ఆ రోజుల్లో చార్లెస్ టౌనుకు, జోహన్సుబర్గుకు మధ్య రైలు లేదు. రాకపోకలకు గుర్రపు బండ్లు వున్నాయి. గుర్రపు బండి త్రోవలో స్టాండర్టన్ అను ఊళ్ళో రాత్రి పూట ఆగుతుంది. నా దగ్గర గుర్రపు బండి టిక్కెట్టు వుంది. మారిట్జుబర్గులో ఒకరోజు నేను వుండిపోయాను ఆ టిక్కెట్టు రద్దుకాలేదు. అబ్దుల్లాసేఠ్ చార్లెస్ టౌనులోగల గుర్రపు బండ్ల ఏజంటుకు తంతి కూడా పంపాడు.

కాని ఆ ఏజంటు సరియైన వాడు కాదు. వాడు నన్ను దండుకోవాలని భావించాడు. నీ టిక్కెట్టు చెల్లదని అన్నాడు. నేను అందుకు తగిన సమాధానం చెప్పాను. బాటసార్లకు బండిలో చోటు ఇవ్వాలి. లోపల చోటువున్నా వాడు నన్ను బాధించాలనే భావంతో వ్యవహరించాడు. లీడర్ అను గుర్రపు బండ్ల అధికారి నన్ను తెల్లవారితో పాటు బండిలో కూర్చోనీయకూడదని అనుకున్నాడు. ఆ బండికి ముందుభాగాన రెండు వైపుల రెండు సీట్లు వున్నాయి. లీడరు ఆ రెండు సీట్లలో ఒకదాని మీద కూర్చుంటాడు. కాని ఇవాళ అతడు లోపలి సీట్లో కూర్చొని నాకు బయటి తన సీటును చూపించాడు. అది శుద్ధ అన్యాయమనీ, అవమానకరమనీ నాకు బోధపడింది. కాని అవమానం మింగడమే మంచిదని భావించాను. బలవంతం చేసి లోపల దూరడానికి వీలు వుండదు. నేను అక్కడ కూర్చోను అని అంటే అతడు నన్ను అక్కడే వదిలి బండి తోలుకుపోతాడు. అక్కడ నేను వుండిపోతే ఆ రోజంతా వృధాయే. మర్నాడు ఏమవుతుందో ఆ భగవంతునికే ఎరుక. కాబట్టి మనసులో ఎంత గుంజాటన పడుతూవున్నా నోరుమూసుకుని బండితోలేవాడి ప్రక్కన కూర్చున్నాను.

సుమారు మూడు గంటలకు బండి పార్డీకోవుకు చేరింది. అక్కడ ఆ గుర్రపు బండి అధికారికి నేను కూర్చున్న చోటున కూర్చోవాలని బుద్ధి పుట్టింది. అతడు సిగరెట్ కాల్చుకోవాలి. అతడికి తెరపగాలి కావాలి. అతడు బండి తోలేవాడి దగ్గర ఒక మైల గోనె సంచి తీసుకున్నాడు. దాన్ని నేను కూర్చున్న సీటు ముందు క్రింద పరిచాడు. "సామీ! నీవు దీని మీద కూర్చో. నేను బండి తోలు వాడి సీటు ప్రక్కన కూర్చుంటా" అని అన్నాడు. నేను ఆ అవమానం భరించలేకపోయాను. భయపడుతు భయపడుతు "లోపల కూర్చోవలసిన నన్ను ఇక్కడ కూర్చోబెట్టావు. నేనెట్లో సహించాను. నీవు ఇక్కడ కూర్చొని సిగరెట్ కాల్చుకొనేందుకు నన్ను నీ కాళ్ళ దగ్గర కూర్చోమంటున్నావు. నేను ఇక్కడ కూర్చోను. బండి లోపలికి వెళ్ళి కూర్చుంటాను." అని అన్నాను.

ఈ మాటలు నానోటి నుండి బయటికి వచ్చాయో లేదో వాడు వెంటనే నాగూబ పగల కొట్ట సాగాడు. నా చేయి పట్టుకొని క్రిందికి ఈడ్చి వేయడానికి ప్రయత్నించాడు. నేను ఆ బండి చువ్వల్ని గట్టిగా పట్టుకున్నాను. మనికట్లు విరిగినా సరే చువ్వల్ని వదలకూడదని నిర్ణయించుకున్నాను. వాడు బండ బూతులు తిట్టాడు. క్రిందకి పడత్రోసేందుకు ప్రయత్నించాడు. నేను మాత్రం బండి చువ్వల్ని వదలలేదు. అతడు బలిష్టుడు. నేను దుర్భలుణ్ణి. నా బాధ చూచి ప్రయాణీకులకు దయ కలిగింది. వారు కల్పించుకొని "పాపం, అతడిని విడిచిపెట్టు. అతడు చెప్పింది నిజం. అతని తప్పులేదు. అక్కడ కాకపోతే మా దగ్గరికి లోపలికి పంపు. మాకేమీ ఇబ్బంది లేదు. లోపల సీట్లో కూర్చుంటాడు." అని గట్టిగా అన్నారు. దానితో అతనికి అవమానమైంది. నన్ను కొట్టడం మాని వేశాడు. "ముందున్నది ముసళ్ళ పండగ, పద నీ అంతు తేలుస్తా" అంటే అప్పుడు నన్ను వదిలిపెట్టాడు. బండికి ఆవలి ప్రక్కన కూర్చున్న సేవకుణ్ణి ఆ గోనెమీద కూర్చోబెట్టి అతని చోటతాను కూర్చున్నాడు.

ఎవరి సీట్లలో వాళ్ళు కూర్చున్నారు. ఈల మ్రోగింది. బండి కదిలింది. నా గుండె దడదడ కొట్టుకున్నది. ప్రాణాలతో ఆ ఊరు చేరగలనా అని సంశయం కలిగింది. నడుమ నడుమ వాడు నావంక కొరకొర చూస్తూ స్టాండర్టన్‌లో దిగు! అక్కడ నిన్నేమి చేస్తానో చూద్దుగాని, అని చిర్రు బుర్రులాడుతూ వున్నాడు. నేను మౌనం వహించి కూర్చున్నాను. దైవమా! నాకు సాయపడు అని లోలోన భగవంతుణ్ణి ప్రార్థించసాగాను.

చీకటి పడింది. బండి స్టాండర్టన్ చేరింది. అక్కడ భారతీయుల ముఖాలు కొన్ని కనబడ్డాయి. నా గుండె దడ కొద్దిగా తగ్గింది. నేను బండి దిగగానే వాళ్ళు నా దగ్గరికి వచ్చి "మేము మీ కోసమే వచ్చాము. ఈసారి సేఠ్ గారి దుకాణానికి వెళదాం. అబ్దుల్లా సేఠ్‌గారు మాకు తంతి పంపారు." అని అన్నారు. నాకు ఎంతో సంతోషం కలిగింది. సేఠ్ ఈసా హాజీఉమర్‌గారి దుకాణానికి వెళ్ళాము. ఆ సేఠ్, ఆయన గుమాస్తాలు నా చుట్టూ మూగారు. నేను జరిగిందంతా చెప్పాను. వాళ్ళు విచారం వెలిబుచ్చారు. తాము పడ్డ కష్టాలన్నీ చెప్పి నన్ను ఓదార్చ ప్రయత్నించారు.

గుర్రపు బండ్ల కంపెనీ ఏజంటుకు జరిగిందంతా రాసి పెద్దజాబు పంపించాను. లీడరు చేసిన దురాగతాన్ని గురించి, వాడి బెదిరింపును గురించి కూడా రాశాను. మరుసటి రోజు బండిలో సరియైన ఏర్పాటు చేయవలసినదిగా వ్రాశాను. అందుకు వెంటనే ఆ ఏజంటు సమాధానం పంపాడు. "ఇక్కడి నుండి మీరు బయలుదేరిన బండి కంటే పెద్ద బండి రేపు వస్తుంది. దాన్ని నడుపువాడు కొత్తవాడు. మిమ్ము బెదిరించిన వాడు రేపు రాడు. మీరు బండి లోపలే కూర్చోవచ్చు." అని అతడు పంపిన సమాధానంలో వుంది. నాకు బెంగ సగం తీరిపోయింది. నన్ను కొట్టిన వాడి మీద కేసు పెట్టాలనే ఉద్దేశ్యం నాకు లేదు. అందువల్ల ఈ వ్యవహారం అంతటితో ముగిసిపోయింది.

మర్నాడు ప్రొద్దున్నే ఈసా సేఠ్ గారి నౌకరు వచ్చి నన్ను గుర్రపు బండి ఎక్కించాడు. లోపల మంచి సీటు లభించింది. ఆ రాత్రికి సుఖంగా జోహాన్సుబర్గు చేరాను.

స్టాండర్టన్ చిన్న ఊరు. జోహాన్సుబర్గుకు నా రాకను గురించి తంతి యిచ్చారు. అచ్చట మహమ్మద్ కాసిం కమరుద్దీన్ గారి నౌకరు నన్ను తీసుకుపోయేందుకు వచ్చాడు. కాని నేను అతడిని చూడలేదు. అతడు నన్ను పోల్చలేదు. కమరుద్దీన్ గారి దుకాణం చిరునామా వివరం అబ్దుల్లా గారు నాకు తెలియజేశారు. ఇక ఏదైనా హోటలుకు వెళదామని భావించాను. ఆ పట్టణంలోని కొన్ని హోటళ్ళ పేర్లు నాకు తెలుసు. బండి కుదుర్చుకొని గ్రాండ్ నేషనల్ హోటలుకు వెళ్ళాను. హోటలు మేనేజర్ని కలిసి ఒక గది యిమ్మని కోరాను. అతడు కొద్ది సేపు నన్ను ఎగాదిగా చూచి వినమ్రంగా గదులు ఖాళీలేవు అని చెప్పి సలాం కొట్టి వెళ్ళిపోయాడు. అప్పుడు కాసిం కమరుద్దీన్ గారి దుకాణానికి వెళ్ళాను. అచ్చట నా కోసం ఎదురు చూస్తున్న అబ్దుల్‌గనీసేఠ్ గారిని కలుసు కున్నాను. వారు నన్నెంతో ఆదరించారు. నాకు హోటల్లో జరిగిన మర్యాదను గురించి చెప్పాను. ఆయన పకపక నవ్వి "హోటల్లో మీకు ప్రవేశం ఎలా లభిస్తుందని అనుకొన్నారు?" అని ప్రశ్నించారు.

"అదేమిటి"?

"ఇక్కడ కొన్నాళ్ళుంటే మీకే అర్థమవుతుంది. మేము ఈ దేశంలో గతిలేక వుంటున్నాము. కేవలం డబ్బు మీదగల ఆశచే ఎన్ని అవమానాలైనా సహించి ఇక్కడ పడివుంటున్నాం." అని దక్షిణ – ఆఫ్రికాలో భారత దేశస్థుల పడుతున్న కష్టాల్ని గురించి వివరించారు.

అబ్దుల్ గనీ గారిని గురించి ముందు యింకా వివరంగా వ్రాస్తాను.

ఆయన మళ్ళీ ఇట్లన్నారు – "ఈ దేశం మీ బోటి వారు వుండడానికి తగిందికాదు. రేపు మీరు ప్రిటోరియాకు బయలుదేరుతారు కదా! ఇక మూడో తరగతి బండిలోనే వెళ్ళవలసి వుంటుంది. నేటాలులోను ఇంతే. ట్రాన్సువాలులో మరీ అధ్వానం. ఇక్కడ ఒకటి రెండు తరగతుల టిక్కెట్లు భారతీయులకు ఇవ్వరు."

"మీరు అందుకు వ్యతిరేకంగా తగిన ప్రయత్నం చేయలేదా? "చేయకేం చేశాము. ఎన్నో అర్జీలు పెట్టాం. కాని మనవాళ్ళే ఆ తరగతుల్లో ప్రయాణించేందుకు ఒప్పుకోరు."

నేను రైల్వే నిబంధనలు చదివి చూచాను అందొక లోపం వుంది. ట్రాన్సువాలు శాసనాల భాష సరిఅయింది కాదు. స్పష్టంగా వుండదు. ముఖ్యంగా రైల్వే నిబంధనలు "నాకు మొదటి తరగతిలోనే ప్రయాణం చేద్దామని వుంది. వీలుకాకపోతే ప్రిటోరియాకు సరాసరి గుర్రపు బండి కుదుర్చుకుంటాను. ముప్పది ఏడు మైళ్ళే కదా!" అని సేఠ్ గారితో అన్నాను.

బండి మీద వెళితే ఎంత సమయం, ధనం వ్యర్థమవుతుందో ఆయన వివరంగా చెప్పారు. మొదటి తరగతిలోనే వెళ్ళమని చెప్పారు. వెంటనే స్టేషను మాస్టరుకు నేను బారిష్టరును ఎప్పుడూ మొదటి తరగతిలోనే ప్రయాణం చేస్తాను. రేపు ప్రిటోరియాకు మొదటి తరగతిలో ప్రయాణం చేయదలచాను. నేను వచ్చి మిమ్ము కలుస్తాను. టిక్కెట్టు సిద్ధం చేసి వుంచండి. అని రాశాను. "క్షమించండి" అని సమాధానం రాస్తాడని భయం పట్టుకున్నది. నేను బారిష్టరు వేషంలో టిప్‌టాప్‌గా వెళ్ళి ఇంగ్లండు ఇంగ్లీషులో మాట్లాడితే టిక్కెట్టు తప్పక ఇచ్చేస్తాడని భావించాను. ఫ్రాంక్ కోటు తొడుక్కున్నాను. నెక్ టై కట్టుకున్నాను. టీకుటాకుగా వెళ్ళి బల్లమీద "కాసు" పెట్టి టిక్కెట్టు ఇమ్మని

కోరాను. నా వ్యవహారం గమనించి ఆయన జాలి పడ్డాడు. "అయ్యా! నేను ట్రాన్సువాల్ నివాసినికాను. హాలండు నివాసిని. నాకు మీరు చెప్పిన మాటలు అర్థమైనాయి. మీ ఎడ మాకు సానుభతి వుంది. మీకు ఫస్టుక్లాసు టిక్కెట్టు ఇస్తాను. కాని త్రోవలో గార్డు వచ్చి దిగిపొమ్మంటే మీరు దిగి మూడో తరగతిలో కూర్చోవాలి. అలా అయితేనే టిక్కెట్టు ఇస్తాను. ఆ తరువాత మీరు రైల్వేవారి మీద దావా వేయకూడదు." అని చెప్పి మొదటి తరగతి టిక్కెట్టు నా చేతిలో వుంచాడు. నేను ఆయనకు ధన్యవాదాలు తెలిపి మీ మాటకు బద్ధుణ్ణి అని కూడా చెప్పాను. సేఠ్ అబ్దుల్ గనీ గారు నన్ను పంపడానికి స్వయంగా స్టేషనుకు వచ్చారు. జరిగిందంతా విని ఆశ్చర్యపడ్డారు. ఇలా అన్నారు. "ఇంత వరకు బాగానే వుంది. కాని త్రోవలో గార్డు మిమ్ము చూచి దించివేస్తాడు. ఒకవేళ గార్డు దించకపోతే తోటి తెల్లజాతి ప్రయాణీకులు ఊరుకోరు. దించివేస్తారు."

నేను మొదటి తరగతి పెట్టె ఎక్కాను. రైలు బయలు దేరింది. జర్మిస్టన్ స్టేషనులో గార్డు టిక్కెట్టు పరిశీలించేందుకూ వచ్చాడు. నన్ను చూడగానే మండిపడ్డాడు. వెంటనే లేచి మూడో తరగతి పెట్టెలోకి పొమ్మని వ్రేలితో సౌంజ్ఞ చేశాడు. నేను నా టిక్కెట్టు చూపించాను. "అయితే ఏం? మూడో తరగతి పెట్టెలోకి పో" అంటూ గద్దించాడు.

ఆ పెట్టెలో ఒక్క తెల్లవాడే వున్నాడు. ఆయన గార్డును ప్రతిఘటించి "ఎందుకు పెద్ద మనిషిని బాధిస్తావు? మొదటి తరగతి టిక్కెట్టు కొన్నాడు. కనబడటంలేదా? వారి ప్రక్కన కూర్చునేందుకు నాకు ఇబ్బందేమీ లేదు." అని నావంక చూచి"అక్కడే హాయిగా కూర్చోండి" అని అన్నాడు. "కూలీతో కూర్చునేందుకు మీకే ఇబ్బంది లేకపోతే నాకా ఇబ్బంది!" అంటూ గొణుగుతూ గార్డు వెళ్ళిపోయాడు.

రాత్రి ఎనిమిది గంటలకు రైలు ప్రిటోరియా చేరింది.

10. ప్రిటోరియాలో మొదటిరోజు

దాదా అబ్దుల్లా గారి వకీలు ప్రిటోరియా స్టేషనుకు ఎవరినైనా పంపి నన్ను తీసుకువెళతారని భావించాను. నన్ను కలుసుకునేందుకు ఇతర భారతీయులెవ్వరూ రారని నాకు తెలుసు. ఎందుకనగా ప్రిటోరియాలో భారతీయుల ఇంట్లో బస చేయనని నేను అబ్దుల్లా గారికి వాగ్దానం చేసి వచ్చాను. ఆదివారం గనుక ఎవ్వరినీ స్టేషనుకు పంపడానికి వీలుపడలేదని వకీలు ఆ తరువాత చెప్పాడు. అప్పుడు మాత్రం నాకేమీ తోచలేదు. ఎక్కడికి వెళ్ళడం? హోటళ్ళలో నన్ను ఉండనీయరు.

1893 నాటి ప్రిటోరియా స్టేషను 1914 నాటి ప్రిటోరియా స్టేషను కాదు. దీపాలు మసక మసకగా వున్నాయి. ప్రయాణీకులు కూడా ఎక్కువమంది లేరు. అందరూ వెళ్ళాక టిక్కెట్టు కలెక్టరు దగ్గరకు వెళ్ళి టిక్కెట్టు ఇచ్చి ఎక్కడ బసచేయవచ్చునో అడుగుదామని ఆగాను. ఎక్కడా కుదరకపోతే ఆ రాత్రి రైలు స్టేషనులోనే వుందామని భావించాను. ఈ విషయం అడిగితే అవమానిస్తాడేమోనని భయం పట్టుకున్నది. స్టేషను శూన్యం అయింది. చివరికి నా టిక్కెట్టు ఇచ్చి అదీ ఇదీ మాట్లాడసాగాను. అతడు వినయంతో సమాధానం ఇచ్చాడు. కాని ప్రయోజనం శూన్యం. ఇంతలో మా ప్రక్కనే నిలబడియున్న ఒక అమెరికా నీగ్రో మా మాటలు విని ఇలా అన్నాడు. "మీరీ వూరికి కొత్తవారిలా వున్నారు. ఇక్కడ మీకు మిత్రులెవ్వరూ లేనట్లుంది. నాతో రండి. మిమ్ము ఒక చిన్న హోటలుకు తీసుకువెళతాను. హోటలు యజమాని అమెరికావాడు. వారిని నేను బాగా ఎరుగుదును. అతడు మీకు వసతి కల్పిస్తాడు రండి."

ఈ పిలవని పేరంటం చూచి మొదట నేను సందేహించాను. కాని తరువాత అతనికి ధన్యవాదాలు చెప్పి అంగీకరించాను. అతడు నన్ను జాన్స్టన్ గారి హోటలుకు తీసుకు వెళ్ళాడు. అతణ్ణి చాటుకు తీసుకుపోయి నా సంగతి చెప్పాడు. జాన్‌స్టన్ అంగీకరించాడు. కాని ఒక్క నియమం పెట్టాడు. అందరితో గాక నా భోజనం నా గదిలోనే చేయాలన్నది అతడు పెట్టిన నియమం. “నలుపు తెలుపు భేదాలు నేను పాటించను. కాని మా హోటలుకు వచ్చే వాళ్ళంతా తెల్లవాళ్ళే. మిమ్మల్ని వాళ్ళతోబాటు కూచోబెడితే వాళ్ళు అవమానంగా భావిస్తారేమో. వాళ్ళు లేచిపోతారేమో. అది ప్రమాదం. అందుకని ఇలా అంటున్నాను.” అని జాన్‌స్టన్ స్పష్టం చేశాడు.

“ఈ రాత్రి ఉండనిచ్చినందుకు ధన్యవాదాలు. ఈ దేశ పరిస్థితులు కొద్ది కొద్దిగా తెలిశాయి. మీ కష్టం ఏమిటో బోధపడింది. నా గదిలో భోజనం చేసేందుకు నాకు ఇబ్బందిలేదు. రేపు మరోచోట ఏర్పాటు చేసుకుంటాను” అని అన్నాను. గది చూపించాడు. లోపలికి వెళ్ళాను. ఒక్కడినే వున్నాను. ఏదో ఆలోచిస్తున్నాను. భోజనం కోసం ఎదురు చూస్తుంటే జాన్‌స్టన్ స్వయంగా వచ్చి “మిమ్మల్ని గదిలోనే భోజనం చేయమని చెప్పినందుకు విచారిస్తున్నాను. భోజనశాలకు అంతా వచ్చారు. వారితో మీ విషయం చెప్పాను. మాకేమీ అభ్యంతరం లేదని వారంతా చెప్పారు. రండి భోజనశాలలో అందరి సరసన కూర్చొని భోజనం చేయండి. యీ హోటల్లో మీరెన్నాళ్ళున్నా ఎవ్వరికీ ఏమీ ఇబ్బంది లేదు.” అని అన్నాడు. ఆయనకు మళ్ళీ ధన్యవాదాలు చెప్పి భోజనశాలకు వెళ్ళి తృప్తిగా కడుపు నిండా భోజనం చేశాను.

మరునాడు ప్రొద్దున్నే వెళ్ళి వకీలు శ్రీబేకరుగారిని దర్శించాను. అబ్దుల్లా సేఠ్ ఆయనను గురించి అదివరకు కొద్దిగా చెప్పాడు. అందువల్ల ఆయన నాకు చేసిన ఆదరణ చూచి నేను ఆశ్చర్య పడలేదు. ఎన్నో కుశల ప్రశ్నలు వేశారు. అమితంగా ఆదరించారు. నా సంగతంతా ఆయనకు సవివరంగా చెప్పాను. అంతా విని ఆయన “బారిష్టరుగా మీరు చేయవలసింది ఇక్కడ ఏమీలేదు. లోగడనే మేము మంచి వకీళ్ళను నియమించి వుంచాము. యీ దావా చాలా కాలాన్నుంచి నడుస్తున్నది. ఇది చిక్కుల మారి దావా. అందువల్ల అవసరమైనచోట్ల మీ సహాయం తీసుకొంటాను. మా క్లైంటుకు మాకు ఉత్తర ప్రత్యుత్తరాలలో జరుగుతున్న కష్టాలు మీరు తొలగించవచ్చు. వారి దగ్గరనుండి రావలసిన వివరాలు నేను మీ నుండి పొందుతాను. ఇది చాలా ప్రయోజనకరమైన విషయం. మీ బసను గురించి ఇంతవరకు నేను అడుగలేదు. పరిచయం అయిన తరువాత అడుగుదామని అనుకున్నాను. ఇక్కడ వర్ణ వైషమ్యం విపరీతంగా వుంది. అందువల్ల మీ బోటి వారికి తేలికగా బస దొరకదు. అయితే నేనొక పేదరాలిని ఎరుగుదును. ఆమె రొట్టెలు అమ్ముకొని జీవించు ఇల్లాలు. ఆమె మీకు అవకాశం కల్పిస్తుంది. కొద్దిగా డబ్బు తీసుకుంటుంది. అక్కడికి పోదాం. దయ చేయండి” అని అంటూ లేచి నిలబడ్డాడు.

ఇద్దరం ఆమె ఇంటికి వెళ్ళాం. ఆమెతో చాటుగా ఏదో మాట్లాడాడు. వారానికి 35 షిల్లింగులు తీసుకొని భోజనం పెట్టడానికి ఆమె అంగీకరించింది.

బేకరు మంచి వకీలే గాక మతబోధకుడు కూడా. ఆయన ఇప్పటికీ జీవించేయున్నాడు. ఆయన పని ఇప్పుడు మత ప్రచారం చేయడమే. వకీలు వృత్తి మానివేశాడు. సిరిసంపదలు బాగా వున్నాయి. యిప్పటికీ మాకు ఉత్తర ప్రత్యుత్తరాలు జరుగుతూ వున్నాయి. ఆయన విశ్వాసం, వాదన ఒకటే. క్రైస్త మతమే ప్రశస్తమైనది. జీసను ఈశ్వరుని ఏకైక పుత్రుడు. మనుష్యుల్ని తరింపచేసే తారకుడు. ఇట్టి విశ్వాసం వల్ల పరమ ప్రశాంతి లభిస్తుంది. ఇదే ఆయన బోధకుసారం. ప్రథమ

దర్శనమప్పుడే ఆయనకు తత్వబోధను గురించిన నా భావాలు చెప్పి వేశాను. నేను చెప్పిన దానికి సారం – "నేను పుట్టుకచే హిందువును. అయినా నాకు హిందూ మతమంటే ఎక్కువగా తెలియదు. ఇతర మతాలను గురించి అసలే తెలియదు. నిజానికి నా స్థితి ఏమిటో నాకు తెలియదు. ఎలా ఉండాలో కూడా తెలియదు. మా మతాన్ని గురించి చదవాలని అనుకుంటున్నాను. యధాశక్తి ఇతర మతాలను కూడా పఠిస్తాను."

దాపరికత లేని నా మాటలు విని బేకరు చాలా సంతోషించాడు. "దక్షిణ ఆఫ్రికాయందలి జనరల్ మిషనుకు నేనొక డైరెక్టరును. నేను స్వయంగా ఒక చర్చి కట్టించాను. అక్కడ నియమిత సమయాన మత విషయాలను గురించి ప్రసంగిస్తూ వుంటాను. నాకు రంగు తెగులు లేదు. నాతోబాటు ఇంకా మత ప్రచారకులు వున్నారు. మేమ ప్రతిరోజు ఒంటిగంటకు అక్కడ చేరి శాంతి మరియు జ్ఞానోదయం కోసం ప్రార్థన చేస్తూ వుంటాము. మీరు అక్కడికి వస్తే సంతోషిస్తాను. మా వారందరకీ మిమ్ము పరిచయం చేస్తాను. వాళ్ళు మీ పరిచయం పొంది సంతోషిస్తారు. మీకు చదవడం కోసం కొన్ని పుస్తకాలు ఇస్తాను. క్రైస్తవ మత గ్రంథాలలో కెల్లా గొప్పది బైబిలే. దాన్ని చదవమని సిఫారసు చేస్తున్నాను" అని అన్నాడు.

బేకరుగారికి ధన్యవాదాలు చెప్పి ఒంటిగంట ప్రార్థనకు తప్పక వస్తానని చెప్పాను. "అయితే రేపు మీకోసం ఇక్కడనే వేచి వుంటాను. ఇక్కడి నుండి మనిద్దరం ప్రార్థనా మందిరానికి కలిసే వెళదాం." అని అన్నాడు. నేను సెలవు తీసుకున్నాను.

ఆలోచించేందుకు ఇప్పటి దాకా నాకు అవకాశం చిక్కలేదు. జాన్‌స్టన్ గారి దగ్గరకు వెళ్ళాను. వారికి డబ్బు చెల్లించి కొత్త ఇంటికి వెళ్ళాను. అక్కడే భోజనం చేశాను. ఆమె మంచి ఇల్లాలు. ఆమె నాకోసం శాకాహారం సిద్ధం చేసింది. వారి కుటుంబంతో కలిసి పోవడానికి నాకు ఎక్కువ కాలం పట్టలేదు.

తరువాత నేను అక్కడి నుండి అబ్దుల్లాగారి స్నేహితుణ్ణి చూచేందుకు వెళ్ళాను. అబ్దుల్లా వారికి చీటి వ్రాసి ఇచ్చాడు. నేను వెళ్ళి ఆ చీటీ ఇచ్చాను. మాకు పరిచయం అయింది. ఆయన అక్కడ భారతీయులు పడుతున్న కష్టాలు చెప్పారు. తన ఇంట్లో వుండమని ఆయన నన్ను బలవంతం చేశారు. నేను ధన్యవాదాలు చెప్పి ఇదివరకే బస ఏర్పాటు చేసుకున్నానని మనివి చేశాను. "మీకేమి కావాలన్నా అడగండి. సంకోచించకండి" అని ఆయన మరీమరీ చెప్పారు.

సంధ్యాసమయం దాటింది. ఇంటికి చేరి భోజనం చేశాను. విశ్రమించి దీర్ఘాలోచనలో మునిగిపోయాను. ప్రస్తుతం చేయడానికి పనేమీ లేదు. ఈ విషయం అబ్దుల్లా గారికి తెలియజేశాను. బేకరుగారు నాతో ఇంత స్నేహం చేయడానికి కారణం ఏమిటి? వారి సహచరుల పరిచయం వల్ల ఒనగూడేదేమిటి? క్రైస్తవ మతాన్ని గురించి ఎంతని చదవగలను? హిందూమతానికి సంబంధించిన గ్రంథాలు ఎక్కడ దొరుకుతాయి! నా మతాన్ని గురించి తెలుసుకోలేకపోతే క్రైస్తవ మతాన్ని గురించి ఏం తెలుసుకోగలను? యోచించి యోచించి చివరకు ఒక నిర్ణయానికి వచ్చాను.

"నా చదువంతా నిష్పాక్షికంగా వుండాలి. ఈశ్వరుడు చూపించిన త్రోవన బేకర్ మిత్రుల బృందంతో పాటు సంచరించాలి. నా మతాన్ని గురించి పూర్తిగా తెలుసుకోనిదే ఇతర మతాన్ని అంగీకరించను. అట్టి ఆలోచనే పెట్టుకోను." ఈ విధంగా ఆలోచిస్తూ వుండగా నిద్ర వచ్చేసింది.

11. క్రైస్తవులతో పరిచయం

మర్నాడు ఒంటి గంటకు బేకరుగారి చర్చికి వెళ్ళాను. అక్కడ హారిస్ కుమారితోను, గాబ్ కుమారితోను, కోట్సు మొదలగు వారితోను పరిచయం అయింది. అంతా ప్రార్ధన కోసం మోకరిల్లారు. నేనూ వారిని అనుకరించాను. తమ కోరికలను గురించి ఈశ్వరుని వేడుకోవడం అక్కడి ప్రార్థనా విశేషం. "ఈ దినం శాంతంగా గడుచుగాక అనిగాని, ఓ పరమేశ్వరా! నా హృదయ ద్వారాన్ని తట్టుదువుగాక" అని గాని ప్రార్థించడం అక్కడ మామూలు. కాని ఆ రోజున మాత్రం వారంతా "కొత్తగా వచ్చిన మా మిత్రునకు మార్గం చూపుము. ఓ ప్రభూ! మాకు కలిగించిన శాంతినే ఇతనికి కూడా కలిగింపుము. మమ్ము రక్షించిన ఏసు రక్షకుడే ఇతనిని కూడా రక్షించుగాక. ఏసునాథుని పేరనే మేము ఈ ప్రార్ధనలు చేస్తున్నాము." అని వారంతా పరమేశ్వరుణ్ణి వేడుకున్నారు. ఈ సమాజంలో భజన కీర్తనలు లేవు. సంగీతం లేదు. ప్రతిదినం ప్రార్ధన కాగానే అంతా వెళ్ళిపోయేవారం. సరిగ్గా అది భోజనాల సమయం. ప్రార్ధనకు అయిదు నిమిషాల కంటే ఎక్కువ సమయం పట్టేది కాదు.

హారిస్, గాబ్ అను ఇద్దరూ పెండ్లికాని ప్రౌఢలు. కోట్సుగారు క్వేకరు తెగవారు. పై స్త్రీలిద్దరూ ఒకే చోట నివసిస్తూ వుండేవారు. ప్రతి ఆదివారం నాలుగు గంటలకు తమ ఇంట టీ త్రాగడానికి నన్ను ఆహ్వానించారు. ఆదివారాలందు కోట్సుగారూ, నేను కలిసినప్పుడు ఆ వారం నేను చదివిన గ్రంథాల జాబితా తెలుపుతూ వుండేవాణ్ణి. వాటిని గురించి నా అభిప్రాయాలు కూడా తెలుపుతూ ఉండేవాణ్ణి. కోట్సు హృదయం పరిశుద్ధమైనది. అతడు భోళావాడు. పట్టుదల గలవాడు. ఈయనకు నాకు స్నేహం కలిసింది. తరుచు మేమిద్దరం కలిసి షికారుకు వెళుతూ వుండేవారం. ఆయన ద్వారా నాకు చాలా మంది క్రైస్తవులతో పరిచయం కలిగింది. మా పరిచయం పెరిగిన కొద్దీ నా అల్మారాలో ఆయనిచ్చిన గ్రంధాల సంఖ్య పెరగసాగింది. ఆయన ఎడ గల శ్రద్ధ వల్ల వాటి నన్నింటినీ చదువుతూ వున్నాను. చదివి అందలి విషయాన్ని గురించి ఆయనతో చర్చిస్తూ వుండేవాణ్ణి. 1893లో అట్టి గ్రంధాలు చాలా చదివాను. వాటి పేర్లన్నీ ఇప్పుడు నాకు గుర్తు లేవు. 'సిటీ టెంపుల్' అను గ్రంధాన్ని గురించి పార్కరుగారు వ్రాసిన వ్యాఖ్యానం, పియర్సన్ గారు వ్రాసిన "ఇన్‌ఫాలిబిల్ ప్రూఫ్స్" బట్లరుగారు వ్రాసిన 'ఆనాలజీ' మొదలగునవి కొన్ని గుర్తువున్నాయి. ఈ గ్రంధాల్లో కొన్ని భాగాలు నాకు అర్ధం కాలేదు. కొన్ని నచ్చాయి. కొన్ని నచ్చలేదు. నా ఉద్దేశ్యాలు కోట్సుగారికి తెలుపుతూ వుండేవాడిని. బైబిల్ మతం పరమ ప్రమాణం అనడమే ఇన్‌ఫాల్‌బిల్‌ఫూఫ్స్ గ్రంధకర్త ఉద్దేశ్యం. ఈ పుస్తకం నాకు నచ్చలేదు. పార్కరుగారి టీక నీతి వర్ధకమే గాని ప్రచారంలో నున్న ఏసు మతం మీద విశ్వాసం లేని వారికది నిష్ప్రయోజనం. బట్లరుగారి ఆనాలజీ క్లిష్టమైన గంభీరమైన గ్రంథం. దీన్ని అయిదారు సార్లు చదవాలి. నాస్తికులను ఆస్తికులుగా మార్చడం యీ గ్రంథోద్దేశ్యం అని అనుకుంటాను. దేవుడు కలడు అని చెప్పే గ్రంథాలు నాకు లాభకారికావు. నేను నాస్తికావస్థలో లేను. ఏసు ఒక్కడే అద్వితీయమైన అవతారపురుషుడనీ, అతడే మానవులకు, ఈశ్వరునకు సంధానకర్తయనీ చెప్పే సిద్ధాంతాలు నీ మనస్సునకు ఎక్కలేదు.

కోట్సుగారు అంత మాత్రాన అపజయం అంగీకరించే రకం కాదు. ఆయనకు నాపై అమిత ప్రేమ ఏర్పడింది. ఒకనాడు ఆయన నా మెడలో తులసి దండ చూచాడు. చూచి ఖిన్నుడయ్యాడు. "ఈ గుడ్డి నమ్మకం నీకు తగదు. దండ తెంపి ఇలా ఇవ్వండి" అని అన్నాడు.

"చూడండి ఇది మా అమ్మగారి ప్రసాదం. అందు నమ్మకం వుందా లేదా నాకు అనవసరం. అందలి రహస్యం నాకు తెలియదు. దాన్ని ధరించకపోతే కీడు కలుగుతుందని నేను భావించను. ఆమె నా శ్రేయస్సు కోరి ప్రేమతో వేసిన ఈ దండను ప్రబలమగు కారణం లేనిదే తీసివేయను. కాలం పక్వమై, అది జీర్ణమై తనంత తాను తెగిపోతే మరో తులసిదండ వేసుకుందామనే లోభం నాకు లేదు. కాని దీన్ని మాత్రం తెంచడానికి వీలు లేదు." అని చెప్పివేశాను. ఆయనకు నా వాదం నచ్చలేదు. నన్ను అజ్ఞాన కూపాన్నుండి బయటకు తీయటానికి ప్రయత్నిస్తూనే వున్నాడు. మతాంతర ములందు కొంత సత్యం వున్నా పూర్ణ సత్యం ఏసు మతమందే కలదనీ, ఆ మతం స్వీకరించనిచో మోక్షం చేకూరదనీ, ఏసునాధుడు మధ్యవర్తియై అడ్డుపడక పోతే పాప ప్రక్షాళనం జరగదనీ, పుణ్య కర్మలతో ఏమీ ప్రయోజనం లేదనీ అతడు వాదించి నన్ను ఒప్పించాలని ప్రయత్నిస్తూనే ఉన్నాడు.

గ్రంథాలతో బాటు అతడు ఏసుభక్తుల్ని కూడా చాలా మందిని నాకు పరిచయం చేశాడు. ఇట్టి పరిచయస్థులలో ప్లీమత్ బ్రదరన్ కుటుంబం కూడా ఒకటి.

ప్లీమత్ బ్రదరన్ అను నది ఒక ఏసు సంప్రదాయం. కోట్సుగారు ద్వారా నాకు పరిచయమైన వారంతా బాగా చదువుకున్నవారు. పాపభీరువులు. కాని ఈ కుటుంబంలో ఒకరు ఈ క్రింది విధంగా వాదించారు.

"మా మత సౌందర్యం నీవెరుగవు. మానవుడు తన పాపాలకు ఎప్పటికప్పుడు ప్రాయశ్చిత్తం చేసుకోవాలి అని నీ వాదన అయితే జీవితమంతా ప్రాయశ్చిత్తాలతోనే గడిచిపోతుంది. ఎడతెగని ఈ కర్మకాండ నుంచి ఎలా ముక్తి లభిస్తుంది? ఎన్నటికీ శాంతి లభించదు. మనమందరం పాపులం అని నీవూ అంటున్నావు. చూడు మాకెంత విశ్వాసమో! ముక్తి మన ప్రయత్నాల వల్ల వ్యర్థం కాకూడదు. ఈ పాపభారం ఎలా మోయగలం? దానిని ఏసుమీద వేయాలి. అతడొక్కడే పాప రహితుడు. అతడొక్కడే భగవానుని కుమారుడు. ఎవరు తనను నమ్ముదురో వారి పాపాలు పటాపంచలయి పోతాయని ఆయన వరం యిచ్చాడు. అది దేవుని అగాధమగు ఉదారతత్వం. ఏసు ముక్తి నీయగలడని నమ్ముదుమేని పాపాలు మనకంటవు. మనం పాపం చేయక తప్పదు. యీ ప్రపంచంలో పాపస్పర్శ తగలకుండా వుండేదెలా? కావున ఏసు ఒక్కడే రక్షకుడు అని నమ్మిన వానికే పరిపూర్ణ శాంతి లభిస్తుంది. కావున శాంతి మీకా? మాకా?"

ఈ వాదం నాకు నచ్చలేదు. నేను యీ ఏసు మతాన్ని అంగీకరించలేదు. పాపాలు చేసి తత్ఫలం నాకంటరాదని నేనెన్నడూ ప్రార్థించను. పాపకర్మ నుండి, పాప ప్రవృత్తి నుండి విముక్తుడనగుటకు ప్రయత్నిస్తాను. అట్టి స్థితి చేకూరే దాక నాకు అశాంతియే ప్రీతికరం" అని అన్నాను. అతడు బదులు చెబుతూ - "ఇదంతా నిష్ప్రయోజనం.మళ్ళీ నేను చెప్పిన మాటల్ని బాగా ఆలోచించు." అని అన్నాడు.పాపం అతడు బుద్ధి పూర్వకంగా పాపాల్ని అనుష్ఠించాడు. అంతటితో ఆగక వాటివల్ల తన మనస్సున కేమీ చింత లేదని మరీ మరీ చెప్పాడు.

ఇట్టి సిద్ధాంతాలు క్రైస్తవులందరికీ సమ్మతం కాదని వీరితో పరిచయం కాక పూర్వం నుండే నాకు తెలుసు. కోట్సు పాపభీరుడు. నిర్మలుడు. సాధనచే హృదయం శుద్ధమగునని అతని నమ్మకం. ఆ కుమారికల నమ్మకం కూడా అదే. నేను చదివిన గ్రంథాల్లో కొన్ని భక్తి పదాలు. ప్లీమత్ సోదరుని ప్రసంగం వల్ల నా బుద్ధి ఎలా మారునోయని కోట్సు భయపడ్డాడు. కాని అట్టి భయానికి అవకాశం లేదనీ, అతడేదో అన్నాడని ఏసు మతం మీద నాకు ఈర్ష్యా ద్వేషాలు కలుగవని నచ్చ చెప్పాను. నాకు గల తపన బైబిలును గురించియే, దాని తత్వార్థాన్ని గురించియే.

12. భారతీయులతో పరిచయం

క్రైస్తవులను గురించి వ్రాసే పూర్వం అప్పటి నా ఇతర అనుభవాల్ని గురించి కూడా కొంచెం వివరిస్తాను.

నేలూలు రాష్ట్రంలో దాదా అబ్దుల్లా గారెంతో ప్రిటోరియాలో సేఠ్ తైయబ్‌హాజీ ఖాన్‌గారంత. అందరికీ ఉపయోగపడే ఏ ధర్మ కార్యమైనా ఆయన లేకుండా జరుగదు. నేను అక్కడికి వెళ్ళిన మొదటి వారంలోనే వారిని పరిచయం చేసుకున్నాను. "నాకు ప్రిటోరియా యందలి భారతీయు లందరితోను పరిచయం పెంచుకోవాలని వున్నది. ఇక్కడి భారతదేశస్థుల అనుపానులు నాకు తెలుసుకోవాలని వుంది. అందుకు మీ సాయం కావాలి" అని నేను అనగానే అన్ని విధాల సహకరిస్తానని మాట ఇచ్చాడు.

భారతీయులందరనీ ఒకచోట సమావేశపరిచి వారి స్థితిగతులు వారికి అవగతం చేయడం అవసరమని నాకు తోచింది. సేఠ్ హాజీ మహమ్మద్ అను వారి పేరట కూడా నా దగ్గర పరిచయ పత్రం వున్నది. సభ సేఠ్ గారి ఇంట్లో ఏర్పాటు చేశాం. సభికులంతా మేమన్ వర్తకులు. భారతీయుల సంఖ్య బహు స్వల్పం. ప్రిటోరియాలో స్థాయిగల భారతీయులు కొందరు మాత్రం వచ్చారు.

నా జీవితంలో ఇదే మొదటి ఉపన్యాసం. ఆ ఉపన్యాసం కోసం నేను చాలా కష్టపడ్డాను. ఉపన్యాసంలోని విషయం సత్యం. కాని వాణిజ్యంలో సత్యం నడవదు. అసంభవం అని కొందరు వర్తకులు నాతో వాదించారు. నేను అప్పుడు వారి వాదాన్ని విశ్వసించలేదు. ఇప్పుడూ విశ్వసించలేదు. సత్యం, వ్యాపారం రెంటికీ పొంతన కుదరదు అనే వర్తకులు ఇప్పటికీ ఉన్నారు. వ్యాపారం అనేది వ్యవహార సరళి. కాని సత్యమనునది ధర్మం. కావున వ్యవహారం వేరు, ధర్మం వేరు ఇదీ వారి వాదన. వ్యవహారమందు శుద్ధ సత్యం అశక్యం, యథాశక్తి సత్యమాడటం శక్యం అని వారి అభిప్రాయం. నేను నా ఉపన్యాసంలో ఈ విషయాన్ని గురించి కూలంకషంగా చర్చించి వాణిజ్య వేత్తలు రెండింతలు సత్య ప్రవర్తన కలిగి వుండాలని చెప్పాను. స్వదేశంలో కంటే విదేశంలో సత్య నిష్ట ఎక్కువగా వుండాలనీ, అందుకు విశేషకారణం వుందనీ, విదేశంలో కొద్ది మంది భారతీయుల అసత్య ప్రవర్తనను చూచి భారతదేశంలోగల కోటాను కోట్ల భారతీయులంతా ఇదే రకమని ఇక్కడి జనం భావిస్తారనీ నొక్కి వక్కాణించాను.

నేను తెల్లవారిని ఉదాహరణగా చెప్పి నల్లవారు ఎంత అశుచిగా ఉంటారో, ఎంత దుష్టంగా ప్రవర్తిస్తారో వివరించాను. పారశీకులు, క్రైస్తవులు, మరాఠీ, గుజరాతీ, మదరాసీ, పంజాబీ, సింధీ, కచ్ఛీ, సూరతీ మొదలుగా గల భేదాలు మరిచి పొమ్మని ఉద్బోధించాను. ఒక సంఘాన్ని స్థాపించి, భారతీయులు పడుతున్న కష్టాలను గురించి అర్జీలు పంపవలసిన అవసరం ఎంతైనా వుందని చెప్పి, అట్టి సంఘంలో జీతం తీసుకోకుండా నేను పని చేస్తానని చెప్పి నా ప్రసంగాన్ని ముగించాను. నా ఉపన్యాసం సభను ఆకట్టుకొని ప్రభావితం చేసిందని గ్రహించాను. దానిపై చర్చలు జరిగాయి.

తమ తమ కష్టాల్ని చెప్పడానికి కొందరు ముందుకు వచ్చారు. నాకు కూడా ఉత్సాహం కలిగింది. వారిలో ఇంగ్లీషు వచ్చిన వారు కొద్ది మందే. ఈ పరదేశంలో ఇంగ్లీషు రావడం అవసరమనీ, ప్రయోజనకరమనీ వారికి చెప్పాను. పెద్దవారైనా సరే చదువు కోవచ్చునని చెప్పి కొందరి పేర్లు ఉదాహరణగా పేర్కొన్నాను. మీరు ఇంగ్లీషు నేర్చుకొంటామంటే నేను బోధిస్తాను. మీకు తీరిక

వున్న సమయం తెలిపితే నేనే స్వయంగా వచ్చి మీకు ఇంగ్లీషు నేర్పుతానని చెప్పాను. కొందరు నేర్చుకునేందుకు ముందుకు వచ్చారు. వారిలో ఇద్దరు మహమ్మదీయులు. ఒకరు మంగలి, ఒకరు గుమాస్తా, మూడవ వాడు హిందువు. ఒక చిన్న దుకాణదారు. నేనందరికీ అనుకూలుడనైనాను. బోదన చేయగలిగాను. కాని నా శిష్యుల్లో కొందరు ఏమరుపాటు చూపించారు. కాని నేను మాత్రం ఓర్పుతో వ్యవహరించాను. వారి గృహాలకు వెళ్ళాను. కాని వారికి సమయం చిక్కలేదు. ఇంగ్లీషులో పండితులు కావాలని వాళ్ళకు కోరికలేదు. అయినా ఇద్దరు మాత్రం ఎనిమిది నెలలకు కొంత తేలారు. జమా ఖర్చులు వ్రాయడం, రాతకోతలు నేర్చారు. తన ఖాతాదారులతో కొంచెం ఇంగ్లీషులో మాట్లాడగలిగితే చాలని మంగలి ఉద్దేశ్యం. వారిలో ఇద్దరు ఇంగ్లీషు నేర్చుకొని ధనార్జన చేయసాగారు కూడా.

సభ వల్ల కలిగిన ఈ ప్రయోజనం చూచి నాకు సంతోషం కలిగింది. అట్టి సభలు ప్రతి వారమూ ప్రతినెలా జరపాలని నిర్ణయం చేశాం. మొత్తం మీద మేమనుకొన్నట్లుగా సభలు జరుగుతూ వున్నాయి. ఈ సభలలో ఒకరి అభిప్రాయం మరొకరు తెలుసుకోగలిగేవారు. ఈ కారణం వల్ల ప్రిటోరియాలో గల ప్రతి భారతీయునితో నాకు పరిచయం ఏర్పడింది. తెలియని వారంటూ ఎవ్వరూ లేరు. అందువల్ల ఇక అక్కడ వున్న బ్రిటిష్ ఏజంటుతో పరిచయం పెంచుకోవాలని భావించాను. వారిని దర్శించాను. ఆయన పేరు జాకోబ్స్ డినెట్. భారతీయులపై ఆయనకు మంచి అభిప్రాయం వున్నది. కాని అతనికి అక్కడ తగిన పరపతి లేదు. సమయం వచ్చినప్పుడు సాయపడతాను, అవసరం అయినప్పుడు వచ్చి నన్ను కలవమని ఆయన చెప్పాడు.

ఇక రైల్వే వారితో చర్చలు ప్రారంభించాను. మీ నియమాల ప్రకారం భారతీయు లకు కష్టాలు కలుగకుండ చూడమని వాళ్ళను కోరాను. సరియైన వేషభాషలుంటేనే పెద్ద తరగతి టిక్కెట్లు ఇవ్వబడతాయని రైల్వే వారి నుండి సమాధానం వచ్చింది. అయితే దీని వల్ల ప్రయోజనం చేకూరదు. వేష భాషలు సరిగా వున్నాయో లేదా అని నిర్ణయించే అధికారి ఎవరు? స్టేషను మాస్టరే అట్టి అధికారి. అందువల్ల ప్రయోజనం శూన్యం అని ప్రకటించాను.

భారతీయులకు సంబంధించిన కొన్ని పత్రాలు బ్రిటిష్ ఏజంటు చదవమని నాకు ఇచ్చాడు. ఇట్టివి కొన్ని తైయబ్జీ గారి దగ్గర కూడా నాకు లభించాయి. ఆరెంజి ఫ్రీస్టేటు నుండి భారతీయులు ఎంత నిర్ధయగా వెళ్ళగొట్ట బడ్డారో ఆ కాగితాలు చదవడం వల్ల నాకు తెలిసింది.

ట్రాన్సువాలు ఫ్రీస్టేటుల్లోని భారతీయుల సాంఘిక, ఆర్థిక, రాజకీయ పరిస్థితులు సమస్తం నాకు బోధపడ్డాయి. వీటిని చదవడం వల్ల భవిష్యత్తులో ఎంతో ప్రయోజనం కలుగుతుందని అప్పుడు నేను ఊహించలేదు.

ఆ ఏడు గడిచిన తరువాత, దావా వ్యవహారం తేలిపోగానే ఇంటికి వెళ్ళాలని నా భావన. కాని దైవేచ్ఛ వేరుగా వుంది.

13. కూలివృత్తి

ట్రాన్సువాలు ఆరెంజి ఫ్రీస్టేటులోని భారతీయుల స్థితిగతులను గూర్చి పూర్తిగా వ్రాయడానికిది తావు కాదు. తెలుసుకోదలచినవారు దక్షిణ ఆఫ్రికా సత్యాగ్రహ చరిత్ర చదవడం మంచిది. ఆరెంజి ఫ్రీస్టేటుయందు 1888వ సంవత్సరంలోనో లేక అంతకుముందో పుట్టిన ఒక శాసనం వల్ల

భారతీయుల స్వాతంత్ర్యమంతా హరించి పోయింది. ఒకవేళ భారతీయులెవరైనా అచ్చట వుండదలిస్తే హోటళ్ళలో సేవకులుగానో లేక మరేదైనా బానిస వృత్తియో చేస్తూ వుండవలసిందే. పేరుకు మాత్రం కొద్దిగా ముదరాయిచ్చి భారతీయ వ్యాపారస్థుల్ని వెళ్ళగొట్టారు. వారు అర్జీలు పెట్టుకున్నారు. ప్రార్థనా పత్రాలు పంపుకున్నారు. కాని వినిపించుకునే నాధుడు లేడు.

1885వ సంవత్సరంలో ఒక కఠిన శాసనం అమలు చేశారు. 1886లో అందు కొద్దిగా మార్పులు చేశారు. ఆ శాసనం ప్రకారం భారతీయులు ట్రాన్సువాలులో ప్రవేశించాలంటే మూడు పౌండ్లు టాక్సు చెల్లించాలి. ప్రత్యేకించిన స్థలాల్లో తప్ప మరెక్కడా వారికి భూములు వుండకూడదు. భూములున్నా వాటిమీద హక్కు ఉండదు. వారికి ఓటు హక్కు లేదు. ఆసియా ఖండ వాసుల కోసం ఇట్టి శాసనం చేయబడింది. తదితర శ్వేతేతర జాతుల వారి కోసం నిర్మించబడ్డ శాసనాలు కూడా ఆసియా ఖండవాసులపై ప్రయోగించ సాగారు. ఈ శాసనం ప్రకారం భారతీయులు రోడ్డు మీద నడవకూడదు. రాత్రి తొమ్మిది గంటల తరువాత భారతీయులెవ్వరూ బయటికి పోకూడదు, తిరగకూడదు. యీ పరిస్థితిలో కొందరు భారతీయ మహమ్మదీయులు తాము అరబ్బులమని చెప్పుకొని తప్పించుకునేవారు. భారతీయులకు అనుమతి కావలసివస్తే పోలీసుల దయాధర్మం మీద ఆధారపడవలసిందే.

ఈ శాసనాల్ని చదవవలసిన అవసరం కలిగింది. నేను రాత్రులందు కోట్సుగారితో కలిసి షికారుకు పోతూ వుండేవాణ్ణి. నేను ఇంటికి తిరిగి వచ్చేసరికి రాత్రి పదిగంటలయ్యేది. పోలీసులు పట్టుకుంటే ఇక నా గతి ఏమిటి? ఈ విషయంలో నాకంటే కోట్సుగారే ఎక్కువ విచార పడుతూ వుండేవారు. ఆయన తన దగ్గర పనిచేసే నీగ్రో సేవకులు పాసు ఇవ్వగలడు. అది చెల్లుతుంది. కాని నాకు ఇవ్వలేదు. వాస్తవానికి అతడు సేవచేసే వారికి అనుజ్ఞా పత్రం ఇవ్వవచ్చు. కాని అది నావిషయంలో చెల్లదు.

అందువల్ల కోట్సుగారో, వారిమిత్రులో నన్ను క్రౌజ్‌గారి దగ్గరికి తీసుకువెళ్ళారు. ఆయన ప్రభుత్వ వకీలు. మేము సహాధ్యాయులం. ఒకరి ముఖం మరొకరం ఎరుగుదుము. ఒక్క "ఇగ్" కు సంబంధించిన బారిష్టర్లం. తొమ్మిది గంటలు దాటితే నాకు పాసు అవసరం అని విని ఆయన బాధపడ్డాడు. నా బాధలో కొంత తానూ పంచుకున్నాడు. నాకు పాసు ఇవ్వడానికి బదులు ఒక చేత్తో ఉత్తరం వ్రాసి ఇచ్చాడు. దానితో నాకు తిరిగేందుకు స్వేచ్ఛ లభించింది. పోలీసుల బెడద తగ్గింది. ఆ ఉత్తరం నా దగ్గర వుంచుకున్నాను. అయితే దాని అవసరం కలుగలేదు.

డాక్టర్ క్రౌజు తన యింటికి నన్ను ఆహ్వానించాడు. మాకు స్నేహం కుదిరింది. నేను తరచు వారి ఇంటికి వెళుతూ వుండేవాణ్ణి. వారి ద్వారా ప్రసిద్ధికెక్కిన వారి సోదరుని పరిచయం కలిగింది. వారి సోదరుడు జోహన్సుబర్గ్‌లో పబ్లిక్ ప్రాసిక్యూటరు. బోయర్ యుద్ధంలో ఒక ఉద్యోగిని ఖూనీ చేయుటకు కుట్ర పన్నాడని నేరం మోపి ఆయనకు ఏడేండ్ల కారాగార శిక్ష విధించారు. ఆయన పట్టాకూడా రద్దు చేశారు. యుద్ధం ముగిసిన తరువాత ఆయనను విడుదల చేశారు. తిరిగి ఆదరించి ఆయనను కోర్టులో చేర్చుకున్నారు. ఆయన మళ్ళీ ప్లీడరు పని చేయసాగారు.

ఈ పరిచయాలు ప్రజాసేవ చేయడానికి పూనుకున్నప్పుడు నాకు ఉపయోగ పడ్డాయి.

రోడ్డు మీద నడుచుటకు సంబంధించిన శాసనం కూడా ఎంతో ఇబ్బంది కలిగించింది. నేనెప్పుడూ ప్రెసిడెంటు వీధికి ఆవలనున్న మైదానానికి షికారుకు పోతూ వుండేవాణ్ణి. ఈ వీధిలోనే

ప్రెసిడెంట్ క్రూగరుగారి ఇల్లు వుంది. ఆ ఇల్లు నిరాడంబరంగా వుండేది. దాని చుట్టు తోటగాని, దొడ్డిగాని లేదు. సామాన్య గృహంలా వుండేది. ప్రిటోరియాలో కోటీశ్వరుల ఇండ్లు దివ్య భవనాలు. వాటి యందు నందన వనాలు అధికంగా ఉండేవి. కాని ప్రెసిడెంటు గారు నిరాడంబరులు. ఆ ఇంటి ముందు పోలీసులు కాపలా వుండటం వల్ల అది రాజ్యాధికారి గృహమని తెలుస్తుంది. నేనెప్పుడూ ఆ పోలీసుల ప్రక్కగా వెళుతూ వుండేవాణ్ణి. అయితే ఆ పోలీసులు ఎప్పుడూ నా జోలికి రాలేదు.

అక్కడ వంతుల ప్రకారం పోలీసులు మారుతూ ఉంటారు. ఒకనాడు ఒక పోలీసు నన్ను చూచాడు. కనీసం ముందుగా హెచ్చరిక అయినా చేయకుండా తిన్నగా మీదికి వచ్చి కొట్టి నన్ను నెట్టి వేశాడు. నేను నివ్వెరబోయాను. దెబ్బలు తగిలాయి. నేను ఆ పోలీసును ఏమీ అనలేదు. ఇంతలో గుర్రం మీద అటుగా వెళుతున్న కోట్సు దొర అక్కడకు వచ్చి "గాంధీ! నేనంతా చూచాను. నీవు వీనిపై కేసు పెట్టు. నేను సాక్ష్యం ఇస్తాను. నీ మీద ఇతడు చెయ్యి చేసుకున్నందుకు విచారిస్తున్నాను" అని అన్నాడు.

"ఇందు విచారిచనవసరం లేదు. పాపం ఆ పోలీసు వాడికేమి తెలుసు? అతడికి నల్లవాళ్ళంతా సమానులే. అతడు నా మీద చెయ్యి చేసుకున్నట్లే నీగ్రోల మీద కూడా తప్పక చెయ్యి చేసుకుంటాడు. నాకు ఏ అపాయం కలిగినా కోర్టుకు వెళ్ళకూడదని నిర్ణయించుకున్నాను. అందువల్ల ఇతని మీద కేసు పెట్టను" అని అన్నాను.

"నీ పద్ధతి నీదే. ఆలోచించుకో. ఇట్టి వాడికి ఒక్క పర్యాయం శాస్తి చేయడం అవసరం" అని కోట్సు గారన్నాడు. ఆ తరువాత ఆయన ఆ పోలీసు వాణ్ణి కోప్పడ్డాడు. పోలీసు డచ్చివాడు. వారిద్దరు డచ్చి భాషలో మాట్లాడుకున్నారు. నాకు వారి మాటలు అర్థం కాలేదు. చిట్ట చివరికి ఆ పోలీసు నన్ను క్షమాపణ కోరాడు.

అటు తరువాత నేనా వీధికి పోలేదు. అయినా మిగతా పోలీసులకు యీ విషయం తెలియదు కదా! వాళ్ళ చేతుల్లో నేను దెబ్బలు తినడం ఎందుకు అని భావించి ఇతర వీధులగుండా షికారుకు పోవడం ప్రారంభించాను.

ఈ విషయమై భారతీయులను గురించి లోతుగా ఆలోచించడం ప్రారంభించాను. ఈ శాసనాన్ని గురించి బ్రిటిష్ ఏజంటుతో మాట్లాడదామనీ, అవకాశం చిక్కితే ఒక దావా వేసి చూద్దామనీ భారతీయులతో చర్చించాను. ఈ విధంగా భారతీయుల బాధల్ని గురించి వినడం చదవడమే గాక స్వయంగా కూడా నేను వాటిని అనుభవించాను. ఆత్మగౌరవం నిలుపుకోవాలని భావించే భారతీయులకు దక్షిణ ఆఫ్రికా అనువైన చోటు కాదనే నిర్ణయానికి వచ్చాను. ఈ పరిస్థితిని ఎలా మార్చటం?

అయితే ప్రస్తుతం నా కర్తవ్యం ఏమిటి? దాదా అబ్దుల్లాగారి దావా వ్యవహారం చూడటమేకదా! కనుక అందుకు పూనుకున్నాను.

14. దావా వేయుటకు ఏర్పాట్లు

ప్రిటోరియాలో నేను ఒక సంవత్సరం వున్నాను. నా జీవితంలో ఆ సమయం అమూల్యమైనది. ప్రజాసేవ చేయాలనే తలంపు నాకు అక్కడే కలిగింది. అందుకు అక్కడే శక్తి చేకూరింది. నాకు మతంపై ఆసక్తి అక్కడే కలిగింది. ప్లీడరు పనిని గురించి సరియైన జ్ఞానం అక్కడే కలిగింది. క్రొత్త

బారిష్టర్లు పాత బారిష్టర్ల దగ్గర నేర్చుకో గలిగింది నేను అక్కడే నేర్చుకున్నాను. ప్లీడరు పనికి కొంచెం పనికి వస్తానని నేను అక్కడే తెలుసుకున్నాను. ప్లీడరు పనికి తాళంచెవి అక్కడే నాకు దొరికింది.

దాదా అబ్దుల్లా గారి దావా చిన్నదికాదు. నలభై వేల పౌండ్లకు, అంటే ఆరు లక్షల రూపాయలకు సంబంధించిన దావా అది. ఇది వ్యాపారానికి సంబంధించిన దావా. అందువల్ల లెక్కల చిక్కులు అపరిమితంగా వున్నాయి. ప్రాంశరీ నోట్లకు, నోటు వ్రాసి ఇస్తామన్న నోటి మాటలకు కూడా ఈ దావాతో సంబంధం వుంది. ఈ దావాకు ఇదే ఆధారం. ప్రాంశరీ నోట్లు మోసం చేసి వ్రాయించుకో బడ్డాయనీ, వాటికి తగిన ఆధారాలు లేవని ప్రతివాదుల వాదన. మొత్తం మీద దావా పూర్తిగా చిక్కుల మయం.

వాది ప్రతివాదులు సమర్థులైన సొలిసిటర్లను, బారిష్టర్లను ఏర్పాటు చేసుకున్నారు. వారి దగ్గర పని తెలుసుకొనేందుకు నాకు మంచి అవకాశం లభించింది. వాది యొక్క వాదమంతా సిద్ధం చేయడం, సొలిసిటరుకు పరిశీలన కోసం అందజేయడం దావాకు అనుకూలమైన విషయాల్ని వెతకడం నాపని. నేను తయారు చేసిన వివరాలలో సొలిసిటరు ఎంత స్వీకరిస్తున్నాడో, ఎంత త్రోసి వేస్తున్నాడో, ఆ సొలిసిటరు తయారు చేసిన వివరాలలో బారిష్టరు ఎంత స్వీకరిస్తున్నాడో తెలుసుకోవడం వల్ల గొప్ప పాఠం నేను నేర్చుకున్నట్లయింది. దావా వేయడంకోసం అవసరమైన శక్తి పెరిగిందని చెప్పవచ్చు.

ఈ దావాలో నాకు అభిరుచి కలిగింది. నేను అందు నిమగ్నమైనాను. సంబంధించిన కాగితాలన్నీ చదివాను. నా క్లయింటు చాలా తెలివి గలవాడు. నా మీద అతనికి అపరిమితమైన విశ్వాసం. అందువల్ల నా పని సులువైంది. నేను బుక్‌కీపింగు అంటే ఖాతా లెక్కలకు సంబంధించిన సూక్ష్మాంశాలు కూడా బాగా తెలుసుకున్నాను. అందు గుజరాతీ పత్రాలు ఎక్కువగా వున్నాయి. వాటికి అనువాదకుణ్ణి నేనే. అందువల్ల అనువాదం చేయగల శక్తి కూడా పెరిగింది.

ఈ దావా వ్యవహారంలో పూర్తిగా మునిగిపోయాను. మత సంబంధమైన చర్చలన్నా, ధర్మ కార్యాలన్నా నాకు ఇష్టం. అయినా అప్పుడు అవి దావా వ్యవహారాల ముందు ప్రధానమైనవిగా తోచలేదు. దావా వ్యవహారమే నాకు ముఖ్యం. అవసరమై నప్పుడల్లా లా చదవడం, కేసును పఠించడం నాపని. వాది ప్రతివాదుల కాగితాలు నా దగ్గర వుండటంవల్ల వారికి కూడా తెలియని విషయాలు కొన్ని నాకు తెలుసునని చెప్ప గలను.

కీ.శే. పిన్‌కట్‌గారు చెప్పిన ఒక మాట అప్పుడు జ్ఞాపకం వచ్చింది. దక్షిణ ఆఫ్రికాలో గొప్ప బారిష్టరు, కీర్తి శేషులు అయిన లియోనార్డ్ అనువారు దాన్ని సమర్థించారు. "యదార్థాలే, ముప్పాతిక భాగం" అని వారన్నారు. అప్పుడు నా దగ్గర ఒక కేసు వుంది. ఆ కేసులో యదార్థాలననుసరించి న్యాయం మాకు అనుకూలంగా వుంది. కాని 'లా' మాకు వ్యతిరేకంగా వుంది. చివరికి నిరాశపడి నేను లియోనార్డ్ గారి సాయం కోరాను. వారికి కూడా దావా యందలి విషయాలన్నీ అనుకూలంగా వున్నాయని తోచింది. "గాంధీ! నాకు ఒక్క విషయం తోస్తున్నది. కేసులో గల యదార్థ విషయలను గురించి మనం జాగ్రత్తగా వుందాం. అప్పుడు న్యాయం దానంతట అదే జరుగవచ్చు. యీ కేసుకు సంబంధించిన విషయాలన్నీ తిరిగి మీరు క్షుణ్ణంగా పరిశీలించండి. అప్పుడు నాదగ్గరికి రండి"

అని లియోనార్డ్ అన్నారు. వారి మాట ప్రకారం తిరిగి ఆ కేసంతా నేను నిశితంగా పరిశీలించాను. అది ఎంతో అపూర్వంగా వుంది. అటువంటిదే దక్షిణ ఆఫ్రికా కేసు మరొకటి నా మనస్సులో నాటుకుంది. ఆ విషయం లియోనార్డ్ గారికి తెలియజేశాను. ఇక మనం యీ కేసు గెలవగలం. అయితే బెంచీ మీదకు ఏ జడ్జీ వస్తాడో చూడాలి". అని ఆయన అన్నాడు.

దాదా అబ్దుల్లా కేసులో పని చేస్తున్నప్పుడు యధార్థ విషయాలకు ఇంత మహత్తు వుంటుందని తెలియదు. యధార్థ విషయం అంటే సత్యమన్నమాట. సత్యాన్ని మనం గ్రహించి నప్పుడు న్యాయం దానంతట అదే మనకు అనుకూలిస్తుందన్నమాట. మావాది దావాలో యదార్థ విషయాలు బలవత్తరంగా ఉన్నాయి. అందువల్ల 'లా' మావాది పక్షం అయి తీరుతుందని భావించాం.

ఈ కేసును ఇలాగే సాగదీస్తే బంధువులు మరియు ఒకే పట్టణంలో నివశిస్తున్న వాది ప్రతివాదులు యిద్దరూ పూర్తిగా నష్టపడిపోతారను విషయం బోధపడింది. చివరికి దావా ఎవరి పక్షం అవుతుందో తెలియదు. కోర్టులో దీన్ని సాగదీస్తే ఎంతకాలం సాగుతుందో కూడా తెలియదు. అందువల్ల ఉభయ పార్టీలకు ప్రయోజనం కలుగదు. కనుక వీలైతే త్వరగా దీన్ని తేల్చి వేసుకోవడం మంచిదని అనిపించింది.

నేను తైయబ్ సేఠ్‌కు వివరమంతా చెప్పి రాజీపడమనీ, అందుకు మీ వకీలును సంప్రదించమనీ, వాది ప్రతివాదులు ఒక నమ్మకస్తుడగు మధ్యవర్తి చెప్పినట్లు నడుచుకుంటే కేసు తేలికగా పరిష్కారం అవుతుందనీ చెప్పాను. యీ కేసులో నిజానికి వాది ప్రతివాదులిద్దరూ వర్తక ప్రముఖులే. కాని ప్లీడర్ల కోసం వారిరువురుపెడుతున్న ఖర్చును చూస్తే త్వరలోనే వారి ధనం విపరీతంగా ఖర్చయ్యే ప్రమాదం వున్నది. ఈ కేసు గొడవలో పడినందున మరో పని చూసుకొనే అవకాశం కూడా వారికి దొరకడం లేదు. దీనితోనే సరిపోతున్నది. మరో వైపున ఒకరిమీద మరొకరికి వైషమ్యం విపరీతంగా పెరిగిపోతూ వుంది. వకీలు వృత్తిని గురించి యోచించిన కొద్దీ నాకు ఆ వృత్తి యెడ ఏవగింపు పెరిగిపోసాగింది. ఒకరినొకరు ఓడించుకోవడం కోసం లా పాయింట్లు వెతుక్కోవడం లాయర్ల పని. పెట్టిన ఖర్చులన్నీ గెలిచిన వాడికి వస్తాయా అంటే అదీ లేదు. ఒకరు మరొకరికి ఖర్చు చెల్లించాలంటే దానికి "కోర్టు ఫీజు రెగ్యులేషన్" ప్రకారం ఒక పద్ధతి ఉంది. అయితే లాయర్ల కిచ్చే ఫీజు ప్రకారం లభించే సొమ్ము కంటే ఎంతో అధికం. ఈ విషయాలన్నీ మొట్టమొదటిసారి తెలుసుకున్నాము.

ఇక సహించలేకపోయాను. ఈ దావాను పరిష్కరించడం నా కర్తవ్యమని భావించాను. రాజీ వ్యవహారం ముందుకు సాగిస్తున్నప్పుడు నా ప్రాణాలు పోయినంత పని అయింది. చివరికి తైయబ్ సేఠ్ రాజీకి అంగీకరించాడు. ఒక మధ్యవర్తి నియమించబడ్డాడు. దావా ఆ మధ్యవర్తి ముందు నడిచింది. దాదా అబ్దుల్లా గెలిచాడు.

అయినా నాకు తృప్తి కలుగలేదు. మధ్యవర్తి తీర్పును దాదా అబ్దుల్లా వెంటనే అమలు బరిస్తే తైయబ్ హాజీఖాన్ మహమ్మద్ అన్ని రూపాయలు ఒక్కసారిగా తెచ్చి కుమ్మరించలేడు. దక్షిణ–ఆఫ్రికాలో నివశిస్తున్న పోరుబందర్ వర్తకుల్లో వ్రాయబడని శాసనం ఒకటి వుంది. దివాళా కంటే చావు మేలు అనేదే ఆ శాసనం. తైయబ్ సేఠ్‌గారు ఒక్కసారిగా 37వేల పౌండ్లు ఖర్చుల క్రింద చెల్లించలేడు. ఆయన పైసలతో సహా బాకీ తీర్చివేసేందుకు సిద్ధమే. కాని దివాళా తీశాడనే అపవాదు రాకూడదు. ఇందుకు ఒక్కటే ఉపాయం. వాయిదాల మీద సొమ్ము తీసుకునేందుకు

దాదా అబ్దుల్లా ఒప్పుకోవాలి. ఆ ప్రకారం దీర్ఘ కాలపు వాయిదాల మీద సొమ్ము పుచ్చుకోవడానికి ఉదార బుద్ధితో దాదా అంగీకరించాడు. రాజీకి ఉభయుల్ని ఒప్పించడానికి పడ్డ శ్రమ కంటే వాయిదాల మీద సొమ్ము చెల్లింపుకు అంగీకరింప చేయడానికి నేను పడ్డ శ్రమ ఆ భగవంతుడికే ఎరుక. అయితే ఇదంతా జరిగాక ఇద్దరూ సంతోషించారు. ఇద్దరికీ గౌరవం పెరిగింది. నాకు అపరిమితంగా ఆనందం కలిగింది. వకీలు పని ఏమిటో, దాని సత్యస్వరూపం ఏమిటో అప్పుడు నాకు బోధపడింది. మనిషిలోని గుణాల్ని, వారి సత్పక్షాన్ని తెలుసుకోగల శక్తి సంపాదించానని బోధపడింది. మనుష్యుల హృదయాంతరాల్లో చొరబడటం ఎలాగో తెలుసుకోగలిగాను. విడిపోయిన వాది ప్రతివాదుల్ని కలపడమే వకీలు యొక్క పరమ ధర్మమని గ్రహించాను. యీ సత్యం నాలో బాగా నాటుకు పోయింది. అందువల్ల తరువాత 20 ఏండ్ల పాటు నేను సాగించిన ప్లీడరు వృత్తిలో వందలాది కేసుల్ని కోర్టుకు ఎక్కకుండానే పరిష్కరించగలిగాను. అందువల్ల నాకు నష్టమేమీ కలగలేదు. రాబడిని కోల్పోలేదు. ఆత్మ తృప్తి కలిగింది. అంతకంటే ఇంకేమి కావాలి?

15. నేను పడ్డ మధన

క్రైస్తవ మిత్రుల వల్ల నాకు కలిగిన అనుభవాల్ని వివరిస్తాను.

బేకరుగారికి నా భవిష్యత్తును గురించి అతురత ఎక్కువైంది. ఆయన నన్ను వెల్లింగ్టన్ పట్టణంలో జరిగిన సభకు తీసుకువెళ్ళారు. ప్రొటెస్టెంట్ తెగవారు ధర్మ ప్రబోధానికి, ఆత్మ పరిశుద్ధికి, కొన్ని సంవత్సరాలకు ఒక్కో పర్యాయం అట్టి సమ్మేళనాలు జరుపుతూవుంటారు. ఇవి ధర్మ పునరుద్ధరణకు, ధర్మ పునఃప్రతిష్ఠకు నిర్దేశింపబడిన సమ్మేళనాలు. దానికి అధ్యక్షుడు రివరెండ్ ఆండ్రూరైము. ఆయన ఆ పట్టణంలో ప్రధాన మతాచార్యుడు. ప్రఖ్యాతి చెందిన వ్యక్తి. ఆ సమ్మేళనంలో జరిగే మత ప్రబోధం, అచ్చటికి వచ్చేవారి మహోత్సాహం, దాని పవిత్రత మొదలగు వాటిని చూచి నేను ఏసు మతంలో తప్పక కలిసిపోతానని బేకరుగారు భావించారు.

బేకరుగారికి ప్రార్ధనా బలమే మహాబలం. ప్రార్ధనపై ఆయనకు అమిత విశ్వాసం. హృదయ పూర్తిగా చేయబడే ప్రార్ధనను భగవంతుడు తప్పక వింటాడని ఆయన విశ్వాసం. ఐహిక సంబంధమైన కోరికలు కూడా ప్రార్ధనవల్ల నెరవేరుతాయని నమ్మే బ్రిస్టల్ నివాసి జార్జి ముల్లర్ వంటి వారిని ఆయన ప్రమాణంగా పేర్కొంటారు. ప్రార్ధనా మహిమను గురించి ఆయన చెబుతూ వుంటే నేను తటస్థభావంతో వినేవాణ్ణి. అంతరాత్మ గనుక ప్రబోధిస్తే నేను తప్పక ఏసు మతంలో చేరతాననీ, అట్టి స్తితిలో ప్రపంచమందలి ఏ శక్తీ నన్ను ఆపలేదనీ బేకరు గారికి చెప్పాను. యీ విధమైన వాగ్దానం చేయుటకు నేను సందేహించలేదు. అప్పటికే నేను అంతరాత్మ ప్రబోధం ప్రకారం నడుచుకోవడం ప్రారంభించాను. అంతరాత్మ చెప్పిన రీతిగా నడుచుకోవడమంటే నాకు ఆనందంగా వుండేది. అంతరాత్మకు నచ్చని ఆచరణ కష్టదాయకం. దుఃఖ ప్రదం కూడా.

మేము వెల్లింగ్టన్ పట్టణం వెళ్ళాము. నా వంటి నల్ల వాడిని వెంట బెట్టుకు వెళ్ళడం వలన బేకరుగారికి చాలా కష్టాలు కలిగాయి. దారిలో ఆయనకు ఎన్నో ఇబ్బందులు కలిగాయి. మధ్యలో ఆదివారం వచ్చినందున మా ప్రయాణం ఆగిపోయింది. బేకరు గారు, వారి బృందంలోని వారు ఆదివారం నాడు ప్రయాణం చేయరు. మేము ఒక స్టేషనులో ఆగాము. అక్కడి హోటలు యజమాని వాద ప్రతివాదాలు జరిగిన తరువాత నాకు భోజనం పెట్టేందుకు అంగీకరించాడు. అయితే భోజనశాలలో అందరి సరసన కూర్చోనిచ్చేందుకు అతడు అంగీకరించలేదు. బేకరుగారు సామాన్యంగా

మెత్తబడే రకంకాదు. హోటలుకు వచ్చే అతిధుల హక్కుల్ని గురించి ఆయనను నిలదీశాడు. బేకరు గారికి కలిగిన కష్టం నాకు బోధపడింది. వెల్లింగ్టన్ పట్టణంలో కూడా నేను బేకరుగారితోనే వున్నాను. నావల్ల తను పడుతున్న కష్టాలు నాకు తెలియకుండా వుంచాలని ఆయన తపన. కాని నాకు అవన్నీ తెలుస్తూనే వున్నాయి.

ఈ సభలో పాల్గొన్న క్రైస్తవులందరూ చాలా శ్రద్ధాళువులు. వారి భక్తి నాకు ఎంతో ఆనందం కలిగించింది. నేను రివరెండ్ ముర్రే గారి దర్శనం చేసుకున్నాను. అక్కడ చాలా మంది నాకోసం భగవంతుణ్ణి ప్రార్థించడం చూచాను. వారి భజనలు కొన్ని మధురాతి మధురంగా వున్నాయి.

వెల్లింగ్టన్‌లో సభ మూడు రోజులపాటు జరిగింది. అచ్చటికి వచ్చిన వారి మతవిశ్వాసం నేను బాగా గమనించాను. కాని అంతమాత్రాన నా మత విశ్వాసాన్ని నేనెందుకు పరిత్యజించాలి? ఏసు మతంలో కలియకపోతే స్వర్గం గాని, ముక్తిగాని కలుగవు అని అనడం, దాన్ని నమ్మడం సరికాదు. క్రైస్తవ మిత్రులకు నేనీ విషయం చెప్పే సరికి వారి ప్రాణాలు ఎగిరి పోయినంత పని అయింది. కాని అందుకు నేనేం చేయగలను?

నా కష్టాలు యింకా పెరిగాయి. జీససు దేవుని ఏకైక పుత్రుడని అనడం, వారిని నమ్మిన వారికే అమృతత్వం కలుగుతుందని అనడం నా విశ్వాసానికి మించిన మాటలు. నిజానికి దేవునికి పుత్రులేగనుక ఉంటే మనమంతా ఆయనకు పుత్రులమే గదా! జీససు భగవత్సముడు గాని లేక సాక్షాత్తు భగవంతుడే అయితే మనమంతా భగవత్సములమే లేక భగవంతులమే కదా! జీససు తన మృతిచేత, మరియు తన రక్తము చేత జగత్తు నందలి పాపాల్ని కడిగి వేశాడను వాక్యాల అర్థం నాకు బోధపడలేదు. వ్యంగార్థం కొంత సత్యం కావచ్చును. క్రైస్తవ మత ప్రకారం మనుష్యునికే ఆత్మ ఉంటుంది. జంతువులు మొదలుగా గల వాటికి ఆత్మ ఉండదు. వాటికి చావుతో సరి. యీ విషయం నాకు నచ్చలేదు.

జీససు త్యాగి. మహాత్ముడు, మహాగురువు. అంగీకరిస్తాను. కాని అతడొక అద్వితీయ పురుషుడు కాడు.. సిలువపై ఆయన మృతి ప్రపంచానికి ఒక మహా దృష్టాంతం. కాని ఆయన మృతి యందు ఏదో రహస్యం లేక చమత్కారం లేక ప్రభావం వున్నదని చెబితే నా హృదయం అంగీకరించదు. ఇతరులీయజాలని ఏ మహా ప్రసాదము క్రైస్తవుల పవిత్ర జీవితాలు నాకు ప్రసాదించలేదు. ఇతర ధర్మాలలో కూడా నాకు క్రైస్తవ సంస్కారాలు కనబడ్డాయి. సిద్ధాంత దృష్టితో పరిశీలిస్తే ఏసు సిద్ధాంతాలలో అలౌకికత నాకు కనబడలేదు. త్యాగంలో హిందువులు క్రైస్తవులను ఎన్నో రెట్లు మించిపోతారని నాకు విశ్వాసం కలిగింది. క్రైస్తవ మతమే సంపూర్ణమని ఇతర మతాల కంటే శ్రేష్టమైనదని నాకు నమ్మకం కలుగలేదు.

సమయం దొరికినప్పుడల్లా క్రైస్తవ మిత్రులకు నా హృదయంలో సాగిన యీ మధనను గురించి వివరించాను. వారిచ్చిన సమాధానాలు నాకు సంతోషం కలిగించలేదు.

ఈ విధంగా క్రైస్తవ మతం శ్రేష్టమైనదని నేను నమ్మకపోయినా, హిందూ మతం శ్రేష్టమైనదని కూడా నాకు నమ్మకం కలగలేదు. హిందూమతమందలి దోషాలు నా కండ్లకు కనబడసాగాయి. అస్పృశ్యత హిందూ మతంలో ఒక భాగమైతే, అది జీర్ణమై పోయిన భాగం లేక అత్యాధునిక దురాచారం. ఇన్ని వర్ణాలు, ఇన్ని శాఖలు ఎందుకో నాకు బోధపడలేదు. వేదాలు అపౌరుషేయాలు అయితే బైబిలు, ఖురానులు అపౌరుషేయాలు కావా?

క్రైస్తవ మిత్రులు నన్ను ఏ మతంలో కలపాలని ఎలా ప్రయత్నించారో, అలాగే మహమ్మదీయులు తమ మతంలో కలుపుకునేందుకు ప్రయత్నించారు. అబ్దుల్లా సేఠ్ మాటిమాటికీ ఇస్లాం మత గ్రంధాలు చదవమని మరిమరీ చెబుతూ ఉండేవాడు. ఆయన ఎప్పుడూ ఇస్లాం మత ప్రాశస్త్యాన్ని గురించి చెబుతూ వుండేవాడు.

ఈ విషయాలన్నీ కవి రాయచంద్ భాయీకి జాబు ద్వారా తెలియజేశాను. భారతదేశ మందున్న ఇతర విద్వాంసులకు కూడా జాబులు వ్రాశాను. సమాధానాలు కూడా చాలా వచ్చాయి. రాయచంద్‌భాయి వ్రాసిన జాబు నాకు కొంత సంతృప్తిని కలిగించింది. "ఇంకా లోతుగా హిందూ మతాన్ని తెలుసుకో" అని రాయచంద్ వ్రాశారు. "పక్షపాతం మాని పరిశీలిస్తే హిందూమత సిద్ధాంతాల యందున్న సూక్ష్మత, గాంభీర్యం, ఆత్మ వివేకం, దయ, ధర్మ నిర్ణయం వంటి విశేషాలు ఇతర మతాల్లో కనబడవు" అని కూడా ఆయన రాశారు.

సెల్‌గారి 'ఖురాను' అనువాదం చదివాను. మరికొన్ని ఇస్లాంమత గ్రంధాలు కూడా సంపాదించాను. ఇంగ్లాండు నందలి క్రైస్తవ మిత్రులకు ఉత్తరాలు వ్రాయసాగాను. ఆ మిత్రులలో ఒకరు నాకు ఎడ్వర్డు మెయిట్లండుగారిని పరిచయం చేశారు. వారితో ఉత్తర ప్రత్యుత్తరాలు ప్రారంభించాను. అన్నాకింగ్స్‌ఫోర్డు గారును, తానును కలిసి వ్రాసిన "ది పరఫెక్ట్ వే" అను గ్రంధం ఆయన నాకు పంపించారు. ఇప్పుడు ప్రచారంలో వున్న క్రైస్తవ మత ఖండన ఆ గ్రంధంలో ఉంది. మెయిట్లండు గారు "ది న్యూ ఇంటర్ ప్రెటేషన్ ఆఫ్ బైబిల్" అను గ్రంధం హిందూమత విధానంలో వుంది. టాల్‌స్టాయిగారి "ది కింగ్‌డమ్ ఆఫ్ గాడ్ ఈజ్ విథిన్ యు" అను గ్రంధం నన్ను ముగ్ధుణ్ణి చేసింది. ఆ గ్రంధం నా మనస్సులో అంకితమై పోయింది. అందలి స్వతంత్ర యోచనా విధానం, ప్రౌఢ విధానం, శుద్ధ సత్యం వీటిని బట్టి పరిశీలించి చూస్తే ఈ గ్రంధం ఎదుట కోట్సుగారిచ్చిన గ్రంధాలన్నీ శుష్క దండుగేనని అనిపించింది.

ఆ గ్రంధ పఠనం వల్ల నేను క్రైస్తవ మిత్రులెన్నడును ఊహించని దారిలో పడ్డాను. మెయిట్లండు గారితో ఉత్తర ప్రత్యుత్తరాలు చాలాకాలం నడిచాయి. శాశ్వతంగా కన్ను మూయనంతవరకు రాయచంద్‌భాయి గారికి నాకు ఉత్తర ప్రత్యుత్తరాలు జరుగుతూనే ఉన్నాయి. వారు పంపిన గ్రంధాలు చదివాను. వాటిలో పంచీకరణం. మణిరత్నమాల, యోగవాసిష్ఠమునందలి "ముముక్షు ప్రకరణం," హరిభద్రసూరివిరచిత "షడ్దర్శనసముచ్చయం" మొదలగు గ్రంధాలు పేర్కొనదగినవి.

నేను నా క్రైస్తవ మిత్రులు ఊహించని దారిన పడినప్పటికీ వారి సాంగత్యంవల్ల నాకు కలిగిన ధర్మ జిజ్ఞాస అధికం. అందుకు నేను వారికి రుణపడ్డానని చెప్పగలను. వారి పరిచయం నాకు సదా గుర్తుంటుంది. మధురం, పవిత్రం అయిన ఇట్టి స్నేహ బంధాలు క్రమంగా పెరుగుతూ వున్నాయే కాని తరగలేదు.

16. రేపు ఏం జరుగుతుందో ఎవరికి తెలుసు?

అబ్దుల్లా సేఠ్ గారి కేసు పరిష్కారం అయింది. ఇక నాకు ప్రిటోరియాతో ఏం పని? దర్బనుకు వెళ్ళి ఇంటికి ప్రయాణం అవుదామనే ప్రయత్నం ప్రారంభించాను. కాని అబ్దుల్లా సేఠ్ వీడ్కోలు విందు చేయకుండా నన్ను విడిచి పెడతాడా? నన్ను గౌరవించేందుకై ఆయన సిడెన్‌హోములో ఒక విందు ఏర్పాటు చేశాడు.

ఆ రోజంతా విందుతో కాలక్షేపం చేయాలని నిర్ణయం. నా దగ్గర కొన్ని వార్తా పత్రికలు వున్నాయి. వాటిని తిరగవేస్తూ కూర్చున్నాను. ఒక పత్రికలో ఒక మూల "ఇండియన్ ఫ్రాంచైజ్" అను శీర్షికతో కొన్ని వాక్యాలు నా కంట బడ్డాయి. నేటాల్ శాసనసభలో సభ్యుల్ని ఎన్నుకొనుటకు భారతీయులకు హక్కు లేకుండా చేసేందుకు ఒక బిల్లును గురించి చర్చలు సాగుతున్నాయి. ఈ కొద్ది వాక్యాలు ఆ చర్చకు సంబంధించినవే. నాకు ఆ చట్టాన్ని గురించి ఏమీ తెలియదు. విందుకు వచ్చిన అతిధులెవ్వరికీ తెలియదు. దాన్ని గురించి అబ్దుల్లా సేఠ్‌తో ప్రస్తావించాను. "ఈ వ్యవహారాలు మాకేం తెలుస్తాయి? వ్యాపారానికి సంబంధించిన వైతే మాకు తెలుస్తాయి. ఆరెంజి ఫ్రీస్టేటులో మా వ్యాపారమంతా నీట కలసిన విషయం నీకు తెలుసు. ఆ విషయమై మేము కొంత కలకలం రేపాము. కాని ఏం లాభం? చదువురాదు గనుక మేము అసమర్ధులం. బజారు ధరలు తెలుసు కోవడానికి మాత్రం మేము పత్రికలు చదువుతాము. చట్టాల గొడవ మాకేం తెలుస్తుంది? ఆ తెల్ల వకీళ్లే మాకు కండ్లు, చెవులూను" అని అబ్దుల్లా సేఠ్ అన్నాడు. భారతీయ క్రైస్తవులను గురించి వివరంగా అబ్దుల్లా సేఠ్ చెబుతూ "వారా? వారికి మేమంటే అలుసు. వారంటే నిజానికి మాకూ అలుసే. క్రైస్తవులు కనుక వారు తెల్లవారికి బానిసలు. ఆ తెల్లపాదరీలు ప్రభుత్వానికి బానిసలు" అని అన్నాడు. వారి మాటలు నా కండ్లు తెరిచాయి. ఈ శాఖ మనకు సంబంధించింది. వారూ మనమూ ఒకటే అని తెలియజేయడం అవసరం అని అనిపించింది. ఏసు మతానికి ఇదా అర్థం? వారి మతం మార్చుకున్నంత మాత్రాన భారతీయులు కాక విదేశీయులై పోతారా?

అయితే నేను మన దేశానికి రాబోతూ వున్నాను. అందువల్ల నా యీ అభిప్రాయం వారికి చెప్పలేదు. అబ్దుల్లా సేఠ్‌గారితో "ఈ బిల్లు శాసనం అయితే మనవాళ్ళ కష్టాలకు అంతే వుండదు. ఇది భారతీయులకు ప్రథమ ఉచ్చాటన మంత్రం. మన ఆత్మగౌరవానికి వేరు పురుగు" అని చెప్పాను. "కావచ్చును. కాని ఫ్రాంచైజుకు మూలం ఏమిటో చెబుతాను. మాకు మొదటిదాన్ని గురించి ఏమీ తెలియదు. ఎస్కాంబీ గారిని మీరు ఎరుగుదురు కదా! అతడు మనకు పెద్ద వకీలు. ధీరుడు. అతడే మొదట ఈ విషయం మా బుర్రల కెక్కించాడు. అప్పుడు ఏం జరిగిందో తెలుసా? ఎస్కాంబీ పెద్ద యోధుడు కూడా. ఆయనకు మరియు వార్ఫు ఇంజనీయరుకు మధ్య పడేది కాదు. అందువల్ల ఆ ఇంజనీయరు తన వోట్లన్ని పుచ్చుకొని ఎన్నికల్లో ఎక్కడ ఒడిస్తాడో అని ఎస్కాంబీ దిగులుపడ్డాడు. అప్పుడాయన ఆ విషయం మాకు చెప్పాడు. ఎన్నికల్లో ఎస్కాంబీ గారికి మా ఓట్లు యిచ్చాం. అంతేగాని మా ఓట్లకు మేమే విలువ ఇవ్వడం లేదు. ఇది స్పష్టం. అయితే మీ మాటలు మాకు అర్థం అవుతాయి. మీ సలహా ఏమిటో చెప్పండి" అని అబ్దుల్లా సేఠ్ అన్నాడు.

ఇతర అతిధులంతా మా మాటలు శ్రద్ధగా విన్నారు. వారిలో ఒకడు అందుకొని "ఏమండీ! మీరు యీ స్టీమరుకు బయలుదేరకండి. ఒకటి రెండు మాసాలు ఇక్కడే వుండిపోండి. మీరు ఎలా చెబితే అలా చేస్తాం" అని అన్నాడు. "నిజం నిజం! అబ్దుల్లా సేఠ్! మీరు గాంధీ భాయిని ఆపివేయండి" అని మిగతావారంతా గట్టిగా అన్నారు.

అబ్దుల్లా సేఠ్ మంచి అనుభవజ్ఞుడు. "ఇక గాంధీని ఆపగల అధికారం నాకు లేదు. ఇప్పుడు నాకెంత అధికారం వుందో మీకూ అంతే అధికారం వుంది. మీరు చెబుతున్నదంతా సత్యం. మనమంతా కలిసి వారిని ఆపుదాం. కాని యీయన బారిష్టరు. వీరి ఫీజు మాటేమిటి?" అని అన్నాడు. ఫీజు మాట ఎత్తేసరికి నాకు మనస్సు చివుక్కుమంది. నేను వెంటనే "సేఠ్ గారూ! దీనికీ

ఫీజుకూ సంబంధం లేదు. ప్రజాసేవకు ఫీజా? అసలు నేను వుంటే ప్రజా సేవకుడిగానే వుంటాను. వీరందరితో నాకు ఇదివరకు పరిచయం లేదు. వీరంతా నాకు సాయం చేస్తారనే నమ్మకం మీకు వుంటే నేను ఒక్క మాసం ఇక్కడ వుంటాను. కాని ఒక్కమాట. మీరు నాకేమీ ఇవ్వనవసరం లేదు. అయితే మనం చేయదలుచుకున్న పనికి కొంత మూలధనం అవసరం. టెలిగ్రాములు పంపాల్సి వస్తుంది. అక్కడికి ఇక్కడికీ తిరగవలసివస్తుంది. ఆయా వకీళ్ళతో సంప్రతింపులు జరపవలసి వస్తుంది. నాకు మీ "లా" రాదు. కనుక కొన్ని 'లా' గ్రంథాలు నాకు కావాలి. అందుకు ధనం అవసరమవుతుంది. ఈ పనికి ఒక్క మనిషి సరిపోడు, పలువురి సాయం కావాలి" అని అన్నాను. నా మాటలు వారందరినీ ప్రభావితం చేశాయి. "అల్లా దయవల్ల ధనం దానంతట అదే సమకూరుతుంది. జనం కావలసినంత మందిమి వున్నాం. మీరు మాత్రం "వుండిపోతాను" అని అనండి చాలు" అని ఒక్కసారిగా అంతా అన్నారు. నాకు వీడ్కోలు యివ్వడానికి వచ్చిన అతిథి బృందం కార్యనిర్వాహక బృందం అయింది. తొందరగా విందు ముగించి ఇళ్ళకు వెళదామని అన్నాను. నేను నా మనస్సులో ఇక ముందు చేయవలసిన సమరానికి రేఖలు గీసుకున్నాను. వోటరు జాబితాలలో చేరియున్నవారి పేర్లను తెలుసుకున్నాను. మరో నెలరోజులపాటు అక్కడ వుండటానికి నిశ్చయించుకున్నాను.

ఈ విధంగా భగవంతుడు దక్షిణ ఆఫ్రికాలో నా జీవితానికి పునాది వేసి ఆత్మసన్మాన సంగ్రామానికి నాంది పలికాడు.

17. అక్కడే ఉన్నాను

1893వ సంవత్సరంలో హాజీ మహమ్మద్ సేఠ్ నేటాల్ రాష్ట్రంలో నివసించే భారతీయులలో ప్రముఖుడుగా భావించబడి వారికి నాయకుడుగా ఎన్నుకోబడ్డాడు. సంపదలో హాజీ మహమ్మద్‌సేఠ్ గారు అధికులు. అందరికీ ఉపయోగపడే కార్యాలు చేయవలసి వచ్చినప్పుడు హాజీ మహమ్మద్ సేఠ్ గారికే అంతా ప్రథమ స్థానం ఇస్తూ ఉండేవారు. అందువల్ల వారి ఆధిపత్యాన ఒక సభ అబ్దుల్లా సేఠ్‌గారి ఇంట్లో ఏర్పాటు చేశారు. ఆ సభలో ఫ్రాంచైజు బిల్లును ప్రతిఘటించాలని తీర్మానం చేయబడింది.

స్వచ్ఛంద సేవకుల దళం ఏర్పాటు చేయబడింది. నేటాలులో పుట్టి పెరిగిన భారతీయులు, భారతీయులగు క్రైస్తవులలో పిన్నవారినందరినీ ఈ సభకు ఆహ్వానించారు. దర్బను కోర్టులో దుబాసీగా ఉన్న పాల్‌గారు, మిషన్ హైస్కూలు హెడ్‌మాస్టరు సుభాన్ గాడ్‌ఫ్రేగారు కూడా వచ్చి ఆ సభలో పాల్గొన్నారు. ఈ సభకు భారతీయ క్రైస్తవులు ఎక్కువగా వచ్చి పాల్గొనుటకు వీరే కారకులు అయ్యారు. వారంతా స్వచ్ఛంద సేవకుల దళంలో చేరారు.

ఆ చుట్టుప్రక్కల గల వర్తకులలో చాలామంది స్వచ్ఛంద సేవకుల బృందంలో చేరారు. అట్టివారు చిరస్మరణీయులు. దావూద్ మహమ్మద్, మహమ్మద్ ఖాశిం, కమర్‌ఉద్దీన్, ఆదంజీమియా ఖాన్, ఏ.కొలందవేలు పిళ్ళై, సి.లచ్చీరాం, రంగస్వామి పడియాచి, ఆమోదజీవ మొదలగువారు వారిలో ముఖ్యులు. పార్సీరుస్తుంజీ వుండనే వున్నారు. జోషీ, నరసీరాం, మరియు దాదా అబ్దుల్లా కంపెనీ మొదలగు కంపెనీల గుమాస్తాలు స్వయం సేవకులుగా చేరారు. అందరికీ ఉపయోగపడే ఇట్టి కార్యక్రమం వారికి కొత్త. అందువల్ల అందరికీ ఆశ్చర్యం కలిగింది. ఈ విధంగా సభకు

ఆహ్వానింపబడటం, సభలో అంతా వచ్చి పాల్గొనడం, వారికి నూతనానుభవం. ఈ మహావిపత్తులో పెద్దలు, పిన్నలు, ధనికులు, పేదలు, సేవ్యులు, సేవకులు, హిందువులు, మహమ్మదీయులు, క్రైస్తవులు, పారశీకులు, గుజరాతీలు, మద్రాసీలు, సింధీలు మొదలుగాగల తరతమ భేదాలు అన్నీ తొలగి పోయాయి. అందరూ భారత దేశ బిడ్డలే. అందరూ సేవకులే. "బిల్లు రెండవసారి ప్యాసు అయిందోలేదో మరి కాబోతున్నదో కూడా భారతీయులు తెలుసుకోవడం లేదనీ, ఇందువల్ల భారతీయులు వోటుహక్కు అక్కర్లేదని తామే ప్రకటించుకుంటున్నారనీ" నేటాలు అధికారులు ప్రసంగాలు చేయడం ప్రారంభించారు.

నేను సభలో యీ విషయం చెప్పాను. వెంటనే బిల్లు చర్చ ఆపవలసిందని అసెంబ్లీ ప్రెసిడెంటుకు తంతి పంపించాము. ప్రధానమంత్రి సర్‌జాన్ రాబిన్సన్ గారికి కూడా ఇట్టి తంతినే మరొకదాన్ని పంపాము. మరో తంతి అబ్దుల్లా సేఠ్ గారి మిత్రుడు ఎస్కాంబీగారికి పంపాము. అసెంబ్లీ ప్రెసిడెంటు మా తంతికి జవాబు పంపుతూ బిల్లుపై చర్చ రెండురోజులు ఆపబడిందని తెలియజేశాడు. అది చూచి మాకందరికీ ఆనందం కలిగింది.

శాసనసభకు పంపవలసిన పిటీషను వెంటనే తయారుచేశాము. దానికి మూడు నకళ్ళు అవసరమైనాయి. పత్రికలకు పంపడానికి మరో ప్రతి కావలసివచ్చింది. ఈ ప్రతులన్నిటిపైన వీలైనన్ని సంతకాలు చేయించాలని నిర్ణయించాం. ఇదంతా ఒక్క రాత్రిలో జరగాలి. ఇంగ్లీషు తెలిసిన స్వయం సేవకులు రాత్రంతా కూర్చొని నకళ్ళు వ్రాయసాగారు. నకళ్ళు వ్రాయడంలో మంచి నేర్పరియగు ఆర్థర్ అను వృద్ధుడు మొదటి పిటీషన్ ప్రతి సిద్ధం చేశాడు. దాన్ని ఒకరు చదువుతూ వుంటే ఒకేసారి అయిదుగురు అయిదు ప్రతులు వ్రాశారు. ఇలా అయిదు ప్రతులు తయారయ్యాయి. యీ అర్జీ మీద అందరి సంతకాలు చేయించేందుకై చాలామంది తమ స్వంత బండ్లలోను, కిరాయి బండ్లలోను బయలుదేరివెళ్ళారు. త్వరగా ఈ పని పూర్తి అయింది. వెంటనే అర్జీలు బట్వాడా చేయబడ్డాయి. పత్రికలలో స్వాభిప్రాయాలతో సహా అర్జీ ప్రకటించబడింది. శాసన సభలో చర్చ జరిగింది. శాసనాన్ని సమర్థిస్తున్న వాళ్ళు అర్జీ యందలి విషయాలకు సమాధానాలు ఇచ్చారు. అవి కుంటి సమాధానాలు. ఏమి చెబితే ఏం? చివరికి బిల్లు ప్యాసయ్యింది.

ఇట్లా జరుగుతుందని మేము ముందే అనుకున్నాం. కాని యీ ఆందోళన వల్ల భారతీయుల్లో ఒక నూతన జీవం ఆవిర్భవించింది. మనమంతా ఒక్కటే. వ్యాపార విషయాలలో కొద్ది హక్కులు సాధించి రాజకీయంగా కూడా కొన్ని హక్కులు సాధించాలనే తహతహ భారతీయుల్లో బయలు దేరింది.

ఆ కాలంలో రిప్పన్‌గారు కాలనీల సెక్రటరీ. ఒక పెద్దఅర్జీ ఆయనకు పంపవలెనని నిర్ణయం గైకొనబడింది. అది అంత తేలికైన పనికాదు. ఒక్క రోజులో జరిగే పని కూడా కాదు. స్వచ్ఛంద సేవకులు మా దళంలో చేర్చుకోబడ్డారు. అందరూ తమకు చేతనైనంత సహాయం చేశారు. అర్జీని తయారు చేయుటకు నేను చాలా శ్రమ పడవలసి వచ్చింది. అందుకు సంబంధించిన కాగితాలు, పుస్తకాలు పూర్తిగా చదివాను. భారతదేశంలో మాకు ఒక విధమైన ఓటు హక్కు వుంది. కనుక నేటాలులో కూడా వోటు హక్కు ఉండితీరాలని నా వాదం. ఈ ఓటు హక్కును ఉపయోగించగల భారతీయుల జనాభా తక్కువే గనుక దాని నివ్వడం వీలేయని కూడా నావాదం. యీ విషయాన్ని మధ్య బిందువు చేశాను.

పదిహేను రోజుల్లో పదివేల సంతకాలు చేయించాము. యీ విధంగా జనంచేత సంతకాలు చేయించడం స్వయం సేవకులకు క్రొత్త. వాళ్ళు రాష్ట్రమంతట తిరిగి ఇంత మంది చేత సంతకాలు చేయించడం చిన్న విషయంకాదు. "అర్జీలో గల విషయం తెలుసుకోకుండా సంతకం చేయకూడదు" అను నిబంధన మేము పెట్టినందున అర్జీలో గల విషయాన్ని విడమర్చి చెప్పగల స్వయంసేవకులనే ఈ కార్యానికి ఎన్నిక చేసి పంపవలసి వచ్చింది. అక్కడ గ్రామాలు దూర దూరాన వున్నాయి. వెళ్ళి సంతకాలు చేయించాలంటే ఎంతో శ్రమ పడాలి. అట్టి శ్రమకు పూనుకునే స్వయం సేవకులు లభించారు. వారంతా తమకు అప్పగించిన కార్యాన్ని ఉత్సాహంతో పూర్తి చేశారు. ఈ పంక్తులు రాస్తున్నప్పుడు నాకండ్ల ఎదుట దావూద్ మహమ్మద్, సేఠ్ రుస్తుంజీ, ఆదంజీమియాఖాన్, ఆమోదజీవ మొదలగువారు కనబడుతున్నారు. అందరి కన్న ఎక్కువ సంతకాలు చేయించుకొని వచ్చిన దావూద్ సేఠ్ రోజంతా సంతకాల కోసం బండిలోనే ప్రయాణం చేశారు. ఇది అమూల్యమైన సేవ. దీనికోసం ఒక్కరు కూడా దమ్మిడీ పుచ్చుకోలేదు. అంతా తమ ఖర్చులు తామే భరించారు. దాదా అబ్దుల్లా గారి గృహం కార్యస్థానమే గాక ధర్మసత్రం కూడా అయింది. నాకు సహకరించిన మిత్రులందరి భోజనం వారి ఇంట్లోనే. మొత్తం మీద అందరూ ఎన్నో వ్యవప్రయాసలకు వోర్చి కార్యాన్ని సాధించారు.

చివరికి అర్జీ దాఖలు చేశాం. వెయ్యి ప్రతులు ముద్రించి పంచి పెట్టాం. భారత దేశ ప్రజలకు యీ దరఖాస్తు వల్ల నేటాలుతో ప్రథమ పరిచయం కలిగింది. నాకు తెలిసిన పత్రికలకు, ప్రసిద్ధులగు పత్రికా విలేఖరులకు కూడా ఆ అర్జీ ప్రతులు పంపించాను.

టైమ్సు ఆఫ్ ఇండియా పత్రిక భారతీయుల కోరికలను సమర్థిస్తూ సంపాదకీయ వ్యాసం వ్రాసింది. ఇంగ్లాండులో అన్ని తెగల పత్రికలకు నకళ్ళు పంపాం. లండన్ టైమ్సు పత్రిక కూడా మా వాదాన్ని సమర్థిస్తూ వ్రాసింది. ఇక బిల్లు మంజూరు కాదని మాకు ఆశ కలిగింది.

నేను నేటాలు నుండి కదలడానికి వీలు లేకపోయింది. భారతీయ మిత్రులంతా మీరు ఇక్కడే వుండమని ప్రార్థించారు. నాకు గల కష్టాలు వారికి వివరించి చెప్పాను. ఇతరుల ఖర్చులమీద ఆధారపడి వుండకూడదని నిర్ణయానికి వచ్చాను. ప్రత్యేకంగా వుండడానికి ఇల్లు అవసరమని భావించాను. మంచి చోట ఒక ఇల్లు తీసుకోవాలనీ, బారిష్టరు హోదాకు తగినట్లుగా ఇల్లు ఉండాలనీ, అప్పుడే నా సంఘానికి గౌరవం తేగలుగుతాననీ నిర్ణయానికి వచ్చాను. అయితే అట్టి గృహానికి సాలీనా మూడు వందల పౌండ్లు ఖర్చువుతుందని తేలింది. అంత రాబడికి అవసరమయ్యే కేసులిచ్చేందుకు హామీ పడితేనే అక్కడ వుంటానని వాళ్ళకు తెలియజేశాను. "ప్రజాహిత కార్యాలకు మీరు చెప్పినంత పైకం ఇస్తాం. అంత సొమ్ము మేము తేలికగా వసూలు చేయగలం. మీ ప్రాక్టీసుకు, దీనికి సంబంధం పెట్టవద్దు" అని వాళ్ళు అన్నారు. "అట్లా వీల్లేదు. నేను ప్రజాహిత కార్యాలు నిర్వహిస్తూ అందు నిమిత్తం మీ దగ్గర డబ్బు తీసుకోను. ఇందుకు బారిష్టరు తెలివితేటలు పని చేయనవసరం లేదు. మీ చేత పనిచేయించుతూ, నాకోసం మీ దగ్గర డబ్బు తీసుకోవడమా? సార్వజనిక కార్యాలకు జనం దగ్గర చందాలు పుచ్చుకోవలసి వస్తుంది. అట్టి ధర్మ నిధి నుండి నేను జీతం పుచ్చుకుంటూ, మిమ్మల్ని చందాలు ఎలా కోరగలను? అలా చేస్తే చివరికి బండి ఆగిపోతుంది. ధర్మకార్యలకు సాలుకు మూడు వందల పౌండ్ల కంటే ఎక్కువ కావలసివస్తుంది" అని చెప్పాను.

"కొంత కాలం నుండి మిమ్మల్ని చూస్తున్నాం. మీ సంగతి మాకు తెలిసింది. కావలసిన దానికంటే ఒక్క కానీ కూడా మీరు ఎక్కువ పుచ్చుకోరు. మేము మిమ్మల్ని ఇక్కడ ఆపినప్పుడు మీకు అవసరమయ్యే ధనం ఇవ్వవద్దా?"

"ప్రేమతోను, ఉత్సాహంతోను మీరు ఇలా అంటున్నారు. ఈ ప్రేమ, ఈ ఉత్సాహం స్థిరంగా వుంటాయని భావించగలమా? మిత్రుని వలె, సేవకుని వలె కొన్ని సమయాల్లో నేను కఠినంగా వ్యవహరించ వలసి వస్తుంది. అప్పుడు మీ ఆదరణకు ఎంతగా పాత్రుడనవగలనో ఆ భగవంతునికే ఎరుక. ధర్మకార్యాలకు మీ దగ్గర భృతి తీసుకోవడం కల్ల. అందువల్ల మీ కోర్టు వ్యవహారాలు నాకు అప్పగించండి చాలు. దీనివల్ల మీకు ఇబ్బంది కలుగునని నాకు తెలుసు. నేను తెల్ల బారిష్టరును కాను! కోర్టు నన్నెంత వరకు ఆదరిస్తుందో కూడా తెలియదు. పైగా లాయరుగా నేను ఎంత వరకు పనికివస్తానో కూడా చూడాల్సి వుంది. నాకు రిటైనర్లు (ఇంకొకరి కేసు పుచ్చుకోకుండా తమ కేసు కోసం పని చేయించుకొనుటకు బారిష్టర్లు మొదలగు వారికి ముందుగా ఇచ్చే ఫీజు) ఇచ్చినందున మీకు ఇబ్బందులు కలగవచ్చు. అయినా ఆ కొద్ది సొమ్ము కూడా ప్రజా సేవకు ప్రతిఫలమే అవుతుంది" అని అన్నాను.

ఈ చర్చానంతరం 20మంది వర్తకులు ఒక సంవత్సరం వరకు నాకు రిటైనర్లు యిచ్చేందుకు సిద్ధ పడ్డారు. నేటాలు విడిచి వెళ్ళేటప్పుడు దాదా అబ్దుల్లా సేఠ్ నాకు కానుకగా కొంత సొమ్ము ఇవ్వదలిచాడు. ఆ సొమ్ముతో నాకు కావలసిన కుర్చీలు, బెంచీలు, మొదలుగునవి కొనిపెట్టాడు. ఈ విధంగా నేను నేటాలులో వుండిపోయాను.

18. వర్ణద్వేషం

కోర్టు ఒక త్రాసు వంటిది. ఆ త్రాసును సమానంగా ఒక వృద్ధ వనిత పట్టుకుం టుంది. ఆమెకు పక్షపాతం ఉండదు. ఆమె గ్రుడ్డిది కూడా. ఆమెది కుశాగ్రబుద్ధి. బ్రహ్మ ఆమెను గుడ్డిదాన్నిగా చేసినందువల్ల ఆమె ముఖం చూచి ఎవ్వరికీ బొట్టు పెట్టదు. యోగ్యతను బట్టి మాత్రమే బొట్టు పెట్టుతుంది. కాని నేటాలు నందలి వకీళ్ళ సభ అందుకు విరుద్ధంగా ముఖం చూచి బొట్టు పెట్టమని సుప్రీంకోర్టును ఉసికొల్పింది. కాని కోర్టు మాత్రం యీ సందర్భంలో తన త్రాసుకు సరిపోవు పనే చేసింది.

సుప్రీం కోర్టులో అడ్వకేటుగా చేరేందుకై అర్జీ పంపాను. బొంబాయి హైకోర్టు వారి అనుజ్ఞా పత్రం నా దగ్గర వున్నది. నేను బొంబాయి హైకోర్టులో ప్రవేశించినపుడు నా ఇంగ్లీషు సర్టిఫికెట్టు మూలప్రతి దాఖలు చేయవలసి వచ్చింది. నేటాలు సుప్రీంకోర్టులో ప్రవేశానికి యోగ్యతకు సంబంధించిన రెండు ప్రమాణ పత్రాలు దాఖలు చేయాలి. తెల్లవారి ప్రమాణ పత్రాలకు ఎక్కువ విలువ వుంటుందని భావించాను. అబ్దుల్లా సేఠ్‌గారి ద్వారా పరిచితులు. ప్రసిద్ధులు అయిన ఇద్దరు తెల్లవారి దగ్గర ప్రమాణ పత్రాలు తీసుకొని అర్జీ దాఖలు చేశాను. ఒక వకీలు ద్వారా అర్జీ దాఖలు చేయడం కోర్టువిధి. సామాన్యంగా యీ అర్జీలను అటార్నీ జనరల్ ఫీజు పుచ్చుకోకుండానే దాఖలు చేసుకోవడం పరిపాటి. అబ్దుల్లా సేఠ్‌గారి కంపెనీకి సలహాలిచ్చే ఎస్కాంబాగారే అటార్నీ జనరల్. నేను వారి దర్శనం చేసుకున్నాను. ఆయన సంతోషంతో నా దరఖాస్తును మంజూరు చేశారు.

ఇంతలో హఠాత్తుగా వకీళ్ళ సభవారు నాకు నోటీసు పంపారు. నా దరఖాస్తుతో బాటు ఇంగ్లీషు సర్టిఫికెట్టు మూలప్రతి జతపరచకపోవడం లోపమని వ్రాశారు. అడ్వకేట్లను చేర్చుకొనుటకు నియమావళి తయారు చేసినపుడు నల్లవారిని చేర్చుకోవచ్చునా చేర్చుకోకూడదా అని వారు విచారించ లేదు. ఇదే వారి వ్యతిరేకతకు ప్రధాన కారణం. నేటాలు దేశపు అభివృద్ధికి తెల్లవారే ముఖ్యకారణం.

అందువల్ల వకీళ్ళలో తెల్లవారి ఆధిక్యతను సంరక్షించడం తమ కర్తవ్యమని వారు భావించారు. నల్లవాళ్ళను చేర్చుకుంటే వారి సంఖ్య పెరిగిపోయి తెల్లవారి సంఖ్య తరిగిపోతుందని, తెల్లవారి ఆధిక్యత తగ్గిపోతుందని వారి తపన.

నా అర్జీ మంజూరు కాకుండా చూచేందుకై వాళ్ళు ఒక ప్రసిద్ధుడైన వకీలును నియమించారు. అతనికి అబ్దుల్లా సేఠ్ గారి కంపెనీతో సంబంధం వుంది. అందువల్ల తనను ఒకసారి కలుసుకోమని ఆయన నాకు కబురు పంపాడు. నేను వెళ్ళి ఆయను కలిశాను. ఆయన నిష్కపటంగా నాతో మాట్లాడి నా వృత్తాంతం తెలుసుకున్నాడు. "మీకు వ్యతిరేకంగా నేనేమీ చేయను. మీరు కాలనీలో పుట్టిన రకమేమోనని భయపడ్డాను. మీ అర్జీతో బాటు ఇంగ్లీషు సర్టిఫికెట్టు లేకపోవడం వల్ల నా అనుమానం పెరిగింది. మరింకొకరి సర్టిఫికెట్టు చూపించేవాళ్ళు కూడా వుంటారు. మీరు ఇక్కడ తెల్ల దొరల దగ్గర ప్రమాణ పత్రాలు తీసుకున్నారు. అవి నాలుక గీచుకోవడానికి కూడా పనికి రావు. మీ యోగ్యతను గురించి వారేం ఎరుగుదురు? వారెంత కాలం నుండి మిమ్మల్ని ఎరుగుదురో చెప్పండి" అని ఆయన అడిగాడు.

"ఇక్కడి వాళ్ళంతా నాకు క్రొత్తవాళ్ళే, ఇచ్చటికి రాకముందు అబ్దుల్లా సేఠ్ గారు కూడా నన్నెరుగరు" అని జవాబిచ్చాను.

"అబ్దుల్లా సేఠ్ గారిది మీ ఊరే అని అన్నారుగదా! మీ తండ్రిగారు దివాను గారు గదా! సేఠ్ వారిని బాగా ఎరిగే వుంటారు. కనుక అబ్దుల్లా సేఠ్ గారి నుండి ఒక అఫిడవిటు తీసుకురండి. ఇక మిమ్మల్ని ఏమీ అడగవలసిన పని వుండదు." అని ఆయన అన్నాడు. ఆ మాటలు వినగానే నాకు చాలా కోపం వచ్చింది. కాని కోపాన్ని అణచుకున్నాను. నేను మొదటనే అబ్దుల్లా సేఠ్ గారి దగ్గర ప్రమాణ పత్రం తీసుకొని దాఖలు చేసి యుంటే, ఇది పనికిరాదు, తెల్లవారి ప్రమాణ పత్రం కావాలని అనేవారు. అయినా నన్ను అడ్వొకేట్‌గా అంగీకరించేందుకు నా పుట్టుపూర్వోత్తరాలతో పనేమిటి? నా తల్లిదండ్రులు చెడువారు కావచ్చు లేక మంచి వారు కావచ్చు. వారి మంచి చెడులతో నా అడ్వొకేట్ వృత్తికి సంబంధం ఏమిటి? యీ విధంగా లోలోన మదన పడి యోచనల్ని అదుపులో పెట్టుకొని ఇలా అన్నాను. "నా వకీలు వృత్తి కోసం వకీళ్ళ సభవారి ఇట్టి భావాల్నీ నేను అంగీకరించను. అయినా మీరు చెప్పిన ప్రకారం అఫిడవిట్ తప్పక దాఖలు చేస్తాను" అని అన్నాను.

అబ్దుల్లా సేఠ్ గారి దగ్గర అఫిడవిట్ తీసుకొని తెల్ల వకీలుకు అందజేశాను. ఆయన తాను సంతృప్తి పడ్డానని చెప్పాడు. కాని వకీళ్ళ సభ వాళ్ళు తృప్తి పడలేదు. వారు నా దరఖాస్తును వ్యతిరేకించారు. కాని కోర్టు వారు అటార్నీ జనరల్‌తో పని లేకుండానే వకీలు సభవారి ఆక్షేపణల్ని త్రోసిపుచ్చారు. ప్రధాన న్యాయధీశుడు కల్పించుకొని "అర్జీదారు ఇంగ్లీషు సర్టిఫికెట్టు చూపలేదను ఆక్షేపణ యుక్తి పరమైంది కాదు. అతడు అబద్ధపు సర్టిఫికెట్టు పంపియుంటే అతని పై నేరం మోపవచ్చు. ఆ నేరం నిజమని రుజువైతే అతని పేరు వకీలు పట్టిక నుండి తొలగించవచ్చు. శాసనాలకు నలుపు తెలుపు అను భేదం లేదు. కావున గాంధీ గారిని చేర్చుకొనకుండా వుండుటకు కోర్టుకు హక్కులేదు. అందువల్ల అతని దరఖాస్తును మేము మంజూరు చేస్తున్నాము. గాంధీ గారూ! మీరు ప్రమాణం చేసి అడ్వొకేటుగా చేరండి." అని అన్నాడు. నేను లేచి రిజిస్ట్రారు దగ్గరకు వెళ్ళి ప్రమాణం చేశాను. నేను ప్రమాణం చేయగానే ప్రధాన న్యాయాధీశుడు నన్ను సంబోధించి "గాంధీగారూ! మీరు ఇక తలపాగా తీసివేయాలి. ప్రాక్టీసు చేయు బారిష్టర్లు కోర్టు వారు నిర్ణయించు వేష నియమాలను

పాటించాలి. కోర్టు నియమాలకు మీరు లోబడాలి" అని అన్నాడు. నాకు నా మర్యాద తెలుసు. జిల్లా మేజిస్ట్రేటు కోర్టులో పాగా తీసివేయమంటే నేను నిరాకరించాను. ఇప్పుడు సుప్రీం కోర్టువారి ఆదేశం ప్రకారం పాగా తీసివేశాను. నేను వారి ఆదేశాన్ని నిరాకరించవచ్చు. అట్లా చేయడం సమ్మతంకూడా. కాని నేను చేయాల్సిన పోరాటాలు చాలా వున్నాయి. వాటికోసం నా శక్తిని అదుపులో వుంచుకోవాలని భావించాను. తలపాగా తొలగించకూడదనే పట్టుదల బట్టితే ప్రయోజనం? ఇంత కంటే పెద్ద కార్యాలు నేను ఎన్నో చేయాల్సిన అవసరం వుందికదా!

నేనిట్లా లోబడినందుకు (ఇదిలోబడటమా?) అబ్దుల్లాసేఠ్ గారు, తదితర మిత్రులు ఆక్షేపించారు. కోర్టులో ప్రాక్టీసు చేసేటప్పుడు తలపాగా ధరించాలనే ధైర్యం వహించితే బాగా వుండేదని వారి భావం. వారికి నచ్చ చెప్పాలని ప్రయత్నించాను. "దేశాన్ని బట్టి ఆచారాలు" మారాలని వారికి తెలియజేసేందుకు ప్రయత్నించాను. "భారతదేశంలో తెల్ల అధికారి తలపాగా తీసివేయమని ఆదేశిస్తే దానికి లోబడటం సిగ్గు చేటు. కాని నేటాలు కోర్టులో ఆ కోర్టు ఆచారాల్ని, నియమాల్ని నిరాకరించ కూడదు" అని చెప్పాను.

నేను చెప్పిన కారణాలు వారికి నచ్చలేదు. అయినా కొద్దిగా శాంతించారు. ఒక విషయాన్ని, వివిధ సందర్భాలను బట్టి వివిధ రకాలుగా చూడవలసివస్తుందన్న సంగతిని వారిచే ఒప్పించ లేకపోయాను. నా జీవితమందంతట సత్యముయెడగల పట్టుదలయే రాజీ యొక్క సౌందర్యాన్ని నా చేత ఆస్వాదింప చేయగలిగింది. ఈ పద్ధతి సత్యాగ్రహము నందు అనివార్యమని నా తరువాతి జీవితంలో తెలుసుకో గలిగాను. ఆ పద్ధతి నా ప్రాణాలకు ముప్పుగా కూడా పరిణమించేది. అంతే గాక మిత్రుల అసంతోషానికి మూలమయ్యేది. దాన్ని కూడా సహించవలసి వచ్చేది. సత్యం వజ్రం వలె కఠోరం! కుసుమంవలె కోమలంగదా!

నేటాలు నందలి వకీళ్ళ సభవారి ప్రతిఘటన వల్ల దక్షిణ ఆఫ్రికాలో మరో మారు నా పేరు మారు మ్రోగింది. చాలా పత్రికల వాళ్ళు ఆక్షేపణల్ని ఖండించారు. వారి వ్యతిరేకతకు కారణం ఈర్ష్యయే అని ప్రకటించారు. ఈ ప్రసిద్ధి వల్ల నా కార్యక్రమాల్లో కొన్ని అంశాలు సరళ మయ్యాయి.

19. నేటాల్ ఇండియన్ కాంగ్రెస్

న్యాయవాద వృత్తి నిజంగా నాకు అప్రధానం. చివరివరకూ అప్రధానంగానే వుండిపోయింది. నేటాలు రాష్ట్రంలో నా నివాసం సార్థకం కావాలంటే నేను ప్రజాసేవలో లీనం కావాలి. అర్జీలు పంపినంత మాత్రాన ఫ్రాంచైజు పని పూర్తికాదు. ఇల్లలుకగానే పండుగ కాదు గదా! ఎప్పుడూ అలజడి జరుపుతూ వుండాలి. అప్పుడు యీ విషయం వలన రాజ్యాల కార్యదర్శికి తెలుస్తుంది. అలా జరగాలంటే అందుకు ఒక శాశ్వతమైన సంస్థ అవసరమని అనిపించింది. అబ్దుల్లా సేఠ్ గారితోను, మిగతా మిత్రులతోను సంప్రదించి ఒక శాశ్వత సంస్థను స్థాపించాలని నిర్ణయించు కున్నాను.

ఈ సంస్థకు పేరు ఏమని పెట్టడం? చాలా ధర్మ సందేహాలు కలిగాయి. అది ఏ పక్షం వైపుకు మొగ్గకూడదు. కాంగ్రెస్ అను పేరు ఇంగ్లాండు నందలి కన్సర్వేటివు పార్టీ వారికి రుచించదని నాకు తెలుసు. కాని భారతదేశానికి కాంగ్రెస్ ప్రాణం. నేటాలులో శక్తిని వృద్ధి చేయాలని భావించాను.

ఆ పేరుకు భయపడటం పిరికి తనం అని తోచింది. ఈ కారణాలన్నీ తెలియజేసి యీ సంస్థకు "నేటాల్ ఇండియన్ కాంగ్రెస్" అని పేరు సూచించాను. అంతా అంగీకరించారు. 1894వ సంవత్సరం మే 22వ తేదీన నేటాలు ఇండియన్ కాంగ్రెస్ ఆవిర్భవించింది.

ఆనాడు విశాలమైన అబ్దుల్లా సేట్‌గారి గది క్రిక్కిరిసి పోయింది. సభ్యులంతా కాంగ్రెస్‌కు స్వాగతం చెప్పారు. కాంగ్రెసు నియమాలు తక్కువే కాని చందా మాత్రం ఎక్కువ. నెలకు అయిదు షిల్లింగులు చెల్లివేస్తే సభ్యులవుతారు. శక్తి వంచన లేకుండా ధనికులను చందాలు ఇమ్మని ప్రోత్సహించాము. అబ్దుల్లాగారు మొదటి పద్దుగా రెండు పౌండ్ల విరాళం ప్రకటించారు. తరువాత ఇద్దరు మిత్రులు అంత పద్దు వేశారు. "నేను ఏం చేయడమా?" అని ఆలోచించి ఆ తరువాత ఒక పౌను విరాళం నేను రాశాను. ఇది నా శక్తికి మించిన పని. అయితే సంపాదన ప్రారంభమైతే యీ మాత్రం ఇవ్వగలనని నేను సాహసించాను. ఈశ్వరుడు అందుకు సహకరించాడు.

ఈ విధంగా నెలకు ఒక్క పౌను చొప్పున ఇచ్చే సభ్యులు ఎక్కువగా చేరారు. నెలకు పది షల్లింగుల చొప్పున ఇచ్చే సభ్యులు ఎక్కువగా చేరారు. నెలకు పది షిల్లింగుల చొప్పున యిచ్చే వారి సంఖ్య బాగా పెరిగింది. ఇదిగాక విరాళాలు చాలా మంది తమ శక్తిని బట్టి ప్రకటించారు.

ఈ వ్యవహారం చూచాక అడిగినంత ఎవ్వరూ విరాళం ఇవ్వరని నాకు బోధపడింది. దర్బానుకు ఆవలి ప్రాంతాల్లో వున్న వారిని మాటిమాటికి చందా అడగటం కష్టం. ఆరంభశూరత్వం ఎలా వుంటుందో కూడా బోధపడింది. డర్బను వాళ్ళు ఎన్ని సార్లు తిరిగినా చందాలు యిచ్చేవారు కాదు.

నేను కార్యదర్శిని. అందువల్ల చందాలు పోగుచేసేపని నాది. వసూళ్ళకై నాలుగు మాసాలు రోజంతా తిరగవలసి వచ్చేది. యీ అనుభవం వల్ల నెల చందాలకు బదులు వార్షిక చందాలు, ముందుగానే వసూలు చేసేలా ఏర్పాటు చేయడం మంచిదని భావించాను. అందుకోసం సభ ఏర్పాటు చేశాను. నెలకు బదులు ఏడాదికి ఒక్కసారి చందా వసూలు చేయాలని, మూడు పౌండ్లు కనీసపు పద్దుగా వుండాలని అంతా నిర్ణయించారు. ఈ విధంగా నిర్ణయించినందుకు చందాల వసూలు పని సులభమైపోయింది.

అప్పు తెచ్చి ప్రజల కార్యాలు చేయకూడదని మొదట నుండి నా అభిప్రాయం. డబ్బు తప్ప మిగతా ఏ విషయాల్ని గురించిన ఏ వాగ్దానాలనైనా అంగీకరించ వచ్చునని అనుభవం మీద తెలిసింది. వాగ్దానం చేసిన వాళ్ళు తిరిగి దాన్ని అదే విధంగా బాధ్యతగా నెరవేర్చటం తక్కువ. నేటాలు భారతీయులు కూడా అంతే. డబ్బు చూచుకొని గాని కార్యక్రమాలకు నేను పూనుకోలేదు. అందువల్ల నేటాల్ కాంగ్రెస్ అప్పుల పాలు కాలేదు.

నా సహచరులు కొత్త సభ్యుల్ని చేర్చాలని ఉత్సాహ పడ్డారు. దానితో వారికి కూడా చాలా అనుభవాలు కలిగాయి. చాలామంది సంతోషంతో ధనం ఇవ్వడం ప్రారంభించారు. దూర ప్రదేశాలకు గ్రామాలకు ఉద్యమాన్ని వ్యాప్తం చేయడం కష్టమై పోయింది. ప్రజా సేవ అంటే ఏమిటో అక్కడి వాళ్ళకు ముందు తెలియదు. చాలా మంది ధనికులు మమ్మల్ని పిలిచి విరాళాలు ఇవ్వడం ప్రారంభించారు.

ఈ యాత్రలో ఒకసారి పెద్ద కష్టం ముంచుకు వచ్చింది. ఒక దాత ఆరు పౌండ్లు ఇస్తాడని అనుకున్నాం. కాని అతడు మూడు పౌండ్లు కంటే మించి ఇవ్వనని భీష్మించాడు. మేము ఆ కొద్ది

సొమ్ము ఆయన దగ్గర తీసుకుంటే మిగతా వారంతా అంతే ఇస్తారు. అందువల్ల సొమ్ము ఎక్కువ వసూలు కాదు. ఆ రోజు రాత్రి ప్రొద్దు పోయింది. మాకందరికీ బాగా ఆకలి వేస్తూ వున్నది. అనుకున్న మొత్తం రానిదే భోజనం ఎలా చేయడం? ఎంత బ్రతిమిలాడినా ప్రయోజనం కలుగలేదు. దాత పట్టిన పట్టు విడవలేదు. పట్టణంలో వుండే వర్తకులంతా చెప్పి చూచారు. మేమంతా రాత్రంతా ఆయనతో గడిపాము. అయినా ఆయన లొంగలేదు. మేము కూడా మెత్తబడలేదు. నా సహచరులలో చాలా మందికి కోపం వచ్చింది. అయినా సౌజన్యాన్ని వదలలేదు. తూర్పున ఉషోదయ కిరణాలు తొంగి చూడసాగాయి. అప్పుడు ఆయన ఆరు పౌండ్లు ఇచ్చాడు. మాకందరికీ విందు కూడా చేశాడు. ఇది టోంగాటాలో జరిగిన ఘట్టం. అయితే యీ వార్త ఉత్తర దిక్కున గల స్టేంగల్ పట్టణం మొదలుకొని దేశం మధ్యన గల చార్లెస్ టౌను వరకు ప్రతిధ్వనించింది. దీని వల్ల చందా వసూళ్ళ పని మాకు తేలిక అయింది.

కాని మాపని ధనం వసూలు చేయడమేకాదు. అవసరాన్ని మించి ధనం మన దగ్గర వుంచవద్దని నేను నా సహచరులందరికీ ముందే చెప్పి వుంచాను. అవసరాన్ని బట్టి వారానికి ఒకసారి, నెల కొకసారి సభలు జరుపుతూ వచ్చాం. ప్రతి సభలోను వెనుక జరిగిన కార్యక్రమ వివరమంతా చెప్పడం జరుగుతూ వుండేది. ఇట్టి చర్చల్లో డొంక తిరుగుడు లేకుండా మాట్లాడటం అక్కడి వారికి తెలియదు. సభల్లో ప్రసంగించడానికి అంతా సంకోచించ సాగారు. అయితే మాట్లాడ వలసిన వీరు, చర్చల సరళి గురించి వారికి వివరిస్తూ వుండేవాణ్ణి. వారు ఆ ప్రకారం ప్రసంగించడం ప్రారంభించారు. వారు ఉపన్యసించడం ఒక విద్య అని తెలుసుకున్నారు. ఉపన్యాసం అంటే ఏమిటో తెలియని వారు కూడా ఆలోచించి ఉపన్యసించ సాగారు.

ప్రజల కార్యక్రమాల్లో చిల్లర ఖర్చులు మితిమీరి పోవడం నేనెరుగుదును. మొదట రసీదు పుస్తకాలు అచ్చు వేయవద్దనుకున్నాను. నా దగ్గర సైక్లోస్టయిలు మిషను వుంది. దానిమీద రశీదులు, రిపోర్టుల ప్రతులు తీయించసాగాను. కాంగ్రెస్‌లో డబ్బు ఎక్కువగా వుండి, సభ్యుల సంఖ్య అధికమైనప్పుడు మాత్రమే ఇట్టి వాటిని అచ్చు వేయించేవాణ్ణి. పొదుపు చేయాలను తలంపే అందుకు కారణం. అయినా చాలా చోట్ల యిలా జరగడం లేదు. సంస్థ చిన్నదైనా పెద్దదైనా అందరికీ యీ విషయాలు తెలియాలనే తలంపుతో వివరంగా ఇక్కడ రాశాను.

జనం డబ్బు ఇచ్చి రసీదులడిగే వారు కారు. కాని మేము మాత్రం రసీదు లివ్వడం అవసరమని భావించాం. ఆ విధంగా ప్రతి దమ్మిడీకి రసీదులు ఇచ్చాం. పైస పైసకూ లెక్క రాస్తూ వున్నాం. ఆ విధంగా వ్యవహరించడం వల్ల ఈనాడు పరీక్షించి చూచిన 1894 నాటి నేటాలు ఇండియన్ కాంగ్రెస్ లెక్కలు కరెక్టుగా వుంటాయి. ఆ విషయం ఈనాటికి గట్టిగా నొక్కి వక్కాణించగలను. ఏ సంఘానికైనా తప్పులు లేని లెక్కలే ప్రాణం. లెక్కలు సరిగ్గా లేకపోతే సంఘానికి పెద్ద అపకీర్తి వస్తుంది. లెక్కల్ని సరిగాను శుద్ధంగాను ఉంచకపోతే సత్యాన్ని సరిగాను, శుద్ధంగాను రక్షించలేము.

ఆ దేశంలో పుట్టి పెరిగి విద్యావంతులైన భారతీయులకు సేవ చేయడం ఈ కాంగ్రెస్ యొక్క రెండవ పని. అందుకోసం "కలోనియల్ బోరన్ ఇండియన్ ఎడ్యుకేషనల్ అసోసియేషన్" అను ఒక సంఘాన్ని స్థాపించాము. ఇందలి సభ్యులంతా విద్యాధికులైన పిన్నవారే. వారు కొద్దిగా చందాలిస్తూ ఉండేవారు. వారి కష్టాల్ని ప్రజలకు చెప్పడం, వారి తెలివితేటల్ని పైకి తీయడం వారికి భారతదేశపు వర్తకులకు సత్సంబంధం కల్పించడం, వారికి సేవ చేసే విధానం తెలపడం

ఇవి ఈ సంఘం పని. ఇది ఒక విధంగా చర్చలు జరుపు సమితి అన్నమాట. అందలి సభ్యులు అనేక విషయాలపై చర్చలు చేస్తూ ఉండేవారు. ఈ సంఘం కోసం చిన్న గ్రంధాలయం కూడా ఏర్పాటు చేశాం.

ప్రచారం చేయడం కాంగ్రెస్ మూడోపని. దక్షిణ ఆఫ్రికాలోను, ఇంగ్లాండులోను ఉన్న ఆంగ్లేయులకు, భారతీయులకు నేటాలులో జరుపుతున్న వాస్తవ పరిస్థితులు తెలుపడం అవసరం. ఈ దృష్టితో రెండు కరపత్రాలు తయారుచేశాను. "దక్షిణాఫ్రికాలోని బ్రిటిష్ వారికి ఒక విన్నపం" (an appeal the every briton in South Africa) అను కరపత్రం ఒకటి. ఇందు నేటాలునందలి భారతీయుల స్థితిగతుల్ని గురించి సవివరంగా రాశాను. "భారతీయుల ఓటు హక్కుల గురించి ఒక విన్నపం". The Indian Franhise an appeal అనునది రెండో కరపత్రం. ఇందు భారతీయుల ఓటు హక్కును గురించి కూలంకషంగా వివరించి రాశాను. ఈ రెండు కరపత్రాలను తయారు చేయడానికి నేను ఎంతో శ్రమించాను. అంత శ్రమ పడినందుకు ఫలితం ఊహించనంతగా లభించడం గొప్ప విశేషం. వాటికి ఎంతో ప్రచారం లభించింది.

ఈ అలజడి వల్ల దక్షిణాఫ్రికాలోని భారతీయులు నాకు మంచి మిత్రులైనారు. ఇంగ్లాండునందు, భారతదేశంనందుగల అన్ని పార్టీల వారి ఆధారము మాకు లభించింది. ఇక ముందు చేయాల్సిన పనికి రాజమార్గం ఏర్పడింది.

20. బాల సుందరం

"యాదృశీభావనా యత్రసిద్ధిర్భవతీతాదృశీ" (ఎవరికి ఎటువంటి తలంపు కలుగునో అతనికి అటువంటి ఫలం కలుగును) అనునది అనేక విషయాలలో నాకు అనుభవం అయ్యింది. పేదలకు సాయపడడం నాకు ఎంతో ఇష్టం. ఆ అభిలాష నన్ను పేదలతో కలిపి వాళ్ళతో మంచి సంబంధం కలిగించింది.

నేటాలు కాంగ్రెస్‌లో అక్కడి భారతీయులు, ఉద్యోగులు సభ్యులుగా చేరారు. కాని గిరిమిటీయాలు మాత్రం అందు చేరలేదు. "కాంగ్రెస్ ఇంకా వారి పరం కాలేదు. వాళ్ళు చందాలు చెల్లించి మెంబర్లుగా చేరలేదు. మరి కాంగ్రెస్ అట్టి వాళ్ళకు సాయం చెయ్యాలి! అప్పుడు వాళ్ళంతా తప్పక దాంట్లో చేరతారు" అని అనుకుంటూ ఉండగా ఒక ఘట్టం అనుకోకుండా ఒక పర్యాయం జరిగింది. ఆ ఘట్టం అప్పుడే జరుగుతుందని నేను గాని, కాంగ్రెస్ వాళ్ళు గాని ఎవ్వరం ఊహించలేదు. నేను ప్లీడరు వృత్తి చేపట్టి అప్పటికి మూడు నాలుగు నెలల కాలం గడిచింది. అప్పటికి కాంగ్రెస్‌కు ఇంకా శైశవం తీరలేదు. ఒకనాడు ఒక తమిళుడు తలగుడ్డ తీసి చేతబుచ్చుకొని ఏడుస్తూ వచ్చి నిలబడ్డాడు. అతడు చినిగిపోయిన బట్టలు ధరించియున్నాడు. అతని శరీరం వణుకుతున్నది. ఎదుటి రెండు పళ్ళు ఊడిపోయాయి. ఆ పళ్ళు చిగుళ్ళు నుండి రక్తం కారుతున్నది. యజమాని అతణ్ణి చావబాదాడన్నమాట. నా గుమాస్తా తమిళుడు. అతని ద్వారా ఆ వచ్చిన వ్యక్తి కథంతా తెలుసుకున్నాను. అతని పేరు బాలసుందరం. దర్భానులో ప్రసిద్ధుడైన ఒక తెల్ల యజమాని దగ్గర ఇతడు ఇండెంచెర్డు కూలీ అన్నమాట. యజమానికి ఏదో మాట మీద కోపం వచ్చింది. ఒళ్ళు తెలియకుండా బాలసుందరాన్ని బాదాడు. ఆ దెబ్బలకు బాలసుందరం ఎదటి రెండు పళ్ళు ఊడిపోయాయి.

బాల సుందరాన్ని వెంటనే డాక్టర్ దగ్గరకు పంపించాను. అప్పుడు అక్కడ తెల్ల డాక్టర్లు ఉన్నారు. బాలసుందరానికి తగిలిన దెబ్బల్ని గురించి డాక్టర్ సర్టిఫికెట్ తీసుకొని మెజిస్ట్రేటు వద్ద అఫిడవిట్ దాఖలు చేయించాను. మెజిస్ట్రేటు అఫిడవిట్ చదివి కోపంతో వెంటనే ఆ యజమానికి సమన్లు పంపించాడు.

యజమానికి శిక్ష వేయించడం నా లక్ష్యం కాదు. ఎలాగైనా బాల సుందరాన్ని ఆ యజమాని బారి నుండి తప్పించాలన్నదే నా లక్ష్యం. ఇండించెర్డు కూలీలను గురించిన చట్టమంతా క్షుణ్ణంగా చదివాను. ఏ కూలీవాడైనా చెప్పకుండా లేచి వెళ్ళిపోతే యజమాని సివిల్ కోర్టులో దావా వెయ్యవచ్చు. ఇండించెర్డు కూలీవాడు అలా లేచి వెళ్ళి పోతే యజమాని పూర్తిగా మరో చర్య గైకొనవచ్చు. వాని మీద క్రిమినల్ కేసు పెట్టవచ్చు. నేరం రుజువు అయితే కూలీకి శిక్ష కూడా పడవచ్చు. సర్ విలియం హంటరుగారు "ఇండించెర్డు కూలీపని, బానిసత్వం ఒక్కటే" అని అన్నారు. యజమానికి బానిస ఏ విధంగా ఆస్తిగా పరిగణించబడతాడో అదే విధంగా ఇండించెర్డు కూలీవాడు కూడా యజమాని ఆస్తిగా పరిగణింపబడతాడని దాని అర్థం.

బాలసుందరం విడుదలకు రెండే రెండు మార్గాలు ఉన్నాయి. ఇండించెర్డు కూలీవాళ్ళకు ప్రొటెక్టరు అనగా రక్షకుడు ఒకడు ఉంటాడు. అతనితో చెప్పి కట్టడి నుంచి తప్పించవచ్చు. లేదా మరొక యజమాని దగ్గరకు బదిలీ చేయించవచ్చు. ఒప్పుదల మీద బాలసుందరాన్ని యజమాని చేతనే విడుదల చేయించవచ్చు. ఇదంతా ఆలోచించి ఆ యజమానితో "నీ మీద నేరం మోపి మిమ్ము శిక్షింపచేయడం నా లక్ష్యం కాదు. మీరు అతన్ని క్రూరంగా కొట్టారు. మీరు ఆ విషయం గ్రహించే యుండవచ్చు. మీరు ఖరారు నామాను మరొకరికి మార్చండి చాలు" అని అన్నాను.

నా మాటలు విన్న వెంటనే అతడు అందుకు అంగీకరించాడు. తరువాత నేను ప్రొటెక్టరును చూచాను. అతడు కూడా అంగీకరించాడు. కాని కొత్త యజమాని కావాలి కదా.

ఒక తెల్ల యజమాని కోసం వెతికాము. అప్పుడు భారతీయులు ఇండించెర్డు కూలీలను భరించే స్థితిలో లేరు. అప్పటికి నాకు కొద్ది మంది తెల్లవారితో పరిచయం ఏర్పడింది. ఒకరికి ఈ సంగతి తెలియజేశాను. అతడు దయతో ఒప్పుకున్నాడు. నేనాతనికి కృతజ్ఞతలు తెలియజేశాను. మెజిస్ట్రేటు బాలసుందరం అను కూలీ తన యజమానిపై నేరం మోపి తన ఖరారు నామాను మరొకరికి బదిలీ చేయుటకు అంగీకరించాడని రికార్డు చేశాడు.

బాలసుందరం కేసు సంగతి కూలీలందరికీ తెలిసింది. నాకు "గిరిమిటీయ బంధువు" అని పేరు వచ్చింది. నాకీ సంబంధం వల్ల ఎంతో ఆనందం కలిగింది. ఇక ప్రతిరోజూ మా ఆఫీసుకు గిరిమిటీయాలు అపరిమితంగా రా సాగారు. వారి కష్టసుఖాలు తెలుసుకునేందుకు నాకు మంచి అవకాశం లభించింది.

ఈ కేసు విషయం దూరాన ఉన్న మద్రాసు రాష్ట్రంలో కూడా ప్రతిధ్వనించింది. మద్రాసు నుంచి నేటాలు వచ్చిన గిరిమిటీయాలు తమ గిరిమిటీయా సోదరులవల్ల ఈ విషయం తెలుసుకున్నారు.

ఈ కేసు గొప్పదేమీ కాదు. కాని నేటాలులో తమకు న్యాయం సాధించగల వాడొకడు బయలుదేరాడని వార్త గిరిమిటీయాలకు ఉత్సాహం కలిగించింది.

బాల సుందరం నా దగ్గరకు వచ్చినప్పుడు తలపాగా తీసి చేతపట్టుకుని ఉన్నాడని నేను ముందే తెలియజేశాను. అసలు ఈ దృశ్యంలో ఒక విచిత్రమైన కరుణరసం మరియు నైచ్యం

నిండియున్నాయి. జడ్జి నా తలపాగను తీసివేయమన్నప్పటి ఘట్టాన్ని గురించి మొదట రాశాను. తెల్లవానిని చూడడానికి వెళ్ళినప్పుడు గిరిమిటీయ గాని, కొత్త భారతీయుడు గాని తన తలపాగా తీసి చేతులతో పట్టుకోవాలి. రెండు చేతులు జోడించి నమస్కరించినా అది తక్కువే. బాల సుందరం నా దగ్గరకు వచ్చినప్పుడు కూడా అలాగే చేయాలని అనుకున్నాడు. ఈ రకమైన చర్యను చూడడం నాకు ఇదే ప్రథమం. ఈ చర్య నాకు చిన్నతనం అనిపించింది. నేను బాలసుందరాన్ని తలపాగా చుట్టుకోమని చెప్పాను. అతడు ఎంతో సంకోచిస్తూ తలపాగను తలకు చుట్టుకున్నాడు. అయితే అప్పుడు అతడి ముఖం మీద సంతోషం తొంగి చూచింది.

తమ తోటి మానవులను నీచపరచడం వల్ల తమకు ఏదో గౌరవం చేకూరుతుందని భావించే వారి ఉద్దేశ్యం ఏమిటో నాకు బోధపడలేదు. అట్టి తత్వం సరికాదని నా నిశ్చితాభిప్రాయం.

21. మూడు పౌండ్ల పన్ను

బాలసుందరం కేసుతో గిరిమిటీయాలతో నాకు సంబంధం పెరిగింది. అటు ప్రభుత్వం కూడా ఎక్కువ పన్నులు వసూలు చేసి వీరిని బాధించటం ప్రారంభించింది. అందువల్ల వారిని గురించి చదవవలసి వచ్చింది.

1894వ సంవత్సరంలో నేటాలు ప్రభుత్వం వారు గిరిమిటీయాలు సాలీనా తలకు 25 పౌండ్ల చొప్పున అంటే 375 రూపాయలు పన్ను కట్టాలని బిల్లు తయారుచేశారు. దీనిని చూచి నిర్విణ్ణుడనయ్యాను. ఈ విషయం కాంగ్రెస్ సమావేశంలో చర్చకు ప్రవేశపెట్టాను. అందు ఈ బిల్లుకు వ్యతిరేకంగా గట్టి ప్రయత్నం చెయ్యాలని ఏకగ్రీవంగా తీర్మానం ఆమోదించబడింది.

ఈ పన్నుకు అసలు కారణం ఏమిటో ఇక్కడ కొద్దిగా వివరిస్తాను. 1860లో నేటాలు నందలి తెల్లవారు అక్కడి భూములు కొన్నారు. అక్కడి భూములు చక్కెర తోటల పెంపకానికి అనుకూలంగా ఉన్నాయని తెలుసుకొన్నారు. అయితే కూలీలు దొరకడం కష్టమైంది. ఆ దేశంలో నివసించే జూలూ జాతి వారు ఈ కూలీ పనికి తగనందున ఇతర దేశాలనుండి కూలీ వాళ్ళను రప్పించడం అవసరమని భావించారు. అందువల్ల నేటాలు ప్రభుత్వం వారు బ్రిటిష్ ప్రభుత్వం వారితో సంప్రదింపులు జరిపి భారతదేశాన్నుండి కూలీ వారిని వలస తీసుకుపోయేందుకు అనుమతి సంపాదించారు. ఈ కూలీ జనం నేటాలులో ఐదేండ్లు పని చేయుటకు అంగీకరిస్తూ గిరిమిటు మీద (ఖరారు నామా) సంతకం చేయాలి. గడువు దాటిన తరువాత వారిష్టం. అంటే అక్కడే నివసించదలిస్తే నివసించవచ్చు. శక్తి ఉంటే భూమి కొనవచ్చు. ఈ విధంగా తెల్లవాళ్ళు గిరిమిటీయాలకు ఆశపెట్టారు. ఐదు సంవత్సరాల తర్వాత కూడా భారతదేశ కూలీలు కాయాకష్టం చేసి ప్రయోజనం పొందవచ్చు అని తెల్లవాళ్ళు ప్రకటించారు.

అయితే భారతీయులు తెల్లవారనుకున్న దానికంటే ఎక్కువ లాభం పొందారు. వారు రకరకాల కూరగాయలు విరివిగా పండించ సాగారు. ఇండియా నుంచి మంచి కూరగాయల విత్తనాలు వెంట తీసుకెళ్ళి తద్వారా కూరగాయలు బాగా పండించి అక్కడ చౌకగా జనానికి అందజేశారు. మామిడి తోటలు పెంచారు. వర్తకం కూడా చేయడం ప్రారంభించారు. ఇళ్ళు కట్టుకునేందుకు స్థలాలు కొన్నారు. కొందరు కూలీలు భూస్వాము లైనారు. భారతదేశపు వర్తకులు కొందరు వీరితో బాటు వెళ్ళి అచ్చట పాతుకుపోయారు. ఇట్టి వారిలో కీ.శే సేర్ అబుబకర్ అమద్ గారు ప్రథములు. వారు కొద్ది కాలంలోనే తమ వ్యాపారాన్ని వృద్ధికి తెచ్చారు.

ఇదంతా చూచి తెల్ల వ్యాపారస్థులు కంగారు పడిపోయారు. నల్లవాళ్ళను పిలుచుకు వెళ్ళినప్పుడు తెల్లవాళ్ళకు వీళ్ళ వ్యాపార రహస్యాలు తెలియవు. భారతీయులు వ్యవసాయదారులైతే పరవాలేదు గానీ వ్యాపారంలో సైతం పోటీకి దిగేసరికి తెల్లవాళ్ళు సహించలేక పోయారు. భారతీయుల యెడ అసూయ కలగడానికి ఇదే ముఖ్య కారణం. దీనికి మరిన్ని ఇతర కారణాలు కూడా తోడయ్యాయి. నల్లవారి రకరకాల జీవన పద్ధతులు, కొంచెం వ్యయమైనా మప్పితంగా గృహ నిర్వహణ కావించుకోగల స్థితి, అల్ప లాభ సంతోషం, ఆరోగ్య నియమాలను గురించిన ఉదాసీనత, చుట్టు ప్రక్కల్ని శుచిగా ఉంచుకోవడంలో అశ్రద్ధ, ఇండ్లను మరమ్మతుచేయించి బాగా వుంచుకొనడంలో పిసినారితనం యీ మొదలుగాగల వ్యవహారాలన్నింటి వల్ల వర్ణ ద్వేషమనే చిచ్చు బాగా రేగింది. యీ ద్వేషం తరువాత ఓటు హక్కు తొలగించే బిల్లు రూపంలోను, ఆ తరువాత గిరిమిటియాలు మూడు పౌండ్ల తలసరి పన్ను చెల్లించే బిల్లు రూపంలోను ప్రత్యక్షమైంది. ఈ శాసనాలే గాక అనేక చిక్కులు అదివరకే ఏర్పడి వున్నాయి. గిరిమిటియాలను, గిరిమిటియా కాలం అయిదేండ్లు ముగియకమునుపే, ఆగడువు ముగిసినట్లు భావించి బలవంతంగా పంపివేయడానికి పూనుకున్నారు. కాని అందుకు ఇండియా ప్రభుత్వం వారు అంగీకరించలేదు. తరువాత కొన్ని షరతులు ప్రవేశ పెట్టబడ్డాయి.

(1) గిరిమిటీయాలు తమ నియమిత కాలం పూర్తి కాగానే ఇండియాకు వెళ్ళిపోవాలి. అలా వెళ్ళని ఎడల
(2) రెండేండ్లకు ఒక్కసారి క్రొత్త ఒడంబడిక వ్రాస్తూ ఉండాలి. ఒడంబడిక వ్రాయబడి నప్పుడు జీతం కొంచెం కొంచెం పెంచబడుతూ ఉంటుంది.
(3) క్రొత్త ఒడంబడిక వ్రాయక, ఇండియాకు తిరిగిపోకుండా నేటాల్లోనే ఉంటే సాలుకు 25 పౌండ్లు అనగా 375 రూపాయలు పన్ను రూపంలో చెల్లిస్తూ ఉండాలి.

ఈ షరతుల్ని ఇండియా ప్రభుత్వం వారిచే అంగీకరింపచేయుటకు సర్ హెన్రీ బిన్, మిస్టర్ మేసను అను వారు ఇండియాకు వచ్చారు. అప్పుడు లార్డ్ ఎల్గిన్ ఇండియా వైస్రాయిగా ఉన్నారు. అతడు 25 పౌండ్ల పన్ను అంగీకరించాడు. ఇది వైస్రాయి చేసిన పెద్ద తప్పిదం. అప్పుడూ ఇప్పుడూ కూడా నా అభిప్రాయం ఇదే. ఈ విధంగా నిర్ణయించి అతడు ఇండియాకు ఈ షణ్మాత్రమైనా మేలు చేయలేదు. నేటాలు తెల్లవాళ్ళకు ఆ విధంగా లాభం చేకూర్చడం వైస్రాయికి పాడికాదు. మూడు నాలుగేండ్లలో ప్రతి గిరిమిటీయా తనకు, తన భార్యకు, 16 ఏండ్ల కొడుక్కు, పదమూడేండ్ల కుమార్తెకు మూడు మూడు పౌండ్ల చొప్పున పన్ను చెల్లించాలి. నెలకు వారి ఆదాయం 14 షిల్లింగులు మాత్రమే. అంతకంటే మించి సంపాదించని భార్యాభర్తలకు వారిద్దరి పిల్లలకు కలిపి కుటుంబానికి సాలుకు 12 పౌండ్లు అంటే 180 రూపాయలు పన్ను వేయడం ఏ దేశంలోని కనీవినీ ఎరుగని అత్యాచారమే.

ఈ పన్నును ప్రతిఘటిస్తూ మేము ఉద్యమం ప్రారంభించాము. యీ విషయంలో నేటాలు ఇండియన్ కాంగ్రెస్ మౌనం వహించి ఉంటే ఇండియా వైస్రాయి 25 పౌండ్లు మంజూరు చేసి యుండేవాడే. 25 పౌండ్లు 3 పౌండ్లకు తగ్గడం కూడా నేటాల్ ఇండియన్ కాంగ్రెస్ వారు జరిపిన ఉద్యమం ప్రభావమే కావచ్చు. లేక నా భావం పొరపాటే కావచ్చు. కాంగ్రెస్ వారు ఉద్యమం నడిపిన నడపకపోయినా ఇండియా ప్రభుత్వం వారు 3 పౌండ్ల పన్ను మంజూరు చేసి యుందురని

అనవచ్చు. ఏది ఏమైనా ఇది భారతీయుల యెడ అనుచిత చర్యయే. భారతదేశ యోగక్షేమాలను పరిరక్షించాల్సిన వైస్రాయి అమానుషమైన ఇట్టి పన్నును మంజూరు చేసి యుండ కూడదు.

ఈ పన్ను 25 పౌండ్ల నుండి అనగా 375 రూపాయలనుండి 3 పౌండ్లకు అనగా 45 రూపాయలకు తగ్గింపబడినా అది నేటాల్ ఇండియన్ కాంగ్రెస్ వారికి గౌరవప్రదం కాదు! గిరిమిటీయాలకు ఏమీ మేలు జరగలేదను విషయం స్పష్టం. అది నిర్వివాదాంశం. ఈ పన్నును రద్దు చేయించి ముదరా ఇప్పించాలని కాంగ్రెసు వారి నిర్ణయం. ఆ నిర్ణయాన్ని వారు ఎన్నడూ విడిచిపెట్టలేదు. అయితే ఈ నిర్ణయం నెరవేరడానికి ఇరవై సంవత్సరాల కాలం పట్టింది. ఇక నేటాలు నందలి భారతీయులే గాక దక్షిణ - ఆఫ్రికాలో నివసిస్తున్న భారతీయులంతా కలసి ఏకోన్ముఖంగా పెద్ద ఉద్యమం నడిపితేనే గాని ఆ పన్ను రద్దు కాలేదు. గోఖలేగారికి రద్దు చేస్తామని మాట యిచ్చి కూడా చివరికి నెరవేర్చక పోయేసరికి తుది సమరం ప్రారంభించవలసి వచ్చింది. ఆ సమరంలో గిరిమిటీయాలంతా పూర్తిగా పాల్గొన్నారు. ప్రభుత్వం వారు తుపాకులు కాల్చినందున చాలామంది గిరిమిటీయా భారతీయులు ప్రాణాలు అర్పించారు. పదివేల మందికి పైగా నిర్బందింపబడి జైళ్ళకు వెళ్ళారు.

అయితే చివరికి సత్యమే జయించింది. భారతీయుల బాధల రూపంలో సత్యం అక్కడ ప్రత్యక్షమయ్యింది. అచంచలమైన ఓర్పు, నమ్మకం, విసుగు, విరామం లేని పట్టుదల, పూనికవల్ల ఆ యుద్ధంలో జయం లభించింది. లేకపోతే జయం లభించి యుండేది కాదు. ఆ పోరాటం జరపకుండా మానివేసియున్నా, లేక నేటాల్ ఇండియన్ కాంగ్రెస్ వారు ఆ విషయం మర్చిపోయినా తలపన్ను గిరిమిటీయాల మీద పడియుండేదే. ఆనాటి నుండి ఈనాటి వరకు భారతీయ గిరిమిటీయాలు చెల్లిస్తూ యుండేవారే. ఆ అపకార్తి దక్షిణ - ఆఫ్రికాలో నివసిస్తున్న భారతీయులకే కాక భారతదేశంలో నివసిస్తున్న సమస్త భారతీయులకు కూడా ఆపాదించియుండేది.

22. ధర్మనిరీక్షణ

ఈ విధంగా నేను పూర్తిగా ప్రజాసేవలో లీనమై పోయాను. అందుకు కారణం ఆత్మసాక్షాత్కారాభిలాషయే. ప్రజాసేవ వల్ల ఈశ్వర సాక్షాత్కారం కలుగుతుందనే విశ్వాసంతోనే నేను సేవా ధర్మాన్ని స్వీకరించాను. భారతసేవ నాకు సహజంగా లభించింది. నాకిది ఎంతో ఇష్టం. కోరుకోకుండా ఇది నాకు లభ్యమైంది. నేను పర్యటనా కాంక్షతోను, కాఠియావాడులో జరుగుతున్న కుట్రల బారినుండి తప్పించుకోవాలనే కోరికతోను జీవి కోసం దక్షిణ - ఆఫ్రికా చేరాను. కాని నేను ఇక్కడి ప్రజాసేవలో లీనమై ఈశ్వరాన్వేషణ మరియు ఆత్మదర్శనమునందు నిమగ్నమై పోయాను.

ఏసు మిత్రులు నా ధర్మ జిజ్ఞాసను తీవ్రంచేశారు. అది ఏ విధంగాను శాంతించలేదు. నేను దాన్ని శాంతింపచేయాలని ప్రయత్నించాను. కాని ఏసు మిత్రులు శాంతపడనీయలేదు. అప్పుడు దర్బనులో దక్షిణ ఆఫ్రికా జనరల్ మిషనుకు అధ్యక్షులు స్పెన్సరు వాల్టన్‌గారు. వారు నన్ను పసికట్టారు. దాదాపు నేను వారి కుటుంబంలో ఒకడినైపోయాను. ఈ సంబంధానికి కారణం ప్రిటోరియా పరిచయం. వాల్టన్‌గారి స్వభావం విచిత్రమైంది. ఆయన నన్నెన్నడు ఏసు మతంలో చేరమని చెప్పినట్లు గుర్తులేదు. కాని అతడు తన జీవితం సమస్తం నా ముందు ఉంచి తనమంచి చెడ్డల్ని వీక్షించు అవకాశం నాకు కల్పించాడు. అతని సతీమణి ఎంతో వినయవంతురాలు, వివేకవంతురాలు.

ఆ దంపతుల ప్రవర్తన నాకు సంతోషం కలిగించింది. మా యిద్దరకీగల అభిప్రాయభేదం ఇద్దరికీ తెలుసు. ఎటువంటి తీవ్రచర్చ కూడా మా ఇద్దరి అభిప్రాయాల్ని ఏకం చేయలేదు. అయినను ఎచట ఉదారత, సహిష్ణుత, సత్యం ఉంటాయో అచట భేదాలు కూడా లాభదాయకాలే అవుతాయి. ఆ దంపతుల వినమ్రత, ఉద్యమశీలత, కార్యపరాయణత నాకు సంతోషం కలిగించాయి. అందువల్ల ఇద్దరం తరుచు ఒక చోట కలుస్తూ వుండేవాళ్ళం.

ఈ సంబంధం నన్ను మత విషయంలో జాగ్రత్త పడేలా చేసింది. మతాన్ని గురించి చింతన చేసేందుకు ప్రిటోరియాలో నాకు లభించిన అవకాశం ఇక్కడ లభించలేదు. అయినా లభించిన స్వల్ప సమయాన్ని గ్రంధ పఠనానికి వినియోగించసాగాను. ఈ విషయమై మళ్ళీ ఉత్తర ప్రత్యుత్తరాలు ప్రారంభమైనాయి. రాయచంద్ భాయి నాకు ఈ విషయంలో త్రోవ చూపుతూ వున్నారు. నర్మదాశంకరుని (గుజరాతుకు చెందిన ఒక ప్రసిద్ధకవి) 'ధర్మ విచార' మను గ్రంధం ఒక మిత్రుడు పంపగా దాని పీఠిక నాకు ఎంతో ఉపయోగపడింది. నర్మదాశంకరుని విశృంఖల జీవితాన్ని గురించి వినియున్నాను. యీ పీఠికలో అతడు తన శీలాన్ని ఎలా దిద్దుకోగలిగాడో వివరించాడు. అది నాకు ఆశ్చర్యం కలిగించింది. నాకు ఆ గ్రంధం యెడ ఆదరం పెరిగింది. దాన్ని అతిశ్రద్ధగా చదివాను. మాక్సు ముల్లర్ గారి 'India, what can it teach us' అను గ్రంధాన్ని, దివ్యజ్ఞాన సమాజం ప్రకటించిన ఉపనిషత్తుల అనువాదాన్ని శ్రద్ధగా చదివాను. వీటన్నింటివల్ల నాకు హిందూమతంపై ఆదరణ పెరిగి, నానాటికి దాని గొప్పతనం అమితంగా కనబడసాగింది. అయితే అందువల్ల ఇతర మతాలయెడ వైముఖ్యం కలుగలేదు. వాషింగ్టన్ ఇర్వింగ్ గారి "Life of Mahamd and His Successars" అను గ్రంధాన్ని, కార్లయిలు గారి మహమ్మదుస్తుతిని చదివాను. దీనిచే నాకా మత ప్రవక్త యెడ ఆదరం పెరిగింది. "the sayings of zarathustra" అను గ్రంధం కూడా చదివాను. యీ విధంగా వివిధ మతాల్ని గురించి కొద్దిగానో గొప్పగానో తెలుసుకున్నాను. దీనివల్ల ఆత్మ నిరీక్షణ పెరిగింది. చదివిన దానిలో మంచిదని తోచిన అనుభవాన్ని ఆచరణలో పెట్టసాగాను. ఇదే విధంగా యోగ సంబంధమైన గ్రంధాల్ని కూడా చదివి సాధన ప్రారంభించాను. కాని ఎక్కువ కాలం ఆ సాధన సాగించలేక పోయాను. భారతదేశం వెళ్ళిన తరువాత ఒక గురువు దగ్గర అభ్యసించాలని భావించాను. కాని ఆ కోరిక యీనాటి వరకు నెరవేరలేదు.

టాల్‌స్టాయి పుస్తకాలు అధికంగా చదివాను. వారి "The Gaspels in Brief, What to do? మొదలగు గ్రంధాలు నా హృదయానికి హత్తుకున్నాయి. విశ్వ ప్రేమ మనిషిని ఎంత పైకి తీసుకొని వెళ్ళగలదో తెలుసుకోగలిగాను ఈ సమయంలోనే నాకు మరో ఏసు కుటుంబంతో పరిచయం కలిగింది. వారి మాట ప్రకారం ప్రతి ఆదివారం వెస్లియన్ చర్చికి వెళ్ళసాగాను. అచ్చటికి వెళ్ళినప్పుడల్లా వారింట్లోనే విందు తీసుకోమని ఒక్కసారే నాకు వారు చెప్పివేశారు. ఆ చర్చిలో ప్రవచనం నిస్సారంగా వుండేది. అచటి మండలి భక్తమండలి కాదు. వారంతా ఐహిక చింతకులు. లోకాచారం కోసం, విశ్రాంతి కోసం వారు చర్చికి వెళ్ళేవారు. నాకు అక్కడ నిద్ర వస్తూ వుండేది. అలా నిద్రపోవడం నాకు చిన్నతనంగా వుండేది. కాని నాతోబాటు కునుకు తీసే మిత్రులు కొందరుండటం వల్ల నా చిన్నతనం తగ్గిపోయింది. యీ స్థితి నాకు నచ్చలేదు. చివరికి అక్కడికి వెళ్ళడం మానుకున్నాను.

నడుస్తు నడుస్తూ వున్న ఆ కుటుంబం పొత్తు అంతటితో ఆగిపోయింది. ఇక రావద్దని ఆ కుటుంబంవారు చెప్పినట్లు భావించవచ్చు. ఆ ఇల్లాలు చాలా మంచిది. రుజువర్తన కలది. అయితే

ఆమెది సంకుచిత స్వభావం. మా పని ఎప్పుడూ మత చర్చయే. నేనప్పుడు ఆర్నాల్డుగారి "Light of Asia" చదువుతూ వున్నాను. అప్పుడు ఒక పర్యాయం బుద్ధునికి ఏసుకు గల తారతమ్యాన్ని గురించి చర్చ వచ్చింది. నేను ఇలా అన్నాను.

"అమ్మా!చూడు బుద్ధునిదయ!అది మనుష్యులతో ఆగక సకల భూతముల దాకా వ్యాపించింది. అతని బుజం మీద సంతోషంతో కూర్చున్న మేకపిల్ల చిత్తరువు కండ్ల ఎదుట కనబడితే హృదయం ప్రేమతో నిండిపోతుంది. కాని ఏసులో ఈ విధమైన సర్వభూత వ్యాప్తమగు దయ కనబడదు."

ఆమె మనస్సు చివుక్కుమంది. నేను ఇది గ్రహించాను. ప్రసంగం అంతటితో ఆపివేశాను. భోజనానికి లేచాము. ఆమె కుమారుడు ఐదేండ్లవాడు. నవ్వు ముఖం గలవాడు. అట్టి పిల్లవాడు దగ్గర వుంటే నాకు మరొకరితో మాట్లాడనవసరం ఉండదు. మేమిద్దరం చిరకాల మిత్రులం. పిల్లవాడి పళ్ళెంలో మాంసం ముక్క వుంది. దాన్ని చూచి నేను అతణ్ణి ఎగతాళి పట్టించాను. నా చేతిలో వున్న రేగుపండు అతనికి చూపించి "చూడు ఇది దానికంటే ఎంత బాగుందో" అని అన్నాను. ఆ బాలుడు అమాయకుడు. అతడు నాతో కలిసి పోయాడు. నీ పండే బాగుంది అని అంటూ నాతో అనడం, ఇద్దరం నవ్వుకోవడం ప్రారంభించాం.

ఇది చూచి ఆ పసివాడి తల్లి నొచ్చుకుంది. నాకు హెచ్చరిక లభించినట్లనిపించింది. వెంటనే ప్రసంగం మార్చి వేశాను. మరుసటి ఆదివారం కూడా జంకుతూ జంకుతూనే వారింటికి వెళ్ళాను. నేను అక్కడికి పోవడం మానుకోదలచలేదు. అది మంచిదని నేననుకోలేదు. కాని ఆమె నా పనిని తేలిక చేసింది. ఆమె ఇలా అన్నది. "గాంధీ! నేనొక్క మాట చెబుతాను. వేరే విధంగా భావించవద్దు. నీ స్నేహం మా పిల్లవాడికి కూడదు. ఇప్పుడు వీడు ప్రతిరోజూ మాంసం తిననని మారాం చేస్తున్నాడు. నీ వాదాన్ని ప్రతిసారి చెప్పి పండ్లు తెచ్చి పెట్టమని అంటున్నాడు. దీన్ని నేను సహించలేకపోతున్నాను. మాంసం తినకపోతే జబ్బు చేయదు కాని చిక్కి శల్యమైపోతాడు. నేను అట్టి స్థితిని భరించగలనా? నీవు ఇట్టి చర్చలు పెద్దవాళ్ళమైన మాతో చేయడం మంచిది కాని పిల్లవాడితో చేయవద్దు. దీని వల్ల పిల్లలు పాడైపోతారు".

ఆమె మాటలు వినే సరికి బాధ కలిగింది. ఇలా అన్నాను. "అమ్మా! నాకు చాలా విచారంగా వుంది. నాకూ పిల్లలున్నారు. తల్లిదండ్రుల భావాలు నాకు తెలియవా? ఇక మీకు యిట్టి కష్టం కలగనీయను. ఇది చాలా సులభం కూడా. నేను చెప్పినమాటల కంటే నేను తినేవస్తువులు తినకుండా వదిలివేసే పదార్థాలు చూచినప్పుడు పిల్లవాని మనస్సుకు అవి హత్తుకుంటాయి. అందువల్ల యీ నాటి నుండి నేను మీ ఇంటికి రావడం మానుకుంటాను. అదే ఇందుకు తగిన చికిత్స అని అనిపిస్తూ వుంది. అయితే దీనివల్ల మన స్నేహానికి భంగం రాదు. రాకూడదు"

"మీ మాటలు చాలా బాగున్నాయి" అలాగే చేయండి అని ఆ గృహిణి అమిత సంతోషంతో అన్నది.

23. ఇంటి వ్యవస్థ

ఇంటి వ్యవస్థను చక్కదిద్దడం ఇంటి భారం వహించడం నాకు కొత్త కాదు. అయితే బొంబాయి, లండను యందలి కాపురానికి నేటాలులోని నా కాపురానికి తేడావుంది. నేటాలులో గృహవ్యయం పూర్తిగా ప్రతిష్టకోసం ఇండియన్ బారిస్టరు ప్రతిష్టకు తగినట్లు, భారతీయుల ప్రతినిధికి

తగినట్లు చేయవలసి వచ్చింది. అందువల్ల పట్టణంలో మంచి చోట ఒక అందమైన చిన్న ఇల్లు అద్దెకు తీసుకున్నాను. అవసరమైన ఉపకరణలన్నీ అందులో వున్నాయి. భోజన వ్యయం మితం చేయాలని భావించాను. కాని అప్పుడప్పుడు ఆంగ్లమిత్రుల్ని, నాతో పాటు పనిచేసే భారతీయుల్ని విందుకు పిలుస్తూ వుండటం వల్ల ఖర్చు అధికంగా వుండేది.

ప్రతి సంసారంలోను ఒక పనివాణ్ణి నియమించుకోక తప్పదు. అయితే ఎవరినైనా ఒక వ్యక్తిని సేవకునిలా ఎలా వుంచాలో నాకు ఇప్పటికీ తెలియదు. నాతో పాటు ఒక మిత్రుడు వుండేవాడు. మరో వంటవాడు ఇంటి వానివలె వుండేవాడు. ఆఫీసులో గుమాస్తాలు మా గృహంలో భోజనం చేసి నివసిస్తూ వుండేవారు.

మా సంసారం యీ విధంగా బాగానే సాగిందని చెప్పగలను. అయినా మా సంసారంలో కొన్ని కటువైన అనుభవాలు కూడా కలిగాయి. నా మిత్రుడు మంచి తెలివిగలవాడు. నా యెడ విశ్వాసం కలవాడని నేను అతణ్ణి పూర్తిగా నమ్మాను. కాని నేనే మోసపోయాను. ఆఫీసు గుమాస్తా ఒకడు నా ఇంట వుండేవాడు. నా మిత్రునికి అతనిపై అసూయ పుట్టింది. నా గుమాస్తా మీద నాకు అనుమానం కలిగేలా మిత్రుడు ఒక పన్నాగం పన్నాడు. ఆ గుమాస్తాది విచిత్రమైన స్వభావం. నేను తనను అనుమానిస్తున్నానని అతడు గ్రహించి పనిమానుటయే గాక నాయింటికి రావడం కూడా మానుకున్నాడు. నాకు అతని విషయమై విచారంకలిగింది. అన్యాయం చేశానేమో నన్న భావం నాకు కలిగింది.

ఇంతలో మా వంటవాడు ఏ కారణం చేతనో సెలవు తీసుకున్నాడు. మిత్రుల శుశ్రూషల కోసం నేను మరో వంటవాణ్ణి నియమించాను. అతడు సెలవుల్లో వెళ్ళనందున మరొకణ్ణి నియమించ వలసి వచ్చింది. యీ కొత్తవాడు అల్లరివాడు అని తరువాత తెలిసింది. కాని నా దృష్టిలో అతడు దేవుడు పంపిన దూతయే.

నా యింట్లో నాకు తెలియకుండా జరుగుతున్న దుష్కార్యాలను వచ్చిన రెండు మూడు రోజుల్లోనే గ్రహించి కొత్తవంటవాడు నన్ను హెచ్చరింపడానికి పూనుకున్నాడు. మంచివాడనని, ఎవరేం చెబితే అది నమ్ముతానని నాకు పేరు వచ్చింది. అట్టి నా యింట్లోనే దుర్గంధం వ్యాప్తికావడం చూచి మా వంటవాడు ఆశ్చర్యపడిపోయాడు. ప్రతిరోజూ మధ్యాహ్నం ఒంటిగంటకు నా భోజనం. ఆఫీసు నుండి ఆ సమయానికి యింటికి వెళ్ళడం నాకు అలవాటు.

ఒకనాడు పన్నెండు గంటల వేళ ఆ వంటవాడు ఆఫీసుకు రొప్పుకుంటూ వచ్చి "ఒక తొందర పని వుంది. మీరు వెంటనే యింటికి రావాలి" అని అన్నాడు. "ఇప్పుడెట్లా? పనేమిటో చెప్పు. ఆఫీసు వదిలి యింటికి రావలసిన అవసరం ఏం వచ్చిందో చెప్పు" అని అన్నాను.

"మీరిప్పుడు ఇంటికి రాకపోతే తరువాత ఎందుకు వెళ్ళకపోతినా అని విచారపడతారు. ఇంత కంటే ఎక్కువ చెప్పలేను."

అతడంత గట్టిగా చెప్పేసరికి ఇంటికి బయలుదేరాను. వంటవాడు ముందు నడిచి నన్ను మేడ మీదకు తీసుకువెళ్ళాడు. నా మిత్రుని గదిని చూపించి తలపులు తెరిచి తెరిచి మీరే చూడండి ఏం జరుగుతున్నదో అని అన్నాడు.

నాకు అంతా బోధపడి పోయింది. తలపు తట్టాను. సమాధానం ఎలా వస్తుంది? గట్టిగా తలుపు మీద బాదాను. గోడలు కూడా కదిలి పోయినంత పని అయింది. తలుపులు తెరుచుకున్నాయి. లోపల ఒక వేశ్య, వెళ్ళిపో ఇక ఎప్పుడూ యీ గుమ్మం తొక్కవద్దు అని చెప్పి ఆమెను పంపివేశారు.

"ఈ క్షణాన్నుండి నీతో నాకెట్టి సంబంధం లేదు. నేను బుద్ధిమాంద్యం వల్ల మోసపోయాను. నా విశ్వాసాన్ని ఇలా పటాపంచలు చేశావు" అని అరిచాను. నాయీ మాటలకు పశ్చాత్తాప పడవలసిన మిత్రుడు తద్విరుద్ధంగా వ్యవహరించి చూడు! నీ రహస్యాలన్నీ బయట పెడతా అని బెదిరించాడు. "నాకు రహస్యమేమీలేదు. నా సంగతంతా చాటి చెప్పు. నీవు తక్షణం యిల్లు వెడిచి వెళ్ళిపో" అని గద్దించాను.

అతడు ఇంకా కొంచెం బిరుసెక్కాడు. అతణ్ణి సంబాళించడం కష్టమని భావించాను. కింద వున్న గుమాస్తాను పిలిచాను. నీవు వెంటనే పోలీసు సూపరింటెండెంటు గారి దగ్గరికి వెళ్ళి నా నమస్కారం తెలియజేయి. నా ఇంట్లో నివసిస్తున్న ఒక వ్యక్తి విశ్వాస ఘాతుకం చేశాడు. అతడు నా ఇంట్లో వుండటం నాకు ఇష్టంలేదు. కాని అతడు ఇక్కడి నుండి కదలటంలేదు. తమ మద్దతు కోరుతున్నాను అని నా ప్రార్ధనగా చెప్పమని అన్నాను.

అంతవరకు లొంగని అపరాధి యిక తనను పోలీసులకు అప్పగిస్తానని గ్రహించాడు. తప్పు అతణ్ణి భయపెట్టింది. అతడు శరణు జొచ్చి పోలీసులకు చెప్పవద్దని బతిమాలాడడమే గాక, ఇల్లు వదిలి వెళతానని అన్నాడు. తరువాత ఇల్లు వదిలి వెళ్ళిపోయాడు.

ఈ ఘట్టం సమయానికి నన్ను మేల్కొలిపింది. అదుష్ట మిత్రునివల్ల మోస పోయానను విషయం అప్పటికి గాని నాకు బోధపడలేదు. మంచికి పోయి చెడ్డను కొని తెచ్చుకున్నట్లయింది. తుమ్మ కొమ్మన గులాబీ పూలు పూస్తాయని భావించానన్న మాట. అతని నడవడి మంచిదికాదని నాకు తెలుసు. అయినా నా దగ్గర తప్పు చేయడని భావించాను. అతని నడవడిని బాగు చేద్దామని భావించి నేనే చెడులో పడిపోయాను. ఈ విషయమై నా శ్రేయోభిలాషులు చెప్పినా నేను వినలేదు. మోహంలో పడి గుడ్డి వాడినయ్యాను.

ఈ దుర్ఘటన నాకళ్ళు తెరిపించింది. లేకపోతే నాకు సత్యం బోధపడేది కాదు. నేనతని వలలో పడిపోయివుంటే నేనిప్పుడు తలపెట్టిన ఏకాంత జీవనం ప్రారంభించి యుండేవాణ్ణి కాదు. నా సమయమంతా అతని కోసం ఖర్చుచేసే వాణ్ణి. నన్ను అంధకారం లోకి నెట్టి చెడ్డమార్గం పట్టించగల శక్తి అతనికి వుంది. కాని దేవుడు రక్షించిన వాణ్ణి ఏవడేమి చేయగలడు? నా మనస్సు పరిశుద్ధం కావున తప్పు చేసినప్పటికీ రక్షణ పొందాను. మొట్టమొదటనే కలిగిన ఈ అనుభవం భవిష్యత్తులో నన్ను జాగరూకుణ్ణి చేసింది.

భగవంతుడే యీ వంటవానిని ప్రేరేపించి యుండవచ్చు. అతడు నిజానికి వంట చేయలేదు. అతడెంతో కాలం నా ఇంట్లో వుండలేడు. అతడు తప్ప మరొకరెవ్వరూ నా కండ్లు తెరవలేదు. ఆ వేశ్య ఇక్కడికి రావడం ఇది మొదటిసారికాదట. అంత ధైర్యం ఆ వంటవానికి తప్ప మరెవ్వరికీ లేదు. ఆ మిత్రుని పై నాకు అపరిమిత విశ్వాసమనీ, ఆ నా విశ్వాసానికి అవధులు లేవని అందరికీ తెలుసు. వంటవాడు ఈ విషయం తెలుపుటకే కాబోలు నా దగ్గరకు వచ్చి "అయ్యా నేను మీ ఇంట్లో వుండలేను. మీరు సులభంగా మోసపోతారు. ఇదినాకు తగిన చోటుకాదు" అని చెప్పి వెంటనే వెళ్ళిపోయాడు.

నేను కూడా అతణ్ణి వుండమని పట్టుపట్టలేదు. వెనుక వెళ్ళి పోయిన గుమాస్తా మనస్సును విరిచింది యీ మిత్రుడే అని నాకు అప్పుడు తెలిసింది. ఆ గుమాస్తాకు నేను చేసిన అన్యాయాన్ని తొలగించుటకు చాలా ప్రయత్నించాను. అతని విషయంలో నేను చేసిన దానికి ఎప్పటికీ నాకు విచారమే. నేను ఆ గుమాస్తాను సంతృప్తి పరచలేకపోయాను. ఎంత సరిచేద్దామన్నా అతుకు అతుకేగదా!

24. తిరుగు ప్రయాణం

నేను దక్షిణ ఆఫ్రికాకు వచ్చి మూడేండ్లు గడిచి పోయాయి. నాకు అక్కడి ప్రజల సంగతులు బాగా తెలిశాయి. 1896వ సంవత్సరంలో ఆరు నెలల సెలవు కావాలని కోరాను. అక్కడ చాలా కాలం నేను ఉండవలసి యున్నది. నాకు అక్కడ మంచి ప్రాక్టీసు కూడా వున్నది. అక్కడి వాళ్ళకు నాతో చాలా పని పడింది. అందువల్ల నేను ఒక పర్యాయం ఇంటికి వెళ్ళి భార్యాపిల్లల్ని చూడాలి. దక్షిణ ఆఫ్రికా భారతీయుల స్థితిగతులను గురించి బాగా ప్రచారం చెయ్యాలి. అందువల్ల భారతీయుల అభిమానం సంపాదించడానికి వీలు చిక్కుతుంది. మూడు పౌన్ల పన్ను వ్యవహారం పెద్ద వ్రణం వంటిది. అది మానే దాకా శాంతించుటకు వీలులేదు. అయితే ఇక్కడ నేను లేని సమయంలో కాంగ్రెస్ వ్యవహారాలు, విద్యాసంఘం పని ఎవరు చూస్తారు? నా దృష్టిలో ఇద్దరు వ్యక్తులు వున్నారు. ఒకరు ఆదంజీ మియాఖాన్, రెండవ వారు పార్సీ రుస్తుంజీ. అప్పటికి వర్తకుల్లో చాలా మంది కార్యకర్తలు బయలుదేరారు. కాని కార్యదర్శి భారం నియమ పూర్వకంగా నిర్వహించువారు, దక్షిణ ఆఫ్రికా భారతీయుల అభిమానానికి పాత్రులైన వారు వీరిద్దరే. కార్యదర్శికి ఆంగ్ల భాషా జ్ఞానం అవసరం. నేను ఆదంజీ మియాఖాన్ గారి పేరు కాంగ్రెస్ వారికి సూచించాను. వారు అతణ్ణి కార్యదర్శిగా అంగీకరించారు. అతణ్ణి కార్యదర్శిగా ఎన్నుకోవడం అత్యుత్తమమైన విషయమని అనుభవం వల్ల తెలిసింది. ఆదంజీమియాఖాన్ గారి ఉద్యోగ దక్షత, వారి ఊదార హృదయం, వారి మంచితనం, వారి వివేకం కార్యదర్శి పదవికి వారిని అర్హునిగా చేశాయి. ఆ పదానికి ఏ బారిష్టరో లేక ఇంగ్లీషు వచ్చిన ఏ గొప్పవాడో అవసరమన్న భావాన్ని కూడా వారి నియామకం తొలగించి వేసింది. 1896వ సంవత్సరంలో నేను కలకత్తాకు బయలు దేరిన పోన్‌గోలా స్టీమరు ఎక్కి ఇండియాకు బయలుదేరాను.

ఆ స్టీమరులో ఎక్కువమంది ప్రయాణీకులు లేరు. వారిలో ఇద్దరు ఇంగ్లీషు యాత్రికులు వున్నారు. వారితో నాకు మైత్రి ఏర్పడింది. ఒకనితో రోజూ నేను ఒక గంట సేపు చదరంగం ఆడుతూ వున్నాను. ఆ స్టీమరులోని డాక్టరు తమిళ భాషా శిక్షణ అను పుస్తకం యిచ్చాడు. దాన్ని చదవడం ప్రారంభించాను.

నేటాలులో వుండగా మహమ్మదీయులతో పరిచయం ఏర్పరుచుకొని ఉర్దూ భాష, మదరాసు వారితో పరిచయం చేసుకొని తమిళ భాష నేర్చుకోవాలని భావించాను. ఉర్దూ నేర్చుకోవాలని భావించి డెక్కుమీద నున్న యాత్రికుల్లో ఉర్దూ మున్షీ ఎవరైనా వున్నారేమోనని ఆరాతీశాను. ఒక మున్షీ దొరకగా ఆయన వద్ద మా ఉర్దూ చదువు బాగానే సాగింది. నాతో పాటు ఒక ఆంగ్ల ఉద్యోగి కూడా ఉర్దూ నేర్చుకోవడం ప్రారంభించాడు. అతడి జ్ఞాపక శక్తి గొప్పది. ఉర్దూ అక్షరాలు గుర్తించటం నాకు కష్టమైంది. కాని అతడు ఒక్కసారి అక్షరం చూచాడో ఇక దాన్ని మరిచిపోడు. నేను చాలా కష్టపడ్డాను. కాని అతణ్ణి మించలేకపోయాను.

అరవం నాకు బాగానే వచ్చింది. గురువులేడు. అయినను గురువు అవసరం లేనంతగా ఆ తమిళ శిక్షణ వ్రాయబడింది. ఇండియాకు వచ్చిన తరువాత తమిళం బాగా నేర్చుకోవాలని భావించాను. కాని సాధ్యం కాలేదు.

1893వ సంవత్సరం దాటిన తరువాత నేను పనులన్నీ జైళ్ళలోనే చేశాను. అరవం దక్షిణ ఆఫ్రికా జైల్లో నేర్చు కున్నాను. ఉర్దూ యర్రవాడజైల్లో నేర్చుకున్నాను. అరవం మాత్రం మాట్లాడే

అభ్యాసం నాకు కలుగలేదు. చదవడం వచ్చినా వాడకం లేనందున అది తుప్పు పట్టినట్లు అయింది. ఇందుకు కడు విచారంగా వుంది. దక్షిణ ఆఫ్రికాయందలి మద్రాసు సోదరులకు నేనంటే ప్రాణం. నాకు వారెల్లప్పుడూ గుర్తుకు వస్తూ వుంటారు. ఎక్కడైనా తమిళుడు గాని, తెలుగువాడు కాని కనిపించితే వారి శ్రద్ధ, వారి స్వార్థ త్యాగం గుర్తుకు రాకుండా వుండవు. వారంతా నిరక్షరులు. వారి స్త్రీలు కూడా అట్టివారే. దక్షిణ ఆఫ్రికాలో జరిగిన సమరం నిరక్షరులదే. అక్షరం రానివాడే అక్కడి పోరాటంలో పాల్గొన్నారు. ఆ పోరాటం బీదల కోసం సాగింది. పోరాటం జరిపిన వారు పూర్తిగా బీదవారే.

అమాయకులు, యోగ్యులగు భారతీయుల హృదయాన్ని చూరగొనడానికి నాకు వారి భాషరాకపోవడం అడ్డంకి కాలేదు. వారికి హిందీ, ఇంగ్లీషు కొద్ది కొద్దిగా వచ్చు. అందువల్ల మా పనికి అడ్డంకి కలుగలేదు. వారి ప్రేమకు బదులుగా అరవం నేర్చుకోవాలని భావించాను. నాకు అరవం కొంత కొంత అర్థం అవుతుంది. ఇండియాలో తెలుగు నేర్చుకుందామని ప్రయత్నించాను. కాని తెలుగులో అక్షరాలు దాటి చదువు ముందుకు సాగలేదు.

ఈ విధంగా అరవం, ఆంధ్రం చక్కగావచ్చే భాగ్యం నాకు కలుగలేదు. బహుశా ఇక నేర్చుకోలేనుకూడా. కనుక ద్రావిడులు హిందీ నేర్చుకోగలరని ఆశ పెట్టుకున్నాను. దక్షిణ ఆఫ్రికాలోని మద్రాసు ద్రావిడులు కొద్దిగానో, గొప్పగానో హిందీ మాట్లాడతారు. అయితే దేశభాషాపఠనం వల్ల తమ ఆంగ్ల భాషా జ్ఞానానికి ఇబ్బంది కలుగుతుందేమోనని ఇంగ్లీషు వచ్చినవాళ్ళు మాత్రమే భావిస్తున్నారు. దేశ భాషల్ని వారే ఆదరించడం లేదు.

శాఖా చంక్రమణం చేశాను. సింహావలోకనం చేసి నా ప్రయాణ కథను ముగిస్తాను. పొంగోలా స్టీమరు కెప్టెనును గురించి చెప్పడం మిగిలివుంది. మేము మిత్రులం అయ్యాము. అతడు ప్లీమత్ సోదర సంప్రదాయంవాడు. సముద్రయానాన్ని గురించిన ప్రసంగం కంటే ఆధ్యాత్మిక ప్రసంగమే మా మధ్య జరుగుతూ వుండేది. అతడు నీతికి, జ్ఞానానికి (ధర్మానికి) భేదం కల్పించేవాడు. అతని దృష్టిలో బైబిలు బోధ శిశుక్రీడ వంటిది. భాషా సౌలభ్యాన్ని బట్టి దాని గొప్ప తనం అపారం. బాలురుగాని, స్త్రీలుగాని, పురుషులు గాని జీససు నందును, అతని బలిదానము నందును విశ్వాసం వుంచితే వారి పాపాలు నశించిపోతాయి. ఇది ఆయన మాటల సారం. అతని పరిచయం ప్రెటోరియాలోని ప్లీమత్ సోదరుణ్ణి గుర్తుకుతెచ్చింది. నీతి యెడ విధి నిషేధాలు గల ఏమతమైనా అతని దృష్టిలో పనికిమాలినదే. ఇంత చర్చకు కారణం నాశాకాహారమే. మాంసం, ముఖ్యంగా గోమాంసం నేనెందుకు తినకూడదు? భగవంతుడు చెట్లుపొదలు వలెనే పశుపక్షుల్ని కూడా మనుష్యుని ఆనందం కోసం, ఆహారం కోసం సృజించలేదా? ఇట్టి ప్రశ్నల వల్ల మేము ఆధ్యాత్మిక ప్రసంగంలోకి దిగక తప్పలేదు.

ఈ విధంగా 24 రోజులు నా ఆనందయాత్ర సాగింది. హుగ్లీనది సౌందర్యం చూచుటకు కలకత్తా రేవులో ఓడదిగాను. ఆనాడే రైల్లో బొంబాయికి బయలుదేరాను.

25.భారతదేశంలో

కలకత్తా నుండి బొంబాయికి వెళ్ళేదారిలో మధ్య ప్రయాగవుంది. అక్కడ రైలు 45 నిమిషాలు ఆగుతుంది. ఆ సమయంలో పట్నం చూడాలని కోరిక కలిగింది. అదీగాక ఒక మందు కావలసి

వచ్చింది. మందులు అమ్మే కెమిస్టు అర్ధ నిద్రావస్థలో వున్నాడు. మందివ్వడానికి బాగా ఆలశ్యం చేశాడు. నేను స్టేషను చేరే సరికి రైలు బయలుదేరింది. ఆ స్టేషను మాస్టరు మంచివాడు. నాకోసం ఒక్క నిమిషంసేపు రైలును ఆపివుంచాడు. అయితే నేను రాకపోవడం చూచి నా సామాను క్రిందికి దింపించివేశాడు.

కెల్‌నర్ హోటల్లో ఒక గది తీసుకొని ఆ పట్నంలో వెంటనే నా పని ప్రారంభించాను. ప్రయాగనందలి "పయోనీర్" అను పత్రిక యొక్క ఖ్యాతిని గురించి వినియున్నాను. భారతీయుల కోరికలకు వ్యతిరేకంగా ఆ పత్రిక రాస్తూ వుంటుందని విన్నాను. అప్పుడు డాక్టరు చేజనీగారు ఆ పత్రికకు ఉపసంపాదకులని గుర్తు. అన్ని పక్షాల వారి సాయం నాకు అవసరమని భావించి ఆయనకు ఒక చీటీ పంపించాను. రైలు బండి యివాళ తప్పిపోయిందనీ, రేపు వెళ్ళడం అవసరమనీ, అందువల్ల యీ రోజు అవకాశం యిస్తే తప్పక మీ దర్శనం చేసుకుంటానని ఆ చీటీలో రాశాను. మంచిది రండి అని వెంటనే సమాధానం వచ్చింది. నాకు సంతోషం కలిగింది. ఆ ఆంగ్లేయుడు నా మాటలన్నీ విన్నాడు. "మీరు రాసినదంతా చదివి నేను నా పత్రికలో టిప్పణి వ్రాస్తాను, అయితే మీ విధానాన్నంతటినీ నేనంగీకరించలేను. ఎందువల్లననగా నేటాలులోని భారతీయుల కోరికలను గురించి, అక్కడి తెల్లవారి అభిప్రాయాలను కూడా నేను పూర్తిగా తెలుసుకోవాలిగదా!" అని అన్నాడు.

"మీరు విషయాలన్నింటిని సంపూర్తిగా చదివి మీ పత్రికలో చర్చిస్తే చాలు. న్యాయం దప్ప నాకు మరొకటి అవసరం లేదు" అని నేను అన్నాను. మిగిలిన సమయం త్రివేణీ సంగమ సౌందర్యం గురించి యోచించుటకు గడిచిపోయింది. పయోనీరు పత్రికాధిపతితో నాయీ ఆకస్మిక కలయికయే నేటాలు రాష్ట్రంలో నేను పడిన యాతనలకు బీజారోపణం చేసిందని తరువాత తెలిసింది.

అక్కడనుండి బొంబాయిలో దిగకుండా తిన్నగా రాజకోటకు వెళ్ళాను. దక్షిణాఫ్రికాయందు నివశిస్తున్న భారతీయుల్ని గురించి ఒక చిన్న పుస్తకం రాయాలని నిర్ణయించుకున్నాను. ఆ పుస్తకం రాయడానికి, ప్రచురించడానికిఒక మాసం పట్టింది. దానిపైన పచ్చ అట్ట వుండటం వల్ల దానికి పచ్చ పుస్తకం అని పేరు వచ్చింది. అందు దక్షిణాఫ్రికాలోని భారతీయుల స్థితి గతులన్నీ వర్ణించాను. కావాలని చాలా విషయాలు తగ్గించి వ్రాశాను. గతంలో రాసి ప్రకటించిన రెండు కరపత్రాల కంటే సరళభాషను ఉపయోగించాను.

పదివేల ప్రతులు ప్రచురించాను. భారతదేశంలోని అన్ని పత్రికలకు, అన్ని పక్షాల నాయకులకు పంపించాను. అందరి కంటే ముందు పయోనీరు పత్రికాధిపతి తన సంపాదకీయ వ్యాసంలో దీన్ని గురించి చర్చించాడు. ఆ వ్యాససారాంశం రూటరుద్వారా ఇంగ్లాండు చేరింది. అక్కడి నుండి ఆ సారాంశానికి సారాంశం నేటాలు కూడా చేరింది. అందు మూడు పంక్తుల కంటే ఎక్కువలేదు. నేటాలులోని భారతప్రజలు పడుతున్న బాధలను గురించి నేను రాసిన వ్యాసానికి అది కొద్ది సంస్కరణ అన్నమాట. అందలి శబ్దాలు నావికావు. యీ వార్త నేటాల్లో ఎంతపని చేసిందో తరువాత మీకు బోధపడుతుంది. పేరున్న పత్రికలన్నింటిలో నా వ్యాసాన్ని గురించి టీకలు, టిప్పణీలు ప్రకటితమయ్యాయి.

ఈ పుస్తకాలన్నింటికి కాగితాలు చుట్టి పోస్టులో పంపడం శ్రమతో కూడిన పని. ధనవ్యయం కూడా అధికం. అందుకు ఒక ఉపాయం కనిపెట్టాను. చుట్టుప్రక్కలగల పిల్లల్ని పిలిచాను. బడిలేని ప్రొద్దుటిపూట నాకు సాయం చేయమని వారిని కోరాను. వారు అంగీకరించారు. వారి శ్రమకు

బదులుగా ముద్ర కొట్టిన తపాళా బిళ్ళలు, ఆశీర్వాదాలు అందజేస్తానని చెప్పాను. పిల్లలు ఆడుతూ పాడుతూ ఆ పని పూర్తి చేశారు. చిన్న చిన్న పిల్లల్ని స్వయం సేవకులుగా తయారుచేయడం నా జీవితంలో యిదే ప్రథమం. ఆనాటి బాలమిత్రులలో ఇద్దరు నాతోపాటు యిప్పటికీ పనిచేస్తున్నారు.

ఆ రోజుల్లో బొంబాయిలో విపరీతంగా ప్లేగు వ్యాధి వ్యాపించింది. ఎటు చూచినా గగ్గోలే. రాజకోటలో కూడా ఇది ప్రవేశించిందని భయం పట్టుకున్నది. ఆరోగ్యవిషయంలో మంచి నిపుణుణ్ణి అని నా భావం. నేను స్వచ్ఛంద సేవ చేస్తానని తెలియజేశాను. ప్రభుత్వం వారు వెంటనే అంగీకరించి నన్ను రోగ పరీక్షా సంఘంలో ఒక సభ్యునిగా నియమించారు. పాకీ దొడ్లు పరిశుభ్రంగా ఉంచాలని నేను గట్టిగా చెప్పాను. బీదవాళ్ళు తమ పాకీ దొడ్లు పరీక్షించుటకు వ్యతిరేకంగా లేరు. మేము సూచించిన సంస్కరణలన్నింటినీ జనం అమలులోకి తెచ్చారు. ఇక ధనవంతుల విషయం. మేము వారి దొడ్లు పరీక్షిస్తామంటే వాళ్ళు అంగీకరించలేదు. ఇక సంస్కరణలు ఎలా జరుగుతాయి? ధనికుల పాకీదొడ్లు పాడుగా ఉన్నాయని అనుభవం వల్ల తెలిసింది. అంతా చీకటిమయం. తేమ ఊరుతూ వుంటుంది. దుర్గంధం విపరీతం. కూర్చునేచోట లుకలుకలాడుతూ పురుగులు. జీవితంలో ఇదే నరకం అని అనిపించింది. అమిత బాధ కలిగింది. మేము చెప్పిన సంస్కరణలు బహు సులభం. మలం నేలమీద పడకుండా బొక్కెనలు వుంచమని చెప్పాం. నేలమీద పడి తేమ పుట్టించకుండా మూత్రం మరో బొక్కెనలో నింపమని చెప్పాం. పాకీదొడ్లకు బయటి గోడలకు మధ్యగల కట్టడాలను కూల్పించివేశాము. గాలి వెలుగు పాకీ దొడ్లలోకి బాగా వచ్చేలా చేసి శుభ్రం చేసేందుకు పాకీ వారికి సౌలభ్యం కలిగించాం. అయితే చాలా మంది ధనికులు చివరి సలహాను అంగీకరించలేదు. కొంతమంది ధనికులు అసలు సంస్కరణలు అమలు చేయుటకు సిద్ధపడలేదు.

ఈ సంఘం మాలపల్లెలకు కూడా వెళ్ళి వాళ్ళ దొడ్లను చూడాలని నిర్ణయించింది. ఎవ్వరూ మా వెంట రావడానికి సిద్ధం కాలేదు. ఒక్కడు మాత్రం నాతో పాటు రావడానికి అంగీకరించాడు. మాలపల్లెకు వెళ్ళడం, అక్కడి పాకీదొడ్లు చూడటం అంటే అందరికీ ఒక విధమైన ఆశ్చర్యం కలిగించింది. యీ విషయం ఎవ్వరూ కలలోనైనా ఊహించియుండరన్నంత పని అయింది. మాలవాడకు వెళ్ళడం నాకు అదే మొదలు. వాళ్ళు ఇళ్ళు చూచి నేను నివ్వెరబోయాను. వాళ్ళు కూడా మమ్మల్ని చూచి ఆశ్చర్య చకితులైనారు. మీ పాకీదొడ్లు చూచేందుకు వచ్చాం అని నేను అన్నాను. "మా కేమిటి పాకీదొడ్లేమిటి. మేము బయటికి పోతాం. మీ వంటి గొప్పవారికే నండీ పాకీదొడ్లు" అని వాళ్ళన్నారు. "మేము మీ ఇళ్ళు చూడవచ్చునా?" "అయ్యా, తప్పక చూడవచ్చు. అడ్డులేదు. మీ కిష్టమొచ్చిన చోట చూడండి. అయ్యా, మావి ఇళ్ళా? ఇవన్నీ బొరియలండీ బొరియలు" అని అన్నారు.

నేను లోపలికి వెళ్ళి వాళ్ళ ఇళ్ళు ముంగిళ్ళు చూచాను. ఇళ్ళు ఆవుపేడతో అలికి వున్నాయి. కుండలు, చట్లు అన్నీ శుభ్రంగా వుండి నిగనిగలాడుతూ వున్నాయి. ఈ ప్రదేశంలో ప్లేగు భయం లేదు. ఇక గొప్పవారి పాకీ దొడ్లను గురించి వర్ణించడం అవసరం. అది ఒక భాగ్యశాలిది. ప్రతి గదికి తూములు వున్నాయి. నీటి తూములు, మూత్రపు తూములు కూడా అవే. అందువల్ల దుర్గంధం అపరిమితంగా వున్నది. ఇంట్లో మేడ మీద పడక గది వుంది. దానికి ఒక తూము వుంది. మల మూత్రాలకు అది ఒక్కటే మార్గం. ఆ తూము నుండి నేలకు ఒక గొట్టం అమర్చబడింది. అక్కడ నిలబడితే ముక్కు పగిలిపోవలసిందే. ఆ ఇంట్లో వాళ్ళు అక్కడ ఎలా వుంటున్నారో, ఎలా నిద్రిస్తున్నారో ఊహించుకోవలసిందే.

మా బృందం వారు వైష్ణవాలయం కూడా చూచేందుకు వెళ్ళారు. అక్కడి పెద్ద పూజారికి, గాంధీకుటుంబానికి చాలా కాలం నుండి స్నేహ సంబంధాలు వున్నాయి. దేవాలయమంతా చూపించడానికి, సంస్కరణల్ని అమలు పరచడానికి ఆయన అంగీకరించాడు. ఆ దేవళంలో ఆయన కూడా ఎన్నడూ చూడని ఒక చోటు మా కంట బడింది. పుల్లాకులు, ఊడ్చిన పెంట అక్కడ పడవేస్తారు. కాకులకు, గ్రద్దలకు అది నిలయం. పాకీదొడ్లు పాడుగా వున్నాయని చెప్పనక్కరలేదు. రాజకోటలో ఎంతోకాలం నేను వుండలేదు. అందువల్ల ఆయన దాన్ని ఎంత వరకు బాగుచేయించాడో నాకు తెలియదు.

దేవాలయంలో దుర్గంధం చూచి చాలా బాధపడ్డాను. దేవాలయం పవిత్రమైనదని మనం భావిస్తాం. అక్కడ ఆరోగ్య విధులు పాటింపబడాలని ఆశిస్తాం. స్మృతి కర్తలు బాహ్య అంతః శుద్ధి అత్యావశ్యకమని ఎంతగానో ఉద్ఘోషించారు. ఆ విషయం అందరికీ తెలియడం ఎంత అవసరమో అప్పుడు బోధపడింది.

26. రాజభక్తి

నాకు రాజభక్తి అధికం. అంతటి రాజభక్తి మరొకరికి వుందని నేను అనుకోను. సత్యం మీద నాకుగల స్వాభావికమగు ప్రేమయే యిట్టి రాజభక్తికి కారణమని భావిస్తున్నాను. ఇట్టి రాజభక్తి విషయంలోగాని, మరే విషయంలో గాని నటన అనునది నాకు చేతకాదు. నేటాలులో నేను పాల్గొనే ప్రతి సభలోను జనం గాడ్‌సేవ్‌ది కింగ్ అనుపాట పాడి వెళ్ళిపోతూ వుండేవారు. వారితో కలిసిపాడటం నా విధియని భావించేవాణ్ణి. బ్రిటిష్ పరిపాలనా దోషాలు నాకు తెలుసు. అయినా యీ పాటపాడటం మంచిదని నా అభిప్రాయం. ఆ రోజుల్లో, బ్రిటిష్ రాజ్యం యొక్క బ్రిటిష్ పరిపాలకుల యొక్క నీతి మొత్తం మీద మేలైనదని భావించేవాణ్ణి.

దక్షిణాఫ్రికాలో గల వర్ణ ద్వేషం బ్రిటిష్ వారి సంప్రదాయంకాదని నా భావం. అందువల్ల రాజభక్తిలో తెల్ల వారిని కూడా మించిపోయాను. గాడ్‌సేవ్ ది కింగ్ అనుపాట కూడా నేర్చుకున్నాను. అందరూ లేచిపాడుతూ వున్నప్పుడు నేను కూడా లేచి నిలబడి ఆ పాట పాడుతూ వుండేవాణ్ణి. రాజభక్తి అవసరమని ప్రతి సమయంలోను నేను స్పష్టంగా ప్రకటిస్తూ వున్నాను.

జీవితంలో నేను ఎన్నడూ నా రాజభక్తిని అమ్ముకోలేదు. దానిద్వారా ఎన్నడూ స్వప్రయోజనం సాధించాలని భావించలేదు. రాజభక్తి ఒక విధియని భావించాను. దానివల్ల ప్రతిఫలం నేనెన్నడూ ఆశించలేదు. పొందలేదు. నేను ఇండియాకు వచ్చిన రోజుల్లో విక్టోరియా రాణి "డైమండ్ జూబ్లీ" మహోత్సవం ఆరంభమైంది. రాజకోటలో ఏర్పాటు చేయబడ్డ ఒక సంఘంలో చేరమని నాకు పిలుపు వచ్చింది. నేను అంగీకరించాను. ఆ ఉత్సవం కూడా పైన పటారం లోన లొటారమే. అంతా మోసం. చాలా బాధపడ్డాను. ఆ సంఘంలో సభ్యునిగా వుండటమా, మానడమా అను ప్రశ్న బయలు దేరింది. చివరికి యోచించి యోచించి "పనిలో మాత్రం సత్యంగా వ్యవహరిద్దాం" అనే నిర్ణయానికి వచ్చాను.

ఆ ఉత్సవాలలో చెట్లు నాటడం ఒక కార్యక్రమం. చాలా మంది దాబుకోసం, పై అధికారుల మెప్పు కోసం, మొక్కలు నాటుతూ వున్నారని తెలిసింది. చెట్లు నాటడం ఒక విధి కాదు, అందువల్ల దీనికి బదులు మరో కార్యక్రమం చేపట్టమని వారికి మరీ మరీ చెప్పి చూచాను. కానీ వాళ్లు నా మాటను పట్టించుకోలేదు. నాపాలబడిన మొక్కను మాత్రం జాగ్రత్తగా నాటి, నీరు పోసి పెంచినట్లు గుర్తు.

మా పిల్లలకు కూడా గాడ్‌సేవ్‌దికింగ్ అను పాటను నేర్పాను. రాజ కోటయందలి ట్రెనింగ్ కళాశాల విద్యార్థులకు కూడా యీ పాట నేర్పినట్లు గుర్తు. కాని అది జూబిలీలోనో లేక ఎడ్వర్డు పట్టాభిషేక సమయంలోనో సరిగా చెప్పలేను. కాని తరువాత ఆ పాటను నేను వ్యతిరేకించాను. నా మనస్సునందు అహింసను గురించి చర్చ అధికమైన కొద్దీ నేను నా రాజభక్తి విషయంలో జాగ్రత్త పడ్డాను.

"రాజ శత్రువులను చంపుము ఆమోసగాండ్ర మోసాలను ద్రుంపుము" అను పాటయందలి వాక్యాలు నాకు గిట్టలేదు. నా మిత్రుడు డాక్టరు బూథ్ గారికి నాయీ సంశయం తెలియజేశాను. ఆయన కూడా అంగీకరించి అహింసా వాది ఎవ్వరునూ ఇందుకు అంగీకరించరని, అట్టివారు దీన్ని పాడటం కష్టమని అన్నారు. యీ పాటలో శత్రువులని ఊహించబడిన వారు మోసగాండ్రని ఎలా అనగలం? శత్రువులైనంత మాత్రాన తప్పంతా వారిదేనా? పరమేశ్వరుని వద్ద మనకి న్యాయం లభించును కదా! డాక్టరు బూథుగారు నా వాదాన్ని సమర్థించడమే గాక వారి సమాజంలో యీ పాటకు బదులు మరో పాటను రచించి గానం చేయసాగారు.

రాజభక్తితో బాటు రోగులకు ఉపచారం చేయడం నాకు అలవాటు అయి పోయింది. మిత్రులైనా, పరులెవరైనాసరే వారికి ఉపయోగపడటమంటే నాకు ఎంతో ప్రీతి.

రాజకోటలో దక్షిణాఫ్రికాను గురించి కరపత్రం రాస్తున్నప్పుడు నేను ఒక పర్యాయం బొంబాయి వెళ్ళవలసి వచ్చింది. పెద్ద పెద్ద పట్టణాల్లో సభలు ఏర్పాటు చేసి యీ విషయమై ప్రజాభిప్రాయం సేకరించాలని నా అభిలాష. అందుకు ముందుగా బొంబాయిని ఎన్నుకొన్నాను. జడ్జీ రేనడేగారిని కలిసి మాట్లాడాను. నేను చెప్పిందంతా విని, చివరికి ఫిరోజ్‌షా మెహతాగారిని చూడమని చెప్పారు.

తరువాత జడ్జీ బదురుద్దీన్ తైయబ్జీగారిని చూచాను. వారు కూడా అదే విధంగా చెప్పి "రేనడేగారు, నేనూ ఏమీ చేయలేము, మా స్థితి నీకు తెలుసు. ప్రజావ్యవహారాల్లో మేము కల్పించుకో కూడదు నీ పనికి మేము అనుకూలురం. యీ విషయంలో నీకు సాయం చేయగల వారు ఫిరోజ్‌షా మెహతాగారొక్కరే" అని చెప్పారు.

నేను ఫిరోజ్‌షామెహతాగారి దర్శనం చేసుకోవాలని మొదటనే భావించాను. యీ పెద్దలు వారి సాయం పొందమని చెప్పడం వల్ల ప్రజల్లో వారికి ఎంత పలుకుబడి వున్నదో బోధపడింది.

నేను వారి దగ్గరికి వెళ్ళి వారిని కలిశాను. వారిని చూచేసరికి కళ్ళు మిరిమిట్లు గొన్నంత పని అయింది. వారి పేరుతో పాటు ప్రచారంలో వున్న బిరుదులు చాలా విన్నాను. బొంబాయి కేసరి అని, మకుటంలేని బొంబాయి పాదుషాలని బిరుదులు వారికి వున్నాయి. కాని బొంబాయి పాదుషా అనుకున్నంత భయంకరంగా లేదు. పితృవాత్సల్య భావంతో ఎదిగిన కుమారుణ్ణి ఆదరించినట్లు ఆయన నన్ను ఆదరించాడు. మేమిద్దరం వారి గదిలో కూర్చున్నాం. మిత్రులు, అనుయాయులు ఆయన చుట్టూ వున్నారు. వారిలో డి.ఇ. వాచాగారొకరు. కామాగారు మరింకొకరు. ఆ ఇద్దరికీ నేను పరిచయం చేయబడ్డాను. లోగడ వాచాగారిని గూర్చి విని వున్నాను. అతడు మెహతాగారికి కుడిభుజం. ఆయన లెక్కల్లో గట్టివాడని వీరచంద్‌గాంధీ చెప్పారు. మనిద్దరం కలిసి మాట్లాడాలి అని వాచాగారన్నారు.

రెండు నిమిషాల్లో యిదంతా జరిగింది. మెహతాగారు నేను చెప్పిందంతా శ్రద్ధగా విన్నారు. నేను రనెడే గారిని, తైయబ్జీగారిని చూచానని వారికి చెప్పాను. "గాంధీ! ముందుగా ఒకపని

జరగాలి. నీ పనికి నేను తప్పక సహాయం చేస్తాను." అని మెహతాగారు వెంటనే తన కార్యదర్శి మున్షీగారిని పిలిచి సభాదినం నిర్ణయించమని అన్నారు. సభాదినం నిర్ణయమైంది. "సభ రేపు జరుగుతుందనగా నీవు నాకొక్కసారి కనపడు" అని మెహతా గారు నన్ను పంపివేశారు. వారి సంభాషణ విన్న తరువాత నాకు భయం పోయింది. సంతోషంతో ఇంటికి చేరాను.

మా బావ బొంబాయిలోనే వున్నాడు. ఆయనను చూచేందుకు వెళ్ళాను. ఆయన జబ్బుపడి వున్నాడు. పేదవాడు నా సోదరివల్ల ఆయనకు ఉపచారం జరగడం కష్టంగా వుంది. నాతో రాజకోటకు రమ్మని అన్నాను. అతడు అంగీకరించాడు. నా సోదరిని, బావను తీసుకొని రాజకోట చేరాను. వ్యాధి ఎక్కువైంది. రాత్రింబవళ్ళు ఆయనకు ఉపచారం చేశాను. రాత్రిళ్ళు మేలుకొనివుండవలసి వచ్చింది. ఆయనకు ఉపచారం చేస్తూనే దక్షిణ ఆఫ్రికాను గురించి రాస్తూ వున్నాను. చివరికి ఆయన కన్ను మూశాడు. తుది కాలంలో ఆయనకు ఉపచారం చేసే అవకాశం లభించినందున నా మనస్సుకు శాంతి లభించింది.

ఈ విధంగా రోగులకు ఉపకరించాలనే కోరిక ముందు ముందు బాగా ఎక్కువైంది. రోగుల సేవలో ఉన్నప్పుడు నా మిగతా పనుల విషయంలో జాగ్రత్త పడుతూ వుండేవాణ్ణి. ఒక్కొక్కప్పుడు నా భార్యనేగాక ఇంటివారందరనీ ఆ పనులకు వినియోగిస్తూ వుండేవాణ్ణి.

ఈ ప్రవృత్తిని నేను కోరిక అని అంటాను. ఏ మంచిపని అయినా సకాలంలో ఉపయోగపడితే అది తక్షణం ఆనందం కలిగిస్తుంది. అది నా అనుభవం. పేరుకోసమో లేక పరభీతితో చేసే సేవ చివరికి అతణ్ణే అణచి వేస్తుంది. అట్టివాళ్ళు మాసిపోతారు. ఏ సేవ హృదయానికి ఆనందం కలిగించదో అది సేవచేసేవానికీ, సేవ చేయించుకొనేవానికి కూడా ఆహ్లాదం కలిగించదు. సేవ ముందు భోగాలు, ధనోపార్జన వంటి కోరికలన్నీ తుచ్ఛమైనవిగా తోస్తాయి.

27. బొంబాయిలో

మా బావ కన్ను మూసిన మరునాడే నేను బొంబాయి వెళ్ళవలసి వచ్చింది. ఉపన్యాసం సిద్ధం చేసేందుకు తగినంత వ్యవధి దొరకలేదు. రాత్రింబవళ్ళు నిద్ర లేకపోవడం వల్ల నాకు ఒంట్లో బాగుండలేదు. గొంతు బొంగురుపోయింది. అయినా దేవుడి మీద భారం వేసి బొంబాయికి బయలుదేరాను. ఉపన్యాసం రాసుకు వెళ్ళాలని నేను కలలోనైనా ఊహించలేదు.

సర్ ఫిరోజ్‌షా మెహతాగారి ఆదేశానుసారం సభకు ఒకరోజు ముందు అయిదు గంటలకు ఆఫీసులో వారి దర్శనం చేసుకున్నాను.

"గాంధీ! నీ ఉపన్యాసం రాసి సిద్ధం చేశావా?" అని అడిగారు "లేదు. అశువుగా ఉపన్యసిస్తాను" అని బెదురుతూ జవాబిచ్చాను. "బొంబాయిలో ఇది చెల్లదు. పత్రికలు, దేశ దేశాంతరాలకు ఉపన్యాస విషయం పంపేవారు. వారి ఇష్టానుసారం మార్చి పంపుతారు. మన సభల వల్ల ప్రయోజనం కలగాలంటే ఉపన్యాసం రాసి సిద్ధం చేసుకోవడం అవసరం. ఆ ఉపన్యాసాన్ని తెల్లవారే లోపల ముద్రించాలి. అయితే ఈ రాత్రికి ఉపన్యాసం సిద్ధం కాదా?" అని అడిగారు. నేను కంగారు పడ్డాను. తరువాత చిత్తం అని అన్నాను.

"రాత ప్రతికోసం మున్షీగారిని మీ దగ్గరికి ఎన్ని గంటలకు పంపమంటారో చెప్పండి" అని బొంబాయి కేసరి అడిగారు" రాత్రి 11 గంటలకు" అని సమాధానం యిచ్చాను. మెహతాగారు

మున్షీని పిలిచి రాత్రి 11 గంటలకు గాంధీ దగ్గరకు వెళ్ళి ఉపన్యాస ప్రతి తీసుకో, ప్రెస్సులో ముద్రణకు ఇచ్చి తెల్ల వారేసరికి ముద్రిత ప్రతులు మన చేతుల్లో ఉండేలా చూడు అని ఆజ్ఞాపించి నన్ను ఇంటికి పంపించి వేశారు.

మర్నాడు సభకు వెళ్ళాను. ఫిరోజ్‌షా మెహతాగారు ఉపన్యాసం రాసి చదువమని ఎంత దూరదృష్టితో చెప్పారో నాకు బోధపడింది. ఫ్రాంజీకావన్‌జీ ఇన్‌స్టిట్యూట్ హాల్లో సభ జరిగింది. ఫిరోజ్‌షా మెహతాగారి సభ జరిగితే నిలబడడానికి కూడా హాలులో చోటు దొరకదని విన్నాను. వారి ఉపన్యాసం అంటే విద్యార్థులు చెవికోసుకుంటారు.

అంత మంది జనంతో కిటకిటలాడిన సభను చూడటం నాకు అదే మొదటిసారి. నా కంఠ ధ్వని ఎవ్వరికీ వినబడలేదు. భయపడుతూ భయపడుతూ కంఠం పెద్దది చేశాను. పిరోజ్‌షాగారు బిగ్గరగా, ఇంకా బిగ్గరగా అని అంటూ నన్ను మధ్య మధ్య ప్రోత్సహించారు. వారు ప్రోత్సహించన కొద్దీ నా కంఠం కుంచుకు పోసాగింది.

ఇంతలో నా పాత మిత్రుడు కేశవరావు దేశపాండే గారు వచ్చి ఆదుకున్నారు. నా ఉపన్యాసం వారి చేతుల్లో వుంచాను. అతని కంఠం సభకు సరిపోయే రకంగా లేదు.సభ్యులెవరు వింటారు? "వాచా, వాచా" అని కేకలు సభలో వినబడ్డాయి. అప్పుడు వాచాగారు లేచి దేశపాండేగారి చేతిలోని కాగితాలు తీసుకొని నా పని పూర్తి చేశారు. సభ నిశ్శబ్దం అయింది. శ్రోతలు చివరి వరకు శ్రద్ధగా విన్నారు. విషయాన్ని బట్టి "సిగ్గు, సిగ్గు" అని అరిచారు. కరతాళ ధ్వనులు మిన్నుముట్టాయి. నాకు ఎంతో సంతోషం కలిగింది.

సర్ ఫిరోజ్‌షా మెహతాగారు నా ఉపన్యాసాన్ని ప్రశంసించారు. నాకు గంగాస్నానం చేసినట్లనిపించింది. దేశ పాండేగారు, మరో పారసీ గృహస్థుడు నాకు పూర్తిగా సాయం చేయడానికి సిద్ధపడ్డారు. ఆ పారసీ మిత్రుడు పెద్ద ప్రభుత్వ ఉద్యోగి. అందువల్ల ఆయన పేరు వ్రాయడానికి జంకుతున్నాను. యీ ఇద్దరూ దక్షిణాఫ్రికాకు వస్తామని మాట ఇచ్చారు. కాని అప్పుడు స్మాల్‌కాజ్ కోర్టు జడ్జీయగు సి.ఎం. ఖర్‌సేఠ్‌జీ వీరి మాటల్ని బూటకం చేశారు. దీనికి కారణం ఒక పారసీ మహిళ. అతడు ఆమెను పెండ్లి చేసుకొంటాడా లేక దక్షిణాఫ్రికాకు వస్తాడా? చివరికి పెండ్లి చేసుకోవడమే మంచిదని అతడు భావించాడు. ఈ మిత్రుని వాగ్దాన భంగానికి నేటాలులోని పారసీ రుస్తుంజీ ప్రాయశ్చిత్తం చేసుకున్నారు. ఇప్పుడు అనేక మంది పారసీ మహిళలు ఖద్దరు ప్రచారానికి పూనుకొని ఆ పారసీకుని దోషానికి తాము ప్రాయశ్చిత్తం చేసుకుంటున్నారు. నేనా దంపతుల్ని సంతోషంతో అభినందించాను. ఇక దేశపాండే గారికి పెండ్లి ఆశలేదు. కాని అతడు కూడా రాలేక పోయాడు. నేడు అతడు కూడా అందుకు ప్రాయశ్చితం చేసుకుంటున్నాడు.

నేను దక్షిణాఫ్రికాకు బయలుదేరినప్పుడు జాంజిబారులో ఒక తైయబ్జీ వంశజుడు కనబడ్డాడు. అతడు కూడా నాకు సాయపడతానని అన్నాడు. కాని అలా చేయలేదు. అందుకు నేడు అబ్బాస్ తైయబ్జీగారు ప్రాయశ్చితం చేసుకుంటున్నారు. యీ విధంగా బారిస్టరు మిత్రులను దక్షిణాఫ్రికాకు తీసుకొని వెళ్ళాలని నేను చేసిన మూడు ప్రయత్నాలు ఫలించలేదు.

ఈ సందర్భంలో పేస్తన్‌జీ పాదుషాగారు నాకు బాగా గుర్తు వస్తున్నారు. నేను ఇంగ్లాండులో వున్నప్పటి నుండి మా ఇద్దరికీ స్నేహం. మేము మొదట లండనులో ఒక శాకాహారశాలలో కలుసుకున్నాము. ఇతని తమ్ముడు బరజోరజీపాదుషా గారిని నేను ఎరుగుదును. అతనికి వెర్రివాడని

పేరు వచ్చింది. మేమెన్నడూ ఒకచోట ఉండలేదు. మిత్రులు అతనికి చక్రం (నిలకడలేక గిర్రున తిరిగే చక్రం వంటివాడు) అని పేరు పెట్టారు. గుర్రాల బగ్గీ ఎక్కడం తప్పని భావించి, ఇతడు ట్రాము బండి ఎక్కడం కూడా మానుకున్నరకం. శతావధానికి అవసరమైన ధారణాశక్తి వున్నప్పటికీ ఏ డిగ్రీ అతడు పుచ్చుకోలేదు. స్వయంకృషితో స్వాతంత్ర్యం అలవరుచుకున్నాడు. పుట్టింది పారసీకుల్లోనైనా, తినేది శాకాహారం. పేస్తన్‌జీకి పెద్ద పెద్ద డిగ్రీలు వున్నాయి గాని ఇంతటి పేరులేదు. ఇతని బుద్ధి వైభవం ప్రఖ్యాతం. ఇంగ్లాండులో కూడా ఇతనికి మంచి ప్రఖ్యాతి ఉండేది. మా ఇద్దరి మైత్రికి మూలకారణం శాకాహారమే. అతనితో బుద్ధి వైభవంలో పోటీ పడటం నాతరం కాదు.

అతని చిరునామా బొంబాయిలో వెతికి సంపాదించాను. పేస్తన్జీ హైకోర్టులో ఉద్యోగం చేస్తూ వున్నాడు. అప్పుడతడు పెద్ద గుజరాతీ నిఘంటువు తయారు చేస్తున్నాడు. దక్షిణ ఆఫ్రికాలోని ఉద్యమానికి సహాయపడమని ఎంతో మందిని కోరాను. పేస్తన్జీ పాదుషా తాను ఎట్టి సాయం చేయనని చెప్పడమే గాక, నీవు కూడా తిరిగి దక్షిణ ఆఫ్రికాకు వెళ్ళవద్దని గట్టిగా చెప్పాడు.

“నేను నీకు సాయం చేయలేను. నీవు తిరిగి దక్షణాఫ్రికా వెళ్ళడం మంచిది కాదని నా అభిప్రాయం. మన దేశంలో చేయవలసిన పని కరువైందా? మనం మాతృభాషకు చేయవలసిన పని తక్కువగా వున్నదా? నేనిప్పుడు విజ్ఞాన శాస్త్రానికి పరిభాష వెతుకుతున్నాను. మనం చేయవలసింది ఎంతో వుంది. దాని ముందు దక్షిణాఫ్రికా వ్యవహారం ఎంత? లొడితెడు. దేశ దారిద్ర్యం చూడు. దక్షిణాఫ్రికాలో భారతీయులు చిక్కుల పాలై వుండటం యదార్థమే, కాని నీ వంటివాడు దానికి బలి కావడం నాకు ఇష్టంలేదు. మనం స్వరాజ్యం సంపాదిద్దాం. అప్పుడు దక్షిణాఫ్రికాలో వున్న భారతీయులకు తేలికగా సహాయ పడవచ్చు. నిన్ను మార్చలేనని నాకు తెలుసు. కాని నీతో పాటు మరొకరిని తీసుకొనిపోవడం నాకు సమ్మతం కాదు” అని స్పష్టంగా చెప్పివేశాడు.

నాకీ ఉపదేశం రుచించలేదు. కాని ఈ సంభాషణ వల్ల ఆయన యెడ నాకు ఆదరం పెరిగింది. అతని దేశ ప్రేమ మరియు భాషా ప్రేమను చూచి ముగ్ధుడనయ్యాను. యీ ప్రసంగం వల్ల మా మైత్రి ఇంకా సుదృఢమైంది. ఆయన ఉద్దేశ్యం నేను గ్రహించాను. కాని నేను దక్షిణ ఆఫ్రికా ఉద్యమం మానుకోడానికి బదులు మరికొంచెం ఉధృతం చేశాను. ఏదేశ భక్తుడూ దేశ సేవలో ఏ దేశాన్ని మరువలేదు. కనుకనే నాకు ఈ కింది గీతాశ్లోకం సదా జ్ఞాపకం వస్తూ వుండేది.

“శ్రేయాన్ స్వధర్మో విగుణః పరధర్మాత్స్వనుష్ఠితాత్
స్వధర్మేనిధనం శ్రేయః పరధర్మో భయావహః”

(గీత. 3వ అధ్యాయం 35వ శ్లోకం.)

“పరధర్మాన్ని అనుష్టించడం కంటే గుణములేనిదైనను స్వధర్మాన్నే అనుష్టించడం మంచిది. స్వధర్మం నిర్వహిస్తూ చచ్చినా మేలే, పరధర్మం భయావహం”

28. పూనాలో

సర్ ఫిరోజ్‌షా మెహతా గారు నా పనిని సులభం చేశారు. బొంబాయి నుండి నేను పూనా వెళ్ళాను. పూనాలో రెండు పక్షాలున్నాయని నాకు తెలుసు. నాకు అన్ని పక్షాలవారి సాయం అవసరం. లోకమాన్యుని దర్శించాను. “అన్ని పక్షాల సాయం కావాలని నీవు భావించడం మంచిది. యీ

విషయంలో ఎవ్వరికీ అభిప్రాయ భేదం వుండదు. కాని ఇందుకు సభాపతిగా తటస్థుడు కావాలి. మీరు ప్రొఫెసర్ భండార్కరుగారిని దర్శించండి. వారు ఇప్పుడు సభలకు రావడం మానుకున్నారు. ఏ సభలకు రావడం లేదు. కాని మీ సభకు అంగీకరిస్తారని భావిస్తున్నాను. వారిని కలిశాక పర్యవసానం ఏమైందో నాకు తెలుపండి. నేను సంపూర్తిగా మీకు సాయం చేయాలని కోరుతున్నాను. మీరు ప్రొఫెసరు గోఖలేగారి దర్శనం చేయండి. నన్ను చూడటం అవసరం అయితే మీకు వీలు అయినప్పుడెల్ల తప్పక వచ్చి నన్ను కలవండి" అని లోకమాన్యుడు అన్నారు. లోక మాన్యుని చూడటం నాకు అదే ప్రధమం. వారు ఇంత లోక ప్రియులెట్లా అయినారో అప్పుడు నాకు తెలిసింది.

అక్కడ నుండి నేను గోఖలేగారి దగ్గరికి వెళ్ళాను. వారు ఫెర్గుసన్ కాలేజీలో వున్నారు. నన్ను అమిత ఆప్యాయంగా చూచారు. ఆత్మీయుణ్ణి చేసుకున్నారు. వారితో పరిచయం కూడా ప్రధమ పర్యాయమే. నాకు ప్రధమ పర్యాయమే పరిచయం అయినా అది ప్రధమ పరిచయం అనిపించలేదు. ఎప్పటినుండో పరిచయం ఉన్నట్లు అనిపించింది. సర్ ఫిరోజ్ షా మెహతాగారు హిమాలయం. లోకమాన్యుడు సముద్రం. గోఖలేగంగ. ఇందు స్నానం చేయడం సులభం. హిమాలయంపై ఎక్కడం కష్టం. సముద్రంలో దిగాలంటే భయం. కాని గంగ ఒడిలో ఆడుకోవచ్చు. దానిలో నావమీద పయనించవచ్చు. బడిలో చేర్చుకునేప్పుడు పిల్లవాణ్ణి పరీక్షించినట్లు గోఖలేగారు నన్ను పట్టి పట్టి పరీక్షించారు. ఎవరెవరి దర్శనం చేయాలో, ఎట్లా చేయాలో వివరంగా చెప్పారు. నా ఉపన్యాసం ఒకసారి చూస్తానని అన్నారు. కాలేజీ అంతా చూపించారు. "మీరు ఇష్టం వచ్చినప్పుడు వచ్చి నన్ను కలవండి. ప్రొఫెసర్ భండార్కరు గారిని కలిసిన తరువాత ఏమైందో నాకు చెప్పండి అని సెలవిచ్చారు. గోఖలేగారు జీవించి యున్నంతకాలం రాజనీతి విషయాల్లో నా హృదయాన్ని పూర్తిగా ఆక్రమించారు. కన్ను మూసిన తరువాత కూడా వారు ఆ విధంగా నా హృదయాన్ని ఆక్రమించే వున్నారు. మరెవ్వరూ అంతగా నా హృదయాన్ని ఆక్రమించలేదు. కుమారుణ్ణి తండ్రి ఏ విధంగా ఆదరిస్తాడో ఆ విధంగా ప్రొఫెసర్ భండార్కరు గారు నన్ను ఆదరించారు. రెండు జాములప్పుడు నేను వెళ్ళి వారిని కలిశాను. శాస్త్రాలలో పరిశ్రమ చేసిన ఆ పండితునికి నేను ఆ సమయంలో కూడా పనిచేయడం ఆనందం కలిగించింది. తటస్థుడైన సభాధ్యక్షుడు కావలయునను నా పట్టుదలను విని అది మంచిది మంచిది (that is it, that is it) అను మాటలు వారినోట సహజంగా వెలువడ్డాయి.

నా మాటలు పూర్తి అయ్యాక వారు ఇట్లా అన్నారు. "నేను రాజకీయాల్లోకి అడుగు పెట్టడం లేదని ఎవర్ని అడిగినా చెబుతారు. కాని మిమ్మల్ని విముఖుణ్ణి చేయలేను. మీ వాదం న్యాయమైనది. మీ ఉద్యమం స్తుత్యం. మీ సభకు నేను రాను అని అనలేను. శ్రీయుతులు తిలక్‌గారిని, గోఖలేగారిని దర్శించారా. మంచిపని చేశారు. యీ యిరుపక్షాల వారూ నన్ను ఆహ్వానిస్తే వస్తాను. సమయ నిర్ణయానికి నన్ను అడగవలసిన పని లేదు. వారికెప్పుడు అనుకూలమో నాకు అప్పుడే అనుకూలం. మీకు ధన్యవాదాలు ఆశీర్వాదాలు"

చడి చప్పుడు గాకుండా ఆడంబరం లేకుండా ఆ విద్వాంసులు, ఆ మహాత్యాగులు సభ జరిపి నన్ను ప్రోత్సహించి పంపారు.

నేనక్కడినుండి మద్రాసు వెళ్ళాను. మద్రాసు ప్రజలు నా రాక విషయం తెలిసి ఎంతో సంతోషించారు. బాల సుందరం కథ సభను ఆకట్టుకుంది. నా ఉపన్యాసం పెద్దదైంది. అంతా ముద్రిత ఉపన్యాసమే. సభ ఒక్కొక్క, శబ్దాన్ని మనస్సుకు పట్టించుకొని విన్నది. సభ ముగిసిన

తరువాత పచ్చ పుస్తకం కోసం జనం ఎగబడ్డారు. మద్రాసులో అవసరం అవుతుందని భావించి కొన్ని మార్పులు చేసి మరో 10 వేల ప్రతులు ముద్రింప చేశాను. అవన్నీ వేడి వేడి రొట్టెల్లా అమ్మకం అయ్యాయి. పదివేల ప్రతులు అవసరం లేదనిపించింది. ప్రజల ఉత్సాహం మీదనే నేను ఎక్కువగా ఆధారపడ్డాను. నా ఉపన్యాసం ఇంగ్లీషు వచ్చిన వారికోసం గదా! వారికిన్ని ప్రతులు అక్కరలేదని నా అభిప్రాయం.మద్రాసులో స్టాండర్డు పత్రికా సంపాదకులు, కీర్తి శేషులునగు పరమేశ్వరన్ పిళ్ళైగారు నాకు అక్కడ ఎంతగానో సాయం చేశారు. వారు విషయాన్ని చక్కగా చదివారు. అనేకసార్లు తమ ఆఫీసుకు నన్ను తీసుకు వెళ్ళారు. సలహాలు ఇచ్చారు. హిందూ పత్రికాధిపతులు జి.సుబ్రహ్మణ్యంగారి దర్శనం సానుభూతి లభించింది. పరమేశ్వరన్ పిళ్ళైగారు తమ పత్రికలో యీ విషయాన్ని గురించి నా ఇష్ట ప్రకారం రాయుటకు అంగీకరించారు. నేను కూడా వారిచ్చిన సౌకర్యాన్ని బాగానే వినియోగించుకున్నాను. సభ పచ్చయప్ప హాల్లో జరిగినట్లు డాక్టర్ సుబ్రహ్మణ్యంగారు అధ్యక్షత వహించినట్లు గుర్తు.

ఉపన్యాసం ఎక్కువగా ఇంగ్లీషులో జరిగినా, స్వగృహంలో లభించినంత ప్రేమ ఉత్సాహం మద్రాసులో నాకు లభించాయి. ప్రేమ ఛేదించలేని బంధం ఏమీ ఉండదు గదా!

29. వెంటనే బయలుదేరి రమ్మని పిలుపు

మద్రాసు నుండి కలకత్తా వెళ్ళాను. కలకత్తాలో నా కష్టాలకు అంతులేదంటే నమ్మండి. అచట గ్రేట్ ఈస్టరన్ హోటల్లో దిగాను. నేనక్కడ ఎవర్నీ ఎరగను. హోటల్లో డెయిలీ టెలిగ్రాఫ్ పత్రికా ప్రతినిధి మిస్టర్ ఎల్లర్ థార్పుతో పరిచయం కలిగింది. వారి బస బెంగాల్ క్లబ్బులో. వారు నన్ను అచ్చటికి రమ్మని చెప్పారు. అచటి డ్రాయింగ్ రూమ్‌లో భారతీయులకు ప్రవేశం లేదనుసంగతి వారికి తెలియదు. అప్పుడే వారికి ఆ నిషేధం విషయం తెలిసింది. నన్ను వారు తమ గదిలోకి తీసుకు వెళ్ళారు. అక్కడ నల్ల వారి మీద తెల్లవారు చూసే ఈర్ష్యకు వారు విచారం వ్యక్తం చేశారు. నన్ను లోపలికి తీసుకొని వెళ్ళజాలనందుకు క్షమించమని అన్నారు.

వంగ దైవం సురేంద్ర నాథ బెనర్జీగారిని దర్శించాలి. వారి దర్శనానికి వెళ్ళాను. అప్పుడు వారి చుట్టూ చాలామంది ఉన్నారు. వారు ఇట్లా అన్నారు. "మీ మాట ఇక్కడ ఎవ్వరూ వినరని నా భయం. మా పాట్లన్నీ మీరు చూస్తున్నారు గదా! అయినా కొద్దో గొప్పో ప్రయత్నించి చూడాలి. ఇందుకు మీకు మహారాజుల మద్దతు అవసరం. బ్రిటిష్ ఇండియా అసోసియేషన్ ప్రతినిధిని చూడండి. రాజాసర్ ప్యారమోహన్ ముఖర్జీగారిని, మహారాజాటాగోరు గారిని కలవండి. వీరిరువురు ఉదారులు. సార్వజనిక కార్యాల్లో ఎక్కువగా పాల్గొంటూ వుంటారు" అని అన్నారు.

నేను ఆ సజ్జనుల్ని సందర్శించాను. కాని అక్కడ పప్పులుడకలేదు. ఇద్దరూ కలకత్తాలో సభ చేయడం సులభసాధ్యం కాదనీ, ఏమైనా చేయగలిగితే శ్రీ సురేంద్ర నాథ బెనర్జీ గారే చేయగలరని చెప్పారు. నా పని కష్టతరం కాసాగింది. అమృత బజార్ పత్రిక ఆఫీసుకు వెళ్ళాను. అక్కడ నన్ను చూచిన సజ్జనులంతా నేనొక దేశ దిమ్మరినని భావించారు. వంగవాసి పత్రికాధిపతి ఇంకో మెట్టు పైకెక్కాడు. అక్కడ ఒక గంట సేపు వేచి వుండవలసి వచ్చింది. ఆయనతో మాట్లాడటానికి చాలామంది వచ్చారు. వాళ్ళనందరినీ పంపించిన తరువాత కూడా వారు నన్ను కన్నెత్తి చూడలేదు. ఒక గంట సేపు ఆ విధంగా గడిపాను. చివరికి గత్యంతరం కనబడక నా విషయం చెప్పి వేద్దామని ఉద్యుక్తుడనయ్యాను. వెంటనే ఆయన అందుకొని "నాకు ఎన్ని పనులున్నాయో మీకు కనిపించడం లేదా? మీ వంటి

వాళ్ళు ఇక్కడ వేలకు వేలు. మీరిక్కడి నుండి వెళ్ళి పోవడం చాలా మంచిది. మీ మాట నేను వినదలుచుకోలేదు" అని అన్నాడు. నాకు కొంచెం కోపం వచ్చింది. కాని ఆ సంపాదకుని అవస్థ అర్థం చేసుకున్నాను. వంగవాసి పత్రిక ఖ్యాతిని గురించి విన్నాను. అక్కడికి వచ్చి పోయే జన ప్రవాహాన్ని కూడా చూచాను. ఆ వచ్చి పోయేవారంతా ఆయనకు పరిచితులు. వారి పత్రికకు వార్తల లోపం లేదు. ఆ రోజుల్లో దక్షిణ ఆఫ్రికాను గురించి చాలామంది వినియుండలేదు కూడా. ప్రతిరోజు చాలామంది వచ్చి తమతమ కష్టాల్ని వారికి వినిపిస్తూ వుండేవారు. ఎవరి కష్టం వారికి ముఖ్యంగదా! వచ్చిన వారంతా సంపాదకునికి ఎదురుగా కూర్చుంటారు. వాళ్ళందరినీ ఊరడించడం ఎలా? వారు పత్రికా సంపాదకుని మాటకు గొప్పశక్తి కలదని భావిస్తారు. కాని గడపదాటితే తన మాట చలామణి కాదని ఆ పత్రికా సంపాదకునికి బాగా తెలుసు.

నేను అధైర్యపడలేదు. ఇతర పత్రికా సంపాదకుల్ని వెళ్ళి కలిశాను. నా అలవాటు ప్రకారం ఆంగ్లో ఇండియన్ పత్రికా సంపాదకుల్ని కూడా కలిశాను. నేను వారితో చాలాసేపు మాట్లాడాను. నేను మాట్లాడిందంతా వారు తమ పత్రికలలో ప్రకటించారు. ఇంగ్లీషుమన్ పత్రికా సంపాదకుడు సాండర్సుగారు నన్ను తన మనిషిగా చూచుకున్నారు. తన ఆఫీసును, తన పత్రికను నావశం చేశారు. దక్షిణాఫ్రికాను గూర్చి ప్రధాన వ్యాసాల్లో నా ఇష్టం వచ్చినట్లు మార్పులు చేయుటకు అంగీకరించారు. వారికి నాకు గొప్ప స్నేహం కుదిరిందని చెప్పడం అతిశయోక్తి కానేరదు. వారు తమ శక్తి కొద్దీ నాకు సాయం చేస్తామని మాట యిచ్చారు. దక్షిణాఫ్రికాకు వెళ్ళిన తరువాత కూడా తమకు జాబు రాయమని చెప్పారు. నాకు చేతనైనంత చేస్తాను అని వారు మాటయిచ్చారు. తమ మాటను తు.చ తప్పకుండా పాటించారు. ఆరోగ్యం చెడిపోనంతవరకు నాతో ఉత్తర ప్రత్యుత్తరాలు జరుపుతూనే ఉన్నారు. నా జీవితంలో అనుకోకుండా ఏర్పడిన ఇటువంటి తీయని స్నేహాలు ఎన్నో వున్నాయి. నా మాటల్లో అతిశయోక్తులు లేకపోవడం, సత్యపరాయణత్వం నిండివుండటం సాండర్సు గారి స్నేహానికి కారణం. వారు నన్ను శల్య పరీక్ష చేశారు. దక్షిణాఫ్రికాలోని తెల్లవారి దోషాలు ఖండించడంలోను, సుగుణాలు చెప్పడంలోను కూడా నేను వెనుకాడలేదని వారికి బోధపడింది.

ప్రతిపక్షికి న్యాయం చేయడం వల్ల మనం త్వరగా న్యాయం పొందగలమని నా అనుభవం చెబుతూ వున్నది. ఇట్లా తలవని తలంపుగా సాయం చేకూరడం వల్ల కలకత్తాలో కూడా సభ జరుపవచ్చుననే ఆశ కలిగింది. అందుకోసం కృషి చేస్తుండగా దర్బాను నుండి ఒక టెలిగ్రాం వచ్చింది. "జనవరిలో పార్లమెంటు సమావేశం జరుగుతున్నది. వెంటనే బయలుదేరి రండి" అని ఆ టెలిగ్రాంలో వుంది. ఆ కారణం వల్ల వెంటనే దక్షిణాఫ్రికా వెళ్ళవలసి వున్నదని పత్రికలలో ప్రకటించి కలకత్తా విడిచిపెట్టాను. మొదటి స్టీమరులో నాకు ప్రయాణ సౌకర్యం కల్పించమని దాదా అబ్దుల్లా గారి ఏజంటుకు బొంబాయికి తంతి యిచ్చాను. దాదా అబ్దుల్లాగారు "కుర్‌లేండ్" అను స్టీమరు కొన్నారు. దానిలో కిరాయి లేకుండా నన్ను నా కుటుంబసభ్యుల్ని తీసుకు పోతామని పట్టుబట్టారు. నేను ధన్యవాదాలు చెప్పి అందుకు అంగీకరించాను. కుర్‌లేండ్‌లో నా ధర్మపత్నిని, నా ఇద్దరు పిల్లల్ని కీర్తి శేషుడగు మా బావగారి కుమారుణ్ణి తీసుకొని రెండవ సారి దక్షిణాఫ్రికాకు బయలు దేరాను. యీ స్టీమరుతో బాటు "నాదరీ" అను మరో స్టీమరు దక్షిణాఫ్రికాకు బయలుదేరింది. దీనికి కూడా ఏజంటు దాదా అబ్దుల్లాయే. యీ రెండు స్టీమర్లలో మొత్తం ఎనిమిది వందల మంది యాత్రికులు వున్నారు. అంతా ట్రాన్సువాలు వెళ్ళే వారే.

◆◆◆

మూడవ భాగం

1. తుఫాను సంకేతాలు

కుటుంబ సభ్యులతో పాటు నేను ఓడమీద ప్రయాణం చేయడం ఇదే ప్రథమం. మధ్యతరగతి హిందూ కుటుంబాల్లో బాల్యవివాహాలు జరుగుతూ వుంటాయని, భర్త చదువుకున్నవాడు గాను - భార్య నిరక్షర కుక్షిగాను వుంటుందని అనేక చోట్ల రాశాను. భార్యాభర్తల జీవితంలో సముద్రమంత అంతరం వుంటుంది. భర్త భార్యకు ఉపాధ్యాయుడు అవుతాడు. నేను నా భార్య బిడ్డల వేష భాషలమీద, ఆహార విహారాదులమీద దృష్టి సారించాను. వాళ్ళకు ఎట్లా నడుచుకోవాలో బోధించడం అవసరమని భావించాను. అప్పటి సంగతులు జ్ఞాపకం తెచ్చుకుంటే ఇప్పుడు నాకు నవ్వు వస్తుంది. హిందూ స్త్రీ పతిభక్తియే తన ధర్మమని భావిస్తుంది. భర్తే దేవుడని భావిస్తుంది. ఆ కారణం వల్ల భర్త ఎలా ఆడిస్తే అలా భార్య ఆడవలసి వస్తుంది.

మనం నాగరికులం అని అనిపించుకోవాలంటే తెల్లవారిని అనుకరించాలి, అలా అనుకరిస్తేనే మన పలుకుబడి పెరుగుతుంది, అలా చేయకపోతే లాభం లేదని ఆ రోజుల్లో గట్టిగా నమ్మేవాణ్ణి. ఈ కారణాల వల్ల నా భార్యబిడ్డలకు నేనే దుస్తుల్ని నిర్ణయించాను. నా పిల్లల్ని చూచి లోకులు కారియావాడు కోమట్లండోయ్ అంటే ఓర్వగలనా? పార్సీ వాళ్ళుఅందరి కంటే నాగరికంగా వుంటారని ప్రతీతి. అది గమనించి నా భార్యకు, పిల్లలకు తెల్లవాళ్ళ డ్రస్సువేయకుండా పార్సీ డ్రస్సు వేయాలని నిర్ణయించాను. నా భార్యకు పారసీ పద్ధతి చీర, పిల్లలకి పారసీలకోటు, ఫాంట్లు, అందరికి బూట్లు, మేజోళ్ళు కొన్నాను. నా భార్యకు, పిల్లలకి కొంతకాలం దాకా యివి నచ్చలేదు. బూట్లు వేసుకుంటే కాళ్ళు కరిచాయి. మేజోళ్ళు వేసుకుంటే చెమట. బొటనవ్రేళ్ళు బిగదీసుకుపోయాయి. వాళ్ళు వద్దన్నా నేను అంగీకరించలేదు. నా మాటల్లో అధిక్య భావం ఎక్కువగా పనిచేసింది. అందువల్ల పాపం ఏం చేస్తారు? నా భార్య, పిల్లలు ఆ దుస్తులే ధరించారు. అదే విధంగా ఇష్టం లేకపోయినా భోజనం ఇంగ్లీషువాళ్ళ విధానంలో చేయడం ప్రారంభించారు. నాకు వ్యామోహం తొలిగినప్పుడు వాళ్ళు డ్రస్సు, ఫోర్కులు, ముళ్ళ గరిటెలు వగైరాలు విడనాడి మామూలు పద్ధతికి వచ్చారు. ముందు వాటికి అలవాటు పడడం ఎంత కష్టమైందో, అలవాటు అయిన తరువాత వాటిని విడనాడటం కూడా అంత కష్టమైంది. యీ నాగరికతా వ్యామోహం నుండి బయటపడ్డ తరువాత ఎంతో బరువు తగ్గినట్లు అంతా భావించాము.

ఓడమీద ఎక్కడికైనా నేను వెళ్ళవచ్చు. అట్టి స్వేచ్ఛ నాకు లభించింది. ఓడ ఏ రేవులోను ఆగకుండా తిన్నగా నేటాలు పోతున్నది. కనుక ప్రయాణం 18 రోజులేనని తెలిసింది. మూడు నాలుగు రోజుల్లో మేము ఒడ్డుకు చేరబోతూ వుండగా రాబోయే తుఫానుకు చిహ్నంగా, ముందుగా సముద్రంలో పెద్ద తుఫాను ప్రారంభమైంది. ఈ ప్రాంతంలో డిసెంబరు నందు వేసవి కాలం వస్తుంది. వానలు కూడా కురుస్తూ వుంటాయి. ఆ కారణం వల్ల చిన్న పెద్ద తుఫాన్లు, వానలు తప్పవన్నమాట. కాని ఈ తుఫాను ఎక్కువ రోజులు వీచడం వల్ల యాత్రీకులకు చాలా ఇబ్బందులు కలిగాయి.

అదొక విచిత్రమైన దృశ్యం. ఆపద సమయంలో జనం ఏకమైనారు. భేదబుద్ధి నశించింది. ఒక్క భగవంతుణ్ణే అంతా స్మరించడం ప్రారంభించారు. హిందువులు, మహమ్మదీయులు అంతా

హృదయ పూర్తిగా దేవుణ్ణి స్మరించసాగారు. కొందరు ముడుపులు కట్టారు. కెప్టెను యాత్రికుల మధ్యకు వచ్చి "ఈ తుఫాను పెద్దదే అయినా పరవాలేదు నేను ఇంత కంటే పెద్ద తుఫాన్లు చూచాను. ఓడ గట్టిదే. మునిగిపోదు. భయపడవద్దు" అని చెప్పాడు. కాని దానివల్ల ఎవ్వరికీ ధైర్యం కలగలేదు. త్వరలోనే ఓడ ఛిన్నాభిన్నమైపోతున్నట్లు పెద్దగా ధ్వనులు వినబడసాగాయి. ఓడ తిరగబడిపోతున్నట్లుగా సముద్రపు కెరటాల్లో ఊగసాగింది. డెక్కుమీద ఎంతో భీభత్సంగావున్నది. ఎవరినోట విన్నా 'దైవస్మరణే'

ఈ స్థితి 24 గంటల సేపు వున్నదని గుర్తు. ఆ తరువాత కారు మబ్బులు విడిపోయాయి. సూర్యదర్శనం అయింది. తుఫాను తొలగిపోయిందని కెప్టెను ప్రకటించాడు. యాత్రికుల ముఖాలు సంతోషంతో విప్పారాయి. అపాయం తగ్గిపోయినట్లు భగవన్నామస్మరణ కూడా తగ్గిపోయింది. మృత్యుభయం తొలగిపోయిందికదా! తిరిగి మాయ అందరినీ ఆవరించిందన్నమాట. నమాజులు ప్రారంభమైనాయి. భజనలు కూడా జరుగుతూ వున్నాయి. కాని వీటిలో తుఫాను సమయంలో గల ఏకాగ్రత లేదు.

ఈ తుఫాను కారణంగా యాత్రికులందరితో నాకు పరిచయ భాగ్యం కలిగింది. నాకు తుఫానంటే భయం కలగలేదు. భయం కలిగినా అది బహుతక్కువే. అటువంటి తుఫాన్లు నేను అదివరకు చాలా చూచాను. సముద్ర యానంలో నేను జబ్బుపడను. అందువల్ల ధైర్యం వహించి ఓడలో అటుఇటు తిరుగుతూ యాత్రికులను ఓదారుస్తూ వున్నాను. కెప్టెను ఇచ్చే సందేశాల్ని వారందరికీ అందజేస్తూ వున్నాను. ఈ స్నేహబంధం నాకు ఎంతో ఉపయోగ పడిందని చెప్పగలను.

ఓడ డిసెంబరు పద్దెనిమిదో తేదీనో, లేక పందొమ్మిదవ తేదీనో దర్బను రేవులో లంగరు వేసింది. నాదరీ ఓడకూడా ఆ రోజే చేరుకున్నది. కాని నిజమైన తుఫాను ఇక ముందు రాబోతున్నదని అప్పటికీ నాకు తెలియదు.

2. తుఫాను

డిసెంబరు పద్దెనిమిదవ తేదీనాడు టోయిటోలో రెండు ఓడలూ లంగరు వేశాయి. దక్షిణ ఆఫ్రికా రేవుల్లో డాక్టరు వచ్చి ప్రతి యాత్రికుణ్ణి జాగ్రత్తగా పరిక్ష చేస్తాడు. దారిలో ఎవరికైనా అంటురోగం పట్టుకుంటే వాళ్ళను ఓడ క్వారంటీలో ఉంచుతారు. మేము బొంబాయి నుండి బయలు దేరినపుడు అక్కడ ప్లేగు వ్యాధి ఉన్నది. అందువల్ల మాకు క్వారంటీను బాధ తప్పదని కొంచెం భయపడ్డాము. రేవులో లంగరు వేశాక ప్రప్రథమంగా ఓడ మీద పచ్చ జెండా ఎగరవేస్తారు. డాక్టరు పరీక్షించి చీటీ ఇచ్చేదాకా పచ్చ జండా ఎగురుతూ వుంటుంది. పచ్చ జండాను దింపి వేసిన తరువాతనే బయటి వాళ్ళను ఓడ మీదకి రానిస్తారు. ఆ నియమ ప్రకారం మా ఓడమీద కూడా పచ్చ జండా ఎగరవేశారు. డాక్టరు వచ్చి అయిదు రోజులు క్వారంటీను అని ఆదేశించాడు. ప్లేగు క్రిములు ఇరవైమూడు దినాలు జీవించి వుంటాయని వారి ఉద్దేశ్యం. మేము బొంబాయి నుండి బయలుదేరి పద్దెనిమిది రోజులు గడిచాయి. కనుక ఇంకా అయిదు రోజులు ఓడ మీద వుంటే ఇరవై మూడు రోజులు పూర్తి అవుతాయని వాళ్ళ అభిప్రాయం.

కాని మమ్మల్ని క్వారంటీనులో ఉంచటానికి మరోకారణం కూడా వున్నది. దర్బనులోని తెల్లవాళ్ళు మమ్మల్ని తిరిగి ఇండియాకు పంపివేసేందుకై పాతాళహోమం ప్రారంభించారు. యీ ఆదేశానికి అది కూడా ఒక కారణం.

దాదా అబ్దుల్లా కంపెనీ వారు పట్టణంలో జరుగుతున్న వ్యవహారాలను గురించి ఎప్పటికప్పుడు మాకు తెలియజేస్తూ వున్నారు. తెల్లవాళ్ళు ఒకనాటి కంటే మరొకనాడు పెద్ద పెద్ద సభలు జరుపుతూ జనాన్ని రెచ్చగొడుతూ వున్నారని తెలిసింది. అబ్దుల్లా గారిని ఒకవంక భయపెడుతూ, మరోవంక లాలిస్తూ వున్నారట. ఈ రెండు ఓడల్ని తిరిగి ఇండియాకు పంపివేస్తే నష్టమంతా చెల్లించివేస్తామని కూడా చెప్పారట. దాదా అబ్దుల్లా ఇట్టి బెదిరింపులకు బెదిరే రకంకాదు. అప్పుడు భాగస్వాములైన సేఠ్ అబ్దుల్ కరీం, హాజీ ఆదంగారు కంపెనీ తరఫున వ్యవహార కర్తలు. ఎన్ని కష్టాలు వచ్చినా ఎన్ని నష్టాలు కలిగినా, ఓడలను రేవునకు చేర్చి యాత్రికులనందరినీ దింపి తీరతానని ఆయన ప్రతిజ్ఞ చేశాడు. ఏనాటికానాడు జరుగుతున్న వ్యవహారాలను ఆయన పూసగుచ్చినట్లు నాకు తెలియజేస్తూ వున్నాడు. కీర్తి శేషులు మన్‌సుఖలాల్ హీరాలాల్ నాజరుగారు నన్ను చూసేందుకు అదృష్టవశాత్తు డర్బను వచ్చారు. వారు చాలా చతురులు వీరులు కూడా. జనం వారి సలహాలను పాటిస్తూ వుంటారు, వారి వకీలు మిస్టర్ లాటిన్. వారు కూడా అంతటి వారే. వారు తెల్లవారి చేష్టల్ని ఖండించారు. కేవలం డబ్బు పుచ్చుకునే వకీలువలె గాక నిజమైన మిత్రునివలె వారికి సహాయం చేస్తున్నారు.

ఈ విధంగా డర్బనులో ద్వంద్వ యుద్ధం ప్రారంభమైందన్న మాట. ఒక వంక కూటికి లేని నల్లవాళ్ళు, మరొకవంక వీరికి మిత్రులైన కొందరు తెల్లవాళ్ళు వేరొకవంక ధనబలం, కండబలం, అక్షరబలం, సంఖ్యాబలం కలిగిన తెల్లవాళ్ళు, అంతటి బలవంతులైన తెల్లవారికి ప్రభుత్వం బలం కూడా తోడుగా వున్నది. నేటాలు బలవంతులైన తెల్లవారికి ప్రభుత్వ బలం కూడా తోడుగా వున్నది. నేటాలు ప్రభుత్వం వీరికి బహిరంగంగా తోడ్పడుతూ వున్నది. స్వయంగా హారీ ఎస్కాంబీగారు వారి సభలో పాల్గొని బహిరంగంగా వత్తాసు పలకడంతో వాళ్ళు హద్దు దాటిపోయారు.

కావున మాక్వారంటీను కేవలం ఆరోగ్యానికి సంబంధించింది కాదని తేలిపోయింది. యాత్రీకుల్ని ఏజంటును భయపెట్టటం ఏదో విధంగా ఓడల్ని తిరిగి పంపివేయడమే వాళ్ళ ముఖ్యోద్దేశం. "మీరు తిరిగి వెళ్ళిపోండి. లేకపోతే సముద్రంలో ముంచివేస్తాం. తిరిగి వెళ్ళిపోతే మీకు అయిన ఖర్చులన్నీ యిచ్చివేస్తాం." అని మమ్ము హెచ్చరించడం ప్రారంభించారు.

నేను యాత్రికుల మధ్యకు వెళ్ళి వారికి ధైర్యం చెప్పసాగాను. నాదరీ ఓడయందలి యాత్రికులకు కూడా ధైర్యంగా వుండమని, భయపడవద్దని సమాచారం పంపించాను.

యాత్రికుల వినోదం కోసం ఓడల్లో రకరకాల ఆటలు ఏర్పాటు చేశాం. క్రిస్‌మస్ పండుగ కూడా వచ్చింది. కెప్టెను యాత్రీకులందరికీ డిన్నరు ఇచ్చాడు. అందు మేము, మా పిల్లలం ముఖ్యులం. భోజనాల తరువాత ఉపన్యాసాలు సాగాయి. నేను పాశ్చాత్య నాగరికతను గురించి ప్రసంగించాను. అది గంభీరోపన్యాసానికి తగిన సమయం కాదని నాకు తెలుసు. కాని మరో విధంగా ప్రసంగించడం నా వల్లకాని పని. నేను వినోదం గాను, ప్రమోదంగాను మాట్లాడాను. కాని నా మనస్సంతా డర్బనులో జరుగుతున్న సంగ్రామం మీద కేంద్రీకరించి యున్నది.

అందుకు ముఖ్య కారణం, ఈ సంగ్రామానికి కేంద్రబిందువును నేనే. నా మీద క్రింద తెలిపిన రెండు నేరాలు మోపారు.

1. నేను భారతదేశంలో పర్యటించి నేటాలులోగల తెల్లవారిని అనుచితంగా నిందించాను.
2. నేను నేటాలును భారతీయులతో నింపివేయాలని చూస్తున్నాను. అందుకోసం కురలేండు, నాదరీ ఓడలనిండ ఎంతోమందిని తీసుకువస్తున్నాను.

నాకు విషయం బోధపడింది. నావల్ల దాదా అబ్దుల్లా గారికి పెద్ద అపాయం కలుగనున్నదని స్పష్టంగా తెలిపోయింది. నేను ఒంటరిగా రాక నా భార్యను, పిల్లల్ని కూడా వెంట తీసుకొని వచ్చి వాళ్ళను ప్రమాదంలో పడవేశాను.

నిజానికి నేను నిర్దోషిని. నేను ఎవ్వరినీ నేటాలు రమ్మని ప్రోత్సహించలేదు. నాదరీయందలి యాత్రికుల్ని అప్పటివరకు నేను ఎరుగను. కురలేండు యందలి యిద్దరి ముగ్గురి పేర్లు దప్ప మిగతావారి పేర్లు కూడా నేను ఎరుగను. నేటాలులో చెప్పిన మాటలే భారతదేశంలో కూడా చెప్పాను. అంత కంటే మించి ఒక్కమాట కూడా నేను అనలేదు. నేను చెప్పిన ప్రతి విషయానికి నా దగ్గర సాక్ష్యం వున్నది.

ఏ సంస్కారానికి నేటాలు యందలి తెల్లవారు ప్రాతినిధ్యం వహిస్తున్నారో, ఏ స్థాయితో వారు వ్యవహరిస్తున్నారో ఆ వివరం తెలుసుకున్న మీదట విచారం కలిగింది. దాన్ని గురించి బాగా యోచించాను. ఆ విషయం నలుగురి ముందు ప్రసంగించాను. మిగతా వారికి నా అభిప్రాయం తెలియకపోయినా, కెప్టెన్‌గారికీ, తదితరులకు నా అభిప్రాయం బోధపడింది. అందువల్ల వారి జీవితంలో ఏమైనా మార్పు కలిగిందో లేదో తెలియదు. ఆ తరువాత తెల్లవారి సంస్కారాల్ని గురించి కెప్టెను మొదలగు వారితో చాలాసేపు చర్చ జరిగింది. నేను పాశ్చాత్య సంస్కారం హింసా పూరితం అని చెప్పాను. నామాటలకు తెల్లవారు కొందరు ఆవేశపడ్డారు కూడా.

"తెల్లవారు బెదిరింపులు కార్యరూపం దాలిస్తే మీరు అహింసా సిద్ధాంతాల్ని ఎలా అనుసరిస్తారు" అని కెప్టెన్ ప్రశ్నించారు. "వీరిని క్షమించుటకు, వీరిపై చర్య గైకొనకుండుటకు అవసరమైన శక్తిని పరమేశ్వరుడు నాకు ప్రసాదించుననే ఆశ నాకున్నది. యిప్పటికీ వీరి మీద నాకు రోషం లేదు. వారి అజ్ఞానం వారి సంకుచిత దృష్టి చూస్తే నాకు జాలి కలుగుతున్నది. తాము చేస్తున్నదంతా సముచితమే అని వారు భావిస్తున్నారని నేను అనుకుంటున్నాను. అందువల్ల కోపం తెచ్చుకునేందుకు కారణం నాకు కనబడటం లేదు" అని జవాబిచ్చాను. అక్కడి వారంతా నవ్వారు. వారికి నా మాటల మీద విశ్వాసం కలగలేదన్నమాట.

ఈ విధంగా రోజులు కష్టంగా గడిచాయి. క్వారంటీను నుండి ఎప్పుడు విడుదల చేస్తారో తెలియదు. ఆఫీసరును అడిగితే "ఈ విషయం నా చేతులు దాటింది. ప్రభుత్వం ఆదేశించగానే మిమ్మల్ని దింపివేస్తాం" అని సమాదానం యిచ్చాడు. ఇంతలో కడపటిసారిగా "మీరు ప్రాణాలు దక్కించుకోదలిస్తే మాకు లొంగిపోండి" అని తెల్లవారు హెచ్చరిక పంపారు. అందుకు సమాధానంగా "నేటాలు రేవులో దిగుటకు మాకు హక్కు వున్నది. ఎన్ని అపాయాలు వచ్చినా మా హక్కును కాపాడుకొంటాం" అని నేను, సహ యాత్రికులం సమాధానం పంపించాం. ఇరవై మూడురోజులు గడిచిపోయాయి. జనవరి 13వ తేదీనాడు ఓడలు రేవులోకి ప్రవేశించ వచ్చని ఆదేశం ఇవ్వబడింది. యాత్రికులు రేవులో దిగవచ్చని కూడా ఆ దేశంలో పేర్కొనబడింది.

3. ఒత్తిడి

ఓడలు రేవుకి చేరాయి. యాత్రికులంతా దిగిపోయారు. "తెల్లవాళ్ళు గాంధీమీద మండి పడుతున్నారు. వారి ప్రాణాలకు అపాయం కలగవచ్చు కునక గాంధీని, వారి కుటుంబ సభ్యుల్ని రాత్రిపూట ఓడనుండి దింపండి. రేవు సూపరింటెండెంట్ టేటమ్‌గారు రాత్రిపూట వాళ్ళను ఇంటికి భద్రంగా తీసుకువెళతారు" అని ఎస్కాంబీగారు ఓడ కెప్టెనుకు కబురు పంపారు.

కెప్టెను నాకీ సందేశం అందజేశారు. నేను అందుకు అంగీకరించాను. యీ సందేశం అంది అరగంట గడిచిందో లేదో లాటన్‌గారు వచ్చి కెప్టెనుతో ఇలా అన్నాడు. "గాంధీగారు నాతో రాదలచుకుంటే నా జవాబుదారీమీద వారిని తీసుకువెళతాను. గాంధీ గారిని గూర్చి ఎస్కాంబీగారు పంపిన సందేశాన్ని మీరు పాటించనవసరం లేదు. ఈ ఓడల యాజమానియొక్క వకీలు హోదాతో నేను చెబుతున్నాను" ఆ తరువాత ఆయన నాదగ్గరికి వచ్చి "మీకు ప్రాణాలంటే భయం లేకపోతే మీ భార్యాపిల్లల్ని బండిమీద రుస్తుంగారింటికి పంపించి, మనమిద్దరం కాలినడకన నడిచి వెళదాం. చీకటి పడిన తరువాత రహస్యంగా మీరు ఊళ్ళోకి వెళ్ళడం నాకిష్టంలేదు. మీమీద ఈగ కూడా వాలదని నా విశ్వాసం. ఇప్పుడు అంతటా శాంతి నెలకొనివుంది. తెల్లవారంతా వెళ్ళిపోయారు. మీరు దొంగవాడిలా చాటుగా వెళ్ళడం నాకిష్టం లేదు" అని అన్నాడు.

నేను అందుకు సమ్మతించాను. నా భార్య పిల్లలు ఏ బాధలేకుండా రుస్తుంజీ సేఠ్ గారింటికి చేరారు. నేను కెప్టెను గారి దగ్గర సెలవు తీసుకొని లాటన్ గారితో బాటు ఓడదిగి రుస్తుంజీసేఠ్ గారి ఇంటికి బయలుదేరాను. వారి ఇల్లు అక్కడికి రెండు మైళ్ళ దూరానవున్నది.

మేము ఓడనించి దిగేసరికి కొంతమంది తెల్లదొరలు పిల్లలు గాంధీ గాంధీ అంటూ అరుస్తూ చప్పట్లు కొట్టడం ప్రారంభించారు. అయిదారుగురు చుట్టూ మూగి గాంధీ గాంధీ అని పెద్దగా అరవడం ప్రారంభించారు. లాటన్‌గారు గుంపు పెరుగుతుందే మోనని భావించి రిక్షావాణ్ణి పిలిచారు. రిక్షా ఎక్కడం నాకు ఇష్టం లేకపోయినా రిక్షా ఎక్కడానికి సిద్ధపడ్డాను. కాని తెల్లవాళ్ళు రిక్షావాణ్ణి చంపివేస్తామని బెదిరించేసరికి అతడు పారిపోయాడు. మేము ముందుకు సాగుతూ వుంటే గుంపు పెరిగిపోసాగింది. నడవడానికి చోటు లేదు. ముందుగా వాళ్ళు నన్ను, లాటన్ గారిని విడగొట్టి వేరు చేశారు. తరువాత నామీద రాళ్ళు, మురిగిపోయిన గుడ్లు విసరడం ప్రారంభించారు. నన్ను క్రిందికి పడత్రోశారు. నాకు స్పృహ తప్పింది. దగ్గరలోనే గల ఇంటి చువ్వలు పట్టుకొని నిలబడ్డాను. అలా నివడంకూడా కష్టమై పోయింది. ఇంకా దెబ్బలు తగులుతూనే వున్నాయి.

ఇంతలో అటు పోలీసు సూపరింటెండెంట్ గారి భార్య హఠాత్తుగా వచ్చింది. ఆమె నన్ను ఎరుగును. ఆమె ధైర్యవంతురాలు. త్వరగా వచ్చి నా దగ్గర నిలబడింది. అప్పుడు ఎండలేదు. అయినా ఆమె గొడుగు తెరిచి నాపై పట్టింది. దానితో గుంపు కొంచెం ఆగింది. నన్ను కొట్టాలంటే ముందు ఆమెను కొట్టవలసిన పరిస్థితి ఏర్పడింది. ఆ విధంగా ఆమె నన్ను కమ్మివేసింది.

ఇంతలో ఒక భారతీయుడు ఇదంతా చూచి పరుగెత్తుకొని పోలీసు ఠాణాకు వెళ్ళి సమాచారం అందజేశాడు. పోలీసు సూపరింటెండెంటు నన్ను రక్షించడంకోసం కొంత మంది పోలీసుల్ని పంపించాడు. వారు త్వరగా అక్కడికి చేరుకున్నారు. దారిలోనే పోలీసు ఠాణా వున్నది. నన్ను ఠాణాలో ఆశ్రయం పొందమని సూపరింటెండెంటు అన్నాడు. నేను అందుకు అంగీకరించలేదు. "వారి తప్పు తెలుసుకొని వారే మౌనం వహిస్తారు. వారికి న్యాయబుద్ధికలుగ గలదనే విశ్వాసం నాకున్నది" అని కృతజ్ఞతతో బదులు చెప్పాను.

పోలీసులు నావెంట వచ్చారు. వారి రక్షణవల్ల మరేమీ హాని కలుగలేదు. రుస్తుంజీ గారి ఇంటికి చేరాను. నిజంగా నాకు పెద్ద దెబ్బలు తగిలాయి. ఒక చోట పెద్ద గాయం అయింది. ఓడ వైద్యులు దాదీ బరజోర్‌గారు అక్కడే వున్నారు. వారు ఓపికతో నాకు సేవచేశారు.

లోపల శాంతిగానే వున్నది. కాని బయట గొడవ ఎక్కువైంది. తెల్లవాళ్ళు ఇంటి ముందు ప్రోగై "గాంధీని మాకు అప్పగించండి" అని గొడవ చేయడం ప్రారంభించారు. పోలీసు సూపరింటెండెంటు అక్కడికి వచ్చాడు. ఇదంతా చూచి గొడవ చేస్తున్న వాళ్ళ నెవ్వరినీ ఏమీ అనకుండా వాళ్ళందరినీ తలా ఒక మాట చెబుతూ వాళ్ళను అక్కడే నిలబెట్టి వేశాడు.

ఆయన అప్రమత్తతో లోపలికి తన మనిషిని పంపి "గాంధీ! నీ మిత్రుని ధనం, ప్రాణం, గృహం, నీ భార్య, నీ బిడ్డలు మరియు నీ ప్రాణం దక్కాలంటే వెంటనే మారు వేషాలతో ఇల్లు విడిచి వెళ్ళిపోండి" అని వార్త పంపాడు.

ఒకేరోజున పరస్పర విరుద్ధాలైన రెండు పరిస్థితులు నాకు తటస్థపడ్డాయి. ప్రాణభయం కేవలం కల్పితం అని భావించి లాటనుగారు నన్ను బహిరంగంగా రమ్మన్నారు. అందుకు నేను అంగీకరించాను. కాని ఇప్పుడు ప్రాణభయం ఎదురుగా కనబడుతున్నది. మరో మిత్రుడు అందుకు విరుద్ధంగా సలహా ఇస్తున్నాడు. దీనికీ నేను సమ్మతించాను. నా ప్రాణాలకు ముప్పు వాటిల్లునను భయంతో, మిత్రునికి అపాయం కలుగునను భయంతో, నా భార్య బిడ్డలకు ప్రమాదం కలుగనను భయంతో నేను సమ్మతించానని ఎవరు అనగలరు? మొదట నేను ధైర్యంతో ఓడ దిగి గుంపును ఎదుర్కోవడం, తరువాత మారు వేషంలో తప్పించుకొని వెళ్ళిపోవడం రెండూ ఒప్పిదాలే అని ఎవరు అనగలరు? అయితే ఆయా విషయాల యోగ్యతలను నిర్ణయించడం అవసరం. ఈ విషయాలను పరిశీలించి, ఇందువల్ల నేర్చుకోవలసింది ఏమైనా వుంటే నేర్చుకోవడమే మంచిది. ఒకడు ఒక్కొక్క సమయంలో ఎలా ప్రవర్తిస్తాడో చెప్పడం కష్టం. మానవుని బాహ్యాచరణను మాత్రం గమనించి అతని గుణగణాల్ని నిర్ణయించడం సరికాదు.

ఇక నేను పలాయనానికి పూనుకున్నాను. దెబ్బల బాధ మరిచిపోయాను. నల్లపోలీసు వేషం వేశాను. తలపై దెబ్బలు తగులకుండా ఇత్తడి సిబ్బి పెట్టుకొని దాని మీద, మద్రాసు ఉత్తరీయం తలపాగా చుట్టి బయలుదేరాను. నావెంట ఇద్దరు పోలీసు గూఢాచారులు వున్నారు. అందొకడు భారతీయవర్తకుని వేషం వేశాడు. లేక భారతీయుడుగా కనబడేందుకు ముఖాన రంగుపులుము కున్నాడని చెప్పవచ్చు. మరొకడు ఏం వేషం వేశాడో నాకు గుర్తులేదు. పక్క సందు గుండా వెళ్ళి ఒక దుకాణం చేరుకున్నాం. ఆ దుకాణం గిడ్డంగిలో గల బస్తాల మధ్యగా దారి చేసుకొని వెళ్ళి దుకాణం ద్వారం దాటి గుంపుకు దొరక్కుండా బయట పడ్డాం. వీధి చివర నాకోసం బండి సిద్ధంగా వున్నది. ఆ బండి ఎక్కి పోలీసు ఠాణా చేరుకున్నాము. నేను సూపరింటెండెంటుగారికి, పోలీసు గూఢచారులికి ధన్యవాదాలు అర్పించాను.

ఒక వంక నేను గుంపును తప్పించుకుపోతూ వుంటే మరోవంక సూపరింటెండెంట్ అలెగ్జాండరుగారు "పదండి ముందుకు పట్టుకవద్దాం చెట్టుకొమ్మకు వేలాడ తీద్దాం" అని పాట పాడుతూ జనాన్ని ఆపుతూ వున్నాడు. నేను పోలీసు స్టేషనుకు సురక్షితంగా చేరానను వార్త అందగానే అలెగ్జాండరు స్వరం మార్చి "ఏమండోయ్! లేడిపారిపోయింది. ఇక పదండి మీమీ ఇండ్లకు" అని జనాన్ని నిరుత్సాహపరచడం ప్రారంభించాడు. దానితో కొందరికి కోపం వచ్చింది. కొందరికి నవ్వు వచ్చింది. చాలామంది ఆయన మాటల్ని నమ్మలేదు.. "అయితే మీలో కొందరు లోపలికి వెళ్ళి చూచి రండి. గాంధీ వుంటే మీకు అప్పగిస్తాను. లేకపోతే ఎవరి దారిన వాళ్ళువెళ్ళి పోవాలి. మీరెవ్వరు రుస్తుంజీ గృహానికి నష్టం కలిగించరనీ, గాంధీ భార్యబిడ్డల జోలికి పోరని నాకు తెలుసు" అని అన్నాడు.

జనంలో నుండి ఇద్దరు ముగ్గురు లోపలికి వెళ్ళి చూచి బయటికి వచ్చి గాంధీ లేడని జనానికి చెప్పారు. కొందరు అలెగ్జాండరును భూషించారు. కొందరు దూషించారు. ఇక చేసేదేమీ లేక అంతా ఎవరి దోవన వాళ్ళు వెళ్ళిపోయారు. కీ.శే. చేంబర్లేను గారు గాంధీని కొట్టిన వాళ్ళను శిక్షించమని నేటాలు ప్రభుత్వానికి తంతి పంపారు. ఎస్కాంబిగారు నన్ను పిలిపించారు. నాకు తగిలిన దెబ్బలకు విచారం ప్రకటించారు. మీ వెంట్రుకకు హాని కలిగినా నేను సహించను. లాటనుగారు చెప్పిన ప్రకారం నడుచుకోక, నేను చెప్పిన ప్రకారం నడుచుకొనియుంటే అసలు ఈ దుఃఖ కరమైన ఘట్టం జరిగేదే కాదు. ఘాతుకుల్ని మీరే గుర్తించితే వాళ్ళను నిర్బంధించి శిక్షిస్తాం. చేంబర్లేనుగారు కూడా అలాంటి తంతి పంపిచారు అని అన్నారు.

"ఎవ్వరిమీద కేసు పెట్టడం నాకు ఇష్టం లేదు. ఆ జనంలో ఇద్దరు ముగ్గురిని గుర్తు పట్టగలను. కాని వారిని శిక్షిస్తే నాకేమి లాభం? వారిని దోషులని నేను అనను. భారతదేశంలో నేను తెల్లవారిని నోటికి వచ్చినట్లు నిందించానని, లేనిపోని మాటలు చెప్పి ఎవరో వారిని రెచ్చకొట్టారు. అట్టి వారి మాటలు నమ్మి వారు రెచ్చిపోయారు. ఇందు వారి తప్పేమీ లేదని భావిస్తున్నాను. అసలు దీనికంతటికీ కారకులు మీ నాయకులు, మన్నించండి. మీరే ఇందుకు బాధ్యులు, మీరు ప్రజలను సరియైన మార్గాన నడిపించాలి. అట్టి మీరే రూటరు మాట నమ్మి నాకు వ్యతిరేకంగా వ్యవహరించారు. నేనేదో ఇండియాలో చేశానని విచారించకుండా మీరు వ్యవహరించారు. తత్ఫలితమే ఈ కాండ. అందువల్ల నేనెవ్వరినీ శిక్షంచ తలచలేదు. నిజం తెలిసినప్పుడు వారు తప్పక పశ్చాత్తాప పడతారనే విశ్వాసం నాకు వున్నది" అని నేను అన్నాను.

"అయితే యీ మాటలే రాసి యివ్వండి. మీరు రాసి యిచ్చే మాటలు చేంబర్లేను గారికి తంతి ద్వారా తెలియజేస్తాను. తొందరపడి రాసిమ్మని నేను కోరను. లాటను గారితోను, తదితర మిత్రులతోను సంప్రదించి ఏది ఉచితమో అదే చేయండి. మీరు ఘాతకుల పై కేసు పెట్టని యెడల అందరినీ సులువుగా శాంతింప చేయవచ్చు. ఆ విధంగాచేస్తే మీ గౌరవ ప్రతిష్టలు తప్పక పెరుగుతాయి" అని ఎస్కాంబీగారు అన్నారు.

"ఈ విషయంలో నా మాటలు ఖాయం. మీదగ్గరకు రాకముందే నేను ఇట్టి నిర్ణయానికి వచ్చాను. నన్ను కొట్టిన వారిమీద కేసు పెట్టడం నాకు ఇష్టం లేదు. మీరు కోరిన ప్రకారం ఇప్పుడే రాసిస్తాను" అని చెప్పి అవసరమైన పత్రం రాసి వారికి ఇచ్చి వేశాను.

4. శాంతి

ఆ రోజున నా మీద దాడి జరిగిన తరువాత నేను పోలీసు స్టేషను చేరాను. అక్కడ రెండు రోజులు వున్నాను. నా వెంట ఇద్దరు పోలీసులు రక్షణ కోసం వున్నారు. తరువాత ఎస్కాంబీగారిని కలుసుకునేందుకు వెళ్ళాను. అప్పటికి పోలీసుల కాపలా అవసరం లేకుండా పోయింది.

నేను ఓడ దిగిన రోజున అనగా పచ్చ జండా దింపిన రోజున నేటాల్ అడ్వర్‌టైజరు పత్రికా ప్రతినిధి వడివడిగా వచ్చి నన్ను కలిసి మాట్లాడాడు. అనేక ప్రశ్నలు వేశాడు. అడిగిన ప్రతి ప్రశ్నకు సమాధానం యిచ్చాను. సర్ ఫిరోజ్‌షామెహతాగారి సలహా ప్రకారం హిందూ దేశంలో నేను ఇచ్చిన ఉపన్యాసాలన్నీ ముద్రించబడి వున్నాయి. వాటన్నింటినీ నేను అతనికి ఇచ్చాను. దక్షిణాఫ్రికాలో నేను అదివరకు చెప్పిన మాటల్నే హిందూదేశంలో కూడా చెప్పాను. అంతకు

మించి ఒక్క మాట అయినా అదనంగా చెప్పలేదని రుజువుచేశాను. కురలేండ్, నాదరీ ఓడల్లో వచ్చిన వారితో నాకు ఏ విధమైన సంబంధం లేదని స్పష్టం చేశాను. వారిలో చాలా మంది నేటాలులో నివశిస్తున్నవారే. మిగిలిన వారు నేటాల్లో ఆగరు. వారు ట్రాన్సువాలు వెళతారు. ఆ సమయంలో నేటాల్లో పనులు తక్కువ. ట్రాన్సువాల్లో పనులు ఎక్కువ. అక్కడ ఆదాయం అధికంగా లభిస్తున్నది. అందువల్ల ఎక్కువ మంది భారతీయులు అక్కడికి వెళ్ళుతూ వున్నారు.

పత్రికా ప్రతినిధితో జరిగిన నా సంభాషణంతా పత్రికల్లో ప్రకటింపబడింది. నన్ను కొట్టినవారిమీద కేసు పెట్టనని సవివరంగా నేను చెప్పిన మాటలు కూడా పత్రికల్లో ప్రచురించబడ్డాయి. దానితో తెల్లవారు తలలు వంచుకున్నారు. పత్రికలు నన్ను నిర్దోషి అని ప్రకటించాయి. దుండగుల దుందుడుకుతనాన్ని ఖండించాయి. చివరికి యీ విధంగా ఆ ఘట్టం వల్ల నాకు లాభం కలిగిందన్న మాట. దీనివల్ల భారతీయుల గౌరవ ప్రతిష్టలు పెరిగాయి. నా మార్గం సుగమం అయింది. మూడు నాలుగు రోజులకు ఇంటికి చేరాను. నా కార్యక్రమాలు ప్రారంభించాను. యీ ఘట్టం వల్ల నా వకాలతు కూడా పెరిగింది.

ఒక వైపున భారతీయుల ప్రతిష్ట పెరిగిందే కాని మరో వైపున వారి యెడ తెల్లవారిలో ద్వేషం కూడా పెరిగింది. భారతీయుడు పౌరుషవంతుడని తెల్లవారికి తెలిసింది. దానితో భారతీయులంటే తెల్లవారికి భయం ప్రారంభమైంది. నేటాలు లెజిస్లేటివ్ కౌన్సిల్లో రెండు చట్టాలు ప్యాసయ్యాయి. భారతీయులకు కష్టాలు కలిగించేవిగా అవి వున్నాయి. ఒక చట్టం భారతీయుల వ్యాపారానికి హాని కలిగిస్తుంది. రెండోది వలస వచ్చే వారికి హాని కలిగిస్తుంది. ఓటు హక్కు కోసం మేము చేసిన కృషి దేవుని దయవల్ల కొంత ఫలిచింది. “భారతీయులకు వ్యతిరేకంగా, అనగా భారతీయుడైనంత మాత్రాన వానికి ఏ చట్టమూ వర్తించబడకూడదు” అంటే “చట్టానికి జాతి భేదం వర్ణభేదం ఉండరాదు” అని నిర్ణయం చేశారు. ఈ నిర్ణయం భారతీయులకు కొంత ఊరట కలిగించిందని చెప్పవచ్చు. అయితే పై రెండు చట్టాల్లోను ఉపయోగించబడిన భాష పైకి మెత్తగా వున్నా, లోపల మాత్రం భారతీయుల హక్కుల్ని కుంచింపజేసే విధంగా కరుకుగా వున్నది.

ఈ రెండు చట్టాలు నా పనిని పెంచి వేశాయి. భారతీయుల్లో జాగృతి కలిగించాయి. భారతీయులందరికీ యీ చట్టాల ఉద్దేశ్యం స్పష్టంగా అర్థం కావాలనే ఉద్దేశ్యంతో వాటిని అన్ని భాషల్లోకి అనువదించాము. ఇంగ్లాండుకు అర్జీలు పంపించాము. కాని చట్టాలు మాత్రం మంజూరయ్యాయి.

నా సమయమంతా సార్వజనిక కార్యక్రమాలకే సరిపోతున్నది. మన్‌సుఖలాల్ నాజర్‌గారు నేటాల్లో వున్నారని గతంలో తెలియజేశాను. వారు మా ఇంట్లో ఉండేందుకై వచ్చి ఆ పనుల్ని చూడటం ప్రారంభించారు. అందువల్ల నా పని భారం కొద్దిగా తగ్గింది.

నేను దక్షిణాఫ్రికాలో లేనప్పుడు ఆదంజీ మియాఖాన్ గారు తమ విధిని సక్రమంగా నిర్వహించారు. వారి సమయంలో కాంగ్రెస్ సభ్యుల సంఖ్య బాగా పెరిగింది. కాంగ్రెసు మూలధనం సుమారు వెయ్యి పౌన్లు దాకా పెరిగింది. యాత్రికుల్ని రానీయకుండా చేసే యత్నాన్ని, భారతీయుల వ్యతిరేక చట్టాల్ని ఎదుర్కొనేందుకు ఎక్కువ ధనం సమకూర్చాలని నిర్ణయించాం. తత్ఫలితంగా 5000 పౌండ్ల ధనం వసూలైంది. కాంగ్రెసు కోశానికి స్థిరత్వం చేకూరితే ఆ సొమ్ముతో కొంత

ఆస్థికొని, దాని వల్ల వచ్చే ఆదాయంతో కాంగ్రెస్‌ను ఆర్థికంగా తీర్చి దిద్దాలని నాకు లోభం కలిగింది. సార్వజనిక సంస్థల్ని నడిపే వ్యవహారంలో నాకు కలిగిన మొదటి అనుభవం ఇది. నా అభిప్రాయం తోటిమెంబర్లకు చెప్పాను. వారంతా అందుకు అంగీకరించారు. కొంత ఆస్థి కొన్నాం. అద్దెకిచ్చాం. దానితో కాంగ్రెస్ వ్యయం సరిపోసాగింది. అందు నిమిత్తం ధర్మకర్తల్ని ఏర్పాటు చేశాం. ఆ ఆస్థి ఇప్పటికీ వున్నది. కాని తరువాత అది అంతఃకలహాలకు దారితీసింది. అద్దె సొమ్ము కోర్టులో జమ చేయబడుతూ వున్నది. నేను దక్షిణాఫ్రికాలో వున్నంత వరకు అలా జరగలేదు. నేను దక్షిణాఫ్రికా వదలి వచ్చి వేసిన తరువాత అలా జరిగింది.

అసలు సార్వజనిక సంస్థలకు మూలధనం ఏర్పాటు చేయడం విషయంలో నా అభిప్రాయంలో చాలా మార్పు వచ్చింది. నేను అక్కడ వున్నప్పుడు చాలా సార్వజనిక సంస్థల్ని స్థాపించాను. వాటిని నడిపించాను. వాటికి అండగా వున్నాను. వాటివల్ల కలిగిన అనుభవాన్ని పురస్కరించుకొని ఏ సార్వజనిక సంస్థకు మూల ధనం సమకూర్చి పెట్టే దానికి నైతికంగా అధోగతి ప్రారంభం అవుతుంది. అందుకు అవసరమైన బీజాలు మూలధనంలోనే వున్నాయి.

సార్వజనిక సంస్థ అంటే ఏమిటి? సర్వజనుల అనుమతితో, సర్వజనుల ధనంతో, నడుపబడు సంస్థ అని అర్థం. ప్రజల సహకారం అట్టి సంస్థకు లేకుండా పోయినప్పుడు ఇక ఆ సంస్థ అనవసరం. మూల ధనంతో నడపబడే సంస్థలు ప్రజల అభిప్రాయాల కంటే స్వతంత్రంగాను, అనేక సార్లు ప్రజాభిప్రాయానికి వ్యతిరేకంగాను కూడా నడుస్తూ వుంటాయి. మన దేశంలో ఇట్టి సంస్థల్ని ప్రతిచోట చూస్తున్నాం. ధార్మిక సంస్థలుగా చలామణీ అవుతున్న అనేక సంస్థలకు లెక్కాడొక్కా లేమీ ఉండదు. ధర్మ కర్తలే వాటికి అధికారులుగా తయారవుతున్నారు. వారు ఎవ్వరికీ జవాబు దారి వహించక అధికారం చలాయిస్తున్నారు. ఇది సరికాదని నా అభిప్రాయం. ప్రకృతి వలె ఇట్టి సంస్థలు వాటంతట అవే పెరగాలని నా అభిప్రాయం. అది నామతం. ఏ సంస్థకు ప్రజలు సాయం చేసేందుకు సిద్ధం కారో ఆ సంస్థ సార్వజనిక సంస్థకైనా ప్రజల సహకారం లభిస్తున్నదని ఎవరైనా చెబితే దానికి ప్రజల వల్ల లభించే చందాల పట్టికను చూడాలి. అదే ఆ సంస్థ యొక్క ధర్మకర్తల యోగ్యతకు, ఆ సంస్థ యొక్క ప్రజాపరపతికి ఒరిపిడిరాయి అన్నమాట. ప్రతి సంస్థ ఈ ఒరిపిడి రాయి మీద తన రాతను గీచి చూచుకోవాలని నా మతం. దీనికి ఎవ్వరూ అపార్థం చెప్పకుందురుగాక. శాశ్వత భవనాలు లేపోతే కొన్ని సంస్థలు నడవవు. అట్టి సంస్థల్ని గురించి నేను ఇక్కడ పేర్కొనడం లేదు. నేను చెప్పదలచుకున్నది ఒక్క విషయమే. ప్రతి సంవత్సరం తమ ఇష్ట ప్రకారం జనం యిచ్చే చందాలతో సంస్థ వార్షిక వ్యయం చేయబడాలి. అలా జరిగితే ఆ సంస్థకు నైతిక స్ఫూర్తి చేకూరుతుంది.

దక్షిణాఫ్రికాలో సత్యాగ్రహ సమరం ముమ్మరంగా సాగినప్పుడు నాయీ ఉద్దేశ్యాలు దృఢ పడ్డాయి. లక్షలాది రూపాయలు వ్యయం చేయాల్సి వచ్చింది. అయినా మూలధనం లేకుండా ఆరు సంవత్సరాలపాటు ఆ మహా సంగ్రామం జరిపాము. చందాలు రాకపోతే రేపు ఈ సంగ్రామం గతి ఏమవుతుందోనని మేము భయపడ్డ రోజులు కూడా వున్నాయి. అయితే భవిష్యత్తులో ఏం జరుగుతుందో చెప్పలేము కదా! నాకు కలిగిన నిశ్చితాభిప్రాయాల్ని గురించి సందర్భాన్ని బట్టి ముందు వివరిస్తాను.

5. పిల్లల చదువు

1897వ సంవత్సరం జనవరి నెల్లో డర్బనులో దిగాను. అప్పుడు నాతో మా ముగ్గురు పిల్లలు కూడా వున్నారు. ఒకడు నా మేనల్లుడు. వాడికి పదేండ్ల వయస్సు. మిగిలిన యిద్దరూ నా కుమారులు. పెద్దవాడకి తొమ్మిదేండ్లు, చిన్నవాడికి అయిదేండ్లు. వీళ్ళకు చదువెట్లా అన్న సమస్య బయలుదేరింది.

నా పిల్లల్ని తెల్లవారి బడికి పంపగలను. అందుకు బాగా శ్రమ పడాలి. నా పిల్లలకు మాత్రమే అట్టి వీలు కలుగుతుంది. కాని ఇతర భారతీయుల పిల్లలకు అట్టి వీలు దొరకదు. భారతీయ బాలురకోసం మిషన్ వాళ్ళు పెట్టిన బడులు వున్నాయి. కాని అందలి శిక్షా దీక్షలు బాగుండనందున నా పిల్లల్ని అక్కడికి పంపదలుచుకోలేదు. గుజరాతీ భాషలో బోధన కావాలంటే ఎలా సాధ్యం? ఇంగ్లీషు భాషలో అయితే వీలు వున్నది. ఎంతో కష్టంమీద వచ్చీ రాని అరవంలో గాని లేక హిందీలో గాని పిల్లల చదువుకు వీలున్నది. కాని యీ విషయంలో ఎదురైన అభ్యంతరాల్ని తొలగించలేకపోయాను. పిల్లలకు నేను చదువు చెబుదామని ప్రయత్నించాను. కాని అది నియమంగా సాగలేదు. అనుకూలమైన గుజరాతీ ఉపాధ్యాయుడెవ్వడూ దొరకలేదు.

నాకేమీ తోచలేదు. "నా ఉద్దేశ్యాల ప్రకారం పిల్లలకు విద్యగరిపే ఆంగ్ల భాషా బోధకుడు ఒకరు కావాలి" అని పత్రికల్లో ప్రకటన చేశాను. ఆ ఉపాధ్యాయుడు నియమబద్ధంగా పిల్లలకు పాఠం చెబుతాడనీ, తీరిక దొరికినప్పుడు నేను కొంత చెప్పవచ్చుననీ భావించాను. నెలకు ఏడు పౌండ్ల జీతంమీద ఒక ఆంగ్ల వనిత పాఠం చెప్పడానికి అంగీకరించింది. యీ విధంగా పిల్లల చదువు ప్రారంభమైంది.నేను పిల్లలతో గుజరాతీలోనే మాట్లాడుతూ వుండేవాణ్ణి. దానితో వాళ్ళకు కొద్దిగా గుజరాతీ భాషతో పరిచయం ఏర్పడింది. వాళ్ళను వెంటనే ఇండియాకు పంపాలనే ఉద్దేశ్యం నాకు లేదు. చిన్నపిల్లల్ని తల్లిదండ్రులకు దూరంగా వుంచకూడదను విషయం అప్పటికే నాకు బోధపడింది. మంచి ఏర్పాట్లు గల గృహాల్లో పిల్లలకు విద్య అప్రయత్నంగా అబ్బినట్లు, హాస్టళ్లలో ఉంచి చదివిస్తే అబ్బదు. ఆ కారణం వల్ల వాళ్ళు చాలాకాలం నా దగ్గరే వున్నారు. నా మేనల్లుణ్ణి, పెద్ద కుమారుణ్ణి కొన్ని నెలల పాటు ఇండియాలో వసతి గృహాలు కల స్కూళ్ళకు పంపించాను. కాని వాళ్ళను వెంటనే అక్కడ నుండి తిరిగి తీసుకువచ్చాను. ఈడు వచ్చాక మా పెద్ద కుమారుడు తనంతటతాను అహమ్మదాబాదు హైస్కూల్లో చదవ తలచి దక్షిణ ఆఫ్రికా వదిలి వెళ్ళిపోయాడు. నా మేనల్లుడు నేను చెప్పే చదువుకు తృప్తి పడి నా దగ్గరే వున్నట్లు గుర్తు. దురదృష్టవశాత్తు అతడు కొన్నాళ్ళు జబ్బుపడి నడి యౌవనంలోనే యీ లోకాన్ని వీడి వెళ్ళిపోయాడు. మిగిలిన నా ముగ్గురు పిల్లలు బడికి వెళ్ళలేదు. సత్యాగ్రహ సమయంలో నేను స్థాపించిన పాఠశాలలో మాత్రమే వాళ్ళు నియమ బద్ధంగా కొంచెం చదువుకున్నారు.

నా యీ ప్రయోగాలన్నీ అపూర్ణాలే. వారికివిద్య బోధించుటకు కావలసినంత సమయం నాకు దొరకలేదు. ఇంకా అనేక ఆటంకాలవల్ల వాళ్ళకు అవసరమైనంత శిక్షణ నేను గరపలేక పోయాను. యీ విషయంలో వారి అసంతృప్తి నేను కొద్దో గొప్పో గురికాక తప్పలేదు. ఎప్పుడైనా వారి ఎదుట ఎవరైనా మేము బి.ఏ. మేము ఎం.ఏ అని చెబుతూ వుంటే మేము కనీసం మెట్రిక్యులేషన్ అయినా ప్యాసు కాలేక పోతిమే అనుభావం నా పిల్లల ముఖాన కనబడుతూవుంటుంది.

వాళ్లు ఏమనుకున్నా, తల్లిదండ్రుల సహవాస బలం వల్ల కలిగే అనుభవజ్ఞానం వారికి కలిగిందని చెప్పగలను. స్వాతంత్ర్య సముపార్జనాపాఠం వాళ్ళు బాగా నేర్చుకున్నారని నాయభిప్రాయం. వాళ్ళ అభిరుచి ప్రకారం వాళ్ళను స్కూలుకు పంపించి యుంటే ఇట్టి జ్ఞానం వారికి కలిగి యుండేది కాదు. వీళ్ళను ఇంగ్లాండుకు పంపిచో, లేక దక్షిణ ఆఫ్రికాలో ఉంచో చదివించి కృత్రిమ శిక్షణ గరిపివుంటే వీరి విషయమై నేను ఈనాడు వున్నంత నిశ్చితంగా వుండలేకపోయేవాణ్ణి. వాళ్ళు రుజుజీవితం అంటే ఏమిటో, త్యాగం అంటే ఏమిటో గ్రహించలేకపోయేవాళ్ళు. వారి కృత్రిమ చదువులు నేను చేస్తున్న దేశారాధనా కార్యక్రమానికి అడ్డంకులుగా పరిణమించి యుండేవి.

మొత్తంమీద నేననుకున్నంతగాను, వాళ్ళు అనుకున్నంతగాను భాషాజ్ఞానం వాళ్ళకు లభించక పోయినా, బాగా యోచిస్తే వారి విషయంలో నా ధర్మాన్ని శక్తివంచన లేకుండా నిర్వర్తించాననే భావిస్తున్నాను. ఆ విషయమై నేను పశ్చాత్తాపపడటం లేదు. యీనాడు నా పెద్ద కుమారుని యందు చింతించవలసిన ఏ దోషాలు నేను చూస్తున్నానో, అవి అశిక్షతాలు, అమూర్తాలునగు నా ప్రథమ జీవితాంశాల ప్రతిధ్వనులని మాటిమాటికి నాకు అనిపిస్తూ వున్నది. నా ఆ ప్రథమ జీవితాంశం ఒక మాదిరి మూర్ఛాకాలం లేక వైభవకాలం. అప్పటి వయస్సు ననుసరించి అది అటువంటిది కాదని మా పెద్ద పిల్లవాడి ఊహ. నా జీవితంలో అదే రాజమార్గమనీ, తరువాత నాలో వచ్చిన మార్పులన్నీ వివేకమను పేరట మోహరాహిత్యం వల్ల నాలో కలిగాయని అతడి విశ్వాసం. ఆ విధంగా నా ప్రథమ జీవితమే రాజమార్గమనీ, తరువాత కలిగిన మార్పులు సూక్ష్మాభిమానకృతాలనీ, అజ్ఞానజనితాలనీ అతడు ఎందుకు భావించకూడదు? కొందరు మిత్రులు నాతో యీ విషయమై వాదించారు కూడా. నీ కుమారులు బారిస్టరులైతే వచ్చిన నష్టం ఏమిటి? వారి రెక్కలు విరగగొట్టే అధికారం మీకెవరిచ్చారు? వాళ్ళను వాళ్ళ ఇష్ట ప్రకారం పోనీయకుండా ఇలా అడ్డు పడటం ఏమిటి? ఇదీ మిత్రుల తర్కం.

అయితే యీ ప్రశ్నల్లో నాకు విశేషం కనబడలేదు. అనేకమంది విద్యార్థుల్ని గురించి నాకు తెలుసు. ఇతర బాలుర విషయమై కూడా ఇట్టి ప్రయోగం చేసి చూచాను. లేక అందుకు సహరించాను. ఫలితాన్ని కూడా చూచాను. ఆ పిల్లలు, మా పిల్లలు ఇప్పుడు ఒకే ఈడులో వున్నారు. వారు మానవత్వం విషయంలో నా పిల్లలకంటే మించలేదని చెప్పగలను. వారి దగ్గర నా పిల్లలు నేర్చుకోవలసింది ఏమీ లేదని నా అభిప్రాయం.

నా ఈ ప్రయోగాల ప్రయోజనాన్ని గురించి నిర్ణయించవలసింది భవిష్యత్తే. మనుష్యజాతి అభివృద్ధిని పరిశీలించే శోధకుడు గృహ శిక్షణకు, స్కూలు శిక్షణకు గల భేదాన్ని తెలుసుకోవాలని, తల్లిదండ్రుల జీవితంలో కలిగే పరివర్తలన ప్రభావం పిల్లలపై ఏ విధంగా పడుతుందో గమనించాలని భావించి యీ వివరం ఇక్కడ తెలియజేశాను.

ఈ నా ప్రకరణానికి మరో ఉద్దేశ్యం కూడా ఉన్నది. సత్యారాధకుడు ఎంతవరకు సత్యారాధన చేయగలడో తెలుసుకోవాలనేది కూడా ఒక ఉద్దేశ్యం. స్వతంత్రతా దేవిని ఉపాసించే వాడివి ఆదేవి ఎంత బలిదానం కోరుతుందో తెలియజేయడం మరో ఉద్దేశ్యం. ఆత్మ గౌరవాన్ని త్యజించి వేసి, యితర పిల్లలకు అలభ్యమైన విద్యను నా పిల్లలకు గరపి, నేను తృప్తి పడియుంటే వారికి వాఙ్మయ జ్ఞానం బాగా కలిగేది. కాని స్వాతంత్రాన్ని గురించి, ఆత్మాభిమానాన్ని గురించి యీనాడు వారికి కలిగిన జ్ఞానం అప్పుడు కలిగేదికాదు. స్వాతంత్ర్యం గొప్పదా లేక పాండిత్యం గొప్పదా అని ఎవరైనా ప్రశ్నిస్తే పాండిత్యం కన్న స్వాతంత్ర్యమే వెయ్యిరెట్లు మిన్నయని అనకుండా ఎవరైనా ఉండగలరా?

1920వ సంవత్సరంలో ఇప్పటి స్కూళ్ళు, కాలేజీలు స్వాతంత్ర్యానికి ఘాతకాలు గనుక వాటినివిడిచి పెట్టమని బాలురకు ఉద్భోదించాను. అక్షరజ్ఞానం కోసం బంధితులై గులాములై పడియుండేకంటే, స్వాతంత్ర్యం కోసం నిరక్షరులై యుండి రాళ్ళను పగులగొట్టిబ్రతకడం మేలని ఉద్ఘోషించాను. దీనివల్ల నా ఉద్దేశ్యం ఏమిటో అందరికీ బోధపడియుంటుందని భావిస్తున్నాను.

6. సేవా ప్రవృత్తి

నా వృత్తి బాగా సాగుతున్నది. కాని దానివల్ల నాకు సంతోషం కలగలేదు. జీవితాన్ని ఇంకా రుజుమార్గాన నడిపించాలనే మధన నాలో ఎక్కువగా సాగింది.

ఆ సమయంలో మా ఇంటికి ఒక కుష్ఠురోగి వచ్చాడు. అన్నం పెట్టి పంపి వేయడానికి మనస్సు అంగీకరించలేదు. అతణ్ణి ఒక గదిలో వుంచి పుండ్లు కడిగి శుభ్రం చేసి కట్లు కట్టాను. సేవ చేశాను.

అయితే ఆ విధంగా ఎక్కువ రోజులు చేయలేకపోయాను. ఎల్లప్పుడు అతణ్ణి ఇంట్లో వుంచుకోవడానికి శక్తి చాలలేదు. ఇచ్ఛాబలం చాల లేదు. అందువల్ల గిరిమిటియాల కోసం ప్రభుత్వం వారు పెట్టిన ఆసుపత్రికి అతణ్ణి పంపించి వేశాను. నాకు తృప్తి కలుగలేదు. ఎల్లప్పుడూ చేయతగిన శుశ్రూషాకార్యం ఏదైనా దొరికితే బాగుండునని ఆశ పడ్డాను. డా. బూత్‌గారు సెయింట్ ఏయిడాన్స్ మిషన్‌కు అధికారులు. ఎవరు వచ్చినా వారు ఉచితంగా మందులిస్తూ వుంటారు. ఆయన ఎంతో మంచివాడు. వారి హృదయం స్నేహమయం. డా. బూత్‌గారి ఆధిపత్యాన పారసీరుస్తుంజీ ధర్మంతో ఒక ఆసుపత్రి పెట్టబడింది. అందు నర్సు పని చేద్దామని నాకు ప్రబలంగా కోరిక కలిగింది. అక్కడ రెండు గంటల సేపు మందులిచ్చే పని ఒకటి వున్నది. డబ్బు తీసుకోకుండా ఆ పని చేయగల స్వచ్ఛంద సేవకుడు కావలసి వచ్చింది. ఆపని నేను చేయాలని, ఇతర పనుల నుండి ఏదో విధంగా రెండు గంటల సమయం మిగిల్చి యీ పనికి వినియోగించాలని నిర్ణయించుకున్నాను. ఆఫీసులో కూర్చొని సలహాలివ్వడం, దస్తావేజులకు ముసాయిదా తయారుచేయడం తగాదాలు పరిష్కరించడం, నా పనులు. నాకు మేజిస్ట్రేటు కోర్టులో కూడా పనులు వుండేవి. కాని అవి అంత వివాదాస్పదాలు కావు. యీ కేసుల్లో నాకు ఖాను గారు సాయం చేస్తున్నారు. వీరు నాతో బాటు దక్షిణ ఆఫ్రికాకు వచ్చారు. మా ఇంట్లోనే వుండేవారు. వారి సాయం వల్ల ఆ చిన్ని ఆసుపత్రిలో పనిచేసేందుకు నాకు అవకాశం లభించింది. అక్కడ ప్రతిరోజూ ఉదయం పూట పని. రాకపోకలకు, అక్కడ పని చేయడానికి రోజూ రెండు గంటలు పట్టేది. యీ పని వల్ల నా మనస్సుకు కొంచెం శాంతి లభించింది. రోగుల రోగాల్ని, బాధల్ని అడిగి తెలుసుకొని డాక్టరుకు చెప్పడం, డాక్టరు చెప్పిన మందు తయారుచేసి రోగులకు ఇవ్వడం ఇదీ నాపని. దీని వల్ల రోగపీడితులైన హిందూదేశవాసులతో నాకు మంచి పరిచయం ఏర్పడింది. వారిలో చాలా మంది అరవవారు, తెలుగువారు, ఉత్తరాదివారు. అంతా గిరిమిటియాలు.

ఆ చికిత్సా జ్ఞానం తరువాత నాకు ఎంతో ఉపయోగపడింది. బోయరు యుద్ధ సమయంలో దెబ్బలు తిన్నవారికీ, రోగులకు సేవ చేయడానికి ఆ అనుభవం బాగా ఉపయోగపడింది.

పిల్లల పోషణను గురించిన సమస్య ఎప్పుడూ నన్ను వేధిస్తూ ఉండేది. దక్షిణ ఆఫ్రికాలో నాకు ఇద్దరు కమారులు కలిగారు. వారి పోషణకు కూడా ఆసుపత్రిలో కలిగిన అనుభవం బాగా ఉపయోగపడింది. నా స్వతంత్ర ప్రవృత్తి నాకు ఎప్పుడూ కష్టం కలిగిస్తూ వుండేది. ఇప్పటికీ

కలిగిస్తున్నది. ప్రసవం శాస్త్రీయంగా జరపాలని దంపతులం అనుకున్నాం. అయితే డాక్టరుగాని, మంత్రసానిగాని సమయానికి రాకపోతే ఏం చేయాలి? చదువుకున్న మంత్రసాని హిందూ దేశంలోనే దొరకనప్పుడు దక్షిణ ఆఫ్రికాలో దొరకడం సాధ్యమా? అందుకని నేను సుఖ ప్రసవాన్ని గురించి పుస్తకం కొని చదివాను. డా. త్రిభువనదాసుగారు రచించిన మానేశిఖావణ తల్లులకు ఉపదేశము అను పుస్తకం అది. ఆ పుస్తకం ప్రకారం మరియు ఇతరత్ర నాకు లభించిన అనుభవం ప్రకారం ఇద్దరు పిల్లలకి లాలన పాలన నేనే చేశాను. రెండు సార్లు మంత్రసానుల సాయం పొందాను. కాని రెండు రెండు మాసాల కంటే మించి వారి సాయం లభించలేదు. వారి సహాయం నా భార్య వరకే సీమితమైంది. పిల్లలకు తలంటు వంటి సమస్త పనులు నేనే చేశాను. మా చివరివాడి పుట్టుక నన్ను కఠిన పరీక్షకు లోను చేసింది. ప్రసవ వేదన హఠాత్తుగా ప్రారంభమై ఎక్కువైంది. డాక్టరు సమయానికి దొరకలేదు. మంత్రసానిని పిలవాలి. మంత్రసాని దగ్గరలో వుంటే ఆ సమయంలో పిలవవచ్చు. కాని అందుకు అవకాశం లేదు. నొప్పులు ఎక్కువైనాయి. దానితో నేనే పురుడు పోయాల్సి వచ్చింది. అదృష్టవశాత్తు త్రిభువనదాసు పుస్తకం చదివాను గనుక నాకు భయం కలుగలేదు. ఆ గ్రంథ పఠనం నాకు అమితంగా సహాయపడింది.

పిల్లల పోషణను గురించి జ్ఞానం సంపాదించి నేను మా పిల్లల్ని పెంచియుండక పోతే వాళ్ళు ఆరోగ్యం విషయంలో వెనుక బడి యుండేవారే. సామాన్యంగా మొదటి అయిదేండ్ల వరకు పిల్లలు నేర్చుకునేది ఏమీ వుండదని జనం అనుకుంటూ వుంటారు. కాని అది సరికాదు. అసలు మొదటి అయిదేండ్ల సమయంలో పిల్లలు గ్రహించినంతగా ఆ తరువాత గ్రహించరు. శిశువుకు విద్యారంభం తల్లి గర్భంలోనే ఆరంభం అవుతుంది. గర్భ ధారణ సమయంలో తల్లి దండ్రుల శారీరక, మానసిక ప్రవృత్తుల ప్రభావం శిశువునందు ప్రసరిస్తుంది. తల్లి గర్భం మోస్తున్నప్పుడు ఆమె ప్రకృతిని, ఆహార విహారాల్ని, గుణదోషాల్ని స్వీకరించి శిశువు జన్మిస్తుంది. జన్మించిన తరువాత తల్లిదండ్రుల్ని అనుకరిస్తుంది. తరువాత కొన్ని సంవత్సరాల దాకా తన వికాసానికి పూర్తిగా తల్లి దండ్రులమీద ఆధారపడుతుంది.

ఈ సంగతులు తెలిసిన దంపతులు కేవలం కామ తృప్తి కోసం తంటాలు పడరు. సంతానం కోసం వాళ్ళు కాపురం చేస్తారు. నిద్రవలె, ఆహారంవలె, సంయోగం అవసరం అని అనుకోవడం పూర్తిగా అజ్ఞానమని నా అభిప్రాయం. అసలు యీ జగత్తు యొక్క అస్తిత్వం జనన క్రియపై ఆధారపడి వున్నది. యీ లోకం భగవంతుని లీలాభూమి. అతని మహిమకు ప్రతిబింబం. స్త్రీ పురుష సంయోగం సంతానం యొక్క సక్రమాభివృద్ధికి నిర్మితమని తెలుసుకుంటే భగీరథ ప్రయత్నం చేసి అయినా మనిషి తన లాలసత్వాన్ని పోగొట్టుకొనగలడు. ఆ విధంగా జరగాలని నా అభిలాష. సంయోగం వల్ల తాము పొందే సంతతి యొక్క శారీరక, మానసిక, ఆధ్యాత్మిక రక్షణకు పూనుకొనడం అవసరమను జ్ఞానం తల్లిదండ్రులు పొందుదురుగాక. ఆ విధంగా తన సంతతికి లాభం చేకూర్చెదరుగాక.

7. బ్రహ్మచర్యం -1

ఇది నా బ్రహ్మచర్య వ్రతాన్ని గురించి రాయతగిన సమయం. పెండ్లి రోజునే నా మనస్సు నందు ఏకపత్నీవ్రతమను భావం నాటుకుంది. అది నా సత్యవ్రతంలో ఒక భాగం కూడా అయింది. గార్హ స్థ్య జీవితం గడుపుతున్నప్పటికీ బ్రహ్మచర్యం యొక్క ఆవశ్యకత దక్షిణ ఆఫ్రికాలో నాకు

బోధపడింది. ఏ సందర్భంలో ఏ పుస్తక ప్రభావం చేత ఇట్టి ఆవశ్యకత బోధపడిందో నాకు గుర్తులేదు. రాయచంద్‌భాయి ఇందుకు ప్రధాన కారణం అయివుండవచ్చని మాత్రం గుర్తు.

మా ఇద్దరి మధ్య జరిగిన సంభాషణ ఒకటి యిప్పటికీ గుర్తు వున్నది. ఒకసారి నేను గ్లాడ్‌స్టన్ గారియెడ వారి భార్యకు గల ప్రేమను గురించి ప్రసావించాను. హౌస్ ఆఫ్ కామన్సులో వున్నప్పుడు కూడా ఆమె తన భర్తకు తేనీరు కాచి ఇస్తూ వుండేదని ఎక్కడో చదివాను. నియమనిష్ఠలతో జీవితం గడిపే ఆ దంపతుల జీవితంలో ఇది గొప్ప విశేషం. యీ విషయం ఆ కవికి చెప్పి దాంపత్య ప్రేమను స్తుతించాను. రాయచంద్ భాయి నా మాటలు విని "గ్లాఢ్ స్టన్ గారి భార్య గ్లాడ్‌స్టన్ గారికి పరిచర్య చేసిందనీ, అది గొప్ప విషయమనీ మీరు అంటున్నారు సరే. ఆమె గ్లాడ్‌స్టన్‌గారి సోదరిగాని, పనిమనిషిగానీ అని అనుకోండి. అట్టి ప్రేమతో తేనీరు కాచి ఇచ్చారనుకోండి. అట్టి స్థితిలో భార్య పరిచర్య గొప్పదా? ఇట్టి సోదరియొక్క పనిమనిషి యొక్క ఉదాహరణలు మనకు లేవా? యీ ప్రేమ స్త్రీ జాతిలో గాక పురుష జాతిలో కనబడితే మీకు ఆనందాశ్చర్యాలు కలుగవా? యీ విషయాన్ని గురించి కొంచెం ఆలోచించి చూడండి" అని అన్నాడు.

రాయచంద్‌భాయి వివాహితుడే. ఆ సమయాన వారి మాటలు నాకు కఠోరంగా తోచాయి. కాని వారి మాటలు సూదంటూరాయిలా నన్ను ఆకర్షించాయి. భార్యకు గల స్వామిభక్తియొక్క విలువకంటే పరిచారకుని స్వామి భక్తి యొక్క విలువ ఎక్కువకాదా? భార్యాభర్తల మధ్య ప్రేమ వుండటంలో ఆశ్చర్యం ఏముంది? స్వామి సేవకుల మధ్య ఇట్టి ప్రేమ అభిలషణీయం. రాయచంద్‌భాయి మాటల సారం యిదే కదా? వారి మాటలు నన్ను బాగా వశపరుచుకున్నాయి.

"నేను నా భార్యతో ఎట్టి సంబంధం ఏర్పరుకోవాలి?" అను ఆలోచన నాలో ప్రారంభమైంది. భార్యను భోగ సాధనంగా భావించడం సబబా? అది ఏకపత్నీ వ్రతానికి చెల్లుతుందా? నేను కామానికి లోబడివున్నంత వరకు నా ఏకపత్నీ వ్రతానికి విలువ లేదు. ఇది గమనించ తగిన విషయం. నా భార్య నన్ను ఎన్నడైనా మోహనవశుణ్ణి చేసిందా? లేదే! ఈ దృష్టితో నేను ఇప్పుడు బ్రహ్మచర్య వ్రతాన్ని తేలికగా పాటించగలనని నిర్ణయించుకున్నాను. అయితే అందుకు అడ్డంకి కామాసక్తియే. కామం విషయంలో జాగ్రత్తగా వుందామని ప్రయత్నించాను. అయినా రెండు పర్యాయాలు పొరపాటు చేశాను. ప్రయత్నం చేస్తున్నానే గాని ఓడిపోతున్నాను. యీ ప్రయత్నానికి ముఖ్యమైన హేతువు అంత గొప్పదికాదు. సంతానం కలుగకుండుటకు, సంతానం కలుగకుండ చేసుకునేందుకు బాహ్యోపకరణాలు వున్నాయని ఇంగ్లాండులో వున్నప్పుడు చదివాను. డాక్టరు ఆలిన్సనుగారి అభిప్రాయాల్ని గురించి, వారు తెలిపిన ఉపాయాల్ని గురించి గతంలో కొద్దిగా రాశాను. కొంతకాలం అదిమంచిదేనని అనుకున్నాను. కాని డాక్టర్ హిల్స్ గారు దాన్ని ఖండించి సంయమనమే మంచిదని చెప్పారు. ఆ విషయం నా మనస్సులో అప్పుడే నాటుకున్నది. కాని అప్పుడు ఆ విషయాన్ని గురించి ఎక్కువగా యోచించలేదు. ఇప్పుడు ఇక సంతానం వద్దనే నిర్ణయానికి వచ్చాను. దానితో ఇంద్రియ నిగ్రహాన్ని గురించి ఆలోచించసాగాను.

ఇందుకు నేను పడిన పాట్లు చాలా వున్నాయి. మా మంచాలు దూరం అయ్యాయి. పని చేసి బాగా అలసిపోయిన తరువాత నిద్రించడం ప్రారంభించాను. ఎంతగా ప్రయత్నించినా విశేష ఫలితం ఏమీ అప్పుడు కనబడలేదు. కాని భూతకాలపు ఘట్టాల్ని పరిశీలించి చూచుకుంటే చేసిన ప్రయత్నాలు ప్రారంభంలో సఫలం కాకపోయినా చివరికి బలం పుంజుకొని సఫలం కావడం గుర్తుకొచ్చింది.

గట్టి నిర్ణయం 1906వ సంవత్సరంలో చేసుకున్నాను. అప్పటికి సత్యాగ్రహ సమరానికి విఘ్నేశ్వర పూజ కాలేదు. బోయరు యుద్ధం ముగిసిన తరువాత నేటాలులో జూలూ తిరుగుబాటు జరిగింది. అప్పుడు నేను జోహన్సుబర్గులో వకీలుగా వున్నాను. ఆ తిరుగుబాటు సమయంలో నేటాలు ప్రభుత్వానికి సహకరించాలని భావించాను. నేనీ విషయం విన్నవించుకోగా ప్రభుత్వం వారు అందుకు అంగీకరించారు. ఆ విషయం ముందు రాస్తాను. అయితే యీ సేవకు ఫలితం ఏమిటా అని తీవ్రంగా ఆలోచించాను. నా స్వభావాన్ని బట్టి మిత్రులతో యీ విషయం చర్చించాను. బిడ్డల్ని కనడం, వారిని పోషించుకోవడం యీ రెండు పనులకి మరి ప్రజా సేవకు సంబంధం లేదని అభిప్రాయ పడ్డాను. ఈ తిరుగుబాటు సమయంలో జోహన్సుబర్గు నుండి మకాం ఎత్తి వేయాల్సి వచ్చింది. అలంకరించుకున్న ఇంటిని, అమర్చుకున్న గృహోపకరణాల్ని ఒకనెల అయినా పూర్తికాక ముందే వదలివేయవలసి వచ్చింది. నా భార్యా బిడ్డల్ని ఫినిక్సులో ఉంచాను. తరువాత నేను గాయపడ్డవారికి శుశ్రూష ప్రారంభించాను. సైన్యంలో చేరి ఇట్టి దళాన్ని నడిపించాను. ఆ యుద్ధంలో అసిధారా వ్రతానికి పూనుకో వలసి వచ్చింది.

అప్పుడు లోక సేవా పరాయణుడనైతే యిక పుత్రేషణ, ధనేషణ విరమించుకొని వాన ప్రస్థాశ్రమం స్వీకరిద్దామన్న సంకల్పం కూడా నాకు కలిగింది.

తిరుగుబాటు సమయం మాసంన్నర రోజుల కంటే ఎక్కువ కాలం పట్టలేదు. ఆ ఆరు వారాల కాలం నా జీవితంలో ఎంతో అమూల్యమైనది. అదివరకటి కంటే శపథానికి గల విలువ ఏమిటో నాకు బాగా బోధపడింది. శపథం చేసినంత మాత్రాన ప్రయోజనం ఏమిటి నాకు బాగా బోధపడింది. శపథం చేసినంత మాత్రాన ప్రయోజనం ఏమిటో అని ఆలోచన బయలు దేరింది. ఇంత వరకు చేసిన ప్రయత్నాలకు కలిగిన ఫలితం ఏమిటా అని యోచించాను. ఏమీ కనబడలేదు. అసలు నాకు నిశ్చలత కుదరలేదని తేల్చుకున్నాను. ఒక నిర్ణయం మీద నిలబడతాననే విశ్వాసం కలుగలేదు. అందువల్లనే నా మనస్సు అనేక వికారాలకు, అనేక యోచనా తరంగాలకు లోనవుతూ వున్నదని తేల్చుకున్నాను. ఈశ్వరుడు కరుణిస్తాడనే నమ్మకం కూడా లేదు. శపథం చేయకుండా వుండేవాడు మోహంలో పడిపోతాడని తెలుసుకున్నాను. శపథంచే తనను తాను బంధించుకుంటే అది వ్యభిచారంలో పడకుండా మనిషిని ఏకపత్నీవ్రతంలో నిలిపి వుంచుతుందని అనుభవం వల్ల తెలుసుకున్నాను. ప్రయత్నం మంచిదే, కాని శపథ బంధనం మంచిది కాదనుకోవడం దౌర్బల్య సూచకమని తేల్చుకున్నాను. అందు కొద్దిగా భోగేచ్ఛ వుంటుంది. చేయరాని పనిని విడనాడితే కలిగే నష్టం ఏమిటి? పాము కాటు వేయబోతున్నదని తెలిస్తే తప్పక పరుగెత్తుతాము. పరుగెత్తేందుకు ప్రయత్నం మాత్రమే చేస్తూ కూర్చుంటే చావు తథ్యం. అయితే ఆ నిజం తెలుసుకోనప్పుడు ప్రయత్నం చేస్తూ వుంటాం. అందువల్ల ఫలానా అలవాటు మానుకోవాలని నిర్ణయించుకొని అందు నిమిత్తం ప్రయత్నం మాత్రమే చేస్తూ వుంటే, దాన్ని మానుకోవలసిన ఆవశ్యకతను మనం గుర్తించనట్లే. అసలు మన ఊహలు మారి పోతాయేమో అని శంకించి అనేక సార్లు శపథం చేయడానికి మనం వెనకాడుతూ వుంటాం. ఇదంతా స్పష్టమైన దృక్పథం లేకపోవడం వల్ల జరుగుతూ వుంటుంది. నిష్కలానందుడు దీన్ని గురించి యిలా అన్నాడు. "త్యాగనటకేరేవైరాగవినా" "ఎన్ని ఉపాయాలు చేసినా విషయవాసనలను విడనాడనిదే నీకు త్యాగం అలవడదు సుమా". అందువల్ల ఎప్పుడు ఏ విషయం యెడ పూర్ణ వైరాగ్యం కలుగుతుందో అప్పుడు శపథం పూనడం మంచిదని, అది దానంతటదే అనివార్యం అవుతుందని ఒక నిర్ణయానికి వచ్చాను.

8. బ్రహ్మచర్యం-2

ఎంతో చర్చించి, ఎంతో ఆలోచించి 1909వ సంవత్సరంలో నేను బ్రహ్మచర్య వ్రతం చేపట్టాను. వ్రతం ప్రారంభించేవరకు నా భార్యకు యీ విషయం చెప్పలేదు. వ్రత సమయంలో చెప్పి ఆమె అనుమతి తీసుకున్నాను. ఇందుకు ఆమె అభ్యంతరం తెలుపలేదు.

ఈ వ్రతానికి పూనుకోవడం చాలా కష్టమయినది. వికారాల్ని అణుచుకోవడం తేలిక విషయం కాదు కదా! భార్య విషయంలో వికారం కలుగకుండ వుండటం సామాన్య విషయమా? అయినా తక్షణ కర్తవ్యంగా భావించి నా లక్ష్యం శుద్ధమైనది గనుక పరమాత్ముడు కరుణించి నాకు శక్తి సామర్థ్యాలు ప్రసాదించవలెనని ప్రార్థించి ఇందుకు పూనుకున్నాను. నేటికి 20 ఏళ్ళు గడిచాయి. ఇప్పుడు యీ వ్రతాన్ని గురించి యోచిస్తే నాకు ఆనందమే గాక ఆశ్చర్యం కూడా కలుగుతున్నది. నిగ్రహం అవసరమను భావం, తత్పరిపాలనమును గురించిన పట్టుదల 1901వ సంవత్సరంలో ప్రబలంగా వుండేది. ఇప్పుడు నాకు గల స్వాతంత్ర్యం, ఆనందం 1909వ సంవత్సరానికి పూర్వం వున్నట్లు గుర్తులేదు. ఆ సమయంలో నాకింకా వాంఛ తొలగలేదు. ఏ సమయంలోనైనా వాంఛ కలుగునని భయంగా వుండేది. ఇప్పుడు అట్టి స్థితి లేదు. వాంఛను అణుచుకో గలిగానను విశ్వాసం నాకు కలిగింది. బ్రహ్మచర్యం మహిమ రోజు రోజుకు పెరిగిపోవడమే గాక, దాని అనుభవం నాకు కలుగ సాగింది. ఫినిక్సు నందు బ్రహ్మచర్యవ్రతం ప్రారంభించాను. సైన్యాన్నుండి సెలవు పుచ్చుకొని ఫినిక్సు వెళ్ళాను. అక్కడి నుండి వెంటనే జోహన్సుబర్గు వెళ్ళవలసి వచ్చింది. అక్కడే ఒక నెల లోపున సత్యాగ్రహ సమరానికి అంకురార్పణ జరిగింది. బ్రహ్మచర్య వ్రతమే నన్ను సత్యాగ్రహ సంగ్రామ ప్రారంభానికి పూనుకునేలా చేసిందని భావిస్తున్నాను. ముందు ఆలోచించుకొని నేను సత్యాగ్రహ సంగ్రామం ప్రారంభించలేదు. అనుకోకుండా అతి సహజంగా ప్రారంభమైంది. కాని దీనికి పూర్వం నేను చేసిన పనులు అనగా ఫినిక్సు వెళ్ళడం, జోహన్సు బర్గులో ఇంటి ఖర్చులు తగ్గించడం, బ్రహ్మచర్య వ్రతానికి పూనుకోవడం మొదలుగునవి, సత్యాగ్రహ సంగ్రామం ప్రారంభించేందుకు దోహదం చేశాయని భావిస్తున్నాను.

బ్రహ్మచర్యాన్ని సరిగా పాటించడం అంటే బ్రహ్మ దర్శనం చేసుకోవడమే నన్నమాట. యీ జ్ఞానం నాకు శాస్త్రాలు చదవడం వల్ల కలుగలేదు. నాకీ విషయం మెల్లమెల్లగా అర్థం కాసాగింది. తరువాత శాస్త్రాలు చదివాను. బ్రహ్మచర్య వ్రతధారణం వల్ల శరీర రక్షణ, బుద్ధి రక్షణ, ఆత్మరక్షణ కలుగునను సంగతి బ్రహ్మచర్యవ్రతం ప్రారంభించిన తరువాత రోజురోజుకు అధికంగా అనుభవంలోకి రాసాగింది. ప్రారంభంలో బ్రహ్మచర్యవ్రతమంటే ఘోర తపశ్చర్యయని భావించేవాణ్ణి. కాని ప్రారంభించిన తరువాత ఇప్పుడు ఎంతో రసమయంగాను, ఆనందమయంగాను వున్నది. ఇప్పుడు దీని బలం వల్లనే పనులు జరుగుతూ వున్నాయి. దీని సౌందర్యం రోజురోజుకు అధికంగా పెరుగుతూ వున్నది.

ఈ వ్రతానికి పూనుకున్న తరువాత ఆనందం పొందుతున్నప్పటికీ దీని వేడి నాకు తగలలేదని భావించవద్దు. నేటితో నాకు యాభై ఆరేండ్లు నిండాయి. అయినా దీని కాఠిన్యం నాకు గోచరమవుతూనే వుంది. ఇది నిజంగా అసిధారా వ్రతమే. ఎల్లప్పుడూ యీ విషయమై కడు జాగ్రత్తగా వుండటం అవసరం అని గ్రహించాను.

బ్రహ్మచర్య వ్రతం సాఫీగా సాగాలంటే ముందు జిహ్వను వశంలో పెట్టుకోవాలి. నాలుకను జయించితే బ్రహ్మచర్య వ్రతానుష్ఠానం తేలిక అని అనుభవం వల్ల గ్రహించాను. అందుకుగాను భోజనంలో మార్పులు చేశాను. శాకాహార దృష్టితోగాక, బ్రహ్మచర్య దృష్టితో భోజనంలో మార్పుచేశాను. మితంగా తినడం, వీలైనంత వరకు వండని పదార్థం తినడం, అనగా స్వాభావికమైన బోజనం అవసరమని అనుభవం వల్ల తెలుసుకున్నాను. బ్రహ్మచారికి అడవిలో పండిన పండ్లు సరియైన ఆహారమని ఆరేళ్ళు కృషిచేసి తెలుసుకున్నాను. పండ్లు తినే సమయంలో నాకు కలిగిన నిర్వికారభావం, సుఖం, పండ్లు తినడం మానివేసి మరో పదార్థం తిన్నప్పుడు కలుగలేదు. పండ్లు తింటూ వున్నప్పుడు బ్రహ్మచర్యం సులభమైంది. పాలు పుచ్చుకుంటూ వున్నప్పుడు ఆ వ్రతాన్ని పాలించడం కష్ట మనిపించింది. పండ్లు తినడం మాని పాలు ఎందుకు త్రాగవలసి వచ్చిందో తరువాత తెలియ జేస్తాను. బ్రహ్మచారికి పాలు పనికిరావని, అవి బ్రహ్మచర్యానికి విఘ్నకారకమని చెప్పక తప్పదు. అయితే బ్రహ్మచారికి పాలు నిషిద్ధమని భావించవద్దు. బ్రహ్మచర్యానికి ఆహార ప్రాముఖ్యం ఏపాటిది? ఎంత? ఈ విషయంలో, ఇంకా ప్రయోగాలు చేసి చూడటం అవసరం. పాలు ఎంతో జీర్ణకరం. అలాంటి ఆహారం మరొకటి ఇంతవరకు లభించలేదు. అట్టిది మరొక్కటివున్నదని ఏ వైద్యుడు, ఏహకీము, ఏ డాక్టరు కూడా చెప్పలేదు. పాలు కామవికారం కలిగిస్తాయి. అయినా పైన తెలిపిన కారణం వల్ల పాలు త్యజించమని కూడా అనలేను.

ఆహార విధానం, ఆహార నియమంవలె ఉపవాసం కూడా ఒక బాహ్యోపచారమే. ఇంద్రియ సముదాయానికి రాక్షస బలం ఎక్కువ. నలు పక్కల, పది దిక్కుల కింద పైన కాపలా పెడితేగాని అది లొంగదు. కడుపు మాడిస్తే ఇంద్రియాలు దుర్బలం అవుతాయి. అయితే ఇచ్ఛా పూర్వకంగా చేసే ఉపవాసాలు ఇంద్రియ దమనానికి తోడ్పడతాయి. కావున ఉపవాసాలు చేసే వారిలో చాలామంది సఫలురు కావడం లేదు. ఉపవాసం చేస్తే సమస్తం లభ్యమవుతుందని వారు భావిస్తూ వుంటారు. బాహ్యోపవాసం చేస్తూ వుంటారే కాని మనస్సులో మాత్రం భోగాలన్నింటిని భోగిస్తూనే వుంటారు. ఉపవాసం పూర్తయిన తరువాత ఏమి తినాలో యోచించుకొని ఆ పదార్థాల రుచుల్ని గురించి ఉపవాస సమయంలో యోచిస్తూ వాటి రుచుల్ని ఆస్వాదిస్తూ వుంటారు. అయ్యో, నాలుక మీద సంయమనం ఉండటంలేదు, జననేంద్రియం మీద సంయమనం ఉండటంలేదు అని అంటూ వుంటారు. మనస్సు కూడా ఇంద్రియ సంయమనానికి తోడ్పడినప్పుడే ఉపవాసం వల్ల ప్రయోజనం కలుగుతుంది. అంటే అసలు మనస్సులో విషయ భోగాల యెడ వైరాగ్యం జనించడం అవసరం. విషయ వాసనలకు మూలం మనస్సు. మనస్సు వశంలో వుంటే ఉపవాసాది సాధనాలు ఎక్కువగా ఉపకరిస్తాయి. కాని యెడల ఉపకరించవు. ఉపవాసాలు చేయకుండా విషయాసక్తి సమూలంగా నశించదని చెప్పవచ్చు. ఉపవాసాలు చేసినా మనిషి విషయాసక్తుడుగా ఉండవచ్చు. కనుక మనస్సును అదుపులో పెట్టుకొని ఉపవాసం చేయాలి. అప్పుడది బ్రహ్మ చర్యానికి అమితంగా తోడ్పడుతుంది.

బ్రహ్మచర్యం విషయంలో చాలా మంది విఫలత్వం పొందుతూవున్నారు. ఆహార విహారాదుల విషయంలో వాళ్ళు అబ్రహ్మచారులుగా వ్యవహరిస్తూ బ్రహ్మచర్యాన్ని రక్షించుకోవాలని భావిస్తూ వుంటారు. ఇది గ్రీష్మకాలంలో హేమంతాన్ని కోరడం వంటిది. స్వచ్ఛంద వర్తనుడి జీవితంలోను, సంయమనం కలవాడి జీవితంలోను వ్యత్యాసం వుండాలి. భోగి జీవితానికి, త్యాగి జీవితానికి తేడా ఉండాలి. ఇరువురికీ పై పైని సామ్యమే కాని లోలోన భేదం వుంటుంది. ఇద్దరూ చూస్తూనే

వుంటారు. కాని బ్రహ్మచారి పరమేశ్వరుణ్ణి చూస్తూ వుంటే భోగి నాటకాలు, సినిమాలు చూస్తూ వుంటాడు. ఇద్దరూ వింటూ వుంటారు. కాని బ్రహ్మచారి భజన గీతాన్ని, భక్తి గీతాల్ని వింటూ వుంటే భోగి విలాసగీతాల్ని వింటూ వుంటాడు. ఇద్దరూ జాగరణ చేస్తూ వుంటారు. కాని బ్రహ్మచారి హృదయ మందిరంలో రాముడు ఆరాధింపబడితే, భోగి హృదయం నాట్యరంగంలో తేలి ఆడుతూ వుంటుంది. ఇద్దరూ భుజిస్తారు. కాని బ్రహ్మచారి శరీర రూపంలో నున్న తీర్థక్షేత్ర రక్షణ కోసం మాత్రమే భుజిస్తారు. భోగి రుచులకోసం రకరకాల పదార్థాలు సేవించి ఉదరాన్ని దుర్గంధమయం చేస్తాడు. యీవిధంగా ఇద్దరి ఆచార వ్యవహారాలలో భేదం వుంటుంది.

బ్రహ్మచర్యం అంటే ఏమిటి? మనోవాక్కాయాలతో సర్వేంద్రియాలను నిగ్రహించడమన్నమాట. ఇందుకోసం పూర్వపు విషయ వాసనలన్నింటిని త్యజించడం అవసరమని భావిస్తున్నాను. త్యాగక్షేత్రానికి ఎల్లలులేనట్లే బ్రహ్మచర్య మహిమకు కూడా ఎల్లలు లేవు. ఇట్టి బ్రహ్మచర్యం సులభంగా లభ్యమవుతుందని భావించకూడదు. చాలామందికి ఇది ఆదర్శం మాత్రమే. కాని ప్రయత్నశీలుడగు బ్రహ్మచారికి తనలోట్లు తెలుస్తూ వుంటాయి. తద్వారా తన హృదయ కుహరంలో దాగి యున్న వికారాల్ని తొలగించుకుంటూ వుంటాడు. ప్రవృత్తుల్ని జయించనంతవరకు బ్రహ్మచర్యవ్రతం సఫలం కాదు. ప్రవృత్తులు, వృత్తులు ఎన్ని రకాలుగా వున్నా అవి వికారాలతో నిండి వుంటాయి. వాటిని వశపరుచుకోవడమంటే మనస్సును వశపరుచుకోవడమే. వాస్తవానికి మనస్సును నిగ్రహించడం, వాయువును నిగ్రహించడం కంటే కష్టం. అయితే మనస్సులో పరమేశ్వరుడు తిష్టవేస్తే మాత్రం అంతా సులభమే అవుతుంది. కాని ఆ మార్గాన చిక్కులు అధికంగా వుంటాయి. అయినా అది అసాధ్యమని అనుకోనక్కరలేదని నా అభిప్రాయం. అది పరమార్థం. అట్టి పరమార్థానికి గట్టి ప్రయత్నం అవసరం. అందుకు బాగా కృషి చేయాలి.

ఇట్టి బ్రహ్మచర్యం సులభంకాదని భారతదేశానికి తిరిగి వచ్చిన తరువాత తెలుసుకున్నాను. అంతవరకు ఫలాహారాల వల్ల వికారాలు సమూలం నశించిపోతాయని, అందుకు ఇంత ప్రయత్నం చేయనవసరం లేదని భావించేవాణ్ణి. అది కేవలం మోహంలోపడి యుండుటయేయని తరువాత తెలుసుకోగలిగాను. అయితే అందుకు నేను చేసిన ప్రయత్నాలను గురించి తెలియజేయాలి కదా! అందుకు కొంత సమయం కావాలి. ఈ సందర్భంలో మరో విషయం చెప్పడం అవసరం. ఈశ్వర సాక్షాత్కారం కోసం నేను చెప్పిన బ్రహ్మచర్య వ్రతాన్ని అనుష్ఠించాలని భావించేవారు, తమ ప్రయత్నంతో బాటు పరమేశ్వరుని పై శ్రద్ధ వహించగలిగితే, నిరాశపడవలసిన అవసరం వుండదని గట్టిగా చెప్పవచ్చు.

విషయావినివర్తంతే నిరాహారస్యదేహినః
రసవర్జం రసో ప్యస్య పరం దృష్ట్వా నివర్తతే.

(గీత. 2వ అధ్యాయం. 59వ శ్లోకం)

ఆహారం మానివేసిన వాడికి విషయములు శాంతించును. కాని అందుండు అభిరుచి శాంతించదు. ఈశ్వర దర్శనం వల్లనే అట్టి అభిరుచి శమించును. కావున ఆత్మ దర్శనం కావలసిన వారికి రామనామం, రామకృప సాధనాలు. నేను భారత దేశానికి వచ్చిన తరువాతనే ఈ విషయం తెలుసుకున్నాను. అది నాకు కలిగి అనుభవం.

9. మితవ్యయం

నేను సుఖాలు అనుభవించసాగాను. కాని ఎంతో కాలం సాగలేదు. గృహాలం కరణకు అవసరమనుకున్న సామాగ్రిని సమకూర్చాను. కాని ఆ వ్యామోహం కూడా నిలవలేదు. దానితో వ్యయం తగ్గించాలన్న నిర్ణయానికి వచ్చాను. చాకలి ఖర్చు ఎక్కువగా ఉందని అనిపించింది. అంతేగాక అతడు బట్టలు త్వరగా తీసుకురాడు. అందువల్ల రెండుమూడు డజన్ల కమీజులు, అన్ని కాలర్లువున్నా చాలేవి కావు. ఒక్కొక్క రోజుకు ఒక్కొక్క కాలరు. రోజూకాక పోయినా మూడురోజులకొక కమీజు చొప్పున మారుస్తూ వుండేవాణ్ణి. ఇందుకు వ్యయం పెరిగింది. యీ వ్యయం అనవసరమని అనిపించింది. నేను ఇంట్లో బట్టలుతకడం ఎలా అను పుస్తకాలు తెప్పించి చదివాను. నా భార్యకు కూడా నేర్పాను. పని పెరిగింది. కాని ఇది కొత్తపనికావడం వల్ల మనోవినోదం కూడా కలిగింది.

మొట్టమొదటిసారి నేను ఉతికి ఇస్త్రీ చేసిన కాలరు మరిచి పోవడానికి వీలు లేనంతగా పనిచేసింది. పిండి ఎక్కువైంది. ఇస్త్రీపెట్టె వేడెక్కలేదు. కాలరు కాలిపోతుందే మోనన్న భయంతో ఇస్త్రీ పెట్టెను గట్టిగా అణిచిరుద్ధలేదు. అందువల్ల కాలరు గట్టిపడింది. పిండి రాలుతూ వుంది. ఆ కాలరుతో కోర్టుకు వెళ్ళి తోడి బారిస్టర్ల హాస్యానికి గురి అయ్యాను. అయితే ఇట్టి హాస్యాన్ని సహించగలశక్తి నాకు చేకూరేవుంది. కాలరు ఇస్త్రీ చేసుకోవడం ఇదే ప్రథమం. కనుక కాలరు నుండి పిండి రాలుతున్నది. రాలితే ఏం? మీకందరికి వినోదం కల్పించింది. ఇది గొప్ప విశేషం కదా! అంటూ స్పష్టంగా చెప్పాను. "ఇక్కడ చాకళ్ళకు కరువు లేదు కదా!" అని ఒక మిత్రుడు అన్నాడు.

"చాకలి ఖర్చు అత్యధికంగా పెరిగిపోయింది. కాలరు ధర ఎంతో దానిని ఉతికించడానికి అంత ఖర్చు అవుతున్నది. అంతేకాక చాకలివాని కోసం పడిగాపులు కాయవలసి వస్తున్నది. ఈ కష్టాలు పడేకంటే నా బట్టలు నేనే ఉతుక్కోవడం మంచిదని భావించాను".

అయితే ఎవరిపని వారు చేసుకోవడం మంచిదని వాళ్ళకు చెప్పలేక పోయాను. నా పని మాత్రం నేను చేసుకోసాగాను. క్రమంగా ఈ విద్యలో పాండిత్యం సంపాదించాను. నా ఇస్త్రీ, చాకలి ఇస్త్రీ కంటే ఏ మాత్రమూ తీసిపోలేదు. చాకలి ఇస్త్రీ చేసిన కాలరు కంటే నేను ఇస్త్రీ చేసిన కాలరు నిగనిగలాడుతూ శుభ్రంగా ఉంది. కీ.శే. మహాదేవ గోవిందరానడేగారు గోఖలేగారికి ఒక శాలువ ప్రసాదించారు. గోఖలేగారు దాన్ని ప్రాణప్రదంగా చూసుకుంటూ ప్రత్యేక సమయాల్లో దాన్ని వాడుతూ ఉండేవారు. జోహన్సుబర్గులో గోఖలేగారికి ఘనంగా మేము విందు చేసాము. అది గొప్పసభ. అప్పుడు వారిచ్చిన ఉపన్యాసం దక్షిణ ఆఫ్రికాలో వారిచ్చిన ఉపన్యాసాలన్నింటి కంటే గొప్పగా ఉంది. అప్పుడు వారు ఆ శాలువా వేసుకోవాలని అనుకున్నారు. ఆ శాలువా మడత పడి ఉన్నది. దాన్ని ఇస్త్రీ చేయించాలి. సమయం తక్కువ. చాకలి చేత ఇస్త్రీ చేయించి తేవడం కష్టం. "నా విద్యను కొద్దిగా పరీక్షించండి" అని వారిని కోరాను.

"నీ లాయరు విద్యను విశ్వసించవచ్చుగాని చాకలి విద్యను ఎలా విశ్వసించను? నీవు దీని మీద మరకలు వేస్తే ఎలా? దీని వెల ఎంతో తెలుసా" అని అంటే ఆ శాలువా కథ చెప్పారు.

మరకలు పడకుండా శాలువా సరిచేస్తానని వారికి విన్నవించాను తత్ఫలితంగా ఆ శాలువా ఇస్త్రీ చేసే గౌరవం నాకు దక్కింది. వారు నాకు "మంచి చాకలి" అని బిరుదు ఇచ్చారు. ఇక చాలు లోకమంతా ఇవ్వకపోయినా పర్వాలేదని అనిపించి సంబరపడ్డాను. చాకలి దాస్యం నుండి

బయటపడినట్లుగానే మంగలి దాస్యం నుండి బయటపడవలసిన అవసరం ఏర్పడింది. ఇంగ్లాండు వెళ్లినవారంతా కనీసం తన గడ్డమైనా చేసుకోవటం నేర్చుకుంటారు. కాని తలవెంట్రుకలు కత్తిరించుకోవటం నేర్చుకోరు. ప్రిటోరియాలో ఒకసారి నేను మంగలి దుకాణానికి వెళ్ళాను. అక్కడ మంగలి "నీకు క్షవరం చేయను, పో" అని అన్నాడు. చేయనంటే పరవాలేదు కాని ఆ తిరస్కారం భరించలేకపోయాను. బజారుకు వెళ్ళి కత్తెర ఒకటి కొన్నాను. అద్దం ఎదుట నిలబడి నేనే జుట్టు కత్తిరించుకున్నాను. ముందరి వెంట్రుకలు ఏదో విధంగా కత్తెరపడ్డాయి. కాని వెనుక వెంట్రుకలు కత్తిరించుకోవడం కష్టమైంది. నేను కోరుకున్నట్లు కత్తెర పడలేదు. ఆ విధంగా జుట్టు కత్తెర వేసుకుని కోర్టుకు హాజరయ్యాను. కోర్టులో కలవరం బయలుదేరింది.

"నీ మీద ఎలుకలు తిరుగుతున్నాయా ఏమి?" అని ఒకడు ప్రశ్నించాడు."లేదు నా నల్లవాడి తలను తెల్లమంగలి అంటడు కదా! అందుకని నేను వెంట్రుకల్ని ఏదో విధంగా కత్తిరించుకున్నాను. ఇది నాకు ఎంతో హాయినిచ్చింది" అని చెప్పాను.

నా సమాధానం విని వాళ్ళు ఆశ్చర్య పడలేదు. నిజానికి యిందు మంగలి అపరాధం ఏమీ లేదు. నల్లవాడికి క్షవరం చేస్తే అతడి కూట్లో రాయపడుతుంది. మనం మాత్రం మన మంగళ్లను మాదిగలకు క్షవరం చేయనిస్తామా? దక్షిణ ఆఫ్రికాలో ఇట్టి అనుభవం ఒక్కసారి కాదు, అనేకసార్లు నాకు కలిగింది. ఇది మన పాపఫలమే అని నిర్ణయానికి వచ్చాను. అందువల్ల నాకు ఈ విషయమై ఎన్నడూ రోషం కలుగలేదు.

నా పనులన్ని నేనే చేసుకోవాలి, వ్యయం తగ్గించుకోవాలి, అని కోరికలు బయలుదేరి తీవ్రరూపం ధరించాయి. ఆ వివరం తరువాత పలుచోట్ల తెలియజేస్తాను. కాని దీనికి మూలం చాలా పురాతనమైనది. పూచేందుకు, కాచేందుకు, మూలానికి నీరు పోయవలసిన అగత్యం ఏర్పడింది. అందుకు దక్షిణ ఆఫ్రికా పరిస్థితులు బాగా తోడ్పడ్డాయి.

10. బోయరు యుద్ధం

1897 నుండి 1899 వరకు నా జీవితంలో కలిగిన ఇతర అనుభవాల్ని వదిలి బోయరు యుద్ధాన్ని గురించి తెలియజేస్తాను. యుద్ధం ప్రారంభమైనప్పుడు నేను పూర్తిగా బోయర్లకు అనుకూలంగా వున్నాను. ఇటువంటి విషయాల్లో వ్యక్తిగతమైన అభిప్రాయాల ప్రకారం పనిచేసే అధికారం నాకు లేదని అనుకున్నాను. ఈ విషయమై నా హృదయంలో అపరిమితంగా మధనం సాగింది. ఆ వివరం దక్షణ ఆఫ్రికా సత్యాగ్రహ చరిత్రలో వివరించాను. అందువల్ల దాన్ని ఇక్కడ వ్రాయను. తెలుసుకోదలిచిన వారు ఆ చరిత్ర చదివి తెలుసుకోవచ్చు. తెల్ల ప్రభుత్వం వారి యెడ గల విశ్వాసం ఈ యుద్ధంలో వారికి సాయపడమని నన్ను ముందుకు త్రోసింది. తెల్ల ప్రభుత్వం వారి ప్రజలం కనుక ఆ యోగ్యత ప్రకారం మనకు వుండవలసిన హక్కుల్ని మనం పుచ్చుకోవలసి యున్నట్లే, తెల్ల ప్రభుత్వం వారి ప్రజలం కనుక ఆయోగ్యత ననుసరించి బ్రిటిష్ రాజ్య రక్షణకు సాయపడటం మన ధర్మం అని భావించాను. భారతీయుల వికాసానికి బ్రిటిష్ సామ్రాజ్యమే శరణ్యమని ఆ రోజుల్లో నాకు అభిప్రాయం ఏర్పడింది.

ఆ కారణం వల్ల దొరికినంత మంది మిత్రుల్ని చేరదీసి, యుద్ధంలో గాయపడిన వారికి సేవ చేసేందుకై ఎంతో కష్టపడి ఒక దళాన్ని పోగు చేశాను. నల్లవారంతా పిరికి వారనీ, అపాయాల్ని

ఎదుర్కోలేరనీ, తమ పనుల్ని దప్ప మిగతా పనుల్ని పట్టించుకోరనీ, స్వార్థపరులనీ అప్పుడు ఇంగ్లీషువాళ్ళు భావిస్తూ వుండేవారు. అందువల్ల నా ఆంగ్ల మిత్రులు నా యీ ప్రయత్నాన్ని చూచి చప్పరించారు. డాక్టర్ బూత్ గారొక్కరు మాత్రం నన్ను ప్రోత్సహించారు. యుద్ధంలో గాయపడ్డవారికి ఏఏ చికిత్స ఏఏ విధంగా చేయాలో నేర్పారు. మేము యీ పనికి తగినవారమని డాక్టరు సర్టిఫికెట్లు సంపాదించాము. లాటనుగారు, ఎస్కాంబిగారు మా ఉద్దేశ్యాన్ని మెచ్చుకున్నారు. యుద్ధంలో మా సేవల్ని అంగీకరించమని ప్రభుత్వానికి దరఖాస్తు పంపాము. ప్రభుత్వం వారు మమ్ము అభినందించారు. అయితే ఇప్పుడు అవసరం లేదని మాకు తెలియజేశారు.

నేను "అవసరంలేదు" అని వచ్చిన సమాధానంతో వూరుకోలేదు. డాక్టర్ బూత్‌గారి సహాయంతో నేటాలు బిషప్పుగారిని దర్శించాను. బిషప్పుగారికి మా ఉద్యమం ఆనందం కలిగించింది. ఆయన తప్పక సాయం చేస్తానని మాట ఇచ్చాడు.

ఇంతలో ఘటనా చక్రంలో కొంత మార్పు వచ్చింది. తెల్లవాళ్ళు బోయర్ల సన్నాహాన్ని, దార్ఢ్యతను, పరాక్రమాన్ని గుర్తించసాగారు. దానితో తెల్ల ప్రభుత్వం కదిలింది. కొత్త వారిని పోగు చేసుకోవలసిన అవసరం కలిగింది. చివరికి మా ప్రార్థన అంగీకరించబడింది.

మా దళంలో సుమారు 1100 మందిమి వున్నాం. ఇందు నాయకులు నాలుగు వందల మంది. సుమారు మూడు వందల మంది స్వతంత్రులగు భారతీయులు, మిగిలిన వారంతా గిరిమిటీయాలు. డాక్టర్ బూత్ గారు కూడా మాతో వున్నారు. దళం చక్కగా పని చేసింది. మా దళం పని సైన్యానికి బయటనే. దీనికి రెడ్‌క్రాస్ అనగా లోహిత స్వస్తికంయిచ్చారు. అది యుద్ధంలో పడిపోయిన వారికి ఉపచారం చేసేవారికి ఎడమ చేతి మీద పెట్టుకునే ఎర్రగుర్తు. ఈ గుర్తు కలవారిని శత్రువులు కాల్చరు. ఇంకా ఎక్కువ వివరం తెలుసుకో దలిచిన వారు ద. ఆ. సత్యాగ్రహ చరిత్ర చదువవచ్చును. ఆ గుర్తు మా రక్షణ కోసం మంజూరు చేశారు.

ఒకానొక సమయంలో మాదళం యుద్ధరంగంలోకి కూడా పోవలసి వచ్చింది. లోగడ ప్రభుత్వం వారు వారి ఇష్ట ప్రకారమే అపాయ స్థలంలోకి వెళ్ళుటకు మాకు అనుమతి ఇవ్వలేదు. కాని స్కియాంకోపు చెయ్యి జారి పోయే సరికి పరిస్థితులు మారిపోయాయి. అప్పుడు జనరల్ బులర్‌గారు యుద్ధ రంగంలో పనిచేయాలనే నిర్బంధం మీకు లేదు, అయినా అపాయానికి సిద్ధపడి పడిపోయిన సైనికుల్ని, ఆఫీసర్లను యుద్ధ రంగంలోకి వెళ్ళి ఎత్తుకొని డోలీలలో తీసుకొని వచ్చేందుకు సిద్ధపడితే ప్రభుత్వం వారు మీ ఉపకారాన్ని మరిచిపోరని వార్త పంపాడు. మేమందుకు సంసిద్ధంగా వున్నామని సమాధానం పంపాము. తత్ఫలితంగా స్పెయాంకోప్ యుద్ధం అయిపోయిన తరువాత మేము ఫిరంగి గుండ్లు, తుపాకీ గుండ్లు పడే చోట పనిచేయుటకు పూనుకున్నాము. అప్పుడు రోజుకు 20 లేక 25 మైళ్ళ వరకు తిరిగి పనిచేయాల్సి వచ్చింది. ఒక్కొక్కసారి దెబ్బలు తిని గాయపడిన వారిని డోలీల్లో మోసుకొని అంతదూరం నడిచి రావలసి వస్తూ వుండేది. ఆ విధంగా గాయపడిన వారిలో జనరల్ వుడ్‌గేట్ వంటివారున్నారు. అట్టి యోధుల్ని చేరవేసే అదృష్టం మాకు కలిగింది.

ఆరువారాలు విశ్రాంతి లేకుండా పని చేసిన పిమ్మట మా దళాన్ని విడుదల చేశారు. స్పియాంకోపును, వాల్‌క్రాంజును చేజార్చుకున్న పిమ్మట లేడీస్మిత్ మొదలగు స్థావరాలను బోయర్లు ముట్టడించేసరికి, వారి పట్టు నుండి వాటిని విడిపించడం కోసం పూనుకోకుండా ఇంగ్లాండు నుండి, ఇండియా నుండి సైన్యాలను రప్పించాలని నిర్ణయించుకొని, అంత వరకు మెల్లమెల్లగా పనిచేయాలని బ్రిటిష్ సేనాపతి నిశ్చయించుకున్నాడు.

మేము చేసిన ఆ స్వల్ప కార్యానికి ఆ సమయంలో మమ్మల్ని అంతా ఘనంగా మెచ్చుకున్నారు. దీనివల్ల భారతీయుల ప్రతిష్ట పెరిగింది. "అహో! భారతీయులననెవరోకాదు ఈ రాజ్యపు వారసులే," అను మకుటంతో పద్యాలు పత్రికల్లో వెలువడ్డాయి. జనరల్ బులర్ మా సేవల్ని ప్రశంసించాడు. మా దళపు నాయకులకు మెడల్సు కూడా లభించాయి.

ఇందువల్ల భారతీయుల్లో ఐక్యత పెరిగింది. నాకు గిరిమిటీయాలతో సంబంధం పెరిగింది. వారిలో కూడా వివేకం పెరిగింది. హిందువులు, ముస్లిములు, క్రైస్తవులు, మద్రాసీ, గుజరాతీ, సింధీ, అంతా భారతదేశస్థులేనను భావం ప్రబలింది. ఇక భారతీయుల కష్టాలు తొలగిపోతాయని అంతా భావించారు. అప్పటి నుండి తెల్లవారి నడతలో మార్పు వచ్చింది.

యుద్ధ సమయంలో తెల్లవారికి మాకు మధురమైన సంబంధం ఏర్పడింది. వేలాదిమంది తెల్లసోల్జర్లతో మాకు సంబంధం ఏర్పడింది. వారు మాతో ఎంతో స్నేహంగా వ్యవహరించారు. మేము తమకు చేసిన సేవా శుశ్రూషలకు వారు ఎంతో కృతజ్ఞత తెలియజేశారు.

దుఃఖ సమయంలో మనిషి హృదయం ఎంత ద్రవిస్తుందో ఒక్క ఉదాహరణ పేర్కొంటాను. మేము చీవలీ శిబిర ప్రాంతంలో సంచరిస్తున్నాము. రాబర్ట్సు ప్రభువు పుత్రుడు లెఫ్టినెంట్ రాబర్ట్సు గారికి ప్రాణాంతకమగు గుండు దెబ్బ తగిలింది. ఆయన ప్రాణాలు విడిచాడు. వారిని మోసుకొని వెళ్ళే అదృష్టం మా దళానికి కలిగింది. వచ్చేటప్పుడు ఎండ మాడిపోతున్నది. అందరి నాలుకలు దాహంతో పిడచకట్టుకుపోయాయి. దారిలో ఒక చిన్న సెలయేరు కనబడింది. ముందెవరు మంచి నీరు త్రాగాలన్న ప్రశ్న బయలు దేరింది. ముందు తెల్ల సోల్జర్లు త్రాగాలి ఆ తరువాత మేము త్రాగుతాము అని చెప్పాము. వెంటనే ముందు మీరు త్రాగండి అని తెల్ల సోల్జర్లు అన్నారు. ముందు మీరు త్రాగండని మేము వారిని కోరాం. యీ విధంగా చాలా సేపటి వరకు మీరు త్రాగండంటే మీరు త్రాగండని ప్రేమతో పోటీ పడ్డాం.

11. నగర పారిశుధ్యం - క్షామనిధి

సంఘమను శరీరంలో ఏ అవయవం చెడినా ప్రమాదమే. అది నాకు ఇష్టం వుండదు. లోకుల దోషాల్ని కప్పి పుచ్చడం, వాటిని చూచీ చూడనట్లు ఊరకుండి మా హక్కుల్ని మాకిమ్మని ప్రభుత్వాన్ని కోరడం నాకు ఇష్టం ఉండదు. దక్షిణ ఆఫ్రికాయందలి భారతీయులమీద ఒక ఆక్షేపణ వుండేది. "భారతీయులు మడ్డి రకం. వారి ఇండ్లు చెత్తా చెదారంతో నిండి మైలగా వుంటాయి" అని మాటిమాటికి తెల్లవాళ్లు ఆక్షేపిస్తూ వుండేవారు. అందులో కొంత సత్యం ఉన్నది. నేను అక్కడికి వెళ్ళినప్పటి నుండి యీ ఆక్షేపణను ఎలా తొలగించడమా అని యోచిస్తూ వున్నాను. కొంచెం ప్రయత్నించగా పేరు పడియున్న పెద్ద ఇండ్లన్నీ పరిశుభ్రమైనాయి. కాని డర్బనులో ప్లేగు ప్రవేశించి ప్రకోపిస్తుందనే వార్త పుట్టింది. ప్రతి ఇల్లుతిరిగి ప్రచారం చేయడం పడలేదు. అందుకు మునిసిపాలిటీ సమ్మతికావాలి. అది మాకు లభించింది. మేము పని చేయడానికి పూనుకున్నాం. అందువల్ల మునిసిపాలిటీ వారి పని తేలిక అయింది. భారతీయుల కష్టాలు కూడా తగ్గాయి. ప్లేగు మొదలగుగాగల జబ్బులు వ్యాప్తి చెందినప్పుడు అధికారులు జనం మీద విరుచుకు పడేవారు. ఇష్టులు కాని వారి మీద వత్తిడి ఎక్కువయ్యేది. భారతీయులు శుచిగా వుండటం ప్రారంభించిన తరువాత అట్టి కష్టాలు బాధలు తగ్గిపోయాయి.

ఈ విషయంలో నేను కూడా చాలా కష్టాలు చవి చూచాను. హక్కుల కోసం నేటాలు ప్రభుత్వంతో పోరాటం సలుపుటకు వారి వల్ల ఎంత సాయం పొందగలిగానో, అంత సాయం వారి చేత వారి విధుల్ని అమలుచేయించుటకు కృషి చేసి వారి సాయం పొందలేక పోయాను. కొందరు నన్ను అవమానించారు. కొందరు వినయపూర్వకంగా ఫరవాలేదు ఫరవాలేదు అంటూ కాలం గడిపారు. చాలామంది తమ మురికిని తాము తొలగించి వేసుకొనేందుకు సిద్ధం కాలేదు. అలా చేసుకోవడం పెద్ద తప్పని భావించారు. అందుకోసం డబ్బు ఖర్చు పెట్టమంటే ఇంకా కష్టం. "యీ రంగంలో జనంచే ఏమైనా పని చేయించాలి అంటే ముందు మనకు ఎంతో ఓర్పు సహనం వుండాలి" అను పాఠం నేను నేర్చుకున్నాను. సంస్కర్తకు కావలసింది కేవలం సంస్కరణం, ఏ సంఘంలో సంస్కారం చేయాలని కోరతామో ఆ సంఘంలో వ్యతిరేకత, తిరస్కారం, చివరకు ప్రాణాపాయం సైతం కలుగవచ్చునని భావించి అందుకు సిద్ధపడాలి. సంస్కర్త దేన్ని సంస్కారం అని భావిస్తాడో ప్రజలు దాన్ని వికారం అని భావించవచ్చు. వికారం అనుకున్నా సరేకాని, వారు నిర్లక్ష్యం వహిస్తే మాత్రం సంస్కరణం జరగదు.

ఇక మా పారిశుద్ధ్యానికి సంబంధించిన ఉద్యమం వల్ల భారతీయులకు ఇళ్ళు పరిశుభ్రంగా వుంచుకోవాలి అన్న విషయం కొద్దిగానో గొప్పగానో బోధపడింది. తెల్ల అధికారుల్లో మా యెడ కొంచెం గౌరవం పెరిగింది. భారతీయుల హక్కుల కోసం, అధికారాల కోసం ఎంత గట్టిగా ఉద్యమిస్తానో వారిని సంస్కరించడానికి అంతగా కృషి చేస్తూ వుంటానని వారికి బోధపడింది.

సంఘమనోవికాసానికి మరొక పని చేయవలసి వచ్చింది. భారత దేశం ఎడ తమ కర్తవ్య నిర్వహణకు దక్షిణ ఆఫ్రికాయందలి భారతీయుల్ని తయారు చేయవలసిన అవసరం వున్నదని గ్రహించాను. భారతదేశం పేద దేశం. అచటివారు డబ్బు సంపాదన కోసం విదేశాలకు తరలి వెళ్ళారు. భారత దేశానికి ఆపత్సమయంలో తాము సంపాదించిన డబ్బులో కొద్దిగా యివ్వడం ధర్మం కదా! 1897వ సంవత్సరంలో ఇండియాలో క్షామం వచ్చింది. 1899వ సంవత్సరంలో దానికంటే పెద్ద క్షామం వచ్చింది. యీ రెండు సమయాల్లోను దక్షిణ ఆఫ్రికా నుండి పెద్ద సహాయం ఇండియాకు పంపించాము. మొదటి సారి చాలా సొమ్ము పంపాము. రెండవసారి మరింత సొమ్ము పంపాము. మేము తెల్లవారిని కూడా సాయం అడిగాము. వారు కూడా చాలా సహాయం చేశారు. గిరిమిటియాలు కూడా చాలా సొమ్ము విరాళంగా యిచ్చారు.

ఈ విధంగా రెండు క్షామాలు భారతదేశంలో సంభవించినప్పుడు సాయం చేసినట్లు ఆ తరువాత కూడా అనేక పర్యాయాలు సాయం చేశారు. అది వారికి అలవాటు అయిపోయిందన్నమాట.

ఈ విధంగా దక్షిణ ఆఫ్రికాలో భారతీయులకు సేవచేస్తూ ఒకటి తరువాత మరొకటిగా అనేక విషయాలు నేర్చుకున్నాను. సత్యం అనేది మహా వృక్షం. మనం దాన్ని ఎంత అధికంగా పోషిస్తే అది అంతగా ఫలాలు అందిస్తుంది. దానికి అంతం ఉండదు. దాన్ని తెలుసుకొని లోతుకు దిగిన కొద్దీ సేవా రూపంలో రత్నాలు చేతికి దొరుకుతూ వుంటాయి.

12. స్వదేశాగమనం

యుద్ధం ముగిసిన తరువాత దక్షిణ – ఆఫ్రికాలో యిక నా పని పూర్తి అయిందని స్వదేశంలో చేయవలసిన పని చాలా వున్నదని గ్రహించాను . దక్షిణ ఆఫ్రికాలోనే వుంటే ఏదో కొంత సేవా కార్యం దొరకకపోదు. కాని అక్కడ వుండిపోతే డబ్బు సంపాదనే ప్రధాన లక్ష్యంగా మారుతుందనే

సందేహం నాకు కలిగింది. దేశమునందలి మిత్రులు దేశం రమ్మని వత్తిడి చేయసాగారు. దేశం వెళితే ఎక్కువ ఉపయోగం ఉంటుందని అనుకున్నాను. నేటాలులో ఖాన్‌గారు, మన్‌సుఖలాలుగారు వుండనే వున్నారు.

నాకు ఇక సెలవు ఇమ్మని మిత్రుల్ని కోరాను. అతి కష్టం మీద ఒక షరతు పెట్టి సెలవు మంజూరు చేశారు. "ఒక్క సంవత్సరంలో తిరిగి పని బడితే మీరు ఇక్కడికి రావాలి" అనేది వారి షరతు. నాకది విషమ షరతు అని అనిపించింది. కాని ప్రేమపాశంచే బద్ధుడనైనాను.

"కాచేరే తాంతణే మన్ హరజీఏ బాంధీ,
జేమ తాణే తేమ తేమనీరీ,
మనేలాగీ కటారీ ప్రేమనీ"

(ఆ నారాయణుడు నా మెడకు ప్రేమ బంధం వేశాడు దాన్ని పుచ్చుకొని అతడు లాగిన కొద్ది ఆహాహా, నేను అతని దానినయిపోతున్నాను).

మీరాబాయి గానం చేసిన యీ గీతం నాకు బాగా వర్తించింది. జనతా జనార్ధనుని మాట కాదనలేక పోయాను. వారికి మాట ఇచ్చి సెలవు తీసుకున్నాను. ఈ పర్యాయం నేటాలుతో నాకు సంబంధం అధికంగా ఏర్పడింది. నేటాలు నందలి భారతీయులు, నా మీద ప్రేమామృతం అపరిమితంగా కురిపించారు. ఊరూర అభినందన పత్రాలు, ఊరూర కానుకలు అందజేశారు. 1899వ సంవత్సరంలో దేశానికి వస్తున్నప్పుడు కూడా కానుకలు లభించాయి. యీసారి ఆ కానుకల్ని, ఆ సభల్ని చూచి బెదిరిపోయాను. బంగారు, వెండియేగాక వజ్రాలు కూడా లభించాయి.

నేను యీ కానుకల్ని స్వీకరించవచ్చునా? నేను ఈ కానుకల్ని తీసుకుంటే డబ్బు తీసుకోకుండా ప్రజల సేవ చేసినట్లవుతుందా? నా క్లయింట్లు యిచ్చినవి కొన్ని మాత్రం కాక మిగతావన్నీ ప్రజాసేవకుగాను ఇవ్వబడినవే గదా! అయితే యీ రెండిటికీ నా దృష్టిలో తేడా లేదు. పెద్ద పెద్ద క్లయింట్లందరు ప్రజా కార్యక్రమాలకు సాయపడ్డవారే.

ఒక రోజున రెండు గొప్ప కానుకలు వచ్చాయి. ఆ రాత్రి నాకు నిద్ర పట్టలేదు. పిచ్చివానివలె అటు ఇటు తిరుగుతూ జాగారం చేశాను. ఏమి చేయాలో పాలు పోలేదు. వేలకొద్ది రూపాయలు తీసుకోకుండావుందామంటే కష్టంగా వుంది. తీసుకుందామంటే అంతకంటే కష్టంగా వుంది.

ఈ కానుకలు నేను జీర్ణంచేసుకోవచ్చు. కాని నా భార్య బిడ్డల పరిస్థితి ఏమిటి? వాళ్ళు కూడా ప్రజాసేవకు అలవాటు పడుతున్నారు. సేవకు విలువ కట్టకూడదని రోజూ వారికి నూరి పోస్తున్నాను. ఇంట్లో ఖరీదైన నగలు వుంచడం మానుకున్నాను. ఇంటిలో మితంగా ఖర్చు పెట్టడం అలవాటు అవుతున్నది. అట్టి స్థితిలో బంగారు గడియారాలు, బంగారు గొలుసులు ఇంట్లో ఎలా ఉంచడం? వజ్రాల ఉంగరాలు ఎలా పెట్టుకోవడం? అప్పటికే నగల వ్యామోహం కూడదని అందరికీ చెబుతూ వున్నాను. అందువల్ల యీ నగలు, ఉంగరాలు తీసుకొని ఏం చేయను? చివరికి వీటిని ఇంట్లో వుంచకూడదనే నిర్ణయానికి వచ్చాను. పారసీ రుస్తుంజీ మొదలగు వారిని ధర్మ కర్తలుగా ఏర్పాటు చేసి పత్రం వ్రాసి పెట్టుకొని ప్రొద్దున్నే భార్యబిడ్డలతో సంప్రదించి బరువు దించుకుందామని నిర్ణయించుకున్నాను.

నా భార్యను ఒప్పించడం తేలికపని కాదని తోచింది. అందుకని నా పక్షాన వాదించుటకు నా పిల్లల్ని వకీళ్ళుగా నియమించాను. పిల్లలతో మాట్లాడాను.

వాళ్ళు వెంటనే ఒప్పుకున్నారు. “మాకీ నగలతో పనిలేదు. వాటి ఉపయోగం లేదు. ఎవరివి వారికి ఇచ్చివేయడం మంచిదని మా ఉద్దేశ్యం. మనకు కావలసివస్తే మనం చేయించుకోలేమా?” అని వాళ్ళు అన్నారు.

నాకు సంతోషం కలిగింది. “అయితే మీ అమ్మను ఒప్పించగలరని అనుకుంటు న్నాను” అని వాళ్ళతో అన్నాను.

“తప్పక, అది మా పని. యీ నగలు మా అమ్మ కెందుకు? ఆమెకావాలనేది ఎవరికోసం? మా కోసమే కదా? మేము వద్దంటే ఆమె ఇక పట్టు పట్టదు” అని అన్నారు. అయితే అది అనుకున్నంత తేలిక కాదని నాకు తెలుసు.

“ఇవి మీకు అక్కరలేకపోవచ్చు. మీ పిల్లలకు అక్కరలేక పోవచ్చు. పిల్లలదేముంది? మనం ఎలా ఆడిస్తే అలా ఆడతారు. నాకు పెట్టుకోవాలని వున్నదనుకోవద్దు. రేపు కోడళ్ళు రారూ! వాళ్ళకు అక్కరలేదా. రేపు ఏం జరుగుతుందో ఎవరికి తెలుసు? జనం ఎంతో ప్రేమతో యీ ఆభరణాలు ఇచ్చారు.వాటిని తిరిగి వారికివ్వడం సరికాదు”అని అంటూ కస్తూరిభాయి వాగ్ధార జోరుగా ప్రారంభించింది. దానితో అశ్రుధార కూడా కలిసింది. అయితే పిల్లలు చలించలేదు. నేనూ చలించ లేదు.

మెల్లమెల్లగా ప్రారంభించాను. “మన పిల్లలకి అప్పుడే పెళ్ళా! చిన్నతనంలో వాళ్ళకు పెళ్ళి చేయముకదా! పెద్దవాళ్ళు అయిన తరువాత వాళ్ళ పెళ్ళిళ్ళు వాళ్ళే చేసుకుంటారు. నగలు కావాలనే కోడళ్ళు మనకెందుకు? అయినా నగలు అవసరమైతే నేను లేనా? నేను ఎక్కడికి పోతాను?” అని అన్నాను.

“ఆ, మీ సంగతి నాకు తెలియదా? నా ఒంటిమీద వున్న నగలన్నీ ఒలిచి తీసుకొన్నవారు కదూ మీరు! నన్నే పెట్టుకోనీయని వారు రేపు నా కోడళ్ళని పెట్టుకోనిస్తారా? నా పిల్లల్ని ఇప్పటి నుండే బైరాగుల్ని చేసి పెడుతున్నారు. యీ నగలు నేనెవ్వరికీ ఇవ్వను. పైగా అవి నావి. నాకు ఇచ్చారు. వాటిమీద మీకు హక్కు ఎక్కడిది?” “ఆ బంగారు హారం నీవు చేసిన సేవను చూచి ఇచ్చారా చెప్పు! నేను చేసిన సేవకే గదా ఇచ్చారు.” “పోనియ్యండి మీరు చేస్తే నేను చేసినట్లు కాదా! మీకు రాత్రింబవళ్ళు నేను సేవచేయడం లేదా? అది సేవ కాదా? ఇంటికి తీసికొని వచ్చిన అడ్డమైన వాళ్ళందరికీ ఎముకలు విరిగేలా సేవ చేయడం లేదా? దీన్ని ఏమంటారు? ఇది సేవ కాదా?” ఆమె వదిలిన బాణాలన్నీ వాడిగలవే. ఎన్నో నాకు గుచ్చుకున్నాయి. కాని నేను నగలు తిరిగి ఇచ్చి వేయాలని నిర్ణయించుకున్నాను. తరువాత చివరికి ఏదో విధంగా కానుకలు తిరిగి ఇచ్చి వేసేందుకు ఆమెను ఒప్పించాను. 1896, 1901వ సంవత్సరాలలో వచ్చిన కానుకలనన్నిటిని తిరిగి యిచ్చివేశాను. దాన పత్రం వ్రాశాను. నా అనుమతితో కాని, ధర్మ కర్తల అనుమతితో కాని ప్రజా సేవకు యివి ఉపయోగించబడాలనే షరతుతో సొమ్మంతా బ్యాంకులో జమ చేశాను.

ప్రజా సేవకు సంబంధించిన కార్యాలకు యీ సొమ్ము ఉపయోగించాలని భావించాను. కాని అందుకు అవసరమైన సొమ్ము ఎప్పటికప్పుడు వస్తూ వుండటం వల్ల ఆ సొమ్మును ముట్టుకోలేదు. ఆ సొమ్ము సురక్షితంగా వుండిపోయింది. పైగా అది పెరుగుతూ ఉన్నది.

ఇలా చేసినందుకు నాకు ఎన్నడూ పశ్చాత్తాపం కలుగలేదు. కాలం గడిచిన కొద్దీ కస్తూరిభాయి కూడా నేను చేసిన పని యొక్క ఔచిత్యాన్ని అర్థం చేసుకోసాగింది. ఈ విధంగా నేను ప్రలోభం నుండి తప్పించుకోగలిగాను. ప్రజల సేవ చేసేవారికి ఎన్నో కానుకలు వస్తాయి. కాని అవి వారి సొంతం కాజాలవని నా నిశ్చితాభిప్రాయం.

13. భారతదేశానికి ప్రయాణం

ఈ విధంగా నేను ఏర్పాట్లు పూర్తి చేసుకొని భారత దేశానికి ప్రయాణ మయ్యాను. దారిలో మారిషస్ రేవు తగిలింది. అక్కడ ఓడ కొద్ది రోజులు ఆగుతుంది. నేనక్కడ దిగి అక్కడి వారి స్థితిగతుల్ని తెలుసుకున్నాను. అక్కడ గవర్నరుగా వున్న చార్లెస్ బ్రూన్ గారికి అతిధిగా ఒక రాత్రివున్నాను.

దేశానికి వచ్చిన తరువాత కొంతకాలం అటు ఇటు తిరుగుతూ పర్యటిస్తూ వున్నాను. 1901 నాటి విషయం. కలకత్తాలో ఆ ఏడు కాంగ్రెస్ జరుగుతున్నది. అధ్యక్షులు దిన్షా ఎడల్జి వాచాగారు. నేను ఆ కాంగ్రెస్‌కు వెళ్ళాలని నిర్ణయించుకున్నాను. కాంగ్రెస్‌ను చూడటం నాకు అదే మొదటిసారి.

బొంబాయి నుండి సర్‌ఫిరోజ్‌షా గారు కలకత్తా వెళుతున్న రైల్లోనే నేను కూడా ఎక్కాను. దక్షిణ ఆఫ్రికా విషయాలు వారితో మాట్లాడవలసి వున్నది. వారి పెట్టెలో కూర్చొని ఒక స్టేషను దాకా ప్రయాణించవచ్చని నాకు అనుమతి లభించింది. వారు ఒక పెట్టెను పూర్తిగా తీసుకున్నారు. వారి రాజ వైభవం, ఠీవి అందుకు గాను అయ్యే ఖర్చుల వ్యవహారమంతా నాకు కొంత తెలుసు. నిర్ణయించబడిన స్టేషన్లో వారి పెట్టెను ఎక్కాను. వారంతా రాజకీయాల్ని గురించి మాట్లాడుతూ వున్నారు. నన్ను చూచి ఫిరోజ్ షా మెహతా గారు "గాంధీ! నీ పని అనుకూలంగా లేదు. నీ తీర్మానం కాంగ్రెస్‌లో ఆమోదించినా ప్రయోజనం ఏముంటుంది? అసలు మనకు మన దేశంలో ఉన్న హక్కులేమిటి? మనదేశంలో మనకు సత్తా లేనంత కాలం పరాయి దేశాల్లో మన స్థితి ఎలా బాగు పడుతుంది?" అని అన్నారు.

నేను నివ్వెరబోయాను. చిమన్‌లాల్ గారు కూడా వారితో ఏకీభవించారు. కాని దిన్షాగారు మాత్రం దయా దృష్టితో నావంక చూచారు.

ఫిరోజ్‌షా గారిని ఒప్పించాలని ప్రయత్నించాను. వారు బొంబాయికి మకుటంలేని మహీపతి. అట్టివారిని నాబోటివాడు ఒప్పించడం సాధ్యమా? అయితే కాంగ్రెస్‌లో దక్షిణ ఆఫ్రికాకు సంబంధించిన తీర్మానం ఆమోదం పొందుతుందని సంతోషించాను.

వారికి ధన్యవాదాలు తెలిపి రైలు ఆగగానే పెట్టె దిగి నా పెట్టె ఎక్కి నా స్థానంలో కూర్చున్నాను. షాగారి దగ్గరి నుండి వచ్చివేసేందుకు లేవగానే నాకు ఉత్సాహం కలిగించేందుకు వాచాగారు "తీర్మానం తయారు చేసి నాకు చూపించండి" అని చెప్పారు.

రైలు కలకత్తా చేరింది. నగరవాసులు అధ్యక్షుల వారిని మహా వైభవంగా తీసుకు వెళ్ళారు. అక్కడ అనేక మంది ప్రతినిధులు వున్నారు. అదృష్టవశాత్తు నేనున్న విభాగానికి లోక మాన్యులు విచ్చేశారు. వారు ఒక రోజు ఆలస్యంగా వచ్చినట్లు గుర్తు. లోకమాన్యులు ఎక్కడ వుంటే అక్కడ ఒక చిన్న దర్బారు జరుగుతూ వుంటుంది. లోకమాన్యులు శయ్యపై కూర్చుంటారు. చిత్రకారుణ్ణి అయితే శయ్యపై కూర్చున్నవారి చిత్రం గీసేవాణ్ణి. అదృష్టం అంత స్పష్టంగా నాకు గుర్తువుంది. వారి దర్శనం కోసం వచ్చేవారి సంఖ్య అపరిమితంగా వుంటుంది. పెద్ద సంఖ్యలో వుంటుందంటే అతిశయోక్తికానేరదు. వారిలో అమృతబజారు పత్రికాధిపతి మోతీబాబు గారు నాకు బాగా గుర్తు. వారిద్దరి నవ్వు, పరిపాలకుల అన్యాయాల్ని గురించి వారనుకున్న మాటలు ఇప్పటికీ నాకు గుర్తు. ఇక అచటి కాంగ్రెసు వారి నివాసాలను ఒక్కసారి పరిశీలిద్దాం.

వాలంటీర్లలో ఒకరి కొకరికి పడదు. ఎవనికైనా ఒకపని అప్పగించితే అతడు ఆ పని చేయడు. అతడు వెంటనే మరొకడికి చెబుతాడు. అతడు ఇంకొకడికి పురమా యిస్తాడు. ఇక పాపం ప్రతినిధుల పని హుళక్కే.

కొంతమంది స్వచ్ఛంద సేవకులతో నేను మాట్లాడాను. దక్షిణ ఆఫ్రికాలో జరిగే పద్ధతి కొద్దిగా చెప్పాను. వాళ్ళు కొంచెం సిగ్గు పడ్డారు. వారికి సేవాధర్మం అంటే ఏమిటో చెబుదామని ప్రయత్నించాను. వారికి కొంచెం కొంచెం బోధపడింది. కాని సేవాభావం, ప్రేమ భావం ఎప్పటి కప్పుడు ఎక్కడబడితే అక్కడ పుట్టుకురావడానికి అవి పుట్టకుక్కులు కావుగదా! అని లోపలి నుండి పుట్టుకురావాలి. దానికి అభ్యాసం కూడా అవసరం. అమాయకులు, సరళస్వభావులు అయిన యీవాలంటీర్లకు సేవ చేద్దామని వుంది, కాని చేసి ఎరగరు. అలవాటు లేదు. ఇప్పుడు రమ్మంటే ఎలా వస్తుంది? అందుకు ఒక కారణం కూడా వున్నది. కాంగ్రెస్ జరిగేది సంవత్సరానికి ఒక్కసారి, అదికూడా మూన్నాళ్ళ ముచ్చట. తరువాత కథకంచికి అది ఇంటికి. అట్టి స్థితిలో ఏడాదికి మూడు రోజులు మాత్రం జరిగే తతంగంలో వాలంటీర్లు సవ్యంగా పనిచేయాలంటే సాధ్యమా?

ప్రతినిధులు కూడా స్వచ్ఛంద సేవకుల వంటి వారే. వారికి కూడా అది మూన్నాళ్ళ ముచ్చటే. ఈ ప్రతినిధులు తమ పని తాము చేసుకోరు. హుకుములిచ్చి పనులు చేయించుకొంటూ వుంటారు. "ఏయ్! వాలంటీరూ! అదితే, ఇదితే" యిదీ వాళ్ళ వరస. ఇక్కడ అంటరానితనం జాస్తి. ఆరవవారి కోసం వంట ఇల్లు స్పెషల్‌గా ఏర్పాటు చేయబడింది. వాళ్ళు భోజనం చేస్తుంటే ఎవ్వరూ చూడకూడదు. అందువల్ల వారికోసం కాలేజీ ఆవరణలో వేరే ఏర్పాట్లు చేశారు. దృష్టి తగులకుండా చుట్టూ దడికట్టారు. లోపల ఊపిరిసలుపనంత పొగ. అది వంట గదిలా లేదు. సందూకు పెట్టెలా వుంది. అన్ని వైపుల దాన్ని మూసివేశారు.

ఇది వర్ణాశ్రమ ధర్మానికి విరుద్ధం. కాంగ్రెసు ప్రతినిధుల్లోనే అంటరానితనం ఇంత అధికంగా వుంటే వాళ్ళను ఎన్నుకునే జనంలో ఎంత అంటరాని తనం వుంటుందో ఊహించుకోవచ్చు. ఈ వ్యవహారమంతా చూసేవారికి నాకు అమితంగా నిరాశకలిగింది.

ఇక అక్కడ దుర్గంధం విపరీతం. ఎక్కడ చూచినా నీళ్ళు, నీళ్ళు, నీళ్ళు. మరుగుదొడ్లు తక్కువగా వున్నాయి. ఒకటే కంపు తలుచుకుంటేనే డోకు వస్తుంది. ఒక వాలంటీరుని పిలిచి యీ విషయం చెప్పాను. అది పాకీ వాళ్ళు చేయాల్సిన పని అని అతడు ఠపీమని సమాధానం యిచ్చాడు. "నాకు ఒక చీపురు కట్ట తెచ్చి పెట్టగలరా" అని అడిగాను. అతడు తెల్లబోయాడు. నా ముఖం ఎగాదిగా చూడసాగాడు. చివరికి నేనే వెతికి తెచ్చుకున్నాను. మరుగు దొడ్డి బాగుచేశాను. కాని అది నాకు ఉపయోగపడే మరుగుదొడ్డి. ఇదెక్కడి లోకం? ఇవెక్కిడి మరుగుదొడ్లు? ఎన్నిసార్లు బాగుచేసినా ప్రయోజనం శూన్యం. వాటిని బాగుచేయాలంటే నా శక్తికి మించినపని. అందువల్ల నా పనిమాత్రం చేసుకొని సంతోషపడ్డాను. మిగతావాళ్ళకు కంపు కొట్టినట్లులేదు. యీ వ్యవహారం ఇంతటితో ఆగలేదు. కొందరు రాత్రిపూట తాము వుంటున్న గది వరండాలోనే మలవిసర్జనం, మూత్ర విసర్జనం చేశారు. వాలంటీర్లకు ప్రొద్దున్నే అదృశ్యం చూపించాను. కాని బాగుచేసే నాథుడెవరు? చివరికి నాకే అగౌరవం దక్కింది.

తరువాత మొదటి కంటే కొద్దిగా మార్పు వచ్చింది. కాని పరిశుభ్రతను గురించి పట్టించుకునే వారు తక్కువ. ప్రతినిధులు తమ చెడ్డ అలవాటును మార్చుకోరు. వాలంటీర్లు అసలు పట్టించుకోరు.

కాంగ్రెసు మరికొన్ని రోజులు యిలాగే జరిగితే అంటురోగాలు తప్పవు అని అనిపించింది.

14. క్లర్కు - బేరా

బేరర్ అను ఇంగ్లీషు శబ్దానికి బేరా అపభ్రంశం. కలకత్తాలో ఇంట్లో పనిచేసే వాణ్ణి బేరా అని అనడం అలవాటు. కాంగ్రెసు ప్రారంభంకావడానికి ఇంకా రెండు రోజుల వ్యవధి వుంది. కాంగ్రెసు ఆఫీసులో నాకేమైనా పని దొరికితే కొంత అనుభవం గడించవచ్చని అనిపించింది.

కలకత్తాలో దిగిన రోజే కాలకృత్యాలు ముగించుకొని కాంగ్రెస్ ఆఫీసుకు వెళ్ళాను. శ్రీ భూపేంద్రనాధ బోసుగారు, శ్రీ ఘోషాలుగారు కార్యదర్శులు. భూపేంద్ర బాబుగారి దగ్గరికి వెళ్ళి ఏమైనా పనివుంటే యిమ్మని అడిగాను. వారు నన్ను పరిశీలించి చూచి "నా దగ్గర పనేమీ లేదు. బహుశ ఘోషాలు గారి దగ్గర పనివుంటే చెబుతారు. వారిని చూడు" అని అన్నాడు.

ఘోషాలు బాబు గారి దగ్గరికి వెళ్ళాను. వారు నన్ను క్రిందనుండి పైదాకా ఎగాదిగా చూచి కొంచెం చిరునవ్వు నవ్వి "నాదగ్గర క్లర్కు పని వుంది చేస్తావా?" అని అడిగారు.

"తప్పక చేస్తా. చేతనైన పనిచేయడానికే మీ దగ్గరకు వచ్చా"

"అబ్బాయీ! నిజమైన సేవాభావమంటే ఇదే"

వారి దగ్గరే కొందరు వాలంటీర్లు వున్నారు. వారికేసి చూచి "చూచారా! యీ అబ్బాయి ఏమన్నాడో!" అని అన్నారు. మళ్ళీ నాకేసి తిరిగి "అదిగో, ఉత్తరాలగుట్ట, దాన్ని తీసుకో, ఇదుగో కుర్చీ దీని మీద కూర్చొని పని మొదలుబెట్టు. నాకోసం వందలాది ఉత్తరాలు వస్తుంటాయి. చాలామంది జనం వస్తుంటారు. వీళ్ళతోనే మాట్లాడనా లేక ఈ ఉత్తరాలు చూస్తూ కూర్చోనా? యీ పని చూడడానికి క్లర్కులేదు. వీటిలో చాలావరకు పనికిమాలినవి. అయితే అన్నింటినీ చదువు. అవసరమైన ఉత్తరాలకు సమాధానం వ్రాయి. అవసరమనుకుంటే నన్ను సంప్రదించు" అని అన్నారు. నన్నువారు నమ్మినందుకు సంతోషించాను.

ఘోషాలు గారు నన్నెరుగరు. తరువాత నీపేరేమిటి అని అడిగి తెలుసుకున్నారు. నాకు వారు అప్పగించినది తేలికపని. ఆ పనిని త్వరగా ముగించాను. ఘోషాలు బాబుగారు సంతోషించారు. ఆయనకు మాట్లాడుతూ వుండటం అలవాటు. మాటలతో కాలం గడిపే మనిషి. తరువాత నీ అంతవాడికి యీ చిన్న పని అప్పగించానే అని నొచ్చుకున్నారు. "అయ్యా! నేనెక్కడ! మీరెక్కడ! కాంగ్రెసు సేవలో మీ జుట్టు పండిపోయింది. నాకంటే మీరు పెద్దలు. వృద్ధులు. నేను అనుభవంలేని కుర్రవాణ్ణి. మీరీపని యిచ్చినందుకు కృతజ్ఞుణ్ణి. యికముందు ముందు కాంగ్రెసులో నేను పనిచేయాల్సి వుంది. పని తెలుసుకునేందుకు దుర్లభమైన అవకాశం మీరు నాకు ఇచ్చారు" అని ఆయనను సముదాయించాను.

"నిజంగా నువ్వు భలేవాడివి. యీకాలపు కుర్రవాళ్ళు నీలా వుండరు. కాంగ్రెసు పుట్టినప్పటి నుండి నాకంతా తెలుసు. కాంగ్రెసు స్థాపనలో హ్యూమ్‌గారితో బాటు నాకు కూడా పాలువుంది" అని ఘోషాలు గారు అన్నారు.

మా కీవిధంగా బాగా పరిచయం అయింది. మధ్యాహ్న భోజనం మేమిద్దరం కలిసి చేశాం. ఘోషాలు బాబుగారి చొక్కాకు గుండీ "బేరా" వచ్చి తగిలించేవాడు. అది చూచి ఆ పని నేనే చేస్తానని చెప్పాను. అలా చేయడం నాకు ఇష్టం. పెద్దలంటే నాకు గౌరవం. వారికి నా మనస్సు బాగా తెలిసిపోయింది. అప్పటి నుండి వారు తన పనులన్నీ నాచేత చేయించుకోసాగారు. గుండీలు

పెడుతూ వుంటే మూతి బిగించి “చూచావా? కాంగ్రెసు సెక్రటరీకి బొత్తాములు పెట్టుకునేందుకు కూడా తీరిక వుండదు. అప్పుడు కూడా అతనికి అనేక పనులు వుంటాయి” అని అన్నారు.

ఆయన అమాయకత్వానికి నాలో నేను నవ్వుకున్నాను. అయితే ఆయనకు శుశ్రూష చేయడమంటే నాకు అయిష్టత ఏర్పడలేదు. అందువల్ల నాకు ఎంతో లాభం కలిగింది.

కొద్ది కాలానికే కాంగ్రెసు వ్యవహారం అంతా తెలుసుకున్నాను. పెద్దలతో పరిచయం అయింది. గోఖ్లే, సురేంద్రనాథ బెనర్జీ మొదలగు యోధులు వస్తూ పోతూ వుండేవారు. వారి వైఖరి తెలుసు కునేందుకు అవకాశం లభించింది. కాంగ్రెస్‌లో కాలం ఎంతగా వృధా అవుతున్నదో బోధపడింది. ఇంగ్లీషు భాషకు అక్కడ గల ఆధిపత్యం గమనించాను. అది చూచి నాకు దుఃఖం కలిగింది. ఒక్కడు చేసే పనికి పదిమంది పరుగెత్తడం, అవసరమైన పనికి ఒక్కడు కూడా రాకపోవడం గమనించాను.

ఈ విషయాలన్నింటిని గురించి నా మనస్సు పనిచేయసాగింది. అయితే ఇంత కంటే ఎక్కువ సంస్కరణ సాధ్యం కాదేమో అని మనస్సు సమాధానం చెప్పింది. అందువల్ల మనస్సులో దుర్భావన కలుగలేదు.

15. కాంగ్రెసులో

మహాసభ ప్రారంభమైంది. ఆ మంటపం యొక్క భవ్యత, ఆ వాలంటీర్ల విధానం, వేదిక మీద ఆసీనులైన ఆ పెద్దల సముదాయం చూచి నివ్వెరబోయాను. ఈ సభలో నాకు చోటు ఎక్కడ అని తికమక పడ్డాను. అధ్యక్షుని ఉపన్యాసం ఒక బృహత్ గ్రంథం. దాని నంతటిని చదవడం అసంభవం. అందువల్ల కొన్ని కొన్ని అంశాలే చదువబడ్డాయి.

తరువాత విషయనిర్ణయ సభకు ఎన్నికలు జరిగాయి. గోఖ్లేగారు నన్ను అక్కడికి తీసుకు వెళ్ళారు.

సర్ ఫిరోజ్‌షా గారు నా తీర్మానాన్ని అంగీకరిస్తామని యిదివరకే చెప్పారు. కాని వారు ఎప్పుడు దీన్ని ప్రతిపాదిస్తారో అని ఎదురు చూస్తూ కూర్చున్నాను. ప్రతి తీర్మానం మీద సుదీర్ఘ ఉపాన్యాసాలు సాగుతూ వున్నాయి. అవన్నీ ఇంగ్లీషులోనే. తీర్మానాల్ని సమర్థించే వారంతా ఉద్దండులే. ఈ నగారాఖానాలో నాతూతూ వినేవారెవ్వరు? రాత్రి ప్రొద్దు పోతున్నది. నా గుండె దడ దడలాడసాగింది. చివరికి మిగిలిన తీర్మానాలన్నీ వాయు వేగంతో పరుగెత్తసాగాయి. అందరూ ఇంటికి పోవాలని తొందరపడుతున్నారు.

రాత్రి పదకొండు దాటింది. నాకు మాట్లాడదామంటే సాహసం చాలడం లేదు. గోఖ్లేగారికి గతంలోనే తీర్మానం చూపించాను. వారి కుర్చీ దగ్గరికి వెళ్ళి మెల్లిగా “నా మాట మరిచి పోవద్దు” అని అన్నాను. “నాకు గుర్తున్నది. వాళ్ళ వేగం చూస్తున్నారు కదా! ఏది ఏమైనా సరే తప్పి పోనీయను” అని వారు సమాధానం యిచ్చారు.

“ఏం, అంతా ముగిసింది కదూ!” అని ఫిరోజ్‌షా గారి ప్రశ్న.

“ఇంకా దక్షిణాఫ్రికాను గురించిన తీర్మానం మిగిలివుంది. గాంధీగారు చాలా సేపటి నుండి ఎదురు చూస్తున్నారు.” అని గోఖ్లేగారు బిగ్గరగా చెప్పారు. “మీరు ఆ తీర్మానం చూచారా!” అని ఫిరోజ్‌షాగారు అడిగారు.

“చూచాను”

"మీకు బాగుందా"

"ఆ, బాగుంది"

"అయితే గాంధీ! చదువు"

నేను వణుకుతు తీర్మానం చదివి వినిపించాను గోఖ్లేగారు నా తీర్మానాన్ని, సమర్థించారు.

"ఏకగ్రీవంగా అంగీకరిస్తున్నాం" అని అంతా అరిచారు. గాంధీ! నీవు అయిదు నిమిషాలు మాట్లాడు అని వాచా గారు ఆదేశించారు. నాకు అక్కడ జరుగుతున్న పద్ధతి ఏమీ నచ్చలేదు. తీర్మానాన్ని అర్థం చేసుకునేందుకు ఎవ్వరూ ప్రయత్నించడం లేదు. ఎప్పుడు వెళ్ళిపోదామా అని అంతా తొందర పడుతున్నారు. గోఖ్లేగారు ముందే తీర్మానం చూచారు గనుక యింకెవ్వరూ చూడదలుచుకోలేదు.

తెల్లవారింది. ఉపన్యాసం ఎలా యివ్వడమా అని యోచించసాగాను. అయిదు నిమిషాల్లో ఏం చెప్పగలను? నేను విషయం మీద మాట్లాడేందుకు సిద్ధపడే వచ్చాను. కాని సమయం బహుకొద్ది. శబ్దాలు తోచడం లేదు. ఏది ఏమైనా ఏదో మాట్లాడాలి. ఇంటి దగ్గర తయారు చేసుకు వచ్చిని ఉపన్యాసం చదవకూడదని నిర్ణయించుకున్నాను. దక్షిణాఫ్రికాలో ఉపన్యాసాలు బాగానే యిచ్చాను. కాని ఇప్పుడు ఎందుకో గాని మళ్ళీ గొంతు పట్టుకుంది.

నా తీర్మానం రాగానే ఫిరోజ్‌షాగారు నా పేరు పెద్దగా పిలిచారు. నేను నిలబడ్డాను. తల తిరగసాగింది. తీర్మానం ఏదో విధంగా చదివాను. ఇంతలో ఎవరో ఒక కవి తమ కవిత్వం ముద్రించి ప్రతినిధులకు పంచుతూ వున్నాడు. అందు విదేశ యాత్రను గురించి, సముద్రయాత్రను గురించి ప్రశంసించాడు. నేను దాన్ని వినిపించి దక్షిణ ఆఫ్రికాలో భారతీయులు పడుతున్న కష్టాలు కొద్దిగా పేర్కొన్నాను. ఇంతలో దిన్షావాచాగారు గంట బజాయించారు. అప్పటికి ఇంకా అయిదు నిమిషాలు పూర్తి కాలేదని నాకు తెలుసు. అయితే రెండు నిమిషాలు వుందనగా ఆ విధంగా గంట కొడతారట. ఆ విషయం నాకు తెలియదు. కొందరు అరగంట కంటే మించి మాట్లాడారు. అప్పుడు యీ విధంగా గంట కొట్టలేదు. అందువల్ల నాకు కష్టమనిపించింది. గంట మ్రోగగానే ప్రసంగం ఆపి కూర్చున్నాను. అయితే నేను చదివిన కవిత్వాలు ఫిరోజ్‌షాగారికి సమాధానం అని బాల్య చాపల్యం వల్ల అనుకున్నాను.

తీర్మానం ఆమోదించబడిందా లేదా అని అడగనవసరం లేదు. ఆ రోజుల్లో ప్రజలకు ప్రతినిధులకు భేదం లేదు. ఏ తీర్మానానికీ వ్యతిరేకత లేదు. అందరు చేతులెత్తడమే. ప్రతి తీర్మానం ఏకగ్రీవంగా ఆమోదించబడటమే. నా తీర్మానం స్థితి అంతే. అందువల్ల నా తీర్మానం వల్ల ప్రయోజనం కలుగుతుందని నాకు అనిపించలేదు. కాని కాంగ్రెస్‌లో తీర్మానం జరిగింది. అదే ఆనందం. నా తీర్మానానికి కాంగ్రెసు ముద్ర పడింది. ఇది సమస్త భారత దేశం వేసిన ముద్ర అన్నమాట. యీ జ్ఞానం, యీ సంతోషం ఎవరికైనా తృప్తి కలిగిస్తుంది కదా!

16. లార్డు కర్జన్ దర్బారు

కాంగ్రెసు ముగిసింది. కాని దక్షిణ ఆఫ్రికాకు సంబంధించి పని చేంబర్ ఆఫ్ కామర్స్ మొదలగు వానితో వుండటం వల్ల నేను కలకత్తాలోనే వున్నాను. ఇందుకు ఒకనెల పట్టింది. ఈసారి హోటల్లో వుండకుండా ఇండియన్ క్లబ్బులో వుండుటకు ఏర్పాటుచేసుకున్నాను. అందుకు

అవసరమైన పరిచయం సంపాదించాను. అక్కడ గొప్ప గొప్ప వారు వుంటూ వుంటారు. వారందరితో పరిచయం కలుగుతుందనీ, దక్షిణ ఆఫ్రికా వ్యవహారాలు చెప్పి వారికి అభిరుచి కలిగించవచ్చునని నా ఆశ. గోఖ్లేగారు ఎల్లప్పుడూ కాకపోయినా అప్పుడప్పుడు బిలియర్డ్సు ఆడటానికి వచ్చేవారు. నేను కలకత్తాలో వున్నానని వారికి తెలిసి తనతో వుండమని అన్నారు. నేను సగౌరవంగా అంగీకరించాను. రెండు మూడు రోజులు గడిచాయి. తరువాత గోఖ్లేగారు వచ్చి నన్ను స్వయంగా తీసుకువెళ్ళారు. నా ముఖభావం చూచి వారు “గాంధీ! నీవు యీ దేశంలో వుండాలి అంటే బిడియం పెట్టుకుంటే పని జరగదు. ఎంత మందితో పరిచయం పెంచుకుంటే అంత మంచిది. నీచేత కాంగ్రెసు పనులు చేయించాలి” అని అన్నారు. గోఖ్లేగారి దగ్గరికి వెళ్ళక ముందు ఇండియన్ క్లబ్బులోనే వున్నప్పుడు జరిగిన కొన్ని విషయాలు తెలుపుతాను. ఆ రోజుల్లో లార్డుకర్జన్ ఒక దర్బారు తీర్చారు. అచటికి ఆహూతులైన రాజులు, మహారాజులు కొందరు అక్కడే బస చేశారు. వారిక్కడ బెంగాలీ ధోవతులు కట్టి కుర్తా తొడిగి ఉత్తరీయాలు వేసుకుంటూ వుండేవారు. కాని ఒకనాడు వారు తమ దగ్గర వుండే కాసాల (వడ్డన చేసేవాళ్ళ) ఫాంటు తొడిగి గౌన్లు ధరించారు. తళతళలాడే బూట్లు తొడిగారు. నాకు వారి యీ చర్య విచారం కలిగించింది. ఈ కొత్త వేషానికి కారణం ఏమిటని ప్రశ్నించాను.

“మా బాధలు మాకే తెలుసు. మా ధనసంపదలు, మా బిరుదులు ఖాయంగా వుంచు కునేందుకు మేము భరించే అవమానాలు మీకు ఎలా తెలుస్తాయి?” అని జవాబు యిచ్చారు.

“పోనీండి, యీకాసా తలపాగా లేమిటి? యీ కాసా బూట్లేమిటి?” “మాకూ వడ్డన చేసే కాసాలకు అసలు తేడా ఏముందో చెప్పండి! వాళ్ళు మాకు కాసాలు. మేము లార్డుకర్జనుకు కాసాలం. అంతే తేడా. దర్బారుకు హాజరుకాకపోతే అది మా అపరాధంగా పరిగణింపబడుతుంది. మా సహజ వేషాలతో దర్బారుకు పోతే అది కూడా పెద్ద అపరాధమే. సరే, కర్జను దర్బారుకు వెళ్ళానను కోండి. కర్జనుతో మాట్లాడటం మా తరమా? రామ రామ, ఒక్క మాటైనా మాట్లాడటానికి వీలు పడదు”. ఆ మాటలు పలికిన ఆ నిర్మల హృదయుని మీద నాకు జాలి కలిగింది.

ఇటువంటి దర్బారు మరొకటి నాకు బాగా గుర్తు వుంది. లార్డ్ హార్డింజ్ బెనారస్ హిందూ విశ్వ విద్యాలయానికి శంకు స్థాపనకావించిన చోట ఒక దర్భారు ఏర్పాటు చేశారు. అందు రాజులు, మహారాజులు పాల్గొన్నారు. భారత భూషణ మాలవ్యాగారు నన్ను అక్కడికి రమ్మని పట్టుబట్టారు. నేను అక్కడికి వెళ్ళాను. కేవలం స్త్రీలకు శోభ చేకూర్చే వారి వస్త్రాలు, ఆభరణాలు చూచి నాకు ఎంతో విచారం కలిగింది. పట్టు పాజామాలు, పట్టు అంగరఖాలు, మెడలో ముత్యాల, వజ్రాల హారాలు, బాహువులకు బాజూ బందులు, తలపాగాకు వజ్రాలు, ముత్యాలు పొదిగిన తురాయిలు, వీటన్నిటితో బాటు నడుముకు బంగారు పిడిగల కరవాలాలు. ఇవన్నీ ఏమిటి? రాజ చిహ్నాలా? లేక దాస్య చిహ్నాలా? ఇట్టి నామర్ధా కలిగించే నగలు వారే తమ ఇష్ట ప్రకారం వేసుకున్నారని అనుకున్నాను. కాని ఇట్టి దర్బారులకు యిట్టి వేష భూషాదులు వేసుకురావడం వారి విధి అని తెలిసింది. కొందరు రాజులకైతే ఇట్టి వస్త్రాలు, నగలు అంటే అసహ్యమనీ, ఇట్టి దర్బారుల్లో తప్ప మరెప్పుడూ వాటిని తాకరని కూడా తెలిసింది. యీ మాట ఎంతవరకు నిజమో నాకు తెలియదు. ఇతర సమయాల్లో వారు వాటిని ధరిస్తారో లేదో తెలియదు. ఏది ఏమైనా వైస్రాయి దర్బారైతేనేమి మరే దర్బారైతేనేమి ఆడవాళ్ళలా వీళ్ళు నగలు ధరిస్తారని తెలిసి విచారం కలిగింది. ధనం, బలం, మానం, యివి మనుష్యులచేత ఎట్టి పాపాలనైనా ఎట్టి అనర్థాలనైనా చేయిస్తాయి కదా!

17. గోఖ్లేగారితో ఒక మాసం - 1

మొదటిరోజునే గోఖ్లేగారు నాకుగల మొహమాటాన్ని పోగొట్టారు. నన్ను తమ్మునిలా చూచారు. నా అవసరాలు ఏమిటో తెలుసుకొని వాటిని పూర్తి చేశారు. అదృష్టవశాత్తు నాకు కావలసినవి కడు స్వల్పం. నా పనులన్నీ స్వయంగా చేసుకోవడం నాకు అలవాటు. కనుక నాకోసం చేయవలసిందేమీ లేదు. నా పనులు నేను చేసుకోవడం, నియమబద్ధమైన నడవడి, నా దుస్తుల తీరు యివన్నీ చూచి ఆయన విస్తుపోయారు. నన్ను అమితంగా స్తుతించడం ప్రారంభించారు.

వారు నా దగ్గర ఏమీ దాచేవారు కారు. తమను చూడవచ్చిన వారందరినీ నాకు పరిచయం చేసేవారు. అట్టి పరిచితుల్లో డాక్టరు ప్రఫుల్ల చంద్రరాయ్‌గారు ముఖ్యులు. వారు పొరుగునే వుండేవారు. తరుచు వస్తూ వుండేవారు.

"ఈ ప్రొఫెసరు రాయ్‌గారు నెలకు 800 రూపాయలు జీతం. అందు 40 రూపాయలు మాత్రం ఖర్చులకు వుంచుకొని మిగతాదంతా ప్రజాసేవకు యిచ్చి వేస్తారు. వీరింతవరకు పెండ్లి చేసుకోలేదు. యిక ముందు పెండ్లి చేసుకునే తలంపు కూడా వీరికి లేదు" అని చెప్పి గోఖ్లేగారు రాయ్‌గారిని పరిచయం చేశారు. ఆనాటి రాయ్‌గారికి, యీనాటి రాయ్‌గారికి నాకు అట్టే తేడా కనబడలేదు. యిప్పుడెట్టి వస్త్రాలు ధరిస్తున్నారో అప్పుడూ అట్టి వస్త్రాలే ధరించేవారు. ఇప్పుడు ఖాదీ వచ్చిపడింది. అప్పటికింకా అది రాలేదు. స్వదేశపు మిల్లు బట్టలు వుండేవి. వారిద్దరి సంభాషణ వింటున్నప్పుడు నాకు విసుగు పుట్టేదికాదు. వారి సంభాషణంతా దేశ హితానికి సంబంధించినదే. లేక జ్ఞానచర్చయే. వారి మాటలు కొన్ని విన్నప్పుడు కష్టం కూడా కలుగుతూ వుండేది. వారు కొందరు నాయకుల్ని తీవ్రంగా విమర్శిస్తూ వుండేవారు. వారి మాటలవల్ల నేను పర్వతాలని అనుకున్న వారంతా పరమాణువులేనని తేలింది.

గోఖ్లేగారు పనిచేసే తీరు ఆనందదాయకమే గాక జ్ఞానవర్ధకం కూడా. వారు ఒక్క నిమిషం కూడా వృథాగా పోనిచ్చేవారు కాదు. వారు చేసే ప్రతిపని దేశం కోసమే. మాట్లాడటం దేశంకోసమే. వారి మాటల్లో మాలిన్యంగాని, దంభంకాని, అసత్యంకాని లేదు. భారతదేశ దారిద్ర్యం, పారతంత్ర్యం, యీ రెండు ఎప్పుడూ వారి మనస్సును వేధిస్తూ వుండేవి. చాలామంది వారిని రకరకాలుగా ఆకర్షించేందుకు వస్తూ వుండేవారు. అందరికీ జవాబు చెబుతూ "మీరు మీ పని చేయండి. నన్ను నా పనిచేసుకోనీయండి. నాకు కావలసింది దేశ స్వాతంత్ర్యం. అది లభించిన తరువాతే మరొకటి. ఇప్పటికి ఈ పనితో నాకు ఒక్క క్షణం తీరికలేదు" అని అనేవారు. గోఖ్లేగారి ప్రతిమాటలోను రానడేగారి యెడ గౌరవం నిండి యుండేది. రానడేగారు యిలా చెప్పేవారు అని అనడం వారికి ఊత పదం. నేనక్కడ వుండగా రానడేగారి జయంత్యుత్సవమో, వార్షికోత్సవమో (సరిగా గుర్తు లేదు) జరిగింది. గోఖ్లేగారు దాన్ని ప్రతి ఏటా జరుపుతూ వుంటారట. అప్పుడు నేను గాక వారి మిత్రులు ప్రొఫెసర్ కాథనేట్ గారు మరియొక సబ్ జడ్జివున్నారు. రానడే గారిని గురించి కొన్ని వివరాలు గోఖ్లేగారు తెలియజేశారు. రానడే గారికి, మరియు తైలంగీ భాషా పండితులు మాండలీకు గారికి గల వ్యత్యాసం చెప్పారు. మాండలీకు గారికి క్లయింట్ల పని అంటే కడు శ్రద్ధట, ఒకనాడు వారికి రైలు అందలేదు. స్పెషల్ రైలు తెప్పించుకొని మరీ కోర్టుకు వెళ్ళారట. ఇక ఆనాటి గొప్పవారందరిలో రానడే గొప్పవారు. ఆయన కేవలం న్యాయమూర్తేగాక చరిత్రకారుడు కూడా. ఆర్థిక శాస్త్రవేత్త. గొప్ప సంస్కర్త. ప్రభుత్వ జడ్జి అయి యుండికూడా నిర్భయంగా కాంగ్రెసులో

ప్రేక్షకునిగా పాల్గొనేవారు. జనానికి వారి నిర్ణయం ప్రమాణంగా వుండేది. యీ విధంగా రానడేగారు గుణగణాలను వర్ణిస్తున్నప్పుడు గోఖ్లేగారు పరవశత్వం చెందేవారు.

గోఖ్లేగారి దగ్గర ఒక గుర్రపు బండి వుండేది. నేను దాన్ని గురించి ప్రశ్నించాను. దాని అవసరం ఏమిటో నాకు బోధపడనందున "మీరు ట్రాముబండి మీద పోతే సరిపోదా? అది నాయకుల ప్రతిష్టకు భంగమా?" అని అడిగాను.

ఈ మాటలు విని కొంచెం బాధపడి యిలా అన్నారు. "నీవు కూడా నా సంగతి తెలుసుకోలేక పోయావు. నాకు కౌన్సిలు వల్ల వచ్చే సొమ్మును నా సొంతానికి ఉపయోగించను. మీరంతా ట్రాము బండ్లలో వెళుతూ వుంటే నాకు అసూయ కలుగుతుంది. నేనలా చేయలేను. ఎంతమందితో నాకు పరిచయం వున్నదో అంతమందితో నీకు కూడా పరిచయం వుంటే ట్రాములలో వెళ్ళడం అసంభవం కాకపోయినా దుష్కరమని తెలిసేది. నాయకులు చేసేదంతా సౌఖ్యం కోసమేనని అనుకోవడం సరికాదు. నీ మితవ్యయవిధానం నాకు సంతోషదాయకం. వీలైనంత వరకు నేనూ అట్టి వాడినే. కాని నా వంటి వానికి కొంత ఎక్కువ వ్యయం కావడం తప్పనిసరి. దానితో నా ఆక్షేపణ ఒకటి పూర్తిగా రద్దు అయిపోయింది. కాని మరొకటి వుంది. దానికి వారు తృప్తికరమైన సమాధానం యివ్వలేకపోయారు.

"అయితే మీరు షికారుకైనా పోరుకదా! ఇక ఎప్పుడూ అస్వస్థులై వుండటం సరియేనా? దేశ కార్యాల్లో వ్యాయామానికి అవకాశం దొరకదా?" అని అడిగాను. "షికారుకు పోవుటకు ఎప్పుడైనా నాకు అవకాశం కలదని కనుగొన్నావా?" అని నన్ను అడిగారు.

వారి యెడగల ఆదరం వల్ల వారి యీ మాటకు నేను సమాధానం చెప్పలేదు. వారి యీ మాటవల్ల నాకు తృప్తి కలుగలేదు. కాని నేను మారుమాటాడలేదు. భోజనానికి మనకు సమయం దొరకడం లేదా? అదే విధంగా వ్యాయామానికి సమయం దొరుకుతుందని నాటికి, నేటికి కూడా నా విశ్వాసం. దీని వల్ల దేశ సేవ తగ్గిపోదని. ఎక్కువవుతుందని నా అభిప్రాయం.

18. గోఖ్లేగారితో ఒక మాసం - 2

గోఖ్లేగారి గొడుగు నీడలో వున్న నేను కాల వ్యవధిని గమనించలేదు. భారత దేశమందలి క్రైస్తవుల స్థితిగతులను గురించి సవివరంగా తెలుసుకొని మీకు తెలియజేస్తానని దక్షిణ ఆఫ్రికా యందలి క్రైస్తవ మిత్రులకు చెప్పి వచ్చాను. కాళీచరణ బెనర్జీగారి పేరు విన్నాను. వారు కాంగ్రెసులో ఎక్కువగా పనిచేస్తున్నారు. అందువల్ల వారంటే నాకు ఆదరం పెరిగింది. సామాన్యంగా భారతదేశ క్రైస్తవులు కాంగ్రెసు సభల్లో పాల్గొనరు. హిందువులతో, ముసల్మానులతో కలవరు. అందువల్ల క్రైస్తవుల యెడ కలిగిన అవిశ్వాసం కాళీ చరణ బెనర్జీ గారి యెడ నాకు కలగలేదు. నేను వారిని దర్శిస్తానని గోఖ్లేగారితో అన్నాను. వారిని చూచి ఏం చేస్తావు? వారు చాలా యోగ్యులే. కాని వారిని దర్శించినందున నీకు సంతృప్తి కలుగదని భావిస్తున్నాను. నేను వారిని బాగా ఎరుగుదును. నీవు చూడదలుచు కుంటే తప్పక చూడు అని గోఖ్లే అన్నారు. నేను కాళీ బాబు దర్శనం కోసం జాబు పంపాను. వారు వెంటనే అనుమతి యిచ్చారు. వెళ్ళి వారి దర్శనం చేసుకున్నాను. ఇంట్లో వారి ధర్మపత్ని మృత్యుశయ్యమీద పడివున్నది. ఇల్లంతా నిరాడంబరంగా వుంది. కాంగ్రెసులో వారు కోటు, ఫాంటు ధరించి పాల్గొనేవారు. కాని ఇంట్లో బెంగాలీ ధోవతి కట్టుకొని కుర్తా తొడుక్కుని

వున్నారు. నేనప్పుడు పారసీ కోటు, ఫాంటు తొడుక్కొని వున్నాను. వారి నిరాడంబరత్వం చూచి ముగ్ధుడనయ్యాను. వారి సమయం వ్యర్థం చేయకుండా నా గొడవ చెప్పుకున్నాను. "పాపాలతోబాటు మనకు పునర్జన్మ కలదను సిద్ధాంతం మీరు నమ్ముతారా?" అని వారు ప్రశ్నించారు.

"తప్పక నమ్ముతాను"

"అయితే యీ పాప నివారణోపాయం హిందూ ధర్మంలో ఎక్కడా లేదు. కాని క్రైస్తవ ధర్మంలో వుంది" అని చెప్పి "పాపాలకు ఫలం మృత్యువు. యీ మృత్యువును తప్పించుకొనుటకు ఏసుక్రీస్తే శరణ్యం" అని అన్నారు.

నేను వారికి గీతలో చెప్పబడిన భక్తి యోగాన్ని గురించి చెప్పడానికి ప్రయత్నించాను. కాని నా ప్రయత్నం వృధా అయింది. నేను వారి సౌజన్యానికి ధన్యవాదాలు సమర్పించాను. మా సంభాషణ వల్ల నాకు తృప్తి కలుగలేదు. కాని లాభం చేకూరింది. నేను కలకత్తాలో గల వీధి వీధిన బాగా తిరిగాను. చాలా దూరం నడిచాను. అప్పుడే న్యాయమూర్తి మిత్రగారిని, సర్‌గురుదాసబెనర్జీ గారిని దర్శించాను. దక్షిణ ఆఫ్రికా పనులకు వారి సాయం అవసరం. రాజాసర్‌ప్యారీ మోహన్‌ముఖర్జీ గారి దర్శన భాగ్యం కూడా కలిగింది.

కాళీ చరణ బెనర్జీగారు కాళికాలయాన్ని గురించి నాకు చెప్పారు. ఒక పుస్తకంలో దాని వర్ణన చదివాను. న్యాయమూర్తి మిత్రగారి గృహం ఆ ప్రాంతంలోనే వున్నది. వారి దర్శనం చేసుకొని ఆ దారినే వస్తూ కాళికాలయం దగ్గరకి వెళ్ళాను. కాళీకాదేవికి బలిగాబోతున్న గొర్రెల మందను త్రోవలో చూచాను. ఆలయం సందుల్లో బిచ్చగాళ్ళు గుంపులు గుంపులుగా వున్నారు. బైరాబీ బాబులు సరేసరి. సంతలు, బజార్లు, మొదలుగాగల చోట్ల బిచ్చగాళ్ళకు కాణీకూడా ఇవ్వకూడదని అప్పటికే నేను నిర్ణయించుకున్నాను. చాలామంది బిచ్చగాళ్ళు నా వెంటబడ్డారు. ఒక బాబాజీ ఎత్తగు నలుచదరపు రాతికట్టడం మీద కూర్చొని వున్నాడు. ఆయన నన్ను దగ్గరికి రమ్మని పిలిచాడు. నేను, ఒక మిత్రుడు ఆయన దగ్గరకు వెళ్ళాము. "నాయనా! ఎక్కడికి పోతున్నావు." అని ఆయన నన్ను అడుగగా, తగిన సమాధానం చెప్పాను. ఆయన నన్ను, నా మిత్రుణ్ణి కూర్చోమని చెప్పగా మేము కూర్చున్నాము. "అయ్యా ! ఇన్ని గొర్రెల్ని బలియివ్వడం ధర్మమని మీరు భావిస్తున్నారా?" అని అడిగాను. "జీవహత్య ధర్మమని ఎవరంటారు?" అని ఆయన అన్నాడు.

"మీరిక్కడ కూర్చున్నారు గదా? జనానికి బోధించకూడదా?"

"అది నా పనికాదు. భగవత్ సేవయే నా పని"

"అందుకు మీకు యీ చోటే దొరికిందా? వేరే చోటుదొరకలేదా?"

"ఎక్కడ బడితే అక్కడ కూర్చుంటాను. నాకన్ని చోట్లు ఒక్కటే, లోకుల గోల నాకెందుకు? వాళ్ళొక గొర్రెల మంద. ఎక్కడికి పిలిస్తే అక్కడికి పోతారు. వారితో మాకేమిపని?"

నేనిక సంభాషణను పెరగనీయలేదు. తరువాత నేను దేవాలయంలోకి వెళ్ళాను. ఎదురుగా రక్తపుమడి చూచి బిత్తరపోయాను. నిలబడ లేకపోయాను. పెద్ద క్షోభ కలిగింది. తలక్రిందులయ్యాను. ఆ దృశ్యం యీనాటికి మరువలేను. ఆ సమయాన ఒక బెంగాలీ సంఘం వారు నన్ను విందుకు పిలిచారు. అక్కడ ఒక సజ్జనునితో ఘాతుకమగు జంతుబలిని గూర్చి ముచ్చటించాను. "అచ్చట బలియిచ్చే సమయంలో చెవులు రింగుమంటూ నౌబత్‌ఖానాలు మోగుతూ వుంటాయి. యీ గందర

గోళంలో గొర్రెలకు మృత్యుబాధ తెలియదు." అని ఆ సజ్జనుడు అన్నాడు. వారి మాటలు నాకు రుచించలేదు. "ఆ గొర్రెలకి నోరుంటే ఊరుకోవు. ఘోరమైన యీ ఆచారాన్ని ఆపివేయాలి." అని అన్నాను. నాకు బుద్ధుని కథ జ్ఞాపకం వచ్చింది. కాని దాన్ని ఆపడం మాత్రం నా శక్తికి మించిన పనియని అనిపించింది.

ఈ విషయంలో అప్పుడు ఏవిధంగా భావించానో ఇప్పుడు కూడా ఆ విధంగానే భావిస్తున్నాను. గొర్రెప్రాణం విలువ మనుష్యుని ప్రాణం కంటే తక్కువ కాదు. మనిషి శరీరాన్ని పోషించేందుకు గొర్రెను చంపడం ఎన్నటికీ అంగీకరించలేను. జంతువు కడునిస్సహాయమగు ప్రాణి. మనుష్యుని సాయం పొందుటకు అది అధికారి. అయితే దానికి సాయం చేయాలంటే మనిషికి ఎంతో యోగ్యత, అధికార విచక్షణ వుండటం అవసరం. అప్పుడే ప్రాణదానం చేయగల శక్తి మనిషికి చేకూరుతుంది. గొర్రెలను ఇంతటి క్రూరమైన హోమాన్నుండి రక్షించాలంటే నాకు ఇంకా ఆత్మశుద్ధి, త్యాగం అవసరం. ఇట్టి శుద్ధిని, త్యాగాన్ని గురించి ఘోషిస్తూ ఘోషిస్తూనే యీ దేహాన్ని విడవవలసి వస్తుందేమోనని తోస్తున్నది. మనిషిని యీ మహా పాతకాన్నుండి రక్షించుటకు, నిర్దోషులగు యీ జీవులను కాపాడుటకు, యీ ఆలయాన్ని పవిత్రం చేయుటకు ఆ పరమేశ్వరుడు ఏ మహాపురుషుణ్ణి లేక ఏ మహాశక్తిని సృష్టిస్తాడో తెలియదు. కాని నేను అలా సృష్టించమని సదా దేవుని ప్రార్థిస్తున్నాను. జ్ఞానవంతులు, బుద్ధిమంతులు, త్యాగధనులు, భావుకులునగు బెంగాల్ ప్రజలు ఇట్టి వధను ఎట్లు సహించి వూరుకుంటున్నారో తెలియదు.

19. గోఖ్లేగారితో ఒక మాసం - 3

కాళీ మాత నుద్దేశించి చేయబడుతున్న భయంకరమగు యీ యజ్ఞాన్ని చూచిన తరువాత బెంగాలీ ప్రజల జీవిత విధానాన్ని గురించి తెలుసుకోవాలనే కోరిక కలిగింది. బ్రహ్మ సమాజ మతగ్రంథాలు బాగా చదివాను. ప్రతాపచంద్ర మజుందార్‌గారి జీవితం కొద్దోగొప్పో చదివాను. వారి ఉపన్యాసాలు విన్నాను. వారు వ్రాసిన కేశవ చంద్రసేన్ గారి జీవిత చరిత్రను ఆసక్తితో చదివాను. సాధారణ బ్రహ్మ సమాజానికి, అసలు బ్రహ్మసమాజానికి గల భేదం తెలుసుకున్నాను. పండిత శివనాథశాస్త్రి గారిని దర్శించాను. ప్రొఫెసర్ కాథవటేగారితో కలిసి మహర్షి దేవేంద్రనాథ టాగూరుగారిని దర్శించుటకు వెళ్ళాను. కాని ఆ సమయంలో వారు ఎవ్వరికీ దర్శనం ఇవ్వడంలేదని తెలిసింది. అందువల్ల వారి దర్శనం కాలేదు. కాని వారి ఇంట్లో జరిగే బ్రహ్మసమాజోత్సవానికి ఆహ్వానించబడి వెళ్ళి ఆ ఉత్సవాల్లో పాల్గొన్నాను. అక్కడ శ్రేష్టమైన బెంగాలీ సంగీతం విన్నాను. అప్పటినుండి బెంగాలీ సంగీతం అంటే నాకు ఆసక్తి బాగా పెరిగింది.

బ్రహ్మసమాజాన్ని గురించి తెలుసుకున్న తరువాత శ్రీ వివేకానంద స్వామి వారి దర్శనం చేసుకోకుండా ఎలా ఉండగలను? అత్యుత్సాహంతో బేలూరు మఠం నడిచివెళ్ళాను. ఎంతదూరం నడిచానో నాకు ఇప్పుడు గుర్తులేదు. ఏకాంత స్థలంలో వున్న ఆ మఠం చూచి నేను చాలా ఆనందపడ్డాను. అక్కడికి వెళ్ళిన తరువాత స్వాముల వారు జబ్బుపడి కలకత్తాలో వున్నారని తెలిపింది. ఈ సమాచారం విని నిరాశపడ్డాను. తరువాత సోదరి నివేదితగారి ఇంటిజాడ తెలుసుకొని వెళ్ళి ఆమెను దర్శించాను. ఆమె వైభవం చూచి నిలువునా నీరైపోయాను. మాటలోను, పలుకులోను కూడా మా ఇద్దరికి పొంతన కుదరలేదు. నేను ఈ విషయం గొఖ్లేగారికి చెప్పాను. "ఆమె" తేజస్సుగల వనిత. మీ ఇద్దరికి కుదరదు అని గోఖ్లేగారు అన్నారు.

మరోసారి పేస్తన్‌జీ గారి ఇంట్లో మేమిద్దరం సమావేశమయ్యాము. ఆమె అక్కడ వుండగా నేను వెళ్ళాను. ఆమె పేస్తన్‌జీగారి వృద్ధమాతకు ఉపదేశం ఇస్తున్న సమయం అది. అనుకోకుండా నేను ఇద్దరికి మధ్య దుబాసి అయినాను. సోదరి నివేదితకు నాకు భావైక్యత లేకపోయినా, ఆమెకు హిందూ మతం యెడ గల అగాధ ప్రేమను గమనించాను. ఆమె రచించిన గ్రంథాలు ఆ తరువాత చదివాను. కలకత్తాలో నా సమయాన్ని రెండు భాగాలుగా విభజించాను. అర్ధ దినం దక్షిణ ఆఫ్రికా కార్యాలకోసం, కలకత్తాలోని నాయకుల్ని దర్శించడానికి, మిగతా అర్ధదినం ధార్మిక సంస్థల్ని, ఇతర సార్వజనిత సంస్థల్ని దర్శించేందుకు వెచ్చించాలని నిర్ధారించుకున్నాను.

నేనొక రోజున డాక్టరు మల్లిక్ గారి అధ్యక్షతన జరిగిన సభలో బోయర్ యుద్ధంలో భారతీయుల సేవాబృందం చేసిన పనిని గురించి ఉపన్యసించాను. “ఇంగ్లీష్‌మన్” పత్రికాధిపతి పరిచయం ఇప్పుడు కూడా నాకు ఉపయోగపడింది. సాండర్సుగారికి ఇప్పటికీ సుస్తీగానే వుంది. అయితే 1896లో నాకు ఏ విధంగా సాయం చేశారో ఇప్పుడు కూడా అదే విధంగా సాయం చేశారు. నాయీ ఉపన్యాసానికి గోఖ్లేగారు సంతోషించారు. డాక్టరు రాయ్‌గారు నా ఉపన్యాసాన్ని ప్రశంసించే సరికి ఇంకా సంబరపడ్డాను. నేనీ విధంగా గోఖ్లేగారి గొడుగు నీడన వుండటం వల్ల బెంగాల్ ప్రాంతంలో నా పని తేలిక అయింది. బెంగాలు నందు గొప్ప గొప్ప కుటుంబాల వారితో నాకు సన్నిహిత సంబంధం ఏర్పడింది. చిరస్మరణీయాలైన సంగతులు యీ కాలానికి సంబంధించినవి చాలా వున్నాయి. కాని వాటిని ఇక్కడ వివరించడం లేదు. యీ సమయంలోనే బ్రహ్మ దేశం (బర్మా) వెళ్ళి వచ్చాను. అక్కడి పూంగీలను (సన్యాసుల్ని) కలిశాను. వాళ్ళ సోమరితనం చూచి నాకు నవ్వు వచ్చింది. బంగారు పెగోడాలు (గోపురాలు) చూచాను. దేవళంలో లెక్కలేనన్ని కొవ్వొత్తులు వెలుగుతూ వున్నాయి. అవి నాకు నచ్చలేదు. గర్భాలయంలో పరుగెత్తుతున్న ఎలుకల్ని చూచేసరికి మోర్చిలో దయానందస్వామి వారి అనుభవం గుర్తుకు వచ్చింది. బ్రహ్మ దేశంలోని స్త్రీల స్వాతంత్ర్యాన్ని ఉత్సాహాన్ని చూచి సంతోషించాను. కాని పురుషుల మాంద్యం చూచి విచారించాను. బొంబాయి ఎట్లా భారతదేశం కాదో, అట్లే రంగూను బ్రహ్మదేశం కాదని చూచి తెలుసుకున్నాను. భారతదేశంలో మనం ఇంగ్లీషు వర్తకులకు కమీషన్ ఏజంట్లుగా భావించి వ్యవహరిస్తున్నట్లే, ఇంగ్లీషు వాళ్ళు అక్కడి వర్తకులతో కలిసి బ్రహ్మదేశం వాళ్ళను కమీషన్ ఏజంట్లుగా చేసుకున్నారని నాకు బోధపడింది.

బ్రహ్మ దేశాన్నుండి తిరిగి వచ్చిన తరువాత గోఖ్లేగారి దగ్గర సెలవు తీసుకున్నాను. వారిని విడిచి పెట్టడం ఎంతో కష్టమనిపించింది. అయితే నాకు బెంగాలుతో లేక కలకత్తాతో పని అయి పోయింది. అన్ని పనులు కంటే ముందు భారతదేశంలో మూడో తరగతి రైలు బండ్లలో ప్రయాణం చేసి ఆ తరగతిలో ప్రయాణించేవారి కష్టాలు తెలుసుకోవాలని నిశ్చయించుకున్నాను. యీ విషయం గోఖ్లేగారికి విన్నవించాను. వారు వెంటనే నవ్వారు. కాని నా అభిప్రాయాలు తెలుసుకొని సంతోషించారు. ముందు కాశీకి వెళ్ళి అనిబిసెంట్ గారి దర్శనం చేసుకొందామని నిర్ణయించుకున్నాను. అప్పుడు ఆమె జబ్బుపడి మంచం పట్టి వున్నది.

మూడో తరగతి రైలు బండి ప్రయాణానికి తగిన సరంజామా సిద్ధం చేసుకోవలసి వచ్చింది. లడ్లు, పూరీలు నింపిన టిఫిన్ బాక్సు ఒకటి గోఖ్లే గారు బహూకరించారు. పన్నెండు అణాలు పెట్టి ఒక సంచీ కొన్నాను. ఒక రకమైన ఛాయగల ఉన్ని కోటు (పోరుబందరు ప్రాంతం వారు ధరిస్తారు), ఒక తువాలు, ఒక ధోవతి ఒక చొక్కా దాన్లో వుంచాను. కప్పుకునేందుకు ఒక కంబళీ తీసుకున్నాను. ఒక లోటా కూడా తీసుకొని ప్రయాణమైనాను.

గోఖ్లేగారు, రాయ్‌గారు నన్ను సాగనంపడానికి రైలు స్టేషనుకు వచ్చారు. రావద్దని బ్రతిమి లాడాను. కాని వారు నా మాట వినలేదు. "నీవు ఒకటో తరగతిలో ప్రయాణిస్తూ వుంటే నేను రాను. కాని ఇప్పుడు రాక తప్పదు" అని గోఖ్లేగారు అన్నారు.

ప్లాటుఫారం మీదకు వస్తూ వున్నప్పుడు గోఖ్లేగారిని ఎవ్వరూ ఆపలేదు. వారు పట్టుపాగా చుట్టుకున్నారు. ధోవతి కట్టుకున్నారు. కోటు తొడుక్కున్నారు. డాక్టరు రాయ్‌గారు బెంగాలీ దుస్తుల్లో వున్నారు. ఆ కారణం వల్ల టిక్కెట్టు కలెక్టరు వారిని మొదట ఆపివేశారు. కాని గోఖ్లేగారు "నా మిత్రులు" అని చెప్పిన మీదట రానిచ్చారు. యీ విధంగా వారిద్దరు వచ్చి నన్ను సాగనంపారు.

20. కాశీలో

కలకత్తా నుండి రాజకోట వెళ్ళే దారిలో గల కాశీ, ఆగ్రా, జైపూరు, పాలనప్పూరు చూసుకొంటూ రాజకోట చేరుకోవాలని నిర్ణయించుకున్నాను. ప్రతి చోట ఒక్కొక్క రోజు వున్నాను. పాలన్‌పూరులో తప్ప మిగతా అన్ని చోట్ల సత్రాల్లోను, పండాల ఇళ్ళల్లోను వున్నాను. యీ ప్రయాణానికంతకు రైలు చార్జీతో సహా మొత్తం ముప్పది ఒక్క రూపాయలు మాత్రం ఖర్చు అయిందని గుర్తు. మూడవ తరగతిలో ప్రయాణం చేస్తున్నప్పటికి మైలు బండ్లు ఎక్కలేదు. వాటిలో జనం క్రిక్కిరిసి వుండటం గమనించాను. మిగతా రైళ్ళ కంటే మైలుబండ్లలో మూడవ తరగతి చార్జీకూడా ఎక్కువే. నాకది కష్టమనిపించింది.

మూడో తరగతి పెట్టెల్లో చెత్త చెదారం, మరుగు దొడ్ల కంపు యిప్పుడెట్లా వున్నాయో అప్పుడు కూడా అట్లాగే వుండేవి. కొద్దిగా మార్పులు జరిగితే జరిగి యుండవచ్చు. మూడో తరగతికి, మొదటి తరగతికి చార్జీల్లో తేడా వుండటమే గాక సౌకర్యాల్లో కూడా తేడా వుంది. మూడో తరగతి ప్రయాణీకులకీ, గొర్రెలకీ తేడా ఏమీ లేదు. ఇక్కడి బండ్లు కూడా గొర్రెలకు అనుకూలమైనవని చెప్పవచ్చు.

యూరపులో మూడో తరగతిలో ప్రయాణం చేయటమే నాకు అలవాటు. ఎట్లా వుంటాయో చూద్దామని ఒకసారి మొదటి తరగతి పెట్టె ఎక్కాను. మూడో తరగతికి మొదటి తరగతికి పెద్ద తేడా నాకు కనబడలేదు. దక్షిణ ఆఫ్రికాలో మూడో తరగతి ప్రయాణీకులంటే నీగ్రోలన్న మాట. కొన్ని పెట్టెల్లో మూడో తరగతి ప్రయాణీకులకు సౌకర్యాలు వుంటాయి. కొన్ని బండ్లలో మూడో తరగతి ప్రయాణీకులకు పడుకొనేందుకు ఏర్పాట్లు వుంటాయి. కూర్చునే చోట దిండ్లు వుంటాయి. పెట్టెల్లో సీట్లను మించి జనం ఎక్కరు. మన దేశంలో అసలే రైల్వేవారి లోట్లు ఎక్కువ. వాటితో బాటు ఇటు ప్రయాణీకులు కూడా చాలా అపరిశుభ్రంగా వుంటారు. వాళ్ళ పక్కన కూర్చొని ప్రయాణించడం శుచిగా వుండేవారికి చాలా కష్టం. అట్టి ప్రాయాణం వాళ్ళకు శిక్షయే. చాలామంది పెట్టెలోనే ఉమ్మి వేస్తూ వుంటారు. మురికి వేస్తూ వుంటారు. బీడీల పొగ సరేసరి. తమలపాకులు, పొగాకు నమిలి పిచికారీ చేస్తూ వుంటారు. బిగ్గరగా మాట్లాడుతూ వుంటారు. పక్క వారి ఇబ్బందిని లెక్క చేయకుండా దుర్భాషలాడుతూ వుంటారు. యీ విధమైన మూడో తరగతి పెట్టెల్లో ప్రయాణం చేసి చాలా సార్లు పైన తెలిపిన యాతన లన్నింటిని అనుభవించాను.

నేను 1902లో మూడో తరగతి పెట్టెల్లో ప్రయాణించాను. 1915 నుండి సంవత్సరం పాటు విడవకుండా మూడో తరగతిలో ప్రయాణం చేశాను. అప్పటికి యిప్పటికి పెద్ద భేదం నాకు

కనబడలేదు. యీ మహావ్యాధికి ఒక్కటే మందు. చదువుకున్న వాళ్ళంతా మూడో తరగతిలో ప్రయాణం చేసి ప్రయాణీకుల దురభ్యాసాలను తొలగింప చేసేందుకు కృషి చేయాలి. అవసరమైన మార్పుల్ని గురించి అర్జీలు పంపించి రైలు అధికారుల్ని నిద్రపోనీయకూడదు. తమ తమ సౌఖ్యాల కోసం లంచాలు ఇవ్వకూడదు. ఇతర అన్యాయ మార్గాలను అనుసరించకూడదు. రైలు నియమాలను అతిక్రమించకూడదు. యీ విధంగా చేస్తే జనానికి కొద్దో గొప్పో సంస్కారం కలుగుతుందని అనుభవం వల్ల చెబుతున్నాను. నేను జబ్బు పడినందువల్ల 1920 నుండి మూడో తరగతి ప్రయాణం మానుకున్నాను. యిందుకు నాకు సిగ్గు వేసింది. విచారం కలిగింది. మూడో తరగతి ప్రయాణీకుల ఇక్కట్లు కొద్ది కొద్దిగా తగ్గి దారికి వస్తున్న తరుణంలో నాకు జబ్బు చేసి అట్టి అదృష్టం తప్పిపోయింది. రైళ్ళలోను, ఓడల్లోను ప్రయాణం చేసే బీదవాళ్ళకు కలిగే చిక్కుల్ని, అసౌకర్యాల్ని, దురభ్యాసాల్ని తొలగించేందుకు విదేశ వర్తకులకు ప్రభుత్వం వారు కల్పించే అనుచిత సౌకర్యాలను తొలగించేందుకు అంతా కృషి చేయాలి. యిది అందరికీ సంబంధించిన ఒక స్వతంత్ర విషయం. అందుకు ఒకరిద్దరు సమర్ధులు పూనుకుంటే మేలు జరుగుతుంది.

ఇక యీ విషయం మాని కాశీ కథ చెబుతాను. ఉదయమే కాశీలో కాలు పెట్టాను. పండాయింట దిగుదామని అనుకున్నాను. చాలామంది బ్రాహ్మణులు నా చుట్టూ మూగారు. వీరందరిలో శుచిగా యున్న పండా ఇంటికి వెళదామని అనుకున్నాను. అట్టి పండాను చూచి వారి ఇంటికి వెళ్ళాను. ఆ పండా ఇల్లు శుచిగా వుంది. ముంగిట్లో గోవు కట్టివేయబడి ఉంది. ఇల్లు పరిశుభ్రంగా వుంది. మేడ మీద నా బస. యధావిధిగా గంగా స్నానం చేయాలని భావించాను. అంతవరకు అన్నం తినకుండా వుండాలని అనుకున్నాను. అవసరమైన ప్రయత్నమంతా పండా చేశాడు. ఒక రూపాయి పాపలా కంటే ఎక్కువ దక్షిణ ఇవ్వలేనని మొదటనే పండాకు చెప్పాను. దానికి తగినట్లు చేయమని చెప్పాను. అతడు ఏ మాత్రం జగడం పెట్టుకోలేదు "ఫకీర్లకైనా పాదుషాలకైనా పూజ ఒకే రీతిగా చేయిస్తాను. యాత్రికులు వారి వారి శక్త్యానుసారం ఇస్తారు. దానికేమిటి? అని పండా అన్నాడు. పూజా సమయంలో అతడు మంత్రాలు మింగినట్లు అనిపించలేదు. పన్నెండు గంటలకు పూజా స్నానాదులు ముగించుకొని కాశీ విశ్వనాధుని దర్శనం కోసం వెళ్ళాను. అక్కడ చూచిన విషయాలు నాకు ఎంతో దుఃఖం కలిగించాయి."

1891వ ఏట నేను బొంబాయిలో బారిస్టరీ చేస్తున్నప్పుడు ప్రార్ధనా సమాజ మందిరంలో కాశీ యాత్రను గురించి ఒక ఉపన్యాసం విన్నాను. ఆ ప్రసంగం విని నిరాశపడ్డాను. కాశీ వెళ్ళాను. కాని ప్రత్యక్ష దర్శనం చేసుకొని అనుకున్నదాని కంటే అధికంగా నిరాశ పడ్డాను.

జారుడుగా వున్న ఒక ఇరుకు సందులో నుండి ఆలయం లోపలికి వెళ్ళాలి. అక్కడ శాంతి అనే మాటకు తావులేదు. ఎక్కడ చూచినా ఈగలు గుయ్ అంటున్నాయి. యాత్రికుల రొదకు, దుకాణాల వాళ్ళ రగడకు అంతేలేదు.

ధ్యానానికి, భగవచ్చింతనకు అది నిలయం. అలాంటి చోట వాటికే తావు లేదు. అయితే తమ చుట్టుప్రక్కల ఏమి జరుగుతున్నా పట్టించుకోకుండా ధ్యానంలో లీనమైయున్న కొంతమంది స్త్రీలను నేను చూచాను. అందుకు ఆలయ అధికారుల్ని ప్రశంసించవలసిన అవసరం లేదు. ఆలయ ప్రాంతం శాంతంగా, నిర్మలంగా, సుగంధితంగా ఉంచడం ఆలయ అధికారుల విధి. నేనక్కడ మోసపు వర్తకులు రెండోరకం మిఠాయి అమ్ముతూ వుండటం చూచాను.

ఆలయంలో అడుగు పెట్టేసరికి గుమ్మంలో కుళ్ళిన పూలు కనబడ్డాయి. వాటి నుండి దుర్గంధం వస్తూ వుంది. లోపల నేలమీద చలువ రాళ్ళు పరచబడి వున్నాయి. ఆ చలువరాళ్ళ మీద అంధ భక్తుడొకడు రూపాయలు తాపింపచేశాడు. దానిలోకి మురికి దూరి స్థావరం ఏర్పరుచుకుంది.

'జ్ఞానవాపి' దగ్గరకు వెళ్ళాను. అక్కడ ఈశ్వరుడి కోసం వెతికాను. కాని వృధా. అక్కడ నా మనస్సు బాగుండలేదు. జ్ఞానవాసి దగ్గర కూడా అంతా చెడుగే. దక్షిణ ఇచ్చేందుకు బుద్ధి పుట్టలేదు. అందువల్ల ఒక్క దమ్మిడీ మాత్రం అక్కడ వేశాను. ఒక పండా తిట్లు తిట్టి "నీవు ఈ విధంగా అవమానం చేస్తే నరకంలో పడతావు." అని శపించాడు. "అయ్యా, నా కర్మ ఎలా కానున్నదో కానీయండి. మీరు ఇట్టి దుర్భాష నోటితో పలుకకూడదు. యీ దమ్మిడీ తీసుకుంటే తీసుకోండి. లేకపోతే ఇది కూడా మీకు దక్కదు." అని నేనన్నాను. "పో, నీ దమ్మిడీ నాకు కావాలనుకున్నావా? పో, పో" అని పండా యింకో నాలుగు తిట్లు వడ్డించాడు. ఆ దమ్మిడీని తీసుకొని బయటపడ్డాను. "పండా మహాశయుడుకి దమ్మిడీ నష్టం, నాకు దమ్మిడి లాభం.." అని నేను అనుకున్నాను. కాని ఆయన దమ్మిడి కూడా పోనిచ్చేరకం కాదు. అతడు నన్ను వెనక్కి పిలిచి "మంచిది, అక్కడ వుంచు, నేను నీ మాదిరిగా చేయకూడదు. నేను తీసుకోకపోతే నీకు అమంగళం కలుగుతుంది" అని అన్నాడు.

నేను మాట్లాడకుండా దమ్మిడీ అక్కడ బెట్టి తిరుగుముఖం పట్టాను.

తరువాత ఒకటి రెండు సార్లు కాశీ విశ్వనాధుని దగ్గరకు వెళ్ళాను. కాని అప్పటికి నాకు మహాత్మ బిరుదు లభించింది. కావున 1902వ ఏట కలిగిన అనుభవం ఇప్పుడు ఎలా కలుగుతుంది? ఇప్పుడు నేనే దర్శన పాత్రుణ్ణి అయిపోయాను. యిక నాకు అప్పటి లాంటి దృశ్య దర్శన భాగ్యం ఎలా కలుగుతుంది? మహాత్ముల కష్టాలు మహాత్ములకే ఎరుక. ఇక ఆలయం విషయం అక్కడ ఒకటే కమురు కంపు. గతంలో ఆలయంలోపల ఎలా వున్నదో ఇప్పుడూ అలాగే వుంది.

ఎవరికైనా దేవుని దయ మీద సందేహం వుంటే వాళ్ళిటువంటి తీర్థ క్షేత్రాల్ని చూతురుగాక. ఆ మహాయోగి పరమేశ్వరుడు తన పేరిట జరుగుతున్న మోసం అధర్మం దుర్మార్గం అలా ఎందుకు సహిస్తున్నాడో తెలియదు.

'యే యధా మాం ప్రపద్యంతే తాంస్తథైవభజామ్యహమ్' ఎవరు ఎట్లా నన్ను కొలుస్తారో వారికి అట్టి ఫలం ఇస్తాను అని భగవానుడు చెప్పాడు. కర్మను ఎవడు మార్చగలడు? మధ్యన భగవానుడు తానెందుకు కల్పించుకోవాలి? ధర్మాన్ని ఇలా నిర్ధారించి ఆయన అంటే భగవంతుడు అంతర్హితుడైనాడు.

నేనీ అనుభవాలు వెంట బెట్టుకొని మిసెస్ బిసెంటు దర్శనానికి వెళ్ళాను. ఆమె అప్పుడే జబ్బుపడి లేచింది. నేను వచ్చానని తెలియగానే ఆమె లోపలినుండి నన్ను చూచేందుకు బయటికి వచ్చింది. నేను కేవలం దర్శనం కోసం వచ్చాను. "మీకు ఒంట్లో బాగాలేదని విన్నాను. అందువల్ల మిమ్మల్ని చూచి వెళదామని వచ్చాను. మీకు జబ్బుగా వున్నా దర్శనం యిచ్చారు. చాలు. సంతృప్తి కలిగింది. ఇంత కంటే ఎక్కువ కష్టం మీకు కలిగించను". అని చెప్పి ఆమె దగ్గర సెలవు తీసుకున్నాను.

21. బొంబాయిలో నివాసం

నేను బొంబాయిలో వుండి బారిస్టరీ చేస్తూ దానితో బాటు ప్రజా సేవ చేస్తూ వుండాలని గోఖ్లేగారి కోరిక. ఆ రోజుల్లో లోకసేవ అంటే కాంగ్రెసు సేవ అన్నమాట. అప్పుడు గోఖ్లేగారు ఒక సంస్థను స్థాపించారు. దాని పని కేవలం కాంగ్రెస్ పనులు చేయడమే.

నా కోరిక కూడా అదే. కాని బారిస్టరీలో ఆత్మ విశ్వాసం తక్కువ. పూర్వానుభవాల్ని నేను మరిచిపోలేదు. కేసుల కోసం వాళ్ళను వీళ్ళను ప్రాధేయపడటం నాకు నచ్చదు.

అందువల్ల మొదట నేను రాజకోటలోనే మకాం పెట్టాను. అక్కడ నా హితైషులు, నన్ను ఇంగ్లాండుకు పంపిన వారు నగు కేవల్‌రాం మావజీదవే గారు మూడు కేసులు తెచ్చి ఇచ్చారు. అందు రెండు అప్పీళ్ళు. కాఠియావాడ్ జూడిషియల్ అసిస్టెంటు దగ్గర వాటి విచారణ జరుగుతున్నది. మిగిలినది అసలు దావా. అది జామ్‌నగర్‌లో జరుగుతున్నది. అది పెద్ద దావా. యీ దావాలో గెలిపిస్తానని పూచీ పడలేనని చెప్పాను. "ఓడిపోయేది మేము కదా! నీవు శక్తి కొద్దీ పనిచేయి. నేను నీతో వుంటాను" అని కేవలరాం గారు అన్నారు. ప్రతిపక్షాల వకీలు కీ.శే. సమర్థ్. నేను కేసు క్షుణ్ణింగా చదివాను. నాకు ఇండియన్ లా బాగా రాదు. కేవలరాంగారు నాకు నూరి పోశారు. "ఎవిడెన్సు ఆక్టు విధానమంతా ఫిరోజ్‌షాగారికి కరతలామలకం. ఆయన గొప్పవాడు కావడానికి అదే కారణమని నా మిత్రులు, దక్షిణ ఆఫ్రికాకు వెళ్ళక పూర్వం నాకు చెబుతూ వుండేవారు. యీ సంగతి నేను గుర్తుంచుకొని దక్షిణ ఆఫ్రికాకు వెళ్ళేటప్పుడు టీకలతో సహా దాన్ని బాగా పఠించాను. ఇంతేగాక నాకు దక్షిణ ఆఫ్రికాలో మంచి అనుభవం కలిగింది.

నేను దావా గెలిచాను. అందువల్ల నా విశ్వాసం దృఢపడింది. అప్పీళ్ళ విషయంలో నాకు భయం లేదు. వాటిలో కూడా గెలిచాను. ఇక బొంబాయి వెళ్ళినా భయం లేదని ధైర్యం కలిగింది.

ఈ విషయం ఎక్కువగా చెప్పేముందు తెల్ల అధికారుల అత్యాచారం, అజ్ఞానం గురించి కలిగిన అనుభవం చెబుతాను. యీ జూడిషిల్ అసిస్టెంటుగా వున్న ఒకదొర ఎప్పుడూ ఒక చోట వుండడు. ఈయన త్రిపాదిలా ఎక్కడెక్కడికి తిరుగుతూ వుంటాడో వకీళ్ళు, క్లయింట్లు కూడా అక్కడక్కడికి తిరుగుతూ వుండాలి. తమ చోటు విడిచి వచ్చే వకీళ్ళకు ఫీజెక్కువ యివ్వవలసి వున్నందున క్లయింట్లకు ఖర్చు అధికమైపోతున్నది. ఇదంతా విచారించవలసిన అవసరం జడ్జీకి లేదుకదా!

వేరావల్ అను గ్రామంలో అప్పీలు విచారణ జరుగనున్నది. అక్కడ ప్లేగు ముమ్మరంగా వుంది. రోజుకు 50 మందికి ప్లేగు తాకుతూ వున్నదని గుర్తు. జనాభా దరిదాపు 5,500. దాదాపు గ్రామమంతా శూన్యం. నేను ఒక శూన్యంగా వున్న సత్రంలో విడిది చేశాను. అది గ్రామానికి కొంచెం సమీపాన వుంది. కాని పాపం పార్టీలు ఎక్కడ వుంటాయి? బీదవారైతే యిక వాళ్ళ రక్షకుడు ఆ భగవంతుడే.

"అక్కడ ప్లేగు వుండటం వలన విచారణను మరోచోటుకి మార్చుమని దొరగారిని కోరవచ్చు" అని ఒక వకీలు మిత్రుడు నాకు తంతి పంపాడు. నేనా విధంగా కోరగా ప్లేగుకు బయపడుతున్నారా అని దొర అడిగాడు.

"ఈ విషయంలో మీరు మా భయాన్ని గురించి యోచించవద్దు. మా సంరక్షణోపాయం మాకు తెలుసు. కాని క్లయింట్ల గతి ఏమిటి?" అని అన్నాను.

"భారత దేశంలో ప్లేగు స్థిర నివాసం ఏర్పాటు చేసుకుంది. దీనికి భయమెందుకు? వేరావల్ ఎంతో మంచిది (దొర గ్రామానికి దూరంగా రాజభవనం లాంటి డేరాలో వున్నాడు) యీ విధంగా బయట వుండటం అందరికీ నేర్పాలని యిలా చేస్తున్నాను."

ఇదీ ఆయన వేదాంతం. దీని ముందు యిక నా మాట చలామణీ ఎలా అవుతుంది. "గాంధీగారు చెప్పింది గుర్తుపెట్టుకొని వకీళ్ళకు, పార్టీలకు నిజంగా కష్టం కలుగుతూ వుంటే నాకు చెప్పండి" అని దొర శిరస్తాదారుకు చెప్పాడు.

దొర తాను చేస్తున్నది ఒప్పే అనుకొని అలా చేస్తున్నాడను విషయం నిజం. కాని నల్లవాళ్ళు పడుతున్న యిబ్బందుల ముందు అది ఏపాటిది? ఆయనకు బీదవారగు నల్లవారి అవసరాలు, అలవాట్లు, స్వభావాలు, ఆచారాలు ఎట్లా తెలుస్తాయి? రూపాయల మీద నడిచే వాడికి పైసల సంగతి ఎలా తెలుస్తుంది? ఎంత ప్రయత్నించినా ఏనుగు చీమను గురించి తెలుసుకోలేదు. అదే విధంగా ఏనుగులవంటి తెల్లవాళ్ళు చీమల వంటి నల్లవాళ్ళను తెలుసుకోవాలన్నా వాళ్ళను తీర్చిదిద్దాలన్నా సాధ్యం కాదు.

ఇక స్వవిషయం. పైన తెలిపిన విధంగా నా మీద నాకు విశ్వాసం కలిగింది. కొంతకాలం రాజకోటలోనే వుందామని భావించాను. ఇంతలో కేవలరాంగారు నా దగ్గరకు వచ్చి "నిన్నిక్కడ వుండనీయను. నీవు యిక బొంబాయిలో వుండవలసి వస్తుంది" అని అన్నారు.

"అయితే అక్కడ కేసులేవీ ? నా ఖర్చు మీరు భరిస్తారా!"

"ఆహా, నీ ఖర్చులు నేను భరిస్తాను. అవసరమైనప్పుడు పెద్ద బారిస్టర్లను ఇక్కడికి తీసుకు వచ్చినట్లు నిన్ను తీసుకు వస్తాను. వ్రాత కోతల పనులన్నీ అక్కడికి పంపిస్తాను. బారిస్టర్లను పెద్దవాళ్ళను చేయడం, చిన్నవాళ్ళను చేయడం ప్లీడర్ల చేతిలో పనికదా! జాంనగర్‌లోను, వేరావలులోను నీ పనిని సరిగ్గా నిర్వహించావు. ఇక మాకు చింత లేదు. నీవు లోకారాధన చేయవలసిన వాడవు. ఇక నిన్ను కాఠియావాడులో వుండనీయం. ప్రయాణం ఎప్పుడో చెప్పు!"

"నేటాలునుండి నాకు కొంత పైకం రావాలి. అది రాగానే నేను బొంబాయి వెళతాను."

పైకం రెండు వారాల్లో వచ్చింది. నేను బొంబాయి వెళ్ళాను. "పేయిస్ గిల్ బర్టు అండ్ సయానీస్" అను ఆఫీసులో చేంబరు అద్దెకు తీసుకొని అక్కడే బసచేశాను.

22. ధర్మ సంకటం

నేను ఆఫీసుతో పాటు గిరిగాములో ఇల్లు అద్దెకు తీసుకున్నాను. కాని ఈశ్వరుడు నన్ను స్థిరంగా వుండనీయలేదు. ఇల్లు తీసుకున్న కొద్దిరోజులకే మా రెండో పిల్ల వాడికి బాగా జబ్బు చేసింది. టైఫాయిడ్ జ్వరం. ఎంతకీ తగ్గలేదు. మాటలు తడబడటం ప్రారంభమైంది. రాత్రి సన్నిపాత లక్షణాలు. యీ వ్యాధికి ముందు అతనికి మశూచి ముమ్మరంగా పోసింది.

డాక్టరును పిలిపించాను. "ఇందుకు మందుపనిచేయదు. కోడిగుడ్లరసం, కోళ్ళరసం ఇవ్వాలి" అని డాక్టరు చెప్పాడు.

మణిలాలు వయస్సు పదిఏళ్ళు. పిల్లవాణ్ణి ఏమని అడుగను? సంరక్షకుణ్ణి నేను. నేనే ఏదో ఒక నిర్ణయం చేయాలి. డాక్టరు సజ్జనుడు. పారసీకుడు "అయ్యా మేము మాంసాహారులం కాము. మీరు చెప్పిన యీ రెండు వస్తువుల్లో దేన్నీ ముట్టము. ఇందుకు బదులు మరొకటి చెప్పండి. అని అన్నాను.

"మీ పిల్లవాడి జీవితాశ లేదు. పాలలో నీళ్ళు కలిపి యివ్వవచ్చు. కాని ఆ ఆహారం చాలదు. నేను చాలామంది హిందువుల ఇళ్ళల్లో వైద్యం చేస్తున్నాను. మీకు తెలుసు. వాళ్ళంతా

నేచెప్పినట్లు చేస్తారు. నేను చెప్పిన వస్తువులు వాళ్లు తీసుకుంటున్నారు. నేను చెప్పిట్లు మీరు కూడా విని ఈ పిల్లవాడి విషయంలో కాఠిన్యం వహించకుండా వుంటే మేలు జరుగుతుంది.

మీరన్నది నిజమే. కాని ఒక్క విషయం చెప్పక తప్పదు. ఈ విషయంలో నా బాధ్యత చాలా ఎక్కువ. అతడు పెద్ద వాడైయుంటే అతడి యిష్టానుసారం వ్యవహరించి వుండేవాణ్ణి. కాని ఆ భారం నామీద పడింది. మనిషికి ధర్మ సంకటం ఏర్పడేది యిలాంటి సమయాల్లోనేనని భావిస్తున్నాను. తప్పో ఒప్పో మనుష్యుడు మాంసం తినకూడదని నా నిర్ణయం. జీవన సాధనానికిఒక హద్దు అనేది వుంటుంది. ప్రాణం నిలుపుకోడం కోసమైనా యీ వస్తువుల్ని తినరాదని నా అభిప్రాయం. అందువల్ల నాకు గాని, నా వారికి గాని ఇట్టి సమయంలో కూడా మాంసం మొదలగు వాటిని తినిపించకూడదని నా ధర్మ మర్యాద బోధిస్తున్నది. మీరు ఈ పిల్లవాడి జీవితానికి ప్రమాదం అని చెప్పినా లేక నిజంగా ప్రమాదం సంభవించినా నేను వాటిని ముట్టను. కాని ఒక్కటి మాత్రం యోచిస్తున్నాను. మీ మందులు నేను వాడను. నాకు నాడి, హృదయ పరీక్ష తెలియదు. నాకు కొంచెం కొంచెం జల చికిత్స తెలుసు. నేనా చికిత్స చేస్తాను. మీరు నియమప్రకారం మణిలాలును చూచి శరీరంలో కలిగే మార్పుల్ని నాకు తెలిపితే మీ మేలు మరవలేను అని అన్నాను. సజ్జనుడగు అతనికి నా ఇబ్బంది తెలిసింది. నేను కోరిన ప్రకారం వచ్చి మణిలాలును చూచి వెళతానని అన్నాడు.

మణిలాలు తన ఉద్దేశ్యం నిర్ధారించి చెప్పగలవాడు కాకపోయినా, నాకు డాక్టరుకు జరిగిన సంభాషణంతా చెప్పి నీ ఉద్దేశ్యం ఏమిటి అని అడిగాను.

"నీవు మామూలుగా జలవైద్యం చేయి. నాకు కోళ్ళూ వద్దు, కోడిగుడ్ల రసమూ వద్దు" అని మణిలాలు అన్నాడు.

బాబూ, వాటిని తిను అని నేను చెబితే పిల్లవాడు తింటాడని నాకు తెలుసు. అయినా అతని మాటలవల్ల నాకు సంతోషం కలిగింది. నాకు కూనే వైద్యం కొద్దిగా తెలుసు. లోగడ నుండి యీ వైద్యం నేను చేస్తున్నాను. రోగానికి లంకనం పరమౌషదం అని నా భావం. కూనే వైద్యం ప్రకారం మణిలాలుకు కటిస్నానం మూడు నిమిషాలు మాత్రం చేయించాను. మూడు రోజుల వరకు నీరు కలిపిన నారింజ పండ్ల రసం యిచ్చాను. కాని ఉష్ణం తగ్గలేదు. రాత్రిళ్ళు కొంచెం కొంచెం పెరుగుతూ వుంది. 104 డిగ్రీల దాకా జ్వరం వుంటున్నది. నాకు కంగారు పుట్టింది. "పిల్లవాడికి ఏమన్నా అయితే లోకులేమంటారు? మా అన్నగారేమంటారు? మరో డాక్టరును పిలిపించకూడదా? ఆయుర్వేద వైద్యుణ్ణి పిలిపించకూడదా? అపక్వమైన తమ బుద్ధిని పిల్లలపై ప్రయోగించే హక్కు తల్లి దండ్రులకెక్కడిది? ఈ రకమైన ఊహలతో మనస్సు బరువెక్కింది. "జీవుడా! నీవు నీకోసం ఏం చేస్తున్నావో నీ పిల్లవాడి కోసం కూడా అదే చేయి. పరమేశ్వరుడు సంతోషిస్తాడు. నీకు జలచికిత్స అంటే గురి. మందు మీద అట్టి గురి లేదు. డాక్టరు ప్రాణం పోయలేదు అతడిచ్చేది మందు. ప్రాణతంతువు దేవుడి చేతుల్లో వుంది. అందువల్ల దైవనామం స్మరించు. దానిని నమ్ము. నీమార్గం విడవకు" అను ఊహ మనస్సులో జనించింది.

మనస్సులో ఎంతో మథనపడుతూ వున్నాను. చీకటి పడింది. రాత్రి మణిలాలును దగ్గరకు తీసుకొని పడుకున్నాను. తడిగుడ్డ కప్పవచ్చునని అనుకున్నాను. లేచి బట్ట తెచ్చి పన్నీటితో తడిపి పిడిచి తలవరకు కప్పాను. పైన రెండు కంబళ్ళు కప్పాను. తలకు తడితువాలు చుట్టాను. ఒళ్ళు, పెనంలా కాలుతున్నది. వంటి మీద చెమట బొట్టు లేదు.

నాకు దడ పుట్టింది. మణిలాలును తల్లికి అప్పగించాను. ఒక్క అరగంట సేపు తెరపగాలిలో తిరిగి శ్రమ తీర్చుకొని శాంతి పొందుదామని తలచి చౌపాటివైపుకు వెళ్ళాను. పదోగంట కొట్టారు. మనుష్యులరాక పోకలు తగ్గాయి. కాని నాకు అదేమీ తెలియదు. నేను దుఃఖ సాగరంలో వున్నాను. “ఓ ఈశ్వరా! యీ ధర్మ సంకటంలో నా ప్రార్థన అంగీకరించు” అని అంటూ నిలబడ్డాను. నా నాలుక మీద రామనామం ఆడుతూ వుంది. కొంత సేపటికి ఇంటికి బయలుదేరాను. నా గుండెలు దడదడలాడుతూ వున్నాయి. ఇంట్లో ప్రవేశించాను. “నాన్నా! వచ్చావా?” అని మణిలాలు అన్నాడు.

“ఆ నాయనా!”

“నన్ను బయటికి తీయండి. చచ్చిపోతున్నాను”

“చెమట పోస్తున్నదా!”

“చెమటతో స్నానం చేశాను వెంటనే తీసివేయి నాన్నా!”

నేను మణిలాలు తల తాకి చూచాను! చెమట చేతికి తగిలింది. జ్వరం దిగజారింది. ఈశ్వరునికి చేతులెత్తి నమస్కరించాను.

“నాయనా! మణిలాలూ! భయంలేదు. ఇక జ్వరం పోతుంది. ఇంకొంచెం చెమట పోయనీయి”

“ఇక ఆగలేను. ఇప్పుడే నన్ను బయటికి తీయండి. అవసరమైతే ఇంకోసారి కప్పవచ్చు.”

నాకు ధైర్యం వచ్చింది. మాటల్లో కొద్ది నిమిషాలు గడిచాయి. చెమట ధారగా కారసాగింది. కప్పిన బట్టలన్నీ తొలగించాను. ఒళ్ళంతా తుడిచి ఆరనిచ్చాను. తరువాత తండ్రి బిడ్డలం ఆ మంచం మీదనే నిద్రించాము. మా ఇద్దరికీ గాఢంగా నిద్రపట్టింది. తెల్లవారింది. లేచి చూచాను. మణిలాలుకు వేడి చాలా వరకు తగ్గిపోయింది. నలభైరోజులు పాలు, నీళ్ళు, పండ్లు వీటితో నడిపాను. నాకు భయం పోయింది. జ్వరం మొండిదే కాని చివరకు లొంగిపోయింది. నా పిల్లలందరిలో మణిలాలు ఆరోగ్యవంతుడు. బలిష్టుడు కూడా.

దీనికి కారణం? రాముడి కృపయా? జలచికిత్సయా? అల్పాహారమా. లేక ఏదేని ఉపాయమా? నిర్ణయం ఎవరు చేయగలరు? ఎవరి విశ్వాసం ప్రకారం వాళ్ళు భావించవచ్చు. కాని ఆ సమయంలో ఈశ్వరుడే నా ప్రార్థనను ఆలకించాడని నా నమ్మకం. ఆనాటికీ, యీనాటికీ అదే నా నమ్మకం.

23. మళ్ళీ దక్షిణాఫ్రికా

మణిలాలుకు పూర్తిగా నిమ్మళించింది. గిరిగాము నందలి గృహం వాసయోగ్యంగా లేదని అనుకున్నాను. ఇల్లంతా తేమ. తగిన వెలుగులేదు. అందువల్ల నేను రేవాశంకరు గారితో మాట్లాడి మంచి చోట గాలివచ్చే ఇల్లు తీసుకోవాలని నిశ్చయించుకున్నాను. బాంద్రా, శాంతాక్రుజ్ వగైరాలన్నీ తిరిగాము. బాంద్రాలో కసాయి దుకాణం వుండటం వల్ల అక్కడ నివసించడానికి నాకు బుద్ధి పుట్టలేదు. ఘాట్‌కోపర్ వగైరాలు సముద్రానికి దూరమని అనిపించింది. శాంతాక్రుజ్‌లో ఒక అందమైన బంగళా దొరికింది. అక్కడ కాపురం పెట్టాను. ఆరోగ్యదృష్ట్యా సురక్షితం అని భావించాను. చర్చి గేటు వరకు వెళ్ళడానికి ఒక మొదటి తరగతి రైలు పాసు తెప్పించుకున్నాను. మొదటి తరగతి బండిలో అనేక పర్యాయాలు నేనొక్కడినే ప్రయాణించినట్లు గుర్తు. అందువల్ల నాకు కొంచెం గర్వం కూడా కలిగింది. చాలాసార్లు బాంద్రానుండి చర్చిగేటుకు సరాసరి వెళ్ళే బండిని అందుకోవడం

కోసం శాంతాక్రుజ్ నుండి బాంద్రాకు నడిచి పోతూ వుండేవాణ్ణి. నాకు రాబడి బాగానే వుంది. దక్షిణాఫ్రికా క్లయింట్లు కూడా కొంచెం పని ఇస్తూ వున్నారు. అందువల్ల నా ఖర్చులకు సొమ్ము సరిపోతున్నది.

ఇంతవరకు నాకు హైకోర్టుతో పనిపడలేదు. కాని ఆ రోజుల్లో అక్కడ 'మాట్' (చర్చ) జరుగుతూ వుండేది. దానికి వెళుతూ వుండేవాణ్ణి. అందులో పాల్గొందామంటే ధైర్యం చాలదు. అందు జమీయత్‌రామ్ నానా భాయిగారు ప్రధానస్థానం ఆక్రమించుతూ వుండేవారని గుర్తు. కొత్త బారిస్టర్లందరివలె నేను కూడా హైకోర్టుకు కేసులు వినడానికి వెళుతూ వుండేవాణ్ణి. అచ్చట ఏదో ఒకటి వినడానికి బదులు సముద్రం మీద నుండి మెల్లమెల్లగా వచ్చే చల్లగాలికి కునికి పాట్లు పడి ఆనందం అనుభవిస్తూ వుండేవాణ్ణి. నావలెనే కునికి పాట్లు పడే ఇతరుల్ని కూడా అక్కడ చూచి సిగ్గు పోగొట్టుకున్నాను. అక్కడ అలా నిద్రించడం కూడా ఒక ఫాషనేనని తల పోశాను. హైకోర్టులో గల గ్రంథాలయాన్ని ఉపయోగించడం ప్రారంభించాను. అక్కడ కొందరితో పరిచయం చేసుకోసాగాను. ఇక కొద్ది కాలంలోనే హైకోర్టులో పని ప్రారంభించగలనని భావించాను.

ఈ మధ్య వృత్తి నిర్వహణను గురించిన చింత కొంచెం కొంచెం తగ్గసాగింది. మరో వైపున గోఖ్లేగారి కండ్లు నా మీద వున్నాయి. వారానికి రెండు మూడు సార్లు నా ఛేంబరులోకి వచ్చి నా యోగక్షేమం తెలుసుకొని వెళ్ళ సాగారు. అప్పుడప్పుడు తన మిత్రుల్ని కూడా తీసుకొని వస్తూ వుండేవారు. పనిచేసే విధానం నాకు తెలుపుతూ వుండేవారు.

అయితే నా భవిష్యద్విషయాన్ని గురించి ఒక్క సంగతి చెప్పడం మంచిదని భావిస్తున్నాను. నేను మొదట ఏమి చేయదలచుకొనేవాడినో ఈశ్వరుడు దాన్ని సాగనిచ్చేవాడు కాదు. తానొకటి తలిస్తే దైవమింకొకటి తలచినట్లు నా విషయంలో జరుగుతూ వుంది. నేను స్థిరపడాలని నిశ్చయించుకున్నాను. కొంచెం స్వస్థుణ్ణి కూడా అయ్యాను. ఇంతలో హఠాత్తుగా దక్షిణ ఆఫ్రికా నుండి తంతి వచ్చింది. "చేంబర్లేను గారు ఇచటికి రానున్నారు. నీవు వెంటనే రావాలి" ఇదీ ఆ తంతి సారం. నేను వారికి చెప్పిన మాటలు గుర్తున్నాయి. నేను మళ్ళీ తంతి పంపాను. "నా ఖర్చులు సిద్ధం చేయండి బయలు దేరి వస్తాను" అని. వెంటనే డబ్బు వచ్చింది. అక్కడ ఒక ఏడాది పడుతుందని అనుకున్నాను. బంగళా నా క్రిందనే వుంచుకొని భార్యాబిడ్డల్ని అందు వుంచి వెళదామని నిర్ణయించుకొన్నాను. ఈ దేశంలో పని దొరకని చిన్నవాళ్ళు విదేశాలకు వెళ్ళేందుకు సాహసించడం మంచిదని అప్పుడు నాకు తోస్తూ వుండేది. అందువల్ల నా వెంట నలుగురైదుగురిని తీసుకువెళ్ళాను. వారిలో మగన్‌లాల్ గాంధీ కూడా ఒకరు.

గాంధీ కుటుంబం పెద్దది. ఇంకను వృద్ధి అవుతూ వుంది. వీరిలో స్వాతంత్ర్యం కోరేవారిని స్వతంత్రుల్ని చేయాలని నా భావన. మా తండ్రిగారు వారినందరినీ జమీందారీ నౌకరీలో బెట్టి ఏదో విధంగా పోషిస్తూ వుండేవారు. వాళ్ళు తమంతట తాము సంపాదించుకోగల స్వతంత్రులు కావాలని నా కోరిక. మగన్‌లాల్ గాంధీని సిద్ధం చేయగలిగాను. ఈ విషయం ముందు వివరిస్తాను.

భార్యాబిడ్డల వియోగం, స్థిరపడిన వకీలు పనిని తెంచి వేయడం, నిశ్చిత వస్తువు నుండి అనిశ్చిత వస్తువు నందు ప్రవేశించడం, ఇదంతా ఒక నిమిషం పాటు బాధాకరం అనిపించింది. కాని నాకు అనిశ్చిత జీవనం అలవాటు అయిపోయింది. యీ ప్రపంచంలో భగవంతుడొక్కడే

సత్యం. మిగిలినదంతా అనిశ్చితం. మన చుట్టుప్రక్కల కనిపించేదీ, జరిగేదీ అంతా అనిశ్చితం. క్షణికం. దీని యందు నిశ్చిత రూపమైన ఏ పరమతత్వం విలీనమై వున్నదో దాని ప్రదర్శనం ఎప్పుడూ జరుగుతూనే వుంటుంది. ఈ అన్వేషణే పరమ పురుషార్థం అని అంటారు.

నేను డర్బనుకు ఒక రోజు ముందుగా వెళ్ళలేక పోయాను. నేను చేయవలసిన పని అంతా తయారు చేసి వుంచారు. చేంబర్లేను గారిని చూచుటకు తేదీ నిర్ణయించబడింది. వారికి అందజేయవలసిన అర్జీ రాసి నేను డెప్యుటేషనుపై వెళ్ళాలి.

◆ ◆ ◆

నాలుగవ భాగం

1. చేసిన కృషి వ్యర్థం

మి॥ చేంబర్లేన్ మూడున్నర కోట్ల పౌండ్లు దక్షిణ ఆఫ్రికా దగ్గర తీసుకుందామని వచ్చాడు. ఇంగ్లీషువాళ్ళ, సాధ్యమైతే బోయర్ల మనస్సును కూడా జయించాలని ఆయనభావం. అందువల్ల భారతీయ ప్రతినిధులకు వ్యతిరేక సమాధానం వచ్చింది.

"స్వరాజ్యం అనుభవిస్తున్న అధినివేశరాజ్యాల మీద ఆంగ్ల సామ్రాజ్య ప్రభుత్వానికి గల అధికారం బహుస్వల్పమను విషయం మీరు ఎరుగుదురు. మీ ఆరోపణలు యదార్థమైనవనే తోస్తున్నది. నాచేతనైనంత వరకు మీకు సాయం చేస్తాను. మీరు మాత్రం అక్కడి తెల్ల వారికి తృప్తి కలిగించాలి. వాళ్ళకు సంతోషపరచాలి". ఇదీ వారి సమాధానం.

ఈ సమాధనం వల్ల భారత ప్రతినిధి వర్గం మీద పిడుగు పడినంతపని అయింది. నాకు గల ఆశ పూర్తిగా తగ్గిపోయింది. ఇక ఇప్పుడే తెల్లవారిందని భావించి "ఏమండీ! ఆశీర్వదించండి" అంటూ పని ప్రారంభించాలన్న మాట. అనుచరులందరికీ యీ విషయం నచ్చచెప్పాను.

అయితే చేంబర్లేన్ సమాధానం అనుచితమైనదా? తారుమారు చేసి మాట్లాడ కుండా ఆయన సూటిగా స్పష్టంగా చెప్పాడు. నోరు ఉన్న వాడిదే రాజ్యమని ఆయన తీయని మాటల్లో చెప్పాడన్నమాట. అసలు మా దగ్గర నోరనేది వుంటే గదా! నోటి తూటాల తాకిడికి తట్టుకోగల శరీరాలు కూడా మాకు లేవు. మి॥ చేంబర్లేన్ కొద్ది వారాలు మాత్రమే ఉంటారని తెలిసింది. దక్షిణాఫ్రికా చిన్న ప్రాంతం కాదు. ఇదొక దేశం. ఇదొక ఖండం. ఆఫ్రికాలో అనేక ఉపఖండాలు వున్నాయి. కన్యాకుమారి నుండి శ్రీనగర్‌వరకు 1800 మైళ్ళు వుంటే, డర్బన్ నుండి కేప్‌టౌన్ వరకు 1100 మైళ్ళకు తక్కువ లేదు. యీ ఖండంలో మి॥ చేంబర్లేన్ తుఫాను పర్యటన జరపాలి. ఆయన ట్రాన్సువాలుకు బయలుదేరాడు. భారత్‌లోనివాసుల కేసును తయారు చేసి నేను వారికి అందజేయాలి. ప్రిటోరియా ఎలా చేరడం? నేను సమయానికి చేరాలి, అనుమతి తీసుకోవాలి అంటే మనవాళ్ళ వల్ల అయ్యేపని కాదు.

యుద్ధం ముగిశాక ట్రాన్సువాలు శిధిలమై పోయింది. అక్కడ తినడానికి తిండిగాని, కట్టడానికి బట్టగాని లేదు. ఖాళీగా మూసిపడివున్న దుకాణాలను తెరిపించాలి, నింపాలి. ఇది నెమ్మదిగా జరుగవలసిన కార్యక్రమం. సామాను లభించేదాన్ని బట్టి ఇళ్ళు వదిలి పారిపోయిన వాళ్ళనందరినీ తిరిగి వచ్చేలా చూడాలి. అందు నిమిత్తం ప్రతి ట్రాన్సువాలు నివాసి, అనుమతి పత్రం తీసుకోవాలి. తెల్ల వాళ్ళకు అడగంగానే అనుమతి పత్రం లభిస్తుంది. కాని భారతీయులకు లభించదు. యుద్ధ సమయంలో హిందూ దేశాన్నుండి, లంకనుండి చాలామంది ఆఫీసర్లు, సైనికులు దక్షిణ ఆఫ్రికా వచ్చారు. వారిలో అక్కడ వుండదలచిన వారికి సౌకర్యాలు కల్పించవలసిన బాధ్యత బ్రిటిష్ ప్రభుత్వ అధికారులది. అది వారి కర్తవ్యంగా భావించబడింది. కొత్త అధికారుల కమిటీలు ఏర్పాటు చేయాలి. అందు అనుభవం కలిగిన అధికారులకు తేలికగా స్థానం లభించింది. యీ అధికారుల తీవ్ర బుద్ధి మరో కొత్త విభాగాన్ని నెలకొల్పింది. దాని వల్ల వారికే ఎక్కువ స్తోమతు లభించడం సహజం. హబ్షీలకోసం వేరే విభాగం ఏర్పాటు చేశారు. ఇక ఆసియా వాసుల కోసం ఏర్పాటు చేయరా? తర్కం సరిగా వున్నందున అంగీకారం లభించింది. అయితే నేను అక్కడకు చేరేసరికి యీ ఏర్పాటు

జరిగిపోయింది. మెల్లమెల్లగా వల పన్నారు. పారిపోయిన వాళ్ళకు అనుమతి పత్రం యిస్తున్న అధికారి యిష్టపడితే అందరికీ ఇవ్వవచ్చు. కాని ఫలానా వాడు ఆసియా వాసి అని అతడికి తెలియడం ఎలా? యీ కొత్త విభాగం సిఫారసు చేస్తే అసియా వారికి అనుమతి పత్రం లభించితే ఆ అధికారి బాధ్యత తగ్గుతుంది. అతడి మీద పని బరువు కూడా తగ్గుతుంది. యీ తర్కం కొత్త విభాగం తెరిచే ముందు అందరి ఎదుట ప్రవేశ పెట్టబడింది. కాని కొత్త విభాగం వారికి పనితో పాటు సొమ్ము కూడ కావలసి వచ్చింది. పనిలేకపోతే యీ విభాగం అవసరం లేదని చెప్పి దాన్ని మూసివేస్తారు. అందువల్ల ఆ విభాగానికి పని అప్పజెప్పబడింది.

ఆ విభాగానికి వెళ్ళి భారతీయులు దరఖాస్తు పెట్టుకోవాలి. చాలారోజుల తరువాత జవాబు వస్తుంది. ట్రాన్సువాలు వెళ్ళగోరే వారి సంఖ్య ఎక్కువగా వుంది. అందువల్ల దళారులు బయలుదేరారు. యీ దళారులకు అధికారులకు మధ్య పేద భారతీయుల వేలాది రూపాయలు స్వాహా అవుతున్నాయి. సొమ్ము ఇచ్చి గట్టి ప్రయత్నం చేయకపోతే అనుమత పత్రం లభించడం లేదని చాలా మంది నాకు చెప్పారు. అవకాశం వున్నప్పటికీ ఒక్కొక్క మనిషి అనుమతి పత్రం కోసం వంద పౌండ్లు కూడా చెల్లించవలసిన స్థితి ఏర్పడింది. ఈ వ్యవహారంలో నా కర్తవ్యం ఏమిటి?

నా చిరకాల మిత్రుడగు డర్బన్ పోలీసు సూపరింటెండెంటు దగ్గరకు వెళ్ళాను. "మీరు అధికార పత్రం యిచ్చే అధికారికి నన్ను పరిచయం చేయండి. నాకు అనుమతి పత్రం యిప్పించండి. నేను ట్రాన్సువాలులో వున్నానని మీరు ఎరుగుదురు" అని చెప్పాను. ఆయన వెంటనే నెత్తిన హాట్ పెట్టుకొని నావెంట బయలుదేరాడు. నాకు అనుమతి పత్రం యిప్పించాడు. నా రైలు బయలుదేరడానికి ఒక గంట టైము మాత్రమే వున్నది. నేను మొదటనే సామాను సిద్ధం చేసి పెట్టుకున్నాను. సూపరింటెండెంట్ అలెగ్జాండరుకు ధన్యవాదాలు చెప్పి ప్రిటోరియాకు బయలుదేరాను. పడవలసిన కష్టాలు నాకు బోధపడ్డాయి. నేను ప్రిటోరియా చేరాను. దరఖాస్తు సిద్ధం చేశాను. దర్బనులో ప్రతినిధుల పేర్లు ఎవరినైనా అడిగారేమో నాకు గుర్తులేదు. ఇక్కడ కొత్త విభాగం పనిచేస్తున్నది. వాళ్ళు భారతీయ ప్రతినిధుల పేర్లు ముందుగానే అడిగి తెలుసుకున్నారట. అంటే నన్ను ప్రతినిధి వర్గానికి దూరంగా వుంచడమే దాని అర్థమన్నమాట. యీ వార్త ప్రిటోరియాలో గల భారతీయులకు తెలిసింది.

ఇది దుఃఖకరమైన కథ. మనో వినోదం కల్పించే కథ కూడా. వివరాలు తరువాత రాస్తాను.

2. ఆసియా నవాబ్ గిరి

అసలు నేను ట్రాన్సువాలులో అడుగు ఎలా పెట్టగలిగానో క్రొత్త విభాగం అధికారులు తెలుసుకోలేకపోయారు. తమ దగ్గరకు వచ్చిన హిందూ దేశస్థుల్ని యీ విషయం అడిగారు. కాని పాపం వాళ్ళకు ఏం తెలుసు? నాకు గతంలో గల పరిచయాల వల్ల అధికార పత్రం లేకుండా ట్రాన్సువాలులో ప్రవేశించి వుంటానని భావించాను. అప్పుడు నన్ను అరెస్టు చేయవచ్చునని అనుకున్నారు.

యుద్ధం ముగిసిన తరువాత పెద్ద పెద్ద అధికారులకు ప్రత్యేక అధికారాలు అన్ని చోట్ల ఇవ్వబడతాయి. దక్షిణాఫ్రికాలో కూడా అలాగే జరిగింది. అక్కడ శాంతి పరిరక్షణ పేరట ఒక ప్రత్యేక చట్టం చేయబడింది. ఆ చట్టమందలి ఒక నిబంధన ప్రకారం అనుమతి పత్రం లేకుండా ట్రాన్సువాలులో ప్రవేశించే వారిని అరెస్టు చేయవచ్చు. జైల్లో పెట్టవచ్చు. ఈ నిబంధన ప్రకారం నన్ను అరెస్టు చేయాలని అధికారులు చెవులు కొరుక్కోవడం ప్రారంభించారు. అయితే నన్ను

అనుమతి పత్రం చూపించమని అడిగేందుకు ఎవ్వరికీ ధైర్యం చాలలేదు. అధికారులు డర్బనుకు తంతి పంపారు. అనుమతి పత్రం తీసుకొనే వచ్చానని అక్కడి వాళ్ళు చెప్పేసరికి వాళ్ళ కాళ్ళు చేతులు చల్లబడ్డాయి. అయితే ఆ విభాగం అధికారులు అంతటితో ఊరుకోలేదు. నేను ట్రాన్సువాలు చేరుకోగలిగాను కాని చేంబర్లేనును కలువకుండా చేయగల సత్తా వాళ్ళకు వుంది.

అందుకే ముందుగానే పేర్లు అడిగారన్నమాట. దక్షిణాఫ్రికాలో ద్వేషం వల్ల కలిగే కటు అనుభవాలు అధికం. దానితోబాటు భారతదేశంలో వలె తారుమారు చేయడం, టక్కరితనం చేయడం వంటి దుర్వాసన ఇక్కడ కూడా మొదలైంది. దక్షిణాఫ్రికాలో ప్రభుత్వ శాఖలు ప్రజలహితం కోసం పనిచేస్తూ ఉంటాయి. అందువల్ల అధికారులు వినమ్రంగాను, సరళంగాను వ్యవహరించేవారు. దాని ప్రయోజనం అప్పుడప్పుడు నల్ల తెల్ల పచ్చ చర్మాల వాళ్ళు కూడా సహజంగా పొందుతూ వుండేవారు. ఆసియా దేశపు వాతావరణం ఏర్పడేసరికి అక్కడి మాదిరిగానే కాళ్ళకు మొక్కే ప్రవృత్తి, అంతా తారుమారు చేసే పద్ధతి, తదితర చెడ్డ మురికి అలవాట్లు చోటుచేసుకున్నాయి. దక్షిణాఫ్రికాలో ఒకరకమైన ప్రజాస్వామ్యం నడుస్తున్నది. కాని ఆసియా నుండి మాత్రం నవాబ్‌గిరీ వచ్చిపడింది. అక్కడ ప్రజాప్రభుత్వం లేకపోవడం, కేవలం ప్రజల మీద అధికారం చలాయించే ప్రభుత్వం మాత్రమే వుండటం అందుకు కారణం. దక్షిణాఫ్రికాలో తెల్లవాళ్ళు గృహాలు నిర్మించుకొని స్థిర నివాసం ఏర్పాటు చేసకున్నారు. అంటే వాళ్ళే అక్కడి ప్రజలన్నమాట. అందువల్ల అక్కడి అధికార్ల మీద వాళ్ళ అంకుశం పని చేస్తున్నదన్నమాట. ఆసియానుండి వచ్చిన నిరంకుశ అధికారులు కూడా వాళ్ళతో చేతులు కలిపి హిందూ దేశస్థుల్ని అడకత్తెర మధ్య ఇరుక్కున్న పోక చెక్కలా చేసి వేశారు.

నాకు కూడా ఇట్టి నవాబ్‌గిరీ ఎలా ఉంటుందో బోధపడింది. నన్ను మొదట యీ విభాగం ప్రధాన అధికారి దగ్గరకు పిలిపించారు. ఈ ఆఫీసరు లంక నుండి వచ్చాడు. పిలిపించారనీ, పిలిపించబడ్డాననీ అనడం సబబు కాదు. కొంచెం వివరం తెలియజేస్తాను. నా దగ్గరికి లిఖితంగా ఏ విధమైన ఆర్డరు రాలేదు. కాని ముఖ్యులగు భారతీయులు అక్కడికి తప్పనిసరిగి వెళ్ళవలసి వస్తుంది. అటువంటి ముఖ్యుల్లో కీ.శే. సేఠ్ తయ్యబ్ హాజీ ఖాన్ మహమ్మద్ కూడా ఒకరు. ఆయన్ని అధికారి "గాంధీ ఎవరు? అతడు ఎందుకోసం వచ్చాడు?" అని ప్రశ్నించాడు.

తయ్యబ్ సేఠ్ "ఆయన మాకు సలహాదారు. వారిని మేము పిలిపించాము" అని చెప్పాడు". అయితే మేమంతా ఇక్కడ ఎందుకున్నాం? మీ రక్షణ కోసం మేము ఇక్కడ నియమించబడలేదా? గాంధీకి ఇక్కడి విషయం ఏం తెలుసు?" అని గద్దించాడు.

తయ్యబ్ సేఠ్ తన తెలివి తేటల్ని ఉపయోగించి "మీరు ఉన్నారు. కాని గాంధీ గారు మా మనిషిగదా! ఆయనకు మా భాష వచ్చు. ఆయన మమ్మల్ని ఎరుగును పైగా మీరు అధికారులు" అని అన్నాడు.

"గాంధీని నా దగ్గరకు తీసుకురండి" అని ఆదేశించాడు ఆ అధికారి.

తయ్యబ్ సేఠ్ మొదలగువారితో బాటు నేను అక్కడికి వెళ్ళాను. కూర్చోవడానికి కుర్చీ లభించలేదు. మేమంతా నిలబడే వున్నాము. దొర నావంక చూచాడు. చెప్పండి! మీరు ఇక్కడికి ఎందుకు వచ్చారు? అని ప్రశ్నించాడు.

"నా సోదరులు పిలిచి నందున వారికి సలహా ఇచ్చేందుకు వచ్చాను" అని జవాబిచ్చాను.

"ఇక్కడకు రావడానికి మీకు అధికారం లేదని తెలియదా? పొరపాటున మీకు అనుమతి పత్రం లభించింది. మీరు ఇక్కడి నివాసస్థులుగా పరిగణించబడరు. మీరు తిరిగి వెళ్ళి పోవలసి వుంటుంది. మీరు మి॥ చేంబర్లేన్ దగ్గరకు వెళ్ళడానికి వీలు లేదు. ఇక్కడి భారత దేశస్థుల రక్షణ కోసం మా విభాగం ప్రత్యేకించి ఏర్పాటు చేయబడింది. మంచిది ఇక వెళ్ళండి" అని దొర నన్ను పంపించి వేశాడు. సమాధానం చెప్పడానికి నాకు అవకాశం ఇవ్వలేదు.

ఇతర అనుచరులను ఆపి వుంచాడు. వారిని బెదిరించాడు. నన్ను తక్షణం ట్రాన్సువాలు నుండి పంపివేయమని వాళ్ళకు సలహా ఇచ్చాడు.

అనుచరులు ముఖం వ్రేలాడేసుకొని వచ్చారు. ఊహించని ఒక క్రొత్త సమస్యను ఎదుర్కొని దాన్ని పరిష్కరించవలసిన అవసరం ఏర్పడింది.

3. చేదు గుటకలు

ఈ అవమానం వల్ల నాకు దుఃఖం కలిగింది. అయితే యింతకు పూర్వం యిటువంటివి అనేక అవమానాలు భరించివున్నాను. కనుక అవమానాన్ని లక్ష్యం చేయకుండా తటస్థభావంతో వుండి కర్తవ్యాన్ని నిర్వహించాలని నిర్ణయించుకున్నాను.

ఆ అధికారి సంతకంతో ఒక పత్రం వచ్చింది. మి॥ చేంబర్లేన్ డర్బనులోగాంధీని కలుసు కున్నారు. అందువల్ల ఆయన పేరు ప్రతినిధుల పట్టిక నుంచి తొలగించవలసి వచ్చింది అని ఆ పత్రంలో రాసివున్నది.

అనుచరులకు యీ పత్రం వల్ల భరించలేనంత బాధ కలిగింది. "అయితే అసలు మేము డెప్యుటేషనే తీసుకువెళ్ళం" అని అన్నారు. నేను వారికి నచ్చచెప్పాను. మనవాళ్ళ స్థితి దుర్భరంగా వుంది. మీరు మి॥ చేంబర్లేను దగ్గరికి వెళ్ళకపోతే ఇక్కడ మనవాళ్ళకేమీ కష్టం లేదని ప్రకటిస్తారు. అందువల్ల ఏదిఏమైనా చెప్పదలచుకొన్నది లిఖితంగా చెప్పవలసిందే. అది రాసి సిద్ధంగా వున్నది. నేను చదివినా, మరెవరు చదివినా ఒకటే. మి॥ చేంబర్లేన్ దీన్ని గురించి చర్చించడు. నాకు జరిగిన అవమానాన్ని మనం సహించవలసిందే అని నేను చెబుతూ వుండగా తయ్యబ్‌సేఠ్ అందుకొని "మీ అవమానం జాతికే అవమానం. మీరు మా ప్రతినిధులు. దీన్ని ఎలా మరచిపోవడం?"అని అన్నాడు.

"నిజమే ! కాని జాతికూడా ఇటువంటి అవమానాల్ని సహించవలసిందే. మరో ఉపాయం ఏమీ లేదు" అని నేను అన్నాను. తయ్యబ్‌సేఠ్ "అయిందేదో అయింది కావలసింది అయితీరుతుంది. మేము చేతులారా మరో అవమానానికి గురి కాము. మన పనులు ఎలాగూ చెడుతున్నాయి. మనకేమైనా హక్కులు లభించనున్నాయా? లేదే!" అని అన్నాడు.

ఈ ఆవేశం నా దృష్టిలో సరియైనదే. కాని దానివల్ల లాభం లేదని నాకు తెలుసు. జాతికి అవమానం జరుగుతున్నదని నాకు తెలియదా? అందువల్ల వారందరినీ శాంత పరిచాను. నా పక్షాన భారతదేశపు బారిష్టర్ కీ.శే. జార్జిగాడ్ ఫ్రేను వెళ్ళమని చెప్పాను. అంతా అంగీకరించారు. ఈ విధంగా మి॥ గాడ్‌ఫ్రే డెప్యుటేషన్‌కు నాయకత్వం వహించారు. సందర్భంలో చేంబర్లేన్ నా విషయం కొద్దిగా పేర్కొన్నాడట. "ఒకే మనిషిని మాటిమాటికి వినేకంటే క్రొత్త వారిని వినడం ఎక్కువ మంచిది" మొదలుగాగల మాటలు పలికి తగిలిన గాయాన్ని కొద్దిగా మాన్చడానికి ప్రయత్నించాడట.

దీనివల్ల జాతిపని, నా పని కూడా బాగా పెరిగిపోయింది. మళ్ళీ మొదటినుండి ప్రారంభించ వలసి వచ్చింది. "మీరు చెప్పినందు వల్ల జాతి అంతా యుద్ధంలో పాల్గొన్నది. కాని ఫలితం ఇదేగదా?" అని ఎత్తి పొడిచేవాళ్ళు కూడా బయలుదేరారు. అయితే ఇలాంటి ఎత్తి పొడుపు మాటలు నా మీద పనిచేయలేదు. "నేను అట్టి సలహా ఇచ్చి నందుకు పశ్చాత్తాప పడటం లేదు. యుద్ధంలో పాల్గొని మనం మంచి పనే చేశాము. యివాళ కూడా నా అభిప్రాయం అదే. ఆ విధంగా చేసి మనం మన కర్తవ్యాన్ని నిర్వర్తించాం. దాని సత్ఫలితం మనం చూడలేకపోతే పోవచ్చు. కాని మంచి పనికి ఎప్పుడూ మంచి ఫలితమే కలుగుతుంది. యిది నా దృఢ విశ్వాసం. గతంలో ఏం జరిగింది అని ఆలోచించకుండా ఇక భవిష్యత్తులో ఏం చేయాలి అని మనం యోచించాలి. ఇది మన కర్తవ్యం" అని చెప్పాను. నా మాటలు విని అందరూ నన్ను సమర్థించారు.

తరువాత ఇలా అన్నారు. "నిజానికి నన్ను మీరు ఏ పని కోసం పిలిపించారో, ఆ పని అయిపోయిందని భావించవచ్చు. కాని మీరు వెళ్ళమన్నా వెళ్ళకూడదని, సాధ్యమైనంతకాలం ట్రాన్సువాలులో వుండాలని భావిస్తున్నాను. నా పని నేటాలులో కాక, ఇక్కడ జరగాలని భావిస్తున్నాను. ఒక్క సంవత్సరంలో తిరిగి వెళ్ళిపోదామనే అభిప్రాయం నేను విరమించుకోవాల్సిన పరిస్థితి ఏర్పడింది. ఇక్కడ వకీలు వృత్తి ప్రారంభిస్తాను. అనుమతి తీసుకుంటాను. ఈ కొత్త విభాగాన్ని నడిపించగల శక్తి నాకు వున్నది. ఈ దుర్మార్గాన్ని ఎదుర్కోపోతే జాతి దెబ్బ తింటుంది. ఇక్కడి నుండి అంతా మూట ముల్లు కట్టుకొని పారిపోవలసిన స్థితి దాపురిస్తుంది. మి॥ చేంబర్లేను నన్ను కలవలేదు. ఆ అధికారి నా విషయంలో తుచ్ఛంగా వ్యవహరించాడు. అయితే జాతి మొత్తానికి జరుగుతున్న అవమానం ముందు ఇది అంత పెద్దది కాదు. కుక్కలవలె మనం ఇక్కడ వుండటం సహించరాని విషయం" అంటూ యదార్థ విషయాన్ని వాళ్ళందరి ముందు వుంచాను. ప్రిటోరియా మరియు జోహన్సుబర్గులో నివసిస్తున్న భారతదేశ నాయకులతో చర్చించాను. చివరికి జోహన్సుబర్గులో ఆఫీసు నెలకొల్పాలని నిర్ణయించాము.

ట్రాన్సువాలులో నాకు వకీలు వృత్తికి అనుమతి పత్రం లభించే విషయం సందేహాస్పదమే. అయితే వకీళ్ళ సముదాయం మాత్రం నన్ను వ్యతిరేకించలేదు. పెద్ద కోర్టు వారు వకీలు వృత్తి కోసం నేను పెట్టుకున్న దరఖాస్తును అంగీకరించారు.

భారతీయులకు తగినచోట ఆఫీసు నెలకొల్పడం కోసం ఇల్లు దొరకడం కూడా అక్కడ కష్టమే. మి॥ రీచ్‌గారితో నాకు బాగా పరియం ఉంది. అప్పుడు వారు వ్యాపార వర్గంలో వున్నారు. వారికి పరిచితుడైన హౌస్ ఏజంటు ద్వారా ఆఫీసు కోసం నాకు మంచి చోట ఇల్లు దొరికింది. నేను వకీలు వృత్తి ప్రారంభించాను.

4. నాలో పెరిగిన త్యాగ ప్రవృత్తి

ట్రాన్సువాలులో హిందూ దేశవాసుల హక్కుల కోసం ఏ విధంగా పోరు సలపవలసివచ్చిందో, ఆసియా విభాగానికి చెందిన అధికారులతో ఏ విధంగా తలపడవలసి వచ్చిందో వివరించే ముందు నా జీవితంలో జరుగుతున్న మరో ముఖ్యమైన మార్పును గురించి తెలియజేయడం అవసరమని భావిస్తున్నాను.

ఇప్పటివరకు కొంత డబ్బు పోగుచేయాలనే కోరిక నాకు వున్నది. పారమార్థికంతో పాటు స్వార్థం కూడా అందు చోటు చేసుకున్నది. బొంబాయిలో నా ఆఫీసు ప్రారంభించినప్పుడు ఒక

అమెరికాకు చెందిన భీమా ఏజంటు నన్ను కలుసుకునేందుకు వచ్చాడు. అతని ముఖం ఆకర్షణీయంగా వుంది. మాటలు మధురంగా వున్నాయి. మేము పాత మిత్రులమా అనే భావం కలిగేలా అతడు నా భావి జీవితహితానికి సంబంధించి మాట్లాడాడు. అమెరికాలో మీ స్థాయిలోవుండే వ్యక్తులంతా తమ జీవితాన్ని భీమా చేస్తారు. మీరు కూడా భీమా చేయించుకొని మీ భవిష్యత్తుని గురించి నిశ్చింత పడండి. అది ఎంతో అవసరం. జీవితంలో స్థిరత్వం కోసంఅమెరికాలో భీమా చేయించు కోవడం కర్తవ్యమని భావిస్తాం. ఒక చిన్న పాలసీ తీసుకునేందుకు నేను మిమ్ము ఒప్పించలేనా?" అని అన్నాడు.

దక్షిణ ఆఫ్రికాలోను, హిందూదేశంలోను, చాలామంది భీమా ఏజంట్లను తిప్పి పంపించి వేశాను. భీమా చేయించడంలో కొంచెం పిరికితనం, ఈశ్వరునిపై అపనమ్మకం పనిచేస్తుందని నా అభిప్రాయం. కాని ఈ పర్యాయం నేను కొంచెం ఆకర్షితుడనయ్యాను. అతడి మాటలు వింటున్న కొద్దీ నా భార్యాబిడ్డల భవిష్యత్తును గురించిన చిత్తరువు కండ్ల ఎదుట కనబడసాగింది. 'ఓ పెద్ద మనిషీ! నీవు దరిదాపుగా నీ భార్య ఆభరణాలన్నీ అమ్మి వేశావు. రేపు నీకేమైనా అయితే, భార్యా బిడ్డల భారం పాపం పేదవాడైన నీ అన్నగారి మీద పడుతుంది. ఆ సోదరుడే తండ్రిగా నీ బాధ్యత వహించాడు. ఆయన మీదే మొత్తం భారం పడదా? ఇది ఏమంత మంచిపనికాదు!" ఈ రకమైన తర్కం నా మనస్సులో ప్రారంభమైంది. అప్పుడు 10వేల రూపాయలకు భీమా చేయించాను. కాని దక్షిణ ఆఫ్రికాలో నా స్థితి మారింది. నా భావాలను కూడా అది మార్చి వేసింది. దక్షిణాఫ్రికాలో తల ఎత్తిన క్రొత్త ఆపదను పురస్కరించుకొని నేను చేసిన పనులన్నీ భగవంతుణ్ణి సాక్షిగా పెట్టుకొని చేసినవే. దక్షిణాఫ్రికాలో ఎంతకాలం పడుతుందో నాకు తెలియదు. ఇక భారత దేశానికి తిరిగి వెళ్ళలేను, అందువల్ల నా భార్యాబిడ్డల్ని నా దగ్గరే వుంచుకోవాలి. వాళ్ళను ఇక వదలకూడదు. వాళ్ళ పోషణ దక్షిణాఫ్రికాలోనే జరగాలి అని అనుకున్నాను. దానితో ఆ పాలసీ దుఃఖానికి హేతువు అయింది. భీమా ఏజంటు వలలో చిక్కుకున్నందున సిగ్గు పడ్డాను. మా అన్న తండ్రి బాధ్యత వహించి నప్పుడు, తమ్ముని భార్య వితంతువైతే ఆమె బాధ్యత వహించదని నీవు ఎట్లా అనుకున్నావు? నీవే ముందు చనిపోతానని ఎందుకు భావించావు? పాలకుడు ఆ ఈశ్వరుడే. నీవూ కాదు, నీ అన్నా కాదు. భీమా చేయించి భార్యాబిడ్డల్ని కూడా పరాధీనుల్ని చేశావు. వాళ్ళు స్వయం పోషకులు కాలేరా? ఎంతోమంది పేదల బిడ్డలులేరా? వారి సంగతేమిటి? నీ వాళ్ళు కూడా అట్టివారేనని ఎందుకు భావించవు?

ఈ విధమైన భావనా స్రవంతి ప్రారంభమైంది. వెంటనే ఆచరణలో పెట్టలేకపోయాను. భీమాకు చెల్లించవలసిన సొమ్ము ఒక్క పర్యాయం దక్షిణ ఆఫ్రికా నుండి పంపించినట్లు గుర్తు. ఈ విధమైన భావానికి బయటి నుండి కూడా ఉత్తేజం లభించింది. మొదటిసారి దక్షిణ ఆఫ్రికాకు వచ్చినప్పుడు క్రైస్తవ వాతావరణ ప్రభావం వల్ల మత విషయంలో జాగరూకుడనయ్యాను. ఈసారి దివ్య జ్ఞాన సమాజ ప్రభావంలో పడ్డాను. మి॥ రీచ్ థియాసోఫిస్టు. జోహాన్సుబర్గు నందున్న ఆయన సొసైటీతో నాకు సంబంధం కల్పించాడు. అయితే నేను అందు మెంబరుగా చేరలేదు. దివ్య జ్ఞాన సమాజ సిద్ధాంతాల విషయంలో నాకు అభిప్రాయ భేదం వుంది. అయినా సదరు సొసైటీ సభ్యులందరితో నాకు గాఢంగా పరిచయం ఏర్పడింది. వారితో నిత్యము మత పరంగా చర్చ జరుగుతూ వుండేది. వారి పుస్తకాలు చదివేవాణ్ణి. వారి సభల్లో మాట్లాడే అవకాశం కూడా లభిస్తూ వుండేది. దివ్యజ్ఞాన సమాజంలో భ్రాతృభావానికి, దాని పెంపుదలకు అధిక ప్రాధాన్యం యిస్తారు.

యీ విషయమై మేము బాగా చర్చ చేస్తూ వుండేవాళ్ళం. వారి సిద్ధాంతానికి, సొసైటీ సభ్యుల ఆచరణకీ పొంతన కనబడకపోతే తీవ్రంగా విమర్శించేవాణ్ణి. యీ విమర్శ యొక్క ప్రభావం నా మీద కూడా బాగా పడింది. నేను ఆత్మ నిరీక్షణ చేసుకోవడం నేర్చుకున్నాను.

5. నిరీక్షణకు ఫలితం

క్రీస్తు శకం 1893లో క్రైస్తవ మిత్రులతో పరిచయం పెరిగిన సమయంలో నేను జిజ్ఞాసువు స్థాయిలో వున్నాను. క్రైస్తవ మిత్రులు బైబిలు సందేశం నాకు వినిపించి వివరించి చెప్పి నా చేత అంగీకరింపచేయాలని ప్రయత్నిస్తూ వుండేవారు. నేను వినమ్రతతో తటస్థభావం వహించి వారి ఉపదేశాలను వింటూ వుండేవాణ్ణి. ఆ సందర్భంలో నేను హిందూ మతాన్ని గురించి శక్త్యానుసారం అధ్యయనం చేశాను. ఇతర మతాల్ని గురించి తెలుసుకునేందుకు ప్రయత్నించాను. ఇప్పుడు అనగా 1903లో పరిస్థితి మారింది. దివ్యజ్ఞాన సమాజం మిత్రులు నన్ను తమ సమాజంలో చేర్చుకుందామని ఉవ్విళ్ళూరుతున్నారు. హిందువుగా నా ద్వారా ఏదో కొంత చేయించాలని వాళ్ళ అభిలాష. దివ్య జ్ఞాన పుస్తకాల్లో హిందూ మతచ్ఛాయలే ఎక్కువ. అందువల్ల నేను ఎక్కువగా సహకరిస్తానని అనుకున్నారు. సంస్కృత అధ్యయనం నేను చేయలేదు. ప్రాచీన హిందూమత గ్రంథాలు సంస్కృతంలో నేను చదవలేదు. అనువాదాలు కూడా చదివింది తక్కువే అని చెప్పాను. అయినా వాళ్ళు సంస్కారాల్ని, పునర్జన్మను అంగీకరిస్తారు. అందువల్ల నా వల్ల కొద్ది సాయం పొందాలని వారి అభిలాష. "నిరస్తపాదపే దేశే ఎరండోపి ద్రుమాయతే" చెట్టులేని చోట ఆముదం మొక్కే మహా వృక్షం అను సామెత వలె నా పరిస్థితి వున్నది. ఒక మిత్రునితో కలిసి వివేకానందుని గ్రంథాలు, మరొకరితో కలిసి మణిలాల్ భాయీ రచించిన రాజయోగం చదవడం ప్రారంభించాను. జిజ్ఞాస మండలి అను పేరట ఒక సమితిని స్థాపించి నియమబద్ధంగా అధ్యయన కార్యక్రమం ప్రారంభించాం. భగవద్గీత అంటే మొదటినుండి నాకు ఎంతో ప్రేమ, శ్రద్ధ. లోతుకుపోయి గీతాధ్యయనం చేయాలనే కోరిక కలిగింది. నా దగ్గర గీతానువాదాలు రెండు మూడు వున్నాయి.

వాటి ద్వారా సంస్కృత గీతను అర్థం చేసుకునేందుకు ప్రయత్నం మొదలు పెట్టి ప్రతిరోజు ఒకటి రెండు శ్లోకాలు కంఠస్థం చేయాలని నిశ్చయించుకున్నాను.

ఉదయం ముఖం కడుక్కునేటప్పుడు స్నానం చేసేటప్పుడు గీతాశ్లోకాలు కంఠస్థం చేయసాగాను. దంతధావనకు 15 నిమిషాలు, స్నానానికి 20 నిమిషాలు పట్టేది. దంత ధావనం ఆంగ్లేయుల పద్ధతిలో నిలబడి చేసేవాణ్ణి. ఎదురుగా వున్న గోడమీద గీతాశ్లోకాలు రాసి అంటించి సమయం దొరికినప్పుడల్లా వాటిని బట్టీ వేయసాగాను. బట్టీ వేసిన సంస్కృత శ్లోకాలు స్నానం చేసేసరికి నోటికి వచ్చివేసేవి. ఈ సమయంలోనే మొదటి నుండి బట్టీ పట్టిన శ్లోకాల్ని తిరిగి పఠించి నెమరువేసుకునేవాణ్ణి. యీ విధంగా 13 అధ్యాయాలు కంఠస్థం చేసిన సంగతి నాకు గుర్తు వుంది. తరువాత నాకు ఇతర పని పెరిగింది. సత్యాగ్రహ కార్యక్రమం ప్రారంభించిన తరువాత ఆ బిడ్డ పెంపకం, పోషణలో పడిపోయి ఆలోచించడానికి కూడా సమయం చిక్కడం దుర్లభం అయింది.

ఇప్పటికీ అదే స్థితి అని చెప్పవచ్చు. గీతాధ్యయనం వల్ల నాతో కలిసి చదువుతున్న వారి మీద ఏం ప్రభావం పడిందో తెలియదుకాని, నాకు మాత్రం ఆ పుస్తకం ఆచారానికి సంబంధించిన

ప్రౌఢ మార్గసూచిక అయిందని చెప్పగలను. అది నాకు ధార్మిక నిఘంటువు అయింది. కొత్త ఇంగ్లీషు శబ్దాలు స్పెల్లింగు లేక వాటి అర్థం తెలుసుకునేందుకు ఇంగ్లీషు నిఘంటువును చూచినట్లే, ఆచరణకు సంబంధించిన కష్టాలు, కొరుకుడుపడని సమస్యలు వచ్చినప్పుడు గీత ద్వారా వాటి పరిష్కారం చేసుకునేవాణ్ణి. అపరిగ్రహం, సమభావం మొదలైన అందలి శబ్దాలు నన్ను ఆకట్టుకున్నాయి. సమభావాన్ని ఎలా సాధించాలి? దాన్ని ఎలా సంరక్షించాలి? అవమానించే అధికారులు, లంచాలు పుచ్చుకునే అధికారులు, అనవసరంగా వ్యతిరేకించేవారు, భూత కాలపు అనుచరులు మొదలగువారు, ఎక్కువ ఉపకారాలు చేసిన సజ్జనులు వీరి మధ్య భేదం చూపవద్దు అని అంటే ఏమిటి? అది ఎలా సాధ్యం? అపరిగ్రహాన్ని పాలించడం ఎలా? దేహం వున్నది గదా! ఇది తక్కువ పరిగ్రహమా? భార్యాబిడ్డలు పరిగ్రహాలు కాదా? గ్రంథాలతో నిండియున్న అల్మారాలను తగులబెట్టనా? ఇల్లు తగులబెట్టి తీర్థాలకు వెళ్ళనా? ఇల్లు తగులబెట్టందే తీర్థాలు సాధ్యం కావు అని వెంటనే సమాధానం వచ్చింది. ఇక్కడ ఇంగ్లీషు చట్టం సహాయం చేసింది. స్నెల్ యొక్క చట్టపరమైన సిద్ధాంతాల వివరం జ్ఞాపకం వచ్చింది. ట్రస్టీ అను శబ్దానికి అర్థం ఏమిటో గీత చదివిన తరువాత బాగా బోధపడింది. లా శాస్త్రం ఎడ ఆదరణ పెరిగింది. దానిలో కూడా నాకు ధర్మ దర్శనం లభించింది. ట్రస్టీ దగ్గర కోట్లాది రూపాయలు వున్నా వాటిలో ఒక్క దమ్మిడీ కూడా అతనిది కాదు. ముముక్షువు యొక్క స్థితి కూడా యింతేనని గీతాధ్యయనం వల్ల నాకు బోధపడింది. అపరిగ్రహి కావడానికి, సమభావి కావడానికి హేతువుయొక్క మార్పు, హృదయము యొక్క మార్పు అవసరమను విషయం గీతాధ్యయనం వల్ల దీపపు కాంతిలా నాకు స్పష్టంగా కనబడింది. భీమా పాలసీ ఆపివేయమనీ, ఏమైనా తిరిగి వచ్చేది వుంటే తీసుకోమని, తిరిగి వచ్చేది ఏమీ లేకపోతే ఆ సొమ్ము పోయినట్లుగా భావించమనీ, భార్యాబిడ్డల సంరక్షణ వాళ్ళను, నన్ను పుట్టించినవాడే చేస్తాడనీ, దేవాశంకరభాయికి జాబు వ్రాశాను. ఈ నాటి వరకు నా దగ్గర మిగిలిన సొమ్మంతా మీకు అర్పించాను. ఇక నా ఆశమానుకోండి. ఇక నుండి నా దగ్గర మిగిలేదంతా జాతికి ఉపయోగపడుతుంది" అని పితృతుల్యుడగు నా అన్నగారికి రాశాను.

అయితే యీ విషయం అన్నగారికి వెంటనే వివరించలేక పోయాను. మొదట వారు కఠినమైన భాషలో తన విషయమై నా కర్తవ్యం ఏమిటో వివరించి నీవు మన తండ్రిగారిని మించి తెలివి తేటలు ప్రదర్శించవద్దు. మన తండ్రి ఎలా కుటుంబ పోషణ చేశారో నీవు కూడా అదే విధంగా కుటుంబ పోషణ చేయాలి అంటూ ఏమోమో వ్రాశారు. వినమ్రంగా సమాధానం వ్రాస్తూ "తండ్రిగారు చేసిన పనే నేను చేస్తున్నాను. కుటుంబం యొక్క అర్థాన్ని విస్తృతంచేసి చూసుకుంటే నా నిర్ణయమందలి ఔచిత్యం మీకు బోధపడుతుంది" అని తెలియజేశాను.

అన్నగారు యిక నా ఆశ వదులు కున్నారు. మాట్లాడటం కూడా విరమించు కున్నారు. నాకు దుఃఖం కలిగింది. కాని ధర్మమని భావించిన విషయాన్ని వదలమంటే మరీ దుఃఖం కలుగసాగింది. అయినా నా అన్నగారి యెడ నాకు గల భక్తి నిర్మలం. అన్నగారి దుఃఖానికి కారణం నాయెడవారికి గల ప్రేమయే. నా సొమ్ము కంటే నా సదాచరణ వారికి ముఖ్యం. చివరి రోజుల్లో అన్న గారు తాను మృత్యు శయ్యమీద వున్నప్పుడు "నీ ఆచరణయే సరియైనది. ధర్మ బద్ధమైనది" అని నాకు తెలియజేశారు. కరుణరసంతో నిండిన వారి జాబు నాకు అందింది. తండ్రి కుమారుని క్షమాపణ కోరగలిగితే వారు నన్ను క్షమాభిక్షకోరినట్లే. నా బిడ్డలను నీ విధానంలోనే పెంచి పోషించమని రాశారు. నన్ను కలుసుకోవాలని అతురతను వ్యక్తం చేశారు. నాకు తంతి పంపారు. వెంటనే తంతి ద్వారా నా దగ్గరకు రమ్మని వారికి తెలియజేశాను. కాని మా ఇరువురి

కలయిక సాధ్యపడలేదు. వారి బిడ్డలకు సంబంధించిన వారి కోరిక కూడా నెరవేరలేదు. అన్నగారు భారతదేశంలోనే శరీరం త్యజించారు. వారి పిల్లలపై తండ్రి యొక్క పాత జీవన ప్రభావం బాగా పడింది. వాళ్ళు మారలేక పోయారు. నేను వారిని నా దగ్గరకు తెచ్చుకోలేకపోయాను. ఇందు వారిదోషం ఏమీలేదు. స్వభావాన్ని ఎవరు మార్చగలరు? బలమైన సంస్కారాల్ని ఎవరు పోగొట్టగలరు? మనలో మార్పు వచ్చిన విధంగా మన ఆశ్రితుల్లో, బంధువుల్లో, కుటుంబీకుల్లో మార్పురావాలని భావించడం వ్యర్థమే."

ఈ దృష్టాంతం వల్ల తల్లిదండ్రుల బాధ్యత ఎంత భయంకరమైనదో అంచనా వేయవచ్చు.

6. మాంస రహిత ఆహారం కోసం బలిదానం

జీవితంలో త్యాగనిరతి, నిరాడంబరత, ధర్మ జాగృతితోబాటు మాంసరహిత ఆహారాన్ని గురించి, అట్టి ఆహార ప్రచారాన్ని గురించి శ్రద్ధ పెరగసాగింది. ఆచరణ ద్వారాను, జిజ్ఞాసువులతో చర్చల ద్వారాను ప్రచారం చేయడం ప్రారంభించాను.

జోహన్సుబర్గులో ఒక మాంసరహిత భోజనశాల ఉన్నది. కూనేగారి జల చికిత్స తెలిసిన ఒక జర్మనీ వాడు దాన్ని నడుపుతూ వున్నాడు. నేను అక్కడికి వెళ్ళడం ప్రారంభించాను. వెంట తీసుకొని వెళ్ళగలిగినంత మంది ఇంగ్లీషు వాళ్ళను అక్కడికి తీసుకువెళ్ళసాగాను. యీ భోజనశాల ఎక్కువ రోజులు నడవదని గ్రహించాను. ఎప్పుడూ డబ్బుకు ఇబ్బందే. అవసరమని భావించి చేతనైనంత ఆర్థిక సాయం చేశాను. కొంత డబ్బు పోగొట్టుకున్నాను కూడా. చివరికి ఆ భోజనశాల మూతబడింది. థియాసాఫిస్టుల్లో ఎక్కువ మంది శాకాహారులు. కొందరు పూర్తిగా, కొందరు సగం శాకాహారులు. ఆ మండలిలో సాహసోపేతురాలైన ఒక మహిళ వుంది. ఆమెది పెద్ద స్థాయి. ఒక శాకాహార భోజనశాల ప్రారంభించింది. ఆమె కళాభిమాని. రసికురాలు. ఖర్చు బాగా పెడుతుంది. లెక్కాడొక్కా ఎక్కువగా ఆమెకు తెలియదు. ఆమెకు మిత్రమండలి అధికం. ప్రారంభంలో తక్కువ స్థాయిలో ప్రారంభించింది. కాని త్వరలోనే పెంచి, పెద్ద స్థాయిలో నడపాలని నిర్ణయానికి వచ్చింది. అందుకు నా సాయం కోరింది. అప్పుడు నాకు అమె లెక్కల వ్యవహారం తెలియదు. ఆమె లెక్కలు సరిగా వున్నాయని అనుకున్నాను. నా దగ్గర డబ్బుకు కొదువలేదు. చాలామంది కక్షిదారుల సొమ్ము నా దగ్గర వున్నది. వారిలో ఒకనితో మాట్లాడి అతని సొమ్ము 100 పౌండ్లు ఆమెకు ఇచ్చాను. ఆ వ్యక్తి విశాల హృదయుడు. నామీద అతనికి అపరిమితమైన విశ్వాసం. అతడు మొదటి కూలీల జట్టులో దక్షిణ ఆఫ్రికా వచ్చినవాడు. "అన్నా! మీ మనస్సు సరేనంటే ఇవ్వండి. నాకేమీ తెలియదు. నాకు తెలిసిన వారు మీరే" అని అన్నాడు. అతని పేరు బద్రీ. సత్యాగ్రహంలో పాల్గొన్నాడు. జైలుశిక్ష కూడా అనుభవించాడు. అతడి మాట తీసుకొని సొమ్ము ఆమెకు అప్పుగా ఇచ్చాను. రెండు మూడు మాసాలు గడిచాయి. ఇక డబ్బు తిరిగి రాదని నాకు బోధపడింది. ఇంత సొమ్ము మునిగితే తట్టుకోగల శక్తి నాకు లేదు. ఆ సొమ్ముతో చేయాలంటే చాలా పనులు వున్నాయి. ఇక ఆ సొమ్ము వాపసు రాలేదు. నా మీద అంత నమ్మకంతో వున్న బద్రీని నేను ముంచగలనా? అతనికి తెలిసినవాణ్ణి నేనేగదా! అందువల్ల ఆ సొమ్ము నేనే చెల్లించివేశాను.

ఒక కక్షిదారునికి యీ విషయం చెప్పాను. అతడు తియ్యగా మందలించి నన్ను జాగ్రత్త పడమని హెచ్చరించాడు. "అన్నా! (దక్షిణ ఆఫ్రికాలో నేను అప్పటికి మహాత్ముణ్ణి కాలేదు. "బాపూ"

కూడా కాలేదు. కక్షిదారులంతా నన్ను అన్నా అని పిలుస్తూ వుండేవారు) ఇది మీ పనికాదు. మీ మీదగల నమ్మకంతో మేము నడుచు కుంటాం. ఆ సొమ్ము ఇక మీకు రాదు. మీరు బద్రీని నష్టపరచరు సరే. మీరు మునిగినట్లేగదా ! ఈ విధంగా పరుల మేలు కోసం కక్షిదారుల సొమ్ము యివ్వడం ప్రారంభిస్తే కక్షిదార్లు చచ్చిపోతారు. బిచ్చగాళ్ళు అయి ఇంట్లో కూర్చుంటారు. మీరు చేస్తున్న ప్రజా సేవ కార్యక్రమాలు దెబ్బతింటాయి" అని అన్నాడు.

అదృష్టవశాత్తు ఆ మిత్రుడు ఇంకా జీవించే వున్నాడు. దక్షిణ ఆఫ్రికాలోను, ఇతరత్రాను అతడి కంటే మించిన స్పష్టవాది మరొకడు నాకు తగలలేదు. ఎవరిని గురించి అయినా అనుమానం కలిగితే, వెంటనే ముఖంమీద అడిగి తేల్చుకోవడం, అది అబద్ధమని తేలితే వెంటనే వారిని క్షమాపణ కోరి మనస్సును తేలిక పరుచుకోవడం అతనికి అలవాటు. అతని మాటలు సబబుగా వున్నాయి. బద్రీసొమ్ము తీర్చి వేశాను. కాని మరో వంద పౌండ్లు నేను మునిగి వుంటే తట్టుకోగల శక్తి నాకు లేదు. అప్పు చేయవలసి వచ్చేది. జీవితంలో ఇట్టి పని ఇక ఎన్నడూ నేను చేయలేదు. ఇటువంటి పని నాకు అసలు గిట్టదు. సంస్కరణకు సంబంధించిన పనుల్లో కూడా శక్తికి మించి పాల్గొనడం మంచిదికాదు. అప్పులు ఇవ్వడం, తీసుకోవడం గీత బోధించిన తటస్థ నిష్కామకర్మ విధానానికి విరుద్ధమని, ఆ విధంగా గీతను తృణీకరించినట్లయిందని తెలుసుకున్నాను. మాంసరహిత ఆహార ప్రచారం కోసం యీ విధమైన బలిదానం అవసరమవుతుందని కలలోనైనా ఊహించలేదు. ఇది బలవంతంగా లభించిన పుణ్యమని భావించవచ్చు.

7. మట్టితో, నీటితో ప్రయోగాలు

నా జీవితంలో నిరాడంబరత పెరిగిన కొద్దీ, రోగాలకు మందు పుచ్చుకోవడమంటే అయిష్టత కూడా పెరిగింది. డర్బనులో వకీలుగా పనిచేస్తున్నప్పుడు డాక్టర్ ప్రాణజీవనదాసు మెహతా నన్ను చూసేందుకు వచ్చేవారు. అప్పుడు నాకు నీరసంగా వుండేది. అప్పుడప్పుడు వాపు కూడా వస్తూ వుండేది. ఆయన చికిత్స చేయగా ఆ నలత తగ్గిపోయింది. ఆ తరువాత భారతదేశానికి తిరిగి వచ్చే వరకు చెప్పుకోతగ్గ జబ్బు చేసినట్లు నాకు గుర్తు లేదు.

జోహన్సుబర్గులో నన్ను విరోచనాలు పట్టుకున్నాయి. తలనొప్పి కూడా వుండేది. విరోచనాలకు మందు పుచ్చుకుంటూ వుండేవాణ్ణి. పత్యంగా ఉండేవాణ్ణి. అయినా పూర్తిగా వ్యాధి తగ్గలేదు. విరోచనాలు కట్టుకుంటే బాగుంటుందని మనస్సు సదా కోరుకుంటే వుండేది.

ఇదే సమయాన నేను మాంచెస్టరు పత్రికలో "నో బ్రేక్‌ఫాస్టు అసోసియేషన్ (టిఫెన్ల త్యాగ సంఘం) స్థాపనకు సంబంధించిన వార్త చదివాను. ఆ వార్తా రచయిత ఇంగ్లీషు వాళ్లు చాలాసార్లు చాలా ఆహారం భుజిస్తారనీ, రాత్రి పన్నెండు గంటలదాకా తింటూనే వుంటారనీ, తత్ఫలితంగా డాక్టర్ల చుట్టూ తిరుగుతూ వుంటారనీ, యీ బాధ తొలగాలంటే ఉదయం తీసుకునే టిఫెను (బ్రేక్‌ఫాస్టు) మాని వేయాలని రాశాడు. యీ ఆరోపణ పూర్తిగా కాకపోయినా కొంత వరకు నాకూ వర్తిస్తుందని భావించాను. నేను మూడు పర్యాయాలు కడుపు నిండా తినేవాణ్ణి. మధ్యాహ్నం పూట టీ కూడా త్రాగేవాణ్ణి. శాకాహారం, మసాలాలు లేని ఆహార పదార్థాలు భుజించేవాణ్ణి. ఆరు లేక ఏడు గంటలకు ముందు లేచేవాణ్ణి కాదు. నేను కూడా ఉదయం టిఫెను మానేస్తే మంచిదనీ, తలనొప్పి తగ్గవచ్చుననీ నిర్ణయానికి వచ్చాను. ఉదయం టిఫెను మానివేశాను. కొద్దిరోజులు

బాధకలిగింది. కాని తత్ఫలితంగా తలనొప్పి తగ్గిపోయింది. దానితో నేను అవసరమైన దానికంటే ఎక్కువగా తింటున్నాని తేలిపోయింది.

విరోచనాలు తగ్గలేదు. కూనే తెలిపిన ప్రకారం కటిస్నానం మొదలు పెట్టాను. బాధకొద్దిగా తగ్గింది. కాని పూర్తిగా తగ్గలేదు. యీ లోపున ఆ జర్మనీ హోటలువాడో మరో మిత్రుడో, జుస్ట్ రచించిన "రిటర్న్ టు నేచర్ (ప్రకృతి వైపు మరలుము) అను పుస్తకం నా చేతికి యిచ్చారు. అందు మట్టి చికిత్సను గురించిన వివరం చదివాను. ఎండుద్రాక్ష వగైరా పండ్లు ఆకు పచ్చని పండ్లు మనిషికి ప్రాకృతిక ఆహారమని కూడా వ్రాసి వున్నది. పండ్లను గురించిన ప్రయోగం అప్పుడు నేను చేయలేదు. కాని మట్టి చికిత్స వెంటనే ప్రారంభించాను. ప్రయోజనం కలిగింది. పరిశుభ్రమైన, పొలంలో దొరికే ఎర్రని లేక నల్లని మట్టి తెచ్చి అందు సరిపోయేలా నీళ్ళు పోసి కలిపి, పల్చటి తడి బట్ట మీద దాన్ని వేసి చుట్టి పొట్టమీద ఉంచాను. దాని మీద పట్టీ కట్టాను. ఆ విధంగా మట్టిపట్టి రాత్రి నిద్రపోయేముందు కట్టి, ప్రొద్దునగాని లేక రాత్రి మెలుకువ వచ్చినప్పుడుగాని విప్పదీసేవాణ్ణి. దాని వల్ల విరోచనాలు కట్టుకున్నాయి. యీ విధమైన మట్టి చికిత్స నా అనుచరులకు కూడ చాలాసార్లు చేశాను. అది ఎంతో ప్రయోజనం చేకూర్చిందని నాకు ఇప్పటికీ జ్ఞాపకం.

భారతదేశం వచ్చాక ఇలాంటి చికిత్సలను గురించిన ఆత్మ విశ్వాసం తగ్గిపోయింది. ప్రయోగాలు చేసేందుకు, ఒకచోట కూర్చునేందుకు సమయమే దొరకలేదు. అయితే ఇట్టి చికిత్స యెడ నాకు గల శ్రద్ధాసక్తులు ఇప్పటికీ నిలిచే వున్నాయి. సమయాన్ని బట్టి అప్పుడప్పుడు మట్టి చికిత్స నేను చేసుకోవడమే గాక నా అనుచరులకు కూడా చేస్తూ వున్నాను. రెండు పర్యాయాలు నేను బాగా జబ్బుపడ్డాను. అయినా మందులు పుచ్చుకోవలసిన అవసరం లేదనే భావించాను. పత్యం, నీరు, మట్టి మొదలుగా గల చికిత్సతో వెయ్యికి తొమ్మిది వందల తొంభై తొమ్మిది జబ్బులు నయంచేయవచ్చునని నా విశ్వాసం.

క్షణక్షణం డాక్టర్ల దగ్గరికీ, వైద్యుల దగ్గరికీ, హకీముల దగ్గరికీ పరుగెత్తుతూ, పొట్టలో రకరకాల బెరుళ్ళు, ఆకులు మొదలగువాటి రసాయనం పోసి పోసి మనిషి తన జీవితాన్ని తానే కుంచించుకుంటూ వున్నాడు అంతేగాక మనస్సు మీద అతనికి గల పట్టు తప్పుతున్నది. దానితో అతడు మానవత్వం పోగొట్టుకుంటున్నాడు. శరీరానికి బానిస అయిపోతున్నాడు.

రోగ శయ్యమీద పడుకొని నేను రాస్తున్నాను. అందువలన నా భావాల్ని తేలికగా తీసుకొని తోసి వేయవద్దు. నా జబ్బుకు కారణం ఏమిటో నాకు తెలుసు. నా దోషాల వల్లనే నేను జబ్బుపడ్డాను. కనుకనే నేను అధైర్యపడలేదు. యీ జబ్బు భగవంతుని అనుగ్రహం వల్ల వచ్చిందని భావిస్తున్నాను. మందులు వాడాలనే కోరికకు దూరంగా వున్నాను. పట్టుదలతో డాక్టర్లను ఇబ్బంది పెడుతూ వున్నాను. అయినా వాళ్ళు ఉదార స్వభావంతో నా మొండి పట్టును చూచి నన్ను వదిలివేయరు. నా యీనాటి స్థితిని గురించి ఇక వ్రాయను. మనం 1904 పూర్వం నుండి 1905కి వద్దాం.

పాఠకుల్ని ఒక్క విషయమై హెచ్చరించడం అవసరమని భావిస్తున్నాను. నా వర్ణన చదివి జుస్టు పుస్తకం తెప్పించి ఆయన రాసినదంతా వేద వాక్యమని భావించ కుందురుగాక. ప్రతి రచనయందు సామాన్యంగా రచయిత భావం ఒక్కటే చోటు చేసుకుంటూ వుంటుంది. కాని ప్రతి విషయాన్ని ఏడు రకాలుగా పరిశీలించవచ్చు. ఆయా దృక్పథాల ప్రకారం అది సరిగానే వుంటుంది. అయితే అన్ని దృక్పథాలు, అన్ని విషయాలు ఒకే సమయాన సత్యాలు కానేరవు. ఇంతేగాక చాలా పుస్తకాలు అమ్మకం కావాలనే భావంతోను, పేరు రావాలనే తాపత్రయంతోను రాయబడుతూ

వుంటాయి. అందువల్ల ఆ పుస్తకం చదువదలచిన సోదరులు జాగ్రత్తగా చదవమనీ, ప్రయోగాలు చేయదలుచుకుంటే అనుభవజ్ఞుల సలహా సహకారాలు పొందమనీ ఎంతో ఓర్పుతో, ధైర్యంతో ఇట్టి ప్రయోగాలకు పూనుకోమనీ మనవి చేస్తున్నాను.

8. ఒక జాగరూకత

నా వివిధ ప్రయోగాల గాధను గురించి చెప్పడం తరువాతి ప్రకరణం వరకు ఆపుతాను. గత ప్రకరణంలో మట్టి చికిత్సను గురించి రాసిన విధంగానే ఆహారం విషయంలో కూడా పలు ప్రయోగాలు చేశాను. అందువల్ల అందుకు సంబంధించిన వివరాలు ఇక్కడ చెప్పివేయడం అవసరమని భావిస్తున్నాను. ఆహారం విషయంలో నేను చేసిన ప్రయోగాలను గురించి, అందుకు సంబంధించిన యోచనలను గురించి పూర్తిగా ఈ ప్రకరణంలో వివరించడం సాధ్యంకాదు. ఆ విషయాలు "దక్షిణాఫ్రికాలో ఇండియన్ ఒపీనియన్ పత్రిక కోసం నేను రాసిన వ్యాసాలు తరువాత పుస్తక రూపంలో ప్రచురించబడ్డ "ఆరోగ్యానికి సంబంధించిన సామాన్య జ్ఞానం" అను పుస్తకంలో ప్రకటించబడ్డాయి. నేను రాసిన చిన్న చిన్న పుస్తకాలలో యీ పుస్తకం పాశ్చాత్య దేశాల్లోను, మన దేశంలోను బాగా ప్రసిద్ధికెక్కింది. అందుకు కారణం ఏమిటో యీనాటి వరకు నేను తెలుసుకోలేక పోయాను. ఆ పుస్తకం ఇండియన్ ఒపీనియన్ పత్రిక కోసం వ్రాయబడింది. అయితే దాన్ని ఆధారంగా తీసుకుని చాలామంది సోదర సోదరీమణులు తమ జీవనంలో ఎన్నో మార్పులు చేసుకున్నారు. నాతో ఉత్తర ప్రత్యుత్తరాలు కూడా జరిపారు.

అందువల్ల ఆ విషయాన్ని గురించి ఇక్కడ కొద్దిగా రాయవలసిన అవసరం ఏర్పడింది. ఆ పుస్తకంలో రాసిన నా భావాలలో మార్పు చేయవలసిన అవసరం ఏమీ కలుగక పోయినా, నేను జీవితంలో చేసిన అత్యవసరమైన కొన్ని మార్పుల్ని గురించి ఆ పుస్తకం చదివిన పాఠకులకు తెలియదు. వారు ఆ వివరం తెలుసుకోవడం చాలా అవసరం.

మిగతా పుస్తకాలవలెనే నేను యీ పుస్తకం కూడా కేవలం ధార్మిక భావనతో వ్రాశాను. ఇప్పటికీ నేను చేసే ప్రతి పనిలో ఆ భావమే నిండి వుంటుంది. అందువల్ల అందలి అనేక విషయాల్ని నేను అమలు చేయలేకపోయాను. ఇది నాకు విచారం, సిగ్గు కలిగించే విషయం.

బాల్యంలో బిడ్డ తల్లి పాలు త్రాగుతాడు. ఆ తరువాత మరో పాలు త్రాగవలసిన అవసరం లేదని నా అభిప్రాయం. పండిన వన్య ఫలాలతో పాటు ఆకుపచ్చని పండ్లు, ఎండు ఫలాలు మనిషికి మంచి ఆహారం. వాటికి మించినది మరొకటి లేదు. బాదం పప్పు ద్రాక్ష మొదలుగా గల పండ్లవల్ల మనిషి శరీరానికి, మెదడుకు అవసరమైన పోషణ లభిస్తుంది. ఇట్టి ఆహారం మీద ఆధారపడి వుండగల వారు బ్రహ్మచర్యం మొదలగు ఆత్మ సంయమ గుణాల్ని అలవరచుకోవచ్చు. తిండిని బట్టి త్రేపులు వుంటాయి. తినే తిండిని బట్టి మనిషి తయారవుతాడు అను సామెత యందు సత్యం ఇమిడి వుంది. నేను,నా అనుచరులు అట్టి అనుభవం పొందాం.

ఈ భావాలను సమర్థిస్తూ విస్తారంగా నా ఆ పుస్తకంలో రాయడం జరిగింది. కాని భారతదేశంలో నా ప్రయోగాలు పూర్తి సాఫల్యం పొందే అదృష్టం నాకు కలగలేదు. ఖేడా జిల్లాలో సైనికుల్ని భర్తీ చేసుకుంటూ నా పొరపాటువల్ల మృత్యుశయ్య మీదకు చేరాను. పాలు లేకుండా జీవించాలని ఎంతో ప్రయాసపడ్డాను. తెలిసిన వైద్యుల, డాక్టర్ల, రసాయన శాస్త్రజ్ఞుల సహాయం కోరాను. పెసరనీళ్ళు తీసుకోమని ఒకరు, విప్పనూనె తీసుకోమని ఒకరు, బాదంపాలు తీసుకోమని

ఒకరు సలహా ఇచ్చారు. ఆ ప్రయోగాలు చేసి చేసి నా శరీరాన్ని పిండివేశాను. తత్ఫలితంగా పక్క మీద నుండి లేవలేని స్థితికి చేరుకున్నాను. చరకుని శ్లోకాలు వగైరా వినిపించి వైద్యులు కొందరు రోగం నయం కావడానికి ఖాద్యాఖాద్యములను గురించి బాధ పడవద్దని మాంసాదులు కూడా తినవచ్చునని చెప్పారు. ఈ వైద్యులు పాలు తాగకుండా గట్టిగా వుండమని చెప్పలేరని తేలిపోయింది. బీఫ్ టీ (గోమాంసపుటీ), బ్రాంది పుచ్చుకోవచ్చునని చెప్పేవారున్న చోట పాలు తాగడం మానమని చెప్పేవారు ఎలా దొరుకుతారు? ఆవుపాలు, గెదెపాలు నేను త్రాగను. అది నా వ్రతం. నా వ్రత ఉద్దేశ్యం పాలు మానడమే. అయితే అట్టి వ్రతం గైకొన్నప్పుడు నా దృష్టిలో వున్నది గోమాత, గేదెమాత మాత్రమే, నేను వ్రతం అనే పదాన్ని పాటించాను. మేకపాలు తీసుకొనేందుకు అంగీకరించాను. మేకమాత పాలు తాగుతున్నప్పుడు వ్రతాత్మకు విఘాతం కలిగిందని నాకు అనిపించింది.

అయితే నేను రౌలట్ ఆక్టును ఎదుర్కోవాలి? ఆ మోహం నన్ను వదలలేదు. అందువల్ల జీవించి వుండాలనే కాంక్ష కలిగింది. జీవితంలో మహత్తర ప్రయోగమని దేన్ని భావిస్తూ వున్నానో అది ఆగిపోయింది.

ఆహారంతో జలంతో ఆత్మకు సంబంధం లేదు. ఆత్మ తినదు, తాగదు. కడుపులోకి పోయే పదార్థాలతో దానికి సంబంధం లేదు. లోపల నుండి వెలువడే మాటలే లాభనష్టాలు కలిగిస్తాయని నాకు తెలుసు. అందు నిజం కూడా కొంత వున్నది. తర్కం జోలికి పోకుండా ఇక్కడ నా దృఢ నిశ్చయం ప్రకటిస్తున్నాను. భగవంతునికి వెరచి నడుచుకోవాలని, భగవంతుణ్ణి ప్రత్యక్షం చేసుకోవాలని భావించే సాధకునకు మరియు ముముక్షువునకు ఆహార పదార్థాల ఎన్నికను గురించి, వాటిని త్యజించడాన్ని గురించి శ్రద్ధ చాలా అవసరం. భావాన్ని, వాక్కును ఎన్నుకోవడం ఎంత అవసరమో నిర్ణయం యెడ శ్రద్ధ వహించడం అంత అవసరం అన్నమాట.

అయితే స్వయంగా నేను చేయని దాన్ని ఆచరించమని ఎవ్వరికీ సలహా ఇవ్వను. అలా ఎవరైనా చేయదలుచుకుంటే వారిని వారిస్తాను. అందువల్ల ఆరోగ్య విషయమై నేను రాసిన పుస్తకం సాయంతో ప్రయోగాలు చేయదలచిన చాలామందిని హెచ్చరిస్తున్నాను. పాలు మానడం పూర్తిగా లాభకారి అయితే, అనుభవజ్ఞులగు వైద్యులు డాక్టర్లు పాలుమానమని సలహాయిస్తేనే పాలుమానడం మంచిది. నా పుస్తకాన్ని ఆధారం చేసుకొని మాత్రం పాలు మానవద్దు. నాకు ఇప్పటి వరకు కలిగిన అనుభవం వల్ల నేను ఒక నిర్ణయానికి వచ్చాను. జీర్ణశక్తి మందగించిన వారికీ, జబ్బుతో పక్కమీద నుండి లేవలేనివారికీ, పాలకంటే మించిన తేలిక అయిన పోషక పదార్థం మరొకటి లేదు. అందువల్ల పుస్తకంలో పాలను గురించి నేను రాసిన మార్గాన నడుస్తామని పట్టు పట్టవద్దని మనవి చేస్తున్నాను.

ఇది వైద్యులు, డాక్టర్లు, హకీములు, అనుభవజ్ఞులు తదితరులెవరైనా సరే పాలకు బదులుగా పోషక పదార్థం మరియు తేలికగా జీర్ణం కాగలిగిన వనస్పతి ఏదైనా వుంటే చదివిన పుస్తకాల ఆధారంతో గాక, ఆచరించి పొందిన అనుభవంతో ఆ వివరం తెలిపి నన్ను ధన్యుణ్ణి చేయమని ప్రార్థిస్తున్నాను.

9. బలవంతులతో పోరు

ఇక ఆసియా విభాగపు అధికారుల వైపు మళ్ళుదాం. ఆ ఆసియా విభాగపు బహుదొడ్డ కార్యాలయం జోహన్సుబర్గులో వుంది. అక్కడ హిందూ దేశస్థులతో బాటు, చైనీయులు మొదలుగాగల వారి రక్షణకు బదులు భక్షణ జరుగుతున్నది. నా దగ్గరికి రోజూ అందుకు సంబంధించి పితూరీలు

వస్తూ వుండేవి. అధికారుల దయవల్ల నిజమైన హక్కుదారులు దక్షిణ ఆఫ్రికా రాలేకపోతున్నారు. కాని హక్కు లేని వాళ్ళు వంద వంద పౌండ్లు లంచం ఇచ్చి వస్తున్నారనీ, ఇందుకు తగిన చికిత్స మీరు చేయకపోతే ఇక చేసేదెవరు? అని నా దగ్గర ఒకటే గొడవ. అది నిజమని నాకు అనిపించింది. ఈ దుర్గంధాన్ని పూర్తిగా తొలగించి వేయకపోతే ట్రాన్సువాలులో నా నివాసం వ్యర్థం అన్నమాట.

ప్రమాణాలు సేకరించడం ప్రారంభించాను. నా దగ్గర చాలాగట్టి ప్రమాణాలు సేకరించిన తరువాత నేను తిన్నగా పోలీసు కమీషనరు దగ్గరికి వెళ్ళాను. అతడు దయాగుణం, న్యాయప్రవృత్తి కలవాడని నాకు అనిపించింది. నా మాటలు అసలు విననని భీష్మించకుండా, ఓపికతో నా మాటలు ఆయన విన్నాడు. ప్రమాణాలు చూపించమని అన్నాడు. సాక్షుల సాక్ష్యాలు ఆయన స్వయంగా సేకరించాడు. అతనికి నమ్మకం కలిగింది. అయితే నాకు తెలిసినట్లుగానే దక్షిణ ఆఫ్రికాలో తెల్ల న్యాయ నిర్ణేతల ఎదుట తెల్ల దోషులకు శిక్ష పడేలా చూడటం కష్టమని ఆయనకూ తెలుసు. “అయినా ప్రయత్నిద్దాం. అసలు న్యాయ నిర్ణేతలు ఇట్టి దోషుల్ని వదిలి వేస్తారని భావించి ఆ భయంతో వాళ్ళను పట్టించుకోకపోవడం కూడా సరికాదు. అందువల్ల నేను వాళ్ళను పట్టిస్తాను. అందుకు అవసరమైన శ్రమ పడతానని మీరు నమ్మవచ్చు” అని ఆయన అన్నాడు.

నాకు వారి మాట మీద విశ్వాసం కలిగింది. అనేకమంది అధికారుల మీద కూడా ఆరోపణలు వున్నాయి. కాని వాటికి గట్టి ప్రమాణాలు లేవు. ఇద్దరు అధికారులు గట్టి ప్రమాణాలతో దొరికారు. వాళ్ళ పేరిట వారంట్లు వెళ్ళాయి.

నా రాకపోకలు గోప్యంగా వుంచడం సాధ్యం కాని పని. నేను ప్రతిరోజూ పోలీసు కమీషనరు దగ్గరకు వచ్చి వెళ్ళడం చాలామంది చూస్తూనే వున్నారు. ఆ ఇద్దరు ఆఫీసర్లకు గూఢచారులు వున్నారు. వాళ్ళు నా మీద కన్ను వేసి వుంచారు. నా రాక పోకలను గురించి వివరాలు కొందరు ఆ ఆఫీసర్ల దగ్గరికి చేరవేయడం ప్రారంభించారు. అయితే ఆ ఆఫీసర్లిద్దరూ కడు క్రూరులు. అందువల్ల వాళ్ళకు గూఢచారులు ఎక్కువ మంది లభించలేదు. భారత దేశస్థులు, చైనా వాళ్ళు నాకు సహకరించి యుండకపోతే వాళ్ళు దొరికివుండేవాళ్ళు కాదు.

వారిద్దరిలో ఒకడు పారిపోయాడు. పోలీసు కమీషనరు బైటి నుండి వారంటు జారీ చేసి అతణ్ణి నిర్బంధించి తిరిగి రప్పించాడు. కేసు నడిచింది. ప్రమాణాలు బలవత్త రంగా వున్నాయి. అధికారి పారిపోయిన విషయం కూడా జ్యూరీకి తెలిసింది. అయినా యిద్దరూ విడుదల అయ్యారు.

నేను బాగా నిరాశపడ్డాను. పోలీసు కమీషనరుకు కూడా దుఃఖం కలిగింది. వకీలు వృత్తి యెడ నాకు ఏవగింపు కలిగింది. దోషాల్ని కప్పి పుచ్చడానికి బుద్ధి ఉపయోగపడుతుండటం చూచి అట్టి బుద్ధి మీదనే నాకు విరక్తి కలుగసాగింది.

శిక్ష పడలేదు గాని ఆ ఇద్దరు అధికారులకు చాలా చెడ్డ పేరు వచ్చింది. ఇక వాళ్ళను ప్రభుత్వం భరించలేకపోయింది. ఇద్దరూ డిస్మిస్ అయ్యారు. ఆసియా విభాగం కొంచెం శుభ్రపడింది. భారతీయులకు ధైర్యం చేకూరింది.

నా ప్రతిష్ఠ కూడా పెరిగింది. నా వృత్తి కూడా వృద్ధికి వచ్చింది. ప్రతినెల లంచాల క్రింద పోతున్న భారతీయులు వందలాది పౌండ్లు సొమ్ము మిగిలింది. అయితే సొమ్మంతా మిగిలిందని చెప్పలేను. కొంత మంది లంచగొండులు లంచాలు తింటూనే వున్నారు. అయితే నిజాయితీ పరులు మాత్రం తమ నిజాయితీని నిలబెట్టుకోగల పరిస్థితులు ఏర్పడ్డాయి.

ఆ అధికారులు అధములు. అయినప్పటికీ వారియెడ నా మనస్సులో ద్వేషం అనేది లేదు. ఈ విషయం వాళ్ళకు కూడా తెలుసు. తరువాత వాళ్ళు దయనీయ స్థితిలో పడిపోగా నేను వాళ్ళకు ఎంతగానో సహాయం చేశాను. నేను అడ్డు చెప్పియుంటే జోహన్సుబర్గు మునిసిపాలిటీలో వాళ్ళకు ఉద్యోగం లభించి యుండేదే కాదు. వాళ్ళ మిత్రుడొకడు నా దగ్గరకు వచ్చి మాట్లాడగా వారికి ఉద్యోగం యిప్పించేందుకు సహాయం చేస్తానని మాట ఇచ్చాను. వాళ్ళకు ఉద్యోగం దొరికింది కూడా. అప్పటి నుండి ఇంగ్లీషు వాళ్ళకు కూడా నా మీద విశ్వాసం ఏర్పడి నేనంటే భయపడటం మానివేశారు. ఆంగ్లేయులకు వ్యతిరేకంగా తీవ్రమైన పదజాలం వాడవలసి వచ్చేది. అయినా వాళ్ళంతా నాతో మధుర సంబంధం కలిగి వుండేవారు. అట్టి స్వభావం అట్టి ఆచరణ నాకు బాగా అలవాటు అయ్యాయి. అయితే అప్పటికి యీ విషయం నేను గ్రహించలేదు. తరువాత అర్థం చేసుకున్నాను.

మనిషి, అతడు చేసే పనులు రెండూ వేరు వేరు వస్తువులు. మంచి పనుల యెడ ఆదరణ, చెడ్డ పనులయెడ నిరాదరణ అవసరం. మంచి పనులు చెడు పనులు చేసే వారిద్దరి యెడ ఆదరణ, దయకలిగి యుండాలి. దీన్ని తెలుసుకోవడం తేలికే కాని ఆచరణలో పెట్టడం అంత తేలిక కాదు. అందువల్లనే ప్రపంచంలో విషవాతావరణం వ్యాప్తి అవుతూ వుంటుంది.

సత్యశోధనకు మూలంలో వున్నది ఇట్టి అహింసయే. యీ అహింస కరతలామలకం కానంతవరకు సత్యం లభించనే విషయం ప్రతిక్షణం గ్రహిస్తూ వున్నాను. వ్యవస్థకు, పద్ధతికి వ్యతిరేకంగా పోరాటం సలపడం మంచిదే కాని వ్యవస్థాపకుడికి వ్యతిరేకంగా పోట్లాడటం తనతో తాను పోట్లాడు కోవడం వంటిదే. అందరూ ఒకే కుంచెతో చిత్రింపబడ్డ వారేకదా! ఒకే విధాత యొక్క సంతానమే కదా! వ్యవస్థాపకునిలో ఎన్నో శక్తులు వుంటాయి. వ్యవస్థాపకుని తిరస్కరిస్తే ఆ శక్తుల్ని తిరస్కరించినట్లే అవుతుంది. అలా జరిగితే వ్యవస్థాపకునికి, ప్రపంచానికి హాని కలుగుతుంది.

10. ఒక పావన స్మృతి - ప్రాయశ్చిత్తం

నా జీవితంలో ఎన్నో ఘట్టాలు జరిగాయి. వాటివల్ల అనేక మతాల వారితోను, జాతుల వారితోను నాకు గాఢ పరిచయం ఏర్పడింది. వీటన్నిటివల్ల కలిగిన అనుభవాల వల్ల స్వ-పరభేదాలు, దేశీయులు, విదేశీయులు, తెల్లవారు - నల్లవారు, హిందు వులు-ముస్లిములు, క్రైస్తవులు-పారశీకులు, యూదులు మొదలుగా గల వారి మధ్య వుండే భేదాలను అధిగమించగలిగాను. నా హృదయం అట్టి భేదాలను గుర్తించ లేదని చెప్పగలను. నా విషయంలో ఇది గొప్ప సుగుణమేమీకాదని నేను భావిస్తున్నాను. అహింస, బ్రహ్మచర్యం, అపరిగ్రహం మొదలుగా గల గుణాలను అలవరచుకొని, వాటి ఆధారంతో ఇప్పటివరకు నడుస్తున్నట్లే మతాల, జాతుల రంగుల భేదాన్ని అలవరచుకోవడం కూడా సహజంగానే జరిగిందని నా భావన. దర్బనులో వకీలుగా పని చేస్తున్నప్పుడు నా దగ్గర పనిచేసే గుమాస్తాలు నాతోపాటే వుండేవారు. వారిలో హిందువులు, క్రైస్తవులు వున్నారు. ప్రాంతాలవారీగా గుజరాతీలు, మద్రాసీలు వున్నారు. వారి విషయంలో నా మనస్సులో ఎన్నడూ వేరు భావం కలిగినట్లు గుర్తులేదు. వాళ్ళందరినీ నా కుటుంబీకులుగానే భావించేవాణ్ణి. నా భార్య ఎప్పుడైనా యీ విషయం ఎత్తితే ఆమెతో తగాదాకు దిగేవాణ్ణి. ఒక గుమాస్తా క్రైస్తవుడు. అతని తల్లిదండ్రులు పంచమ కులంవారు. నా గృహవ్యవస్థ పాశ్చాత్య విధానంతో కూడినది. అతని గదిలో పాయిఖానా లేదు. నా అభిప్రాయ ప్రకారం వుండకూడదు. అందువల్ల పాయిఖానాకు

బదులు ప్రతిగదిలోను మూత్రం పోసుకునేందుకు ప్రత్యేక పాత్రలు వుంచాము. ఆ పాత్రలను తీసి బాగుచేసే కార్యక్రమం నౌకర్లదికాదు. ఇంటి యజమానిది. యజమానురాలిది. తాను కూడా మా కుటుంబంలో ఒకడినని భావించుకున్న వాడు తన పాత్రలు తానే కడిగి బాగుచేసుకొనేవాడు. పంచమకులానికి చెందిన యీ గుమాస్తా కొత్తవాడు. అతని పాత్ర మేమే తీసి బాగు చేయాలి. పాత్రలు కస్తూరిబాయి తీస్తూ వుండేది. కాని అతని విషయం ఆమెకు మింగుడుపడలేదు. మా ఇద్దరికి జగడం జరిగింది. తాను ఎత్తదు. నేను ఎత్తుదామంటే అందుకు ఆమె ఇష్టపడదు. ఆమె కండ్ల నుండి కన్నీటి బిందువులు ముత్యాల్లా కారసాగాయి. చేతులో పాత్ర పట్టుకొని నావంక చుర చుర చూస్తూ తిరస్కార భావం వ్యక్తం చేస్తూ మెట్లమీద నుండి గబగబ క్రిందకు దిగుతున్న కస్తూరిబాయి బొమ్మను చిత్రకారుడనైతే ఈనాడు కూడా చిత్రించి యుండేవాణ్ణి.

కాని నేను ఎంతగా ప్రేమించేవాడినో అంతగా ప్రాణాలు తీసే భర్తను కూడా. ఆమెకు నేను శిక్షకుణ్ణని భావించేవాణ్ణి. అందువల్ల అంధ ప్రేమకు లోనై ఆమెను బాగా సతాయిస్తూ వుండేవాణ్ణి.

ఈ విధంగా ఆమె కోపంతో పాత్ర తీసుకొని వెళ్ళడానికి నేను ఇష్టపడలేదు. ఆమె పకపక నవ్వుతూ మూత్రపు పాత్ర తీసుకువెళ్ళాలి. అప్పుడే మనసు తృప్తి అన్నమాట. కంఠం పెద్దది చేసి "ఈ కలహం నా ఇంట్లో నడవదు" అని అరిచాను.

నా మాటలు కస్తూరిభాయి గుండెల్లో గునపాల్లా గుచ్చుకున్నాయి. ఆమె రెచ్చిపోయి "అయితే నీ ఇల్లు నీ దగ్గరే వుంచుకో నేను వెళ్ళిపోతున్నా" అని అన్నది. అప్పుడు దేవుణ్ణి మరిచిపోయాను. దయ అనేది నా హృదయంలో కొంచెం కూడా మిగలలేదు. నేను ఆమె చెయ్యి పట్టుకున్నాను. మెట్ల ఎదురుగా బయటికి వెళ్ళడానికి ద్వారంవున్నది. నేను ఆ నిస్సహాయురాలగు అబలను పట్టుకొని ద్వారందాకా లాక్కెళ్ళాను. ద్వారం సగం తెరిచాను. కస్తూరిభాయి కండ్లనుండి గంగా యమునలు ప్రవహిస్తున్నాయి. ఆమె ఇలా అన్నది "నీకు సిగ్గులేదు కాని నాకున్నది. కొంచెమైనా సిగ్గుపడు. నేను బయటికి ఎక్కడికి వెళ్ళను? ఇక్కడ మా అమ్మ నాన్నలు లేరు. వుంటేవాళ్ళ దగ్గరికి వేళ్ళేదాన్ని. ఆడదాన్ని. అందువల్ల నీ దౌర్జన్యం సహించక తప్పదు. ఇకనైనా సిగ్గుతెచ్చుకో. ద్వారం మూసివేయి. ఎవరైనా చూస్తే ఇద్దరి ముఖాలకు మచ్చ అంటుకుంటుంది." ఆమె మాటలు విని పైకి ధుమ దుమ లాడుతూ వున్నాను కాని లోలోన సిగ్గుపడిపోయాను. తలుపులు మూసివేశాను. భార్య నన్ను వదలలేనప్పుడు నేను మాత్రం ఆమెను వదిలి ఎక్కడికి వెళ్ళగలను? మాఇద్దరికి చాలాసార్లు తగాదా జరిగింది. కాని ఫలితం చివరికి మంచిగానే వుండేది. భార్య తన అత్యద్భుత సహన శక్తితో విజయం సాధించిందన్నమాట.

ఈ విషయం ఈనాడు తటస్థ భావంతో వర్ణించగలను. కారణం ఇది మా గడిచిన యుగపు జీవితానికి సంబంధించిన గాథ. ఇప్పుడు నేను మోహాంధుడనగు భర్తను కాను. శిక్షకుణ్ణికాను. ఇప్పుడు కస్తూరిభాయి తలుచుకుంటే నన్ను బెదిరించగలదు. ఇప్పుడు మేము అనుభవం గడించిన మిత్రులం. నిర్వికార భావంతో కలిసి వుంటున్నాం. ఈనాడు ఆమె నేను జబ్బుపడితే ప్రయోజనం పొందాలనే కోరిక లేకుండ చాకిరీ చేసే సేవిక అన్నమాట.

పైన తెలిపిన ఘట్టం 1898 నాటిది. అప్పుడు బ్రహ్మచర్యాన్ని గురించి నాకేమీ తెలియదు. ఆ రోజులెలాంటివో తెలుసా? భార్య అంటే కేవలం సహధర్మిణి, సహచారిణి, సుఖదుఃఖాలలో

సహభాగిని అను విషయం నాకు తెలియని రోజులవి. విషయవాంఛల తృప్తికి భార్య సాధనమని, భర్త ఆజ్ఞను నోరు మెదపకుండ శిరసావహించునట్టి స్త్రీయే భార్య అని నేను భర్తగా భావించిన రోజులవి.

1900 నుండి నా ఆలోచనల్లో అపరిమితమైన మార్పు వచ్చింది. 1906లో ఫలితం కనబడింది. యీ వివరం మరో సందర్భంలో మనవి చేస్తాను. ఇక్కడ ఒక్క విషయం మాత్రం పేర్కొంటున్నాను. నేను నిర్వికారుణ్ణి అయిన కొద్దీ నాగార్హ్యస్థ్య జీవితంలో సుఖ శాంతులు నిర్మలత్వం నెలకొన్నాయి.

ఈ పావన స్మృతిని గురించి చదువుతూ వున్నప్పుడు మేము ఆదర్శ దంపతులమని, నా ధర్మపత్ని యందు దోషాలేమీ లేవని లేక మా ఆదర్శాలు సమానంగా వున్నాయని భావించ కుందురుగాక. కస్తూరిభాయికి ఆదర్శమంటూ ఒకటుందని పాపం ఆమెకే తెలిసి యుండదు. నా ఆచరణలన్నీ ఈనాడు కూడా ఆమెకు రుచిస్తాయని అనుకోను. ఈ విషయమై మేము ఎన్నడూ చర్చించలేదు. చర్చించినా ప్రయోజనం వుండదు. ఆమెకు తల్లిదండ్రులు చదువు చెప్పించలేదు. నా దగ్గరకు వచ్చిన తరువాత సరియైన సమయంలో నేను చదువు నేర్పలేదు. ఇతర హిందూ స్త్రీలవలెనే ఆమెలో కూడా ఒక ప్రత్యేక గుణం వుంది. ఇష్టం వున్నా లేకపోయినా, జ్ఞానం వల్లగానీ, అజ్ఞానం వల్లగానీ నా వెంట నడచి నన్ను అనుసరించడమే తన జీవితానికి సార్ధకత అని విశ్వసించింది. స్వచ్ఛ జీవితం గడపవలెనని భావించి నా మార్గానికి ఎన్నడూ అడ్డు తగలలేదు. మా ఇద్దరి బౌద్ధిక శక్తులు వేరు వేరుగా వున్నా మా జీవితం సంతోషంగా సుఖంగా ముందుకు సాగిందని చెప్పగలను.

11. ఇంగ్లీషు వారితో గాఢ పరిచయం

ఈ ప్రకరణం వ్రాస్తున్నప్పుడు “సత్యశోధన” అను నా యీ గ్రంథ రచనకు గల కారణాలను, సందర్భాలను పాఠకులకు తెలియజేయడం అవసరమని భావిస్తున్నాను. ఈ కథ వ్రాసే సమయంలో నా దగ్గర ప్లాను అంటూ ఏమీ లేదు. ఎదురుగా పుస్తకాలు గాని, డైరీలు గాని, ఇతర పత్రాలు గాని పెట్టుకొని నేను ఈ ప్రకరణాలు వ్రాయలేదు. అంతరంగం చూపిన మార్గంలో రాస్తున్నానని చెప్పగలను. నాలో సాగుతున్న క్రియను, అంతర్యామి యొక్క క్రియ అని అనవచ్చునో లేదో నిశ్చయంగా చెప్పలేను. కాని ఒక విషయం మాత్రం నిజం. ఎన్నో సంవత్సరాల నుండి నేను చేస్తున్న అతి పెద్ద పనిని అతి చిన్న పనిని పరిగణింప తగిన కార్యాలనన్నింటిని జాగ్రత్తగా పరిశీలించిన పిమ్మట అవన్నీ అంతర్యామి ప్రేరణవల్లనే జరిగాయని చెప్పగలను.

అంతర్యామిని నేను చూడలేదు. తెలుసుకోలేదు. ప్రపంచమంతటికీ భగవంతుని యెడ గల శ్రద్ధనే నేను కూడా శ్రద్ధగా మలుచుకున్నాను. ఆ శ్రద్ధ తొలగించుటకు వీలులేనిది. అందువల్ల శ్రద్ధగా దాన్ని గుర్తించడం మానుకొని దానిని అనుభవరూపంలో గుర్తిస్తున్నాను. అయినా యీ విధంగా అనుభవరూపంలో దాన్ని పరిచయం చేయడం కూడా సత్యం మీద పడుతున్న దెబ్బ అనే గ్రహించాలి. అసలు శుద్ధ రూపంలో దాన్ని పరిచయం చేయగల మాటలు నా దగ్గర లేవని చెప్పడమే మంచిదని భావిస్తున్నాను.

కంటికి కనబడని అంతర్యామికి వశవర్తినై నేను ఈ కథ రాస్తున్నానని నా విశ్వాసం. వెనుకటి ప్రకరణం ప్రారంభించినప్పుడు 'ఇంగ్లీషు వారితో పరిచయం' అని శీర్షిక పెట్టాను. కాని ప్రకరణం రాస్తున్నప్పుడు ఈ పరిచయాల్ని వివరించే ముందు "పావనస్మృతి" ని గురించి రాయాలని అనుకొని ఆ ప్రకరణం రాశాను. దాన్ని వ్రాసిన తరువాత మొదటి శీర్షికను మార్చవలసి వచ్చింది.

ఇప్పుడు యీ ప్రకరణం రాస్తున్నప్పుడు మరో ధర్మ సంకటం వచ్చి పడింది. ఇంగ్లీషు వారిని పరిచయం చేస్తున్నప్పుడు ఏమిచెప్పాలి, ఏమి చెప్పకూడదు అను మహత్తరమైన ప్రశ్న ఉదయించింది. విషయం చెప్పక పోయినా సత్యానికి దెబ్బతగులుతుంది. అసలు యీ కథ రాయవలసిన అవసరమే లేదేమో. ఇట్టి స్థితిలో అప్రస్తుతమైన వివాదాన్ని పరిష్కరించేందుకు పూనుకోవడం కష్టంగదా!

చరిత్ర రూపంలో ఆత్మకథ అపూర్ణం. అందుకు సంబంధించిన ఇబ్బందుల్ని ఇప్పుడు నేను బాగా అర్థం చేసుకోగలుగుతున్నాను. 'సత్య శోధన' యను యీ ఆత్మకథలో నాకు జ్ఞాపకం వున్న విషయాలన్నింటిని వ్రాయడం లేదని నాకు తెలుసు. సత్యాన్ని దర్శింప చేయుటకు నేను ఎంత రాయాలో ఎవరికి తెలుసు? ఒకే మార్గాన నడిచే అసంపూర్ణ ఆధారాలకు న్యాయ మందిరంలో ఎంత విలువ కట్టబడుతుందో మరి? రాసిన ప్రకరణాలను గురించి తీరికగా వున్న వ్యక్తి ఎవరైనా నాతో తర్కానికి దిగితే నా యీ ప్రకరణాలపై ఎంత వెలుగు ప్రసరింపచేస్తాడో గదా! అతడు విమర్శకుని దృష్టితో దీన్ని అన్వేషించి ఎటువంటి డొల్లు విషయాలు బయటపెట్టి ప్రపంచాన్ని నవ్విస్తాడో కదా? తాను కూడా ఉబ్బి తబ్బిబ్బువుతాడో కదా!

ఈ విధంగా ఆలోచించడం ప్రారంభించినప్పుడు యీ ప్రకరణాలు రాయడం ఆపివేయడమే మంచిదని అనిపిస్తూ వుంటుంది. కాని ప్రారంభించిన కార్యం అనీతిమయమని స్పష్టంగా గోచరించనంత వరకు దాన్ని ఆపివేయకూడదు కదా! అందువల్ల అంతర్యామి నన్ను ఆపివేయమని ఆదేశించనంతవరకు ప్రకరణాలు వ్రాస్తూ వుండాలనే నిర్ణయానికి వచ్చాను.

ఈ కథ టీకాకారుల్ని తృప్తిపరచడం కోసం వ్రాయడం లేదు. ఇది సత్యశోధనకు సంబంధించిన ఒక ప్రయోగం. దీని వల్ల అనుచరులకు కొంత ఊరట కలుగుతుందను భావం కూడా యీ రచన మూలంగా పనిచేస్తున్నది. దీని ఆరంభంకూడా వారి తృప్తి కోసమే జరిగింది. స్వామీ ఆనంద్, జయరామదాసులు నా వెంటపడి యుండకపోతే బహుశ యీ కథ ఆరంభమై యుండేది కాదు. అందువల్ల ఈ కథారచనలో ఏమైనా దోషాలు దొర్లితే అందుకు వారు కూడా భాగస్వాములే.

ఇక నేను శీర్షికకు వస్తాను. నేను హిందూ దేశస్థుల్ని గుమస్తాలుగా ఇంట్లో పెట్టుకున్నట్లుగానే, ఇంగ్లీషు వాళ్ళను కూడా పెట్టుకోసాగాను. నా ఈ చర్య నా వెంట వుండే వారందరికీ పొసగేది కాదు. అయినా పట్టుబట్టి వారిని నా ఇంట్లో వుంచాను. అందరినీ వుంచి నేను తెలివిగల పని చేశానని గట్టిగా చెప్పలేను. కొందరి విషయంలో చేదు అనుభవాలు కూడా కలిగాయి. అయితే ఇట్టి అనుభవాలు దేశవాసుల వల్ల మరియు విదేశీయుల వల్ల కలిగాయి. చేదు అనుభవాలు కలిగినందుకు నాకు పశ్చాత్తాపం కలుగలేదు. చేదు అనుభవాలు కలుగుతూ వున్నా మిత్రులకు అసౌకర్యం కలుగుతుందని తెలిసి కూడా కష్టాలు పడవలసి వస్తుందని భావించే నా అలవాటును మార్చుకోలేదు. ఉదార స్వభావంతో మిత్రులు సహించారు కూడా. కొత్త కొత్త మనుష్యుల వెంట వుండటం వల్ల, అట్టి సంబంధాల వల్ల అనుచరులకు విచారం కలిగింది. అప్పుడు వారి వారి

దోషాలు వివరించి చెప్పడానికి నేను సంకోచించలేదు. ఆస్తికులగు మనుష్యులు తమలోగల భగవంతుణ్ణి అందరిలో చూడగలిగి అందరితోను నిర్లిప్తంగా వుండగల శక్తిని అలవర్చుకొని వుండాలని నా అభిప్రాయం. ఎక్కడ వెతకకుండా అవకాశాలు లభిస్తాయో, అక్కడ వాటికి దూరంగా పారిపోకుండా కొత్త కొత్త సంబంధాలు ఏర్పరుచుకున్నప్పుడు, అలా చేస్తూ రాగద్వేషాలకు దూరంగా వుండగలిగినప్పుడు శక్తిని వికసింప చేసుకో గలుగుతాము.

బోయర్లుకు బ్రిటిష్ వారికి యుద్ధం ప్రారంభమైనప్పుడు, నా ఇల్లు పూర్తిగా నిండిపోయి వున్నప్పటికీ జోహన్సుబర్గు నుండి వచ్చిన ఇద్దరు ఇంగ్లీషు వారికి నా ఇంట్లో బస ఏర్పాటు చేశాను. ఇద్దరూ థియాసాఫిస్టులు. ఒకని పేరు కిచన్. ఆయనను గురించి ముందు కూడా పేర్కొనడం జరుగుతుంది. ఈ మిత్రుల సహవాసం కూడా నా ధర్మపత్నిని బాగా ఏడిపించింది. నా మూలాన ఆమె ఏడ్వవలసిన సందర్భాలు అనేక సార్లు ఏర్పడ్డాయి. ఏ విధమైన పర్దాగాని, అరమరికలుగాని లేకుండా ఇంగ్లీషువారికి బస ఏర్పాటు చేసి వుండడం ఇదే మొదటిసారి. ఇది కొత్త అనుభవం. ఇంగ్లాండులో నేను వాళ్ళ ఇళ్ళలో వున్నమాట నిజం. అయితే వారి విధానానికి, ప్రవర్తనకు లోబడి నేను వున్నాను. ఆ నా నివాసం హోటలు నివాసం వంటిది. కాని ఈ వ్యవహారం అలాంటిది కాదు. పూర్తిగా అందుకు విరుద్ధం. ఈ మిత్రులు నా కుటుంబ సభ్యులుగా వున్నారు. వాళ్ళు భారతీయ అలవాట్లను, నడవడిని అనుసరించారు. ఇంట్లోను, బయట కూడా వ్యవహారమంతా ఆంగ్లేయుల పద్ధతిలోనే వున్నా, మా ఇంట్లో మాత్రం నడవడి, ఆహార విధానాలు భారతీయ పద్ధతిలోనే వున్నాయి. యీ మిత్రుల్ని మాతోబాటు మా ఇంట్లో వుంచినప్పుడు ఎన్నో ఇబ్బందులు కలిగిన విషయం నాకు జ్ఞాపకం వున్నది. కాని వారిద్దరు మా కుటుంబ సభ్యులందరితో పూర్తిగా కలిసి పోయారని చెప్పగలను. జోహన్సుబర్గులో యీ సంబంధాలు డర్బనును మించి పోయాయి.

12. ఇంగ్లీషు వారితో పరిచయం

ఒక పర్యాయం జోహన్సుబర్గులో నా దగ్గర నలుగురు భారతదేశపు గుమాస్తాలు వుండేవారు. వారిని గుమాస్తాలు అనాలో లేక బిడ్డలు అని అనాలో చెప్పలేను. వారితో నా పని సాగలేదు. టైపు లేనిదే నాపని సాగదు. టైపింగు జ్ఞానం కొద్దో గొప్పో నా ఒక్కడికే వుంది. ఈ నలుగురు యువకుల్లో ఇద్దరికి టైపింగు చేయడం నేర్పాను. కాని వాళ్ళకు ఇంగ్లీషు బాగా రాక పోవడం వల్ల వారి టైపు బాగుండలేదు. వారిలో లెక్కలు వ్రాయగలవారిని కూడా తయారు చేసుకోవాలి. నేటాలు నుండి నా ఇష్టమైన వాళ్ళను పిలిపించుకునేందుకు వీలులేదు. పర్మిట్ లేకుండా ఏ భారతీయుడు ప్రవేశించడానికి వీలు లేదు. నా సౌకర్యం కోసం అధికారులు మెహర్బానీ కోసం బిచ్చం అడిగేందుకు నేను సిద్ధపడలేదు. నేను ఇబ్బందుల్లో పడ్డాను. పని విపరీతంగా పెరిగింది. ఎంత శ్రమపడ్డా, వకీలు వృత్తి, సార్వజనిక సేవాకార్యం రెండూ సాగించడం కష్టమైపోయింది.

గుమాస్తా పనికి ఇంగ్లీషు వాళ్ళు దొరికితే వారిని నియమించకుండా ఎలా వుండగలను? నల్లవారి దగ్గర తెల్లవాళ్ళు ఉద్యోగం చేస్తారా అని నాకు అనుమానంగా వుండేది. ప్రయత్నంచేసి చూద్దామని నిర్ణయించుకున్నాను. టైపు రైటింగు ఏజంట్లతో నాకు పరిచయం వుంది. ఒక ఏజెంటు దగ్గరకు వెళ్ళాను. టైపు చేయగల తెల్లవారు స్త్రీ అయినా పురుషుడైనా నల్లవారి దగ్గర నౌకరీ చేయడానికి అంగీకరిస్తే పంపండి అని ఆయనకు చెప్పాను. దక్షిణ ఆఫ్రికాలో షార్టుహాండు, టైపు రైటింగు పని సామాన్యంగా స్త్రీలే చేస్తూ వుంటారు. అటువంటి వ్యక్తిని వెతికి పంపిస్తానని ఆయన

మాట ఇచ్చాడు. ఆయనకు మిస్‌డిక్ అను పేరుగల ఒక స్కాచ్ కుమారి తటస్థ పడింది. ఆ మహిళ యీ మధ్యనే స్కాట్లండు నుండి వచ్చింది. ప్రామాణికమైన నౌకరీ ఎవరి దగ్గరనైనా సరే చేయడానికి ఆమెకు అభ్యంతరం లేదు. ఆమె వెంటనే పనిలో చేరాలని అనుకున్నది. ఆ ఏజంటు ఆమెను నా దగ్గరకు పంపించాడు. చూడగానే ఆమె మీద నా దృష్టి నిలబడి పోయింది.

"భారత దేశవాసి దగ్గర పనిచేయడానికి మీకు అభ్యంతరం ఏమీ లేదు కదా!" అని అడిగాను. "ఏ మాత్రం లేదు" దృఢమైన స్వరంతో ఆమె అన్నది.

"జీతం ఎంత కావాలి?"

"పదిహేడున్నర పౌండ్లు. మీరు ఎక్కువ అనుకుంటున్నారా?" అని ఆమె అడిగింది.

"నేను ఆశించినంత పని మీరు చేసిన యెడల ఆ సొమ్ము నాకు అధికం కాదు. మీరు ఎప్పటి నుండి పనిలో చేరతారు?"

"మీరు సరేనంటే ఈ క్షణం నుంచే పని ప్రారంభిస్తాను".

నేను ఎంతో సంతోషించాను. ఆ సోదరిని వెంటనే ఎదుట కూర్చో బెట్టుకుని జాబులు వ్రాయించటం ప్రారంభించాను.

ఆమె ఒక గుమాస్తాగా గాక, ఒక బిడ్డగా, ఒక సోదరిగా బాధ్యత వహించి పనిచేయడం ప్రారంభించింది. ఆమెకు ఎన్నడూ బిగ్గరగా చెప్పవలసిన అవసరం కలుగలేదు. ఆమె చేసిన పనిలో తప్పు లెన్నవలసిన అవసరం ఎన్నడూ కలుగలేదు. వేలాది పౌండ్ల సొమ్ము ఆమె చేతిలో వున్న రోజులు కూడా వున్నాయి. ఆమె డబ్బులెక్క కూడా సంబాళించ సాగింది. సంపూర్తిగా ఆమె నా విశ్వాసాన్ని చూరగొన్నది. ఆమె వ్యక్తిగత రహస్యాలు కూడా నాకు చెప్పే స్థితికి రావడం ఎంతో గౌరవంగా భావించాను. తనకు తోడుగా వుండే వ్యక్తిని గురించిన సలహా అడగడమే గాక నా సాయం కూడా కోరింది. కన్యాదానం చేసే గౌరవం కూడా నాకే లభించింది. మిస్‌డిక్ మిస్ మెకడనల్డ్ అయింది. అప్పుడు ఆమెకు మేము దూరం కావలసి వచ్చింది. వివాహం అయిన తరువాత కూడా పని ఎక్కువైనప్పుడు కబురు చేస్తే ఆమె వచ్చి సహకరిస్తూ వుండేది.

ఆఫీసులో షార్టుహ్యాండు తెలిసినవారు కావలసి వచ్చింది. ఒక మహిళ దొరికింది. ఆమె పేరు శ్లేషిన్. ఆమెను నా దగ్గరకు మి॥ కేలన్‌బక్ తీసుకువచ్చారు. శ్రీ కేలన్‌బక్ గారిని గురించి పాఠకులు యిక ముందు తెలుసుకుంటారు. ఆ మహిళ ఒక హైస్కూల్లో ఉపాధ్యాయురాలుగా పనిచేస్తున్నది. నా దగ్గరకు వచ్చినప్పుడు ఆమెకు 17 సంవత్సరాల వయస్సు. ఆమె ప్రత్యేకతలు కొన్ని చూచి నేను, మి॥కేలన్‌బక్ ఆశ్చర్యపడేవారం. ఆమె నౌకరీ చేయాలనే ఉద్దేశ్యంతో మా దగ్గరకు రాలేదు. ఆమె అనుభవం కోసం వచ్చిందన్న మాట. ఆమెకు వర్ణద్వేషం లేదు. ఆమె ఎవ్వరినీ లక్ష్య పెట్టేది కాదు. ఎవరినైనా సరే అవమానించడానికి సంకోచించేదికాదు. ఒకరిని గురించి ఆమెకు కలిగిన భావాన్ని స్పష్టంగా ప్రకటించేది. తన భావాన్ని వెల్లడించడానికి వెనుకాడేది కాదు. ఇట్టి స్వభావం వల్ల ఆమె అప్పుడప్పుడు నాకు ఇబ్బంది కలిగిస్తూ వుండేది. కాని ఆమెది సరళ స్వభావం. అందువల్ల అందరికీ బరువు దిగినట్లుండేది. ఆమెకు ఇంగ్లీషు భాషమీద గల అధికారం నాకంటే అధికం. యీ కారణాలన్నిటివల్ల ఆమె తయారు చేసిన జాబులను తిరిగి చదవకుండా సంతకం పెడుతూ వుండేవాణ్ణి.

ఆమెకు గల త్యాగ ప్రవృత్తి ఎంతో గొప్పది. ఆమె చాలాకాలం వరకు నా దగ్గర కేవలం ఆరు పౌండ్లు మాత్రమే తీసుకుంటూ వుండేది. అంతకంటే జీతం తీసుకునేందుకు చివరి వరకు

ఆమె అంగీకరించలేదు. జీతం ఎక్కువ తీసుకోమని నేను అంటే ఆమె నన్ను బెదిరిస్తూ "జీతం తీసుకునేందుకు నేను ఇక్కడ వుండటం లేదు. మీ దగ్గర పని చేయడం నాకు ఇష్టం. మీ ఆదర్శాలంటే నాకు ఇష్టం. అందుకే మీ దగ్గర పని చేస్తునన్నాను" అని స్పష్టంగా అంటూ వుండేది.

ఒకసారి అవసరం పడి నా దగ్గర ఆమె 40 పౌండ్లు తీసుకున్నది. అది కూడా అప్పుగానే. గత సంవత్సరం ఆమె ఆ డబ్బంతా తిరిగి ఇచ్చివేసింది. ఆమె త్యాగభావం ఎంత తీవ్రంగా వుండేదో ధైర్యం కూడా అంత ఎక్కువగా వుండేది. స్పటికమణి వంటి పవిత్రత, క్షత్రియుల్ని కూడా నివ్వెర పడేలా చేయగల ప్రతాపం కలిగిన కొందరు మహిళామణులు నాకు తెలుసు. అట్టి వారిలో ఈమె ఒకరని నా అభిప్రాయం. ఆమె వయస్సులో నున్న ప్రౌఢ. అవివాహిత. ఇప్పుడు ఆమె మానసిక స్థితి ఎలా ఉన్నదో నాకు తెలియదు. అయినా నాకు కలిగిన అనుభవం వల్ల ఆమెను యీ నాటికి పవిత్రంగా స్మరిస్తాను. తెలిసిన సత్యాన్ని వ్రాయకపోతే సత్యానికి ద్రోహం చేసిన వాణ్ణి అవుతాను కదా!

పని వున్నప్పుడు రాత్రనక పగలనక అమితంగా శ్రమ పడేది. అర్ధరాత్రి సమయంలో కూడా పనిబడితే ఒంటరిగా వెళ్ళుతూ వుండేది. ఎవరినైనా వెంట పంపాలని ప్రయత్నిస్తే నన్ను కోపంగా చూచేది. వేలాది మంది భారతీయులు ఆమెను గౌరవ భావంతో చూచేవారు. అంతా ఆమె మాట వినేవారు. మేమంతా జైల్లో వున్నప్పుడు, బాధ్యత గలవారెవ్వరూ బయటలేనప్పుడు ఆమె ఒక్కతే సత్యాగ్రహ సంగ్రామం నడిపించింది. లక్షలాది రూపాయల లెక్కలు ఆమె వ్రాసింది. ఉత్తర ప్రత్యుత్తరాలన్నీ ఆమే జరిపింది. ఇండియన్ ఒపీనియన్ పత్రికను కూడా ఆమే నడిపింది. అలసట అంటే ఏమిటో ఆమె ఎరుగదు.

మిస్ శ్లేషిన్ గురించి ఎంత వ్రాసినా తనివి తీరదు. గోఖ్లేగారి సర్టిఫికెట్టు గురించి చెప్పి యీ ప్రకరణం ముగిస్తాను. గోఖ్లేగారు నా అనుచరులందరిని పరిచయం చేసుకున్నారు. పరిచయం అయిన తరువాత చాలా మంది విషయంలో వారు సంతోషించారు. ప్రతి ఒక్కరి చరిత్రను వారి విలువలను అంచనా వేశారు. హిందూ దేశానికి చెందిన నా అనుచరులు, యూరప్‌కు చెందిన నా అనుచరులు అందరిలో వారు మిస్ శ్లేశిన్‌కు ఎక్కువ ప్రాధాన్యం ఇచ్చారు. "ఇంతటి త్యాగం, ఇంతటి పవిత్రత, ఇంతటి నిర్భీకత, ఇంతటి కార్యకుశలత బహు కొద్ది మందిలోనే నేను చూచాను. మిస్ శ్లేశిన్ మీ అనుచరులందరిలోను ప్రధమ స్థానం పొందుటకు అర్హురాలు" అని వారు ప్రకటించారు.

13. ఇండియన్ ఒపీనియన్

ఇంకా కొంతమంది యూరోపియన్లను గురించి వ్రాయవలసిన అవసరం వున్నది. అంతకు ముందు మరో రెండు మూడు మహత్తరమైన విషయాలను గురించి వ్రాయడం అవసరం. ఇప్పుడే ఒకరిని గురించి వ్రాస్తాను. మిస్ డిక్‌ను నియమించి నా పని పూర్తి చేయగలిగానని అనుకోవడం సరికాదు. మి॥ రీచ్‌ని గురించి నేను మొదటనే వ్రాశాను. ఆయనతో నాకు బాగా పరిచయం వున్నది. ఆయన ఒక వ్యాపార సంస్థ సంచాలకులు. అక్కడి నుండి తప్పుకొని నా దగ్గర ఆర్టికల్ క్లర్కుగా పని చేయమని వారిని కోరాను. నా సలహా వారికి నచ్చింది. వారు నా ఆఫీసులో చేరారు. నా పనిభారం కొంత తగ్గించారు.

ఇదే సమయంలో శ్రీ మదనజీత్ "ఇండియన్ ఒపీనియన్" అను పత్రికను వెలువరించాలని నిర్ణయించుకున్నాడు. నన్ను సలహా సహకారాలు ఇమ్మని కోరాడు. ప్రెస్సు ఆయన నడుపుతూ వున్నాడు. పత్రిక వెలువరించాలనే కోరికను సమర్థించాను. 1904లో ఈ పత్రిక ప్రారంభించబడింది. మన్సుఖలాల్ నాజరు ఆ పత్రికకు ఎడిటరుగా వున్నారు. కాని సంపాదకత్వపు నిజమైన భారమంతా నా మీదే పడింది. మొదటినుండి నాకు దూరాన వుండి పత్రికలు నడిపించే యోగం కలుగుతూ వచ్చింది.

మన్సుఖలాల్ నాజరు సంపాదకులుగా లేరని కాదు. వారు దేశమందలి చాలా పత్రికలకు వ్యాసాలు వ్రాస్తూ వుండేవారు. దక్షిణ ఆఫ్రికాలో గల చిక్కులతో కూడిన పలు సమస్యలను గురించి నేనుండగా స్వతంత్రంగా వ్యాసాలు వ్రాయడానికి ఆయన సాహసించలేదు. నా యోచనా శక్తిమీద ఆయనకు అమిత విశ్వాసం. అందువల్ల ఏమైనా ప్రధాన విషయాలపై వ్రాయవలసి వస్తే ఆ భారం నా మీద మోపుతూ వుండేవాడు.

ఇండియన్ ఒపీనియన్ వార పత్రిక ప్రారంభంలో గుజరాతీ, హిందీ, తమిళం, ఇంగ్లీషుల్లో వెలువడుతూ వుండేది. తమిళం హిందీశాఖలు పేరుకు మాత్రమే వుండటం చూచాను. వాటివల్ల సమాజానికి సేవ జరిగే స్థితి కలుగక పోవడం వల్ల అందు నాకు అసత్యం గోచరించింది. వెంటనే వాటిని మూసివేయించాను. ఆ తరువాతనే నాకు శాంతి లభించింది.

ఈ పత్రిక కోసం డబ్బు నేను ఖర్చు పెట్టవలసి వస్తుందని ఊహించలేదు. కొద్దిరోజులకే డబ్బు ఖర్చు పెట్టకపోతే పత్రిక నడవదని తెలిసిపోయింది. నేను పత్రికకు సంపాదకుణ్ణి కాదు. అయినా వ్యాసాల విషయమై బాధ్యత వహించాను. ఈ విషయం భారతీయులు, యూరోపియన్లు కూడా గ్రహించారు. అసలు పత్రిక ప్రకటించబడిన తరువాత మూత బడితే నా దృష్టిలో జాతికే అవమానం, నష్టం కూడా.

నేను పత్రిక కోసం డబ్బు ఖర్చు పెట్టడం ప్రారంభించాను. నాదగ్గర మిగిలిందంతా దానికి ఖర్చు పెడుతూనే వున్నాను. ప్రతి మాసం 75 పౌండ్లు ఇవ్వవలసి వస్తూ వుండేది.

ఇన్ని సంవత్సరాల తరువాత పరిశీలించి చూస్తే యీ పత్రిక జాతికి చాలా సేవ చేసిందని చెప్పగలను. ఆ పత్రిక ద్వారా ధనం గడించాలని ఎవ్వరం అసలు అనుకోలేదు.

పత్రిక నా చేతిలో వున్నంత కాలం దానిలో జరిగిన మార్పులు నా జీవితంలో కలిగిన మార్పులకు ప్రతీకాలే. నేడు యంగ్ ఇండియా, నవజీవన్ నా జీవితమందలి కొంత భాగానికి ప్రతీకలు అయినట్లే ఇండియన్ ఒపీనియన్ కూడా అయింది. దాని యందు నేను ప్రతివారం నా ఆత్మను క్రుమ్మరించేవాణ్ణి. నేను దేన్ని సత్యాగ్రహం అని అనుకునే వాడినో దాన్ని గురించి తెలియజెప్పడానికి ప్రయత్నించేవాణ్ణి. నేను జైల్లో వున్నప్పుడు తప్ప మిగతా కాలం 10 సంవత్సరాల పాటు అనగా 1914 వరకు నడిచిన ఇండియన్ ఒపీనియన్ పత్రిక యొక్క ప్రతి సంచికలోను నా వ్యాసాలు ప్రచురితం అవుతూనే వున్నాయి. ఆలోచించకుండా, తూకం వేసుకోకుండా వ్రాసిన ఒక్క శబ్దం కూడా ఆ పత్రికలో వెలువడలేదని చెప్పగలను. ఒకరిని సంతోష పెట్టడానికో లేక తెలిసి వుండి అతిశయోక్తులో వ్రాసినట్లు నాకు గుర్తు లేదు. ఆ పత్రిక నా సంయమనానికి ఒక దృష్టాంతంగా రూపొందింది. నా భావాలకు వేదిక అయింది. నా వ్యాసాల్లో విమర్శకు ఏమీ లభించేది కాదు. ఇందు ప్రకటించబడిన వ్రాసాలు విమర్శకుల చేతుల్లో గల కలాలను చాలా వరకు అదుపులో

వుంచేవి. ఈ పత్రిక లేనిదే సత్యాగ్రహ సమరం సాగని స్థితి ఏర్పడింది. పాఠకులు ఈ పత్రికను తమదిగా భావించేవారు. సత్యాగ్రహ సంగ్రామానికి, దక్షిణ ఆఫ్రికాలోగల భారతీయుల పరిస్థితులకు నిజమైన చిత్తరువుగా దాన్ని భావించేవారు.

ఈ పత్రికవల్ల రంగురంగుల మానవ స్వభావాన్ని గుర్తించేందుకు నాకు మంచి అవకాశం లభించింది. సంపాదకుడు చందాదారులు వీరిద్దరి మధ్య స్వచ్ఛమైన సంబంధం ఏర్పరచడమే మా ఉద్దేశ్యం గనుక నా దగ్గరకు హృదయం విప్పి చెప్పే పాఠకుల జాబులు కుప్పలు కుప్పలుగా వచ్చి పడేవి. తీపివి, చేదువి, కారంగా వుండేవి, కటువుగా వుండేవి రకరకాల జాబులు వాటిలో వుండేవి. వాటినన్నింటినీ చదివి, వాటిలోగల భావాలను తెలుసుకొని వాటికి సమాధానాలు రాస్తూ వుండేవాణ్ణి. అది నాకు గొప్ప పాఠం అయింది. వాటి ద్వారా జాతియొక్క భావాల్ని వింటున్నానా అని అనిపించేది. సంపాదకుని బాధ్యత ఏమిటో నేను బాగా తెలుసుకోసాగాను. ప్రజలమీద నాకు మంచి పట్టు లభించింది. దానివల్ల భవిష్యత్తులో ప్రారంభం కాబోతున్న పోరాటానికి శోభ చేకూరింది. శక్తి లభించింది.

ఇండియన్ ఒపీనియన్ పత్రిక వెలువడసాగిన మొదటి మాసంలోనే సమాచార పత్రిక సేవాభావంతోనే నడపబడాలని బోధపడింది. సమాచార పత్రికకు గొప్ప శక్తి కలదని, స్వేచ్ఛగా, నిరంకుశంగా ప్రవహించే నీటి ప్రవాహం పొలాల్ని ముంచివేసినట్లు, పంటల్ని నాశనం చేసినట్లు కలాన్నుండి బయల్వెడలే నిరంకుశ ప్రవాహం నాశనానికి హేతువవుతుందని గ్రహించాను. ఆ అంకుశం బయటినుండి వస్తే నిరంకుశత్వం కంటే ఎక్కువ విషాక్తం అవుతుందని, లోపల అంకుశమే లాభదాయకం అవుతుందని గ్రహించాను.

నా ఈ యోచనా సరళి సరియైనదైతే ప్రపంచంలో నడుస్తున్న యీనాటి పత్రికల్లో ఎన్ని నిలుస్తాయి? అయితే పనికిమాలిన వాటిని ఆపగల వారెవ్వరు? ఏవి పనికి మాలినవో ఎలా తేల్చడం? పనికివచ్చేవీ, పనికి రానివీ రెండూ ప్రక్క ప్రక్కన నడుస్తూనే వుంటాయి. అయితే మనిషి వాటిలో తనకు ఏది అవసరమో ఏది అనవసరమో నిర్ణయించుకోవాలి.

14. కూలీల ప్రాంతమా లేక పాకీవాళ్ళ పల్లెయా?

భారతదేశంలో మనకి అపరిమితంగా సేవ చేసే పాకీ మొదలుగా గల వారిని అసభ్యులుగా భావించి వాళ్ళను ఊరి బయట విడిగా వుంచుతాము. గుజరాతీ భాషలో వారి పల్లెను ఢేడ్‌వాడ అని అంటారు. ఆ పేరును ఉచ్చరించడానికి కూడా జనం అసహ్యించుకుంటారు. ఇదే విధంగా యూరపులో క్రైస్తవ సమాజంలో ఒకానొక కాలంలో యూదులు అస్పృశ్యులుగా భావించబడేవారు. వాళ్ళ కోసం ఏర్పాటు చేయబడిన ఢేడ్‌వాడాను ఘేటో అని అనేవారు. దుర్గుణాలకు చిహ్నంగా దాన్ని పరిగణించేవారు. దక్షిణ ఆఫ్రికాలో అదే విధంగా భారత దేశస్థులమంతా పాకీవారుగా పరిగణింపబడేవారం. ఎండ్రూస్ చేసిన ఆత్మ త్యాగం వల్ల, శాస్త్రి గారి మంత్రదండం వల్ల మాకు శుద్ధి జరుగుతుందో లేదో, మేము పాకీవారుగా పరిగణించబడక సభ్యులుగా పరిగణింప బడతామో లేదో ముందు ముందు చూడాలి.

హిందువుల మాదిరిగా యూదులు కూడా తాము దేవునికి ప్రీతిపాత్రులమని, ఇతరులంతా ప్రీతిపాత్రులు కారని భావించి ఎన్నో అపరాధాలు చేశారు. అందుకు విచిత్రమైన పద్ధతిలో క్రూరంగా

వారికి శిక్షపడింది. దరిదాపు అదే విధంగా హిందువులు కూడా తాము సభ్యులమని, సుసంస్కృతులమని లేక ఆర్యులమని భావించి తమకు సంబంధించిన అవయవాల వంటివారిని అసభ్యులని, అనార్యులని పాకీవాళ్ళని భావించారు. తాము చేసిన ఆ అపరాధానికి తగిన శిక్ష విచిత్రమైన పద్ధతిన క్రూరంగా దక్షిణ ఆఫ్రికా వంటి అధినివేశ దేశాలలో అనుభవిస్తున్నారు. ఈ శిక్షను హిందువుల ఇరుగు పొరుగున వుండే మహమ్మదీయులు, పారశీకులు కూడా అనుభవిస్తున్నారని నా అభిప్రాయం.

జోహన్సుబర్గులో గల కూలీల ప్రాంతానికి యీ ప్రకరణంలో ప్రాధాన్యం ఎందుకిస్తున్నానో పాఠకులకు బోధపడి వుంటుంది. దక్షిణ ఆఫ్రికాలో మా అందరికీ "కూలీ" అని పేరు. కూలీ అనే పదం మన దేశంలో కూలీ నాలీ చేసుకునేవారికే వర్తిస్తుంది. కాని దక్షిణ ఆఫ్రికాలో యీ పదం పాకీలు మాదిగలు మొదలుగాగల వారి అందరికి తిరస్కారం సూచకంగా వాడతారు. దక్షిణ ఆఫ్రికాలో ఇట్టి కూలీలందరి కోసం కేటాయించబడ్డ చోటును కూలీ స్థలం అని అంటారు. అలాంటి ప్రాంతం ఒకటి జోహన్సుబర్గులో వున్నది. ఆ ప్రాంతంలో గాని, ఇతర చోట్ల అదే విధంగా వున్న కూలీ ప్రాంతాలలో గాని నివశిస్తున్న హిందూ దేశస్థులకు అక్కడ యాజమాన్యం హక్కులేదు. జోహన్సుబర్గులో గల యీ ప్రాంతంలో మాత్రం 99 సంవత్సరాల పట్టా ఇవ్వబడింది. ఇందు హిందూ దేశస్థులు కిటకిటలాడుతూ వుండేవారు. జనసంఖ్య పెరిగి పోసాగిందే కాని ఆ ప్రాంత విస్తీర్ణం మాత్రం పెరగలేదు. పాయిఖానా దొడ్లు శుభ్రం చేయించడం దప్ప అంతకుమించి మునిసిపాలిటీ వాళ్ళు ప్రాంతాన్ని గురించి పట్టించుకోలేదు. అక్కడ రోడ్లమీద దీపాలు ఎందుకు వుంటాయి? అసలు పాయిఖానా పరిశుభ్రతను గురించి కూడా ఏమాత్రం పట్టించుకోని ఆ ప్రాంతంలో ఇతర పారిశుధ్యాల్ని గురించి అడిగే నాధుడెవరు? అక్కడ నివశిస్తున్న భారతీయులు పట్టణ పారిశుధ్యం ఆరోగ్యం మొదలుగాగల వాటిని గురించి వాటి నియమాలను గురించి తెలిసిన ఆదర్శ భారతీయులు కారు. మునిసిపాలిటీ వారికి సాయం చేయాలనిగాని, తమ నడవడిక, ప్రవర్తనను గురించి పట్టించుకోవడం అవసరం అని గాని భావించే వారు కాదు.

సూక్ష్మంలో మోక్షం చూపించగల, మట్టి నుంచి తిండిగింజల్ని పండించగల భారతీయులు అక్కడికి వెళ్ళి స్థిరపడివుంటే అక్కడి చరిత్ర మరో విధంగా మారి వుండేది. అసలు ప్రపంచంలో ఎక్కడా ఈ విధంగా వేలాది లక్షలాది మంది జనం ఇతర దేశాలకు వెళ్ళి స్థిరపడలేదు. సామాన్యంగా జనం డబ్బు కోసం, వృత్తి కోసం విదేశాలలో కష్టాలుపడుతూ వుంటారు. భారతదేశంలో అధిక శాతం మంది నిరక్షర కుక్షులు. దీనులు, దుఃఖితులు, శ్రామికులు, వాళ్ళే ఆ విధంగా వెళ్ళడం జరిగింది. అడుగడుగునా వారికి రక్షణ అవసరం. వారి తరువాత అక్కడకు వెళ్ళిన వ్యాపారస్తులు, తదితర స్వతంత్ర భారతీయులు సంఖ్యలో బహుకొద్ది మందే వున్నారు.

ఈ విధంగా పారిశుధ్య కార్యక్రమాల్ని నిర్వహించవలసిన శాఖ వారి క్షమించరాని నిర్లక్ష్యం వల్ల ప్రవాస భారతీయుల అజ్ఞానం వల్ల ఆరోగ్య దృష్ట్యా ఆప్రాంత స్థితి నాసి అయిపోయింది. దాన్ని బాగు చేయడానికి మునిసిపాలిటీవాళ్ళు కృషి చేయలేదు సరికదా పైపెచ్చు యీ వంకమీద ఆ ప్రాంతమంతా దగ్ధం చేసివేయాలని నిర్ణయించారు. అక్కడి భూమిని ఆధీనం చేసుకునే హక్కును కౌన్సిలు నుండి సంపాదించుకున్నారు. ఇదీ నేను జోహన్సుబర్గు చేరుకున్నప్పటి పరిస్థితి.

అక్కడ నివాసం వున్నవారు భూమి మీద హక్కు కలిగి వున్నారు. అందువల్ల వాళకు

కోర్టు ఏర్పాటు అయింది. మునిసిపాలిటీ వాళ్ళు ఇస్తానన్న సొమ్ము తీసుకోక పోతే కేసు ఆ కోర్టు ముందుకు వెళుతుంది. ఆ కోర్టు వారు ఎంత నిర్ధారిస్తే అంత కూలీలు తీసుకోవాలి. ఇదీ విధానం. మునిసిపాలిటీ వారిచ్చేదాని కంటే ఎక్కువ నష్టపరిహారం కోర్టు నిర్ణయిస్తే వకీలుకు అయిన ఖర్చు మునిసిపాలిటీ వారే భరిస్తారు.

ఈ వ్యవహారంలో ఎక్కువ మంది కూలీలు తమ తరఫున నన్ను వకీలుగా నియమించారు. డబ్బు చేసుకుందామనే కోరిక నాకులేదు. "మీరు గెలిస్తే మునిసిపాలిటీ వాళ్ళు ఇచ్చే సొమ్ముతో తృప్తి పడతా. మీరు గెలిచినా, ఓడినా పట్టాకు 10 పౌండ్లు చొప్పున ఇవ్వండి చాలు." అని వారికి చెప్పాను. అంతేగాక ఆ విధంగా వచ్చిన సొమ్ములో సగభాగం బీదవారి కోసం ఆసుపత్రి నిర్మాణానికో లేక అలాంటిదే మరో ప్రజాసేవా కార్యానికో వినియోగిస్తానని కూడా వారికి చెప్పాను. నా మాటలు విని వాళ్ళు సంతోషించారు. సుమారు 70 దావాలు జరిగాయి. వాటిలో ఒక్క దానిలో మాత్రం పరాజయం కలిగింది. అందువల్ల పెద్ద మొత్తం నాకు లభించింది. ఇండియన్ ఒపీనియన్ పత్రికా ఖర్చు భారం నా మీద బాగా పడటంవల్ల ఆ మొత్తంలో 1600 పౌండ్ల సొమ్ము ఆ ఖాతాకు వెళ్ళి పోయిందని గుర్తు.

ఈ దావాలకై నేను చాలా కృషి చేశాను. కక్షిదారులు గుంపులు గుంపులుగా నా దగ్గర వుండేవారు. వారిలో చాలామంది ఉత్తర బీహారుకు, దక్షిణాదికి చెందిన తమిళ, తెలుగు ప్రాంతాల నుండి గిరిమిట్లుగా వచ్చిన భారతీయులు. ఆ తరువాత వారంతా గిరిమిట్ ప్రథ నుండి విముక్తి పొంది స్వతంత్రంగా వృత్తి చేసుకోసాగరు.

వీళ్ళంతా కలిసి తమ కష్టాలు తొలగించుకునేందుకు భారతీయ వ్యాపారస్థులకు సంబంధించిన మండలి నుండి విడివడి మరో మండలిని సొంతంగా స్థాపించుకున్నారు. నిర్మలహృదయులు, నిజాయితీపరులు, శీలవంతులు అయిన ఆ మండలి అధ్యక్షుని పేరు శ్రీ జయరాం సింహ్. అధ్యక్షుడు కాకపోయినా అధ్యక్షుని వంటి మరొకరి పేరు శ్రీబద్రీ. ఇద్దరూ ఇప్పుడు కీర్తిశేషులే. వారిద్దరి వల్ల నాకు ఎంతో సహకారం లభించింది. శ్రీ బద్రీతో చాలా పని నాకు పడింది. ఆయన సత్యాగ్రహంలో ప్రముఖంగా పాల్గొన్నాడు. వీరి వంటి వారి వల్ల దక్షిణ భారతావనికి, ఉత్తర భారతావనికి చెందిన పలువురితో నాకు దగ్గర సంబంధం ఏర్పడింది. నేను వారి వకీలునే గాక ఒక సోదరునిగా వున్నాను. వారి దుఃఖాల్లో భాగస్వామిగా వున్నాను. సేఠ్ అబ్దుల్లా నన్ను గాంధీ అని పిలవడానికి అంగీకరించలేదు. నన్ను దొర అని అక్కడ ఎవరు అంటారు? అన్నా అని అంగీకరించేది ఎవరు? అందువల్ల ఆయన ఎంతో ప్రీతికరమైన పదం ఒకటి వెతికి బయటికి తీశారు. భాయీ అంటే సోదరా అనేదే ఆ పదం. ఆ పదం దక్షిణ ఆఫ్రికాలో చివరిదాకా నాకు స్థిరపడిపోయింది. గిరిమిట్ ప్రథనుండి విముక్తులైన హిందూ దేశస్థులు నన్ను "భాయీ" అని పిలుస్తున్నప్పుడు వారి పిలుపులో నాకు తీయదనం గోచరిస్తూ వుండేది.

15. మహమ్మారి - 1

మునిసిపాలిటీ వారు యీ ప్రాంతాన్ని యాజమాన్యం పట్టా పుచ్చుకొని అక్కడ వుండే భారతీయుల్ని వెంటనే తొలగించలేదు. వారికి అనుకూలమైన మరో చోటు చూపించాలి. వారు స్థలం నిర్ణయించనందున వెళ్ళమని చెప్పలేదు. తత్ఫలితంగా భారతీయులు ఆ 'మురికి' ప్రాంతంలోనే

వున్నారు. కాని రెండు మార్పులు జరిగాయి. భారతీయులు గృహ యజమానులుగా వుండక, మునిసిపాలిటీ వారికి బాడుగ చెల్లించే వారుగా మారారు. దానితో ప్రాంతంలో మురికి బాగా పెరిగిపోయింది. మొదట భారతీయులు యాజమాన్యం హక్కు లభించియున్నప్పుడు, ఇష్టం వున్నా లేకపోయినా భయం వల్ల పరిసరాలను కొద్దిగా శుభ్రంగా వుంచుకునేవారు. ఇప్పుడు మునిసిపాలిటీ వ్యవహారం కదా! ఎవరికీ ఎవరన్నా ఏమీ భయం లేదు. ఇండ్లలో కిరాయిదారులు పెరిగిపోయారు. వారితో పాటు మురికి, అవ్యవస్థ పెరిగిపోయింది.

ఇలా వ్యవహారం నడువ సాగింది. ఇది చూచి భారతయులకు భయం పట్టుకుంది. ఇంతలో భయంకరంగా ప్లేగు అంటుకుంది. అది ప్రాణాంతకమైన మహమ్మారి. ఊపిరితిత్తులకు సరీంబంధించిన ప్లేగు. నల్ల ప్లేగుకంటే ఇది ప్రమాదకరమైనది. అదృష్టవశాత్తు మహమ్మారికి కారణం ఆప్రాంతం కాదని అందుకు కారణం జోహన్సుబర్గు సమీపంలోనున్న బంగారు గనుల్లో గల ఒక గని అని తేలింది. అక్కడ హబ్షీ శ్రామికులు వున్నారు. అక్కడి పారిశుధ్య బాధ్యత తెల్ల యజమానులది. యీ గనిలో కొందరు భారతీయులు కూడా పని చేస్తున్నారు. వారిలో 23 మందికి అంటురోగం సోకింది. ఒకనాటి సాయంత్రం భయంకరమైన ప్లేగు రోగంతో వారంతా తమ చోటుకు చేరుకున్నారు.

అప్పుడే భాయిమదనజీత్ ఇండియన్ పత్రికకు చందాదారుల్ని చేర్చడానికి చందాలు వసూలు చేయడానికి అక్కడ తిరుగుతూ వున్నాడు. ఆయన భయపడలేదు ఆ రోగుల్ని చూచాడు. ఆయన గుండె దడదడలాడింది. పెన్సిలుతో వ్రాసి ఒకచీటి నా దగ్గరికి పంపించాడు. అందులో ఇలా రాశాడు. "ఇక్కడ హఠాత్తుగా నల్లప్లేగు అంటుకుంది. మీరు వెంటనే వచ్చి ఏమైనా చేయాలి. లేకపోతే భయంకరమైన పరిణామం ఏర్పడుతుంది. త్వరగా రండి" మదనజీత్ ఒక ఖాళీగా వున్న ఇంటిని నిర్భయంగా ఆక్రమించి ఆ రోగుల్ని అందులో చేర్చాడు. సైకిలు మీద నేను వెంటనే అక్కడికి చేరాను. అక్కడ నుండి టౌన్‌క్లర్కుకు జాబు పంపి ఏ పరిస్థితుల్లో ఆ గృహాన్ని ఉపయోగించ వలసి వచ్చిందో రాశాను.

డాక్టర్ విలియం గాడ్‌ఫ్రే జోహన్సుబర్గులో డాక్టరుగా వున్నారు. సమాచారం అందగానే పరుగెత్తుకుంటూ వచ్చాడు. రోగులకు తానే డాక్టరు, నర్సు అయిపోయాడు. కాని 23 మంది రోగులకు మేము ముగ్గురం ఏం సరిపోతాం? ఇలాంటి సమయంలో మన విధానం సరిగా ఉంటే కష్టాల్ని ఎదుర్కొనేందుకు సేవకులు తప్పక లభించి తీరతారని అనుభవం మీద తెలుసుకున్నాను. నా ఆఫీసులో కల్యాణదాసు, మాణికలాల్, మరియు మరో ఇద్దరు భారతయులు వున్నారు. చివరి ఇద్దరి పేర్లు ఇప్పుడు నాకు జ్ఞాపకం లేవు. కల్యాణదాసును అతని తండ్రి నాకు అప్పగించాడు. అతని వంటి పరోపకారి కేవలం ఆజ్ఞను పాలించునట్టి వారు బహుకొద్ది మందే వుంటారు. అదృష్టవశాత్తు కల్యాణదాసు బ్రహ్మచారి. ఎంతటి ప్రమాదకరమైన పని అయినా అతనికి అప్పగించే స్థితిలో నేను వున్నాను. రెండో సజ్జనుడు మాణికలాల్ అతడు నాకు జోహన్సుబర్గులో లభించాడు. అతడికి కూడా పెండ్లి కాలేదనే అనుకుంటాను. నాకు గుమాస్తాలనుండి, అనుచరులనుండి, బిడ్డలనుండి అన్నీ వారే. ఆ నలుగురినీ హోమం చేసేందుకు సిద్ధపడ్డాను. కల్యాణదాసును అడగనక్కర లేదు. మిగతావారు అడగగానే సిద్ధపడ్డారు. "ఎక్కడ మీరు వుంటే అక్కడ మేము వుంటాం" ఇదీ వారు క్లుప్తంగా ఇచ్చిన సమాధానం.

మి॥రీచ్ కుటుంబం పెద్దది. ఆయన స్వయంగా రావడానికి సిద్ధపడ్డాడు. కాని నేనే వారిని ఆపాను. వారిని ఈ ప్రమాదంలోకి నెట్టడానికి నేను సిద్ధం కాలేదు. నాకు ధైర్యం చాలలేదు. అయితే ఆయన బైటి కార్యమంతా చేసేందుకు నడుం బిగించాడు. ఆ రాత్రి సేవా శుశ్రూషల్లో గడిచింది. అది నిజంగా కాళరాత్రే. నేను చాలా మంది రోగులకు శుశ్రూష చేశాను. కాని ప్లేగు వాత పడిన రోగులకు శుశ్రూష నేనెన్నడూ చేసి యుండలేదు. డాక్టర్ గాడ్‌ఫ్రే ప్రదర్శించిన ధైర్యం మమ్మల్ని నిర్భయుల్ని చేసింది. రోగులకు సేవ ఎక్కువ చేయనక్కరలేదు. వాళ్ళకు మందు ఇవ్వాలి. ధైర్యం చెప్పాలి. పత్యపానాలు చూడాలి. వారు దొడ్డికి వెళితే ఆ మలం ఎత్తి వేయాలి. ఇంత కంటే మించి పనిలేదు. నలుగురు యువకులు నడుం వంచి చేసిన శ్రమ, వారి నిర్భీతి చూచి నా ఆనందానికి అవధులు లేకుండా పోయాయి.

డాక్టరు గాడ్‌ఫ్రే, మదన్‌జీత్‌ల ధైర్యం మాటసరే, ఈ నలుగురు యువకుల ధైర్యం అద్భుతం. ఏదో విధంగా ఆ రాత్రి గడిచింది. నాకు జ్ఞాపకం వున్నంతవరకు ఆ రాత్రి మేము ఒక్క రోగిని కూడా పోగొట్టుకోలేదు. కాని యీ ఘట్టం ఎంత కరుణ రసార్ద్రమైనదో, అంత మనోరంజకమైనది. నా దృష్టిలో ఇది ధార్మికమైనది కూడా.

16. మహమ్మారి - 2

ముందుగా అనుమతి తీసుకోకుండా ఇంటి తాళం బద్దలు కొట్టి అందు రోగులనుచేర్చి వారికి సేవా శుశ్రూష చేసినందుకు టౌన్‌క్లర్కు మమ్మల్ని అభినందించాడు. "ఇటువంటి సమయంలో ధైర్యం చేసి మీరు చేసిన విధంగా ఏర్పాట్లు చేసే చొరవ మాకు లేదు. మీకు ఏ విధమైన సాయం కావలసి వచ్చినా చెప్పండి. టౌన్‌కౌన్సిలు చేతనైన సాయం చేస్తుంది" అని మనస్ఫూర్తిగా చెప్పాడు. మునిసిపాలిటీ వారు అవసరమైన సదుపాయాలు కల్పించేందుకు ముందుకు వచ్చారు. రోగుల సేవ విషయంలో వాళ్ళు ఆలస్యం చేయలేదు.

రెండో రోజున ఖాళీగా వున్న పెద్ద గోడౌను మాకు అప్పగించారు. అందు రోగులనందరినీ చేర్చమని చెప్పారు. దాన్ని శుభ్రం చేసే బాధ్యత మునిసిపాలిటీ వహించలేదు. ఆ గోడౌను మురికిగాను, అపరిశుభ్రంగాను వుంది. మేమంతా కలిసి దాన్ని శుభ్రం చేశాము. ఉదార హృదయులగు భారతీయులు మంచాలు వగైరా ఇచ్చారు. అక్కడ ఒక ఆసుపత్రి వాతావరణం ఏర్పడింది. మునిసిపాలిటీ వారు ఒక నర్సును పరిచారికను పంపించారు. బ్రాందీ సీసాలు, మందులు వగైరా వారికిచ్చి పంపారు. డాక్టర్ గాడ్‌ఫ్రే మొదటివలెనే మాతో పాటు వుండి చికిత్స చేస్తూ వున్నారు. నర్సును మేము రోగుల దగ్గరికి పోనీయలేదు. ఆమెకు ఏమీ ఇబ్బంది కలుగలేదు. ఆమె స్వభావం మంచిది. అయితే ఎవ్వరికీ ప్రమాదం కలుగకూడదని మా అభిప్రాయం. రోగులకు బ్రాందీ పట్టమని సలహా ఇచ్చింది. వ్యాధి సోకకుండా మీరు కూడా కొద్ది కొద్దిగా బ్రాందీ తాగమని నర్సు మాకు సలహా ఇచ్చింది. ఆమె బ్రాందీ త్రాగుతూనే వున్నది. రోగులకు బ్రాందీ పట్టడానికి నా మనస్సు అంగీకరించలేదు. ముగ్గురు రోగులు బ్రాందీ త్రాగకుండా వుండటానికి అంగీకరించారు. డా॥ గాడ్‌ఫ్రే గారి అనుమతితో వారికి మట్టిపట్టీల చికిత్స చేశాను. గుండెలో నొప్పిగా వున్నచోట మట్టి పట్టీలు వేశాను. వారిలో ఇద్దరు మాత్రం బ్రతికారు. మిగతావారంతా చనిపోయారు. ఇరవై మంది రోగులు ఆ గోడౌనులోనే చనిపోయారు.

మునిసిపాలిటీ వారు మరో ఏర్పాటు చేశారు. జోహన్సుబర్గుకు ఏడు మైళ్ళ దూరాన అంటురోగాలు తగిలిన వారికోసం ప్రత్యేక ఆసుపత్రి వున్నది. అక్కడ డేరా వేసి ముగ్గురు రోగుల్ని తీసుకువెళ్ళారు. ప్లేగు తగిలిన మిగతా రోగుల్ని కూడా అక్కడకు తీసుకొని వెళ్ళేందుకు ఏర్పాట్లు చేశారు. దానితో మాకు ముక్తి లభించింది. పాపం ఆ నర్సు కూడా ప్లేగు వ్యాధి సోకి చనిపోయిందని కొద్ది రోజుల తరువాత మాకు తెలిసింది. కొద్ది మంది రోగులు బ్రతకడం, మేము మాత్రం ప్లేగువాత బడకుండా మిగలడం విచిత్రమే. ఇలా ఎందుకు జరిగిందో చెప్పలేము. అయితే మట్టి చికిత్స మీద నాకు శ్రద్ధ ఔషధ రూపంలో బ్రాందీ మొదలగువాటి ఎడ అశ్రద్ధ పెరిగింది. ఈ శ్రద్ధకు, అశ్రద్ధకు ఆధారం ఏమీ లేదని అనవచ్చు. నాకు ఆ విషయం తెలుసు. కాని ఆనాడు నా మనస్సు పై పడిన ముద్రను తొలగించలేను. యీనాటికీ ఆ ముద్ర అలాగే వున్నది. అందువల్లనే ఇక్కడ ఆ విషయాన్ని రాయడం అవసరమని భావించాను.

ఈ నల్లప్లేగు వంటి భయంకర వ్యాధి ప్రబలగానే నేను పత్రికల్లో మునిసిపాలిటీ వారు ఆ ప్రాంతాన్ని తమ ఆధీనంలోకి తీసుకున్న తరువాత చూపిన అశ్రద్ధను గురించి వివరంగా రాసి ఇట్టి వ్యాధి రావడానికి వారి బాధ్యతను నొక్కి వక్కాణిస్తూ జాబు ప్రకటించాను. నా ఆ జాబు మి॥ హెనరీ పోలక్‌ను నాకు పరిచయం చేసింది. కీ.శే. జోసఫ్‌డోక్‌తో పరిచయం కావడానికి సాధనంగా ఉపయోగపడింది.

గత ప్రకరణంలో నేను భోజనం నిమిత్తం ఒక మాంసాహార రహిత భోజనశాలకు వెళుతూ వుండేవాడినని వ్రాశాను. అక్కడ మి॥ అల్బర్టువెస్ట్‌తో పరిచయం కలిగింది. మేము సాయంత్రం పూట ఆ భోజనశాలలో కలుస్తూ వుండేవారం. అక్కడ ఆహారం తీసుకొని షికారుకు వెళ్ళేవారం. ఆయన ఒక చిన్న ప్రెస్సులో భాగస్వామిగా వుండేవాడు. పత్రికల్లో మహమ్మారిని గురించిన నా జాబు చదివి, భోజన శాలలో నేను కనబడక పోయేసరికి కంగారు పడిపోయాడు. నేనూ, నాతోటి అనుచరులు రోగులకు సేవ చేస్తున్నప్పుడు భోజనం పూర్తిగా తగ్గించివేశాం. ప్లేగు వంటి వ్యాధులు ప్రబలినప్పుడు పొట్ట ఎంత తేలికగా వుంటే అంత మంచిదని అనుభవం వల్ల తెలుసుకున్నాను. అందువల్ల సాయంకాల భోజనం మానివేశాను. మధ్యాహ్నం పూట భోజనం చేసి వచ్చేవాణ్ణి. భోజనశాలలో భోజనం చేసేవాళ్ళకు నావల్ల ఇబ్బంది కలుగకుండా చేసేవాణ్ణి. భోజనశాల యజమాని నన్ను బాగా ఎరుగును. ఆయనకు ముందుగానే నేను ప్లేగు సోకిన రోగుల సేవ చేస్తున్నాను. నావల్ల ఎవ్వరికీ ఏ విధమైన ఇబ్బంది కలుగకూడదు అని చెప్పాను. అందువల్ల నేను భోజనశాలలో వెస్ట్‌గారికి కనబడలేదు. రెండోరోజునో లేక మూడోరోజునో ఉదయం పూట నేను బయటకు వెళ్ళబోతున్నప్పుడు నేనుండే గది దగ్గరికి వచ్చి తలుపు కొట్టగా నేను తలుపు తెరిచాను. నన్ను చూచీ చూడగానే "మీరు భోజనశాలలో కనబడనందున మీకేమైనా అయిందేమోనని గాబరాపడ్డాను. యీ సమయంలో తప్పక దొరుకుతారనే భావంతో వచ్చాను. అవసరమైతే చెప్పండి. రోగులకు సేవ శుశ్రూషలు చేసేందుకు సిద్ధంగా వున్నాను. నా పొట్ట నింపుకోవడం మినహా నాకు మరో బాధ్యత అంటూ ఏమీ లేదని మీకు తెలుసుగదా!" అని అన్నాడు.

నేను వెస్ట్ గారికి ధన్యవాదాలు సమర్పించాను. నేను ఆలోచించేందుకు ఒక్క నిమిషం సేపు కూడా వృధా చేయలేదు. "మిమ్మల్ని నర్సుగా తీసుకోను. మేము జబ్బు పడకపోతే రెండు మూడు రోజుల్లో మాపని పూర్తి అవుతుంది. ఒక్క పని మాత్రం వున్నది" అని అన్నాను. "ఏమిటది"

"దర్బను వెళ్ళి ఇండియన్ ఒపీనియన్ ప్రెస్సు పని మీ చేతుల్లోకి తీసుకోగలరా? మదనజీత్ ప్రస్తుతం ఇక్కడ పనిలో మునిగి వున్నాడు. అక్కడికి ఎవరైనా వెళ్ళడం అవసరం. మీరు వెళితే ఆ చింత నాకు తొలుగుతుంది." "నా దగ్గర ప్రెస్సు వున్నదని మీకు తెలుసు ఏ సంగతీ సాయంకాలం చెబుతా. సరేనా! సాయంత్రం వాహ్యాళికి వెళదాం. మాట్లాడుకోవచ్చు" నాకు ఆనందం కలిగింది. ఆ రోజు సాయంత్రం మాట్లాడాం. ప్రతిమాసం వెస్ట్‌కు పదిపౌండ్లు జీతం మరియు ప్రెస్సులో డబ్బు మిగిలితే దానిలో భాగం ఇవ్వడానికి అంగీకరించాను. నిజానికి వెస్ట్ దొర జీతానికి ఒప్పుకునే వ్యక్తి కాదు. అందువల్ల జీతాన్ని గురించి ఆయన పట్టించుకోలేదు. రెండోరోజు రాత్రి మెయిలుకి వెస్ట్ బయలుదేరి వెళ్ళాడు.

అప్పటి నుండి నేను దక్షిణ ఆఫ్రికా వదిలి వచ్చేవరకు కష్టసుఖాల్లో నాతో పాటు వుండి ఆయన పనిచేశాడు. వెస్ట్‌దొర ఇంగ్లాండులో లౌథ్ అను గ్రామంలో ఒక రైతు కుటుంబంలో జన్మించిన వ్యక్తి. స్కూల్లో సామాన్య శిక్షణ పొంది, కష్టపడి పైకి వచ్చి అనుభవం అనే పాఠశాలలో శిక్షణ పొందినవాడు. పొందికగల సంయమనశీలి, భగవంతునికి భయపడే మనిషి ధైర్యశాలి, పరోపకారి. ఆయనను గురించి, ఆయన కుటుంబాన్ని గురించి రాబోయే ప్రకరణాల్లో వ్రాస్తాను.

17. కూలీల ప్రాంతం నివాసం దగ్ధం

ప్లేగుకు సంబంధించిన పనుల నుండి ముక్తి పొందామేకాని అందుకు సంబంధించిన మిగతా వ్యవహారాలు ఇంకా మమ్మల్ని వదలలేదు. కూలీల నివాసపరిస్థితిని గురించి మునిసిపాలిటీ పట్టించుకోలేదు. నిర్లక్ష్యంగా వ్యవహరించింది. కాని తెల్లవారి ఆరోగ్యం విషయంలో మాత్రం పూర్తిగా పట్టించుకొని ఇరవైనాలుగు గంటలు జాగ్రత్త వహించింది. తెల్లవారి ప్రాంతాలకు వ్యాధి ప్రాకకుండా వుండేందుకు డబ్బు నీళ్ళలా ఖర్చు పెట్టింది. భారత దేశస్థుల గురించిగాని, వాళ్ళ ఆరోగ్యాన్ని గురించి గాని పట్టించుకోని దోషాలు మునిసిపాలిటీ వారిలో చూచాను. అయితే తెల్లవారి ఆరోగ్యం విషయమై వారు చూపిన శ్రద్ధను అభినందించకుండా వుండలేకపోయాను. యీ విషయమై చేయగలిగినంత సాయం నేను చేశాను. నేను ఆ సాయం చేసియుండకపోతే మునిసిపాలిటీ వారు ఎంతో ఇబ్బంది పడేవాళ్ళే. గుండ్లవర్షం కురిపించో, తుపాకుల సాయంపొందో తమ నిర్ణయాలను అమలుచేసి యుండేవారు.

అయితే అలా జరగలేదు. భారతయులు వ్యవహరించిన తీరుకు వాళ్ళు ఎంతో సంతోషించారు. తత్ఫలితంగా తరువాత పనులు సవ్యంగా జరిగాయి. మునిసిపాలిటీ వారి పనులు భారతీయుల ద్వారా చేయించడానికి నా పలుకుబడి ఉపయోగపడింది. నా వత్తిడి లేకపోతే భారతీయులు ఆ పనులు చేసేవారు కాదు.

కూలీల ప్రాంతానికి నలువైపుల కాపలా పెట్టారు. అనుమతి లేకుండా లోపలికి ఎవ్వరూ పోగూడదు. బయటికి రాకూడదు. నాకు, నా అనుచరులకు లోపలికి వెళ్లడానికి, బయటకు రావడానికి పర్మిట్ యిచ్చారు. అక్కడ నివసిస్తున్న భారతీయులనందరినీ జోహన్సుబర్గుకు 13 మైళ్ళ దూరాన మైదానంలో డేరాలు వేసి వాటిలో వుంచాలని, ఆ తరువాత ఆ ప్రాంతాన్ని దగ్ధం చేయాలని మునిసిపాలిటీవారు నిర్ణయించారు. అక్కడకు వెళ్ళి డేరాల్లో కుదుటపడటానికి కొంత సమయం పట్టింది. అందాకా కాపలా ఏర్పాటు అలాగే వుంచారు.

జనం భయపడ్డారు. అయితే నేను వాళ్ళ వెంట వున్నాననే ధైర్యం వాళ్ళకు వున్నది. చాలా మంది తమ డబ్బు భూమిలో గుంట తవ్వి దాచుకున్నారు. ఇప్పుడు ఆ డబ్బు బయటికి తీయవలసి వచ్చింది. వాళ్ళకు బ్యాంకుల విషయం తెలియదు. నేను వారికి బ్యాంకు అయ్యాను. నా దగ్గర వాళ్ళందరి సొమ్ము కుప్పలుగా చేరింది. ఆ సొమ్ములో నేను కమీషను తీసుకునే సమస్యే లేదు. వాళ్ళ డబ్బు సమస్యను పరిష్కరించాను. బ్యాంకు మేనేజరుతో నాకు పరిచయం వున్నది. మీ దగ్గర డబ్బు నిల్వ చేస్తానని ఆయనకు చెప్పాను. బ్యాంకు వెండి, రాగి వస్తువుల్ని తమ వద్ద వుంచేందుకు అంగీకరించలేదు. ప్లేగు సోకిన ప్రదేశానికి సంబంధించిన వస్తువులని తెలిస్తే బ్యాంకులో పని చేస్తున్న వారు వాటిని తాకేందుకు కూడా సిద్ధపడేవారు కారు. అయితే బ్యాంకు మేనేజరు తెలిసిన వాడు కావడం వల్ల అన్ని సౌకర్యాలు కల్పించాడు. డబ్బును క్రిమినాశక మందులచే కడిగి బ్యాంకులో వుంచడానికి నిర్ణయించాము. యీ విధంగా 60 వేల పౌండ్ల బ్యాంకులో జమచేసినట్లు గుర్తు.

కొంతకాలం పాటు ఫిక్సెడు డిపాజిటులో డబ్బు జమచేసుకోమని బాగా డబ్బు గల కక్షిదారులకు చెప్పాను. ఆ విధంగా వారి డబ్బు బ్యాంకులో అమితంగా జమపడింది. దానితో బ్యాంకులో సొమ్ము జమ చేయడం, అవసరమైనప్పుడు తీసుకోవడం వాళ్ళకు తెలిసింది. ఆప్రాంత వాసులందరినీ క్లిపస్ప్రూట్ అను ఫారానికి ప్రత్యేక రైల్లో తీసుకు వెళ్ళారు. వాళ్ళకు నీరు మునిసిపాలిటీ వారు తమ ఖర్చుతో అందజేశారు. ఆ పేటను చూస్తే సైనికుల బస్తీగా కనబడుతూ వున్నది. జనానికి అలా వుండటం అలవాటులేదు. వారికి మానసిక శ్రమ కలిగింది. అంతా క్రొత్తగా వున్నది. అయితే వాళ్ళకు ఇబ్బందులేమీ కలుగలేదు. నేను రోజూ సైకిలు మీద ఒకసారి వెళ్ళి తిరిగి చూచివస్తూ వుండేవాణ్ణి. మూడు వారాలపాటు యీ విధంగా తెరపగాలిలో ఉండటం వల్ల వాళ్ళ ఆరోగ్యం బాగు పడింది. మానసిక కష్టం మొదటి 24 గంటలు మాత్రమే వున్నది. తరువాత అంతా సంతోషంగా వుండసాగారు. నేను వెళ్ళినప్పుడు అంతా భజనలు చేస్తూ, కీర్తనలు పాడుతూ, ఆటలు ఆడుతూ వుండేవారు.

కూలీల ప్రాంతం ఖాళీ చేసిన తరువాత రెండవ రోజున దాన్ని తగులబెట్టారు. అక్కడి వస్తువుల్లో ఒక్క దానిని కూడా మిగిల్చి వుంచాలనే కోరిక మునిసిపాలిటీ వారికి కలుగలేదు. యీ నెపంతో తమ మార్కెట్టులో గల కలపనంతటినీ కూడా తగులబెట్టారు. అంతా కలిసి పదివేల పౌండ్ల సొమ్ము నష్టమైంది. మార్కెట్టులో చచ్చిన ఎలుకలు పడివున్నాయి. అందువల్లనే అంత భయంకరంగా లొకేషనును తగులబెట్టారు. ఖర్చు బాగా అయింది కాని వ్యాధి మాత్రం అంతటితో ఆగిపోయింది. నగర ప్రజల భయం తొలగిపోయింది.

18. ఒక పుస్తకపు అద్భుత ప్రభావం

ఈ ప్లేగు వ్యాధి పేదవారైన భారతీయుల్ని గురించి నా పనిని, నా వృత్తిని, నా బాధ్యతను బాగా పెంచివేసింది. యూరోపియన్లతో నాకు పరిచయం బాగా పెరగడమేగాక వారియెడ నా నైతిక బాధ్యత కూడా బాగా పెరిగింది. మాంసరహిత భోజనశాలలో వెస్ట్‌దొరతో నాకు పరిచయం అయినట్లే పోలక్‌తో కూడా పరిచయం అయింది. ఒకచోట నేను బల్ల దగ్గర కూర్చొని భోజనం చేస్తున్నాను. దూరంగా వున్న ఒక బల్ల దగ్గర కూర్చొని ఒక యువకుడు భోజనం చేస్తున్నాడు. "మిమ్ము కలుసుకోవాలని అనుకుంటున్నాను, అనుమతి ఇస్తారా" అని చీటి వ్రాసి పంపించాడు. ఆయనను నా బల్ల దగ్గరకు రమ్మన్నాను. ఆయన వచ్చాడు.

"నేను క్రిటిక్ అను పత్రికకు ఉప సంపాదకుణ్ణి. ప్లేగును గురించి మీరు ప్రకటించిన జాబు చదివాను. అప్పటి నుండి మిమ్ము కలుసుకోవాలని అనుకుంటున్నాను. నా ఆ కోరిక యీ నాడు నెరవేరింది" అని అన్నాడు.

మి॥పోలక్‌యొక్క నిష్కపట భావాలవల్ల నేను ఆయనయెడ ఆకర్షితుడనయ్యాను. ఆ రాత్రి మేమిద్దరం ఒకరికొకరం బాగా పరిచితులమయ్యాము. మా జీవిత విధానాల్లో సామ్యం కనబడింది. సాదా జీవనం వారికి ఇష్టం. బుద్ధి అంగీకరించిన విషయాల్ని వెంటనే అమలు పరచాలన్న తపన ఆయనలో అధికంగా కనబడింది. తన జీవనంలో చాలా మార్పులు వెంటనే చేసిన వ్యక్తి మి.పోలక్.

"ఇండియన్ ఒపీనియన్" ఖర్చు పెరిగిపోతున్నది. వెస్ట్ పంపిన మొదటి రిపోర్టు చదివి నివ్వెరబోయాను. "మీరు చెప్పినంత లాభం ఇక్కడ కనబడలేదు. నష్టం కనబడుతున్నది. లెక్కలు కూడా అస్తవ్యస్తంగా వున్నాయి. పని అయితే బాగానే వున్నది. కాని దానికి తలా తోకా కనబడటం లేదు. మార్పు చేయవలసిన అవసరం ఎంతైనా వున్నది. యీ రిపోర్టు చూచి గాబరా పడకండి. నాకు చేతనైనంత వరకు వ్యవస్థను సరిచేస్తాను. లాభం లేదని నేను పనిమానను" అని జాబు వ్రాశాడు.

లాభం లేనందున వెస్ట్ తలుచుకుంటే పనిమానివేసేవాడే. ఆయనను తప్పు పట్టడానికి కూడా వీలులేదు. సరియైన వివరాలు తెలుసుకోకుండా లాభం వస్తున్నదని చెప్పినందుకు నన్ను తప్పు పట్టవచ్చు కూడా. అయినా ఆయన నన్ను ఎన్నడూ ఒక కటువైన మాట కూడా అనలేదు. చెప్పుడు మాటలు నమ్మేవాడినని నన్ను గురించి వెస్ట్ భావించివుంటాడని అనుకున్నాను. మదనజీత్ మాట ప్రకారం నేను లాభం వస్తున్నదని వెస్ట్‌కు చెప్పాను. సార్వజనికపనులు చేసేవారు స్వయంగా పరిశీలించి చూడనిదే ఒకరిని నమ్మి వెంటనే నిర్ణయానికి రాకూడదని పాఠం నేర్చుకున్నాను. సత్యపూజారి ఇంకా జాగ్రత్తగా వుండాలి. పూర్తిగా నిర్ణయానికి రానిదే ఏదో మాట చెప్పి ఒకరి మనస్సును నమ్మేలా చేయడం సత్యాన్ని మరుగుపరచడమే. యీ విషయం తెలిసియుండికూడా త్వరగా నమ్మి పనిచేసే నా స్వభావాన్ని పూర్తిగా మార్చుకోజాలనందుకు విచారపడ్డాను. ఇందుకు కారణం శక్తి సామర్థ్యం కంటే మించి పని చేద్దామనే లోభమే. యీ లోభంవల్ల నేను కష్టపడవలసి వచ్చింది. అంతేగాక నా సహచరులు ఎంతో యిబ్బందులకు లోనుకావలసి వచ్చింది.

వెస్ట్ వ్రాసిన జాబు చూచి నేను నేటాలుకు బయలుదేరాను. పోలక్ నా విషయాలన్నీ గ్రహించాడు. నన్ను సాగనంపుటకు స్టేషనుకు వచ్చాడు. ఒక పుస్తకం నాకిచ్చి "ఈ పుస్తకం చదువ తగింది చదవండి. మీకు నచ్చుతుంది" అని అన్నాడు. పుస్తకం పేరు "అంటు దిస్ లాస్ట్" రస్కిన్ రాసిన పుస్తకం. ఆ పుస్తకం చదవడం ప్రారంభించాను. చివరి వరకు దాన్ని వదలలేక పోయాను. నన్ను ఆ పుస్తకం ఆకట్టివేసింది. జోహన్సుబర్గు నుండి నేటాలుకు 24 గంటలు ప్రయాణం. సాయంత్రం రైలు డర్బను చేరుకుంది. స్థావరం చేరిన తరువాత ఆ రాత్రంతా నిద్ర పట్టలేదు. పుస్తకంలో చదివిన విషయాల్ని ఆచరణలో పెట్టాలనే నిర్ణయానికి వచ్చాను.

ఇంతకు ముందు రస్కిన్ పుస్తకాలు ఏవీ నేను చదవలేదు. స్కూల్లో చదువుకునే రోజుల్లో పాఠ్య పుస్తకాలు తప్ప ఇతర పుస్తకాలు నేను అసలు చదవలేదనే చెప్పవచ్చు. కర్మభూమి మీద అడుగు పెట్టిన తరువాత సమయం చిక్కలేదు. అందువల్ల యీనాటి వరకు నాకు గల పుస్తక జ్ఞానం తక్కువేనని చెప్పక తప్పదు. అయాచితంగా తప్పనిసరి అయి ఏర్పడిన ఈ సంయమం వల్ల నష్టం కలగలేదని చెప్పలేను. కాని చదివిన కొద్ది పుస్తకాలను ఒంట పట్టించుకున్నానని మాత్రం

చెప్పగలను. నా జీవితంలో చదివిన తక్షణం మహత్తరమైన నిర్మాణాత్మకమైన మార్పు తెచ్చిన పుస్తకం ఇదేనని మాత్రం చెప్పగలను. తరువాత దాన్ని నేను అనువదించాను. సర్వోదయం అను పేరట ఆ పుస్తకం అచ్చుఅయింది.

నాలో లోతుగా పాతుకు పోయిన విషయాల ప్రతిబింబం స్పష్టంగా రస్కిన్ రచించిన యీ గ్రంధరత్నంలో నాకు కనబడింది. అందువల్ల యీ పుస్తక ప్రభావం నా హృదయం మీద అపరిమితంగా పడింది. ఆ పుస్తకమందలి విషయాల్ని ఆచరణలో పెట్టాలని ప్రేరణ కలిగింది. మనలో నిద్రావస్థలో వున్న మంచి భావాలను, గుణాలను మేల్కొల్పగల శక్తి కలవాడే కవి. కవుల ప్రభావం సర్వుల మీద పడదు. సర్వులలో మంచి భావాలు సమాన పరిమాణంలో వుండక పోవడమే అందుకు కారణం. నేను తెలుసుకున్న సర్వోదయ సిద్ధాంతాలు యివి.

1. సర్వుల మంచి యందే తన మంచి యిమిడి యున్నది.
2. వకీలు, క్షురకుడు ఇద్దరి వృత్తికి విలువ ఒకటిగానే వుండాలి. జీవనోపాధి హక్కు అందరికీ సమానమే.
3. నిరాడంబరంగా వుంటూ కష్టపడి పనిచేసే రైతు జీవనమే నిజమైన జీవనం.

మొదటి విషయం నాకు తెలుసు. రెండో విషయం కొంచెం తెలుసుకుంటు న్నాను. మూడో విషయాన్ని నేను ఎన్నడూ ఊహించలేదు. మొదటి దానిలో మిగతా రెండూ ఇమిడివున్నాయి. ఈ విషయం దీపంవలె వెలుగు ప్రసారం చేసి సర్వోదయాన్ని నాకు బోధచేసింది. తెల్లవారింది. ఇక ఆచరణకు పూనుకున్నాను.

19. ఫినిక్కుల తూర్పు స్థావరం

మరునాడు ఉదయం నేను వెస్ట్‌తో మాట్లాడాను. సర్వోదయ వివరమంతా ఆయనకు తెలియజేశాను. ఇండియన్ ఒపీనియన్ పత్రికను ఏదైనా పొలానికి తీసుకుపోదామని చెప్పాను. అక్కడ అంతా కలిసి వుందాం. భోజనానికి అయ్యే ఖర్చు మాత్రం అంతా తీసుకుందాం. సంపాదన కోసం వ్యవసాయం చేద్దాం. మిగతా సమయంలో ఇండియన్ ఒపీనియన్ పనిచేద్దాం" అని చెప్పాను. వెస్ట్ అందుకు అంగీకరించాడు. ఒక్కొక్కరికి భోజనం ఖర్చు కనీసం మూడు పౌండ్లు అవుతుందని అంచనా వేశాం. తెల్లవారు నల్లవారు అని భేదం చూపలేదు.

అయితే ప్రెస్సులో ఇప్పుడు పదిమంది దాకా కార్యకర్తలు పని చేస్తున్నారు. అడవిలో వుండటానికి అంతా అంగీకరిస్తారా? అంతా సమానంగా భోజనానికి బట్టలకు అయ్యే ఖర్చు మాత్రమే తీసుకోవడానికి సిద్ధపడతారా? యీ రెండు ప్రశ్నలు బయలుదేరాయి. యీ విధంగా పని చేయడానికి అంగీకరించని వారు జీతం తీసుకోవచ్చు. కాని త్వరలోనే వారు కూడా సంస్థలో చేరిపోవాలి. యీ ఆదర్శంతో అంతా పనిచేయాలి అని మేమిద్దరం నిర్ణయానికి వచ్చాం. యీ దృష్టితో కార్యకర్తలను పిలిచి మాట్లాడాను. మదనజీత్‌కు మా నిర్ణయం మింగుడు పడలేదు. ఎంతో కాలం కష్టపడి తాను నెలకొల్పిన వ్యవస్థ నా మూర్ఖత్వం వల్ల మట్టిలో కలిసిపోతుందని, ఇండియన్ ఒపీనియన్ ఆగిపోతుందని ప్రెస్సు నడవదని, పనిచేసేవాళ్ళంతా పారిపోతారని అభిప్రాయపడ్డాడు.

నా అన్నగారి కుమారుడు ఛగన్‌లాలు ప్రెస్సులో పని చేస్తున్నాడు. అతనితో కూడా నేను వెస్ట్‌ను వెంటబెట్టుకొనే మాట్లాడాను. అతనికి కుటుంబ భారం జాస్తి. అయితే బాల్యం నుండి

అతడు నేను చెప్పిన ప్రకారం శిక్షణ పొందడానికి నేను చెప్పిన ప్రకారం నడుచుకోవడానికి ఇష్టపడ్డాడు. నా మీద అతడికి అపరిమితమైన విశ్వాసం. మారు మాటాడకుండా మేము చెప్పిన ప్రకారం చేయడానికి అంగీకరించాడు. ఇప్పటివరకూ నా దగ్గరే వున్నాడు.

గోవిందసామి అని మెషీన్‌మెన్ వున్నాడు. అతడు కూడా సంస్థలో చేరిపోయాడు. మిగతా వాళ్ళు సంస్థలో చేరేందుకు అంగీకరించలేదు. కాని ప్రెస్సును ఎక్కడికి తీసుకు వెళ్ళితే అక్కడకు రావడానికి సిద్ధపడ్డారు.

ఈ విధంగా కార్యకర్తలతో మాట్లాడేందుకు రెండు రోజుల కంటే ఎక్కువ కాలం పట్టలేదని గుర్తు. వెంటనే నేను డర్బనుకు సమీపంలో స్టేషను దగ్గరగా భూమి కావాలని పత్రికల్లో ప్రకటన చేశాను. ఫినిక్స్ యందలి చోటు వున్నది యిస్తామని సమాధానం వచ్చింది. నేను, వెస్ట్ ఇద్దరం ఆచోటు చూచేందుకు వెళ్ళాం. ఏడు రోజుల్లోపల 20 ఎకరాల భూమి కొన్నాం. అందు ఒక చిన్ని నీటి కాలువ వున్నది. నారింజ చెట్లు, మామిడిచెట్లు కూడా వున్నాయి. దాని పక్కన మరో 80 ఎకరాల భూమి కూడా వున్నది. అందు పండ్ల చెట్లు ఎక్కువగా వున్నాయి. ఒక కుటీరం కూడా వున్నది. దాన్ని కూడా కొద్దిరోజుల తరువాత కొనివేశాం. రెండిటికీ కలిపి 10వేల పౌండ్లు ఇచ్చాం.

సేఠ్ పారసీరుస్తుంగారు నేను పూనుకునే సాహసోపేతమైన కార్యక్రమాలన్నిటికీ అండగా వుండేవారు. నా ప్రణాళిక వారికి నచ్చింది. ఒక పెద్ద గోడౌనుకు చెందిన టిన్ను రేకులు మొదలుగా గలవి వారి దగ్గరపడి వున్నాయి. వాటినన్నింటినీ ఉచితంగా మాకు ఇచ్చి వేశారు. వాటితో గృహ నిర్మాణం ప్రారంభించాం. కొంత మంది భారత దేశానికి సంబంధించిన వడ్రంగులు తాపీవాళ్ళు దొరికారు. వారిలో చాలా మంది యుద్ధరంగంలో నాతో పాటు పనిచేసినవారే. వారి సాయంతో కార్ఖానా నిర్మాణం ప్రారంభమైంది. ఒక మాసం రోజుల్లో 75 అడుగుల పొడవు, 50 అడుగుల వెడల్పు గల ఇంటి నిర్మాణం పూర్తి అయింది. వెస్ట్ మొదలగు వారు ప్రాణాలకు తెగించి వడ్రంగులు తాపీవాళ్ళతో బాటు పనిచేశారు. ఫినిక్సులో గడ్డి ఎక్కువగా వుంది. అక్కడ జన సంఖ్య బహు తక్కువ. పాములు మాత్రం ఎక్కువ. ఇదే అక్కడ ప్రమాదం. ప్రారంభంలో అంతా డేరాలు వేసుకొని వున్నారు. ఇంటి యందలి ముఖ్యభాగం తయారవగానే ఎద్దుల బండ్లలో సామాను అక్కడికి చేర్చాం. డర్బనుకు, ఫినిక్సు పదమూడు మైళ్ళ దూరాన వున్నది. స్టేషనుకు మా భూమి రెండున్నర మైళ్ళ దూరాన వున్నది. ఒక్క వారం మాత్రమే ఇండియన్ ఒపీనియన్ పత్రికను మర్క్యూరీ ప్రెస్సులో ముద్రించవలసి వచ్చింది.

నా వెంట మా బంధువులు చాలా మంది దక్షిణ ఆఫ్రికా వచ్చారు. వాళ్ళంతా వ్యాపారం చేసుకుంటున్నారు. వారిని అంగీకరింపచేసి ఫినుక్సులో చేరుద్దామని ప్రయత్నం చేశాను. డబ్బు సంపాదించుకోవాలనే తాపత్రయంతో వాళ్ళు దక్షిణ ఆఫ్రికా వచ్చారు. వారికి నచ్చచెప్పటం కష్టం. కొద్ది మంది మాత్రమే నా మాటల్ని అర్థం చేసుకున్నారు. అట్టి వారిలో మగన్ లాల్ గాంధీ పేరు ఎన్నిక చేసి మరీ పేర్కొంటున్నాను. నా మాటలు అర్థం చేసుకున్న వారిలో కొంతమంది కొద్ది రోజులు ఫినిక్సులో వుండి తరువాత డబ్బు సంపాదనలో పడిపోయారు. కాని మగన్‌లాల్ గాంధీ మాత్రం అలా చేయలేదు. తమ వ్యాపారం మానుకొని నా వెంట రావడమే గాక చివరివరకూ నాతో బాటు వుండిపోయాడు. తన బుద్ధిబలం, త్యాగనిరతి, అపరిమితమైన భక్తి భావంతో నేను ప్రారంభించిన శోధనా కార్యక్రమాలన్నింటిలో అండగా నిలబడి పనిచేశాడు. నా అనుచరుల్లో

ఇప్పుడు మొదటి స్థానంలో మగన్‌లాల్ వున్నాడు. సుశిక్షుతుడైన పనివాడుగా సాటిలేని మేటిగా నా దృష్టిలో ఆదరం పొందాడు.

ఈ విధంగా 1904లో ఫినిక్సు స్థాపన జరిగింది. ఎన్నో కష్టనష్టాల్ని ఎదుర్కోవలసి వచ్చినా తట్టుకొని ఫినిక్సు సంస్థ, ఇండియన్ ఒపీనియన్ పత్రిక రెండూ ఇప్పటికీ జీవించి వున్నాయి. అయితే యీ సంస్థను ప్రారంభించినప్పుడు మేము పొందిన సాఫల్యాలు, వైఫల్యాలు తెలుసుకోతగినవి. వాటిని గురించి మరో ప్రకరణంలో రాస్తాను.

20. మొదటి రాత్రి

ఫినిక్సులో ఇండియన్ ఒపీనియన్ పత్రిక ప్రధమ ప్రతిని వెలువరించడం కష్టమైంది. రెండు జాగ్రత్తలు పడియుండకపోతే ఒక వారం సంచిక వెలువడియుండేది కాదు. లేక ఆలస్యంగా వెలువడి యుండేది. ఈ సంస్థలో ఇంజను సాయంతో నడిచే మిషన్లు ఏర్పాటు చేయడం నాకు ఇష్టం లేదు. వ్యవసాయం చేతులతో చేస్తున్నప్పుడు ముద్రణా కార్యక్రమం కూడా చేతులతో నడిచే మిషన్లతో సాగించడం మంచిదని భావించాను. అయితే అది కష్టమని ఆ తరువాత తెలిసింది. దానితో అక్కడికి ఆయిలు ఇంజను తీసుకువెళ్ళాం. యీ ఆయిలు ఇంజను దగా చేస్తే ముద్రణ సాగించేందుకు మరో పరికరం సిద్ధం చేసివుంచుకోవడం అవసరమని వెస్ట్‌కు చెప్పాను. అతడు చేతితో తిప్పితే తిరిగే చక్రం ఒకటి సిద్ధం చేశాడు. దానితో ముద్రణ యంత్రం నడిచే ఏర్పాటు చేశాడు. మా పత్రిక దిన పత్రిక ఆకారంలో వున్నది. పెద్ద మిషను పాడైతే వెంటనే దాన్ని బాగు చేసే ఏర్పాటు మా దగ్గర లేదు. అందువల్ల పత్రిక ఆగిపోయే పరిస్థితి ఏర్పడింది. ఈ ఇబ్బంది నుండి తప్పించుకునేందుకై పత్రిక ఆకారాన్ని వారపత్రిక రూపంలోకి మార్చాం. కాలితో ట్రెడిల్ నడిపి కొన్ని పేజీలైనా ముద్రించవచ్చునని భావించాం. ఆరంభపు రోజుల్లో ఇండియన్ ఒపీనియన్ పత్రిక వెలువడే రోజు రాత్రి అంతా జాగరణ చేయాల్సి వచ్చింది. కాగితం సరిచేయడం, దాన్ని అమర్చడం మొదలగు పనులు అంతా కలిసి చేసేవాళ్ళం. రాత్రి 12 గంటలకు పని పూర్తి అయ్యేది. అయితే ఫినిక్సులో ఆ మొదటి రాత్రి మరిచి పోవడానికి వీలులేనిది. ఫారం మిషను మీద ఎక్కించాం. అప్పుడు ఇంజన్ ససేమిరా నడవనని భీష్మించింది. ఇంజనీరును పిలిపించాం. ఆయన వెస్ట్ ఎంతో శ్రమ పడ్డారు. కాని ఇంజను మాత్రం నడవలేదు. అందరూ చింతా క్రాంతులైనారు. చివరికి వెస్ట్ నిరాశపడిపోయాడు. కన్నీరు కారుస్తూ నా దగ్గరకు వచ్చాడు. "ఇక మిషను ఇవాళ నడవదు. ఈ వారం సమయానికి మనం పత్రికను ప్రచురించలేము" అని అన్నాడు.

"అయితే ఏం చేస్తాం? కన్నీరు కార్చవలసిన అవసరం ఏముంది? ఇంకా ఏమైనా ప్రయత్నం చేయవలసి వుంటే చేద్దాం. సరేకాని మీరు సిద్ధం చేసిన చక్రం సంగతి ఏమిటి?" అని అడిగాను. "ఆ చక్రం నడపడానికి జనం కావాలి అంత మంది మన దగ్గరలేరు. మావల్ల ఆ చక్రం నడవదు. వంతుల వారీగా నలుగురు నలుగురు చొప్పున జనం కావాలి. మేమంతా బాగా అలిసిపోయాం" అని అన్నాడు వెస్ట్.

అప్పటికి వడ్రంగుల పని ఇంకా పూర్తికాలేదు. అందువల్ల వాళ్ళు వెళ్ళిపోలేదు. ముద్రణాలయంలోనే వారంతా నిద్రపోతున్నారు. వారిని చూపించి ఈ మేస్త్రీలంతా వున్నారు గదా! వీరి సాయం పొందవచ్చుకదా! యీ రాత్రి మనమంతా అఖండ జాగరణం చేద్దాం. అదే మంచిదని

నా అభిప్రాయం అని అన్నాను. "మేస్త్రీలను మేల్కొలపాలన్నా, వారిచేత పని చేయించాలన్నా నాకు ధైర్యం చాలడంలేదు. అలసి పోయిన వాళ్ళకు కూడా పని చేయమని ఎలా చెప్పడం?" "ఆ పని నేను చేస్తాను" అని అన్నాను. "అయితే పని పూర్తి కావచ్చు" నేను మేస్త్రీలను మేల్కొలిపాను. సాయం చేయమని కోరాను. వారిని బ్రతిమలాడవలసిన అవసరం కలుగలేదు. "అలాంటి కష్ట సమయంలో ఆదుకోకపోతే మేము మనుష్యులం ఎలా అవుతాం? మీరు విశ్రాంతి తీసుకోండి. మేము చక్రం త్రిప్పుతాం మాకు అది పెద్ద పని కాదు" అని వాళ్ళు అన్నారు.

ముద్రణ చేసే కార్యకర్తలు సిద్ధంగా వున్నారు. అంతా పనిచేస్తూ కీర్తనలు పాడటం ప్రారంభించారు. చక్రం త్రిప్పడానికి మేస్త్రీలకు సాయపడ్డాం. వంతులవారీగా వాళ్ళు చక్రం తిప్పసాగారు. పని అయిపోతూ వున్నది. తెల్లవారింది. ఏడో గంట కొట్టారు. ఇంకా పని మిగిలి వుండటం గమనించాను. వెస్ట్ వైపు చూచి ఏమండీ! ఇంజనీరును మేల్కొలపకూడదా? పగటిపూట బాగు చేస్తే ఇంజను నడుస్తుందేమో, పని సమయానికి పూర్తి అవుతుంది కదా! అని అన్నాను.

వెస్ట్ వెంటనే వెళ్ళి ఇంజనీరును మేల్కొలిపాడు. అతడు ఇంజను వున్నచోటకు వెళ్ళాడు. మీట నొక్కేసరికి ఇంజను పనిచేయడం ప్రారంభించింది. ప్రెస్సు అంతా సంతోషపు నినాదాలతో మార్మోగింది. "ఏమిటిది? ఇంజను రాత్రి నడవనంది కదా! మరి ఇప్పుడు మీటనొక్కగానే ఏమీ తెలియనట్లు తపీమని ఎలా నడిచింది?" ఈ ప్రశ్నలకు వెస్ట్, ఇంజనీరు సమాధానం ఇచ్చేందుకు ప్రయత్నించారు. "ఈ ప్రశ్నలకు సమాధానం చెప్పడం కష్టం. మిషన్లకు కూడా మన మాదిరిగా విశ్రాంతి అవసరం అయివుండవచ్చు. అప్పుడప్పుడు అవి ఇలా వ్యవహరిస్తూ వుండటం కద్దు" అని అన్నారు.

"ఇంజను మనందరికీ మంచి పరీక్ష పెట్టింది. మనమంతా కష్టపడ్డాం సమయానికి అది నడవడం మన నిజమైన శ్రమకు శుభప్రదమైన ఫలితం అయి వుండవచ్చు" అని అన్నాను. సమయానికి పత్రిక స్టేషను చేరుకుంది. అంతా నిశ్చింతగా శ్వాస పీల్చారు. పత్రిక సమయానికి వెలువడుతుందనే భావం జనానికి కలిగింది. ఫినిక్సులో కాయకష్టం చేయాలనే వాతావరణం నెలకొన్నది. ఒక పర్యాయం ఇంజనును నడపడం మాని, చక్రంతిప్పి ముద్రణా కార్యక్రమం సాగించిన రోజులు కూడా వున్నాయి. అవి నైతికంగా ఫినిక్సు చరిత్రలో ఉన్నతమైన రోజులని నా అభిప్రాయం.

21. పోలక్

ఫినిక్సు వంటి సంస్థ స్థాపించబడిన తరువాత నేను అక్కడ కొద్ది రోజులు మాత్రమే వుండగలిగాను. అందుకు ఎంతో విచారపడ్డాను. దాన్ని స్థాపించినప్పుడు నేను కూడా అక్కడే వుండాలని అక్కడే జీవితం గడపాలని నెమ్మదిగా వకీలు వృత్తి మానివేయాలని, ఫినిక్సు విజయాన్ని నిజమైన సేవగా భావించాలని అనుకున్నాను. కాని అనుకున్నట్లుగా పనులు జరగలేదు. మనం అనుకునేది ఒకటి, జరిగేది మరొకటి అనే విషయాన్ని జీవితంలో అనుభవం వల్ల తెలుసుకున్నాను. దానితో పాటు సత్యశోధన ఉపాసన సాగినప్పుడు, మనం కోరుకున్న ఫలితం కలుగక, ఊహించని ఫలితం కలిగితే దానివల్ల నష్టం కలుగదని, ఒక్కొక్కప్పుడు మనం ఊహించిన దానికంటే మించిన సత్ఫలితం కలుగుతుందనే అనుభూతి నాకు కలిగింది. ఫినిక్సులో కలిగిన ఊహించని ఫలితాలు, అక్కడ రూపొందించి ఊహించని కార్యక్రమాలు నష్టదాయకమైనవి కావని నా నిశ్చితాభిప్రాయం. ఊహించిన ఫలితాలకంటే మించినవి అవునో కాదో నిశ్చితంగా చెప్పలేను.

అంతా కాయకష్టం చేసి బ్రతకాలనే ఉద్దేశ్యంతో ముద్రణాలయ సమీపంలో సంస్థ యందలి ప్రతివ్యక్తికి మూడుమూడు ఎకరాల చొప్పున భూమి కేటాయించాం. వాటిలో ఒక ముక్క నాకోసం వుంచారు. ఆయా చోట్ల అందరికోసం, వారు కోరకపోయినా రేకులతో ఇళ్ళు నిర్మించాం. రైతుకు నప్పే విధంగా గడ్డి, మట్టి, పచ్చి ఇటుకలతో గోడలు కట్టి చొప్పతో పైకప్పు నిర్మించి కుటీరాలు ఏర్పాటుచేయాలని అనుకున్నాం. కాని సాధ్యపడలేదు అందుకు ధనం, సమయం, అధికంగా కావలసి వచ్చింది. అందరూ ఇంటివాళ్ళే, కనుక వెంటనే కాయ కష్టం చేయాలని తహతహ లాడారు.

"ఇండియన్ ఒపీనియన్" పత్రికకు సంపాదకుడు మన్ సుఖలాల్. ఆయన యీ వ్యవస్థలో చేరలేదు. డర్బనులోనే ఆయన బస. డర్బనులో ఇండియన్ ఒపీనియన్‌కు చిన్న శాఖ కూడా వున్నది.

కంపోజు పని చేసేందుకు మనుషులు అదనంగా వున్నారు. నిజానికి ముద్రణా కార్యక్రమంలో ఎక్కువ సమయం కంపోజు చేయడానికి పడుతుంది. అయితే అది తేలిక పనే. సంస్థలో వుండే వారంతా కంపోజు పని నేర్చుకోవాలని నిర్ణయించారు. దానితో ఆపని తెలియని వారంతా నేర్చుకోవడానికి సిద్ధపడ్డారు. నేను మాత్రం యీ వ్యవహారంలో వెనకపడ్డాను. మగన్‌లాల్ గాంధీ మొదటి స్థానం సంపాదించాడు.

అసలు మగన్‌లాల్‌కు అతని శక్తి ఏమిటో తెలియదని అనుకునేవాణ్ణి. అతడు ఎన్నడూ ప్రెస్సు పని చేయలేదు. అయినా నేర్పరియగు కంపోజిటరు అయ్యాడు. వేగంలో కూడా బాగా పుంజుకున్నాడు. కొద్ది రోజుల్లోనే ప్రెస్సు పనంతా క్షుణ్ణంగా తెలుసుకొని అతడు విజయవంతంగా ప్రెస్సు పని నిర్వహించడం చూచి నేను నివ్వెరబోయాను. ఇంకా ఫినిక్సు వ్యవహారం ఒక ఒడ్డుకు చేరలేదు. ఇంతలో యీ సంస్థను వదిలి నేను జోహన్సుబర్గు పరుగెత్తవలసి వచ్చింది. అక్కడి పనిని ఎక్కువ కాలం వదిలి వుండగల స్థితిలో నేనులేను.

జోహన్సుబర్గు చేరి పోలక్‌తో యీ పెద్దమార్పును గురించిన వ్యవహారమంతా చెప్పాను. తానిచ్చిన పుస్తకం ఇంతటి మార్పుకు కారణం అయిందని తెలిసి పోలక్ పొంగిపోయాడు. అతని హృదయం ఆనందంతో నిండిపోయింది. "నేను కూడా యీ వ్యవస్థలో పాలుపంచుకోవచ్చా!" అని గద్గద కంఠంతో అడిగాడు. "తప్పక పాలు పంచుకోవచ్చు. అంతేకాదు మీరు అందులో చేరాలి" అని అన్నాను. "చేర్చుకుంటానంటే సిద్ధంగా వున్నాను" అని అన్నాడు. ఆయన నిర్ణయానికి సంతోషించాను. 'క్రిటిక్' పత్రిక నుండి తప్పుకుంటున్నానని ఒక నెల రోజుల ముందే నోటీసు పత్రికాధిపతికి పంపి, నెలరోజుల వ్యవధి గడచిపోగానే ఫినిక్సు చేరుకున్నాడు. తన సహృదయతతో అందరినీ ఆకట్టుకున్నాడు. వారందరికీ తల్లో నాలుక అయిపోయాడు. నిరాడంబరతకు ఆయన ప్రతిమూర్తి. అందువల్ల ఫినిక్సు జీవనం ఆయనకు ఎబ్బెట్టు అనిపించలేదు. ఆయన స్వభావానికి అది సరిపోయింది.

కాని నేను ఆయనను అక్కడ ఎక్కువ రోజులు వుండనీయలేకపోయాను. మి॥రీచ్ లా చదువు ఇంగ్లాండులో పూర్తి చేయాలని నిర్ణయించుకున్నందున, ఆఫీసు పని నేను ఒక్కణ్ణి సంబాళించలేక పోయాను. అందువల్ల పోలక్‌ను ఆఫీసులో చేరమని, వకీలు వృత్తి చేపట్టమని ప్రోత్సహించాను. ఆయన వకీలు అయితే చివరకు అంతా వదిలివేసి ఇద్దరం ఫినిక్సు వెళ్ళవచ్చునని భావించాను.

ఆ తరువాత నా కలలన్నీ కల్లలేనని తేలిపోయింది. పోలక్‌లో ఒక గొప్ప సుగుణం వున్నది. ఎవరిమీదనైనా నమ్మకం కుదిరితే మారు మాట్లాడకుండా చెప్పినట్లు చేయడం తన కర్తవ్యంగా

భావించేవాడు. నా జాబుకు సమాధానం వ్రాస్తూ "నాకు ఇక్కడి జీవనం హాయిగా వున్నది. ఇక్కడ సుఖంగా వున్నాను. యీ సంస్థను ఇంకా అభివృద్ధికి తీసుకు రావచ్చు. అయినా నేను అక్కడకు రావడం అవసరమని మన ఆదర్శాలు త్వరగా నెరవేరతాయని మీరు భావిస్తే నేను వస్తాను" అని వ్రాశాడు. నేను ఆ జాబుకు స్వాగతం పలికాను. పోలక్ ఫినిక్సు వదిలి జోహన్సుబర్గు వచ్చివేశాడు. నా ఆఫీసులో సహాయకుడిగా చేరి వకీలు వృత్తి ప్రారంభించాడు.

ఇంతలో ఒక స్కాచ్ థియోసాఫిస్టు వచ్చాడు. పోలక్‌ను అనుసరించమని ఆయనను ప్రోత్సహించాను. ఇంతకు పూర్వం ఆయనకు లా చదువు విషయంలో సాయం చేస్తూ వుండేవాణ్ణి. ఆయన పేరు మేకిన్‌టయర్.

ఈ విధంగా ఫినిక్సు ఆదర్శాలను వెంటనే ఆచరణలో పెట్టాలనే భావంతో, వాటికి విరుద్ధమైన జీవితపు లోతుల్లోకి ప్రవేశిస్తున్నట్లు నాకు అనిపించింది. భగవదేచ్ఛ మరోరకంగా వుండి యుండకపోతే నిరాడంబర జీవనం అనే నెపంతో పరుచుకున్న మోహజాలంలో స్వయంగా చిక్కుకు పోయేవాణ్ణి. ఎవ్వరూ ఊహించని రీతిలో నేను, నా ఆదర్శాలు ఎలా రక్షింపబడ్డాయో రాబోయే ప్రకరణాల్లో వ్రాస్తాను.

22. ఎవరిని దేవుడు రక్షిస్తాడో

త్వరగా భారతదేశం వెళ్ళి స్థిరపడాలనే కాంక్ష వదులుకున్నాను. ఒక్క సంవత్సరంలో తిరిగి వస్తానని భార్యకు నచ్చ చెప్పి దక్షిణ ఆఫ్రికా వచ్చాను. సంవత్సరం గడిచిపోయింది. తిరిగి దేశం వెళ్లడం పడలేదు. అందువల్ల భార్యాబిడ్డల్ని పిలిపించాలని నిర్ణయించుకున్నాను.

పిల్లలు వచ్చారు. మా మూడో పిల్లవాడు రామదాసు. త్రోవలో మావాడు కెప్టెనుతో స్నేహం పట్టాడు. ఆయనతో ఆడుతూ వుండగా మావాడి చేయి విరిగింది. కెప్టెను పిల్లవాణ్ణి జాగ్రత్తగా చూచాడు. డాక్టరు ఎముకను సరిచేశాడు. జోహన్సుబర్గు చేరినప్పుడు కర్రచెక్కల మధ్య మెడలో వేసిన పట్టీలో చెయ్యి కట్టి వేసివున్నది. చేతికి తగిలిన గాయాన్ని డాక్టరుకు చూపించి నయం చేయించడం అవసరమని ఓడ డాక్టరు సలహా ఇచ్చాడు. కాని ఆ రోజుల్లో నా మట్టి పట్టీల చికిత్స జోరుగా సాగుతున్నది. నా దేశవాళీ చికిత్స మీద విశ్వాసంగల కక్షిదారులకు నేను మట్టితోను, నీటితోను చికిత్స చేస్తున్నాను. రామదాసును మరో వైద్యుని దగ్గరికి ఎలా పంపుతాను? వాడి వయస్సు ఎనిమిది సంవత్సరాలు. "నీ గాయానికి పట్టీలు వగైరా కట్టి చికిత్స చేస్తే భయపడతావా" అని మావాణ్ణి అడిగాను. రామదాసు నవ్వుతూ నాకు అనుమతి ఇచ్చివేశాడు. యీ వయస్సులో మంచి చెడ్డల పరిజ్ఞానం వాడికి లేకపోయినా డాక్టరుకి, దేశవాళీ వైద్యానికి గల తేడా వాడికి తెలుసు. నా ప్రయోగాలను గురించి వాడికి తెలుసు. నా మీద గల విశ్వాసంతో వాడు నాచేత చికిత్స చేయించుకునేందుకు బయపడలేదు.

వణుకుతున్న చేతులతో వాడి పట్టీ ఊడతీశాను. గాయం కడిగి శుభ్రం చేశాను. మట్టి పట్టీ గాయం మీద వేసి మొదటిలాగానే తిరిగి మెడకు పట్టీ కట్టి వేశాను. డాక్టరు కట్టే పట్టీలకు కూడా ఇంత సమయం పడుతుందని ఓడ డాక్టరు చెప్పడం జరిగింది. మట్టి చికిత్సపై నాకు విశ్వాసం ఏర్పడింది. ఆ తరువాత ప్రయోగాలు చేయసాగాను. గాయాలు, జ్వరం, అజీర్ణం, పాండురోగం మొదలుగా గల వ్యాధులకు మట్టితోను, నీటితోను మరియు ఉపవాసాలు చేయించి చాలామందికి చికిత్స చేశాను. రోగుల్లో చిన్న పెద్ద అంతా ఉండేవారు. చాలా మందికి నాచికిత్స

వల్ల రోగాలు నయమయ్యాయి. యీ చికిత్స పై దక్షిణ ఆఫ్రికాలో నాకు గట్టి విశ్వాసం వుండేది. అంత విశ్వాసం ఇక్కడకి వచ్చాక తగ్గిపోయింది. ఈ ప్రయోగాలలో ప్రమాదం అధికమని అందువల్ల జాగరూకత అవసరమని అనుభవం వల్ల తేల్చుకున్నాను.

ఇన్ని వివరాలు రాస్తున్న కారణం నా ప్రయోగాలు సఫలమయ్యాయని చెప్పడానికి కాదు. ఏ ప్రయోగం కూడా పూర్తిగా సఫలం అని చెప్పడానికి వీలు లేదు. డాక్టర్లు కూడా అలా చెప్పలేరు. అయితే క్రొత్త ప్రయోగాలు చేయదలిచిన వారు మొదట తమతోనే ప్రారంభించాలని నా అభిప్రాయం. ఆ విధంగా చేస్తే నిజం త్వరగా బయటపడుతుంది. ఇట్టి ప్రయోగాలు చేసే వారిని భగవంతుడు రక్షిస్తాడు కూడా.

మట్టి ప్రయోగాలు ఎంత ప్రమాదకరమైనవో, యూరోపియన్లతో సంబంధం పెట్టుకోవడం కూడా అంత ప్రమాదకరమైన వ్యవహారమే. రంగులో తేడాయేగాని అందరి వ్యవహారం ఒకటే. ఈ విషయం ముందుగా నేను గ్రహించలేదు. మిస్టర్ పోలక్‌ను నాతో పాటు వుండమని ఆహ్వానించాను. మేమిద్దరం సొంత సోదరుల్లా వుండేవారం. పోలక్ ఒక అమ్మాయిని వివాహం చేసుకోవాలని అనుకున్నాడు. ఆ అమ్మాయితో చాలాకాలం నుండి అతనికి స్నేహం వున్నది. అయితే కొంత డబ్బు సమకూర్చుకున్న తరువాత వివాహం చేసుకుందామని ఎదురు చూడసాగాడు. రస్కిన్ రచనలు నాకంటే ఎక్కువగా అధ్యయనం చేశాడు కాని పాశ్చాత్య దేశాలలో రస్కిన్ భావాలను పూర్తిగా అమలు చేయడాన్ని గురించి ఆయనకు ఆశలేదు.

"మనస్సులు కలిసిన తరువాత డబ్బు కోసం ఎదురు చూస్తూ కూర్చోవడం సరికాదు. యీ ప్రకారంగా అయితే పేదవాడెవడూ పెండ్లి చేసుకోవడానికి వీలు వుండదు. ఇప్పుడు మీరు నాతోపాటు వున్నారు. అందువల్ల ఇంటి ఖర్చును గురించిన సమస్య వుండదు. మీరు త్వరగా పెండ్లి చేసుకోండి" అని నేను చెప్పాను.

నేనెప్పుడూ పోలక్‌తో రెండు సార్లు ఏ విషయమూ చర్చించలేదు. నా సలహాను వెంటనే అంగీకరించాడు. మిసెస్ పోలక్ ఇంగ్లాండులో వున్నది. ఆమెతో ఉత్తరాలు నడిచాయి. ఆమె అంగీకరించింది. కొద్ది మాసాలలోనే ఆమె పెండ్లి కోసం జోహన్సుబర్గు వచ్చింది. మేము పెండ్లికి ఖర్చు ఏమీ చేయలేదు. బట్టలు కూడా కొనలేదు. మత విధానాలతో కూడా వారికి పనిలేదు. మిసెస్ పోలక్‌ది క్రైస్తవ మతం. మిష్టర్ పోలక్ యూదుడు వారిద్దరి మధ్య వున్నది కేవలం నీతికి సంబంధించిన ధర్మం మాత్రమే.

ఈ వివాహానికి సంబంధించిన విచిత్ర విషయం వ్రాస్తాను. ట్రాన్సువాలులో తెల్లవారి పెళ్ళిళ్ళను రిజిష్టరు చేసే అధికారి నల్లవాళ్ళ పెళ్ళిళ్ళను రిజిష్టరు చేయడు. యీ వివాహంలో నేను సాక్షిని. వెతికితే మాకు ఒక తెల్లవాడు దొరికేవాడే. కాని పోలక్ అందుకు అంగీకరించలేదు. మేము ముగ్గురం అధికారి దగ్గరికి వెళ్ళాం. నేను సాక్షిగా వున్నాను గనుక వరుడు వధువు ఇద్దరూ తెల్లవారేనని ఎలా నమ్ముతాడు? వివరాలు తెలుసుకోవడానికి వాయిదా వేద్దామని చూచాడు. మరునాడు నేటాలులో పండుగ దినం. పెండ్లికి అన్ని ఏర్పాట్లు చేసుకున్న మీదట యీ విధమైన కారణాలతో ముహూర్తాన్ని వాయిదా వేయడం ఎవ్వరూ సహించలేక పోయారు. పెద్ద మేజిస్ట్రేటును నేను ఎరుగుదును. ఆయన యీ శాఖకు పెద్ద అధికారి. దంపతులిద్దరినీ వెంట బెట్టుకొని వెళ్ళి ఆయనను కలిశాను. ఆయన నవ్వుతూ, నాకు జాబు వ్రాసి ఇచ్చాడు. యీ విధంగా పెండ్లి రిజిష్టరు అయిపోయింది.

ఇప్పటి వరకు కొంత మంది తెల్లవాళ్ళు మాతో పాటువున్నారు. వారితో పరిచయం ఏర్పడింది. ఇప్పుడు ఒక అపరిచితురాలు మా ఇంట్లో ప్రవేశించిందన్న మాట. ఎన్నడూ ఏ విధమైన తంటా ఆమె వల్ల వచ్చినట్లు నాకు గుర్తు లేదు. కాని అనేక జాతుల వాళ్ళు, అనేక స్వభావాల వాళ్ళు భారతీయులు వచ్చి వెళ్ళే చోట, అనుభవం లేని నా భార్యవంటి వారు వున్నచోట, వారిద్దరికీ (శ్రీ శ్రీమతి పోలక్) ఏమైనా ఇబ్బంది కలిగితే కలిగి యుండవచ్చు. ఒకే జాతివాళ్ళు వుండే కుటుంబాలలో కూడా వివాదాలు బయలు దేరుతూ వుంటాయి. ఆ దృష్టితో చూస్తే విజాతీయులు వున్న మా గృహంలో వివాదాలు బాగా తక్కువేనని చెప్పవచ్చు. అసలు అట్టివి లేవనే చెప్పవచ్చు. నిజానికి సజాతీయులు, విజాతీయులు అను భావం మనస్సులో బయలుదేరే నీటితరంగం వంటిది. మేమంతా ఒకే కుటుంబీకులంగా వున్నాం.

వెస్ట్ వివాహం కూడా ఇక్కడే చేయాలని భావించాను. ఆ సమయంలో బ్రహ్మచర్యాన్ని గురించిన భావాలు ఇంకా నాకు కలుగలేదు. అందువల్ల పెండ్లి కాని స్నేహితులకు పెండ్లి చేయడం నాపని అయింది. వెస్ట్ తన తల్లి తండ్రుల్ని చూచేందుకు ఇంగ్లాండు బయలుదేరినప్పుడు పెండ్లి చేసుకురమ్మని అతనికి సలహా ఇచ్చాను. ఫినిక్సు ఇప్పుడు వారందరికి స్థావరం అయింది. అంతా రైతులుగా మారిపోయారు. అందువల్ల వివాహానికి వంశవృద్ధికి భయపడనవసరం లేకుండా పోయింది.

లెస్టర్‌కు చెందిన ఒక అందమైన అమ్మాయిని పెండ్లి చేసుకొని వెస్ట్ వెంట తీసుకువచ్చాడు. ఆ సోదరి కుటుంబం వారు లెస్టర్‌లో చెప్పుల పరిశ్రమ యందు పని చేస్తున్నారు. మిసెస్ వెస్ట్ కూడా కొంత కాలం చెప్పుల కార్ఖానాలో పనిచేసింది. ఆమెను 'సుందరి' అని పిలిచాను. ఆమె గుణాలు బహు సుందరమైనవి కావడమే అందుకు కారణం. వెస్ట్ తన అత్తగారిని కూడా వెంట తీసుకువచ్చాడు. ఆమె సుగుణాలు గల వృద్ధ వనిత. ఆమె ఇంకా జీవించే యున్నది. శ్రమ చేసే స్వభావంతో, నవ్వు ముఖంతో మమ్మల్నందరినీ సిగ్గుపడేలా చేస్తూ వున్నది.

నేను తెల్లవాళ్ళ పెళ్ళిళ్ళు చేయించినట్లే భారతీయుల్ని కూడా పెళ్ళాంబిడ్డల్ని పిలిపించమని ప్రోత్సహించాను. దానితో ఫినిక్సు చిన్న ఊరుగా మారింది. అక్కడ అయిదారు హిందీ కుటుంబాలవారు కూడా స్థిరపడి అభివృద్ధికి రాసాగారు.

23. ఇంట్లో పెద్ద మార్పులు - పిల్లలకు శిక్షణ

డర్బనులో వుంటున్నప్పుడు ఇంట్లో మార్పులు చేశాను. ఖర్చు విపరీతం అయినా నిరాడంబరంగా వుండాలని ప్రయత్నం చేశాను. జోహన్సుబర్గులో సర్వోదయ భావాలు నాచేత ఎక్కువ మార్పులు చేయించాయి.

బారిష్టరు ఇల్లు సాధ్యమైనంత నిరాడంబరంగా వుండాలని కృషి ప్రారంభించాను. కాని కొంత గృహాలంకరణ అవసరమనిపించింది. మనస్సులో మాత్రం నిరాడంబరత్వం మొదలైంది. ప్రతి పని స్వయంగా చేసుకోవాలని నిర్ణయించుకున్నాను. ఇందు పిల్లలను కూడా చేర్చుకున్నాను.

బజారు నుండి రొట్టె కొని తేవడం మాని వేశాము. ఇంట్లో కూనే సూచించిన ప్రకారం రొట్టె స్వయంగా తయారు చేసుకోవడం ప్రారంభించాము. మిల్లులో తయారైన పిండి వాడకం తగ్గిపోయింది. మిల్లులో పట్టిన పిండి కంటే చేతితో విసరిన పిండిని ఉపయోగిస్తే ఆరోగ్య రీత్యాను, నిరాడంబరత రీత్యాను మంచిదని, డబ్బు కూడా మిగులుతుందని తేలింది. అందుకోసం ఆరు

పొండ్లు పెట్టి తిరగలి కొన్నాం. తిరగలి రాళ్ళు పెద్దవిగా వున్నాయి. ఇద్దరు మనుష్యులు ఆ తిరగలితో తేలికగా పిండి విసరవచ్చు. ఒక మనిషి తిరగలి విసరడం కష్టం. యీ తిరగలితో నేను, పోలిక్ మరియు మా అబ్బాయిలు పిండి విసిరే వాళ్ళం. అప్పుడప్పుడు కస్తూరిభాయికూడా విసిరేది. అయితే ఆమెకు భోజనం తయారు చేసేపని అప్పగించాం. పోలక్ భార్య వచ్చిన తరువాత ఆమె కూడా సహకరించింది. ఆ కసరత్తు పిల్లలకు ఎంతో ప్రయోజనకారి అయింది. నేను బలవంతంగా వాళ్ళ చేత ఆ పని చేయించలేదు. వాళ్ళే ఆటగా భావించి తిరగలితో పిండి విసరడం ప్రారంభించారు. అలసిపోతే మానవచ్చునని వారికి అనుమతి ఇచ్చాం. కాని మా పిల్లలు ఇంకా చాలా మంది ఇట్టి పనులు బాగా ఉత్సాహంతో చేశారు. వాళ్ళను గురించిన వివరం ముందు ముందు రాస్తాను. కొంత మంది ఇతర పిల్లలు కూడా పని చేయసాగారు. అయితే వాళ్ళంతా కూడా ఉత్సాహంగా పని చేస్తుండేవారు. అలసిపోయాం అని చెప్పిన పిల్లలు బహు తక్కువగా వుండేవారు. ఇంటిని పరిశుభ్రంగా వుంచేందుకు ఒక నౌకరు వుండేవాడు. అతడు కూడా ఒక కుటుంబ సభ్యుడుగా వుండేవాడు. అతడు చేసే పనికి పిల్లలు బాగా సహకరించేవారు. పాయిఖానా ఎత్తుకు పోయేందుకు మునిసిపాలిటీ వాళ్ళు వస్తూ వుండేవారు. కాని పాయిఖానా గది శుభ్రం చేయడం, కూర్చునే స్థానాలు కడగడం మొదలుగాగల పనులు నౌకరు చేత చేయించేవారం కాదు. నౌకరు ఆ పని చేయాలని ఆశించడం కూడా సరికాదని మా అభిప్రాయం. ఆ పని మేము స్వయంగా చేస్తూ వుండేవారం. మా పిల్లలకు కూడా అట్టి శిక్షణ లభిస్తూ వుండేది. అందువల్ల మా పుత్రులందరు మొదటి నుండి పాయిఖానా ఎత్తి వేయాలన్నా, పాయిఖానా దొడ్డి బాగు చేయాలన్నా అసహ్యించుకోలేదు. సాధారణమైన ఆరోగ్య నియమాలు వాళ్ళు తేలికగా తెలుసుకున్నారు. జోహన్సుబర్గులో మా అబ్బాయిలెవ్వరూ జబ్బు పడలేదు. సేవా కార్యక్రమాల్లో సంతోషంతో పాల్గొంటూ వుండేవారు.

వారి అక్షరజ్ఞానం విషయమై నేను నిర్లక్ష్యంగా వ్యవహరించానని అనను, కాని దాన్ని హోమం చేయడానికి నేను వెనుకాడలేదు. నా యీ పొరపాటును గురించి నన్ను మాట అనడానికి మా అబ్బాయిలకు అవకాశం వున్నదని చెప్పగలను. వాళ్ళు అనేక పర్యాయాలు తమ అసంతృప్తిని వెల్లడించారు కూడా. యీ వ్యవహారంలో కొంత దోషం నాదేనని ఒప్పుకోక తప్పదు. వాళ్ళకు అక్షర జ్ఞానం కలిగించాలనే కోరిక మిక్కుటంగా నాకు వుండేది. అందుకు కృషి కూడా చేశాను. కాని ఆ పనికి ఎప్పుడూ ఆటంకాలు కలుగుతూ వుండేవి. ఇంటి దగ్గర విద్యాభ్యాసానికి మరో ఏర్పాటు చేయలేదు. అందువల్ల వాళ్ళను నా వెంట ఆఫీసుకు తీసుకువెళుతూ వుండేవాణ్ణి. ఆఫీసు రెండున్నర మైళ్ళ దూరాన వుండేది. ప్రతిరోజూ రానుపోను ఉదయం సాయంత్రం కలిపి వాళ్ళకు నాకు అయిదు మైళ్ళ నడక కసరత్తుగా సాగుతూ వుండేది. నడుస్తున్నప్పుడు త్రోవలో పాఠం చెబుదామని ప్రయత్నం చేసేవాణ్ణి. నా వెంట మరొకరెవ్వరూ లేనప్పుడు అది సాగేది. ఆఫీసులో కక్షిదారులతోను, గుమాస్తాలతోను నాకు సరిపోయేది. ఆ సమయంలో ఏదో ఒకటి రాయమనో, చదవమనో వాళ్ళకు పని అప్పగిస్తూ వుండేవాణ్ణి. ఆ కాసేపు చదివి తిరుగుతూ, ఇంటికి సామాన్లు తెచ్చి ఇస్తూ ఉండేవాళ్లు. పెద్దవాడు హరిలాలు మినహా మిగతా పిల్లల చదువుకై ప్రతిరోజూ ఒక గంటసేపైనా నేను సమయం కేటాయించి వుంటే వాళ్ళకు ఆదర్శ విద్య గరిపి యుండేవాడినే. ఆ పట్టుదల నేను చూపలేదు. అందుకు నాకు, వాళ్ళకు విచారం కలిగింది. మా పెద్ద కుమారుడు నాకు వ్యతిరేకంగా మారాడు. అందువల్ల తన అభిప్రాయం వెల్లడించాడు. జనం మధ్యన కూడా ప్రకటించాడు. ఇతరులు ఉదార హృదయంతో ఈ దోషాన్ని అనివార్యమని భావించి ఊరుకున్నారు.

ఈ దోషానికి నేను పశ్చాత్తాపపడలేదు. అయినా ఆదర్శ తండ్రి కాజాలక పోవడం వరకే అది పరిమితం అజ్ఞానం వల్ల జరిగినా వాళ్ళ చదువును హోమం చేసిన మాట నిజమే. సద్భావంతో వాళ్ళను సేవారంగంలో ప్రవేశపెడదామనే ఉద్దేశ్యంతోనే అలా చేశాను. అయితే వాళ్ళ శీల నిర్మాణం కోసం చేయవలసిందంతా చేశాను. లోటు ఏమీ చేయలేదు. ఇలా చేయడం ప్రతి తల్లితండ్రి కర్తవ్యమని భావిస్తున్నాను.

అయినా నా పిల్లల శీలంలో ఎక్కడైనా దోషం వుంటే అది మా దంపతులు దోషమని భావిస్తున్నాను. బిడ్డలకు తల్లిదండ్రుల రూపురేఖలు వారసత్వంగా లభించినట్లు వారి గుణదోషాలు కూడా తప్పక లభిస్తాయి. పరిసరాల ప్రభావం వల్ల వారిలో రకరకాల గుణదోషాలు చోటు చేసుకుంటాయి. అయితే అసలు ఆస్థి మాత్రం తండ్రి తాతల ద్వారానే వాళ్ళకు లభిస్తుంది గదా! అట్టి దోషాల నుండి కొంతమంది పిల్లలు తమను తాము రక్షించుకుంటూ వుంటారు. అది ఆత్మ స్వభావం. అట్టి వారికి అభినందనలు.

నా పిల్లలకు జరిపిన ఇంగ్లీషు శిక్షణను గురించి పోలక్‌కు నాకు అప్పుడప్పుడు వేడి వేడిగా చర్చలు జరిగాయి. బాల్యంనుండే తమ పిల్లల చేత ఇంగ్లీషు మాట్లాడించేందుకు తంటాలు పడే తల్లిదండ్రులు తమకు, తమ దేశానికి ద్రోహం చేస్తున్నారని నా నిశ్చితాభిప్రాయం. ఇందువల్ల పిల్లలు తమ దేశ ధార్మిక సాంఘిక వారసత్వం నుండి దూరమవుతారని నా అభిప్రాయం. వాళ్ళు దేశానికి, ప్రజలకు సేవ చేసేందుకు యోగ్యత తక్కువగా పొందుతారని నా భావన ఈ కారణాల వల్లనే నేను నా పిల్లలతో కావాలనే గుజరాతీ భాషలో మాట్లాడుతూ వుండేవాడిని. పోలక్‌కు నా యీ పద్ధతి నచ్చలేదు. నేను పిల్లల భవిష్యత్తును పాడుచేస్తున్నానని పోలక్ భావించాడు. ఇంగ్లీషు వంటి వ్యాప్తి చెందిన భాషను పిల్లలు చిన్నప్పటి నుండే నేర్చుకుంటే ప్రపంచంలో సాగే పరుగు పందెంలో ముందంజ వేయగలుగుతారని ప్రేమతోను, పట్టుదలతోను నాకు నచ్చచెబుతూ వుండేవాడు. ఆయన సలహా నాకు నచ్చలేదు. నా భావం నచ్చక చివరకు మౌనం వహించాడో లేదో నాకు ఇప్పుడు గుర్తులేదు. ఆ చర్చలు జరిగి సుమారు 20 సంవత్సరాలు గడిచిపోయాయి. ఆనాడు నాకు కలిగిన భావాలు కాలం గడిచిన కొద్దీ గట్టి పడ్డాయి. నా బిడ్డలు అక్షరజ్ఞానంలో వెనుకబడ్డారేమో కాని మాతృభాషా జ్ఞానం సులభంగా పొందగలిగారని చెప్పగలను. దాని వల్ల వాళ్ళకు, దేశానికి మేలు జరిగిందని చెప్పగలను. ఇవాళ వాళ్ళు విదేశస్థుల వలే లేరు. రెండు భాషలు వారికి సుపరిచితాలు. గొప్ప గొప్ప ఆంగ్లేయుల మధ్య వుండటం వల్ల, ఇంగ్లీషు ఎక్కువగా మాట్లాడబడే దేశంలో నివసించడం వల్ల వాళ్ళు ఇంగ్లీషులో మాట్లాడటం, రాయడం బాగా నేర్చుకున్నారు.

24. జూలూల తిరుగుబాటు

దక్షిణ ఆఫ్రికాలో కాపురం పెట్టిన తరువాత స్థిరంగా కూర్చునే అదృష్టం నా నొసట రాసిలేదు. జోహన్సుబర్గులో కొంచెం స్థిరపడుతూ వుండగా ఒక ఊహించని ఘట్టం జరిగింది. నాటాలులో జూలూలు తిరుగుబాటు చేశారని వార్త చదివాను. నాకు జూలూలతో శతృత్వం లేదు. వాళ్ళు ఒక్క భారతీయుడి జోలికి కూడా పోలేదు. తిరుగుబాటుని, విద్రోహమని అనడం విషయంలో నాకు సందేహం ఉన్నది. అయితే ఆ రోజుల్లో ఆంగ్ల సామ్రాజ్యం జగద్రక్షణకు అవసరమని నా అభిప్రాయం. హృదయపూర్తిగా ఆంగ్ల ప్రభుత్వం యెడ నాకు విశ్వాసం ఉన్నది. ఆ సామ్రాజ్యం నష్టపడటం నాకు ఇష్టం లేదు. అందువల్ల బలప్రయోగాన్ని గురించిగాని నీతి విషయమై నాకు

పట్టింపు లేదు. నేను చేయబోయే చర్యను అది ఆపలేదు. నేటాలుకు కష్టం కలిగినప్పుడు రక్షణకోసం వాలంటీర్ల సైన్యం వున్నది. పని పడ్డప్పుడు ఆ సైన్యంలో కొత్తవాళ్ళను కొద్దిగా చేర్చుకునేవారు. వాలంటీర్ల సైన్యం యీ తిరుగుబాటును శాంతింపచేసేందుకు బయలుదేరిందని చదివాను.

నేను నాటాలు వాసినని భావించాను. నేటాలుతో నాకు దగ్గర సంబంధం కూడా వుంది. అందువల్ల నేను అక్కడి గవర్నరుకు జాబు వ్రాశాను. అవసరమైతే హిందూ దేశస్థుల దళాన్ని వెంటబెట్టుకొని యుద్ధరంగంలోకి వెళతానని, క్షతగాత్రులకు సేవచేస్తానని ఆ జాబులో రాశాను. గవర్నరు వెంటనే సరేనంటూ సమాధానం పంపాడు. ఇంత త్వరగా అనుకూలంగా సమాధానం వస్తుందని ఊహించలేదు. అయితే జాబు రాసేముందు ఏర్పాట్లు అన్నీ చేసుకున్నాను. గవర్నరు నుండి అనుకూలంగా సమాధానం వస్తే ఇప్పటి ఇల్లు వదిలివేయాలని, మి॥పోలక్ చిన్న ఇల్లు తీసుకొని అందు ఉండాలని నిర్ణయం గైకొన్నాము. ఇందుకు కస్తూరిభాయి అంగీకరించింది. ఇలాంటి నా నిర్ణయాలను ఆమె ఎప్పుడూ ఎదిరించలేదని నాకు బాగా గుర్తు. గవర్నరు నుండి సమాధానం రాగానే ఇంటి యజమానికి ఒకమాసం ముందుగా నోటీసు పంపి ఇల్లు ఖాళీ చేస్తామని తెలియజేశాము. కొంత సామాను ఫినుక్సుకు పంపాము. కొద్ది సామాను పోలక్ దగ్గర వుంచాము.

డర్బను చేరగానే మనుష్యులు కావాలని ప్రకటించాను. పెద్ద దళం అవసరం లేదని తెలిసి 24 మందిమి కలిసి దళంగా ఏర్పడ్డాం. వారిలో నేను గాక నలుగురు గజరాతీలు వున్నారు. మిగతావారు మద్రాసుకు చెందిన గిర్‌మిటియా ప్రథ నుండి విముక్తి పొందిన వారు. ఒకరు పఠాను. చీఫ్ మెడికల్ ఆఫీసరు నాకు "సార్జంట్ మేజర్" అను హోదా తాత్కాలికంగా ఇచ్చారు. అది మా ఆత్మ గౌరవానికి గుర్తుగా, పని సౌలభ్యం కోసం, అట్టి రివాజు వుండటం వల్ల ఆ ఆఫీసరు ఆ హోదా ఇచ్చాడు. నేను చెప్పిన ముగ్గురికి సార్జంటు హోదా మరియు కార్పోరల్ హోదా ఇచ్చాడు. డ్రస్సు కూడా ప్రభుత్వమే మాకు ఇచ్చింది. మా దళ సభ్యులు ఆరువారాల పాటు సేవ చేశారు.

తిరుగుబాటు స్థావరం చేరి అక్కడ తిరుగుబాటు అనేదేలేదని తెలుసుకున్నాము. తిరుగుబాటు చేస్తూ ఎవ్వరూ కనబడలేదు. ఒక జూలూ సర్దారు క్రొత్తగా జూలూలపై విధించబడ్డ పన్ను చెల్లించవద్దని సలహా ఇచ్చాడట. పన్ను వసూలు చేసేందుకు వెళ్ళిన ఒక సార్జెంటును వాళ్ళు చంపివేశారట. అందువల్ల దీన్ని తిరుగుబాటు అని అన్నారు. ఏది ఏమైనా నా హృదయం మాత్రం జూలూలకు అనుకూలంగా వున్నది. ముఖ్య స్థావరం చేరిన తరువాత సంగ్రామంలో గాయపడిన జూలూలకు మేము సేవ శుశ్రూష చేయవలసి వచ్చింది. అందుకు నేను ఎంతో సంతోషించాను.

మెడికల్ ఆఫీసరు మాకు స్వాగతం పలికాడు. "తెల్లవాళ్ళెవళ్ళూ గాయపడ్డ జూలూలకు సేవ చేసేందుకు సిద్ధపడటం లేదు. నేను ఒక్కణ్ణి ఎంత మందికి సేవ చేయగలను? వాళ్ళ గాయాలు మురుగుతున్నాయి. సమయానికి మీరు రావడం వాళ్ళ యెడ దేవుడు చూపిన కృపయే యని నేను భావిస్తున్నాను" అని అన్నాడు. వెంటనే అతడు మాకు పట్టీలు, క్రిమినాశక మందులు, లోషన్లు వగైరాలు ఇచ్చి క్షతగాత్రులైన జూలూల దగ్గరికి తీసుకువెళ్ళాడు. మమ్మల్ని చూచి జూలూలు ఎంతో సంతోషించారు. తెల్ల సిపాయిలు తెరల వెనుక నుండి తొంగి చూస్తూ గాయాలకు మందులు రాయవద్దని, పట్టీలు కట్టవద్దని మాకు సైగ చేయసాగారు. మేము వాళ్ళ మాట పట్టించుకోనందున కోప్పడసాగారు. చెవులకు పట్టిన తుప్పు వదిలి పోయేలా గాయపడిన జూలూలను బండ బూతులు తిట్టడం ప్రారంభించారు.

తరువాత ఆ సిపాయిలతో కూడా పరిచయం ఏర్పడింది. వాళ్ళు నన్ను ఆదరించారు. 1896లో నన్ను తీవ్రంగా వ్యతిరేకించిన కర్నల్‌సార్క్స్, కర్నల్ వాయిలీలు అక్కడే వున్నారు. వాళ్ళు నేను చేస్తున్న పని చూచి నివ్వెరబోయారు. నన్ను ప్రత్యేకించి పిలిచి కృతజ్ఞతలు తెలిపారు. నన్ను జనరల్ మెకంజీ దగ్గరికి కూడా తీసుకువెళ్ళారు. వారికి నన్ను పరిచయం చేశారు. వీరంతా వృత్తిరీత్యా సిపాయిలని పాఠకులు అనుకోవద్దు. కర్నల్ వాయిలీ పెద్ద వకీలు. కర్నల్‌సార్క్స్ ఒక కసాయివాడకు యజమాని. కర్నల్ మెకంజీ నేటాలుకు చెందిన ప్రసిద్ధ రైతు. వారంతా వాలంటీర్లు. వాలంటీర్ల రూపంలో సైనిక శిక్షణ పొంది అనుభవం సంపాదించారు. మేము సేవ చేస్తున్న జూలూ క్షతగాత్రులంతా యుద్ధంలో గాయపడ్డ వారని పాఠకులు భావించవద్దు. వారిలో చాలామంది సందేహించి నిర్బంధించబడ్డ ఖైదీలు. వారిని కొరడాతో కొట్టమని జనరల్ ఆదేశించాడు. కొరడా దెబ్బలు తగిలిన చోట బాగా కమిలిపోయింది. మరి కొంతమంది మిత్రులుగా భావించబడ్డ జూలూ జాతివాళ్ళు. ఈ మిత్రులు స్నేహాన్ని సూచించే గుర్తులు ధరించి వున్నారు. అయినా సైనికులు పొరపాటున వాళ్ళను కూడా గాయపరచారు.

తెల్ల సిపాయిలకు కూడా మందులిచ్చే పని నాకు అప్పగించారు. డాక్టర్ బూథ్ గారి చిన్న ఆసుపత్రిలో నేను ఒక సంవత్సరంపాటు యీ పని నేర్చుకున్నాను. ఇది నాకు బహు తేలిక పని. యీ పనివల్ల నాకు చాలామంది ఆంగ్ల సైనికులతో మంచి పరిచయం ఏర్పడింది. యుద్ధంలో పాల్గొంటున్న సైన్యం ఒకే చోట వుండదు. సంకటం ఏర్పడిందన్న చోటుకు పరుగెత్తాలి. వారిలో చాలామంది గుర్రపు రౌతులు. మా దళం ప్రధాన స్థావరాలనుండి తప్పుకొని వాళ్ళ వెంట వెళ్ళవలసి వచ్చింది. మా సరంజామా మేమే మోసుకెళ్ళాలి. ఒక్కొక్కసారి పగటిపూట 40 మైళ్ళ దూరం కాలి నడకన పయనం సాగించవలసి వచ్చేది. ఇక్కడ కూడా మాకు భగవంతుని కార్యమే లభించింది. పొరపాటువల్ల గాయపడ్డ జూలూలను కూడా డోలీలలో ఎత్తుకొని ఆసుపత్రికి చేర్చి అక్కడ వారికి శుశ్రూష చేయాలి. ఇదీ మా కార్యక్రమం.

25. మనో మథనం

జూలూ తిరుగుబాటు సమయంలో నాకు అనేక అనుభవాలు కలిగాయి. ఆలోచించడానికి చాలా సామాగ్రి లభించింది. బోయరు యుద్ధంలో కనబడిన భయంకర రూపం ఇక్కడ కనబడలేదు. ఇక్కడ జరుగుతున్నది యుద్ధం కాదు. మనుష్యుల వేట జరుగుతున్నదన్న మాట. నాతో మాట్లాడిన చాలామంది ఆంగ్లేయుల అభిప్రాయం కూడా ఇదే. ప్రొద్దున్నే సైనికులు లేవడం, వెంటనే గ్రామాలకు వెళ్ళడం, టపాకాయలు పేల్చినట్లు తుపాకులు పేల్చడం, ఆ ధ్వనులు దూరాన వున్న మాకు వినబడటం ఇదీ వరస. నేను యీ వ్యవహారం సహించలేకపోయాను. అయినా చేదు గుటకలు మ్రింగవలసి వచ్చింది. నాకు లభించిన పని క్షతగాత్రులైన జూలూలకు సేవ చేయడం మాత్రమే. మేము ఆ పనికి పూనుకొని వుండకపోతే మరొకరెవ్వరూ ఆ పని చేసి వుండేవారు కారు. ఈ విధంగా చెప్పుకొని నా అంతరాత్మను శాంత పరుచుకున్నాను.

ఇక్కడ జనసంఖ్య చాలా తక్కువ. పర్వతాలమీద, కొండ చరియల్లోను, అమాయకులు, మంచివాళ్ళు, అడవి మనుష్యులుగా భావించబడే జూలూల గుండ్రంగా గోపురాలరూపంలో వుండే కొద్ది గుడిసెలు తప్ప మరేమీ లేవు. అక్కడి దృశ్యాలు భవ్యంగా వున్నవి. ఇలాంటి జనసంచారం లేని చోట క్షతగాత్రుల్ని మోసుకొని తీసుకువెళ్ళవలసి వచ్చినపుడు నేను విచార సాగరంలో మునిగిపోతూ వుండేవాణ్ణి.

ఇక్కడే బ్రహ్మచర్యాన్ని గురించిన భావాలు నాలో పరిపక్వమయ్యాయి. నా అనుచరులతో కూడా కొద్దిగా యీ విషయం చర్చించాను. ఈశ్వర సాక్షాత్కారానికి బ్రహ్మచర్యం అవసరమని నాకు అనుభూతి కలగలేదు. కాని సేవ చేయటానికి అవసరమని నాకు స్పష్టంగా బోధపడింది. ఈ విధమైన సేవ చేయవలసిన సందర్భాలు విస్తారంగా వస్తాయని, నేను భోగవిలాసాల్లో పడి, పిల్లల్ని కంటూ వాళ్ళ పోషణలో లీనమైయుంటే సేవా కార్యం సరిగా చేయలేనని గ్రహించాను. బ్రహ్మ చర్య వ్రతానుష్ఠానం కావించకుండా జనాన్ని పెంచుకుపోతే సాంఘిక ప్రగతి కోసం చేసే మానవ కృషి క్రుంగి పోతుందని తెలుసుకున్నాను. వివాహం చేసుకొని కూడా బ్రహ్మచర్య వ్రతం సాగించితే కుటుంబసేవ, సమాజసేవ కుంటుబడదని భావించాను. యీ రకమైన భావతరంగాల్లో తేలియాడుతూ ఎప్పుడెప్పుడు బ్రహ్మచర్య వ్రతానికి పూనుకుందామా అని తపన పడిపోయాను. ఈ రకంగా ఆలోచించడం వల్ల నాకు ఆనందం కలిగింది. ఉత్సాహం పెరిగింది. ఈ కల్పన నా సేవారంగాన్ని విశాలం చేసింది.

ఈ భావాలకు మనస్సులో రూప కల్పన చేస్తూ వుండగా, ఇంతలో ఒకరు తిరుగుబాబు శాంతించిందని, ఇక మనం వెళ్ళవచ్చునని వార్త అందజేశారు. మర్నాడు మీరు ఇళ్ళకు వెళ్ళిపోవచ్చునని మాకు ఆదేశం అందింది. కొద్ది రోజులకు ఎవరి ఇండ్లకు వారు చేరుకున్నారు. మా సేవా కార్యాన్ని అభినందిస్తూ గవర్నరు నాకు కృతజ్ఞతా పత్రం పంపించాడు.

ఫినిక్సు చేరుకొని బ్రహ్మచర్యాన్ని గురించి మగన్‌లాలుకు, ఛగన్‌లాలుకు, వెస్ట్ మొదలుగాగల వారికి ఉత్సాహంతో వివరించి చెప్పాను. అందరికీ నా అభిప్రాయం నచ్చింది. అంతా అందుకు అంగీకరించారు. అయితే ఆచరణకు సంబంధించిన ఇబ్బంది అందరి దృష్టికి వచ్చింది. అందరూ యీ విషయమై కృషి ప్రారంభించారు. చాలావరకు విజయం సాధించారు. ఇప్పటి నుండి జీవించి వున్నంత వరకు బ్రహ్మచర్యవ్రతాన్ని పాటిస్తానని నిర్ణయించుకున్నాను. అయితే మా వ్రత శక్తి, ఆచరణలో కలిగే కష్టాలు పూర్తిగా నా దృష్టికి రాలేదు. అందలి ఇబ్బందులను ఇప్పటికీ ఎదుర్కొంటున్నాను. బ్రహ్మచర్యవ్రతం యొక్క గొప్పతనం తరువాత బోధపడసాగింది. బ్రహ్మచర్య వ్రత రహిత జీవనం శుష్కమైనదిగాను, పశుజీవనం వలె నాకు కనబడసాగింది. సహజంగా పశువు నిరంకుశమైనది. మనిషి యందలి మానవత్వం అంకుశానికి లోబడి వుండటం చూస్తున్నాం. ధార్మిక గ్రంథాల్లో బ్రహ్మ చర్యాన్ని గురించి వ్రాయబడిన రాతలు అతిశయోక్తులు అని అనిపించేవి. కాని ఆ వ్రతాన్ని ఆచరణలో పెట్టిన తరువాత బ్రహ్మచర్యం శక్తి ఎంత మహత్తరమైనదో, బోధపడింది. ఆ రాతలు అతిశయోక్తులు కావని అనుభవం పొంది రాసినవని గ్రహించాను.

జీవనంలో ఎంతో మార్పు తేగల బ్రహ్మచర్య వ్రతానుష్ఠానం అంత సులభమైనదికాదు. ఇది కేవలం శరీరానికి సంబంధించినది కాదు. శరీరాన్ని అంకుశంలో వుంచడంతో బ్రహ్మచర్యం ప్రారంభం అవుతుంది. శుద్ధ బ్రహ్మచర్యపాలన యందు యోచనా సరళి నిర్మలంగా వుండాలి. పూర్ణ బ్రహ్మచారి మనస్సునందు కలలో సైతం వికారాలు కలుగకూడదు. కలల్లో వికారాలకు సంబంధించిన ఆలోచనలు వస్తూ వుంటే బ్రహ్మచర్యం అపూర్ణమని భావించాలి.

నాకు బ్రహ్మచర్య వ్రతం అవలంబించినప్పుడు శారీరక సంబంధమైన ఇబ్బందులు బాగా కలిగాయి. ఇప్పుడు ఆ మహాకష్టాలు పూర్తిగా తొలగిపోయాయని గట్టిగా చెప్పగలను. కాని మనసుమీద అవసరమైనంత విజయం లభించలేదు. ప్రయత్నంలో లోటు చేయలేదు. కాని ఎక్కడి నుండి

వస్తాయో, ఎలా వస్తాయో తెలియదు, ఆలోచనలు వచ్చి బుర్రలో జొరబడతాయి. వాటి రాకను గురించి ఈనాటి వరకు తెలుసుకోలేకపోయాను. ఆలోచనల్ని ఆపివేయగల తాళంచెవి మనిషి దగ్గర వుంటుంది. యీ విషయమై నాకు సందేహం లేదు. అయితే ప్రతి వ్యక్తి యీ తాళం చెవి తన దగ్గరే వెతుక్కోవలసి వుంటుందని యీనాడు చెప్పగలను. మహా పురుషులు తెలిపిన అనుభవాలు మనకు మార్గం చూపుతాయి. అవి సంపూర్ణం కావు. సంపూర్ణత్వం కేవలం ప్రభువు ప్రసాదంవల్లే లభిస్తుంది. అందువల్లే భక్తులు తమ తపశ్చర్యలద్వారా పునీతము, పావనకరము అయిన రామనామాది మంత్రాలు మనకు అందించి వెళ్ళారు. పూర్తిగా ఈశ్వరార్పణ కానిదే యోచనలమీద విజయం లభించదు. ధర్మ గ్రంధాలన్నింటి యందు ఇట్టి వచనాలు నేను చదివాను. వాటి యందలి సత్యం యీ బ్రహ్మచర్యానుష్టాన మందలి సూక్ష్మ పాలనా ప్రయత్నాల యందు నాకు గోచరిస్తుంది. నాయీ మహాప్రయత్నానికి సంబంధించిన కొద్ది చరిత్ర వచ్చే ప్రకరణంలో వివరిస్తాను. ప్రస్తుత ప్రకరణం ముగింపునందు వ్రతపాలన తేలికేనని అనిపించింది. వ్రతం ప్రారంభించగానే కొన్ని మార్పులు చేశాను. భార్యతో బాటు ఒకే పక్కమీద శయనించడం, ఆమెను ఒంటరిగా కలుసుకోవడం మానివేశాను. యీ విధంగా ఏ బ్రహ్మచర్య వ్రతాన్ని ఇష్టంగానో, అయిష్టంగానో 1900 నుండి ప్రారంభించానో ఆ వ్రతారంభం నిజానికి 1906 మధ్య కాలంలో జరిగిందని చెప్పవచ్చు.

26. సత్యాగ్రహం పుట్టుక

జోహన్సుబర్గులో ఏదో ఒక ఘట్టం నాకోసం జరుగుతూ వుంటున్నదని అనిపించసాగింది. ఆత్మ శుద్ధి కోసం నేను చేసిందంతా సత్యాగ్రహానికి ముందు జరిగిన ఏర్పాటు అనిపించింది. బ్రహ్మచర్య వ్రతానికి పూనుకొనేవరకు నా జీవనంలో జరిగిన ముఖ్య ఘట్టాలన్నీ ఆ ప్రత్యక్షరూపంలో నన్ను సత్యాగ్రహానికి సిద్ధం చేశాయని ఇప్పుడు నాకు తోస్తున్నది. 'సత్యాగ్రహం' అను శబ్ద ఆవిర్భానికి ముందే ఆ వస్తువు పుట్టుక జరిగిందన్నమాట. ఆ సమయంలో అది ఏమిటో నాకు తెలియదు. కాని పాసివ్‌రెసిస్టెన్స్ అను ఆంగ్లశబ్దం ద్వారా దాన్ని తెలుసుకోసాగాను. ఇంగ్లీషువాళ్లు ఒక సభలో యీ శబ్దానికి వాళ్ళు తీసుకుంటున్న సంకుచిత అర్ధం ఏమిటో గ్రహించాను. అది బలహీనుల ఆయుధం అని వారు భావించారు. అందు ద్వేషానికి అవకాశం వున్నది. దాని చివరి అంశం హింసారూపంలో బహిర్గతం కావచ్చు. యీ విధమైన వారి భావాన్ని నేను ఖండించవలసి వచ్చింది. భారతీయుల సంగ్రామం యొక్క యదార్ధ స్వరూపాల్ని వారికి తెలియజేయవలసి వచ్చింది. భారతీయులకి యీ సంగ్రామ స్వరూపం బోధపరిచేందుకు కొత్త శబ్దాన్ని సృష్టించవలసి వచ్చింది.

అందుకు తగిన మంచి శబ్దం స్ఫురణకు రాలేదు. తగిన శబ్దం కోసం బహుమతి నిర్ణయించి ఇండియన్ ఒపీనియన్ పత్రికలో ప్రకటించి పాఠకులకు పోటీ పెట్టాము. ఈ పోటీ ఫలితంగా మగన్‌లాల్ గాంధీ సత్-ఆగ్రహం రెండింటికీ సంధి కలిపి 'సదాగ్రహం' అను శబ్దం వ్రాసి పంపాడు. బహుమతి అతనికి లభించింది. కాని సదా గ్రహం అను శబ్దం ఇంకా స్పష్టంగా లేదని భావించి నేను సత్యాగ్రహం అని మార్చాను. గుజరాతీలో ఇది పోరు అను అర్థంలో ప్రచారం అయింది.

ఈ సంగ్రామ చరిత్రయే దక్షిణ ఆఫ్రికాలో సాగిన నా జీవనంలో నేను కావించిన సత్యశోధన లేక సత్య ప్రయోగాల చరిత్ర అని చెప్పవచ్చు. యీ చరిత్ర (ఎక్కువ భాగం) నేను యరవాడా జైల్లో వున్నప్పుడు వ్రాశాను. అదంతా నవజీవన్ పత్రికలో ప్రకటించ బడింది. తరువాత అది దక్షిణ

ఆఫ్రికా సత్యాగ్రహ చరిత్ర అను పేరిట విడిగా పుస్తక రూపంలో ప్రచురించబడింది. దాని ఆంగ్లానువాదం శ్రీ బాల్‌జీ గోవింద్‌జీ దేసాయి "కరెంట్ థాట్" లో ప్రచురించడం కోసం చేస్తున్నారు. దాన్ని త్వరగా ఇంగ్లీషులో పుస్తక రూపంలో ప్రకటించాలని నేను సూచించాను. దక్షిణ ఆఫ్రికాలో నేను చేసిన పెద్ద ప్రయోగాలను గురించి తెలుసుకోదలచిన వారికి అది అందాలని నా ఉద్దేశ్యం.

గుజరాతీ పాఠకులు ఆ పుస్తకం చదివి యుండక పోతే తప్పక చదవమని సిఫారసు చేస్తున్నాను. ఆ చరిత్రలో పేర్కొనబడ్డ ప్రధాన కథా భాగాన్ని వదిలి దక్షిణ ఆఫ్రికాలో నేను చేసిన మిగతా చిన్న పెద్ద నా వ్యక్తిగత ప్రయోగాలను గురించి వచ్చే ప్రకరణల్లో రాస్తాను. అవి పూర్తికాగానే భారతదేశంలో చేసిన ప్రయోగాలను తెలియజేయాలని భావిస్తున్నాను. అందువల్ల ప్రయోగాల సందర్భక్రమాన్ని సరిగా వుంచుకోవాలని భావించేవారు దక్షిణ ఆఫ్రికా చరిత్రకు సంబంధించిన ప్రకరణాలను గుర్తుంచుకోవడం అవసరం.

27. ఆహారంలో వివిధ ప్రయోగాలు

మనోవాక్కాయాల ద్వారా బ్రహ్మ చర్యవ్రతం ఎలా సాగించాలి అనేది ఒక యోచన అయితే సత్యాగ్రహ సమరానికి ఎక్కువ సమయం ఎలా మిగలాలి, హృదయ శుద్ధి అధికంగా ఎలా జరగాలి అనేది మరో యోచన. ఈ రెండు చింతలు లేక యోచనలు నన్ను ఆహారంలో ఎక్కువ మార్పులు చేయమని, సంయమ నానికి అవి అవసరమని ప్రోత్సహిం చాయి. మొదట నేను ఆరోగ్య దృష్ట్యా ఆహారంలో మార్పులు చేసేవాణ్ణి. ఇప్పుడు ధార్మిక దృష్టితో చేయడం ప్రారంభించాను.

ఈసారి మార్పుల్లో ఉపావాసాలు, అల్పాహారాలు ఎక్కువగా చోటుచేసు కున్నాయి. రుచులు మరిగిన జిహ్వా వాంఛల్ని రెచ్చగొడుతుంది. నా స్థితి కూడా అంతే. ఇంద్రియాల మీద అధికారం సంపాదించుటకు నేను నానా అవస్థ పడవలసి వచ్చింది. యీ నాటికీ పూర్తిగా జయించానని చెప్పలేను. నేను మొదటి నుండి అధికాహారిని. మిత్రులు నీవు సంయమనంగా వున్నావని అనేవారు. దాన్ని నేను సంయమనమని భావించలేదు. నామీద విధించుకున్న ఆ కొద్దిపాటి అంకుశాన్ని సడల నిచ్చి యుంటే పశువుకంటే హీనంగా మారిపోయి వుండేవాణ్ణి. నష్టపడిపోయేవాణ్ణి. నా బలహీనతలు బాగా తెలుసుకున్నందు వల్ల వాటి విషయమై చాలా జాగ్రత్త పడ్డాను. అందువల్లనే యీ శరీరాన్ని యిన్ని సంవత్సరాలనుండి నిలబెట్టి వుంచగలిగాను. దాని చేత పని చేయించగలిగాను.

ఈ విధమైన జ్ఞానం సంపాదించి అట్టి వారి సాంగత్యం కూడా పొంది ఏకాదశి నాడు పండ్లు తిని వుండటం, ఉపవాసం చేయడం ప్రారంభించాను. కృష్ణ జన్మాష్టమి మొదలుగాగల వ్రతాలు ప్రారంభించాను. అయితే పండ్లు తినడం, భోజనం చేయడం రెండిటిలో ఎక్కువ తేడా నాకు కనబడలేదు. పండ్లు తిండి గింజలు రెండిటి ద్వారా మనం పొందే ఆనందం ఒకే రకంగా వుంటుంది. పండ్లు తినడం అలవాటు అయితే ఆనందం అధికంగా లభిస్తుంది. అందువల్ల రోజంతా ఉపవాసం చేయడమో లేక ఒకపూట భోజనం చేయడమో చేసి చూచాను. ప్రాయశ్చిత్తం నెపంతో కొన్ని పూటలు భోజనం మానికూడా చూచాను.

దీనితో కొన్ని అనుభవాలు కలిగాయి. శరీరం ఎంత శుభ్రంగా వుంటుందో అంతగా రుచియందు కోరిక, ఆకలి పెరుగుతాయి. ఉపవాసాలు సంయమనానికేగాక, భోగాధిక్యతకు కూడా ఉపయోగపడతాయని తెలుసుకున్నాను. నాకే గాక నాతోపాటు ప్రయోగాలు చేసిన వారికి కూడా

ఇదే విధమైన అనుభవం కలిగింది. శరీరాన్ని పుష్టిగా, తుష్టిగా వుంచుకోవడం సంయమనం అలవరుచుకోవడం, రుచుల వాంఛను జయించడం ఇవే నా లక్ష్యాలు. అందుకోసం తినే పదార్థాల్లో చాలా మార్పులు చేశాను. అసలు రసాస్వాదనం నీడలా మనిషిని సదా వెంబడిస్తూ వుంటుంది. ఒక పదార్థం తినడం మానుకొని మరోపదార్థం పుచ్చుకోవడం ప్రారంభిస్తే అది ఎక్కువగా అలవాటవుతూ వుంటుంది.

నా ప్రయోగాలలో కొంత మంది మిత్రులు కూడా పాల్గొంటూ వుండేవారు. అట్టివారిలో హర్మన్ కేలన్ బెక్ ముఖ్యులు. ఆయన కూడా నాతో బాటు అన్ని ప్రయోగాలు చేశాడు. ఏకాదశి ఉపవాసం, రోజంతా ఉపవాసం, ఒకపూట ఉపవాసం మొదలుగా గల వన్నీ చేశాడు. యుద్ధం తీవ్రంగా సాగుతూ వున్నప్పుడు నేను వారి ఇంట్లో వుండేవాణ్ణి. మేము చేసిన ప్రయోగాలను గురించి చర్చించుకొనేవారం. మార్పు చేసినప్పుడు ఆయన అధికంగా సంతోషం పొందేవాడు. అప్పుడు మా సంభాషణ తీయగా సాగుతూ వుండేది. తప్పు అని అనిపించేది కాదు. కాని తరువాత అనుభవం గడించినకొద్దీ ఆ విధమైన రసవత్తర సంభాషణ కూడా తగదని తెలుసుకున్నాను. మనిషి రసానందం కోసం ఏమీ తిన కూడదనీ కేవలం శరీర పోషణ కోసమే తినాలనీ తేల్చుకున్నాను. ప్రతి ఇంద్రియం కేవలం శరీరం కోసం, శరీరం ద్వారా ఆత్మ సాక్షాత్కారం కోసం పనిచేస్తుంది. అప్పుడు అందలి రసానుభూతి తగ్గిపోతుంది. అప్పుడే ఇంద్రియాలు సహజంగా పనిచేస్తున్నాయని గ్రహించాలి. ఇట్టి సహజత్వం కోసం ఎన్ని ప్రయోగాలు చేసినా తక్కువేనని మనం తెలుసుకోవాలి. ఆ కృషిలో శరీరాన్ని ఆహుతి చేయవలసి వచ్చినా వెనుకాడకూడదని గ్రహించాలి. ఇప్పుడు అంతా ఉల్టా వ్యవహారమే నడుస్తున్నది. నాశనమై పోయే శరీరం యొక్క శోభను పెంచడానికి, దాని వయస్సును పెంచడానికి ఇతర ప్రాణుల్ని బలిచేస్తున్నాం. అందువల్ల శరీరం, ఆత్మ రెండూ హీనమైపోతాయి. ఒక వ్యాధి వస్తే దాన్ని నయం చేసుకునేందుకు ప్రయత్నించి రుచులు మరిగి, కొత్త రోగాల్ని కొని తెచ్చుకుంటూ వుంటాం. భోగ శక్తిని కూడా పోగొట్టుకుంటాం. ఇదంతా మన కండ్ల ఎదుట జరుగుతూ వున్నది. మనం చూచి కూడా చూడనట్లు వ్యవహరిస్తున్నాం. కండ్లు మూసుకుంటున్నామన్నమాట.

ఆహార పదార్థాల మార్పును గురించి వివరించాను. అందలి అర్థాన్ని పాఠకులు గమనించాలి. ఆ దృష్టితో వాటి ఉద్దేశ్యం, వాటి వెనుక గల యోచనా సరళిని వివరించడం కొరకు ఇంత వివరం రాశాను.

28. నా భార్య యొక్క దృఢచిత్తత

కస్తూరిభాయి మీద జబ్బులు మూడుసార్లు దాడి చేశాయి. ఆ మూడింటి బారి నుండి ఆమె గృహ చికిత్సల ద్వారా తప్పించుకున్నది. మొదటి దాడి సత్యాగ్రహ సమరం సాగుతున్నప్పుడు జరిగింది. ఆమెకు మాటిమాటికి రక్తస్రావం జరుగుతూ వుండేది. మిత్రుడగు ఒక డాక్టరు ఆపరేషన్ చేయడం అవసరమని చెప్పాడు. ఎంతో చెప్పిన మీదట ఆమె అందుకు అంగీకరించింది. శరీరం బాగా క్షీణించింది. మత్తు మందు ఇవ్వకుండానే డాక్టరు ఆపరేషన్ చేశాడు. కత్తులు పనిచేస్తున్నప్పుడు అపరిమితంగా బాధ కలిగింది. కాని ఎంతో సహనం, ధైర్యంతో ఆమె ఆ బాధను సహించింది. అది చూచి నేను నివ్వెరబోయాను. ఆపరేషన్ విజయవంతంగా జరిగింది. డాక్టరు, ఆయన భార్య ఇద్దరూ కస్తూరిభాయికి మంచిగా సేవ చేశారు.

ఇదంతా దర్బనులో జరిగింది. రెండు మూడు రోజుల తరువాత, నిశ్చింతగా జోహన్సుబర్గు వెళ్ళమని డాక్టరు నాకు సలహా ఇచ్చాడు. నేను వెళ్ళిపోయాను. కొద్ది రోజులు గడిచాయి. కస్తూరిభాయి శరీరం పూర్తిగా బలహీనమై పోయిందనీ లేవలేని స్థితిలో వున్నదనీ ఒక పర్యాయం మూర్ఛపోయిందని వార్త అందింది. నా అనుమతి లేకుండా కస్తూరిభాయికి మందుల్లో కలిపి మద్యంకాని, మాంసంకాని యివ్వవద్దని డాక్టరుకు తెలిపాను. డాక్టరు జోహన్సుబర్గుకు ఫోను చేశాడు. ఫోను అందుకున్నాను. "మీ భార్యకు మాంసం కలిపిన చారుగాని లేక లీఫ్‌టీగాని ఇవ్వడం అవసరమని భావిస్తున్నాను. దయయుంచి అనుమతించండి" అని డాక్టరు అన్నారు.

"నేను అందుకు అనుమతి ఇవ్వలేదు. అయితే కస్తూరిభాయి స్వతంత్రురాలు. అపస్మారక స్థితిలో లేకపోతే ఆమెను అడగండి. ఆమె అంగీకరిస్తే తప్పక ఇవ్వండి" అని సమాధానం యిచ్చాను. "ఇలాంటి సమయాల్లో నేను రోగిని అడగను. మీరు ఇక్కడికి రావడం అవసరం. నాకు ఇష్టమైన పదార్థం రోగికి యిచ్చే స్వాతంత్ర్యం మీరు నాకు ఇవ్వకపోతే నేను మీ భార్య ప్రాణాలకు బాధ్యత వహించను" అని డాక్టరు అన్నాడు. నేను ఆ రోజునే రైలు ఎక్కాను. దర్బను చేరాను. "మాంసం కలిపిన చారు పట్టిన తరువాతనే మీకు ఫోను చేశాను" అని డాక్టరు చెప్పాడు. "డాక్టరుగారూ! ఇది పూర్తిగా దగా" అని భావిస్తున్నాను అని అన్నాను. డాక్టరు దృఢమైన స్వరంతో ఇలా సమాధానం ఇచ్చాడు. మందులు యిచ్చే సమయంలో నేను దగా గిగాల్ని పట్టించుకోను. మేము డాక్టర్లం. మందులు యిచ్చేటప్పుడు రోగుల్ని, వారి సంబంధీకుల్ని మోసం చేయడం పుణ్యమని భావిస్తాం అని ఆయన అన్నాడు. ఆ మాటలు విని నాకు విచారం కలిగింది. అయినా శాంతించాను. డాక్టరు నాకు మంచి మిత్రుడు, సజ్జనుడు కూడా. ఆయన, ఆయన భార్య ఎంతో ఉపకారం చేశారు. కాని ఈ వ్యవహారం నన్ను బాధించింది.

"డాక్టర్‌గారూ! ఇక ఏం చేయదలుచుకున్నారో స్పష్టంగా చెప్పండి. ఇష్టం లేకుండా ఆమెకు మాంసం పెట్టడానికి నేను సుతరాము అంగీకరించను. మాంసం తినకపోతే ఆమె చనిపోతే అందుకు నేను సిద్ధంగా వున్నాను." "మీ వేదాంతం నా ఇంట్లో నడవదు. మీరు మీ భార్యను నా ఇంట్లో వుంచదలుచుకుంటే నా ఇష్టం వచ్చిన ఆహారం పెడతాను. అవసరమైతే మాంసం పెడతాను. మీరు ఇందుకు ఇష్టపడకపోతే ఆమె నా యింట్లో మరణించడానికి నేను అంగీకరించను" అని డాక్టరు స్పష్టంచేశాడు.

అయితే ఆమెను తక్షణం తీసుకువెళ్ళమంటారా? అని అడిగాను. తక్షణం తీసుకువెళ్ళమని నేను అనలేదు. బంధనాలతో నన్ను బంధించవద్దని అంటున్నాను. అలా అయితే మేమిద్దరం రోగికి చేతనైనంతగా సేవ చేయగలం. మీరు నిశ్చింతగా వెళ్ళవచ్చు. ఇంత స్పష్టంగా చెబుతున్నా మీరు అర్థం చేసుకోకపోతే మీరు మీ భార్యను తీసుకువెళ్ళండి" అని డాక్టరుగారు చెప్పివేశాడు.

అప్పుడు నా వెంట మా ఒక పిల్లవాడు కూడా ఉన్నాడు. వాణ్ని అడిగాను "మీ మాటే నా దృష్టిలో సరైనది. అమ్మను అడిగితే ఆమె మాంసం తినడానికి ఒప్పుకోదు" అని మా అబ్బాయి అన్నాడు. నేను కస్తూరిభాయి దగ్గరికి వెళ్ళాను. ఆమె చాలా బలహీనంగా వున్నది. ఆమెను మాట్లాడించడానికి మనస్సు ఇష్టపడలేదు. అయినా ధర్మమని భావించి ఆమెకు విషయమంతా క్లుప్తంగా చెప్పాను. ఆమె ధృడచిత్తంతో ఇలా అన్నది "నేను ఏది ఏమైనా సరే మాంసం కలిపిన చారు పుచ్చుకోను. మానవ జన్మ దుర్లభం. అది మాటి మాటికి లభించదు. అయినా మీ ఒళ్ళో

చనిపోవడానికి ఇష్టపడతాను. కాని ఈ దేహాన్ని భ్రష్టం కానీయను" అని అన్నది. ఎన్నో విధాల ఆమెకు నచ్చచెప్పి చూచాను. "నా ఇష్ట ప్రకారం నడుచుకోవాలని నీకు నిర్బంధంలేదు. మనకు తెలిసిన ఫలానా హిందువులు మాంసం, మద్యం పుచ్చుకున్నారు అని కూడా చెప్పాను. కాని ఆమె మాత్రం సరే అని అనలేదు. నన్ను ఇక్కడి నుండి తీసుకు వెళ్ళండి" అని అన్నది.

ఆమె మాటలు నాకు సంతోషం కలిగించాయి. ఆమెను తీసుకు వెళ్ళడానికి భయం వేసింది. కాని గట్టి నిర్ణయానికి వచ్చి కస్తూరిబా అభిప్రాయం డాక్టరుకు చెప్పి వేశాను. ఆయన మండిపడ్డాడు. "మీరు కసాయి భర్తగా కనబడుతున్నారు. ఇంత జబ్బులో వున్న ఆమెకు ఈ విషయం చెప్పడానికి మనస్సు ఎలా ఒప్పింది? మీరు చేసింది. సిగ్గు చేటుకాదా? ఇక చెబుతున్నా వినండి ఇక్కడి నుండి తీసుకువెళ్ళడానికి ఆమె అనుకూల స్థితిలో లేదు. ఆమె శరీరం ఏ మాత్రం వత్తిడి తగిలినా తట్టుకోలేదు. త్రోవలేనే ఆమె ప్రాణం పోవచ్చు. అయినా మీ మొండిపట్టు వదలకుండా ఆమెను తీసుకువెళతాను అని అంటే మీరు సర్వ స్వతంత్రులు. నేను ఆమెకు మాంసం కలిపిన చారు పట్టకుండా ఒక్కరాత్రి అయినా నా ఇంట్లో వుండనీయను. మీ ఇష్టం" అని అన్నాడు.

అప్పుడు చిటపట చినుకులు పడుతున్నాయి. స్టేషను దూరాన వున్నది. డర్బను నుండి ఫినిక్సుకు రైల్లో వెళ్ళాలి. స్టేషను నుండి ఆశ్రమానికి సుమారు రెండున్నరమైళ్ళు నడిచివెళ్ళాలి. ప్రమాదం పొంచివున్నది. దేవుడి మీద భారం వేశాను. ఒక మనిషిని ఫినిక్సుకు ముందుగా పంపించాను. ఫినిక్సులో మా దగ్గర 'హమక్' వున్నది. హమక్ అంటే చిన్న రంధ్రాలుగల బట్టతో తయారు చేయబడ్డ ఉయ్యాల లేక డోలీ అన్నమాట. హమక్ చివరికొసలు వెదురు బద్దలతో కట్టి వేస్తే రోగి హాయిగా అందు ఊగుతూ పడుకోవచ్చు. ఆ హమక్, ఒక సీసా వేడిపాలు, ఒక సీసా వేడినీళ్ళు ఆరుగురు మనుష్యులను స్టేషనుకు పంపమని వెస్ట్‌కు కబురు పంపాను.

రైలు కదిలే సమయం సమీపిస్తున్నందున రిక్షా తెమ్మని మనిషిని పంపాను. భయంకరమైన స్థితిలో వున్న కస్తూరిభాయినిఆ రిక్షాలో ఎక్కించుకొని బయలుదేరాను. భార్యకు ధైర్యం చెప్పవలసిన అవసరం నాకు కలగలేదు. నాకు ఆమె ధైర్యం చెప్పడమే గాక "ఏం ఫరవాలేదు, మీరు భయపడకండి" అని ప్రోత్సహించింది. ఆమె శరీరం అసలు బరువేలేదు. ఆమె ఏమీ తినలేదు. గుటక దిగడం లేదు. రైలు పెట్టెదాకా వెళ్ళాలంటే ప్లాటుఫారం మీద చాలా దూరం నడిచి వెళ్ళాలి. లోపలికి రిక్షా పోనీయరు. నేను ఆమెను ఎత్తుకొని పెట్టె దాకా తీసుకువెళ్ళాను. ఫినిక్సుకు ఉయ్యాల తీసుకువచ్చారు. దానిలో రోగిని పడుకోబెట్టాము. వత్తిడి తగలకుండా ఆమెను ఫినిక్సు చేర్చాం. జలచికిత్స ప్రారంభించాను. నెమ్మదిగా ఆమె శరీరం పుంజుకోసాగింది.

ఫినిక్సు చేరుకున్న రెండు మూడు రోజులకు ఒక స్వామీజీ వచ్చాడు. నా పట్టుదలను గురించి ఆయన విన్నాడు. మా ఇద్దరికీ నచ్చచెప్పడం ప్రారంభించాడు. మణిలాలు, రామదాసులు ఇద్దరూ స్వామీజీ వచ్చినప్పుడు అక్కడే వున్నారని నాకు గుర్తు. మాంసాహారం తప్పుకాదని స్వామీజీ లెక్చరు ప్రారంభించాడు. మనుస్మృతి యందలి కొన్ని శ్లోకాలు వినిపించాడు. జబ్బులో వున్న భార్య ముందు యీ రకమైన మాటలు మాట్లాడటం నాకు నచ్చలేదు. అయినా సభ్యతను దృష్టిలో పెట్టుకొని వూరుకున్నాను. మాంసాహారం సరియైనదేనని చెప్పడానికి మనుస్మృతి యందలి శ్లోకాలు వల్లించవలసిన అవసరం లేదు. ఆ శ్లోకాలు నాకు తెలుసు. అవి ప్రక్షిప్తాలు అనే వాదనను గురించి కూడా నాకు తెలుసు. అవి ప్రక్షిప్తాలు అయినా కాకపోయినా మాంసరహిత ఆహారం విషయమై

నేను దృఢమైన నిర్ణయానికి వచ్చివేశాను. దానికి తిరుగులేదు. పైగా కస్తూరిభాయి దృఢచిత్తత నాకు స్ఫూర్తినిచ్చింది. పాపం ఆమెకు శాస్త్రాలు గొడవ ఏం తెలుసు? ఆమె దృష్టిలో తండ్రి తాతల ప్రవర్తనే ధర్మం. అదే ఆమెకు ప్రమాణం. మా పిల్లలకు తన తండ్రి అభిప్రాయాలు బాగా తెలుసు. అందువల్ల వాళ్ళు స్వామీజీని ఆటలు పట్టించసాగారు. చివరికి కస్తూరిభాయి అందుకొని "స్వామీజీ! మీరు ఏం చెప్పినా సరే, నేను మాత్రం మాంసం ముట్టను. మాంసం తిని జబ్బు నయం చేసుకోవడానికి ఇష్టపడను. ఇక నా మెదడు కొరక్కండి. దయయుంచి నన్ను వదలండి. మిగతా విషయం నా బిడ్డల తండ్రితో తరువాత మాట్లాడండి" అని ఖరాఖండిగా చెప్పివేసింది.

29. ఇంట్లో సత్యాగ్రహం

మొదటిసారి 1908లో నాకు జైలుప్రాప్తి కలిగింది. జైల్లో ఖైదీల చేత అనేక నియమాల్ని పాటింపచేసేవారు. ఆ నియమాల్ని సంయమనం కలిగిన వ్యక్తి లేక బ్రహ్మచారి స్వేచ్ఛగా పాటించాలని భావించేవాణ్ణి. ఉదాహరణకు సాయంత్రం సూర్యాస్తమయానికి ముందు అనగా అయిదు గంటలకు భోజనం చేయడం, భారతీయులకు హబ్షీ ఖైదీలకు టీ ఇవ్వక పోవడం, మొదలుగా గలవి. అక్కడి నియమాల ప్రకారం రుచికోసం తినవలసిన పరిస్థితిలేనేలేదు. జైలు డాక్టరుకు భారతీయ్ఖుల కోసం నూరిన మసాలాలు వాడమని, ఉడుకుతూ వున్నప్పుడే ఆహారపదార్థంలో ఉప్పు కలపమని చెప్పాను. "ఇక్కడికి మీరు జిహ్వా చాపల్యం తీర్చుకునేందుకు రాలేదు. ఆరోగ్య దృష్ట్యా కావాలంటే ఉప్పు విడిగా తీసుకున్నా లేక ఉడుకుతూ వున్నప్పుడు పదార్థాల్లో వేసినా రెండూ ఒకటే" అని ఆయన సమాధానం ఇచ్చాడు. ఎంతో ప్రయత్నించిన తరువాత అక్కడ కొద్ది మార్పులు చేయగలిగాము. కాని సంయమనం దృష్ట్యా రెండు నిబంధనలు సరిఅయినవే. యిలాంటి నిబంధనలు బలవంతంగా విధించకపోతే అమలుకావు. స్వేచ్ఛగా పాటిస్తే మాత్రం అవి ఎంతో ప్రయోజనకర మైనవి. జైలు నుండి విడుదల అయిన తరువాత ఆ మార్పులు వెంటనే చేశాను. టీ తీసుకోవడం మాని వేశాను. సాయంత్రం త్వరగా భోజనం చేయడం అలవాటు చేసుకున్నాను. ఈ నాటి వరకు ఆ అలవాటు అలాగే వుండిపోయింది.

ఒకసారి ఉప్పును కూడా మానవలసిన పరిస్థితి ఏర్పడింది. యీ నియమం పది సంవత్సరాల వరకు నిరాటంకంగా సాగింది. ఆహారానికి సంబంధించిన అనేక పుస్తకాల్లో ఆరోగ్యదృష్ట్యా ఉప్పుతినవలసిన అవసరం లేదనీ, ఉప్పు వాడకపోతే ఆరోగ్యం ఎంతో బాగా వుంటుందనీ చదివాను. బ్రహ్మచారులకు ఇందువల్ల లాభం కలుగుతుందని నేను అనుకుంటూ ఉన్నాను. శరీరం దుర్బలంగా వుంటే ఉప్పు తినడం మానాలని కూడా చదివాను. అనుభవం మీద యీ విషయం తెలుసుకున్నాను. కాని నేను వాటిని అప్పుడు మానలేక పోయాను. ఆపరేషను అయిన తరువాత కస్తూరిభాయికి రక్తస్రావం తగ్గిపోయింది. తరువాత అది మళ్ళీ ప్రారంభమైంది. తగ్గలేదు. జలచికిత్స వల్ల ప్రయోజనం చేకూరలేదు. నా చికిత్సల మీద ఆమెకు విశ్వాసం తక్కువే కాని ఆమెకు అవిశ్వాసం కూడా లేదు. ఇతర చికిత్సలు చేయించుకోవాలనే కోరిక కూడా ఆమెకు లేదు. చివరికి పప్పు ఉప్పు రెండూ వదిలివేయమని సలహా ఇచ్చాను. ఎన్నో విధాల నచ్చ చెప్పాను. అనేక గ్రంథాల నుండి ప్రమాణాలు కూడా చదివి వినిపించాను. అయినా ఆమె అంగీకరించలేదు. పప్పు ఉప్పు మానమని ఎవరైనా మీకు చెబితే మీరు మానతారా అని గట్టిగా అన్నది.

నాకు విచారం కలిగింది. సంతోషం కూడా కలిగింది. నా ప్రేమ ఎలాంటిదో తెలిపేందుకు అవకాశం దొరికింది. నీవు తప్పుగా యోచిస్తున్నావు. నాకు జబ్బు చేసి వైద్యుడు ఏ వస్తువైనా తినవద్దని చెబితే తప్పక వదిలివేస్తాను. అయినా, ఇదిగో, ఇప్పటి నుండి ఒక్క సంవత్సరం కాలం పప్పు ఉప్పు వదిలి వేస్తున్నాను. నీవు మానినా సరే మానకపోయినా సరే నీ ఇష్టం. నేను మాత్రం వదిలివేస్తున్నాను అని అన్నాను. కస్తూరిభాయి గిలగిల లాడిపోయింది. “నన్ను క్షమించండి. మీ స్వభావం తెలిసి కూడా మామూలుగా అనేశాను. మీ మాట ప్రకారం నేను పప్పు ఉప్పు మాని వేస్తాను. మీరు మాత్రం మానకండి నాకు పెద్ద శిక్ష పడుతుంది” అని అంటూ బ్రతిమలాడింది. “నీవు పప్పు ఉప్పు మానితే మంచిదే. దానివల్ల నీకు లాభం కలుగుతుందనే నమ్మకం నాకున్నది. కాని చేసిన ప్రతిజ్ఞను విరమించుకోవడం నావల్ల కానిపని. ఆ విధంగా వాటిని మానడం వల్ల నాకు లాభం కలుగుతుంది. అందువల్ల వత్తిడి చేయవద్దు. నాకు కూడా పరీక్ష జరగాలికదా! నేను మానడం వల్ల నీ వ్రతానికి బలం చేకూరుతుంది. అని ఆమెకు చెప్పాను. ఇక ఏం చేస్తుంది? “మీరు జగమొండి. ఎవ్వరి మాటా వినరు” అంటూ కాసేపు కన్నీళ్ళు కార్చి తరువాత శాంతించింది.

దీన్ని నేను సత్యాగ్రహం అని అంటాను. నా జీవనపు కొన్ని మధురక్షణాల్లో ఇది కూడా ఒకటి అని భావిస్తున్నాను.

తరువాత కస్తూరిభాయి ఆరోగ్యం త్వరత్వరగా కుదుటపడసాగింది. పప్పు ఉప్పు రెండూ మానడం ఆమె జబ్బునయం కావడానికి ప్రధాన కారణం అయి వుండవచ్చు లేక ఆ రెండు మానడం వల్ల ఆహారంలో జరిగిన తదితర మార్పులు కారణం అయివుండవచ్చు లేక ఇటువంటి మార్పు చేయించడానికి నేను చూపిన జాగరూకత, తత్ఫలితంగా మానసికంగా వచ్చిన మార్పు కూడా కారణం అయి వుండవచ్చు. ఏది ఏమైనా చిక్కిపోయిన కస్తూరిభాయి శరీరం తిరిగి పుంజుకోసాగింది. దానితో వైద్య రాజ్‌గా నా పరపతి కూడా బాగా పెరిగిపోయింది. ఉప్పు పప్పు రెండింటినీ త్యజించడం వల్ల నా మీద మంచి ప్రభావం పడింది. వదిలివేసిన ఆ తరువాత పప్పు ఉప్పు తినాలనే కోరిక ఎన్నడూ కలగలేదు. చూస్తుండగానే ఏడాది గడిచిపోయింది. ఇంద్రియాలు శాంతించినట్లు నాకు అనుభూతి కలిగింది. సంయమనం వైపుకు మనస్సు పరుగెత్తసాగింది. ఏడాది గడిచిన తరువాత కూడా నేను వాటిని పుచ్చుకోలేదు. తిరిగి భారతదేశం వచ్చిన తరువాత కూడా నేను వాటిని పుచ్చుకోలేదు. హిందూ దేశం వచ్చిన కొంతకాలం తరువాతనే వాటిని పుచ్చుకున్నాను. ఒక్క పర్యాయం ఇంగ్లాండులో 1914లో ఉప్పు పప్పు తిన్నాను. దేశం వచ్చాక ఎందుకు తినవలసి వచ్చిందో ఆ కథ మరో ప్రకరణలో చెబుతాను.

ఇతరుల మీద కూడా ఉప్పు పప్పును గురించిన ప్రయోగం చేశాను. దక్షిణ ఆఫ్రికాలో మంచి ఫలితం చేకూరింది. ఆయుర్వేద వైద్యం దృష్ట్యా వాటిని వదలడం వల్ల లాభం చేకూరుతుందని చెప్పగలను. ఈ విషయంలో నాకు ఎట్టి సందేహమూ లేదు. భోగికి, సంయమనం కలిగిన వ్యక్తికి మధ్య ఆహారం విషయంలోను, అలవాట్ల విషయంలోను వ్యత్యాసం వుండవలసిందే. బ్రహ్మచర్య వ్రత పాలనను గురించి కోరికగల వ్యక్తి భోగిగా జీవనం గడిపి తిరిగి బ్రహ్మచర్యం గడపాలంటే చాలా కష్టం. అది అసంభవం కూడా.

30. సంయమనం

కస్తూరిభాయి జబ్బు పడినప్పుడు ఆ కారణంగా నా ఆహారంలో ఎన్నో మార్పులు జరిగాయని గత ప్రకరణంలో వ్రాశాను. ఇక ఇప్పుడు బ్రహ్మచర్యం దృష్ట్యా నా ఆహారంలో మార్పులు ప్రారంభమైనాయి.

పాలు విరమించడం మొదటి మార్పు. పాలు ఇంద్రియ వికారం కలిగించే పదార్థం. యీ విషయం మొదట నేను శ్రీరాయచంద్‌భాయి వల్ల తెలుసుకున్నాను. అన్నాహారాన్ని గురించి ఇంగ్లీషు పుస్తకాలు చదివినప్పుడు యీ భావం బాగా బలపడింది. కాని బ్రహ్మచర్య వ్రతం పట్టిన తరువాతనే పాలు తాగడం విరమించ గలిగాను. శరీర పోషణకు పాలు అనవసరమని చాలాకాలం క్రితమే గ్రహించాను. అయితే వెంటనే పోయే అలవాటు కాదుగదా! ఇంద్రియ దమనం కోసం పాలు త్రాగడం మానాలి అను విషయం తెలుసుకోగలిగాను. ఇంతలో గోవుల్ని, గేదెల్ని కసాయివాళ్ళు ఎంతగా హింసిస్తున్నారో తెలిపే కరపత్రాలు, వివరాలు కలకత్తా నుండి నాకు చేరాయి. ఆ సాహిత్య ప్రభావం నా మీద అపరిమితంగా పడింది. ఈ విషయమై నేను కేలన్‌బెక్‌తో చర్చించాను.

కేలన్‌బెక్‌ను గురించి దక్షిణాఫ్రికా సత్యాగ్రహ చరిత్రలో రాశాను. గత ప్రకరణంలో కూడా కొద్దిగా వ్రాశాను. ఇక్కడ రెండు మాటలు వ్రాయడం అవసరమని భావిస్తున్నాను. ఆయన మి॥ఖాన్ స్నేహితుడు. తనలో వైరాగ్య ప్రవృత్తి నిండివున్నదని ఆయన గ్రహించాడు. అందువల్లనే ఖాను ఆయనను నాకు పరిచయం చేశాడని నా అభిప్రాయం. పరిచయం అయినప్పుడు ఆయన పెట్టే ఖర్చుల్ని చూచి, ఆయన హంగులు, దర్పం చూచి నేను బెదిరిపోయాను. అయితే మొదటి కలయికలోనే ఆయన ధర్మాన్ని గురించి ప్రశ్నలు వేశాడు. మాటల్లో బుద్ధ భగవానుని త్యాగాన్ని గురించి చర్చ జరిగింది. ఆ తరువాత మా పరిచయం ఎక్కువైంది. దానితో మా సంబంధం గాఢమైపోయింది. నేను చేసే ప్రతి ప్రయోగం తాను కూడా చేయాలనే స్థితికి ఆయన వచ్చాడు. ఆయన ఒంటరివాడు. తన ఒక్కడి కోసం ఇంటి అద్దె వగైరాలు గాక నెలకు 1200 రూపాయలు దాకా ఖర్చు పెడుతూ వుండేవాడు. తరువాత నిరాడంబరత్వం వైపుకు మొగ్గి చివరికి నెలకు 120 రూపాయల ఖర్చుకు చేరుకున్నాడు. నా కాపురం ఎత్తివేశాక, మొదటిసారి జైలుకు వెళ్ళి వచ్చిన తరువాత నుండి ఇద్దరం కలిసి వుండసాగాం. అప్పుడు మా ఇద్దరి జీవనం మొదటి కంటే కఠోరంగా వుండేది. మేము కలిసి వుంటున్నప్పుడే పాలు మానాలని చర్చ జరిగింది. మి॥ కేలన్‌బెక్ యీ విషయాన్ని గురించి మాట్లాడుతూ “పాల దోషాలను గురించి మనం తరుచు చర్చిస్తున్నాం. పాలు తాగడం విరమించి వేయకూడదా? పాల అవసరం లేదు కదా!” అని అన్నాడు. ఆయన మాటలు విని నాకు ఆనందంతో పాటు ఆశ్చర్యం కూడా కలిగింది. ఆయన సలహాను సమర్థించాను. మేమిద్దరం ఆ క్షణాన టాల్‌స్టాయి ఫారంలో పాలు తాగడం మానివేశాం. 1912లో యీ ఘటన జరిగింది.

అంతటితో శాంతి లభించలేదు. పాలు విరమించిన తరువాత కొద్ది రోజులకు కేవలం పండ్లు మాత్రమే భుజించి వుందామని నిర్ణయానికి వచ్చాం. అతి చవుకగా దొరికే పండ్లు మాత్రమే తీసుకోవాలని నిర్ణయించాం. కడు నిరుపేద జీవించే పద్ధతిన జీవించాలని మా ఇద్దరి ఆకాంక్ష. ఫలాహారంలో వుండే సౌకర్యాలను ప్రత్యక్షంగా పొందాము. పొయ్యి వెలిగించవలసిన అవసరం లేకుండా పోయింది. పచ్చి వేరుసెనగ పప్పు, అరటిపండ్లు, ఖర్జురం పండ్లు, నిమ్మపండ్లు, పప్పునూనె, ఇవే మా ఆహారం. బ్రహ్మచర్య వ్రతం అవలంబించాలని భావించే వారికి ఒక హెచ్చరిక చేయడం

అవసరం. బ్రహ్మచర్యానికి, ఆహార పదార్థాలకు దగ్గర సంబంధం వున్నదని చెప్పానేగాని అసలు రహస్యం మనస్సుకు సంబంధించిందే. మైలపడ్డ మనస్సు ఉపవాసాలు చేసినా శుభ్రపడదు. ఆహారం దానిమీద ఏమీ పనిచేయదు. ఆలోచనలవల్ల, భగవన్నామ స్మరణం వల్ల, భగవంతుని దయవల్ల మనోమాలిన్యం తొలుగుతుంది. అయితే మనస్సుకు, శరీరానికి దగ్గర సంబంధం వుంటుంది. వికారంతో నిండిన మనస్సు వికారం కలిగించే ఆహారాన్ని వెతుకుతుంది. వికారంతో నిండిన మనస్సు రకరకాల రుచుల్ని, భోగాల్ని వెతుకుతుంది. ఆ రుచుల ప్రభావం మనస్సు మీద పడుతుంది. అందువల్ల ఆ పరిస్థితుల్లో ఆహార పదార్థాల మీద అంకుశం తప్పదు.

వికారంతో నిండిన మనస్సు శరీరం మీద, ఇంద్రియాల మీద విజయం సాధించక పోవడమే గాక, వాటికి లోబడి పనిచేస్తుంది. అందువల్ల శరీరానికి శుద్ధమైన ఆహారం, తక్కువగా వికారం కలిగించే పదార్థాలు, అప్పుడప్పుడు ఉపవాసాలు, నిరాహారాలు అవసరం. కొందరు సంయమం గలవారు ఆహారాన్ని గురించి ఉపవాసాలను గురించి పట్టించుకోనవసరం లేదని భావిస్తారు. మరి కొందరు ఆహారం, నిరాహారం ఇవే సంయమానికి మూల ఆధారాలని భావిస్తారు. ఇద్దరూ భ్రమలో పడివున్నారని నా అభిప్రాయం. నాకు కలిగిన అనుభవంతో చెబుతున్నాను. సంయమనం వైపుకు మరులు తున్న మనస్సుకు ఆహారం విషయమై జాగరూకతతో బాటు, నిరాహారం మొదలగునవి ఎంతో ఉపయోగపడతాయి. వీటి సహాయం లేనిదే మనస్సు నిర్వికారస్థితిని పొందలేదు.

31. ఉపవాసాలు

పాలు, భోజనం మాని పండ్లు తినడం ప్రారంభించాను. సంయమం కోసం ఉపవాసాలు కూడా ప్రారంభించాను. మి॥ కేలన్‌బెక్ తాను కూడా నాతో బాటు వీటిని ప్రారంభించాడు. ఇంతకు పూర్వం నేను ఆరోగ్య దృష్ట్యా ఉపవాసాలు చేసే వాణ్ణి. ఇంద్రియదమనానికి ఉపవాసాలు బాగా పని చేస్తాయని ఒక మిత్రుడు సలహా ఇచ్చాడు. వైష్ణవ కుటుంబంలో జన్మించాను. మా అమ్మ కఠోర వ్రతాల్ని ఆచరించేది. ఆ ప్రభావం వల్ల నేను మన దేశంలో వున్నప్పుడు ఏకాదశి వ్రతాన్ని పాటించాను. అయితే అప్పుడు మా తల్లిదండ్రుల్ని సంతోషపరిచేందుకు చేస్తూ వుండేవాణ్ణి. ఇట్టి వ్రతాలవల్ల ప్రయోజనం వుంటుందో వుండదో ఆ రోజుల్లో నాకు తెలియదు. తరువాత ఒక మిత్రుణ్ణి చూచి, ఆ ప్రకారం బ్రహ్మచర్యవ్రత పాలన కోసం నేను కూడా ఏకాదశి ఉపవాసాలు ప్రారంభించాను. సామాన్యంగా జనం ఏకాదశినాడు పండ్లు పాలు తీసుకొని వ్రతపాలన చేశామని అనుకుంటూ వుంటారు. కాని పండ్లమీద ఆధారపడి నేను ఉపవాసాలు ఇప్పుడు ప్రతిరోజూ చేయసాగాను. మంచినీళ్ళు త్రాగుతూ వుండేవాణ్ణి. అది శ్రావణమాసం. రంజాను, శ్రావణమాసం రెండూ ఒకేసారి వచ్చాయి. వైష్ణవ కుటుంబాల్లో వైష్ణవ వ్రతాలతో పాటు శైవవ్రతాల్ని కూడా పాటిస్తూ వుండేవారు. మా ఇంట్లో వాళ్ళు వైష్ణవ దేవాలయాలకు వెళ్ళినట్లే శైవ దేవాలయాలకు కూడా వెళుతూ వుండేవారు. శ్రావణమాసంలో ప్రతివారూ ఏదో వ్రతాన్ని చేస్తూ వుండేవారు. అది చూచి నేను కూడా శ్రావణమాసాన్ని ఎంచుకున్నాను.

ఈ ప్రయోగం టాల్‌స్టాయి ఆశ్రమంలో ప్రారంభించాను. సత్యాగ్రహుల కుటుంబాల వారిని పిలిపించి వారిని అక్కడ వుంచి నేను, కేలన్‌బెక్ వారితో బాటువున్నాం. వారిలో పిల్లలు, నవయువకులు కూడా వున్నారు. వాళ్ళకోసం పాఠశాల స్థాపించాం. నవయువకుల్లో అయిదారుగురు మహమ్మదీయులు

వున్నారు. ఇస్లాం మతం విధుల్ని నిర్వహించుటకు నేను వారికి సహాయం చేశాను. నమాజు చేసుకునేందుకు వాళ్ళకు సౌకర్యం కల్పించాను. ఆశ్రమంలో పారశీకులు, క్రైస్తవులు కూడా వున్నారు. వారందరినీ మీమీ మత విధుల్ని పాటించమని ప్రోత్సహించాను. ముస్లిం యువకుల్ని ఉపవాసాలు చేయమని ప్రోత్సహించాను. నేను ఉపవాసాలు చేస్తూ వున్నాను. హిందువులు, క్రైస్తవులు, పారశీకులను కూడా మహమ్మదీయ యువకులతో బాటు ఉపవాసాలు చేయమని ప్రోత్సహించాను. సంయమంతో అందరికి తోడ్పడవలెనని నచ్చ చెప్పాను. చాలామంది ఆశ్రమవాసులు నా సలహాను పాటించారు. అయితే హిందువులు, పారశీకులు మాత్రం పూర్తిగా మహమ్మదీయులకు సహకరించలేదు. వాస్తవానికి అట్టి అవసరంకూడా లేదు. మహమ్మదీయులు సూర్యాస్తమయం కోసం ఎదురు చూస్తూ వుండేవారు. కాని మిగతావారు ముందే భోజనం చేసి మహమ్మదీయులకు వడ్డన చేసేవారు. వీరికోసం ప్రత్యేకించి పదార్ధాలు తయారు చేసేవారు. మహమ్మదీయులు సహరీ అంటే ఒకపూట భోజనం చేస్తూ వుండేవారు. ఆ విధంగా ఇతరులు చేయవలసిన అవసరం లేదు. మహమ్మదీయులు పగలు మంచినీళ్ళు త్రాగేవారుకాదు. ఇతరులు మంచి నీళ్ళు త్రాగవచ్చు.

ఈ ప్రయోగం వల్ల ఉపవాసాలు, ఒకపూట నిరాహారదీక్ష యొక్క మహత్తు అందరికీ బోధపడింది. ప్రేమ, ఆదరాభిమానాలు ఒకరికొకరికి కలిగాయి. ఆశ్రమంలో ఆహారం విషయమై నియమాలు ఏర్పాటుచేశాం. ఈ విషయంలో నా మాటను అంతా అంగీకరించారు. అందుకు నేను కృతజ్ఞత తెలుపవలసిన అవసరం వుంది. ఉపవాసం నాడు మాంసాహార నిషేధం మహమ్మదీయులకు ఇబ్బంది కలిగించి యుండవచ్చు. కాని నాకు ఎవ్వరూ ఈ విషయం తెలియనీయలేదు. అంతా కలిసి మెలిసి ఆనందంగా వున్నారు. హిందూ యువకులు ఆశ్రమ నియమాలకు అనుకూలంగా కొన్ని రుచికరమైన వంటకాలు చేసి అందరికీ తినిపిస్తూ వుండేవారు.

నా ఉపవాసాలను గురించి రాస్తూ ఇతర విషయాలు కావాలనే ఇక్కడ పేర్కొన్నాను. ఇంతటి తీయని విషయాలు తెలిపేందుకు మరోచోట అవకాశం లభించక పోవడమే అందుకు కారణం. నాకు ఇది సబబు అని తోచిన విషయాలపై అనుచరుల సమ్మతి కూడా పొందుతూ వుండేవాణ్ణి. ఇది నా ప్రవృత్తిగా మారింది. ఉపవాసాలు, ఒకపూట భోజనాలు అందరికీ కొత్త. అయినా నేను ఆ విధుల్ని అమలు పరచగలగడం విశేషం.

ఆ విధంగా ఆశ్రమంలో సంయమ వాతావరణం సహజంగా ఏర్పడింది. ఉపవాసాల వల్ల, ఒకపూట భోజనాలవల్ల సత్ఫలితాలు కలిగాయి. ఆశ్రమ వాసులందరి మీద వీటి ప్రభావం ఏ పరిమాణంలో పడింది అని అడిగితే స్పష్టంగా చెప్పడం కష్టం. అయితే ఆరోగ్య రీత్యానేగాక, విషయ వాంఛల రీత్యా కూడా నాలో పెద్ద మార్పు వచ్చిందని చెప్పగలను. ఇట్టి ప్రభావం అందరి మీద పడిందా అని అడిగితే చెప్పడం కష్టం. విషయ వాంఛలు అణగి ఇంద్రియ నిగ్రహం కలగాలంటే అందుకు ప్రత్యేకించిన ఉపవాసాలు అవసరం. అయితే ఇలాంటి ప్రయోగం చేస్తున్నప్పుడు కోరికలు తీవ్రం అవుతాయని కొందరికి కలిగిన అనుభవం. అసలు అన్నిటికీ మూలం మనస్సు. ఆ మనస్సును మన అధీనంలో పెట్టుకోకుండా శారీరకంగా ఎన్ని ఉపవాసాలు చేసినా, వ్రతాలు ఆచరించినా ఫలితం ఉండదు. గీతయందలి ద్వితీయ అధ్యాయమందు గల క్రింది శ్లోకం పరిశీలించతగినది.

"విషయావినివర్తన్తే నిరాహారస్య దేహినః
రసవర్జ రస్యోప్యస్యపరం దృష్ట్వా నివర్తతే."

అనగా నిరాహారి యైనవానికి శబ్దాది విషయముల వత్తిడి తగ్గను. కాని విషయవాసన మిగిలియే ఉండును. అది పరమాత్మ దర్శనముల వల్ల తొలగును.

సారాంశ మేమనగా ఉపవాసాదులు సంయమానికి సాధనాల రూపంలో అవసరం. కాని అదే సర్వస్వం మాత్రం కాదు. శరీర రీత్యానే కాక మనస్సు రీత్యా ఉపవాసాలు చేయకపోతే అది దంభానికి కారణభూతం అవుతుంది. అది హాని కూడా కలిగించవచ్చు.

32. గురువుగా

దక్షిణ ఆఫ్రికా సత్యాగ్రహ చరిత్రలో విస్తారంగా వ్రాయకుండా కొద్దిగా రాసిన విషయం ఇక్కడ పేర్కొంటున్నందున రెండిటి సంబంధం పాఠకులు గ్రహింతురుగాక.

టాల్‌స్టాయి ఆశ్రమంలో బాలురకు బాలికలకు శిక్షణ యిచ్చేందుకై ఏర్పాటు చేయవలసి వచ్చింది. హిందూ ముస్లిం క్రైస్తవ యువకులతో పాటు కొంత మంది బాలికలు కూడా మాతో వున్నారు. వారి శిక్షణ కోసం వేరే ఉపాధ్యాయుణ్ణి నియమించడం కష్టమని తేలింది. దక్షిణాఫ్రికాలో భారతీయ ఉపాధ్యాయులు బహుతక్కువ. వున్నా పెద్ద జీతం యివ్వందే డర్బనుకు 21 మైళ్ళ దూరాన వున్న ఆశ్రమానికి ఎవరు వస్తారు? అంత డబ్బు నా దగ్గర లేదు. పైగా ఇప్పటి విద్యావిధానం నాకు ఇష్టం లేదు. సరియైన పద్ధతిని నేను ప్రయోగించి చూడలేదు. తల్లిదండ్రుల దగ్గర గరపబడే విద్య సరియైనదని నా భావం. అందువల్ల బయటి వారి సాయంతక్కువగా వుండాలని భావించాను. టాల్ స్టాయి ఆశ్రమం ఒక కుటుంబం వంటిదని, దానికి నేను తండ్రి వంటివాడనని అందువల్ల నేనే పిల్లల శిక్షణకు బాధ్యత వహించాలని నిర్ణయించాను. అయితే అందు పలు దోషాలు వున్నాయి. యీ యువకులు జన్మించినప్పటి నుండి నా దగ్గర లేరు. వేరు వేరు వాతావరణాల్లో పెరిగినవారు. వేరు వేరు మతాలకు చెందిన వారు. ఇట్టి స్థితిలో తండ్రిగా బాధ్యతను ఎలా నిర్వహించగలనా అని అనుమానం కలిగింది. అయితే నేను హృదయ మానసిక శిక్షణకు ప్రాధాన్యం ఇచ్చాను. ఏ వాతావరణంలో పెరిగినా, ఏ వయస్సువారికైనా, ఏ మతాలవారికైనా అట్టి శిక్షణ ఇవ్వవచ్చునని నా భావం. ఆ భావంతో రాత్రింబవళ్ళు ఆ పిల్లలతో పాటు తండ్రిగా వుండసాగాను. మంచి నడత అనగా శీలం ప్రధానమైనదని భావించాను. పునాది గట్టిగావుంటే తరువాత విషయాలు పిల్లలు ఇతరుల ద్వారానో లేక తమంత తాముగానో నేర్చుకోగలరని నా అభిప్రాయం. అయినా అక్షర జ్ఞానం కొద్దోగొప్పో వారికి కల్పించాలని భావించి క్లాసులు ప్రారంభించాను. మి॥కేలన్‌బెక్ ప్రాగ్జీ దేసాయిగారల సాయం పొందాను. శారీరక శిక్షణను గురించి నాకు తెలుసు. అది ఆశ్రమంలో వారికి సహజంగానే లభిస్తూ ఉంది.

ఆశ్రమంలో నౌకర్లు లేరు. పాయిఖానా దొడ్లు బాగు చేసుకోవడం నుండి వంటపని వరకు ఆశ్రమవాసులే చేసుకోవాలి. పండ్ల చెట్లు చాలా వున్నాయి. కొత్తగా నాట్లు వేయాలి. మి. కేలన్‌బెక్‌కు వ్యవసాయమంటే ఇష్టం. ప్రభుత్వ ఆదర్శతోటలకు వెళ్ళి అభ్యసించి వచ్చారు. వంటపని చేస్తున్న వారిని మినహాయించి మిగతా పిన్నలు, పెద్దలు మొదలుగా గల ఆశ్రమవాసులందరూ ఏదో ఒక సమయంలో తోటలో కాయకష్టం చేసి తీరాలి. పిల్లలు యీ కార్యక్రమంలో ఎక్కువగా పాల్గొనేవారు. పెద్ద పెద్ద గుంటలు త్రవ్వడం, చెట్లు నరకడం, బరువు మోయడం మొదలగు పనులు చేయడం

వల్ల వాళ్ళ శరీరాలు గట్టి పడ్డాయి. యీ పనులు అంతా సంతోషంతో చేస్తూ వుండేవారు. అందువల్ల వేరే వ్యాయామం అనవసరమని తేలింది. యీ పనులు చేయమంటే అప్పుడప్పుడు కొందరు పిల్లలు నఖరాలు చేస్తూ భీష్మిస్తూ వుండేవారు. వారిని గురించి పెద్దగా పట్టించుకునేవాణ్ణి కాదు. కఠినంగా వ్యవహరించి వాళ్ళ చేత పనిచేయిస్తూ వుండేవాణ్ణి. అప్పుడు సరేనని వెంటనే మరిచిపోతూ వుండేవారు. ఈ విధంగా మా బండి సాగుతూ వున్నది. అయితే వాళ్ళ శరీరాలకు పుష్టి చేకూరింది.

ఆశ్రమంలో ఎవ్వరూ జబ్బు పడలేదు. గాలి, నీరు పుష్టికరమైన ఆహారం ఇందుకు కారణమని చెప్పవచ్చు. శారీరక శిక్షణతో పాటు వృత్తి విద్యకూడా గరపడం అవసరమని భావించాను. మి॥ కేలన్‌బెక్ ట్రేపిస్ట్ మఠం వెళ్ళి అక్కడ చెప్పులు కుట్టడం నేర్చుకు వచ్చారు. వారి దగ్గర చెప్పులు కుట్టడం నేర్చుకొని ఇష్టపడిన పిల్లలకు నేర్పాను. వడ్రంగం పని మి॥ కేలన్ బెక్‌కు కొంతవచ్చు. అది వచ్చిన మరో వ్యక్తి కూడా ఆశ్రమంలో వున్నాడు. అందువల్ల ఆ పని కూడా కొందరికి నేర్పుతూ వున్నాం. వంట చేయడం పిల్లలంతా నేర్చుకున్నారు. ఈ పనులన్నీ పిల్లలకు కొత్తే. కలలోనైనా ఇట్టి పనులు నేర్చుకోవాలని వారు భావించలేదు. దక్షిణ ఆఫ్రికాలో భారతదేశ పిల్లలు కేవలం ప్రారంభవిద్య మాత్రమే పొందేవారు. ఉపాధ్యాయులు తాము చేసిన పనులే పిల్లలకు నేర్పాలని, తాము చేయని పనులు పిల్లల చేత చేయించకూడదని టాల్‌స్టాయి ఆశ్రమంలో నియమం అమలు చేశాం. పిల్లల చేత పని చేయిస్తూ వున్నప్పుడు ఉపాధ్యాయుడు కూడా వారి వెంట వుండి పని చేస్తూ చేయిస్తూ వుండేవాడు. అందువల్ల పిల్లలు సంతోషంగా పనులు చేస్తూ వుండేవారు. శీలం గురించిచ అక్షర జ్ఞానాన్ని గురించి తరువాత రాస్తాను.

33. అక్షర జ్ఞానం

శారీరక శిక్షణతో పాటు కొన్ని చేతి పనులు పిల్లలకు నేర్పుటకు టాల్‌స్టాయి ఆశ్రమంలో చేసిన ఏర్పాట్లను గురించి గత ప్రకరణంలో వివరించాను. పూర్తిగా నాకు తృప్తి కలగనప్పటికీ అందుకొంత సాఫల్యం లభించిందని చెప్పగలను. అక్షర జ్ఞానం కల్పించడం కష్టమని అనిపించింది. అందుకు అవసరమైన సామాగ్రి నా దగ్గర లేదు. అవసరమని నేను భావించినంత సమయం కూడా ఇవ్వలేకపోయాను. అంత జ్ఞానం కూడా నాకు లేదు. రోజంతా కాయకష్టం చేశాక అలసిపోయేవాణ్ణి. విశ్రాంతి తీసుకోవాలని భావించినప్పుడు క్లాసులో పాఠం చెప్పలేక బలవంతాన పాఠం చెప్పవలసి వస్తూ వుండేది. ఉదయం పూట వ్యవసాయం, గృహకృత్యాలు, మధ్యాహ్నం భోజనం కాగానే క్లాసులు. ఇంతకంటే అనుకూలమైన సమయం లభించలేదు.

అక్షరజ్ఞానం కల్పించేందుకు మూడు గంటల సమయం నిర్ణయించాం. క్లాసులో హిందీ, తమిళం, గుజరాతీ, ఉర్దూ నేర్పవలసి వచ్చింది. పిల్లలకు వాళ్ళ మాతృభాషలో చదువునేర్పాలని మా నిర్ణయం. ఇంగ్లీషు కూడా అందరికీ నేర్పుతూ వున్నాం. గుజరాతీ తెలిసిన హిందూ పిల్లలకు కొద్దిగా సంస్కృతం నేర్పేవాళ్ళం. ఈ పిల్లలందరికీ హిందీ నేర్పేవాళ్ళం. చరిత్ర, భూగోళం, గణితం అందరికీ నేర్పేవాళ్ళం. తమిళం, ఉర్దూ నేను నేర్పేవాణ్ణి.

స్టీమరుమీద, జైల్లో నేర్చుకున్న నా తమిళ జ్ఞానం అంతటితో ఆగింది. ముందుకు సాగలేదు. పోప్ రచించిన “తమిళ స్వయంశిక్షక్” ద్వారా నేర్చుకున్న దానితో సరి. ఫారసీ అరబ్బీ శబ్దావళి

సంగతి కూడా అంతే. ముస్లిం సోదరుల సహవాసం వల్ల నేర్చుకున్న ఉర్దూ, అరబ్బీ, ఫారసీ ఓడమీద నేర్చుకున్న దానితో సరి. హైస్కూల్లో నేర్చుకున్న సంస్కృతం, గుజరాతీ పరిజ్ఞానంలో పని నడపవలసి వచ్చింది. అందుకు సహకరించదలచి వచ్చిన వారికి నాకు వచ్చినంత కూడా రాదు. అయితే దేశభాషల యెడ నాకు గల ప్రేమ, శిక్షణా శక్తి మీద నాకు గల శ్రద్ధ, విద్యార్థుల అజ్ఞానం, వారి ఉదార హృదయం నా పనికి అమితంగా తోడ్పడ్డాయి.

తమిళ విద్యార్థులు దక్షిణ ఆఫ్రికాలో జన్మించినట్టివారే. అందువల్ల వాళ్ళకు తమిళం చాలా తక్కువగావచ్చు. వాళ్ళకు లిపి అసలు రాదు. అందువల్ల నేను తమిళ లిపి నేర్పవలసి వచ్చింది. పని తేలికగానే సాగింది. తమిళం మాట్లాడవలసి వస్తే తాము నన్ను ఓడించగలమని విద్యార్థులకు తెలుసు. కేవలం తమిళం మాత్రమే తెలిసిన వాళ్ళు నా దగ్గరకు వస్తే ఆ తమిళ పిల్లలు దుబాసీలుగా ఉపయోగపడుతూ వుండేవారు. ఈ విధంగా బండి నడిచింది. అయితే విద్యార్థుల ఎదుట నా అజ్ఞానాన్ని దాచడానికి నేను ఎన్నడూ ప్రయత్నించలేదు. మిగతా విషయాలవలెనే యీ విషయంలో కూడా వాళ్ళు నన్ను బాగా అర్థం చేసుకున్నారు. అక్షర జ్ఞానంలో వెనకబడినప్పటికి వారి ప్రేమ, ఆదరణ బాగా పొందగలిగాను. ముస్లిం పిల్లలకు ఉర్దూ నేర్పడం తేలిక. వాళ్ళకు లిపివచ్చు. వాళ్ళను చదువులో ప్రోత్సహించడం, అక్కడక్కడ వారికి సహకరించడం నా పని.

దరిదాపు పిల్లలంతా చదువురాని వాళ్ళే. స్కూళ్ళలో చదువుకోని వారే. నేను నేర్పేది తక్కువ. వాళ్ళ సోమరితనం పోగొట్టి, చదవడానికి వాళ్ళను ప్రోత్సహించడం, వాళ్ళ చదువును గురించి శ్రద్ధ వహించడం నా పని. దానితో నేను తృప్తిపడేవాణ్ణి. అందువల్లనే వేరు వేరు వయస్సుల్లో గల పిల్లల్ని సైతం ఒకే గదిలో కూర్చోబెట్టి పనిచేయిస్తూ వుండేవాణ్ణి.

పాఠ్యపుస్తకాలను గురించి ప్రతిచోట గొడవ చేస్తూ వుంటారు. కాని పాఠ్యపుస్తకాల అవసరం నాకు కలుగలేదు. ప్రతి పిల్లవాడికి ఎక్కువ పుస్తకాలు యివ్వడం అవసరమని అనిపించలేదు. వాస్తవానికి పిల్లవాడికి నిజమైన పాఠ్యపుస్తకం ఉపాధ్యాయుడే. పాఠ్యపుస్తకాల ద్వారా నేను నేర్పిన పాఠ్యాంశాలు జ్ఞాపకం వున్నవి బహు తక్కువే. కంఠస్థం చేయించిన పాఠాలు మాత్రం నాకు ఇప్పటికీ జ్ఞాపకం వున్నాయి. కంటితో గ్రహించిన దానికంటే పిల్లవాడు చెవితో విని తక్కువ శ్రమతో ఎక్కువ గ్రహిస్తాడు. పిల్లచేత ఒక్క పుస్తకం కూడా పూర్తిగా చదివించినట్లు నాకు గుర్తులేదు.

నేను చాలా పుస్తకాలు చదివాను. నేను జీర్ణించుకున్న విషయాన్నంతా పిల్లలకు బోధించాను. అది వాళ్ళకు ఇప్పటికీ జ్ఞాపకం వుండి వుంటుందని నా విశ్వాసం. చదివించింది జ్ఞాపకం పెట్టుకోవడం వారికి కష్టంగా వుండేది. నేను వినిపించిన పాఠం వాళ్ళు వెంటనే నాకు తిరిగి వినిపించేవారు. చదవమంటే కష్టపడేవారు. వినిపిస్తూ నేను అలసిపోయినప్పుడు లేక నేను నీరసపడినప్పుడు వాళ్ళు రసవత్తరంగా నాకు వినిపిస్తూ వుండవారు. వాళ్ళకు కలిగే సందేహాలు వాటి నివృత్తికై వాళ్ళు చేసే కృషి; వాళ్ళ గ్రహణ శక్తి అద్భుతం.

34. ఆత్మ శిక్షణ

విద్యార్థులకు శారీరక, మానసిక శిక్షణకంటే ఆత్మ శిక్షణ నేర్పడం కష్టమని పించింది. ఆత్మ శిక్షణకు మత గ్రంథాలు సాయం నేను పొందలేదు. పిల్లలు తమ తమ మతాల మూలతత్వం తెలుసుకోవడం, తమ మత గ్రంథాలను గురించి కొద్దిగా నైనా వాళ్ళు తెలుసుకోవడం అవసరమని భావించాను. అందుకోసం నేను చేతనైనంత వరకు సౌకర్యం కలిగించాను. బుద్ధి వికాసానికి అది

అవసరమని నా భావం. ఆత్మ శిక్షణ విద్యాభ్యాసంలో ఒక భాగమని టాల్‌స్టాయి ఆశ్రమంలో పిల్లలకు శిక్షణ గరిపే సమయంలో నేను తెలుసుకున్నాను. ఆత్మ వికాసం అంటే శీలనిర్మాణం, ఈశ్వరసాక్షాత్కారం పొందడం. ఆత్మజ్ఞానం పొందుతున్నప్పుడు పిల్లలకు సరియైన బోధ అవసరం. మరో రకమైన జ్ఞానం వ్యర్థం, హానికరం కూడా కావచ్చునని తెలుసుకున్నాను.

ఆత్మజ్ఞానం నాల్గవ ఆశ్రమంలో అవసరమను దుర్భ్రమ చాలామందికి వుంటుంది. కాని నాకు కలిగిన అనుభవం ప్రకారం ఆత్మ జ్ఞానాన్ని వాయిదా వేసే వ్యక్తులు ఆత్మజ్ఞానం పొందలేరని, వృద్ధాప్యం వచ్చినప్పుడు దయకు పాత్రులై దీనావస్థను పొంది భువికి భారంగా జీవిస్తూ వుంటారని నేను గ్రహించిన సత్యం. నా యీ భావాలను 1911-12 మధ్య ప్రకటించియుండలేదు. అప్పటి అభిప్రాయాలు ఇవేనని జ్ఞాపకం.

ఆత్మశిక్షణ ఎలా గరపాలి? అందుకోసం పిల్లల చేత భజనలు చేయించేవాణ్ణి. నీతి పుస్తకాలు చదివి వినిపించేవాణ్ణి. అయినా తృప్తి కలిగేది కాదు. వాళ్ళతో సంబంధం పెరిగిన కొద్దీ గ్రంధాల ద్వారా వాళ్ళకు ఆత్మజ్ఞానం కలిగించడం కష్టమని గ్రహించాను. శరీర సంబంధమైన శిక్షణ యివ్వాలంటే వ్యాయామం ద్వారా ఇవ్వాలి. బుద్ధికి పదును పెట్టాలంటే బుద్ధి చేత వ్యాయామం చేయించాలి. అలాగే ఆత్మజ్ఞానం కలగాలంటే ఆత్మ వ్యాయామం అవసరం. ఆత్మశిక్షణ ఉపాధ్యాయుని నడత, శీలం వల్లనే విద్యార్థులకు అలవడుతుంది. అందువల్ల ఉపాధ్యాయులు కడు జాగరూకులై వ్యవహరించడం అవసరం. ఉపాధ్యాయుడు తన ఆచరణ ద్వారా విద్యార్థుల హృదయాలను కదిలించ గలడు. తాను అబద్ధాలాడుతూ తన విద్యార్థుల్ని మాత్రం సత్యసంధులుగా తీర్చి దిద్దాలను కోవడం సరికాదు. పిరికి పందయగు ఉపాధ్యాయుడు తన శిష్యుల్ని నిర్భీకుల్ని చేయలేడు. వ్యభిచారియగు ఉపాధ్యాయుడు తన శిష్యులకు సంయమనం నేర్పలేడు. నా ఎదుట ఉన్న బాలబాలికలకు నేను ఆదర్శ పాత్యవస్తువుగా వుండాలి. అందువల్ల నా విద్యార్థులు నాకు గురువులు అవుతారు. నా కోసం కాకపోయినా వారికోసమైనా నేను మంచిగా వుండి తీరాలి. ఈ విషయం నేను బాగా తెలుసుకున్నాను. టాల్‌స్టాయి ఆశ్రమంలో నేను అలవరుచుకున్న సంయమనానికి కారకులు ఈ బాలబాలికలేనని నా అభిప్రాయం. వారికి కృతజ్ఞతలు చెప్పాలి. ఆశ్రమంలో ఒక యువకుడు ఎప్పుడూ గొడవ చేస్తూ వుండేవాడు. అబద్ధాలాడేవాడు. యితరులతో తగాదా పెట్టుకునేవాడు. ఒక రోజున పెద్ద తుఫాను సృష్టించాడు. నేను గాబరా పడ్డాను. విద్యార్థుల్ని ఎప్పుడూ నేను దండించలేదు. ఆ రోజున నాకు చాలా కోపం వచ్చింది. నేను అతని దగ్గరకు వెళ్ళాను. ఎంత చెప్పినా అతడు వినిపించు కోలేదు. నన్ను మోసగించాలని కూడా ప్రయత్నించాడు. దగ్గరే పడియున్న రూళ్ళ కర్ర ఎత్తి అతడి భుజం మీద గట్టిగా వడ్డించాను. కొట్టే సమయంలో నన్ను వణుకు పట్టుకుంది. అతడు దాన్ని గ్రహించి యుండవచ్చు. అంతవరకు ఆ విధంగా ఏ విద్యార్థి విషయంలోను నేను వ్యవహరించి యుండలేదు. అతడు భోరున ఏడ్చాడు. క్షమించమని వేడుకున్నాడు. రూళ్ళ కర్ర తగిలి బాధ కలిగినందున అతడు ఏడ్వలేదు. ఎదిరించ తలుచుకుంటే నన్ను ఎదుర్కోగల శక్తి అతడికి వుంది. అతడి వయస్సు 17 సంవత్సరాలు వుండి ఉంటుంది. శరీరం బలంగా కుదిమట్టంగా వుంటుంది. రూళ్ళ కర్రతో కొట్టినప్పుడు నేను పడ్డ బాధను అతడు గ్రహించి యుంటాడు. తరువాత అతడు ఎవ్వరినీ వ్యతిరేకించలేదు. కాని రూళ్ళ కర్రతో కొట్టినందుకు కలిగిన పశ్చాత్తాపాన్ని ఈనాటి వరకు నేను మరచిపోలేదు. నేను అతడిని కొట్టి నా ఆత్మను గాక నా పశుత్వాన్ని ప్రదర్శించానను భయం నాకు కలిగింది.

పిల్లలను కొట్టి వారికి పాఠాలు చెప్పడానికి నేను వ్యతిరేకిని. నా విద్యార్థుల్లో ఒక్కణ్ణి మాత్రమే ఒక్కసారి మాత్రమే కొట్టినట్లు నాకు బాగా గుర్తు. రూళ్ళ కఱ్ఱతో కొట్టి నేను మంచిపని చేశానో లేక చెడుపని చేశానో ఈనాటి వరకు నేను తేల్చుకోలేదు. అయితే ఆ దండన యందుగల ఔచిత్యం విషయమై నాకు సందేహం వున్నది. ఆనాటి దండనకు మూలం కోపం. మరియు దండించాలనే కాంక్ష. నాకు కలిగిన దుఃఖం ఆ దండనలో వ్యక్తం అయితే సంతోషించి వుండేవాణ్ణి. ఈ ఘట్టం జరిగాక విద్యార్థులను దండించే కొత్త విధానం నేర్చుకున్నాను. అప్పుడు ఈ కొత్త విధానాన్ని అనుసరించి యుంటే ఏమై యుండేదో చెప్పలేను. ఆ విషయం ఆ యువకుడు అప్పుడే మరచిపోయాడు. అతనిలో పెద్ద మార్పు వచ్చిందని కూడా నేను చెప్పలేను. అయితే ఈ ఘట్టం విద్యార్థుల విషయంలో ఎలా వ్యవహరించాలో నాకు బోధపరిచింది. జాగ్రత్తపడేలా చేసింది. తరువాత కూడా కొందరు యువకులు తప్పులు చేశారు. అయితే వారిని దండనా విధానంతో దండించలేదు. ఈ విధంగా ఇతరులకు ఆత్మ శిక్షణ గరపాలనే ఉద్దేశ్యంతో కృషి చేసిన నేను ఆత్మ సుగుణాన్ని గురించి తెలుసుకోసాగాను.

35. మంచి చెడుల మిశ్రమం

టాల్‌స్టాయి ఆశ్రమంలో మి॥కేలన్ బెక్ మరో సమస్యను నా దృష్టికి తెచ్చారు. వారు చెప్పనంతవరకు ఆ విషయాన్ని గురించి నేను యోచించలేదు. ఆశ్రమంలో గల కొందరు పిల్లలు ఉపద్రవాలు చేసే రకం. చెడ్డవాళ్ళు రౌడీలు కూడా. వాళ్ళతో పాటు నా ముగ్గురు పిల్లలు ఇంకా కొంతమంది పిల్లలు వుండేవారు. అట్టి చెడ్డ పిల్లలతో పాటు మీ పిల్లలు వుండటం సబబా అని ప్రశ్న మి॥ కేలన్‌బెక్ వేశారు. ఒకనాడు ఆయన స్పష్టంగా మాట్లాడుతూ "మీ ఈ విధానం నాకు నచ్చలేదు. ఆ రౌడీ పిల్లల సాంగత్యం వల్ల మీ పిల్లలు చెడిపోకుండా ఎలా వుండగలరు" అని అన్నారు.

కొంచెం సేపు ఆలోచనలో పడ్డానో లేదో నాకు గుర్తు లేదు. కాని నేను ఇచ్చిన సమాధానం ఇప్పటికీ నాకు గుర్తు వున్నది. "నా పిల్లలకు ఆ రౌడీ పిల్లలకు మధ్య వ్యత్యాసం ఎలా చూపగలను? ఇపుడు వారందరికీ నేను సంరక్షకుణ్ణి కదా? ఆ యువకులు నా పిలుపు మేరకే వచ్చారు. ఖర్చులు ఇస్తే ఇవాళే వాళ్ళు జోహన్సుబర్గు వెళ్ళి ఎప్పటిలా ఉండిపోతారు. ఇక్కడికి రావడమంటే నామీద దయ చూపించి నట్లేనని, వాళ్ళు వాళ్ళ తల్లిదండ్రులు భావిస్తే ఆశ్చర్యపడనవసరం లేదు. ఇక్కడికి వచ్చి వాళ్ళు ఇబ్బందులు పడుతున్నారు. మీకు నాకు యీ విషయం తెలుసు. నాకు ఇది ధర్మ సంకటం. వాళ్ళను ఇక్కడే నేను వుంచాలి. అందువల్ల నా పిల్లలు కూడా వాళ్ళతో పాటు వుండాలి. ఇతరుల కంటే తాము గొప్పవారమనే భావం నా పిల్లలకు ఇప్పటి నుండే నేర్పటం తగునా? ఇట్టి భావం వారి బుర్రలో కలిగించడమంటే వాళ్ళను చెడ్డమార్గంలో ప్రవేశపెట్టడమే కదా! వాళ్ళు ఇప్పుడు వున్న పరిస్థితిలో వుంటేనే మంచిది. మంచి చెడుల వ్యత్యాసం గ్రహించగలుగుతారు. వీరి గుణగణాల ప్రభావం తోటి వారి మీద పడదని మాత్రం ఎలా అనగలం? ఏదిఏమైనా వారిని ఇక్కడ వుంచక తప్పదు. అందువల్ల ఏదైనా ప్రమాదం కలిగితే అనుభవించక తప్పదు" అని వారికి సమాధానం యిచ్చాను. మి॥ కేలన్ బెక్ తలవూపి మౌనం వహించారు. యీ ప్రయోగం వల్ల చెడు కలిగిందనిగాని, వారి సహవాసం వల్ల నా పిల్లలకు కీడు వాటిల్లిందని గాని చెప్పలేను. లాభం

కలిగిందని మాత్రం స్వయంగా గ్రహించాను. నా పిల్లల్లో గొప్పవాళ్ళమను భావం ఏ కొంచెం వున్నా అది తగ్గిపోయిందని చెప్పవచ్చు. అందరితో పాటు వుండటం నేర్చుకున్నారు.

తల్లిదండ్రులు జాగ్రత్త పడితే పిల్లలు చెడ్డ వారి సహవాసం చేసి కూడా చెడిపోరని, మంచివారి మీద చెడు యొక్క ప్రభావం పడదని నా అభిప్రాయం. మన పిల్లల్ని పెట్టెలో మూసిపెడితే శుద్ధంగా వుంటారని, బయటికి తీస్తే అపవిత్రులైపోతారని అనుకోవడం సరికాదు. అయితే బాలురు, బాలికలు అధిక సంఖ్యలో కలిసిమెలిసి వున్నప్పుడు, చదువుకుంటున్నప్పుడు తల్లిదండ్రుల మీద ఉపాధ్యాయుల మీద బరువు పడటం ఖాయం. అప్పుడే ఉపాధ్యాయులకు కఠిన పరీక్ష జరుగుతుంది. వాళ్ళు జాగ్రత్తగా వుండక తప్పదు.

36. ఉపవాసం

బాలురు, బాలికలు ఇద్దరినీ నిజాయితీగా పోషించడం, వారికి విద్య గరపడం ఎంత కష్టమైన పనో నాకు రోజురోజుకూ బోధపడసాగింది. ఉపాధ్యాయుడుగా, సంరక్షకుడుగా వారి హృదయాల్లోకి ప్రవేశించాలి. వారి కష్టసుఖాల్లో పాలుపంచు కోవాలి. వారి జీవిత సమస్యల్ని పరిష్కరించాలి. వారి యవ్వనవికాస తరంగాల్ని సరియైన మార్గానికి తరలించాలి. జైళ్ళలో ఉన్న ఖైదీలు కొందరు విడుదలైనందున ఆశ్రమంలో కొద్దిమంది మాత్రమే మిగిలారు. వారంతా ఫినిక్స్ వాసులు. అందువల్ల ఆశ్రమాన్ని ఫినిక్సుకు తీసుకొని వెళ్లాను. ఫినిక్సులో నాకు కఠిన పరీక్ష జరిగింది. టాల్‌స్టాయి ఆశ్రమంలో మిగిలినవారిని ఫినిక్సుకు జేర్చి నేను జోహన్సుబర్గు వెళ్ళాను. జోహన్సుబర్గులో కొద్దిరోజులు ఉన్నానోలేదో ఇంతలో ఇద్దరువ్యక్తులు భయంకరంగా పతనం చెందారను వార్త నాకు చేరింది. సత్యాగ్రహ సంగ్రామంలో ఎక్కడైనా వైఫల్యం కలిగితే నాకు అంత బాధకలగదు కాని ఈ వార్త వినగానే నామీద పిడుగు పడినట్లనిపించింది. నా మనస్సుకు గట్టి దెబ్బతగిలింది. ఫినిక్సుకు బయలుదేరాను. మి॥కెలెన్‌బెక్ వెంటవస్తానని పట్టుబట్టారు. వారు నా దయనీయస్థితిని గ్రహించారు. ఒంటరిగా వెళ్ళనీయనని పట్టుబట్టారు. పతనవార్త వారి ద్వారానే నాకు అందింది.

త్రోవలో నా కర్తవ్యం ఏమిటా అని యోచించాను. ఎవరి సంరక్షణలో వుంటూ వ్యక్తులు చెడిపోతారో ఆ సంరక్షకులు కూడా కొంత వరకు అందుకు బాధ్యులే అని భావించాను. నా బాధ్యత కూడా నాకు బోధపడింది. గతంలో నా భార్య నన్ను హెచ్చరించింది కూడా. కాని సహజంగా అందరినీ నమ్మే మనిషిని గనుక ఆమె మాటల్ని నేను పట్టించుకోలేదు. అందుకు గాను నేను ప్రాయశ్చిత్తం చేసుకోవాలనే నిర్ణయానికి వచ్చాను. నా నిర్ణయాన్ని అమలు పరిస్తే తప్పుచేసినవారు తమ తప్పేమిటో తెలుసుకుంటారని భావించాను. ఆ ప్రకారం నేను ఏడురోజులు ఉపవాసం చేయాలని నాలుగున్నర మాసాలు ఒకపూట భోజనం చేయాలని నిర్ణయించుకున్నాను. మి॥ కేలన్‌బెక్ నన్ను ఆపాలని ప్రయత్నించారు. కాని నేను ఒప్పుకోలేదు. చివరికి ఆయన నా నిర్ణయాన్ని ఒప్పుకుని తాను కూడా అలాగే చేస్తానని అన్నారు. నిర్మలమైన వారి ప్రేమను నేను కాదనలేక పోయాను. ఈ విధంగా నిర్ణయానికి వచ్చిన తరువాత నాకు బరువు తగ్గినట్లనిపించింది. మనస్సు కుదుటపడింది. దోషుల మీద కోపం తగ్గిపోయింది. వారిమీద కేవలం దయ మాత్రమే మిగిలింది.

ఈ విధంగా రైల్లో మనస్సును శాంతపరుచుకుని నేను ఫినిక్సు చేరాను. వివరాలన్నీ తెలుసుకున్నాను. నా ఉపవాసం వల్ల అందరికీ కష్టం కలిగినా వాతావరణం మాత్రం శుద్ధి పడిందని చెప్పగలను. పాపపు భయంకర స్వరూపం ఏమిటో అందరికీ బోధపడింది. విద్యార్థులకు, విద్యార్థినులకు, నాకు మధ్యగల సంబంధం గట్టిపడింది. కొంతకాలం తరువాత మరోసారి నేను 14 రోజులు ఉపవాసం చేయవలసి వచ్చింది. అందుకు ఊహించిన దానికంటే ఎక్కువ సత్ఫలితం చేకూరింది.

ఈ వ్యవహార దృష్ట్యా ప్రతి ఉపాధ్యాయుడు, ప్రతి సంరక్షుడు ఇలాగే చేయాలని మాత్రం నేను అనను. కాని కొన్ని సందర్భాలలో ఇట్టి ఉపవాసాదులకు అవకాశం కలదని చెప్పగలను. అయితే అందుకు వివేకం, అర్హత అవసరం. ఉపాధ్యాయునికి విద్యార్థికీ మధ్యగల శుద్ధమైన ప్రేమలేనప్పుడు, విద్యార్థి చర్యల వల్ల ఉపాధ్యాయుని హృదయానికి నిజమైన దెబ్బతగలనప్పుడు, విద్యార్థికి ఉపాధ్యాయుని యెడ గౌరవభావం లేనప్పుడు ఇట్టి ఉపవాసాదులు వ్యర్థం. నష్టం కూడా కలిగించవచ్చు. ఏది ఏమైనా ఉపవాసాదులు వహించినా వహించకపోయినా ఇట్టి విషయాలలో ఉపాధ్యాయునికి బాధ్యత ఉండి తీరుతుందని నా నిశ్చితాభిప్రాయం. ఏడురోజుల ఉపవాసం, నాలుగున్నర మాసాలు ఒంటిపూట భోజనవ్రతం వల్ల మా కెవ్వరికీ ఇబ్బంది కలుగలేదు. ఆ సమయంలో నా పనియేదీ ఆగలేదు. మందగించలేదు. అప్పుడు నేను పండ్లు మాత్రమే ఆహారంగా తీసుకున్నాను. అయితే ఆ తరువాత చేసిన 14 రోజుల ఉపవాస సమయంలో చివరిరోజుల్లో మాత్రం కష్టం కలిగింది. అప్పటికి రామనామస్మరణ యందలి మహిమను పూర్తిగా నేను గ్రహించలేదు కాబోలు, సహనశక్తి తగ్గింది. ఉపవాస సమయంలో నీరు బాగా తాగాలి అను విషయం నాకు తెలియదు. అందువల్ల కూడా ఉపవాస సమయంలో బాధ కలిగింది. అంతకు పూర్వం చేసిన ఉపవాసాలు ప్రశాంతంగా సాగటంవల్ల 14 రోజుల ఉపవాసం గురించి తేలికగా వ్యవహరించాను. మొదటి ఉపవాస సమయంలో కూనేగారి కటిస్నానం చేస్తూ వున్నాను. 14 రోజులు ఉపవాసం చేసినప్పుడు రెండు మూడు రోజుల తరువాత దాన్ని ఆపివేశాను. నీరు రుచించేది కాదు. నీళ్ళు తాగితే డోకు వచ్చినట్లుండేది. అందువల్ల నీళ్ళు తాగడం తగ్గించాను. దానితో గొంతు ఎండిపోయింది. బలహీనమైపోయాను. చివరిరోజుల్లో మాటకూడా మెల్లగా మాట్లాడవలసి వచ్చింది. కాని రాతపని మాత్రం చివరిరోజు వరకు చేస్తూ వున్నాను. రామాయణాదులు చివరివరకూ వింటూవున్నాను. అన్ని విషయాల్లోను సలహాలు ఇస్తున్నాను.

37. గోఖలేగారిని కలుసుకునేందుకై ప్రయాణం

దక్షిణ ఆఫ్రికాకు సంబంధించిన అనేక స్మృతుల్ని వదిలివేయక తప్పడంలేదు. 1914లో సత్యాగ్రహ సమరం ఆగిన తరువాత గోఖలేగారి కోరిక ప్రకారం నేను ఇంగ్లాండు వెళ్ళి అక్కడి నుండి భారతదేశం చేరవలసివుంది. అందువల్ల జూలై మాసంలో కస్తూరిభాయి, కేలన్‌బెక్, నేను ముగ్గురం ఇంగ్లాండుకు బయలుదేరాం. సత్యాగ్రహ సమరం జరిగిన తరువాత నేను రైళ్ళలో మూడో తరగతిలో ప్రయాణం చేయడం ప్రారంభించాను. అందువల్ల ఓడలో కూడా మూడో తరగతి టిక్కెట్లే కొన్నాను. అయితే ఇక్కడి మూడో తరగతికి మన దేశంలో మూడో తరగతికి చాలా తేడా వున్నది. మన దేశంలో కూర్చునేందుకు, పడుకునేందుకు, అతి కష్టం మీద చోటు దొరుకుతుంది.

పారిశుధ్యం అను విషయాన్ని గురించి యోచించడం అవసరం. కాని ఇక్కడ మూడో తరగతి యందు చోటు బాగానే దొరుకుతుంది. పారిశుధ్యం కూడా పాటించబడుతుంది. మరొకరు మమ్మల్ని ఇబ్బంది పెట్టకుండా వుండేందుకై ఒక పాయిఖానా దొడ్డికి తాళంబెట్టి తాళం చెవి మాకు ఇచ్చారు. మేము ముగ్గురం ఫలాలు భుజించేవారం కావడం వల్ల మాకు ఎండుద్రాక్ష, కిస్‌మిస్, తాజా పండ్లు ఇమ్మని స్టీమరు కేషియరుకు ఆర్డరు అందింది. సామాన్యంగా మూడో తరగతి ప్రయాణీకులకు పండ్లు కొద్దిగా లభిస్తాయేగాని ఎండు ద్రాక్ష వగైరాలు లభించవు. ఇట్టి సౌకర్యం లభించడం వల్ల మేము ముగ్గురం ఓడమీద 18 రోజులు ఎంతో ప్రశాంతంగా ప్రయాణం చేశాం.

ఈ యాత్రకు సంబంధించిన కొన్ని విషయాలు తెలుసుకోవలసిన అవసరం వున్నది. మి॥ కేలన్‌బెక్‌కు దుర్భిణీ యంత్రం అంటే సర్దా. ఆయన దగ్గర ఒకటి రెండు ఖరీదైన దుర్భిణీ యంత్రాలున్నాయి. వాటిని గురించి రోజూ చర్చిస్తూ వుండే వారం. ఆదర్శంగా వుండాలని, సాదా జీవితం గడపాలని, భావించే మనబోటి వారికి అంత ఖరీదైన వస్తువులు తగవని నచ్చచెబుతూ వుండేవాణ్ణి. ఒకరోజున యీ విషయంమీద మా ఇద్దరి మధ్య తీవ్రమైన వాదోపవాదాలు జరిగాయి. మేమిద్దరం మా కేబిన్ కిటికీల దగ్గర నిలబడి వున్నాం. “మన ఇద్దరి మధ్య తకరారు ఎందుకు? ఈ దుర్భిణీ యంత్రం సముద్రంలో పారేస్తే ఆ ఊసే ఎత్తం కదా!” అని అన్నాను. మి॥ కేలన్‌బెక్ వెంటనే “మన ఇద్దరి మధ్య పొరపొచ్చాలు కలిగిస్తున్న యీ వస్తువును పారేయండి” అని అన్నాడు. “నేను పారేయనా?” అని అడిగాను. ‘పారేయండి’ అని అన్నాడు. నేను దుర్భిణీ యంత్రాన్ని సముద్రంలో విసిరి వేశాను. దాని ఖరీదు సుమారు ఏడు పౌండ్లు. అయితే దాని విలువ దాని ఖరీదులో లేదు. దాని యెడ కేలన్‌బెక్‌కు గల వ్యామోహంలో ఉంది. అయినా కేలన్‌బెక్‌కు ఎన్నడూ దుఃఖం కలగలేదు. ఆయనకు నాకు మధ్య ఇలాంటి వ్యవహారాలు చాలా జరుగుతూ వుండేవి. వాటిలో ఇది ఒకటి.

పరస్పర సంబంధం వల్ల ప్రతిరోజు ఏదో కొత్త విషయం నేర్చుకునేవారం. ఇద్దరం సత్యాన్వేషణకు కృషి చేస్తున్నాం. సత్యాన్ని పాటించడం వల్ల క్రోధం, స్వార్థం, ద్వేషం మొదలుగాగలవి సహజంగా తగ్గిపోయాయి. అవి తగ్గకపోతే సత్యం గోచరించదు. రాగద్వేషాలతో నిండియున్న మనిషి, సరళ హృదయుడు అయినప్పటికీ, సత్యవాక్కులే పలుకుతూ వున్నప్పటికీ శుద్ధ సత్యాన్ని దర్శించలేడు. శుద్ధమైన సత్యశోధన జరపడమంటే రాగద్వేషాదుల నుండి విముక్తి పొందడమే. యాత్రకు బయలుదేరి నప్పుడు నేను చేసిన ఉపవాసం ముగిసి ఎన్నో రోజులు దాటలేదు. అందువల్ల నాకు పూర్తి శక్తి చేకూరలేదు. రోజూ డెక్ మీద పచార్లు చేసి ఆకలి పెంచుకోవడానికి, ఎక్కువ ఆహారం తీసుకోవడానికి, తిన్న ఆహారం జీర్ణం చేసుకోవడానికి ప్రయత్నం చేయసాగాను. ఇంతలో నా పిక్కల్లో నొప్పి ప్రారంభమైంది. ఇంగ్లాండు చేరిన తరువాత కూడా నొప్పి తగ్గిలేదు. ఇంకా పెరిగింది. ఇంగ్లాండులో డాక్టరు జీవరాజ్ మెహతాతో పరిచయం కలిగింది. ఉపవాసాన్ని, పిక్కలనొప్పిని గురించి వివరించి చెప్పాను. అంతా విని “మీరు కొద్ది రోజులు పూర్తిగా విశ్రాంతి తీసుకొనకపోతే కాళ్ళు పనిచేయలేని స్థితి ఏర్పడవచ్చు” అని ఆయన చెప్పాడు. ఉపవాసాలు చేసిన వ్యక్తి పోయిన శక్తిని త్వరగా పొందాలనే కోరికతో ఎక్కువ ఆహారం భుజించకూడదను విషయం అప్పుడు నాకు బోధపడింది. ఉపవాసం ప్రారంభించిన ప్పటికంటే, ఉపవాసం విరమించినప్పుడు ఎంతో జాగ్రత్తగా వుండి, సంయమనం అలవర్చుకోవలసి వుంటుంది. మదిరా స్థావరం చేరినప్పుడు మనోయుద్ధం కొద్ది గంటల్లో ప్రారంభం కాబోతున్నదని మాకు సమాచారం అందింది. బ్రిటన్

సాగరంలో ప్రవేశించిన ప్పుడు యుద్ధం ప్రారంభమైందని వార్త అందింది. మమ్మల్ని అక్కడ ఆపి వేశారు. పలుచోట్ల సముద్రంలో మందు పాతరలు పాతి పెట్టారని తెలిసింది. వాటిని తప్పించుకొని సౌదెంప్టన్ చేరడానికి రెండు రోజులు పట్టింది. ఆగస్టు నాల్గవ తేదీన యుద్ధ ప్రకటన వెలువడింది. ఆరవ తేదీన మేము ఇంగ్లాండు చేరాము.

38. యుద్ధ రంగంలో

ఇంగ్లాండు చేరిన తరువాత గోఖలేగారు పారిస్‌లో చిక్కుకు పోయారని తెలిసింది. పారిసుతో రాకపోకలు ఆగిపోయాయి. ఆయన ఎప్పుడు వస్తారో తెలియదు. ఆరోగ్యం కోసం గోఖలేగారు ఫ్రాన్సు వెళ్ళారు. యుద్ధం కారణంగా వారు అక్కడ చిక్కుబడి పోయారు. వారిని కలవకుండా దేశం వెళ్ళడం సాధ్యం కాని పని. అయితే ఆయన ఎప్పుడు రాగలిగేది చెప్పగల వారెవ్వరూ లేరు.

ఈ లోపున నేను ఏం చేయాలి ? యుద్ధంలో నా పాత్ర ఏమిటి ? దక్షిణ ఆఫ్రికా జైల్లో నా అనుచరుడు, సత్యాగ్రాహి అయిన సోరాబ్‌జీ ఆడాజనియా ఇంగ్లాండులో బారిస్టరీ చదువుతూ వున్నాడు. ఉత్తమోత్తమ సత్యాగ్రహిగా ఆయనను బారెట్లా చదవమని అక్కడి వాళ్ళు పంపించారు. ఆయన నా స్థానాన్ని భర్తీ చేస్తారన్న మాట. ఆయన ఖర్చు డాక్టర్ ప్రాణ జీవరాజ్ మెహతాగారు భరిస్తున్నారు. నేను వారిని సంప్రదించాను. ఇంగ్లాండులో నివసిస్తున్న భారతీయుల సమావేశం ఏర్పాటు చేయించి వారికి నా అభిప్రాయాలు తెలియజేశాను. ఇంగ్లాండులో నివసిస్తున్న భారతీయులంతా యుద్ధంలో బ్రిటిష్ వారికి సహకరించాలని నాకు తోచింది. ఆంగ్ల విద్యార్థులు యుద్ధంలో పాల్గొని సేవ చేస్తామని ప్రకటించగా భారతీయులు ఎందుకు వెనకబడాలి? ఈ అభిప్రాయానికి వ్యతిరేకంగా చాలా కారణాలు పేర్కొనబడ్డాయి. మనకు ఆంగ్లేయులకు మధ్య ఎంతో తేడా వున్నదని, ఒకరు బానిసలైతే మరొకరు ప్రభువులని, అట్టి స్థితిలో బానిసలు ప్రభువుకు ఆపద సమయంలో స్వేచ్ఛగా ఎలా సాయం చేయగలరని కొందరు ప్రశ్నించారు. బానిసత్వం నుండి విముక్తి పొందాలని భావిస్తున్న బానిస, యజమాని ఆపదల్లో చిక్కుకున్నప్పుడు ఆ అవకాశాన్ని సద్వినియోగం చేసుకుంటే తప్పేమిటి అని కూడా అన్నారు. ఈ తర్కం అప్పుడు నాకు మింగుడు పడలేదు. మనం పూర్తిగా బానిసత్వంలో లేమనే అభిప్రాయంతో అప్పుడు నేను ఉన్నాను. అసలు ఆంగ్ల ప్రభుత్వ విధానంలో దోషం లేదని, దాన్ని అమలు పరుస్తున్న ఆంగ్ల అధికారుల్లో దోషం అధికంగా వున్నదని ప్రేమ ద్వారా ఆ దోషాన్ని తొలగించవచ్చని భావించాను. ఆంగ్లేయుల సాయంతో మనస్థితిని చక్క దిద్దుకోవాలని మనం భావిస్తూ వుంటే ఆపద సమయంలో వారికి సాయం చేసి తద్వారా పరిస్థితిని చక్కదిద్దు కోవాలని అభిప్రాయపడ్డాను. రాజ్య విధానం దోష మయంగా వున్నప్పటికీ ఆ రోజుల్లో అది ఇప్పటివలెనే నాకు పెద్దదిగా కనబడలేదు. అయితే ఇప్పుడు ఆంగ్ల రాజ్య విధానంమీద విశ్వాసం నాకు పూర్తిగా సడలిపోయింది. అందువల్ల ఇప్పుడు నన్ను సాయం చేయమంటే చేయలేను. అదే విధంగా ఆంగ్ల రాజ్య విధానం మీద, ఆంగ్ల అధికారులు మీద పూర్తిగా విశ్వాసం సన్నగిల్లిపోయినవారిని సాయం చేయమంటే చేస్తారా? సాధ్యమా?

ఆంగ్ల రాజ్య విధానంలో మార్పు కోరడానికి ఇది మంచి తరుణమని వారు భావించారు. కాని నేను అందుకు అంగీకరించలేదు. యుద్ధ సమయంలో హక్కుల కోరకూడదని, ఆ విషయమై సంయమనం పాటించడం మంచిదని, అది దూర దృష్టితో కూడిన పని అని భావించాను. నా

అభిప్రాయం మీద గట్టిగా నిలబడి అంగీకరించిన వారు తమ పేర్లను వ్రాయించమని కోరాను. పెద్ద సంఖ్యలో పేర్లు నమోదు అయ్యాయి. అన్ని మతాల అన్ని ప్రాంతాల వారి పేర్లు ఆ పట్టికలో వున్నాయి.

లార్డ్ క్రూ పేరట జాబు వ్రాశాను. భారతీయుల పేర్లు మీరు మంజూరు చేస్తే యుద్ధరంగంలో గాయపడ్డ వారికి సేవ చేసేందుకు, అందుకు అవసరమైన శిక్షణ పొందేందుకు సిద్ధంగా వున్నామని ఆ జాబులో తెలియజేశాను. కొద్దిగా చర్చలు జరిగిన తదుపది లార్డ్ క్రూ అందుకు అంగీకరించాడు. కష్టసమయంలో ఆంగ్ల ప్రభుత్వానికి సాయం చేస్తున్నందుకు కృతజ్ఞతలు తెలియజేశాడు. పేర్లు ఇచ్చిన వారంతా ప్రసిద్ధ డాక్టరు కేంటలీ గారి అజమాయిషిలో గాయపడ్డ వారికి సేవ చేసే ప్రాధమిక శిక్షణ పొందసాగారు. మా దళానికి ఆరువారాలపాటు చిన్నశిక్షణా కార్యక్రమంలో గాయపడ్డ వారికి సేవాశుశ్రూషలు చేసే ప్రాధమిక విధానం పూర్తిగా నేర్పారు. సుమారు 80 మందిమి ఆ క్యాంపులో చేరాము. ఆరువారాలు తరువాత పరీక్ష పెట్టారు. ఒక్కడు మాత్రమే ఫేలయ్యాడు. ప్యాసైన వారందరికీ ప్రభుత్వం పక్షాన కవాతు జరిపేందుకు ఏర్పాటు చేశారు. కర్నల్ బెకర్‌కు యీకవాతు కార్యక్రమం అప్పగించారు. ఆయనను మా గ్రూపుకు నాయకునిగా నియమించారు. అప్పటి ఇంగ్లాండు పరిస్థితులు తెలుసుకోతగినవి. ప్రజలు భయపడలేదు. అంతా యుద్ధానికి ఏదో విధంగా సాయం చేసేందుకు పూనుకున్నారు. శరీరదార్ఢ్యత గలిగిన యువకులు సైన్యంలో చేరారు. ఆ శక్తులు, వృద్ధులు, స్త్రీలు ఏం చేయాలి? వారికి కూడా పనులు అప్పగించవచ్చు. యుద్ధంలో గాయపడ్డ వారికోసం చాలామంది దుస్తులు కుట్టడం ప్రారంభించారు. అక్కడ లైసియమ్ అను స్త్రీల క్లబ్బు ఒకటి వున్నది. ఆ క్లబ్బుకు చెందిన స్త్రీలు యుద్ధశాఖకు అవసరమైన బట్టలు అందజేసేందుకు పూనుకున్నారు. సరోజినీదేవి కూడా ఆ క్లబ్బుసభ్యురాలు. ఆమె యీ పనికి గట్టిగా పూనుకున్నారు. నాకు అక్కడే ఆమెతో మొదటి పర్యాయం పరిచయం ఏర్పడింది. ఆమె బోలెడన్ని బట్టలు నా ఎదుట కుప్పలుగా పడవేసి, వాటిలో సాధ్యమైనన్ని బట్టలు కుట్టించి తనకు అప్పగించమని చెప్పింది. నేను ఆమె కోరికను పాటించి సాధ్యమైనన్ని గుడ్డలు కుట్టించి ఆమెకు అప్పగించాను.

39. కర్తవ్యం ఏమిటి ?

యుద్ధంలో పని చేస్తామని మేము కొంతమందిమి కలిసి ప్రభుత్వానికి పేర్లు పంపించాము. యీ వార్త అందగానే దక్షిణ ఆఫ్రికా నుండి నాకు రెండు టెలిగ్రాములు అందాయి. అందు ఒకటి పోలక్‌ది. "మీరు చేస్తున్న యీ పని మీ అహింసా సిద్ధాంతానికి విరుద్ధంగా లేదు"? అని ఆయన ప్రశ్నించాడు. ఇలాంటి తంతి వస్తుందని నేను మొదటే వూహించాను. అందుకు కారణం వున్నది. యీ విషయాన్ని గురించి నేను "హింద్ స్వరాజ్య"లో చర్చించాను. దక్షిణ ఆఫ్రికాలో గల మిత్రులతో ఈ విషయమై తరచు చర్చ జరుగుతూ వుండేది. యుద్ధంలో జరిగే అవినీతి మనందరికీ తెలుసు. నా మీద దౌర్జన్యం చేసిన వారిమీదనే కేసు పెట్టడానికి అంగీకరించని నేను రెండు రాజ్యాల మధ్య యుద్ధం జరుగుతూ వుంటే, అందలి గుణ దోషాల్ని గురించి తెలియనప్పుడు అందు పాల్గొనడం సబబా? యుద్ధంలో నేను పాల్గొన్న విషయం మిత్రులందరికీ తెలిసినప్పటికీ, ఆ తరువాత నా భావాల్లో చాలా మార్పు వచ్చి వుంటుందని వారు అనుకున్నారు. నిజానికి ఏ యోచనా సరళితో నేను బోయర్ యుద్ధంలో పాల్గొన్నానో సరిగా అదే యోచనా సరళితో యీ యుద్ధంలో కూడా

పాల్గొనాలని భావించాను. యుద్ధంలో పాల్గొనడానికి, అహింసకు పొంతన కుదరదని తెలుసుకున్నాను. కాని కర్తవ్య బోధదీపం వెలుగుతూ స్పష్టంగా వుండదు కదా! సత్య పూజారి అనేకసార్లు మునిగి తేలవలసి వస్తుంది.

అహింస వ్యాపకమైన వస్తువు. హింసావలయంలో చిక్కుకు పోయిన పామర ప్రాణులం మనం. తోటి జీవులపై ఆధారపడి జీవించాలన్న సూక్తి సరియైనదే. మనిషి బాహ్య హింస చేయకుండా ఒక్క క్షణమైనా జీవించలేడు. లేస్తూ కూర్చుంటూ, తింటూ తిరుగుతూ తెలిసో తెలియకో హింస చేస్తూనే వుంటాడు. అట్టి హింస నుండి బయటపడేందుకు కృషి చేయడం, మనస్సు పూర్తిగా కరుణతో నిండి వుండటం, బహుచిన్న ప్రాణికి సైతం హాని కలిగించకుండా వుండటం, అహింసా పూజారి లక్షణం. అట్టి వాని ప్రవృత్తి సంయమనంవైపు పయనిస్తుంది. అతనిలో సదా కరుణ నిండి వుంటుంది. అయినా దేహధారి ఎప్పుడూ కూడా బాహ్యహింస నుండి పూర్తిగా విముక్తి పొందజాలడు.

అహింసలో అద్వైత భావం నిండి వుంటుంది. ప్రాణులన్నింటిలో భేదంలేనప్పుడు ఒకదాని పాప ప్రభావం మరొకదానిమీద తప్పక పడుతుంది. అందువల్ల మనిషి హింస నుండి తప్పించుకోలేడు. సమాజంలో నివసించేవ్యక్తి సమాజంలో సాగే హింసలో ఇష్టం లేకపోయినా భాగస్వామి కాక తప్పదు. రెండు దేశాల మధ్య యుద్ధం ప్రారంభమైనప్పుడు, ఆ యుద్ధాన్ని ఆపడం అహింసా వాదుల కర్తవ్యం. ఆ కర్తవ్యాన్ని, ధర్మాన్ని నిర్వర్తించలేక పోయినప్పుడు, యుద్ధాన్ని వ్యతిరేకించగల శక్తి లేనప్పుడు, అట్టి హక్కు కూడా కలిగి వుండనప్పుడు ఆ వ్యక్తి యుద్ధకార్యాల్లో చేరిపోవాలి. చేరినప్పటికీ తనను, తన దేశాన్ని జగత్తును రక్షించేందుకు హృదయపూర్తిగా కృషి చేయాలి.

నేను ఆంగ్ల రాజ్యం ద్వారా నా దేశ ప్రజల స్థితిని సరిదిద్దవలెనని భావించాను. నేను ఇంగ్లాండులో కూర్చొని బ్రిటిష్ యుద్ధ ఓడల ద్వారా రక్షణ పొందివున్నాను. అంటే ఆ బలాన్ని యీ విధంగా ఉపయోగించుకొని, అందు నిహితమైయున్న హింసలో తిన్నగా నేను పాల్గొంటున్న మాట. యీ ప్రభుత్వంతో సంబంధం పెట్టుకొని వ్యవహారాలు జరపాలన్నా, ప్రభుత్వ పతాక క్రింద ఉండాలన్నా, నేను రెండు మార్గాల్లో ఏదో ఒకదాన్ని అనుసరించాలి. యుద్ధాన్ని బాహాటంగా వ్యతిరేకించాలి. ఆ ప్రభుత్వ విధానం యుద్ధానికి వ్యతిరేకంగా మారనంతవరకు సత్యాగ్రహ శాస్త్రప్రకారం దాన్ని బహిష్కరించాలి. లేక ఆ ప్రభుత్వ చట్టాలను ధిక్కరించి జైలుకు వెళ్ళాలి. అలా చేయలేనప్పుడు యుద్ధకార్యాలలో పాల్గొని ఆ ప్రభుత్వానికి సహకరించి, అవసరమైనప్పుడు దాన్ని ధిక్కరించగల శక్తిని హక్కును సమకూర్చుకోవాలి. అట్టి శక్తి ఇప్పుడు నాకు లేదు. అందువల్ల యుద్ధంలో చేరి సహకరించాలనే నిర్ణయానికి వచ్చాను.

అయితే తుపాకి పట్టుకొన్న వాడికి, వాడికి సహకరించేవారికి మధ్య హింస దృష్ట్యా తేడా లేదని నాకు తెలుసు. దోపిడి దొంగలకు అవసరమైన సేవ చేయడానికి, అతడి మూటలు మోయడానికి, గాయపడినప్పుడు అతడికి సేవా శుశ్రూషలు చేయడానికి సిద్ధపడిన మనిషి కూడా దోపిడి వ్యవహారంలో దొంగతో సమానంగా బాధ్యత వహించవలసిందే. యీ దృష్టితో పరిశీలించి చూస్తే సైన్యంలో చేరి గాయపడ్డ సైనికులకు సేవా శుశ్రూషలు చేసే వాడు కూడా యుద్ధానికి. సంబంధించిన దోషాన్నుండి తప్పించు కోలేడు.

ఈ విషయాన్ని పోలక్ తంతి చేరకపూర్వమే నేను యోచించాను. ఆయన తంతి అందిన తరువాత ఆ విషయమై కొంతమంది మిత్రులను సంప్రదించాను. యుద్ధంలో చేరడం ధర్మమని

నేను భావించాను. ఈనాడు కూడా ఆ భావానికి కట్టుబడి వున్నాను. అందు నాకు దోషం కనబడలేదు. బ్రిటిష్ సామ్రాజ్యాన్ని గురించి ఆనాడు నాకు గల భావాల ననుసరించి, వాటిని పాటిస్తూ నేను యుద్ధకార్యాలకు సహకరించాను. అలా చేసినందుకు నేను పశ్చాత్తాప పడలేదు.

అయితే నా అభిప్రాయాల ఔచిత్యాన్ని ఆనాడు కూడా నా మిత్రులు ఎదుట వుంచి సమర్థించుకోలేక పోయిన మాట నిజం. ఇది కడు సున్నితమైన విషయం. అభిప్రాయ భేదానికి అందు తావువున్నది. అందువల్ల అహింసా ధర్మాన్ని అంగీకరించి దానిని పాలించేవారి కోసం శక్త్యానుసారం నా అభిప్రాయాన్ని ఇక్కడ వ్యక్తం చేశాను. సత్యనిష్ఠ గలవారు, నియమాలమీదనే ఆధారపడి పనిచేయకూడదు. తన భావాల్ని మాత్రమే అంటిపెట్టుకొని వుండకూడదు. అందు దోషం వుండవచ్చని అంగీకరించాలి. ఆ దోషాన్ని గురించి పరిజ్ఞానం కలిగిననాడు ఎంత పెద్ద ప్రమాదం సంభవించినా ఎదుర్కొనాలి. దాని ఫలితం అనుభవించాలి. ప్రాయశ్చిత్తం కూడా చేసుకునేందుకు సిద్ధపడాలి.

40. చిన్న సత్యాగ్రహం

ధర్మమని భావించి నేను యుద్ధంలో చేరాను. కాని అందు తిన్నగా పాల్గొనే అదృష్టం కలుగలేదు. అలాంటి సున్నితమైన సమయంలో సత్యాగ్రహం చేయవలసి వచ్చింది. మా పేర్లు మంజూరై నమోదు అయిన తరువాత మాకు కవాతు గరపడానికి ఒక అధికారి నియమింపబడిన విషయం పేర్కొన్నాను. యీ ఆఫీసరు యుద్ధ శిక్షణ ఇవ్వడం వరకే పరిమితమై వుంటాడని మిగతా అన్ని విషయాలలో నేను మా ట్రూపుకు నాయకుణ్ణని అంతా అనుకున్నాం. నా అనుచరుల విషయమై బాధ్యత నాదని, నా విషయమై బాధ్యత మా వాళ్ళదని భావించాను. కాని ఆదిలోనే హంసపాదన్నట్లు ఆ ఆఫీసరుగారి మొదటి చూపులోనే అనుమానం కలిగింది. సొహరాబ్ చాలా తెలివిగలవాడు. నన్ను వెంటనే "అన్నా! జాగ్రత్త. యీ మనిషి మన మీద నవాబ్‌గిరీ చలాయించాలని చూస్తున్నట్లుంది. వాడి ఆజ్ఞ మాకు అనవసరం. వాడు కవాతు నేర్పే శిక్షకుడు అంతే. అదిగో ఆ వచ్చిన యువకులు కూడా మన మీద అధికారం చలాయించాలని భావిస్తున్నట్లుంది" అని నన్ను హెచ్చరించాడు. ఆ యువకులు ఆక్సుఫర్డు విద్యార్థులు. శిక్షణకోసం వచ్చారు. పెద్ద ఆఫీసరు వాళ్ళను మా మీద డిప్యూటీ అధికార్లుగా నియమించాడు. సొహరాబ్ చెప్పిన విషయం నేనూ గమనించాను. సొహరాబుకు శాంతంగా వుండమని చెప్పేందుకు ప్రయత్నించాను. కాని సొహరాబ్ అంత తేలికగా అంగీకరించే మనిషి కాదు.

మీరు సాధుపుంగవులు. తియ్యగా మాట్లాడి వీళ్ళు మిమ్ము మోసం చేస్తారు. మీరు తరువాత తేరుకొని "పదండి, సత్యాగ్రహం చేద్దాం అని మిమ్మల్ని హైరానా పెడతారు" అని నవ్వుతూ అన్నాడు సొహరాబ్. "నా వెంట వుండి హైరానా తప్ప మరింకొకటి ఎప్పుడైనా మీరు పొందారా మిత్రమా? సత్యాగ్రహి మోసగించబడటానికే గదా పుట్టింది? వాళ్ళు నన్ను మోసం చేస్తే చేయనీయండి చూద్దాం. ఒకరిని మోసం చేయాలనుకునేవాడే చివరికి మోసంలో పడిపోతాడని ఎన్నో సార్లు మీకు చెప్పానుగదా అని అన్నాను.

సొహరాబ్ పకపక నవ్వుతూ "మంచిది అలాగే మోసంలో పడండి. ఏదో ఒకరోజున సత్యాగ్రహంలో మీరు చచ్చిపోతే మా బొంట్లను కూడా వెంట తీసుకెళ్ళండి" అని అన్నాడు.

కీర్తిశేషురాలు మిస్. హోబోహౌస్ నిరాకరణోద్యమాన్ని గురించి రాసిన క్రింది మాటలు నాకు జ్ఞాపకం రాసాగాయి. "సత్యం కోసం మీరు ఒకానొక రోజున ఉరికంబం ఎక్కవలసి వస్తుందనడంలో నాకు సందేహం లేదు. భగవంతుడు మిమ్ము సరియైన మార్గాన తీసుకువెళ్ళు గాక. మిమ్ము రక్షించుగాక". సొహరాబ్‌తో నా యీ మాటలు ఆఫీసరు గద్దెనెక్కిన ఆరంభపు రోజుల్లో జరిగాయి. ఆరంభం, అంతం రెండింటి మధ్య ఎంతో కాలం పట్టలేదు. ఇంతలో నరం వాచి నాకు బాధకలిగింది. 14 రోజుల ఉపవాసానంతరం నా శరీరం పూర్తిగా కోలుకోలేదు. కాని కవాతులో తప్పనిసరిగా పాల్గొనసాగాను. ఇంటి నుండి కవాతు చేసే చోటుకు కాలినడకన రెండు మైళ్ళు దూరం వెళుతూ వున్నాను. తత్ఫలితంగా మంచం ఎక్కవలసివచ్చింది.

ఇట్టి స్థితిలో సైతం నేను ఇతరులతో పాటు క్యాంపులు వెళ్ళవలసి వచ్చింది. మిగతా వారంతా అక్కడ వుండేవారు. నేను సాయంకాలం ఇంటికి తిరిగి వచ్చేవాణ్ణి. ఇక్కడే సత్యాగ్రహానికి బీజాలు పడ్డాయి. ఆఫీసరు తన దర్జా చూపించసాగాడు. తను అన్ని విషయాల్లోను మాకు ఆఫీసరు అన్నట్లు వ్యవహరించసాగాడు. ఆఫీసరు అట్టి పాఠాలు రెండు మూడు మాకు నేర్పాడు కూడా. సొహరాబ్ నా దగ్గరకు వచ్చాడు. నవాబ్‌గిరీ సహించే స్థితిలో లేడు. "ఏ ఆజ్ఞ అయినా మీద్వారానే రావాలి. ఇప్పుడు ఇంకా మనం శిక్షణా శిబిరంలోనే వున్నాం. ప్రతి విషయంలోను అర్థం లేని హుకుములు జారీ అవుతున్నాయి. ఆ యువకులకు మనకు చాలా వ్యత్యాసం చూపబడుతున్నది. దీన్ని సహించడం కష్టం. యీ వ్యవహారం త్వరగా తేల్చుకోవడం మంచిది. లేకపోతే మనం ఇబ్బందుల్లో పడతాం. మనవాళ్ళెవరూ కూడా అర్థం పర్థం లేని హుకుములను పాటించే స్థితిలో లేరు. ఆత్మాభిమాన రక్షణకోసం ప్రారంభించిన పనిలో అవమానాలపాలు కావడం సరికాదు" అని అన్నాడు.

నేను ఆఫీసరు దగ్గరకు వెళ్ళాను. విషయాలన్నీ ఆయనకు చెప్పివేశాను. ఒక పత్రంలో వాటన్నింటిని రాసి ఇమ్మని అంటూ తన అధికారాన్ని గురించి కూడా చెపుతూ "మీ ద్వారా ఇట్టి ఆరోపణలు రాకూడదు. డిప్యూటీ ఆఫీసరు ద్వారా తిన్నగా నా దగ్గరకు రావాలి" అని అన్నాడు. "నాకు అధికారాలేమీ అక్కరలేదు. సైనికరీత్యా నేను సామాన్య సిపాయిని మాత్రమే. కాని మా ట్రూపునాయకుని హోదాలో మీరు నన్ను వారి ప్రతినిధిగా అంగీకరించక తప్పదు. నాకు అందిన ఆరోపణలు చెప్పాను. అదికాక ఉపనాయకులు నియామకం మమ్మల్ని అడిగి చేయలేదు. వాళ్ళ విషయమై అంతా అసంతృప్తిగా వున్నారు. అందువల్ల వాళ్ళను వెంటనే తొలగించివేయండి. ట్రూపు మెంబర్లకు తమ నాయకుణ్ణి ఎన్నుకొనే అధికారం ఇవ్వండి" అని స్పష్టంగా చెప్పివేశాను. నా మాటలు అతనికి మింగుడు పడలేదు. అసలు ఉపనాయకుణ్ణి ఎన్నుకొనే ప్రశ్నే లేదు. ఇప్పుడు వాళ్ళను తొలగించితే ఆజ్ఞాపాలనకు సైనిక నియమాలకు తావే వుండదు అని అన్నాడు. మేము సభ జరిపాం. చిన్న సత్యాగ్రహం చేస్తే సంభవించే గంభీరమైన పరిణామాల్ని గురించి చర్చించాం. దరిదాపు అంతా సత్యాగ్రహానికి పూనుకోవాలి అని ప్రతిజ్ఞ చేశారు. ఇప్పటి నాయకుల్ని తొలగించకపోతే, క్రొత్త నాయకుణ్ణి ఎన్నుకొనే అధికారం ట్రూపు మెంబర్లకు ఇవ్వకపోతే మా ట్రూపు కవాతులో పాల్గొనదు, క్యాంపుకు వెళ్ళడం మానివేస్తుంది అంటూ తీర్మానం చేశాం.

నేను ఆఫీసరుకు మా అసంతృప్తిని వెల్లడిస్తూ జాబు రాశాను. నాకు అధికారం ఏమీ వద్దు. సేవ చేయడానికి వచ్చాం. ఆ పని పూర్తి చేయాలి. బోయర్ల సంగ్రామంలో నేను ఎట్టి అధికారం పొందలేదు. అయినా కర్నల్ గేలబ్‌కు మాట్రూపుకు మధ్య ఎన్నడూ ఏ విధమైన పొరపొచ్చము

ఏర్పడలేదు. నా ద్వారా మాత్రూపు అభిప్రాయాలు తెలుసుకొని ఆయన వ్యవహరించేవాడు అని పత్రంలో వ్రాసి తీర్మానం ప్రతి కూడా దానితో పాటు పంపించాను. అయితే ఆఫీసరు నా పత్రాన్ని ఖాతరు చేయలేరు. మేము మీటింగు జరిపి తీర్మానం ప్యాసు చేయడం కూడా మిలటరీ నియమాలకు వ్యతిరేకమనే నిర్ధారణకు వచ్చాడు. తరువాత నేను భారత మంత్రికి ఈ వ్యవహారమంతా తెలియజేస్తూ జాబు పంపాను. తీర్మానం ప్రతి కూడా దానితో జమ చేశాను. భారత మంత్రి వెంటనే సమాధానం వ్రాస్తూ ట్రూపు నాయకునికి ఉపనాయకుని ఎన్నుకునే అధికారం వున్నది. భవిష్యత్తులో ఆ నాయకుడు మీ సిఫారసులను పాటిస్తాడు అని జాబు పంపాడు. ఆ తరువాత మా మధ్య ఉత్తరప్రత్యుత్తరాలు బాగా జరిగాయి. ఆ చేదు అనుభవాలన్నింటినీ పేర్కొని ఈ ప్రకరణాన్ని పెంచదలుచుకోలేదు. అయితే భారతదేశంలో ప్రతిరోజు మనకు కలుగుతూ వుండే కటు అనుభవాల వంటివే అవి అని చెప్పక తప్పదు.

ఆఫీసరు బెదిరించి మాలో మాకు వైరుధ్యం వచ్చేలా చేశాడు. ప్రతిజ్ఞ చేసిన మాలో కొందరు సామదండభేదాలకు లోబడి పోయారు. ఇంతలో నేటాలీ ఆసుపత్రికి అసంఖ్యాకంగా గాయపడ్డ సైనికులు వచ్చారు. వారికి సేవ చేసేందుకు మా ట్రూపు మెంబర్లంతా అవసరమైనారు. మా వాళ్ళు కొంతమంది నేటాలీ వెళ్ళారు. కాని మిగతా వాళ్ళు వెళ్ళలేదు. ఇండియా ఆఫీసు వారికి ఇలా వెళ్లక పోవడం నచ్చలేదు. నేను మంచం పట్టినప్పటికి మెంబర్లను కలుసుకుంటూనే వున్నాను. మి॥ రాబర్ట్సుతో బాగా పరిచయం ఏర్పడింది. ఆయన నన్ను కలుసుకునేం దుకు వచ్చి మిగతా వారిని కూడా పంపమని పట్టుబట్టాడు. వాళ్ళంతా వేరే ట్రూపుగా వెళ్ళవచ్చని, అయితే నేటాలీ ఆసుపత్రిలో అక్కడి నాయకుల ఆధీనంలో వుండి ఈ ట్రూపు సభ్యులు పనిచేయాలని, అందువల్ల పరువు నష్టం జరగదని ప్రభుత్వం ఎంతో సంతోషిస్తుందని, గాయపడ్డ సైనికులకు సేవా శుశ్రూషలు లభిస్తాయని మరీ మరీ చెప్పాడు.

నాకు, నా అనుచరులకు వారి సలహా నచ్చింది. దానితో మిగతా వారు కూడా నేటాలీ వెళ్ళారు. నేను ఒక్కణ్ణి మాత్రం చేతులు నలుపుకుంటూ పక్కమీదపడి ఆగిపోయాను.

41. గోఖలే గారి ఔదార్యం

ఇంగ్లాండులో నరం వాపును గురించి రాశాను. నన్ను యీ జబ్బు పటుకున్నప్పుడు గోఖలేగారు ఇంగ్లాండు వచ్చారు. వారి దగ్గర నేను, కేలన్‌బెక్ తరచు వెళుతూ వున్నాం. ఎక్కువగా యుద్ధాన్ని గురించిన చర్చ జరుగుతూ వుండేది. జర్మనీ భూగోళం కేలన్‌బెక్‌కు కరతలామలకం. ఆయన యూరప్ అంతా పర్యటించిన వ్యక్తి. అందువల్ల మ్యాపువేసి యుద్ధస్థావరాలను గోఖలేగారికి చూపుతూ వుండేవాడు. నా జబ్బు కూడా చర్చనీయాంశం అయింది. ఆహారాన్ని గురించిన నా ప్రయోగాలు సాగుతూనే వున్నాయి. ఆ సమయంలో వేరుసెనగపప్పు, పచ్చి మరియు పండిన అరటిపళ్ళు, టమోటాలు, ద్రాక్షపండ్లు మొదలగువాటిని భుజిస్తున్నాను. పాలు, ధాన్యం, పప్పు పూర్తిగా మానివేశాను. డా. జీవరాజ్ మెహతా వైద్యం చేస్తున్నారు. ఆయన గోధుమ తినమని పాలు తాగమని బలవంతం చేశారు. గోఖలేగారికి యీవిషయమై నామీద పితూరీ వెళ్ళింది. పండ్లు మాత్రమే ఆహారంగా తీసుకోవాలని నేను చేసుకున్న నిర్ణయాన్ని గోఖలేగారు అంతగా ఆదరించలేదు. ఆరోగ్యదృష్ట్యా డాక్టర్ల సలహాలను పాటించాలని వారి అభిప్రాయం. గోఖలేగారి మాటను ఉల్లంఘించలేను. వారు గట్టిగా పట్టుబట్టారు. 24గంటల వ్యవధి కోరాను. నేను మరియు కేలన్‌బెక్

ఇంటికి వచ్చాము. త్రోవలో నా కర్తవ్యాన్ని గురించి చర్చించాం. నేను చేస్తున్న ప్రయోగాలు ఆయన కూడా చేస్తున్నాడు. ఆరోగ్య దృష్ట్యా యీ ప్రయోగాలలో మార్పు చేయడం మంచిదని ఆయన అభిప్రాయపడ్డాడు. ఇక అంతర్వాణిపై ఆధారపడ్డాను. రాత్రంతా ఆలోచించాను. నా ప్రయోగాల్ని మానుకుంటే నా కృషి అంతా నిరర్ధకం అయిపోతుంది. నా అభిప్రాయాల్లో నాకు ఏ విధమైన దోషమూ కనబడలేదు. అయితే గోఖలే గారి ప్రేమకు లొంగిపోవడమా లేక నా శోధనల ప్రకారం ముందుకు సాగడమా తేల్చుకోవలసివున్నది. బాగా యోచించి ధర్మ బద్ధమైన ప్రయోగాలను సాగిస్తూ మిగతా ప్రయోగాల విషయమై డాక్టర్ల సలహాను పాటించాలనే నిర్ణయానికి వచ్చాను. పాల విషయం ధర్మబద్ధం. కనుక పాలు త్రాగకూడదు. మిగతా వాటి విషయంలో డాక్టరు సలహా పాటించాలి అని భావించాను. కలకత్తాలో ఆవులను గేదెలను చిత్రహింసకు గురిచేస్తున్న దృశ్యాలు నా కండ్లకు కనబడసాగాయి. పశువుల మాంసం ఎలా త్యజించాలో పశువుల పాలు కూడా అలాగే త్యజించాలి. అందువల్ల పాలు మాత్రం త్రాగకూడదని నిర్ణయించుకొని ప్రొద్దున్నే లేచాను. నా మనస్సు తేట పడింది. కాని గోఖలేగారు ఏమంటారోనని భయం పట్టుకున్నది. వారు నా నిర్ణయాన్ని కాదన లేరులే అను ధైర్యం కూడా కలిగింది.

సాయంత్రం నేషనల్ లిబరల్ క్లబ్బులో వారిని కలుసుకునేందుకు వెళ్ళాము. డాక్టరు సలహా పాటించాలని నిర్ణయించారా? అని నన్ను చూడగానే గోఖలే ప్రశ్నించారు. "అన్నీ పాటిస్తాను. కాని ఒక్క విషయంలో మాత్రం మీరు పట్టుపట్టకండి. పాలు, పాలతో తయారైన వస్తువులు, మాంసం వీటిని తీసుకోవద్దు. అందువల్ల ప్రాణం పోయినా సరే సిద్ధపడమని నామనస్సు ఆదేశం" అని మెల్లగా అన్నాను.

"ఇది మీ చివరి నిర్ణయమా?"

"మరో సమాధానం యివ్వడం సాధ్యం కాదు. మీకు విచారం కలుగుతుందని నాకు తెలుసు. మన్నించండి" "మీ నిర్ణయం సరికాదు. అందు ధర్మ బద్ధం అంటూ ఏమీ లేదు. అయినా మీ నిర్ణయాన్ని అంగీకరిస్తున్నాను" అని అన్నారు. గోఖలే మాటల్లో విచారం నిండి వున్నా ప్రేమమాత్రం అపరిమితంగా వెల్లడి అయింది. జీవరాజ్ మెహతా వైపు చూచి "ఇక గాంధీని బాధించకండి. ఆయన నిర్ణయానికి కట్టుబడి చేయగలిగిన చికిత్స చేయండి" అని అన్నారు.

డాక్టరు తన అసంతృప్తి వెల్లడించారు. కాని తప్పనిసరికదా! పెసరనీళ్ళు త్రాగమని సలహా ఇచ్చారు. అందు కొద్దిగా ఇంగువ కలపమని చెప్పారు. నేను అంగీకరించాను. ఒకటి రెండు రోజులు ఆ విధంగా చేశాను. నా బాధ ఇంకా పెరిగింది. పెసరనీళ్ళు నాకు పడలేదు. అందువల్ల నేను తిరిగి పండ్లు తినడం ప్రారంభించాను. డాక్టరు కొంత వైద్యం చేశారు. బాధ కొద్దిగా తగ్గింది. నా నియమాలు, నిబంధనలు చూచి డాక్టరు భయపడ్డాడు. యీ లోపున అక్టోబరు నవంబరు మాసాలలో ఇంగ్లాండులో ముమ్మరంగా ప్రారంభమయ్యే మంచును తట్టుకోలేక గోఖలేగారు ఇండియాకు బయలుదేరి వెళ్ళారు.

42. నొప్పి తగ్గేందుకు

నరాల నొప్పి తగ్గలేదు. కొంచెం కంగారు పడ్డాను. మందులవల్ల నొప్పి తగ్గదని, ఆహారంలో మార్పు వల్ల బయటి ఉపచారాల వల్ల నొప్పి తగ్గుతుందని భావించాను. 1890లో అన్నాహారం మరియు ఇతర ఉపచారాల ద్వారా చికిత్స చేసే డాక్టర్ ఎలిన్సన్ గారిని పిలిపించాను. ఆయన

వచ్చాడు. నా శరీరం వారికి చూపించాను. పాలను గురించిన నా నిర్ణయం తెలియజేశాను. ఆయన నాకు ధైర్యం చెప్పాడు. పాలు అక్కర్లేదు. కొద్ది రోజుల పాటు జిగురుపదార్థాలు తినవద్దు అని చెప్పాడు. ఒట్టి రెట్టె, పచ్చికూరలు, ఉల్లిపాయలు. పచ్చకూర, నారింజపండు తినమని చెప్పాడు. మా కూరలతో పాటు సొరకాయ పచ్చడి తినవలసి వచ్చింది. మూడు రోజులు గడిచాయి. పచ్చికూరలు పడలేదు. యీ ప్రయోగం పూర్తిగా చేసే స్థితిలో నా శరీరం లేదు. పైగా అట్టి శ్రద్ధకూడా కలుగలేదు. 24 గంటలు కిటికీలు తెరిచివుంచమని, గోరు వెచ్చని నీటితో స్నానం చేయమని, నొప్పిగా వున్నచోట తైలంతో మర్ధన చేయమని, అరగంట సేపు తెరపగాలిలో తిరగమని సలహా ఇచ్చాడు. యీ సలహా నాకు నచ్చింది. నేను వున్న ఇంటి కిటికీలు ఫ్రెంచి పద్ధతిలో వున్నాయి. వాటిని పూర్తిగా తెరిస్తే వర్షపునీరు ఇంట్లోకి రాసాగింది. వెంటిలేటర్లు తెరుచుకోవు. అందువల్ల వాటి అద్దాలను తొలగించివేసి 24 గంటలు గాలివచ్చేలా ఏర్పాటు చేయించాను. వర్షం జల్లులు లోపలికి రాకుండా వుండేలా కిటికీ తలుపులు కొంచెంగా మూసి వుంచాను. దానితో ఆరోగ్యం కొద్దిగా కుదుట పడింది. అయితే పూర్తిగా కుదుటపడలేదు. అప్పుడప్పుడు లేడీ సిసిలియా రాబర్ట్స్ నన్ను చూచేందుకు వస్తూ వుండేది. నా చేత పాలు తాగించాలని ఆమె భావించింది. నేను తాగనని తెలుసుకొని అట్టి గుణాలు గల పదార్థాలు మరేమైనా వున్నాయా అని అన్వేషణ ప్రారంభించింది. మాల్టెడ్ మిల్కును గురించి మిత్రుడు తెలిపి అందు పాలు కలవవని సరిగా తెలుసుకోకుండానే ఆమెకు చెప్పాడు. అది రసాయన పదార్థాలతో తయారు చేయబడ్డ పాలగుణం కలిగిన గుజ్జు. ఆమెకు నా నిర్ణయంయెడ అపరిమితమైన ఆదరం కలదని నాకు తెలుసు. అందువల్ల ఆమె తెచ్చిన ఆ గుజ్జును నీళ్ళలో కలిపి పుచ్చుకున్నాను. పాలరుచి పూర్తిగా అందువున్నది. ఎడం చేతికి బదులు పుర్ర చెయ్యి పెట్టు అన్నట్లున్నది ఈ తతంగం. సీసామీద గల చీటీ చదివాను. పాలతో తయారు చేయబడిన వస్తువు అని స్పష్టంగా అందు రాసి వున్నది. అందువల్ల ఒక్కసారి వాడి దాన్ని మానవలసి వచ్చింది. యీ విషయం లేడీ రాబర్ట్సనుకు జాబుద్వారా తెలిపి ఏమీ అనుకోవద్దని రాశాను. ఆమె వెంటనే పరుగెత్తుకు వచ్చి జరిగిన దానికి మన్నించమని కోరింది. ఆమె మిత్రుడు అసలు లేబులు చదవనేలేదన్నమాట. మీ వంటి మంచి మనస్సు గల సోదరి ఆప్యాయతతో అందజేసిన వస్తువును వదిలినందుకు క్షమించమని ఆమెను వేడుకున్నాను. తెలియక ఒక్క పర్యాయం పుచ్చుకున్నందుకు పశ్చాత్తాప పడనని, ప్రాయశ్చిత్తం చేసుకోనని కూడా ఆమెకు తెలియజేశాను.

ఆమె వల్ల కలిగిన మధురస్మృతులు ఇంకా వున్నాయి. కాని వాటిని వదిలి వేస్తున్నాను. ఆపదల్లో సాయపడ్డ ఇటువంటి స్మృతులు అనేకం వున్నాయి. భగవంతుడు దుఃఖమనే చేదు మందులు తాగించి వాటితోపాటు తీయని స్నేహమనే పథ్యం కూడా రుచి చూపుతాడని శ్రద్ధాళువులు గ్రహింతురుగాక. డాక్టర్ ఎలిన్సన్ నన్ను చూచేందుకు రెండోసారి వచ్చారు. యీసారి ఎక్కువ స్వాతంత్ర్యం యిచ్చారు. నునుపుతనం గల ఎండు ద్రాక్ష, వేరుసెనగపప్పుతో తయారయ్యే వెన్న తీసుకోమని చెప్పారు. పచ్చికూరలు రుచించకపోతే ఉడకపెట్టి అన్నంలో కలిపి తినమని చెప్పారు. ఆహారంలో యీ మార్పునా ఒంటికి బాగా పనిచేసింది.

కాని నొప్పి మాత్రం పూర్తిగా తగ్గలేదు. డాక్టర్ మెహతా అప్పుడప్పుడు వచ్చి చూచి వెళుతూ వున్నారు. "నేను చెప్పిన ప్రకారం చికిత్స చేయించుకుంటే తక్షణం నయం చేస్తా" అని ఆయన ఎప్పుడూ అంటూ వుండేవాడు. ఒకనాడు మి॥ రాబర్ట్స్ వచ్చి ఇండియా వెళ్ళమని సలహా ఇచ్చాడు. ఈ పరిస్థితిలో మీరు నేటాలీ వెళ్ళడం కష్టం. ముందు ముందు చలి మరీ తీవ్రం అవుతుంది. ఇక

మీరు మీ దేశం వెళ్ళండి. జబ్బు నయం అవుతుంది అని గట్టిగా చెప్పాడు. అప్పటి వరకు యుద్ధం సాగుతూ వుంటే మీకు అందు పాల్గొనే అవకాశం లభిస్తుంది, ఇక్కడ మీరు చేసిన సహకారం తక్కువైంది కాదు" అని అన్నాడు. ఆయన సలహా అంగీకరించి హిందూ దేశానికి బయలుదేరాను.

43. భారతదేశానికి ప్రయాణం

కేలెన్‌బెక్ నాతోపాటు భారతదేశానికి బయలుదేరారు. ఇంగ్లాండులో మేము కలిసే వున్నాం. కాని యుద్ధం కారణంగా జర్మను దేశస్థుల మీద నిఘా ఎక్కువైంది. అందువల్ల కేలన్‌బెక్ రాకను గురించి మాకు సందేహం కలిగింది. వారికి పాస్‌పోర్టు సంపాదించేందుకు నేను చాలా ప్రయత్నం చేశాను. మి॥ రాబర్ట్స్ ఆయనకు పాస్‌పోర్టు ఇప్పించేందుకు సిద్ధపడ్డారు. ఆయన ఈ వివరమంతా తంతి ద్వారా వైస్రాయికి తెలియజేశారు. కాని లార్డ్ హార్డింగ్ దగ్గర నుంచి "ఈ సమయంలో నేనీ ప్రమాదకరమైన పనికి సహకరించలేనని తెలుపుటకు చింతిస్తున్నాను" అంటే తపీమని సమాధానం వచ్చింది. ఈ సమాధానమందలి ఔచిత్యాన్ని మేమంతా గ్రహించాము. కేలన్‌బెక్‌ను వదులుతున్నప్పుడు నాకు వియోగ బాధ అమితంగా కలిగింది. కేలన్‌బెక్‌కు కలిగిన దుఃఖం వర్ణనాతీతం. ఆయన భారతదేశం వచ్చి వుంటే మంచి రైతుగా, మంచి నేతవానిగా సాదాజీవితం గడుపుతూ వుండేవారు. ఇప్పుడు ఆయన దక్షిణ ఆఫ్రికాలో శేష జీవితం గడుపుతూ వున్నారు. గృహనిర్మాణానికి సంబంధించిన వృత్తిని చేపట్టి దాన్ని బాగా సాగిస్తున్నారు. మూడో తరగతి టిక్కెట్టుకై ప్రయత్నించాము.

మేము ఓడ ప్రయాణానికి పి. అండ్ ఓ. ఓడలో మూడో తరగతి టిక్కెట్లు తీసుకున్నాము. దక్షిణ ఆఫ్రికానుండి తెచ్చుకున్న కొన్ని ఆహార పదార్థాలు వెంట పెట్టుకున్నాం. మరో పదార్థాలు దొరుకుతాయి కాని అవి ఓడలో దొరకవు. డా॥ మెహతా నా శరీరాన్ని మీడ్జ్ ప్లాస్టరుతో కట్టివేశాడు. దాన్ని అలాగే వుంచమని సలహా ఇచ్చాడు. రెండు రోజులు దాన్ని భరించాను, కాని ఇక తట్టుకోలేకపోయాను. కొద్దిగా శ్రమపడి దాన్ని ఊడదీసి స్నానం చేశాను. ఎండు ద్రాక్ష, తాజా పండ్లు మాత్రం తీసుకుంటూ వున్నాను. ఆరోగ్యం మెల్లమెల్లగా కుదుట పడసాగింది. ఓడ సూయజ్ కాలువలోకి ప్రవేశించునప్పటికీ నా ఆరోగ్యం పూర్తిగా కుదుటపడింది. నీరసంగా వున్నప్పటికి నన్ను పట్టుకున్న భయం వదిలింది. రోజురోజుకీ వ్యాయామం పెంచుతూ వున్నాను. యీ మార్పుకు కారణం పరిశుద్ధమైన శీతోష్ణస్థితియే యని నాకు బోధపడింది.

ఎందువల్లనో గాని మాకూ అక్కడ వున్న ఆంగ్ల యాత్రికులకు మధ్య ఎంతో తేడా కనబడింది. ఇంత వ్యత్యాసం దక్షిణ ఆఫ్రికాలో నాకు కనబడలేదు. అక్కడ కూడా తేడా వుందికాని, ఇంత తేడా మాత్రం లేదని చెప్పవచ్చు. అప్పుడప్పుడు ఆంగ్ల యాత్రికుల్ని కలిసినా "క్షేమంగా వున్నారా? వున్నాము" అంతటితో సంభాషణ ఆగిపోతూ వున్నది. మనస్సులు కలవలేదు స్టీమరులోను దక్షిణ ఆఫ్రికాలోను మనస్సులు కలిసేవి. మేము పరిపాలకులం అని ఆంగ్లేయులు, మేము పాలితులం అని భారతీయులు తెలిసో తెలియకో భావించడం ఇందుకు కారణమని గ్రహించాను. ఇటువంటి వాతావరణాన్నుండి త్వరగా బయటపడి దేశం చేరుకోవాలని తహతహలాడాను. అదన్ చేరాక ఇంటికి చేరినట్ల నిపించింది. దక్షిణ ఆఫ్రికాలో అదన్ ప్రజలతో నాకు సంబంధం ఏర్పడింది. అక్కడు భాయికైకోబాద్ కావస్ దీన్షా దర్బను విచ్చేసినపుడు ఆయనతోను, ఆయన భార్యతోను నాకు బాగా పరిచయం ఏర్పడింది. తరువాత కొద్ది రోజులకు మేము బొంబాయి చేరాం. 1905కే

తిరిగి వద్దామనుకున్న దేశానికి పది సంవత్సరాల తరువాత వచ్చానన్న మాట. ఎంతో ఆనందం కలిగింది. బొంబాయిలో గోఖలేగారు స్వాగత సత్కారాల నిమిత్తం ఏర్పాట్లు చేశారు. వారి ఆరోగ్యం సరిగా లేదు. అయినా వారు బొంబాయి వచ్చారు. వారిని కలుసుకుని, వారి జీవితంలో కలిసిపోయి నా బరువును తగ్గించి కోవాలనే కోరికతో బొంబాయి చేరాను. కాని సృష్టి కర్త నా నొసట మరో విధంగా లిఖించాడు.

44. వకీలు వృత్తి కొన్ని జ్ఞాపకాలు

ఇండియా వచ్చిన తరువాత నా జీవన స్రవంతి ఎలా ముందుకు సాగిందో వివరించే ముందు దక్షిణ ఆఫ్రికాలో జరిగిన కొన్ని ఘట్టాలు ఇక్కడ తెలియజేయడం అవసరమని భావిస్తున్నాను. వాటిని నేను గతంలో కావాలనే వదిలి వేశాను. కొంత మంది మిత్రులు నా వకీలు జీవితపు అనుభవాలు తెలుపమని కోరారు. అట్టి జ్ఞాపకాలు కోకొల్లలు. వాటిని రాయడం ప్రారంభిస్తే పెద్ద గ్రంథం అవుతుంది. కొన్ని నా పరిధిని దాటుతాయి కూడా. అయితే సత్యంతో సంబంధం వున్న కొన్ని జ్ఞాపకాల్ని మాత్రం ఇక్కడ తెలుపుతాను. వకీలు వృత్తిలో నేను అబద్ధాలను ఆధారం చేసుకోలేదని మొదటనే తెలియజేశాను. నిజానికి నా వకీలు వృత్తిలో ఎక్కువ భాగం సేవకే సమర్పించాను. జేబు ఖర్చుకు సరిపడే సొమ్ము మినహా మరింకేమీ తీసుకోలేదు. ఎన్నో పర్యాయాలు ఆ సొమ్ము కూడా వదలివేస్తూ వుండేవాణ్ణి. ఇంతటితో ఆపుదామంటే సత్యపాలనకోసం మీరు చేసిన వకీలు వృత్తిని గురించి ఏమి రాసినా ప్రయోజనం కలుగుతుందని మిత్రులు అభిప్రాయపడ్డారు. వకీలు వృత్తియందు అబద్ధాలాడక తప్పదని నా చిన్నతనం నుండి వింటూ వచ్చాను. అబద్ధాలాడి నేను ఏమైనా పదవినిగాని, ధనాన్ని గాని ఆశించలేదు. అందువల్ల అటువంటిమాటల ప్రభావం నామీద ఏమీ పడలేదు. దక్షిణ ఆఫ్రికాలో ఎన్నో పర్యాయాలు నాకు పరీక్ష జరిగింది. ఎదురు పార్టీ వాళ్ళు, సాక్షులకు పాఠం నూరిపోస్తారని నాకు తెలుసు. నేను కూడా అలా చేస్తే, కక్షిదారును అబద్ధాలాడమని ప్రోత్సహిస్తే కేసు డిక్రీ కావడం ఖాయమే. కాని నేను అట్టి లోభంలో పడలేదు. ఒక్క కేసు విషయం నాకు బాగా జ్ఞాపకం వున్నది. కేసు గెలిచిన తరువాత కక్షిదారు నన్ను మోసగించాడని తెలుసుకున్నాను. అసలు కేసులో నిజం వుంటే గెలవాలని, లేకపోతే ఓడాలని భావించేవాణ్ణి. గెలుపు ఓటమిని బట్టి సొమ్ము తీసుకునే వాణ్ణి కాదు. కక్షిదారు గెలిచినా లేక ఓడినా చేసిన శ్రమకు సరిపోయే సొమ్ము మాత్రమే తీసుకునేవాణ్ణి. “నీ కేసులో నిజం లేకపోతే నా దగ్గరికి రావద్దు. సాక్షులకు అబద్ధాలు నూరి పోయడం వంటి పనులు నేను చేయను” అని ముందే చెప్పివేసేవాణ్ణి. అందువల్ల అబద్ధం కేసులు నా దగ్గరకు వచ్చేవికావు. నా పరపతి ఆ విధంగా పెరిగింది. నిజం వున్న కేసులు నాకు అప్పగించి అబద్ధం కేసులు మరో వకీలుకు అప్పగించిన కక్షిదారులు కూడా వున్నారు.

ఒక పర్యాయం నాకు కఠిన పరీక్ష జరిగింది. అది నమ్మకమైన నా కక్షిదారుకు సంబంధించిన కేసు. అందు ఖాతా లెక్కల చిక్కులు అనేకం వున్నాయి. కేసు చాలా కాలం నడిచింది. ఆ కేసుకు సంబంధించిన విషయాల మీద వివిధ కోర్టుల్లో విచారణ జరిగింది. చివరికి కోర్టుకు సంబంధించిన లెక్కల్లో నిష్ణాతులైన కొందరిని పంచాయతీ దారులుగా నిర్ణయించి వారికి లెక్కల వ్యవహారం అప్పగించారు. పంచాయతీ దారుల తీర్పు ప్రకారం నా కక్షిదారు గెలవడం ఖాయమని తేలింది. కాని అతని లెక్కలో ఒక పెద్ద పొరపాటు దొర్లి పోయింది. జమా ఖర్చులో పంచాయతీ దారుల దృక్పథం ప్రకారం ఇటు అంకెలు అటు చేర్చబడ్డాయి. ఎదుటి పక్షం వకీలు పంచాయతీ దారుల

యీ నిర్ణయాన్ని రద్దుచేయమని కోర్టుకు ఎక్కాడు. కక్షిదారు పక్షాన నేను చిన్న జూనియర్ వకీలును. మా తరఫున గల పెద్ద వకీలు పంచాయతీ దారుల పొరపాటును గ్రహించాడు. అయితే పంచాయతీదారుల పొరపాటును అంగీకరించడం కక్షిదారు పని కాదని ఆయన అభిప్రాయపడ్డాడు. ఎదురు పార్టీ వారి మాటల్ని అంగీకరించవలసిన అవసరం మనకు లేదని ఆయన అన్నాడు. జరిగిన పొరపాటును అంగీకరించడం మంచిదని నేను అన్నాను. పెద్ద వకీలు అంగీకరించలేదు. "అలా అంగీకరిస్తే కోర్టు మొత్తం తీర్పునే రద్దు చేసే ప్రమాదం వున్నదని అట్టి ప్రమాదంలో తెలివిగల ఏ వకీలు తన కక్షిదారును పడవేయడని, నేను మాత్రం ఇట్టి ప్రమాదానికి పూనుకోనని, కేసు విచారణ మళ్ళీ ప్రారంభమైతే కక్షిదారు డబ్బు బాగా ఖర్చు పెట్టవలసి వస్తుందని చివరకి తీర్పు ఎలా ఇస్తారో చెప్పడం కష్టమని స్పష్టంగా చెప్పి వేశాడు.

ఈ సంభాషణ జరుగుతున్నప్పుడు కక్షిదారు అక్కడే వున్నాడు. "ఇట్టి ప్రమాదానికి సిద్ధపడక తప్పదు. మనం అంగీకరించకపోయినా పొరపాటు జరిగిందని తెలిపిన తరువాత, ఆ తీర్పు మీద కోర్టు నిలబడి వుంటుందని భావించడం సరికాదు కదా! పొరపాటును సరిదిద్దుకుంటున్నప్పుడు కక్షిదారు నష్టపడినా తప్పేమిటి?" అని ప్రశ్నించాను.

"కాని మనం పొరపాటును అంగీకరించినప్పుడు గదా ఇదంతా?" అని అన్నాడు పెద్దవకీలు. "మనం అంగీకరించక పోయినా, కోర్టు జరిగిన పొరపాటును గ్రహించరని, లేక ప్రతివాదులు యీ పొరపాటును కోర్టు దృష్టికి తీసుకురారని భావించడం సబబా?" అని అడిగాను. పెద్ద వకీలు ఇక ఒక నిర్ణయానికి వచ్చి "అయితే యీ కేసులో మీరు వాదించండి. పొరపాటును అంగీకరించే షరతుమీద అయితే నేను రాను. వాదనలో పాల్గొనను" అని చెప్పి వేశాడు.

"మీరు రాకపోయినా కక్షిదారుకోరితే నేను యీ కేసులో వాదిస్తాను. జరిగిన పొరపాటును అంగీకరించే షరతు మీదనే నేను వాదిస్తాను. అంగీకరించవద్దంటే మాత్రం నేను వాదించను" అని చెప్పి వేశాను. ఆ విధంగా చెప్పి నేను కక్షిదారు వంక చూచాను. కక్షిదారు పెద్ద చిక్కులో పడ్డాడు. ఈ కేసు విషయమై మొదటి నుండి శ్రద్ధ వహించియున్నందున, కక్షిదారుకు నా మీద అమిత విశ్వాసం కలిగింది. నా స్వభావం కూడా అతడికి పూర్తిగా తెలుసు. కొద్దిసేపు ఆలోచించి అతడు ఒక నిర్ణయానికి వచ్చి "సరేనండి. మీరే కోర్టులో వాదించండి. జరిగిన పొరపాటును అంగీకరించండి. ఓటమి నొసటన వ్రాసివుంటే ఓడిపోతాను. అన్నిటికీ సత్యరక్షకుడు ఆ రాముడే" అని అన్నాడు. నాకు పరమానందం కలిగింది. మరో విధంగా అతడు జవాబిస్తాడని నేను భావించలేదు. పెద్ద వకీలు నన్ను మరీమరీ హెచ్చరించాడు. మొండి పట్టు పడుతున్నందున నామీద జాలి కూడా పడ్డాడు. చివరికి ధన్యవాదాలు తెలిపాడు. ఇక కోర్టులో ఏమి జరిగిందో తరువాత వివరిస్తాను.

45. గడుసుతనం

నా సలహా యందలి ఔచిత్యాన్ని గురించి నాకేమాత్రం సందేహం లేదు. కాని ఆ కేసు విషయంలో వాదన సాగించే నాకు సందేహం కలిగింది. ఇలాంటి ప్రమాదకరమైన కేసులో పెద్ద కోర్టులో వాదించడం ప్రమాదమని తోచింది. అందువల్ల భయపడుతూనే నేను జడ్జిగారి యెదుట లేచి నిలబడ్డాను. ఆ పొరపాటును గురించిన మాట ఎత్తగానే ఒక న్యాయాధిపతి "ఇది గడుసుతనం అని అనిపించుకోదా" అని అన్నాడు.

నేను లోలోన మండి పడ్డాను. అసలు గడుసుతనానికి తావే లేనప్పుడు "మొదటనే జడ్జీ వ్యతిరేకమైతే కఠినమైన యీ కేసులో విజయం పొందడం సాధ్యం కాదు" అని అనిపించింది. కోపాన్ని అణుచుకొని "అయ్యా! మీరు పూర్తి విషయం వినకుండానే గడుసుతనం అని దోషారోపణ చేయడం ఆశ్చర్యకరం" అని ప్రశాంతంగా అన్నాను. "నేను దోషారోపణ చేయడం లేదు. సందేహం వ్యక్తం చేశాను" అని అన్నాడు జడ్జీ. "మీ సందేహం నాకు దోషారోపణగా భాసించింది. నిజమేమిటో మనవి చేశాక సందేహానికి తావువుంటే మీరు సందేహించవచ్చు" అని అన్నాను. దానితో జడ్జీ శాంతించాడు. మిమ్మల్ని మధ్యలో ఆపినందుకు విచారిస్తున్నాను. మీరు మీ విషయం విశదంగా చెప్పండి అని అన్నాడు జడ్జీ. నా దగ్గర బలవత్తరమైన ఆధారాలు వున్నాయి. ప్రారంభంలోనే ఆయన సందేహించడం, జడ్జీ దృష్టి నా వాదన ఆకర్షించడం నాకు ధైర్యం చేకూరింది. సవివరంగా కేసును గురించి చెప్పాను. జడ్జీలు ఓపికగా నా వాదనంతా విన్నారు. అజాగ్రత్త వల్ల పొరపాటు జరిగిపోయిందనే నమ్మకం నా వాదన విన్న మీదట వారికి కలిగింది. ఎంతో కష్టపడి తయారు చేసిన లెక్కను రద్దు చేయడం ఉచితం కాదని వారికి తోచింది. ఎదుటి పక్షపు వకీలుకు పొరపాటు జరిగిందని నేను చెప్పిన మీదట ఇక తాను వాదించవలసింది ఏమీ వుండదని తెలుసు. అయితే ఇంత స్పష్టంగా సవరించుటకు వీలుగా వున్న పొరపాటు కోసం పంచాయతీదారుల తీర్పును రద్దు చేసేందుకు జడ్జీలు సిద్ధపడలేదు. పాపం ఆ వకీలు బుర్ర బద్దలు కొట్టుకున్నాడు. ప్రారంభంలో సందేహం వ్యక్తం చేసిన జడ్జీయే నా వాదనను గట్టిగా సమర్థించాడు. గాంధీ పొరపాటును అంగీకరించి యుండకపోతే మీరు ఏం చేసేవారు అని జడ్జీ ఆ వకీలును ప్రశ్నించాడు. లెక్కల నిపుణులను మేము నియమించాము. అంతకంటే మించిన నిపుణులను ఎక్కడి నుంచి తీసుకురమ్మంటారు? అని అంటూ "ఈ కేసును గురించిన వ్యవహారంలో బాగా తెలుసుకున్నారని భావిస్తున్నాం. లెక్కల నిపుణులు కూడా పొరపాటు పడవచ్చు. మరో పొరపాటు ఏదీ మీరు చూపించలేదు. అట్టి స్థితిలో నియమాలు సంబంధించిన కొద్ది పొరపాటుకు ఉభయ పార్టీలచేత కొత్తగా మళ్ళీ ఖర్చు చేయించడానికి కోర్టు సిద్ధం కాజాలదు. కేసును తిరిగి విచారించమని మీరు కోరితే అది సాధ్యం కాని పని అని జడ్జీలు అన్నారు.

ఈ విధమైన తర్కంతో ప్రతి పక్షానికి చెందిన వకీలును శాంతపరిచి పొరపాటును సరిచేసి లేక యీ చిన్న పొరపాటును సరిదిద్ది మళ్ళీ తీర్పు యిమ్మని పంచాయతీ దారుల్ని ఆదేశించి, కోర్టు సరిదిద్ద బడిన తీర్పును ఖాయం చేసింది. నేను ఎంతో సంతోషించాను. కక్షిదారు మరియు పెద్ద వకీలు కూడా సంతోషించారు. వకీలు వృత్తిలోకూడా సత్యరక్షణ కావిస్తూ పని చేయవచ్చుననే నా అభిప్రాయం దృఢ పడింది.

వృత్తి కోసం చేసే వకాల్తాలో దోషం వుంటే, దాన్ని సత్యం కప్పి వుంచలేదని పాఠకులు గ్రహింతురు గాక.

46. కక్షిదారులు అనుచరులుగా మారారు

నేటాలు మరియు ట్రాన్సువాలుల వకాల్తాలో ఒక తేడా వున్నది. నేటాలులో అడ్వకేటుకు మరియు అటార్నీకి తేడా వున్నప్పటికీ ఇద్దరూ కోర్టులన్నింటియందు సమానంగా వకాల్తాకు పూనుకోవచ్చు. ట్రాన్సువాలులో బొంబాయి వలెనే వ్యవహారం సాగుతున్నది. అక్కడ కక్షిదారుకు

సంబంధించిన వ్యవహారాలన్నీ అడ్వకేటు అటార్నీ ద్వారానే జరుగుతాయి. నేటాలులో నేను అడ్వకేటుగా ధృవీకరణ పత్రం తీసుకున్నాను. ట్రాన్సువాలులో అటార్నీ పత్రం పుచ్చుకున్నాను. అడ్వకేటుగా వుంటే భారతీయులతో నాకు తిన్నగా సంబంధం ఉండదు. తెల్లవాడైన అటార్నీ నాకు కేసులు అప్పగించే స్థితి దక్షిణ ఆఫ్రికాలో లేదు. ట్రాన్సువాలులో వకాల్తా చేస్తూ మెజిస్ట్రేటు కోర్టుకు నేను చాలాసార్లు వెళ్ళాను. ఒక పర్యాయం విచారణలో ఉన్న ఒక కేసులో నా కక్షి దారు నన్ను మోసం చేశాడని తెలిసింది. అతని కేసు అబద్ధాల పుట్ట. అతడు బోనులో నిలబడి వణికిపోయాడు. పడిపోయే స్థితిలో ఉన్నాడు. నేను మేజిస్ట్రేటును "అయ్యా, నా కక్షిదారుకు కఠిన శిక్ష విధించండి" అని కోరి కూర్చున్నాను. ప్రతి పక్షానికి చెందిన వకీలు నివ్వెరబోయాడు. మేజిస్ట్రేటు సంతోషించాడు. కక్షిదారును నేను బాగా కోప్పడ్డాను. ముందుగానే అబద్ధం కేసు తీసుకోనని అతడికి గట్టిగా చెప్పాను. అతడు అందుకు అంగీకరించాడు కూడా. అందువల్ల అతనికి శిక్ష విధించమని కోరినందున అతడు కోపం తెచ్చుకోలేదు. ఏది ఏమైనా నా యీ వ్యవహార ప్రభావం నా వృత్తి మీద పడలేదు. కోర్టులో నాపని సులభమైపోయింది. సత్య నిష్ఠ వల్ల వకీలు మిత్రుల దృష్టిలో నాకు గౌరవం పెరిగింది. వారందరి ఆదరణ పొందగలిగాను. వకీలు వృత్తి సాగిస్తున్నప్పుడు కక్షిదారు దగ్గర గాని, వకీలు దగ్గర గాని నా అజ్ఞానాన్ని దాచేవాణ్ణి కాదు. నాకు బోధపడనప్పుడు మరో వకీలు దగ్గరకు వెళ్ళమని కక్షిదారుకు నేనే సలహా ఇచ్చేవాణ్ణి. అతడు నన్నే పని చేయమంటే మరో అనుభవజ్ఞుడైన వకీలు సలహా పొందుతానని చెప్పేవాణ్ణి. ఈ విధంగా వ్యవహరించటం వల్ల కక్షిదారులు నన్ను విశ్వసించేవారు. పెద్ద వకీలు దగ్గరకు వెళ్ళి సలహా తీసుకునేందుకు అయ్యే వ్యయం కూడా వారే సంతోషంగా భరించేవారు. అట్టివారి ప్రేమ, విశ్వాసాలు నా ప్రజాసేవకు బాగా ఉపకరించాయి. గత ప్రకరణంలో దక్షిణ ఆఫ్రికాలో నా వకీలు వృత్తి లక్ష్యం ప్రజాసేవయేనని తెలియజేశాను. ప్రజాసేవ చేయడానికి కూడా ప్రజలు విశ్వాసం పొందడం చాలా అవసరం. డబ్బు తీసుకొని నేను వకీలు పని చేసినా విశాల మనస్సుతో ప్రజలు నా పనిని సేవా కార్యంగానే భావించారు. జైళ్ళకు వెళ్ళవలసి వచ్చినప్పుడు చాలామంది వ్యక్తులు ఆ విషయం ఏమిటో తెలుసు కోకుండానే నా మీద గల ప్రేమ విశ్వాసాల కారణంగా అందుకు సిద్ధపడ్డారు. ఈ విషయాలు రాస్తున్నప్పుడు వకీలు వృత్తి సంబంధించిన ఎన్నో మధుర స్మృతులు నా కలాన్ని ఆవహిస్తున్నాయి. చాలామంది కక్షిదారులు నాకు మిత్రులుగా మారిపోయారు. ప్రజాసేవలో నాకు నిజమైన అనుచరులుగా మారి నా కఠోర జీవితాన్ని సరళం చేశారు.

47. అపరాధి జైలు శిక్ష పడకుండా తప్పించుకున్న విధానం

పారశీ రుస్తుంగారు ఒక సమయంలో నాకు కక్షిదారు, ప్రజా కార్య రంగాల్లో అనుచరుడు అయ్యాడు. మరో విధంగా చెప్పాలంటే ముందు అనుచరుడు తరువాత కక్షిదారు అయ్యాడన్నమాట. ఆయన విశ్వాసాన్ని నేను అపరిమితంగా చూరగొన్నాను. తన సొంత విషయాలే గాక తన ఇంటి విషయాల్లో సహితం నా సలహాలు తీసుకొని ఆ ప్రకారం నడుచుకునేవాడు. ఆయనకు జబ్బు చేసినా నా సలహా అవసరమని భావించేవాడు. మా ప్రవర్తనా తీరులో ఎంతో వ్యత్యాసం ఉండేది. ఆయన తన జబ్బులకు నా చికిత్సను వాడి చూచేవాడు. ఒక పర్యాయం పెద్ద ఆపద విరుచుకుపడింది. తన వ్యాపార రహస్యాలు నాకు చెబుతూ ఉండేవాడు. అయినా ఒక రహస్యాన్ని దాచివుంచాడు.

పారశీ రుస్తుంజీ చెల్లించవలసిన పన్ను చెల్లించేవాడు కాదు. దొంగ వ్యాపారం సాగించేవాడన్నమాట. బొంబాయి కలకత్తాల నుండి వస్తువులు తెప్పించేవాడు. ఇక్కడే దొంగ వ్యాపారం జరుగుతూ ఉండేది. అధికారులందరితో ఆయనకు మంచి సంబంధాలు ఉండటం వల్ల ఆయనను ఎవ్వరూ సందేహించేవారు కాదు. ఆయన చూపించిన రశీదుల్ని, పట్టీలను బట్టి పన్ను వసూలు చేస్తూ ఉండేవారు. అప్పుడప్పుడు కొద్దిగా అనుమానం కలిగినా ఆఫీసర్లు చాలామంది కళ్ళు మూసుకునే వారన్నమాట. కాచో పారో ఖావో ఆన్, తేవుం ఛే చోరీ నుంధన్ (పాదరసం తినడం, దొంగసొత్తు తినడం రెండూ సమానం సుమా) అని ఆఖా - భగవంతుని సూక్తి కదా! ఒకసారి పారశీ రుస్తుం గారి దొంగ సొత్తు పట్టుబడింది. నా దగ్గరకు పరుగులు తీశాడు. ఆయన కళ్ళ నుండి కన్నీరు కారుతున్నది. "అన్నా! నేను మోసం చేశాను. నా పాపం ఈనాడు బ్రద్దలైంది. నేను పన్ను ఎగ్గొట్టాను. నాకు జైలు శిక్ష తప్పదు. నాశనం తప్పదు. ఈ ఆపదనుండి నీవే రక్షించాలి. నేను నీ దగ్గర ఏమీ దాచలేదు. కానీ వ్యాపారంలో చేసే దొంగతనాన్ని గురించి చెప్పడం ఎందుకులే అని భావించి చెప్పలేదు. ఇప్పుడు పశ్చాత్తాప పడుతున్నాను" అని ఘోష పెట్టాడు. ధైర్యం చెబుతూ "నా పద్ధతి నీకు తెలుసుకదా! విడిపించగలగడం, విడిపించలేకపోవడం భగవంతునిమీద ఆధారపడ్డ విషయం. చేసిన అపరాధాన్ని అంగీకరించే షరతు మీద అయితే నేను ప్రయత్నిస్తాను" అని అన్నాను.

పాపం ఆ పెద్ద మనిషి ముఖం పాలిపోయింది. "మీ దగ్గర ఒప్పుకున్నాను కదా! సరిపోదా!" అని అన్నాడు. "మీరు చేసిన అపరాధం ప్రభుత్వానికి సంబంధించినది. నా ఎదుట అంగీకరిస్తే ప్రయోజనం ఏముంటుంది?" అని మెల్లగా అన్నాను. "మీరు చెప్పిన ప్రకారం చెయ్యక తప్పదు. నాకు ఒక పాత వకీలు వున్నాడు. ఆయన సలహాతీసుకోండి. ఆయన నాకు మంచి మిత్రుడు" అని అన్నాడు రుస్తుంజీ. వ్యవహారమంతా పరిశీలించి చూశాను. ఈ దొంగ వ్యాపారం చాలాకాలం నుండి సాగుతున్నదని స్పష్టంగా తెలిసిపోయింది. పట్టుబడ్డ సామాగ్రి స్వల్పమే. వకీలును కలిశాం. ఆయన కేసును పరిశీలించాడు. "ఈ వ్యవహారం జ్యూరీ ఎదుటకు వెళుతుంది. ఇక్కడ జ్యూరీ భారతీయుల్ని తేలికగా వదిలే రకం కాదు, అయినా ఆశ వదలను" అని అన్నాడు. ఆయనతో నాకు పరిచయం తక్కువ. పారసీ రుస్తుంజీ ఆయన మాటను విని "మీకు ధన్యవాదాలు. అయితే ఈ వ్యవహారంలో నేను గాంధీ గారి సలహా ప్రకారం నడుచుకుంటాను. ఆయన నన్ను బాగా ఎరుగును. మీరు వీరికి అవసరమైన సలహాలు ఇస్తూ ఉండండి" అని అన్నాడు. ఈ వ్యవహారం అక్కడ ముగించి మేము రుస్తుంజీ కొట్టు దగ్గరకు వచ్చాం. "అసలు ఈ విషయాన్ని కోర్టు దాకా పోనీయకూడదని, అలా పోవడం మనకు లాయకీ కాదని అభిప్రాయపడ్డాను. కోర్టుక వెళ్ళడమా లేదా అని నిర్ణయించేవాడు టాక్సు వసూలుచేసే అధికారి. అతడు కూడా ప్రభుత్వ వకీలు సలహా ప్రకారం నడుచుకోవలసి వుంటుంది. నేను ఆ ఇద్దరినీ కలుస్తాను. అయితే ఒక్క విషయం. వాళ్ళకు తెలియని అనగా వాళ్ళకు పట్టుబడని దొంగతనాలు కూడా నేను వారికి చెప్పవలసి ఉంటుంది. వారు విధించే శిక్షను అనుభవించేందుకు సిద్ధపడదాం. వాళ్ళు అంగీకరించకపోతే జైలుకు వెళ్లడానికి సిద్ధపడదాం. జైలుకు వెళ్ళడం కంటే చేసిన దొంగపని సిగ్గుచేటు అని నా అభిప్రాయం. సిగ్గుచేటు అయిన పని జరిగిపోయింది. జైలుకు వెళ్ళవలసి వస్తే ప్రాయశ్చిత్తమని భావిద్దాం. అయితే నిజమైన ప్రాయశ్చిత్తం ఒకటి ఉన్నది. ఇక భవిష్యత్తులో ఇటువంటి దొంగపని చేయనని ప్రతిజ్ఞ గైకొనడమే ఆ ప్రాయశ్చిత్తం" అని స్పష్టంగా చెప్పివేశాను.

నా మాటను సరిగా రుస్తుంజీ అర్ధం చేసుకోగలిగాడని చెప్పలేను. ఆయన మంచి వీరుడు. అయితే అప్పుడు నీరు కారిపోయాడు. ఆయన పరువు పోయే ప్రమాదం సంభవించింది. ఎంతో కష్టపడి చెమటోడ్చి కట్టిన భవనం కుప్పకూలి పోతుందేమోనన్న భయం ఆయన్ను పట్టుకున్నది. “నా మెడ మీ చేతుల్లో ఉంచాను. ఇక మీ ఇష్టం.” అని ఆయన అన్నాడు. వ్యవహారాలలో నాకు గల వినమ్రతా శక్తినంతటినీ వినియోగించాను. అధికారిని కలిశాను. దొంగ వ్యవహారమంతా నిర్భయంగా చెప్పివేశాను. కాగితాలన్నీ చూపిస్తానని మాట ఇచ్చాను. పారసీ రుస్తుంజీ పడుతున్న బాధను, ఆయన వెల్లడించిన పశ్చాత్తాపాన్ని వివరించాను. “ఈ వృద్ధ పారసీకుడు మంచివాడని తోస్తున్నది. ఆయన మూర్ఖపు పనిచేశాడు. నా కర్తవ్యమేమిటో మీకు తెలుసు. పెద్ద వకీలు ఎలా చెబితే నేను అలా చేయాలి. అందువల్ల మీరు పెద్ద వకీలుకు మీ శక్తినంతా ఉపయోగించి నచ్చజెప్పండి” అని ఆఫీసరు చెప్పాడు. “పారసీ రుస్తుంజీని కోర్టుకు ఈడ్వకుండా ఉంటే సంతోషిస్తాను” అని అన్నాను. ఆ అధికారి దగ్గర అభయదానం పొంది ప్రభుత్వ వకీలుతో ఉత్తర ప్రత్యుత్తరాలు ప్రారంభించాను. ఆయన్ను కలిశాను. నా సత్య నిష్ఠ ఆయన గ్రహించాడని తెలుసుకున్నాను. నేను ఏమీ దాచడం లేదని ఆయన ఎదుట రుజువు చేశాను. ఈ వ్యవహారంలోనో, మరో వ్యవహారంలోనో ఆయన దగ్గరకు వెళ్ళినప్పుడు ఆయన “మీరు లేదు కాదు చూద్దాం అను సమాధానం పొందే వ్యక్తి కాదు” అని నాకు సర్టిఫికెట్టు ఇచ్చాడు. పారసీ రుస్తుంజీ మీద కేసు మోపబడలేదు. ఆయన అంగీకరించిన టాక్సు సొమ్ము రెట్టింపు వసూలు చేసి కేసును ఉపహరించవలెనని ఆర్డరు వెలువడింది. రుస్తుంజీ తాను చేసిన పన్నుల ఎగవేతకు సంబంధించిన ఈ దొంగతనం గురించిన కథ వ్రాసి అద్దాల బీరువాలో భద్రపరిచాడు. ఆ కాగితాలు తన ఆఫీసులో తన వారసులకు, తోటి వ్యాపారస్తులకు హెచ్చరికగా ఉంచాడు. రుస్తుంజీ సేఠ్ గారి మిత్రులు, వ్యాపారస్తులు “ఇది నిజమైన వైరాగ్యం కాదు. స్మశాన వైరాగ్యం సుమా” అని నాకు చెప్పారు. వారి మాటల్లో సత్యం ఎంత ఉందో నాకు తెలియదు. ఆ మాట కూడా రుస్తుంజీ సేఠ్‌కు నేను చెప్పాను. “మిమ్మల్ని మోసం చేసి నేను ఎక్కడికి వెళ్ళగలను?” అని ఆయన సమాధానం ఇచ్చాడు.

◆◆◆

ఐదవ భాగం

1. మొదటి అనుభవం

నేను దేశం చేరక ముందే ఫినిక్సు నుండి భారతదేశానికి రాదలుచుకున్న వాళ్ళు వచ్చివేశారు. నిర్ణయం ప్రకారం వాళ్ళ కంటే ముందుగా నేను రావాలి. కాని యుద్ధం కారణంగా నేను లండనులో ఆగిపోయాను. అయితే ఫినిక్సు నుండి వచ్చిన వారిని ఎక్కడ వుంచడమా అని ప్రశ్న బయలుదేరింది. అంతా కలిసి ఫినిక్సు ఆశ్రమంలోవలె ఉంటే మంచిదని భావించాను. ఫలానా చోటుకు వెళ్ళమని చెబుదామంటే నాకు ఏ ఆశ్రమమూ తెలియదు. అండ్రూసును కలిసి వారు ఎలా చెబితే అలా చేయమని రాశాను. వాళ్ళను ముందు కాంగడీ గురుకులంలో వుంచారు. అక్కడ కీ॥శే॥ శ్రద్ధానంద్ వాళ్ళను తమ బిడ్డల్లా చూచుకున్నారు. తరువాత వారిని శాంతినికేతనంలో వుంచారు. అక్కడ కవివర్యులు, వారి అనుచరులు వారిమీద ప్రేమామృతం కురిపించారు. ఆ రెండు చోట్ల వాళ్ళకు కలిగిన అనుభవం వాళ్ళకు నాకు చాలా ఉపయోగపడింది.

"కవివర్యులు, శ్రద్ధానంద్‌జీ, శ్రీ సుశీలరుద్ర" ఈ ముగ్గురినీ అండ్రూస్ గారు చెప్పే త్రిమూర్తులు అని అనేవాణ్ణి. దక్షిణాఫ్రికాలో ఆయన ఆ ముగ్గుర్నీ అమితంగా పొగుడుతూ ఉండేవారు. దక్షిణాఫ్రికాలో జరిగిన అనేక సమావేశాలలో, అనేక సందర్భాలలో అండ్రూస్ ఈ ముగ్గురినీ స్మరిస్తూ ఉండేవారు. సుశీలరుద్ర గారి దగ్గర మా ముగ్గురు బిడ్డల్ని ఉంచారు. రుద్రగారికి ఆశ్రమం లేదు. అందువల్ల వారి ఇంట్లోనే పిల్లల్ని ఉంచారు. ఆ ఇంటిని నా బిడ్డలకు అప్పగించివేశారని చెప్పవచ్చు. రుద్ర గారి పిల్లలు, నా పిల్లలు మొదటి రోజునే మమేకం అయి పోయారు. దానితో నా పిల్లలు, ఫినిక్సు నుండి వచ్చిన వాళ్ళు శాంతి నికేతనంలో ఉన్నారని తెలుసుకొని, గోఖలేగారిని కలుసుకొని వెంటనే శాంతినికేతనం వెళ్ళాలని తొందరపడ్డాను.

బొంబాయిలో అభినందనలు స్వీకరించినప్పుడు నేను కొద్దిగా సత్యాగ్రహం చేయవలసి వచ్చింది. మి॥పేటిట్ గారి వద్ద నాకు స్వాగతోత్సవం ఏర్పాటు చేశారు. అక్కడ గుజరాతీలో సమాధానం ఇచ్చుటకు నాకు ధైర్యం చాలలేదు. బ్రహ్మాండమైన భవనం. కండ్లకు మిరుమిట్లు గొలిపే లైట్లు. వైభవోపేతంగా వున్న ఆ ప్రదేశంలో గిర్మిట్ కూలీల వెంట వున్న నాబోటి పల్లెటూరి వాడికి స్థానం లేదని అనిపించింది. ఈనాటి నా దుస్తుల కంటే ఆనాటి నా దుస్తులు కొంచెం బాగా ఉన్నాయని చెప్పవచ్చు. అప్పుడు చొక్కా, తలపాగా వగైరా దుస్తులు మంచివే ధరించాను. అయినా టిప్‌టాప్‌గా దుస్తులు ధరించియున్న అక్కడ వాళ్ళ మధ్య నేను విడిగా కనబడుతూ ఉన్నాను. ఏదో విధంగా అక్కడ పని ముగించుకొని నేను ఫిరోజ్ మెహతా గారి ఒడిలో ఆశ్రయం పొందాను.

గుజరాతీ సోదరులు ఉత్సవం చేయకుండా ఊరుకుంటారా? కీ॥శే॥ ఉత్తమ లాల్ త్రివేదీ ఆ సభను ఏర్పాటు చేశారు. ఆ ఉత్సవ కార్యక్రమం గురించి ముందుగానే కొద్దిగా తెలుసుకున్నాను. మి॥ జిన్నా కూడా గుజరాతీ అయినందున ఆ కార్యక్రమంలో పాల్గొన్నారు. ఆయన అధ్యక్షత వహించారో లేక ప్రధాన వక్తగా ఉన్నారో నాకు ఇప్పుడు సరిగా గుర్తులేదు. కాని ఆయన క్లుప్తంగా మధురంగా ఇంగ్లీషులో ప్రసంగించారు. మిగతా ఉపన్యాసాలు కూడా ఇంగ్లీషులోనే జరిగినట్లు గుర్తు. నా వంతు వచ్చినప్పుడు నేను గుజరాతీలోనే ప్రసంగించాను. గుజరాతీ, హిందుస్థానీ

భాషల యెడ నాకు గల పక్షపాత భావాన్ని కొద్దిగా వెల్లడించి గుజరాతీల సభలో ఇంగ్లీషు వాడకాన్ని వినమ్రతతో వ్యతిరేకించాను. అలాంటి భావం వ్యక్తం చేస్తున్నప్పుడు కొంచెం తటపటాయించాను. చాలాకాలం తరువాత దేశం వచ్చిన ఇతడు అవివేకంగా ప్రవాహానికి ఎదురీత ఈదుతూ ఉన్నాడే అని అనుకుంటారేమోనని భావించాను. ఏది ఏమైనా గుజరాతీ భాషలోనే మాట్లాడాను. ఎవ్వరూ నా మాటల్ని ఖండించలేదు. సహించారు. అందుకు నేను సంతోషించాను. ఈ సభలో కలిగిన అనుభవం వల్ల ఇప్పుడు ప్రజలు అనుకుంటున్న దానికి విరుద్ధంగా మాట్లాడినా ఇబ్బంది కలుగదు అని గ్రహించాను. ఈ విధంగా రెండు రోజులు బొంబాయిలో ఉండి గోఖలే గారి అనుమతి పొంది పూనాకు బయలుదేరాను.

2. గోఖలే గారితో

నేను బొంబాయి చేరగానే గోఖలేగారు "గవర్నరు మిమ్ము కలుసుకోవాలని అనుకుంటున్నారు. పూనాకు వెళ్ళే ముందు మీరు వారిని కలవడం మంచిది" అని వార్త పంపారు. ఆ ప్రకారం నేను బొంబాయి గవర్నరు గారిని కలుసుకునేందుకు వెళ్ళాను. మామూలు మాటల తరువాత "మీరు నాకు మాట ఇవ్వండి. ప్రభుత్వం విషయమై మీరేదైనా అడుగు వేయాలనుకుంటే ముందుగా నాతో మాట్లాడుతూ వుండండి" అని ఆయన అన్నాడు.

"ఆ విధంగా మాట ఇవ్వడం నాకు సులభమే. ఎవరికైనా వ్యతిరేకంగా వ్యవహరించ దలుచుకున్నప్పుడు ఆ విషయం వారికి తెలిపి వారి అభిప్రాయం తెలుసుకోవడం, సాధ్యమైనంతవరకు వారికి అనుకూలంగా వ్యవహరించడం సత్యాగ్రహి ధర్మం. దక్షిణ ఆఫ్రికాలో నేను సదా యీ నియమాన్ని పాటించాను. ఇక్కడ కూడా అలాగే పాటిస్తాను అని సమాధానం యిచ్చాను. లార్డ్ విల్లింగ్డన్ ధన్యవాదాలు తెలిపి మీరు అవసరమని భావించినప్పుడు నన్ను కలుసుకోవచ్చు. ప్రభుత్వం కావాలని ఏ చెడ్డ పని చేయదలచదని మీరే గ్రహిస్తారు అని అన్నాడు. "ఈ విశ్వాసమే నాకు ఆధారం" అని అన్నాను.

నేను పూనా చేరాను. అక్కడి వివరాలన్నింటిని వ్రాయడం సాధ్యంకాదు. గోఖలేగారు, వారి సొసైటీ (భారత సేవక సమాజ్) సభ్యులుఅంతా ప్రేమామృతంతో నన్ను తడిపివేశారు. నాకు జ్ఞాపకం వున్నంత వరకు గోఖలే గారు తమ సొసైటీ సభ్యులనందరినీ పూనా పిలిపించారు. వారితో అనేక విషయాలను గురించి అరమరికలు లేకుండా చర్చించాను. సొసైటీలో చేరమని గోఖలేగారు నన్ను గట్టిగా కోరారు. నాకు అట్టి కోరిక కలిగింది. కానీ సొసైటీ సభ్యులకు ఒక ధర్మ సందేహం కలిగింది. సొసైటీ ఆదర్శాలకు, గాంధీ ఆదర్శాలకు ఇరువురి పని చేసే తీరుకు గల వ్యత్యాసం వారు గ్రహించారు. అందువల్ల నన్ను సొసైటీలో సభ్యునిగా చేర్చుకోవచ్చా లేదా అని వారు సందేహించారు. కాని గోఖలే గారి భావం వేరుగా వుంది. నేను నా ఆదర్శాల మీద ఎంత దృఢంగా ఉంటానో ఇతరుల ఆదర్శాలను అంత దృఢంగా గౌరవిస్తానని, ఇతరులతో బాగా కలిసిపోగలనని గోఖలే గారికి తెలుసు. "మా సభ్యులు ఇంకా ఇతరులతో కలిసిపోగల మీ స్వభావాన్ని గ్రహించలేదు. వారు తమ ఆదర్శాల విషయమై దీక్ష కలవారు. స్వతంత్ర భావాలు కలవారు. వారు మిమ్ము స్వీకరిస్తారని ఆశిస్తున్నాను. ఒకవేళ వారు స్వీకరించకపోయినా మీ ఎడ వారికి ఆదరణ, ప్రేమ లేవని మాత్రం మీరు భావించవద్దు. ఈ ప్రేమాదరణల రక్షణ కోసమే వారు ఏ విధమైన ప్రమాదాన్ని కొని తెచ్చుకొనేందుకు ఇష్టపడడం లేదు. మీరు నియమ ప్రకారం సొసైటీ

సభ్యులైనా కాకపోయినా నేను మాత్రం మిమ్ము సొసైటీ సభ్యులుగా భావిస్తున్నాను అని అన్నారు. నా అభిప్రాయాలను స్పష్టంగా గోఖలే గారికి చెబుతూ "నేను సొసైటీ సభ్యుడనైనా, కాకపోయినా నేను ఒక ఆశ్రమం స్థాపించి అందు ఫినిక్సులో వున్న నా అనుచరులను ఉంచుతాను. నేను కూడా అక్కడ వుంటాను. నేను గుజరాతీ వాణ్ణి. కనుక, గుజరాత్ ప్రాంతానికి సేవ చేస్తూ తద్వారా దేశానికి అత్యధిక సేవ చేయాలని భావిస్తున్నాను. అందువల్ల నేను గుజరాత్ ప్రాంతంలో ఎక్కడైనా ఉంటాను" అని ప్రకటించాను. నా అభిప్రాయం గోఖలే గారికి నచ్చింది. "మీరు అలాగే చేయండి. మా సభ్యులతో జరిగిన చర్చల పరిణామం ఎలా ఉన్నప్పటికీ మీరు మాత్రం ఆశ్రమానికి అవసరమైన డబ్బు నా వద్ద స్వీకరించాలి. మీ ఆశ్రమాన్ని మా ఆశ్రమంగా భావిస్తాను" అని గోఖలే అన్నారు.

నా హృదయం పొంగిపోయింది. ఆశ్రమం కోసం డబ్బులు వసూలు చేయవలసిన అవసరం లేకుండా పోయినందుకు ఆనందం కలిగింది. అంతేగాక ఏ సమస్య వచ్చినా నేను ఒక్కడినేగాక, నాకు మార్గం చూపించగలవారు మరొకరున్నారనే భావం కూడా కలిగింది. దానితో నెత్తిమీద ఉన్న బరువు దిగిపోయినట్లనిపించింది. కీ.శే. డాక్టర్ దేవ్‌ను పిలిచి "గాంధీ గారి పేరిట ఖాతా ప్రారంభించండి, ఆశ్రమ స్థాపనకు, ప్రజా సేవా కార్యక్రమాలకు అవసరమైన డబ్బు గాంధీ కోరినంత ఇవ్వండి" అని గోఖలే గారు ఆదేశించారు. ఇక నేను పూనా నుండి శాంతినికేతన్ వెళ్ళే ఏర్పాటులో వున్నాను. చివరి రోజు రాత్రి గోఖలే నాకు నచ్చే విధంగా విందు ఏర్పాటు చేశారు. ప్రత్యేకించి కొందరు మిత్రులను ఆ విందుకు ఆయన ఆహ్వానించారు. నేను భుజించే పదార్థాలు అనగా ఎండు ద్రాక్షా వగైరా మరియు తాజా పండ్లు మాత్రమే వడ్డన చేయించారు. విందు ఏర్పాటు చేసిన చోటు వారి గదికి అతి సమీపంలో ఉంది. వారి ఆరోగ్యం సరిగాలేదు. వారు విందులో పాల్గొనుటకు వీలు లేని స్థితి. అయినా నాయందు గల ప్రేమ వారిని ఆగనిస్తుందా. ఏదో విధంగా వారు వచ్చి విందులో పాల్గొన్నారు. ఇంతలో మూర్ఛ వచ్చి సొమ్మసిల్లిపోయారు. వారిని గదిలోకి చేర్చారు. అప్పుడప్పుడు వారు ఈ విధంగా మూర్ఛపోతూ వుండటం జరుగుతూ వుంటుందట. విందు సాగించమని సందేశం పంపారు. సొసైటీ అనే ఆశ్రమం ముంగిట అతిథులు, ఇంటివాళ్ళు, దగ్గరి వాళ్ళు అంతా కలిసి పెద్ద జంబుఖానా పరచి దానిమీద కూర్చుని వేరుశనగ పప్పు, ఖర్జూరం మొదలగు వాటిని తింటూ ప్రేమతో చర్చలు జరుపుతూ, ఒకరి ఆలోచనలు మరొకరు తెలుసుకునేందుకు ప్రయత్నించడం ఆ విందు యొక్క లక్ష్యం. అయితే గోఖలే గారికి వచ్చిన ఈ మూర్ఛ మాత్రం నా జీవితంలో అసాధారణమైన ఘట్టంగా చోటుచేసుకున్నది.

3. అది బెదిరింపా

మా అన్నగారు చనిపోయారు. వితంతువు అయిన మా వదిన గారిని తదితర కుటుంబీకులను కలుసుకునేందుకు రాజకోట మరియు పోర్‌బందరు వెళ్ళాను. దక్షిణ ఆఫ్రికాలో జరిగిన సత్యాగ్రహ సంగ్రామ సమయమప్పుడు నేను నా దుస్తుల్ని గిరిమిటియా కూలీల కనుగుణ్యంగా సాధ్యమైనంతవరకు మార్చుకున్నాను. విదేశాలలో కూడా ఇంట్లో ఆ దుస్తులే వేసుకునేవాణ్ణి. మన దేశం వచ్చిన తరువాత కాఠియావాడ్ దుస్తులు ధరించాలని భావించాను. కాఠియావాడ్ డ్రస్సు నా దగ్గర వున్నది. ఆ దుస్తులతోనే బొంబాయిలో దిగాను. చొక్కా, అంగరఖా, ధోవతి తెల్లని తలపాగా, ఇదీ ఆ డ్రస్సు. స్వదేశపు మిల్లుల యందు తయారైన బట్టతో ఆ దుస్తులు తయారయ్యాయి. మూడో తరగతిలో బొంబాయి నుండి కాఠియావాడుకు వెళ్ళాలి. తలపాగా, అంగరఖా రెండూ

జంజాటంగా వున్నాయి. అందువల్ల చొక్కా, ధోవతి, పది అణాలకు లభించిన కాశ్మీరు టోపీ ధరించాను. ఇట్టి దుస్తులు ధరించేవాణ్ణి బీదవాడనే అంతా భావిస్తారు. అప్పుడు బీరంగాన్, బఢవాణ్‌లో ప్లేగువ్యాధి వ్యాపించింది. ఆరోగ్యాధికారి నా చెయ్యి పట్టుకు చూచాడు. వేడిగా వున్నది. అందువల్ల రాజకోటలో డాక్టరును కలవమని ఆదేశించి నా పేరు రాసుకున్నాడు.

బొంబాయి నుండి ఎవరో తంతి పంపగా బఢవాణ్ స్టేషనుకు అక్కడి ప్రసిద్ధ ప్రజా సేవకుడు దర్జీ మోతీలాలు నన్ను కలుసుకునేందుకు వచ్చాడు. ఆయన బీరంగావ్‌లో టోల్‌గేటు దగ్గర జరుగుతున్న పన్నుల వసూళ్ళను గురించి, ప్రజలకు కలుగుతున్న ఇబ్బందుల్ని గురించి నాకు చెప్పాడు. జ్వర తీవ్రత వల్ల నాకు మాట్లాడాలనే కోరిక కలుగలేదు. క్లుప్తంగా "మీరు జైలుకు వెళ్ళేందుకు సిద్ధంగా వున్నారా ?" అని అడిగాను.

ఆలోచించకుండా ఠపీమని వెంటనే జవాబిచ్చే పలువురు యువకులవలె ఆయన కూడా వెళతానంటాడని అనుకున్నాను. కాని ఆ విధంగా ఆయన అనలేదు. స్థిరమైన నిర్ణయం వెల్లడించే వ్యక్తిలా "మేము తప్పక జైలుకు వెళతాము. మీరు మాకు మార్గం చూపించాలి. కాఠియావాడ్ వాసులం గనుక మీ మీద మాకు అధికారం వున్నది. యివాళ మిమ్మల్ని మేము ఆపం. తిరిగి వెళుతున్నప్పుడు బఢవాణ్‌లో ఆగండి. ఇక్కడి యువకుల కార్యక్రమాలు, వాళ్ళ ఉత్సాహం చూచి మీరు ఆనందిస్తారు. మీరు మీ సైన్యంలో మమ్మల్ని స్వేచ్ఛగా చేర్చుకోవచ్చు" అని అన్నాడు.

మోతీలాలును పరిశీలించి చూచాను. అతని అనుచరులు అతణ్ణి గురించి "ఈ సోదరుడు దర్జీ వృత్తి చేపట్టినా ఎంతో నేర్పరి. రోజూ ఒక గంట సేపు కష్టపడిపనిచేసి ప్రతి నెల తన ఖర్చుల కోసం 15 రూపాయలు మాత్రం సంపాదించు కుంటాడు. మిగతా సమయమంతా ప్రజల సేవకు వినియోగిస్తాడు. చదువుకున్న మా బోంట్లకు మార్గం చూపించి మా చేత పని చేయిస్తున్నాడు" అని చెప్పారు.

ఆ తరువాత మోతీలాలును దగ్గరగా చూచే అవకాశం నాకు లభించింది ఆయనను గురించి వాళ్ళు చెప్పిన మాటలన్నీ నిజమేనని అందు అతిశయోక్తి లేదని గ్రహించాను. సత్యాగ్రహ ఆశ్రమం స్థాపించినప్పుడు ప్రతినెల కొద్ది రోజులు ఆయన అక్కడ ఉండేవాడు. బీరం గ్రామాన్ని గురించి నాకు రోజూ చెబుతూ ఉండేవాడు. ప్రయాణీకులకు కలిగే అసౌకర్యాలు సహించలేకపోయేవాడు. ఈ మోతీలాలును నిండు యవ్వనంలో జబ్బు ఎత్తుకుపోయింది. బఢవాణ్ శూన్యమైపోయింది.

రాజకోట చేరి మరునాడు ఉదయం ఆరోగ్యశాఖ అధికారి ఆదేశం ప్రకారం ఆసుపత్రికి వెళ్ళాను. అక్కడి వారికి నేను పరిచితుణ్ణే. అందువల్ల నన్ను చూచి డాక్టర్లు సిగ్గుపడ్డారు. ఆ విధంగా ఆదేశించిన అధికారి మీద కోపం తెచ్చుకోసాగారు. నాకు మాత్రం దోషం కనబడలేదు. అతడు తన కర్తవ్యాన్ని నెరవేర్చాడు. అతడు నన్ను ఎరుగడు. ఒకవేళ నేను ఎవరినో తెలుసుకున్నా తనకు ఇవ్వబడ్డ ఆజ్ఞను పాలించడం అతని కర్తవ్యమే కదా! అంతా పరిచితులు కావడం వలన రాజకోటలో నన్ను ఆసుపత్రిలో ఉంచకుండా ఇంటికి పంపి మా ఇంటి దగ్గరే నన్ను పరీక్షించారు. మూడోతరగతి ప్రయాణీకుల్ని ఈ విధంగా పరీక్షిస్తూ ఉండటం వల్ల ఆ తరగతిలో ప్రయాణించే గొప్పవాళ్ళకు కూడా అట్టి పరీక్ష జరుగవలసిందే. అధికారులు కూడా పక్షపాతం వహించకూడదని నా అభిప్రాయం. అయితే అధికారులు మూడో తరగతి ప్రయాణీకుల్ని మనుష్యులుగా పరిగణించక జంతువులుగా పరిగణిస్తుంటారు. సంబోధించే తీరు చాలా అసభ్యంగా ఉంటుంది. మూడో తరగతి

ప్రయాణీకులు మాట్లాడేందుకు వీలు లేదు. తర్కించేందుకు వీలు లేదు. అధికారులు చప్రాసీల్లా వాళ్ళను చూస్తూ ఉంటారు. వాళ్ళను తిడతారు, కొడతారు. రైలు పోయేదాకా వాళ్ళను నిలబెట్టి వేధిస్తారు. టిక్కట్టు తీసుకొని తిరిగి ఇవ్వక బాధిస్తారు. ఈ బాధలన్నీ నేను స్వయంగా అనుభవించాను. ఈ పరిస్థితుల్లో మార్పు రావాలంటే చదువుకున్నవాళ్ళు బీదవాళ్ళుగా మారి మూడో తరగతిలో ప్రయాణిస్తూ, ఆ ప్రయాణీకులకు చేకూరని ఏ సౌకర్యము తాము కూడా పొందకుండా అక్కడ కలిగే ఇబ్బందుల్ని, అన్యాయాల్ని, బీభత్సాన్ని గట్టిగా ఎదిరించి వాటిని తొలగించాలి.

కాఠియావాడ్‌లో పర్యటించిన ప్రతిచోట జనం బీరం గ్రామంలో పన్ను వసూలు చేస్తున్న తీరుపట్ల అసమ్మతి తెలియజేశారు. వివరం అంతా తెలుసుకొని లార్డ్ విల్లింగ్డన్ లోగడ నాకు ఇచ్చిన అవకాశాన్ని ఉపయోగించుకున్నాను. కాగితాలన్నీ చదివాను. సత్యం గ్రహించాను. బొంబాయి ప్రభుత్వంతో ఉత్తర ప్రత్యుత్తరాలు ప్రారంభించాను. సెక్రటరీని కలిశాను. ఆయన అంతావిని విచారం వెల్లడించి ఢిల్లీ ప్రభుత్వం ఈ విషయమై చూపుతున్న తీరును వివరించాడు. “మాచేతుల్లో ఉంటే ఈ టోలుగేటును ఎప్పుడో ఎత్తివేసేవాళ్ళం. కాని ఇది తిన్నగా భారత ప్రభుత్వానికి సంబంధించినది కనుక మీరు వారి దగ్గరకు వెళ్ళడం మంచిది” అని సెక్రటరీ చెప్పాడు.

నేను భారత ప్రభుత్వానికి జాబు వ్రాశాను. ఉత్తరం అందినట్లు తెలియజేయడమే తప్ప వారేమీ చర్య గైకొనలేదు. లార్డ్ చేమ్స్‌ఫర్డును కలుసుకునే అవకాశం లభించినప్పుడు అనగా రెండు సంవత్సరాల తరువాత ఈ వ్యవహారం మీద చర్య తీసుకున్నాడు. నేను ఈ విషయం చెప్పగా లార్డ్ చేమ్స్‌ఫర్డు నివ్వెరబోయాడు. ఆయనకు బీరం గ్రామాన్ని గురించి ఏమీ తెలియదు. నా మాటలు ఓపికగా విని ఫోను చేసి అందుకు సంబంధించిన కాగితాలు వెంటనే తెప్పించుకున్నాడు. మీరు చెప్పిన విషయాలపై అధికారులు వ్యతిరేకించకపోతే తప్పక పన్నుల వసూళ్ళను నిలిపివేస్తానని మాట ఇచ్చాడు. తరువాత కొద్ది రోజులకే పన్ను వసూళ్ళు రద్దు చేశారని పత్రికల్లో చదివాను.

ఈ విజయం సత్యాగ్రహ విజయానికి పునాది అని భావించాను. అందుకు కారణం ఉన్నది. బొంబాయి ప్రభుత్వ సెక్రటరీ బీరం గ్రామ పన్నును గురించి మాట్లాడుతూ మీరు ఈ విషయమై బగ్‌సరాలో చేసిన ప్రసంగ పాఠం నా దగ్గర వున్నది. అందు మీరు సత్యాగ్రహం విషయం కూడా ఎత్తారు అని అంటూ “మీరు చేసింది బెదిరింపు కాదా? శక్తి సామర్థ్యాలు గల ఏ ప్రభుత్వమైనా ఇలాంటి బెదిరింపులకు తలవంచుతుందా?” అని ఆయన నన్ను ప్రశ్నించాడు.

ఆయన ప్రశ్నకు సమాధానం ఇస్తూ “ఇది బెదిరింపు కాదు. ప్రజా శిక్షణ. ప్రజలకు వారి కష్టాల్ని తొలగించుకునేందుకు అవలంబించవలసిన చర్యలను గురించి చెప్పడం నాధర్మం. స్వాతంత్ర్యంకోరే ప్రజల దగ్గర తమ రక్షణకు అవసరమైన సాధనాలు కూడా ఉండడం అవసరం. సాధారణంగా ఇట్టి సాధనాలు హింసాపూరితంగా ఉంటాయి. కానీ సత్యాగ్రహం పూర్తిగా అహింసతో కూడిన సాధనం. దాని ఉపయోగాన్ని గురించి, దాని ప్రయోగాన్ని గురించి తెలియజేయడం నా కర్తవ్యం. ఆంగ్ల ప్రభుత్వం శక్తివంతమైనది. అందు నాకు సందేహం లేదు. అయితే సత్యాగ్రహం సర్వోన్నతమైన ఆయుధం. ఈ విషయమై నాకెట్టి సందేహమూ లేదు” అని చెప్పాను. ఆ సెక్రటరీ చతురుడు. “మంచిది చూద్దాం” అని అంటూ తల వూపాడు.

4. శాంతి నికేతనం

రాజకోట నుండి శాంతి నికేతనం వెళ్ళాను. అక్కడ ఉపాధ్యాయులు, విద్యార్థులు ప్రేమ జల్లులతో నన్ను తడిపివేశారు. స్వాగత విధానంలో సాదాతనం, కళ, ప్రేమ మూడింటి సుందర సమన్వయం కనబడింది. అక్కడే కాకా సాహెబ్ కాలేల్కర్‌ను మొదటిసారి కలుసుకున్నాను. అందరూ కాలేల్కరును "కాకా సాహెబ్" అని ఎందుకు అంటారో అప్పుడు నాకు తెలియదు. కాని తరువాత తెలిసింది. ఇంగ్లాండులో నేను ఉన్నప్పుడు అక్కడ వున్న కేశవరావు దేశపాండే బరోడా ప్రాంతంలో గంగానాథ విద్యాలయం నడుపుతూ వుండేవాడు. వారికి గల భావాల్లో విద్యాలయంలో పని చేసేవారంతా ఒకే కుటుంబీకులుగా ఉండాలన్నది ఒకటి. ఆ ఉద్దేశ్యంతో అక్కడి ఉపాధ్యాయులందరికీ ఒక్కొక్క పేరు పెట్టారు. ఆ పద్ధతిలో కాలేల్కరు కాకా (పెద తండ్రి), అయ్యారు. ఫడకే మామ అయ్యాడు. హరిహర శర్మ అన్న అయ్యాడు. తదితరులకు కూడా తగిన పేర్లు లభించాయి. కాలేల్కర్ అనుచరుడు ఆనందనాథ్ (స్వామి), మామ మిత్రుడు పట్వర్ధన్ (అప్ప) పేర్లతో ఈ కుటుంబంలో తరువాత చేరారు. ఈ కుటుంబానికి చెందిన ఆ ఐదుగురు నా అనుచరులు అయినారు. దేశ పాండే "సాహెబ్" పేరిట ప్రసిద్ధికెక్కారు. సాహెబ్ గారి విద్యాలయం మూతపడగానే ఆ ఐదుగురు చెల్లాచెదురు అయ్యారు. అయినా తమ మధ్య నెలకొన్న ఆధ్యాత్మిక సంబంధాన్ని వీరు వదులుకోలేదు. కాకా సాహెబ్ పలు చోట్లకు వెళ్ళి అనుభవం గడిస్తూ శాంతినికేతనంలో చేరారు. ఆ కోవకు చెందిన చింతామణి శాస్త్రి అను మరొకరు కూడా అక్కడే వున్నారు. వీరిద్దరూ సంస్కృతం బోధిస్తూ వుండేవారు.

శాంతినికేతనంలో మా అనుచరులకు బస విడిగా ఏర్పాటుచేశారు. అక్కడ మగన్‌లాల్ గాంధీ వారిమంచి చెడ్డలు చూస్తూ వున్నాడు. ఫినిక్సు ఆశ్రమంలో పాటించిన నియమ నిబంధనల్ని తాను పాటిస్తూ ఇతరుల చేత పాటింప చేస్తూ వున్నాడు. తన జ్ఞానం, ప్రేమ కష్ట పడి పనిచేసే మనస్తత్వంతో శాంతినికేతనంలో సువాసనలు ఆయన విరజిమ్మటం గమనించాను. ఇక్కడ ఆండ్రూస్ వున్నారు. పియర్సన్ వున్నారు. జగదానందబాబు, నేపాల్ బాబు, సంతోషబాబు, క్షితిమోహనబాబు, నగేన్‌బాబు, శరద్‌బాబు, కాళీబాబు మొదలగు వారితో నాకు పరిచయం ఏర్పడింది.

నా స్వభావం ప్రకారం నేను విద్యార్థులతోను, ఉపాధ్యాయులతోను కలిసిపోయి కాయకష్టం గురించి చర్చ ప్రారంభించాను. జీతం తీసుకొని పనిచేసే వంట వానికి బదులు ఉపాధ్యాయులు, విద్యార్థులు కలిసి వంటపని చేసుకుంటే మంచిది గదా అని నాకు అనిపించింది. అప్పుడు భోజనశాల ఆరోగ్యకరంగాను, పరిశుభ్రంగాను, ఆదర్శవంతంగాను వుంటుంది. విద్యార్థులు స్వయంపాకాన్ని గురించి ప్రత్యక్ష పాఠం నేర్చుకోగలుగుతారు. యీ విషయం ఉపాధ్యాయులకు చెప్పాను. ఇద్దరు ముగ్గురు ఉపాధ్యాయులు తల ఊపారు. కొంతమందికి యీ ప్రయోగం నచ్చింది. విద్యార్థులకు కొత్త విషయం సహజంగానే నచ్చుతుంది. వెంటనే వారంతా ఉత్సాహంతో ముందుకు వచ్చారు. గురుదేవుని దాక యీ విషయం వెళ్ళింది. వారు కొద్దిసేపు యోచించి ఉపాధ్యాయులు అంగీకరిస్తే అమలు పరచడం మంచిదేనని అన్నారు. ఇది క్రొత్త ప్రయోగం స్వరాజ్యప్రాప్తికి తాళం చెవి యిందు నిహితమై వున్నది అని కూడా గురుదేవులు విద్యార్థులకు చెప్పారు.

పియర్సన్ యీ ప్రయోగాన్ని విజయవంతం చేయుటకు అపరిమితంగా కృషి చేశారు. వారికి యీ పని బాగా నచ్చింది. కూరలు తరిగేందుకు ఒక బృందం ఏర్పడితే తిండిగింజలు శుభ్రం చేసేందుకు మరో బృందం ఏర్పడింది. వంట ఇంటి పారిశుద్యానికి నగేన్ బాబు ఆధ్వర్యంలో కొందరు పూనుకున్నారు. పారలు పుచ్చుకొని వారంతా వంట ఇంటిని పరిసరాల్ని బాగు చేస్తుంటే నా హృదయం సంతోషంతో పొంగిపోయింది. ఇది దరిదాపు వంద మందికిపైగా ఉపాధ్యాయులు, విద్యార్థులు ఒక్కసారిగా రపీమని చేసేపనికాదు. కొందరికి అలసట కలిగింది. కాని పియర్సన్ ఉత్సాహంతో పని చేస్తూనే ఉన్నారు. పెద్ద పెద్ద పాత్రలు తోమి శుభ్రం చేసే పనికి ఆయన పూనుకున్నారు. అంట్లు తోముతున్న వారి అలసటను పోగొట్టి వారికి ఆహ్లాదం కలిగించేందుకై కొందరు సితారు వాయిస్తూ వుండేవారు. మొత్తం పనులన్నీ స్వయంగా చేసేందుకు విద్యార్థులు పూను కున్నారు.

శాంతినికేతనం తేనెటీగల తుట్టెలా తళతళమెరిసి పోయింది. ఇటువంటి మార్పులు ఆగిపోకూడదు. ఫినిక్సు ఆశ్రమంలో మేము ప్రారంభించిన భోజనశాల స్వయంపోషకమై మంచిగా సాగింది. అందు సాదా భోజనం లభిస్తూ వుండేది. మసాలాల వాడకం తగ్గించి వేశాము. ఆవిరితో అన్నం, పప్పు, కూరలు గోధుమతో తయారయ్యే వస్తువులు తయారయ్యేవి.

తరువాత శాంతినికేతనంలో కొన్ని కారణాల వల్ల యీ ప్రయోగం ఆగిపోయింది. ప్రపంచ ప్రఖ్యాతి బడసిన యీ సంస్థలో కొద్ది రోజుల పాటు యీ ప్రయోగం సాగినా సంస్థకు ఎంతో మేలే చేకూరిందని చెప్పవచ్చు. ఇంకా కొద్దిరోజులు శాంతినికేతనంలో వుందామని అనుకున్నాను. కాని సృష్టి కర్త నన్ను అక్కడ వుండనీయలేదు. వారం రోజుల మాత్రమే వున్నాను. ఇంతలో పూనాలో గోఖలేగారు పరమపదించారని సమాచారం అందింది. శాంతినికేతనం విచారసాగరంలో మునిగి పోయింది. తమ విచారం ప్రకటించేందుకు అంతా నా దగ్గరకు రాసాగారు. దేవళంలో ప్రత్యేక సభ జరిగింది. వాతావరణం గంభీరంగా వుంది. ఆనాడు సాయంత్రమే నేను పూనాకు బయలుదేరాను. నా భార్య మరియు మగన్‌లాలు నాతోబాటు వున్నారు. మిగతా వారంతా శాంతినికేతనంలో వుండిపోయారు.

అండ్రూస్ బర్ద్వానుదాకా వచ్చారు. “భారతదేశంలో సత్యాగ్రహం చేయవలసి వస్తుందని మీరు భావిస్తున్నారా? అలా భావించితే ఎప్పుడు జరుగుతుందో ఊహిస్తున్నారా?” అని నన్ను ప్రశ్నించారు. “ఈ ప్రశ్నకు జవాబివ్వడం కష్టం. ఒక్క ఏడాది పాటు దేశమందంతట పర్యటించమని, ప్రజా సమస్యలను గురించి స్వయంగా తెలుసుకొని యోచించమని, నిర్ణయాలను మాత్రం వెంటనే ప్రకటించవద్దని గోఖలే చెప్పారు. సరేనని వారికి మాట ఇచ్చాను. ఆ మాట మీద నిలబడి వుంటాను. ఆ తరువాత అవసరమైతేనే నా అభిప్రాయం వెల్లడిస్తాను. అందువల్ల అయిదు సంవత్సరాల వరకు సత్యాగ్రహం చేయవలసిన అవసరం కలగదని భావిస్తున్నాను” అని చెప్పాను.

ఇక్కడ మరో విషయం పేర్కొనడం మంచిది “హింద్‌స్వరాజ్” లో నేను ప్రకటించిన విషయాలను గోఖలేగారు ఎగతాళి చేస్తూ “ఒక్క ఏడాదిపాటు దేశమంతా తిరిగి చూస్తే మీ భావాలు వాటంతట అవే త్రోవకు వస్తాయి” అని.

5. బాధాకరమైన మూడో తరగతి ప్రయాణం

బర్ద్వాన్ చేరిన తరువాత మేము మూడో తరగతి టిక్కెట్లు తీసుకోవాలి. చాలా ఇబ్బంది కలిగింది. "మూడో తరగతి ప్రయాణీకులకు ముందుగా టిక్కెట్లు ఇవ్వం" అని అన్నారు. స్టేషను మాస్టరును కలుద్దామని వెళ్ళాను. ఆయనను కలుసుకోనిస్తారా? ఎవరో దయతో స్టేషన్ మాస్టరును చూపించారు. ఆయన దగ్గరకు వెళ్లాను. ఆయన కూడా ఆ సమాధానమే యిచ్చాడు. కిటికీ తెరిచిన తరువాత టిక్కెట్లు తీసుకుందామని వెళ్ళాను. బలంగా వున్నవారంతా తోసుకొని ముందుకు వెళ్ళి టికెట్లు తీసుకుంటున్నారు. నాబోటి వాళ్ళను వెనక్కి నెట్టివేస్తున్నారు. చివరికి టికెట్లు దొరికాయి. బండివచ్చింది. అక్కడ కూడా ఇదే తంతు. బలిష్టులు ఎక్కుతున్నారు. కూర్చున్న వారికీ, ఎక్కినవారికి ద్వంద్వ యుద్ధం సాగుతున్నది. తోపుళ్ళు నెట్టుళ్ళు అమోఘంగా సాగుతున్నాయి. నా బోటివాడు తట్టుకోగలడా? మేము ముగ్గురం అటు ఇటు పరుగులు ప్రారంభించాం. ప్రతి చోట "జాగా లేదు" అన్నమాటే వినబడుతున్నది. నేను గార్డు దగ్గరికి వెళ్ళాను. "జాగా దొరికితే ఎక్కు లేకపోతే తరువాత బండిలోరా" అని ఆయన అన్నాడు. ఏం చేయాలో తోచలేదు. మగన్‌లాలును ఏదో విధంగా బండి ఎక్కమని చెప్పాను. భార్యతో సహా నేను మూడో తరగతి టిక్కట్లతో ఇంటరు పెట్టెలోకి ఎక్కాను. గార్డు నన్ను చూచాడు. ఆసన్‌సోల్ స్టేషనులో బండి ఆగింది. గార్డు అదనపు రేటు వసూలు చేసేందుకై నా దగ్గరకు వచ్చాడు. "నాకు చోటు చూపించడం మీ కర్తవ్యం. చోటు దొరక్క నేను ఇక్కడ కూర్చున్నాను. మూడో తరగతిలో చోటు చూపించండి వెళతాను" అని అన్నాను. "నీతో తర్కం నాకు అనవసరం. నీకు చోటు చూపించడం నా పనికాదు. డబ్బులేకపోతే బండి దిగు" అని గద్దించాడు గార్డు. నేను పూనా వెళ్ళాలి. గార్డుతో తగాదా పడటం అనవసరమనిపించి సొమ్ము చెల్లించివేశాను. అతడు పూర్తిగా పూనాదాకా ఇంటరు చార్జీవసూలు చేశాడు. నాకు ఇది అన్యాయమనిపించింది. ఉదయానికి మొగల్‌సరాయి చేరాము. మగన్‌లాలు మూడో తరగతిలో చోటు సంపాదించాడు. మొగల్‌సరాయిలో నేను కూడా మూడో తరగతిలోకి మారాను. టికట్టు కలెక్టరుకు విషయమంతా చెప్పాను. అతణ్ణి ఒక ధృవీకరణ పత్రం వ్రాసి ఇమ్మని కోరాను. అతడు ఇవ్వనని భీష్మించాడు. నేను రైల్వేఅధికారికి జాబు వ్రాశాను. "ధృవీకరణ పత్రం లేనిదే అదనంగా వసూలు చేసిన సొమ్ము తిరిగి చెల్లించడానికి వీలులేదు. అయినా మీకు సొమ్ము చెల్లిస్తున్నాము. బర్ద్వాన్ నుండి మొగల్ సరాయి వరకు మాత్రం ఇంటరు తరగతి సొమ్ము చెల్లించబడదు" అంటూ సమాధానం అందింది.

ఆ తరువాత మూడో తరగతి ప్రయాణానికి సంబంధించి నాకు కలిగిన అనుభవాలు కోకొల్లలు. అవన్నీ రాస్తే పెద్ద గ్రంథం అవుతుంది. అవకాశం చిక్కినప్పుడు వేరు వేరు ప్రకరణాల్లో కొన్ని అనుభవాలను సందర్భాన్ని బట్టి వివరిస్తాను. శారీరకంగా శక్తిలేనందున నా మూడో తరగతి ప్రయాణం తరువాత ఆపుకోవలసి వచ్చింది. అందుకు ఎంతో విచారించాను. మూడో తరగతి ప్రయాణం చేస్తున్నప్పుడు రైల్వే అధికారులు దౌర్జన్యం, అవమానకరమైన వారి ప్రవర్తనా తీరు వర్ణనాతీతం. ఇటు ప్రయాణీకుల ప్రవర్తన కూడా అంతకంటే ఘోరమని చెప్పక తప్పదు. ప్రయాణీకుల్లో మూర్ఖత్వం, మురికి, స్వార్థం, అజ్ఞానం అత్యధికం. తమ తప్పుల్ని వారు గ్రహించరు. తాము చేస్తున్న పని రైటేనని వారు భావిస్తారు. సంస్కారం కలిగిన చదువుకున్న వాళ్ళు వారి చర్యల్ని

సరిదిద్దేందుకు ప్రయత్నించరు. అలసి సొలసిన మేము కళ్యాణ్ జంక్షను చేరాం. స్నానం చేద్దామని వెళ్ళి స్టేషనులో గల పంపు నీళ్ళతో మేమిద్దరం స్నానం చేశాం. భార్య స్నానం ఎట్లాగా అని యోచిస్తూ వుండగా భారత సేవక్ సమాజ కార్యకర్త శ్రీకౌల్ మమ్మల్ని గుర్తించాడు. ఆయన కూడా పూనా వస్తున్నాడు. సెకండ్ క్లాసులో గల స్నానాల గదిలో ఆమెకు స్నానం ఏర్పాటు చేస్తానని చెప్పాడు. అట్టి సౌకర్యం పొందుటకు నేను సంకోచించాను. నిజానికి సెకండు క్లాసు ప్రయాణీకుల స్నానాలగదిలో స్నానం చేసే హక్కు నా భార్యకు లేదు కదా! అయినా నేను వద్దనకుండా మౌనం వహించాను. సత్యపూజారి యిలా చేయకూడదు. స్నానం కోసం అక్కడికి వెళతానని ఆమె కోరలేదు. భర్త అనే మోహంతో కూడిన స్వర్ణపాత్ర సత్యాన్ని మరుగున పడవేసిందన్నమాట.

6. నా ప్రయత్నం

పూనా చేరాం. దహన కర్మలన్నీ పూర్తి అయ్యాయి. అంతా సొసైటీని గురించి ఏం చేయడమా అని ఆలోచనలో పడ్డాం. నేను సొసైటీలో చేరాలా వద్దా అను మీమాంసలో పడ్డాను. నా మీద పెద్ద బరువు పడినట్లనిపించింది. గోఖలేగారు జీవించియుంటే నేను సొసైటీలో చేరవలసిన అవసరం లేదు. నేను గోఖలే గారి ఆదేశానుసారం నడవవలసిన వాణ్ణి. ఆ విధంగా చేయడం నాకు ఇష్టం. భారతదేశమనే తుఫానుతో నిండిన సముద్రంలో దూకినప్పుడు నాకు సహాయం చేసేవారు అవసరం. గోఖలే వంటి సహాయకుని నీడన సురక్షితంగా వున్నాను. అట్టి గోఖలే యికలేరు. అందువల్ల వారి సొసైటీలో చేరడం అవసరమని అనిపించింది. గోఖలే ఆత్మ కూడా దీన్నే కోరుతున్నదని అనిపించింది. నేను గట్టిగా అందుకు పూనుకున్నాను. అప్పుడు సొసైటీ మెంబర్లంతా పూనాలోనే వున్నారు. వారికి నచ్చజెప్పి నా విషయంలో వారికి గల సందేహాల్ని తొలగించేందుకు ప్రయత్నం చేయసాగాను. మెంబర్లలో అభిప్రాయభేదం కనబడింది. ఒక వర్గం వారు చేర్చుకోవాలని, మరోవర్గం వారు చేర్చుకోవద్దని భావిస్తున్నారు. ఇరువర్గాలవారికి నా యెడ ప్రేమ వున్నది. అయితే నా మీద గల ప్రేమ కంటే కొందరికి సొసైటీ మీద మక్కువ ఎక్కువగా ఉన్నదని అనిపించింది. మా చర్చలు సిద్ధాంతపరంగా సాగినా ఎంతో మధురంగా వున్నాయి. వ్యతిరేకించిన వారి తర్కం ప్రకారం నా దృక్పధానికి సొసైటీ దృక్పధానికి తూర్పు పడమరలంత వ్యత్యాసం వున్నదని తేలింది. గోఖలే గారు ఏ లక్ష్యాలతో సొసైటీని స్థాపించారో, నేను అందుచేరితే ఆ లక్ష్యాలు దెబ్బతింటాయని వారి భావమని తేలింది. చాలాసేపు చర్చించి మేము విడిపోయాము. నిర్ణయం మరో సమావేశంలో చేయాలని నిర్ణయించారు.

ఇంటికి చేరి ఆలోచనా సాగరంలో పడ్డాను. మెజారిటీ ఓట్లతో నేను సొసైటీలో చేరడం సబబా ? అది గోఖలేగారియెడ నాకు గల నిజాయతీ అని అనిపించుకుంటుందా? నాకు వ్యతిరేకంగా ఓట్లు పడితే సొసైటీ చీలికకు నేను కారణభూతుడను కానా ? బాగా యోచించిన మీదట, నన్ను సొసైటీలో చేర్చుకునేందుకు అందరూ అంగీకరిస్తేనే అందుచేరడం మంచిదని, కొందరు వ్యతిరేకించినా అందుచేరడం సొసైటీ క్షేమం దృష్ట్యా మంచిది కాదని భావించాను. గోఖలే గారి యెడ, సొసైటీ సభ్యుల యెడ నేను చూపవలసిన విధానం అదే నను నిర్ణయానికి వచ్చాను. అంతర్వాణి ఈ విధంగా చెప్పిన వెంటనే నేను శాస్త్రిగారికి జాబు రాసి నా కోసం మళ్ళీ సమావేశం ఏర్పాటు చేయవద్దని కోరాను. నా నిర్ణయం వ్యతిరేకులకు నచ్చింది. ధర్మ సంకటంలో పడవలసిన అవసరం

వారికి కలుగకుండా పోయింది. వారికి నా యెడగల ప్రేమ ఇంకా అధికమైంది. సొసైటీలో చేరుటకు పంపిన దరఖాస్తు తిరిగి తీసుకోవడం వల్ల నేను సొసైటీ సభ్యునిగా చేరినట్లే అయింది.

తరువాత నేను సొసైటీలో చేరకపోవడమే మంచిదని అనుభవంలో తేలింది. కొందరు నన్ను చేర్చుకోవద్దని తెలిపిన విషయాలు యదార్థమైనవే. వారికి నాకు సిద్ధాంతరీత్యా తేడా వున్నమాట నిజం. అభిప్రాయ భేదం ఏర్పడినప్పటికీ మాకు గల ఆత్మ సంబంధం ఎన్నడూ చెక్కుచెదరలేదు. మేము మిత్రులంగానే వున్నాము. సొసైటీ స్థలం నా దృష్టిలో తీర్థక్షేత్రమే. లౌకిక దృష్ట్యా నేను సొసైటీ మెంబరుగా చేరలేదు కాని ఆధ్యాత్మిక దృష్ట్యా నేను మెంబరుగా చేరినట్లే. వాస్తవానికి లౌకిక సంబంధం కంటే ఆధ్యాత్మిక సంబంధం గొప్పది కదా! ఆధ్యాత్మికత్వం లేని లౌకిక సంబంధం ప్రాణం లేని దేహంతో సమానమేకదా!

7. కుంభ యాత్ర

డాక్టర్ ప్రాణజీవనదాస్ గారిని కలుసుకునేందుకు రంగూన్ వెళ్ళవలసి వచ్చింది. త్రోవలో శ్రీ భూపేంద్రనాథ బోసుగారి ఆహ్వానం మీద కలకత్తాలో ఆగాను. అక్కడ బెంగాలీల సౌజన్యాన్ని అపరిమితంగా చవిచూచాను. అప్పుడు నేను ఫలాలు మాత్రమే తీసుకుంటూ వున్నాను. నాతోపాటు మా అబ్బాయి రామదాసు వున్నాడు. కలకత్తాలో దొరికే పండ్లు మొదలుగా గల వన్నీ కొని మాకోసం సిద్ధంగా వుంచారు. స్త్రీలు రాత్రంతా జాగరణచేసి పిస్తా మొదలగు వాటి బెరుళ్ళు వలిచారు. తాజా పండ్లను ఎంతో అందంగా అమర్చారు. నా అనుచరుల కోసం రకరకాల పిండి వంటలు సిద్ధం చేశారు. ఆ ప్రేమ, ఆ అతిథి సత్కారం నాకు బోధపడింది కాని ఒకరిద్దరు అతిథుల కోసం కుటుంబసభ్యులంతా యీ విధంగా శ్రమపడటం నాకు నచ్చలేదు. అయితే యీ కష్టాన్నుండి బయటపడే మార్గం నాకు కనబడలేదు.

రంగూన్ వెళ్ళేటప్పుడు నేను ఓడలో డెక్‌మీద ప్రయాణించే యాత్రికుణ్ణి. శ్రీబోసుగారింటి వద్ద ప్రేమాధిక్యత. స్టీమరు మీద దారిద్ర్యపు ఆధిక్యత. డెక్‌మీద ప్రయాణం చేస్తున్నప్పుడు ఎన్నో కష్టాలు పడ్డాను. స్నానం చేసేచోటు మురికి కూపం. నిలబడేందుకు కూడా వీలు లేని స్థితి. పాయిఖానా నిజంగా నరకమే. మలమూత్రాలు తొక్కుకుంటూ నడవడం లేక మలమూత్రాల మీదుగా దూకుతూ వాటిని దాటడం నావల్ల కాలేదు. ఓడ అధికారి దగ్గరికి వెళ్ళాను. కాని వినిపించుకునే నాధుడే లేడు. యాత్రికులు తమ మురికిచే ఓడను పాడుచేశారు. కూర్చున్నచోటనే ఉమ్మివేయడం అక్కడే జర్దా వగైరా నోట్లో పెట్టుకొని పిచికారీ గొట్టంలా ఉమ్మివేయడం, అబ్బ! అక్కడి దృశ్యం వర్ణనాతీతం. ఒకటే గోల. ప్రతివాడు ఎక్కువ చోటును ఆక్రమించుకోడానికి ప్రయత్నించటమే. పక్కవాడిని గురించి పట్టించుకునే స్థితిలో ఎవ్వరూ లేరు. వాళ్ళు, వాళ్ళ సామాను. అంతే. రెండు రోజుల ఆ యాత్ర నాపాలిట నరకయాత్ర అయిపోయింది.

రంగూను చేరిన తరువాత ఏజంటుకు వివరమంతా రాశాను. తిరుగు ప్రయాణంలో కూడా డెక్‌మీదనే ప్రయాణం చేశాను. అయితే ఈసారి నా జాబు వల్ల మరియు డాక్టర్ మెహతాగారి ప్రయత్నం వల్ల సౌకర్యాలు లభించాయి. అయితే నా ఫలహారం గొడవ అక్కడ కూడా అవసరం కంటే మించి వ్యథ కలిగించింది. డాక్టర్ మెహతా గారి ఇంటిని నా ఇంటిలాగానే చూచుకునేవాణ్ణి. అట్టి సంబంధం వారితో నాకు వున్నది. తినే పదార్థాల సంఖ్యను తగ్గించినా రకరకాలు పండ్లు

లభించాయి. వాటిని వ్యతిరేకించేవాణ్ణి కాదు. ఆ పండ్లు కంటికి యింపుగాను, నోటికి రుచిగాను వుండేవి. అయితే రాత్రిపూట ఎనిమిది తొమ్మిది గంటలవుతూ వుండేది.

ఈ సంవత్సరం - 1915లో హరిద్వారంలో కుంభమేళా జరుగబోతున్నది. అందు పాల్గొనాలని కోరిక నిజానికి నాకు కలుగలేదు. అయితే మహాత్మా మున్షీగారి దర్శనానికి వెళ్ళవలసిన అవసరం వున్నది. కుంభమేళా సమయంలో గోఖలేగారి భారత సేవక సమాజం ఒక పెద్ద బృందాన్ని పంపింది. అందుకు సంబంధించిన ఏర్పాట్లు హృదయనాథ్ కుంజ్రూ చూస్తున్నారు. కీ॥శే॥ డాక్టర్ దేవ్‌కూడా ఆ బృందంలో వున్నారు. మా అనుచరులు కూడా. మేళాలో వాలంటీర్లుగా పని చేయాలని భావించారు. నేను హరిద్వార్ చేరకముందే మగన్‌లాలు ఆశ్రమవాసులను వెంట బెట్టుకొని అక్కడికి చేరుకున్నారు. నేను రంగూను నుండి తిరిగిరాగానే వెళ్ళి ఆ బృందంతో కలిశాను. కలకత్తానుండి హరిద్వార్ చేరడానికి రైల్లో నానా అవస్థ పడవలసి వచ్చింది. రైలు పెట్టెలో దీపాలులేవు. అంతా చీకటి. సహరావ్‌పూర్ నుండి గూడ్సు పెట్టెల్లో జనాన్ని పశువుల్ని నింపినట్లు నింపివేశారు. రైలు పెట్టెలకు పై కప్పు లేనందున సూర్యుని ఎండ ప్రయాణీకుల్ని బాగా మాడ్చి వేసింది. కింద ఇనుపరేకులు. ఇక ప్రయాణీకుల బాధ వర్ణనాతీతం. ఎండకు తట్టుకోలేక జనం దాహం దాహం అని కేకలు వేయసాగారు. హిందువులు భావుకులు కదా! మహమ్మదీయుడు మంచినీళ్ళు ఇస్తే త్రాగరు. ఇట్టి భావుకులగు హిందువులు మందు అని చెప్పి డాక్టరు మద్యం యిచ్చినా, మహమ్మదీయ, క్రైస్తవ డాక్టర్లు నీళ్ళు ఇచ్చినా, మాంసం పుచ్చుకోమన్నా కిమ్మనకుండా పుచ్చుకుంటారు. పుచ్చుకోవచ్చునా లేదా అని కూడా యోచించరు.

శాంతినికేతనంలో చూచాను. పాకీపని చేయడం మన దేశంలో ఒక వృత్తిగా మారిపోతున్నది. మా వాలంటీర్ల కోసం ఏదో సత్రం ఆవరణలో డేరాలు వేశారు. మలమూత్ర విసర్జన కోసం డాక్టర్ దేవ్ కొన్ని గుంటలు త్రవ్వించారు. అయితే ఆ గుంటల పారిశుధ్యం విషయంలో డాక్టర్ దేవ్ జీతాలు తీసుకొని పనిచేసే పాకీవారి మీద ఆధారపడ్డారు. యీ విషయం నాకు తెలిసింది. గుంటల్లో పడే మలాన్ని మట్టితో కప్పి వేయడం, పారిశుధ్య కార్యక్రమం గుంటల దగ్గర కొనసాగించడం మా బృందం వారు చేయగలరనీ, ఫినిక్సులో ఇట్టి పని వారు చేశారనీ, మా వారికి అనుమతి ఇమ్మని డాక్టర్ దేవ్‌గారిని కోరాను. ఆయన సంతోషంతో అంగీకరించారు. అనుమతించమని కోరింది నేనే అయినా బాధ్యత వహించవలసిన వ్యక్తి మగన్‌లాలు గాంధీయే. డేరాలో కూర్చొని జనానికి దర్శనం ఇవ్వడం, వచ్చేపోయేజనంతో ధర్మాన్ని గురించి, తదితర విషయాలను గురించి చర్చిస్తూ ఉండటం నా పని అయింది. ఇట్టి దర్శనం ఇచ్చే కార్యక్రమంతో విసిగిపోయాను. ఒక్క నిమిషం కూడా సమయం చిక్కలేదు. స్నానానికి వెళ్ళినా నన్ను చూచేందుకు జనమే జనం. పండ్లు తినేటప్పుడు కూడా జనమే. ఒక్క నిమిషం కూడా నన్ను జనం వదలలేదు. దక్షిణ ఆఫ్రికాలో నేను చేసిన కొద్దిపాటి సేవా కార్యక్రమాల ప్రభావం యావద్భారతావనిపై అపరిమితంగా పడిందను విషయం హరిద్వార్‌లో బోధపడింది. నేను రెండు తిరగలిరాళ్ళ మధ్య పడి నలిగిపోసాగాను. గుర్తించబడని చోట మూడో తరగతిరైలు ప్రయాణీకుడిగా నరకయాతన అనుభవించాను. గుర్తింపబడిన చోట విపరీతమైన జనసమర్ధంతో నానా యాతన పడ్డాను. రెండింటిలో ఏది మేలైనదీ అని అడిగితే చెప్పడం కష్టం. రెండూ రెండే. దర్శనం కోసం ఎగబడే జనాన్ని చూచి ఒక్కొక్కప్పుడు నాకు కోపం బాగా వచ్చిన ఘట్టాలు వున్నాయి. ఆ తాకిడికి తట్టుకోలేక లోలోన బాధ పడిన క్షణాలు అనేకం

వున్నాయి. కాని మూడో తరగతి ప్రయాణం చేస్తున్నప్పుడు యమయాతన పడ్డానే కాని ఎప్పుడూ, కోపం రాలేదు. పైగా మూడో తరగతి ప్రయాణం వల్ల పలు అనుభవాలు పొంది ఔన్నత్యం పొందాను.

అప్పుడు బాగా తిరగగల శక్తి నాకు వున్నది. అందువల్ల కాలినడకన బాగా తిరిగాను. రోడ్డుమీద నడవడం కూడా కష్టమయ్యేటంతగా నాకు అప్పటికి ప్రశస్తి రాలేదు. ప్రయాణాలలో ధార్మిక భావన కంటే ప్రజల్లో అజ్ఞానం, నిలకడలేకపోవడం, మొండితనం, పెంకితనం ఎక్కువగా కనబడ్డాయి. సాధువులు తండాలు తండాలుగా వచ్చిపడ్డారు. వాళ్ళు పరమాణ్ణం, మాల్‌పూరీలు తినడానికే పుట్టారా అని అనిపించేలా వ్యవహరించారు. ఇక్కడ అయిదు కాళ్ళ ఆవును చూచి ఆశ్చర్య పడ్డాను. కాని తెలిసిన వారు దాని రహస్యం చెప్పగా నివ్వెరబోయాను. పాపం ఆ అయిదు కాళ్ళ ఆవు, దుష్టులు, దుర్మార్గులు అయిన లోభుల దుర్మార్గానికి తార్కాణమని తెలిసింది. దూడ బ్రతికి వున్నప్పుడు దాని కాలు ఒకటి నరికి, ఆవు మెడను కత్తితో చీల్చి అందు దూడ కాలును అమర్చి మెడను సరిచేస్తారట. ఇంతటి కిరాతకం అజ్ఞానుల కండ్లలో కారం కొట్టి డబ్బులు గుంజేందుకై చేస్తారట. అయిదు కాళ్ళు గల గోమాతను చూచేందుకు ముందుకురకని హిందువు వుంటాడా ? అట్టి గోమాతకు ఎంత డబ్బైనా ఇవ్వకుండా హిందువు వుండగలడా?

కుంభోత్సవం రోజు వచ్చింది. నాకు అది పావన దినం. నేను యాత్రకోసం హరిద్వార్ వెళ్ళలేదు. తీర్థస్థలాల్లో పవిత్రతను అన్వేషించేందుకై వెళ్ళాలనే మోహం నాకు కలుగలేదు. కాని 17 లక్షల మంది జనంలో అంతా పాఖండులు కారుకదా! ఆ మేళాలో 17 లక్షల మంది పాల్గొంటారని అంచనా వేశారు. వారిలో చాలా మంది పుణ్యంకోసం, శుద్ధికోసం వచ్చారనడంలో నాకెట్టి సందేహమూ లేదు. ఈ విధమైన శ్రద్ధ ఆత్మను ఎంతటి ఉన్నతస్థాయికి తీసుకువెళుతుందో చెప్పడం కష్టమే. పక్కమీద పడుకొని ఆలోచనా సాగరంలో తేలిపోసాగాను. నాలుగు వైపుల ముసిరియున్న పాఖండుల మధ్య పవిత్రాత్ములు కూడా కొన్ని వున్నాయి. ఆ ఆత్మలు దేవుని దర్బారులో దండనకు గురికావు. అసలు ఇటువంటి చోటుకు రాకూడదనుకుంటే అసమ్మతిని తెలియజేసి ఆనాడే నేను తిరిగి వెళ్ళిపోతే బాగుండేది. వచ్చాను గనుక కుంభం రోజున కొత్త వ్రతాన్ని ప్రారంభించి ప్రాయశ్చిత్తం చేసుకోవాలని భావించాను. వ్రతాలనే కోడులమీద నిలబడి వున్న జీవితం నాది. అందువల్ల కఠోరమైన వ్రతానికి పూనుకోవాలనే నిర్ణయానికి వచ్చాను. కలకత్తాలోను, రంగూనులోను నావల్ల ఇంటి యజమానులు పడ్డ శ్రమ జ్ఞప్తికి వచ్చింది. దానితో నేను తినే పదార్థాల సంఖ్యను బాగా తగ్గించి వేయాలని, చీకటి పడకముందే ఫలాహారం చేసివేయాలని నిర్ణయానికి వచ్చాను. నేను చేపట్టే వ్రతం ఇదే. ఈ విధంగా నన్ను నేను హద్దుల్లో పెట్టుకోకపోతే ఇంటి యజమానులు పడే శ్రమ ఎక్కువైపోతుంది. నా సేవ చేయడానికే వారికాలం చెల్లిపోతుంది. అందువల్ల 24 గంటల్లో 5 పదార్థాలు మాత్రమే పుచ్చుకుంటాననీ, చీకటిపడకముందే భోజన కార్యక్రమం ముగించివేస్తానని వ్రతం పట్టాను. జబ్బు పడినప్పుడు మందు రూపంలో పదార్థాలు పుచుకోవలసి వస్తే ఏం చేయాలి అని కూడా యోచించి, అట్టి స్థితిలో కూడా 5 పదార్థాలు మాత్రమే తీసుకోవాలని నిర్ణయించాను. ఈ రెండు వ్రతాలు ప్రారంభించి 13 సంవత్సరాలు గడిచాయి. ఎన్నో గడ్డు పరీక్షలను ఎదుర్కొన్నాను. అయితే పరీక్షా సమయంలో యీ వ్రతాలు నా జీవితకాలాన్ని పెంచాయనే విశ్వాసం నాకు కలిగింది. అనేక పర్యాయాలు జబ్బుల పాలిట పడకుండా యీ వ్రతాల వల్ల రక్షణ కూడా పొందాను.

8. లక్ష్మణ ఊయల

పర్వతమంత విశాల హృదయులు మహాత్మాముంషీరామ్. వారి దర్శనం చేసుకొని, వారిగురుకులం చూచి ఎంతో శాంతి పొందాను. హరిద్వారమందలి రొదకు, గురుకులమందలి శాంతికి మధ్యగల భేదం స్పష్టంగా కనబడుతూ వుంది. ఆ మహాత్ముడు నా మీద ప్రేమ వర్షం కురిపించారు. అక్కడి బ్రహ్మచారులు నన్ను వదలలేదు. రామదేవ్‌ను అక్కడే కలిశాను. వారి శక్తి ఏమిటో వెంటనే గ్రహించాను. మా మధ్య కొద్దిగా అభిప్రాయభేదం వున్నట్లు కనబడినా మా యిరువురిని ప్రేమబంధం బిగించివేసింది. గురుకులంలో పరిశ్రమల స్థాపన మరియు వాటి శిక్షణను గురించి రామదేవ్ గారితోను, ఇతర ఉపాధ్యాయులతోను చర్చించాను. గురుకులం త్వరగా వదిలి రావలసి వచ్చినందుకు బాధపడ్డాను.

లక్ష్మణ ఊయలను గురించి చాలా మంది చెప్పగా విన్నాను. ఋషీకేశం వెళ్ళకుండా హరిద్వారం వదలిరావద్దని చాలామంది సలహా యిచ్చారు. నేను అక్కడికి నడిచి వెళ్ళాలి. ఒక మజిలీ ఋషీకేశంలో, రెండవ మజిలీ లక్ష్మణ ఉయ్యాలలో గడపాలి. ఋషీకేశంలో చాలామంది సన్యాసులు వచ్చి నన్ను కలిశారు. వారిలో ఒకనికి నా యందు అమితంగా మక్కువ కలిగింది. నాలో ధర్మాన్ని గురించి తపన తీవ్రంగా వుండటం అతడు గ్రహించాడు. అప్పుడే గంగలో స్నానం చేసి వచ్చాను. అందువల్ల ఇంకా ఒంటినిండా బట్టకప్పుకోలేదు. శిరస్సుమీద పిలక, మెడలో జందెం కనబడనందున అతనికి అమితంగా విచారం కలిగింది. మీరు ఇంత ఆస్తికులై యుండి కూడా పిలక పెట్టుకోలేదు. జందెం వేసుకోలేదు. నాకు చాలా విచారం కలుగుతున్నది. ఈ రెండూ హిందూ మత బాహ్యచిహ్నాలు, ప్రతి హిందువు ఈ రెండిటినీ ధరించాలి అని అన్నాడు.

పది సంవత్సరాల వయస్సులో నేను పోరు బందరునందు బ్రాహ్మణులు వేసుకున్న జందాలకు కట్టియున్న తాళం చెవుల గలగలలు విని ఈర్ష్యపడుతూ వుండేవాణ్ణి. నేను కూడా జందెం వేసుకొని దానికి తాళం చెవులు కట్టి గలగలలాడిస్తూ తిరిగితే ఎంత బాగుంటుందో అని అనుకునేవాణ్ణి. కాఠియావాడ్ నందలి వైశ్యకులంలో అప్పుడు జందెం వేసుకునే పద్ధతి అమలులో లేదు. అయితే పై మూడు కులాల వారు జందెం ధరించాలని ప్రచారం సాగుతూ వున్న రోజులవి. తత్ఫలితంగా గాంధీ కుటుంబీకులు కొందరు జందెం వేసుకున్నారు. మా ముగ్గురు అన్నదమ్ములకు రామరక్షాస్తోత్రం నేర్పిన బ్రాహ్మణుడు జందాలు వేశాడు. నిజానికి తాళం చెవుల అవసరం లేనప్పటికి నేను రెండు మూడు తాళం చెవులు తెచ్చి నా జందానికి కట్టుకున్నాను. జందెం తెగిపోయింది. దానితో పాటు మోహమనే దారం కూడా నాలో తెగిపోయిందోలేదో గుర్తులేదు. కాని నేను ఆ తరువాత ఇక కొత్త జందెం వేసుకోలేదు. పెద్దవాడైన తరువాత నాకు జందెం వేయాలని భారతదేశంలోనే గాక దక్షిణ ఆఫ్రికాలో కూడా కొందరు ప్రయత్నించారు. కాని వారి తర్కం నామీద పనిచేయలేదు. శూద్రులు జందెం ధరించనప్పుడు ఇతరులు ఎందుకు ధరించాలి? మా కుటుంబంలో మొదటి నుండి అమలులో లేని ఈ జందాన్ని మధ్యలో ఎందుకు ప్రవేశపెట్టాలి అను ప్రశ్నలకు సరియైన సమాధానం లభించలేదు. కావాలంటే జందెం దొరుకుతుంది. కాని దాన్ని ధరించడానికి తృప్తికరమైన కారణాలు కనబడలేదు. వైష్ణవుణ్ణి గనుక నేను పూసల దండ ధరించేవాణ్ణి. మా అన్నదమ్ములందరికీ పిలకజుట్టు వుంది. ఇంగ్లాండు వెళ్ళినప్పుడు శిరస్సు ఒత్తుగా వుండవలసివచ్చింది. తెల్లవాళ్ళు పిలక చూచి నవ్వుతారని, నన్ను అడవి మనిషి అని అనుకుంటారని భావించి పిలక తీసివేయించాను. నాతోపాటు దక్షిణ

ఆఫ్రికాలో వున్న మా అన్న గారి కుమారుడు ఛగన్‌లాలు గాంధీ కడు శ్రద్ధతో పిలక వుంచుకున్నాడు. ప్రజా సేవకు సంబంధించిన కార్యక్రమాల్లో పాల్గొనేటప్పుడు ఆ పిలక ఇబ్బంది కలిగిస్తుందని చెప్పి నేనే బలవంతాన పిలక తీసివేయించాను. స్వామికి ఈ విషయమంతా చెప్పి "జందెం మాత్రం నేను వేసుకోను. ఎక్కువ మంది హిందువులు జందెం వేసుకోరు. అయినా వారంతా హిందువులుగానే పరిగణింపబడుతూ వున్నారు. అందువల్ల జందెం వేసుకోవలసిన అవసరం లేదని నా అభిప్రాయం. అదీగాక యజ్ఞోపవీతం ధరించడం అంటే మరో జన్మ ఎత్తడమే. అనగా సంకల్పబలంతో పరిశుద్ధి కావడం, అంటే ఊర్ధ్వగాములం కావడమన్నమాట. ఇప్పుడు హిందువులందరూ పూర్తిగా పతనావస్థలో వున్నారు. అట్టి వీరికి జందెం వేసుకునే అధికారం లేదు. అస్పృశ్యత అనే మురికిని కడిగివేయాలి. హెచ్చురొచ్చులను మరిచిపోవాలి. మనలో చోటు చేసుకున్న చెడును తొలగించి వేయాలి. ఆ ధర్మాన్ని, పాఖండత్వాన్ని దూరం చేయాలి. అప్పుడే యజ్ఞోపవీతం ధరించే హక్కు హిందూ సమాజానికి కలుగుతుందని నా అభిప్రాయం. అందువల్ల జందెం విషయమై మీ మాటలు నాకు మింగుడుపడవు. కాని పిలక విషయమై మీరు చెప్పిన మాటల్ని గురించి యోచిస్తాను. మొదట పిలక నాకు వుండేది. కాని సిగ్గువల్ల అంతా నవ్వుతారేమోననే భావంతో నేనే తొలగించివేశాను. దాన్ని తిరిగి పెట్టుకోవడం మంచిదని నాకు తోస్తున్నది. నా అనుచరులతో ఈ విషయమై నేను మాట్లాడతాను" అని చెప్పాను. స్వామికి జందెం గురించి నేను అన్న మాటలు నచ్చలేదు. నేను ధరించకూడదు అని చెబుతూ చెప్పిన కారణాలు, ధరించవచ్చును అను చెప్పుటకు అనుకూలమని ఆయనకు తోచాయి. అయితే ఋషికేశంలో జందాన్ని గురించి నేను చెప్పిన మాటలపై ఇప్పటికీ నేను నిలబడివున్నాను. వేరు వేరు మతాలు వున్నంతవరకు ఆ మాతాలవారికి బాహ్యచిహ్నాలు బహుశా అవసరం అవుతాయి. కాని ఆ బాహ్యచిహ్నాలు ఆడంబరంగా మారినప్పుడు, తన మతమే యితర మతాలకంటే గొప్పదని చెప్పుటకు సాధనాలుగా మారినప్పుడు వాటిని త్యజించడం మంచిది. ఇప్పుడు జందెం హిందూ సమాజాన్ని ఉన్నత స్థాయికి చేర్చుటకు సాధనమను విశ్వాసం నాకు కలుగలేదు. అందువల్ల దాని విషయంలో తటస్థంగా వున్నాను. కాని పిలక జుట్టు తీసివేసిన కారణాలను తలుచుకుంటే నాకే సిగ్గు వేస్తున్నది. అందువల్ల అనుచరులతో చర్చించి పిలక పెట్టుకోవాలనే నిర్ణయానికి వచ్చాను.

ఇక మనం లక్ష్మణ ఉయ్యాల దగ్గరకు వెళదాం. ఋషికేశం మరియు లక్ష్మణ ఝూలా దగ్గరి ప్రకృతి దృశ్యాలు ఎంతో రమణీయంగా వున్నాయి. ప్రకృతి శోభను, ప్రకృతి యొక్క శక్తిని గుర్తించగల మన పూర్వీకుల సామర్థ్యాన్ని, ఆ శోభకు ధార్మిక స్థాయి కల్పించగల స్తోమతను వారి దూరదృష్టిని చూచి నా హృదయం శ్రద్ధాభక్తితో నిండిపోయింది. కాని అక్కడ మనిషి చేసిన నిర్మాణ వ్యవహారం చూచి నా మనస్సుకు అశాంతి కూడా కలిగింది. హరిద్వారంలోనే గాక, ఋషికేశంలో కూడా జనం పరిశుద్ధమైన నదీ తీరాన్ని మలమూత్రాదులతో పాడు చేస్తున్నారు. తప్పు చేస్తున్నామనే భావం కూడా వారికి లేదు. దొడ్డికి వెళ్లదలచినవారు దూరం పోవచ్చుగదా! జనం తిరిగే చోటనే మల మూత్రాదులు విసర్జిస్తున్నారు. ఇది చూచి మనస్సుకు బాధ కలిగింది. లక్ష్మణ ఉయ్యాల దగ్గరకు వెళ్ళగా ఇనుప ఉయ్యాల కంటపడింది. మొదట యీ వంతెన త్రాళ్ళతో కట్టబడి వుండేదని, దాన్ని తెగగొట్టి ఒక ఉదార హృదయుడగు మార్వాడీ ఎంతో ధనం వెచ్చించి ఇనుముతో వంతెన తయారు చేయించి దాని తాళం చెవి ప్రభుత్వం వారికి అప్పగించాదని జనం చెప్పారు. త్రాళ్ళ వంతెనను గురించి నేను ఊహించలేదు. కాని ఈ ఇనుప వంతెన మాత్రం ఇక్కడి సహజ శోభను కలుషితం చేస్తున్నదని చెప్పగలను. చూడటానికి అసహ్యంగా వున్నది. జనం నడిచే మార్గపు తాళం

చెవి ప్రభుత్వానికి అప్పగించారని విని బాధపడ్డాను. ప్రభుత్వం యెడ విశ్వాసం కలిగియున్న ఆనాటి నా మనస్తత్వానికి కూడా ఆ విషయం తెలిసినప్పుడు బాధ కలిగింది.

కొంచెం ముందుకు వెళ్ళగా అక్కడ స్వర్గాశ్రమం కనబడింది. దాని పరిస్థితి ఘోరంగా వున్నది. టిన్ను రేకులతో కప్పబడి వున్న పందిరి గుడిశల్లాంటి గదులకు స్వర్గాశ్రమం అని పేరు పెట్టారు. యీ గదులు సాధన చేసేవారి కోసం నిర్మించబడ్డాయని చెప్పారు. ఇప్పుడు ఆ గదుల్లో ఒక్క సాధకుడు కూడాలేడు. వాటిని అంటిపెట్టుకుని కొన్ని మేడలు ఉన్నాయి. వాటిలో వుండేవారిని చూచాక వారి ప్రభావం కూడ నామీద ఏమీ పడలేదు.

మొత్తం మీద హరిద్వార్‌లో కలిగిన అనుభవాలు నా దృష్టిలో అమూల్యాలు. వాటి ప్రభావం నా మీద బాగా పడింది. నేను ఎక్కడ వుండాలో, ఏం చేయాలో నిర్ణయించుకునేందుకు హరిద్వార్‌లో కలిగిన అనుభవాలు నాకు అమితంగా తోడ్పడ్డాయి.

9. ఆశ్రమ స్థాపన

ది. 25మే 1915 నాడు సత్యాగ్రాహ ఆశ్రమ స్థాపన జరిగింది. హరిద్వార్‌లో వుండమని శ్రద్ధానందగారు చెప్పారు. వైద్యనాథ ధామంలో వుండమని కలకత్తాకు చెందిన కొందరు మిత్రులు సలహా ఇచ్చారు. రాజకోటలో వుండమని కొందరు మిత్రులు కోరారు. ఒకసారి అహమదాబాదు వెళ్ళాను. చాలామంది మిత్రులు అహమదాబాదులో వుండమని చెప్పారు. ఆశ్రమానికి అయ్యే ఖర్చంతా భరిస్తామని చెప్పి ఇల్లు వెతికి పెట్టే బాధ్యత కూడా వహిస్తామని మాట ఇచ్చారు.

అహమదాబాదు మీద మొదటి నుండి నాకు చూపు వున్నది. నేను గుజరాతీ వాడిని, గుజరాతీ భాషద్వారా దేశానికి ఎక్కువ సేవ చేయగలుగుతానని గ్రహించాను. చేనేతకు అహమదాబాదు కేంద్రం కావడం వల్ల అక్కడ చరఖాపని బాగా సాగుతుందనే భావం కూడా నాకు కలిగింది. గుజరాత్‌లో పెద్ద పట్టణం గనుక, ఇక్కడ ధనవంతులు ఎక్కువగా వుండటం వల్ల వారి సాయం లభిస్తుందనే ఆశ కూడా కలిగింది. అహమదాబాదుకు చెందిన మిత్రులతో మాట్లాడుతూ వున్నప్పుడు అస్పృశ్యతను గురించి కూడా చర్చ జరిగింది. ఎవరైనా అంత్యజ సోదరుడు ఆశ్రమంలో చేరదలుచు కుంటే నేను తప్పక చేర్చుకుంటానని స్పష్టంగా చెప్పాను. "మీ షరతుల ప్రకారం నడుచుకునే అంత్యజుడు మీకెక్కడ దొరుకుతాడు?" అంటూ ఒక వైష్ణవ మిత్రుడు తన మనస్సును శాంత పరుచుకున్నాడు. చివరికి అహమదాబాదులో వుండాలని నిర్ణయంచేశాము.

ఇంటి కోసం అన్వేషణ ప్రారంభమైంది. అహమదాబాదులో నన్ను వుంచడానికి ప్రముఖంగా కృషి చేసిన శ్రీజీవనలాల్ బారిష్టరు గారి కోచరబ్‌లో గల గృహం అద్దెకు తీసుకోవాలని నిర్ణయించాం. ఆశ్రమానికి ఏం పేరు పెట్టాలి అని చర్చ జరిగింది. ఎన్నో పేర్లు దృష్టికి వచ్చాయి. సేవాశ్రమం, తపోవనం అంటూ చాలా పేర్లు చర్చకు వచ్చాయి. సేవాశ్రమం, తపోవనం అంటూ చాలా పేర్లు చర్చకు వచ్చాయి. సేవాశ్రమం పేరు బాగున్నదేకాని ఏ రకమైన సేవయో బోధపడలేదు. మేము చేసేది తపస్సే అయినా ఆ పేరు చాలా బరువుగా వున్నది. మేము చేయవలసింది సత్యశోధన. సత్యం కోసమే మా కృషి, మా ప్రయత్నం. దక్షిణ ఆఫ్రికాలో నేను అమలు చేసిన పద్ధతిని భారతదేశానికి తెలియజేయాలి. ఆశక్తి ఎంత వ్యాప్తం కాగలదో చూడాలి. అందువల్ల నేను, నా అనుచరులు

కూడా సత్యాగ్రహ ఆశ్రమం అను పేరుకు ఇష్టపడ్డాం. అందు సేవ, సేవా విధానం రెండూ సహజంగా యిమిడి వుంటాయని భావించాం. ఆశ్రమ నియమావళి ముసాయిదా ఒకటి తయారు చేసి అందరికీ పంపి మీమీ అభిప్రాయం తెలియజేయమని కోరాం. చాలా మంది తమ అభిప్రాయం తెలియజేశారు. వారందరిలో శ్రీగురదాస్ బెనర్జీ అభిప్రాయం మాత్రం నాకు జ్ఞాపకం వున్నది. నియమావళి వారికి నచ్చింది. కాని నియమావళి యందు వినమ్రతకు ప్రముఖ స్థానం లభించాలని వారు సూచించారు. అంటే మన యువకుల్లో వినమ్రత తక్కువగా వున్నదని వారి భావం అన్నమాట. నేను కూడా యీ సత్యాన్ని గ్రహించాను. కాని వినమ్రతను వ్రతంగా భావించి దానికి ప్రాముఖ్యం ఇస్తే వినమ్రత మాత్రమే మిగిలిపోతుందేమో నను అనుమానం కలిగింది. వినమ్రతకు పూర్తి అర్థం శూన్యత్వం. శూన్యత్వాన్ని పొందడం కోసం ఇతర వ్రతాల్ని అనుష్ఠించాలి. వాస్తవానికి శూన్యత్వం మోక్షస్థితియే. ముముక్షువు లేక సేవకుడు చేసే ప్రతిపని యందు నమ్రత, అభిమాన రాహిత్యం వుండి తీరాలి. అవి లేకపోతే అతడు ముముక్షువు కాలేడు. సేవకుడు కాలేడు. స్వార్థపరుడవుతాడు. అహంకారి అవుతాడు.

ఆశ్రమంలో ఇప్పుడు సుమారు 13 మంది తమిళులున్నారు. నాతోబాటు దక్షిణ ఆఫ్రికానుండి అయిదుమంది తమిళబాలురు వచ్చారు. వారితోబాటు, ఇక్కడి సుమారు 25 మంది స్త్రీ పురుషులతో ఆశ్రమం ప్రారంభించాం. ఒకే వంటశాలలో అందరికీ భోజనం. అంతా ఒకే కుటుంబానికి చెందినవారుగా నివసింప ప్రయత్నించితిమి.

10. పరీక్ష

ఆశ్రమ స్థాపన జరిగిన కొద్ది కాలానికే అగ్ని పరీక్షను ఎదుర్కోవలసి వచ్చింది. ఇలా జరుగుతుందని నేను ఊహించలేదు. భాయీ అమృతలాల్ ఠక్కర్ జాబువ్రాస్తూ "ఒక బీద అంత్యజుని కుటుంబం వాళ్ళు మీ ఆశ్రమంలో చేరాలని భావిస్తున్నారు. వారు ఎంతో నిజాయితీ పరులు" అని సూచించారు.

నేను కొంచెం నివ్వెరబోయాను. ఠక్కర్‌బాపాగారి సిఫారసుతో ఇంత త్వరగా ఆశ్రమంలో చేరడానికి అంత్యజుని కుటుంబం సిద్ధపడుతుందని నేను ఊహించలేదు. జాబును అనుచరులకు చూపించాను. అంతా అందుకు స్వాగతం పలికారు. ఆశ్రమ నియమావళి ప్రకారం నడుచుకునేందుకు సిద్ధపడితే మీరు సూచించిన అంత్యజుని కుటుంబీకుల్ని ఆశ్రమంలో చేర్చుకుంటామని బాపాకు జాబు వ్రాశాను. దూదాభాయి, అతని భార్య దానీబెన్, చిలకపలుకులు పలికే చంటిబిడ్డ లక్ష్మి ముగ్గురూ వచ్చారు. దూదాభాయి బొంబాయిలో ఉపాధ్యాయుడుగా పనిచేస్తున్నాడు. నియమాల్ని పాటిస్తామని తెలిపిన మీదట ఆశ్రమంలో చేర్చుకున్నాం. దానితో మాకు సహాయం చేస్తున్న మిత్రబందంలో గొడవ బయలుదేరింది. ఆ బంగళాకు సంబంధించిన బావి నుండి నీరు తోడుకోవాలంటే చిక్కులు ఏర్పడ్డాయి. గంజాయి వాడు ఒకడు సమీపంలో వున్నాడు. అతని మీద నీటిచుక్కలు పడ్డాయని అతడు దాదూభాయి మీద విరుచుకు పడ్డాడు. తిట్టడం ప్రారంభించాడు. తిట్టినా ఎదురు చెప్పవద్దని నీళ్ళు మాత్రం తోడుకురమ్మని నేను ఆశ్రమవాసులకు చెప్పాను. ఎన్ని తిట్లు తిట్టినా మారుపలకనందున గంజాయివాడు సిగ్గుపడి తిట్టడం మానివేశాడు. అయితే మాకువచ్చే ఆర్థిక సాయం తగ్గిపోసాగింది. సహాయకుల్లో ఒకరికి అంత్యజుల విషయమై సందేహం వున్నప్పటికీ ఇంత త్వరగా అంత్యజులు ఆశ్రమంలో చేరతారని వారు ఊహించలేదు. ధనం ఇవ్వడం

మానుకున్నారు. త్వరలోనే ఆశ్రమాన్ని బహిష్కరిస్తారని నాకు వార్త అందింది. నేను అనుచరులతో చర్చించాను. "మనల్ని బహిష్కరించినా, ధనసహాయం చేయకపోయినా ఈ పరిస్థితుల్లో మనం అహమదాబాదు వదలకూడదని, పాకీవాళ్ళు వున్న వాడకు వెళ్ళి వుందామని, కాయకష్టం చేసి బ్రతుకుదామని నిర్ణయానికి వచ్చాం. "వచ్చే నెలకు సరిపడా సొమ్ము లేదని" మగన్‌లాలు హెచ్చరించాడు. ఏం పరవాలేదు. పాకీవారున్న వాడకు వెళ్ళి వుందామని చెప్పాను.

ఇలాంటి ఇబ్బందులకు నేను అలవాటు పడిపోయాను. ప్రతిసారి చివరి నిమిషంలో దేవుడే ఆదుకునేవాడు. మగన్‌లాలు డబ్బు లేదని చెప్పిన కొద్ది రోజులకు ఒకనాడు ఉదయం ఎవరో పిల్లవాడు వచ్చి "బయట కారు నిలబడి వున్నది. సేఠ్ మిమ్మల్ని పిలుస్తున్నాడు" అని చెప్పాడు. నేను కారు దగ్గరికి వెళ్ళాను. "ఆశ్రమానికి సాయం చేద్దామని వున్నది. సాయం స్వీకరిస్తారా? అని సేఠ్ నన్ను అడిగాడు. "ఏమియిచ్చినా తప్పక తీసుకుంటాను. ప్రస్తుతం ఇబ్బందిగా కూడా వున్నది" అని అన్నాను. "రేపు ఇదే సమయానికి వస్తాను. మీరు ఆశ్రమంలో వుంటారా?" అని అడిగాడు. వుంటాను అని చెప్పాను. సేఠ్ వెళ్ళి పోయాడు. మరునాడు సరిగా అనుకున్న సమయానికి బయట కారు హారను వినబడింది. పిల్లలు వచ్చి చెప్పారు. సేఠ్ లోనికి రాలేదు. నేను వారిని కలుద్దామని వెళ్ళాను. ఆయన నా చేతుల్లో 13 వేల రూపాయల నోట్లు వుంచి వెళ్ళిపోయాడు. ఈ విధంగా సహాయం అందుతుందని నేను కలలో కూడా ఊహించలేదు. సాయం చేసే యీ పద్ధతి కూడా నాకు కొత్తే. ఆయన అదివరకు ఆశ్రమానికి రాలేదు. ఆయనను ఒక్కసారి కలుసుకున్నట్లు గుర్తు. ఆయన ఇప్పుడూ ఆశ్రమంలోకి రాలేదు. ఏమి చూడలేదు. చేతుల్లో 13 వేల రూపాయల నోట్లు వుంచి వెళ్ళిపోయాడు. ఇలాంటి అనుభవం నాకు మొదటి సారి కలిగింది. యీ డబ్బు అందడం వల్ల పాకీ వారుండే పల్లెకు వెళ్ళవలసిన అవసరం కలగలేదు. సుమారు ఒక ఏడాది వరకు సరిపోయే ఖర్చు నాకు లభించింది.

బయట గొడవ జరిగినట్లే ఆశ్రమం లోపల కూడా గొడవ జరిగింది. దక్షిణ ఆఫ్రికాలో వున్నప్పుడు అంత్యజులు నా ఇంటికి వచ్చేవారు. వుండేవారు. భోజనం చేసేవారు. నా భార్య అందుకు ఇష్టపడిందాలేదా అను సమస్య బయలుదేరలేదు. ఆశ్రమంలో కూడా ఇట్టి సమస్య ఎన్నడూ బయలుదేరలేదు. అయితే యీ ఆశ్రమంలో దానీబెన్‌ను తోటి స్త్రీలు తేలికగా చూడటం నేను గమనించాను. కొన్ని మాటలు కూడా నా చెవిన పడ్డాయి. బయటివారు ధనసహాయం చేయరనే భయం నాకు ఎప్పుడూ కలుగలేదు. కాని ఆశ్రమం లోపల ప్రారంభమైన యీవ్యవహారం మాత్రం నన్ను క్షోభకు గురిచేసింది. దానీబెన్ సామాన్య స్త్రీ. దాదూభాయికి వచ్చిన చదువు కూడా తక్కువే. కాని వారు తెలివిగలవారు. వారి ధైర్యం చూచి సంతోషించాను. వారికి అప్పుడప్పుడు కోపం వస్తూ వుండేది. అయితే మొత్తం మీద వారి సహనశక్తి గొప్పది. చిన్న చిన్న అవమానాలను సహించమని నేను దాదూ భాయికి చెబుతూ వుండేవాణ్ణి. అతడు విషయం గ్రహించేవాడు. దానీబెన్‌కు కూడా అతడు సముదాయించి చెబుతూ వుండేవాడు.

ఈ కుటుంబాన్ని ఆశ్రమంలో ఉంచుకోవడంవల్ల ఆశ్రమానికి ఎన్నో అనుభవాలు కలిగాయి. అస్పృశ్యతను ఆశ్రమంలో పాటించకూడదు అని మొదటనే నిర్ణయం అయిపోయినందువల్ల పని తేలిక అయిపోయింది. ఇంత జరుగుతూ వున్నా, ఆశ్రమం ఖర్చులు పెరిగిపోతూ వున్నా ఆర్థిక సాయం సనాతనుల వల్లే లభిస్తూ వుండేది. అస్పృశ్యత యొక్క మూలం కదిలిపోయిందని అనడానికి

అదే నిదర్శనం. ఇంకా నిదర్శనాలు అనేకం వున్నాయి. అయినా ఒక్క విషయం. అంత్యజులతో బాటు కూర్చొని భోజనాలు చేస్తున్నారని తెలిసి కూడా సనాతనులు ఆశ్రమానికి ఆర్థిక సాయం చేశారు.

ఈ సమస్య మీద ఆశ్రమంలో జరిగిన మరో ఘట్టంతో బాటు ఆ సందర్భంలో బయలుదేరిన సున్నితమైన సమస్యలు, ఊహించని ఇబ్బందులు, అన్నీ సత్యశోధన కోసం చేసిన ప్రయోగాలే. వాటినన్నింటిని ఇక్కడ ఉదహరించకుండా వదిలి వేస్తున్నందుకు విచారపడుతున్నాను. రాబోయే ప్రకరణాల్లో కూడా యీ విధంగా చేయక తప్పదు. అవసరమైన సత్యాలు వదలవలసి రావచ్చు. అందుకు సంబంధించిన వ్యక్తులు చాలామంది జీవించేయున్నారు. వారి పేర్లు రాస్తే ఇబ్బందులు కలుగవచ్చు. అయితే వారి విషయంలో జరిగిన ఘట్టాలు రాసి వారికి పంపడం, వారు అందుకు సమ్మతించి ప్రకటించవచ్చునని అనుమతి ఇవ్వడం జరిగేపనికాదు. అది ఆత్మ కథకు మించిన పని. అందువల్ల సత్యశోధనకు సంబంధించినవే అయినా చాలా ఘట్టాల్ని వివరించి రాయడం సాధ్యం కాదని భావిస్తున్నాను. అయినప్పటికీ సహాయ నిరాకరణోద్యమం చరిత్ర దాకా భగవంతుడు అనుమతిస్తే వ్రాయాలని నా ఆకాంక్ష.

11. గిరిమిట్ ప్రథ

కొత్తగా స్థాపించబడిన ఆశ్రమంలోపల బయట ఎదుర్కొంటూ వున్న తుపానుల తీరును గురించి వ్రాయడం ఆపి, గిర్‌మిట్ ప్రథమ గురించి వ్రాస్తాను. అయిదు సంవత్సరాలు లేక అంతకంటే తక్కువకాలం మజూరీ తీసుకొని పని చేస్తానని అంగీకరించి పత్రం మీద సంతకం చేసి భారతదేశాన్ని వదిలి దక్షిణ ఆఫ్రికా వెళ్ళిన వారిని గిరిమిటియాలని అంటారు. 1914లో అట్టి గిరిమిటియాలకు విధించబడ్డ మూడు పౌండ్ల పన్ను రద్దు చేయబడిందే కాని ఆ విధానం ఇంకా పూర్తిగా రద్దు కాలేదు. 1916లో భారత భూషణ పండిత మదన మోహన మాలవ్యాగారు పెద్ద కౌన్సిల్‌లో యీ విషయం ఎత్తారు. అందుకు సమాధానం ఇస్తూ లార్డ్ హార్డింగ్ ప్రభువు వారి ప్రశ్నను అంగీకరించి, సమయం వచ్చినప్పుడు ఈ విధానాన్ని రద్దు చేయమని చక్రవర్తి గారి దగ్గర నుండి తనకు ఆదేశం అందిందని ప్రకటించాడు. అయితే వెంటనే ఆ విధానం రద్దు కావాలని నేను భావించాను. యీ విధానం భారతదేశం చాలా కాలం సాగిందని నా అభిప్రాయం. ప్రజల్లో కూడా చైతన్యం వచ్చింది కనుక తక్షణం యీ విధానం రద్దు చేయబడాలని నిర్ణయానికి వచ్చి చాలా మంది నాయకుల్ని ప్రముఖుల్ని కలిశాను. ప్రజాభిప్రాయం అందుకు అనుకూలంగా వున్నదని గ్రహించాను. ఈ విషయంలో సత్యాగ్రహాన్ని ఉపయోగించవచ్చని భావించాను. కాని ఎలా ఎప్పుడు అను విషయమై నేను ఇంకా నిర్ణయానికి రాలేదు. "సమయం వచ్చినప్పుడు" అంటే ఏమిటో చెప్పడానికి వైశ్రాయి ప్రయత్నించి "మరో వ్యవస్థ చేయుటకు ఎంత సమయం పడుతుందో అంత వరకు" అని అన్నాడు. ఫిబ్రవరి 1917లో భారత భూషణ పండిత మదన మోహన మాలవ్యా గిర్మిట్ ప్రథను వెంటనే రద్దు చేయాలని బిల్లు కౌన్సిల్లో ప్రవేశపెట్టగా వైశ్రాయి అందుకు అంగీకరించలేదు. దానితో ఈ సమస్యపై నేను దేశమంతటా ప్రచారం చేసేందుకై పర్యటన ప్రారంభించాను. పర్యటన ప్రారంభించే పూర్వం వైశ్రాయిని కలవడం మంచిదని భావించాను. ఆయన వెంటనే తనను కలుసుకునేందుకు తేదీ నిర్ణయించాడు. అప్పుడు మి.మేఫీ (ఇప్పుడు సర్‌జాన్ మేఫీ) వైశ్రాయికి సెక్రటరీగా ఉన్నాడు.

ఆయనతో నాకు మంచి సంబంధం ఏర్పడింది. లార్డ్ చేమ్స్‌ఫర్డుతో కూడా మాట్లాడాను. నిశ్చితంగా ఏమి చెప్పకపోయినా తప్పక నిర్ణయం గైకొంటానని తాను సహకరిస్తానని చెప్పి అతడు ఆశ కల్పించాడు.

నేను బొంబాయి నుండి నా పర్యటన ప్రారంభించాను. బొంబాయిలో సభ ఏర్పాటు చేసే బాధ్యత మిస్టర్ జహంగీర్ పేటీట్ వహించారు. ఇంపీరియల్ సిటిజన్ షిప్ అసోసియేషన్ ఆధ్వర్యాన సభ జరిగింది. అందు ప్రవేశ పెట్టవలసిన తీర్మానం తయారు చేసేందుకు ఒక కమిటీ ఏర్పడింది. అందు డా॥ రీడ్, సర్ లల్లూభాయి శ్యామల్‌దాస్,మి॥ నటరాజన్ మొదలగువారు ఉన్నారు. మి॥ పేటిట్ అందు ప్రముఖులు. వెంటనే గిర్మిట్ ప్రథను రద్దు చేయమని ప్రభుత్వాన్ని తీర్మానంలో కోరారు. ఎప్పుడు రద్దు చేయాలన్నదే ముఖ్యమైన సమస్య. (1) రద్దు బహు త్వరగా జరగాలి. (2) జూలై 31వ తేదీనాటికి రద్దు జరగాలి. (3) వెంటనే రద్దు జరగాలి అని మూడు సూచనలు వచ్చాయి. జూలై 31వ తేదీ నాటికి రద్దు కావాలన్న సూచన నేను చేశాను. నేను తేదీ నిర్ణయించ బడాలని కోరారు. అలా తీర్మానిస్తే ఆ తేదీ నాటికి రద్దు చేయకపోతే ఏం చేయాలో నిర్ణయించవచ్చునని నా ఉద్దేశ్యం. కాని లల్లూభాయి తక్షణం రద్దు చేయాలని అభిప్రాయ పడ్డారు. తక్షణం అంటే జనానికి అర్థం కాదని ప్రజల ద్వారా పని చేయించాలంటే నిశ్చితంగా తేదీ వాళ్ళముందు ఉంచడం అవసరమని, తక్షణం అంటే ప్రతివారు తమ ఇష్ట ప్రకారం అంచనా వేస్తారని, అందువల్ల జూలై 31వ తేదీ వరకు గడువు ఇద్దామని నచ్చజెప్పాను. నా తర్కం రీడ్‌కు నచ్చింది. లల్లూభాయికి కూడా నా తర్కం నచ్చింది. జూలై 31వ తేదీ వరకు గడువు ఇస్తూ బహిరంగ సభలో తీర్మానం ఏకగ్రీవంగా అంగీకరించబడింది. శ్రీ జయజీ పేటిట్ గారి కృషి వల్ల బొంబాయి నుండి కొందరు మహిళలు వెళ్ళి వైస్రాయిని కలుసుకున్నారు. వారిలో లేడీతాతా, కీ॥శే॥ దిల్షాద్‌బేగం మొదలగు మహిళలు ఉన్నారు. ఇంకా ఎవరెవరు ఉన్నారో నాకు గుర్తులేదు. కాని ఈ రాయబారం వల్ల సత్ఫలితం కలిగింది. వైస్రాయి ఉత్సాహవర్ధకమైన సమాధానం ఇచ్చాడు. నేను కరాచి, కలకత్తా మొదలగు స్థలాలకు కూడా వెళ్ళి వచ్చాను. అన్నిచోట్ల సభలు జరిగాయి. ప్రజల్లో ఉత్సాహం వెల్లివిరిసింది. పర్యటనకు పూనుకునే ముందు సభల్లో ఇంత అధిక సంఖ్యలో జనం పాల్గొంటారని నేను ఊహించలేదు.

అప్పుడు నేనొక్కడినే ప్రయాణం చేస్తూ వుండేవాణ్ణి. అందువల్ల ఊహించని అనుభవాలు కలుగుతూ ఉండేవి. గూఢచారులు నా వెంట వుండేవారు. వారితో జగడానికి అవకాశం లేదు. నేను ఏమీ దాచేవాణ్ణి కాదు. అందువల్ల వాళ్ళు నన్ను బాధించేవారు కారు. నేను వారిని బాధించేవాణ్ణి కాను. అదృష్టవశాత్తు అప్పటికి నాకు ఇంకా మహాత్మ అను బిరుదు లభించలేదు. నన్ను గుర్తించిన చోట మాత్రం జనం యీ బిరుదును ఉపయోగించి నినాదాలు చేస్తూ వుండేవారు. ఒకసారి రైల్లో వెళుతున్నప్పుడు గూఢచారులు నా దగ్గరికివచ్చి టిక్కెట్టు అడిగి తీసుకొని నెంబరు నోట్ చేసుకోసాగారు. వారడిగిన ప్రశ్నలకు నేను వెంటనే సమాధానం ఇచ్చాను. నేనేదో అమాయకుడైన సాధువునని తోటి ప్రయాణీకులు భావించారు. రెండు మూడు స్టేషన్ల వరకు వరుసగా గూఢచారి పోలీసులు రావడం, నన్నేవేవో ప్రశ్నలు అడగడం చూచి తోటి ప్రయాణీకులకు కోపం వచ్చి వాళ్ళను బెదిరించి "ఎందుకయ్యా అమాయకుడైన యీ సాధుపుంగవుణ్ణి బాధ పెడతారు వెళ్ళండి" అని అరవడం ప్రారంభించారు. "ఇదిగో! ఇక టిక్కెట్టు చూపించకండి చూద్దాం ఏం చేస్తారో!" అని నాతో అన్నారు.

"వాళ్ళు చూస్తే నష్టం ఏముంది ? వాళ్ళు తమ కర్తవ్యాన్ని పాలిస్తున్నారు. నాకేమీ బాధ కలగడం లేదు" అని చెప్పాను. యాత్రీకులకు నాయెడ సానుభూతి పెరిగి పాపం, నిరపరాదుల్ని ఇంతగా బాధిస్తారేమిటి ? అని తమలో తాము అనుకున్నారు. గూఢాచారులగు పోలీసుల వల్ల నాకేమీ బాధ కలుగలేదు. కాని లాహోరు ఢిల్లీల మధ్య రైల్లో ప్రయాణించినప్పుడు జనం గుంపులు గుంపులుగా విరుచుకు పడ్డప్పుడు నాకు చాలా ఇబ్బంది కలిగింది. కరాచీ నుండి కలకత్తాకు లాహోరు మీదుగా వెళ్ళాలి. లాహోరులో రైలు మారాలి. అక్కడి రైల్లో నా పప్పులేమీ ఉడకలేదు. యాత్రీకులు బలవంతంగా లోపలికి దూరుతున్నారు. తలుపులు మూసి వుంటే కిటికీల్లో నుండి లోనికి దూరుతున్నారు. నేను నిశ్చిత సమయానికి కలకత్తా చేరాలి ఆ ట్రైను అందకపోతే కలకత్తా సమయానికి చేరలేను. చోటు దొరుకుతుందనే ఆశ పోయింది. నన్ను తమ పెట్టెలో ఎవ్వరూ ఎక్కనీయలేదు. ఒక్క కూలీ నన్ను చూచి 12 అణాలు ఇస్తే చోటు చూపిస్తానని అన్నాడు. చోటు చూపించు, 12 అణాలు తప్పక ఇస్తాను అని అన్నాను. పాపం ఆకూలీ ప్రయాణీకుల్ని బ్రతిమిలాడినా ఒక్కరు కూడా వినిపించుకోలేదు. బండి కదలబోతుండగా కొందరు యాత్రికులు లోపల చోటు లేదు కాని, జొరబడేలా చేయగలిగితే ఎక్కించు అని అన్నారు. కూలీ ఏమండీ ఎక్కుతారా అని అడిగాడు. ఆ అన్నాను. వెంటనే కూలీ నన్ను ఎత్తి కిటికిలో నుండి లోనికి వేశాడు. నేను లోపల పడ్డాను. కూలీ 12 అణాలు సంపాదించాడు. ఆ రాత్రి అతి కష్టంగా గడించింది. మిగతా యాత్రికులు ఏదో విధంగా చోటు చేసుకొని కూర్చున్నారు. నేను పై బెంచి గొలుసు పట్టుకొని రెండు గంటల పాటు నిలబడే వున్నాను. ఈ లోపున కూర్చోవేమయ్యా అని కొందరు గద్దించి అడగసాగారు. చోటు వుంటే కదా కూర్చోవడానికి అని నేను అన్నాను. వాళ్ళకు నేను నుంచోవడం కూడా ఇష్టం లేదు. పైగా వాళ్ళు బెంచీల మీద హాయిగా పడుకున్నారు. తప్పుకోమని నన్ను మాటి మాటికి సతాయిస్తూ వున్నారు. వారు బాధించినప్పుడు నేను ప్రశాంతంగా వుండేసరికి నీ పేరేమిటి అని నన్ను అడిగారు. నేను పేరు చెప్పవలసి వచ్చింది. పేరు వినగానే వాళ్ళు సిగ్గుపడ్డారు. క్షమించమని తమ ప్రక్కన చోటు ఇచ్చి కూర్చోపెట్టారు. కష్టే ఫలి అను సూక్తి జ్ఞాపకం వచ్చింది. అప్పటికి అలిసిపోయాను. తల తిరుగుతూ వుంది. కూర్చోవలసిన అవసరం కలిగినప్పుడు దేవుడు వెంటనే చోటు చూపించాడన్నమాట.

ఈ విధంగా నానాయాతన పడి సమయానికి కలకత్తా చేరాను. అక్కడ కాసిన్ బజారు మహారాజా తన దగ్గర వుండమని ఆహ్వానించాడు. ఆయనే కలకత్తా సభకు అధ్యక్షుడు. కరాచీ వలెనే కలకత్తాలో కూడా జనం ఉత్సాహంతో సభలో పాల్గొన్నారు. కొద్ది మంది ఆంగ్లేయులు కూడా సభలో పాల్గొన్నారు. జూలై 31వ తేదీ లోపునే గిర్‌మిటి ప్రథను రద్దు చేస్తున్నట్టు ప్రభుత్వ ప్రకటన వెలువడింది. 1895లో మొట్టమొదటి దరఖాస్తు ఈ విధానాన్ని రద్దు చేయమని వ్రాసి పంపాను. అప్పుడు ఏదో రోజున ఈ అర్థ బానిసత్వం తొలిగిపోతుందని నమ్మాను. అయితే దీని వెనుక పరిశుద్ధమైన సత్యాగ్రహ ప్రవృత్తి పనిచేసిందని చెప్పక తప్పదు.

దీన్ని గురించిన పూర్తి వివరం, అందు పాల్గొన్న వారి పేర్లు తెలుసు కోవాలను కొన్నవారు దక్షిణ ఆఫ్రికా సత్యాగ్రహ చరిత్ర అను నా గ్రంథం చదువవచ్చు.

12. నీలి మందు మచ్చ

చంపారన్ రాజర్షి జనకుని భూమి చంపారన్ మామిడి తోటలు వున్నట్లే నీలిమందు ఉత్పత్తి చేస్తూ వుండేవారు. చంపారన్ రైతులు తమ భూమిలో 3/20 భాగంలో తప్పనిసరిగా తమ తెల్ల యజమానికోసం నీలి మందు చట్టరీత్యా ఉత్పత్తి చేయవలసి వచ్చేది. దీన్ని తిన్‌కఠియా రివాజు అని అనేవారు. 20 కుంట (ఐదు మూరల నాలుగు అంగుళాల భూమి)లు అక్కడ ఒక ఎకరం. అందు 3 కుంటల్లో నీలిమందు ఉత్పత్తి చేయడాన్ని తిన్‌కఠియా రివాజు అని అనేవారు. అక్కడికి వెళ్ళక పూర్వం నాకు చంపారన్ అను పేరు కూడా తెలియదు. అక్కడ నీలి మందు ఉత్పత్తి అవుతుందని కూడా నాకు తెలియదు. నీలిమందు బిళ్ళలు చూచాను. కాని, అవి చంపారన్‌లో ఉత్పత్తి చేయ బడతాయని, అందువల్ల అక్కడి రైతులు విపరీతంగా నష్టపడుతున్నారని నాకు తెలియదు.

రాజకుమార్ శుక్లా చంపారన్‌కు చెందిన రైతు. ఆయన దాని వల్ల బాధ పడ్డాడు. అయితే ఆ నీలి మచ్చను రైతులందరి హృదయాలనుండి తొలగించి వేయాలనే అగ్ని అతని హృదయంలో రగుల్కొంది. లక్నో కాంగ్రెసుకు నేను వెళ్ళాను. అక్కడే ఆ రైతు నన్ను పట్టుకున్నాడు. వకీలు బాబు నీకు అన్ని విషయాలు చెబుతారు, మీరు ఒకసారి చంపారన్ రండి అని ఆహ్వానించాడు. వకీలు అంటే చంపారన్‌లో గల నా అనుంగు అనుచరుడు, బీహారులో సేవా జీవులకు ప్రాణం వంటివాడునగు వ్రజ కిషోర్‌బాబు. రాజకుమార్ శుక్లా ఆయనను నా డేరాకు తీసుకొనివచ్చాడు. ఆయన నల్లని జుబ్బా, ప్యాంటు మొదలగునవి ధరించి వున్నాడు. చూడగానే ఆయన ప్రభావం నా మీద పడలేదు. అమాయకులైన రైతులను పీల్చే వకీలు అయి వుంటాడని అప్పుడు అనిపించింది.

నేను చంపారన్ కథ ఆయన నోట కొద్దిగా విన్నాను. నా సహజ పద్ధతిలో "స్వయంగా చూడందే నేను నిర్ణయం ప్రకటించను. మీరు కాంగ్రెసులో యీ విషయం మీద మాట్లాడండి. ప్రస్తుతం నన్ను వదలండి" అని అన్నాను. రాజకుమార్ శుక్లాకు కాంగ్రెస్‌తో అవసరం ఎలాగూ వున్నది. చంపారన్ పరిస్థితిని గురించి మహాసభలో వ్రజకిశోర్ బాబు ప్రసగించారు. అందు సానుభూతి తీర్మానం కూడా ప్యాసైంది.

రాజకుమార్ శుక్లాకు సంతోషం కలిగింది కానీ తృప్తి కలుగలేదు. నాకు చంపారన్ రైతుల కష్టాలు స్వయంగా చూపించాలని భావించాడు. నా యాత్రలో భాగంగా చంపారన్ చేరుస్తాను ఒకటి రెండు రోజులు అక్కడ వుంటాను అని చెప్పాను. ఒక్క రోజు చాలు, ఒక్కసారి మీ కండ్లతో అక్కడి రైతుల కడగండ్లు చూడండి అని శుక్లా అన్నాడు. నేను లక్నో నుండి కాన్పూర్ వెళ్ళాను. అక్కడికి కూడా రాజకుమార్ శుక్లా వచ్చాడు. ఇక్కడికి చంపారన్ బాగా దగ్గర. ఇప్పుడే వచ్చి అక్కడ ఒక్కరోజు ఉండండి అన్నాడు. ఇప్పుడు నన్ను మన్నించండి. నేను తప్పక వస్తాను. మాట ఇస్తున్నాను అని ఇంకా ఎక్కువగా పట్టుబట్టాను. నేను ఆశ్రమం చేరుకున్నాను. రాజకుమార్ శుక్లా అక్కడికి కూడా వచ్చాడు. ఎప్పుడు వచ్చేది నిర్ణయించండి అని అన్నాడు. మీరు వెళ్ళండి. నేను ఫలానా తేదీన కలకత్తా వస్తాను. అక్కడికి వచ్చి నన్ను తీసుకువెళ్ళండి అని చెప్పాను. అక్కడ ఎవరి దగ్గర వుండాలో, ఎవరిని చూడాలో, ఏంచేయాలో కూడా నాకు తెలియదు. కలకత్తాలో భూపేన్ బాబుగారి ఇంట్లో బస చేద్దామని వెళ్ళాను. అక్కడ రాజకుమార్ శుక్లా ప్రత్యక్షమయ్యాడు. చదువురాని అమాయకంగా వున్న ఈ పల్లెటూరి రైతు తన నిర్ణయాత్మక శక్తి ద్వారా నా హృదయం జయించాడు.

1917 ప్రారంభంలో మేమిద్దరం కలకత్తా నుండి బయలుదేరాం. మా ఇద్దరి జోడా ఒకటిగా వున్నది. ఇద్దరం రైతుల్లా వున్నాం. రాజకుమార్ వెళదామన్న రైల్లో ఇద్దరం జొరబడ్డాం. ఉదయం పాట్నా స్టేషన్‌లో దిగాం. ఇది నా మొదటి పాట్నా యాత్ర. తిన్నగా ఎవరి ఇంటికైనా వెళ్ళి బస చేద్దామంటే నాకు తెలిసినవారు అక్కడ ఎవ్వరూ లేరు. రాజకుమార్ శుక్లా చదువురాని రైతే అయినకు తెలిసిన వారు అక్కడ వుంటారనే అనుకున్నాను. రైల్లో ఆయనను కొంచెం ఎక్కువగా తెలుసుకునే అవకాశం నాకు చిక్కింది. పాట్నాలో ఆయన రహస్యం బయటపడింది. రాజకుమార్ పూర్తిగా అమాయకుడు. ఆయన తన మిత్రుడని భావించిన వకీలు నిజానికి ఆయన మిత్రుడు కాదు. రాజకుమార్ శుక్లా ఆయనను ఆశ్రయించుకొని వున్నాడని తేలింది. కక్షిదారులగు రైతులకు, వకీళ్ళకు వుండే సంబంధం వర్ష ఋతువులో గంగానది ప్రవాహం వంటిది గదా! నన్ను ఆయన తిన్నగా రాజేన్‌బాబుగారింటికి తీసుకు వెళ్ళాడు. రాజేన్ బాబు పూరీ నగరమో లేక మరో చోటికో వెళ్ళారు. వారి బంగళాలో ఇద్దరు నౌకర్లు వున్నారు. తినడానికి నా దగ్గర కొంత ఆహారపదార్థం ఉన్నది. కర్జూరం అవసరం అయ్యింది. పాపం రాజకుమార్ శుక్లా బజారుకు వెళ్ళి తెచ్చిపెట్టాడు.

బీహారులో అంటరానితనం అపరిమితంగా వున్నది. నా బాల్టీయందలి నీటి బొట్లు పడితే మైల పడతామని అక్కడి నౌకర్లు భావించారు. నా కులం ఏమిటో ఆ నౌకర్లకు తెలియదు! రాజకుమార్ లోపలి పాయిఖానా దొడ్డి ఉపయోగించమని నాకు చెప్పాడు. కానీ నౌకరు బయట వున్న పాయిఖానా దొడ్డిని వ్రేలితో చూపించాడు. నాకు బాధకలుగలేదు. కోపంరాలేదు. ఇలాంటి అనుభవాలు చాలా కలిగినందున నేను రాటు తేలిపోయాను. నౌకరు తన కర్తవ్యాన్ని పాలిస్తున్నాడు. రాజేంద్రబాబు యెడ తన కర్తవ్యాన్ని అతడు పాలిస్తున్నాడు. అంతే ఇట్టి వినోదం కలిగించే అనుభవాల వల్ల రాజ్‌కుమార్ శుక్లా యెడ నాకు గల గౌరవం పెరిగింది. వారిని గురించిన జ్ఞానం కూడా బాగా పెరిగింది. పాట్నానుండి ఇక పగ్గాలు నా చేతికి తీసుకున్నాను.

13. బీహారీల అమాయకత్వం

మౌలానా మజహరుల్‌హక్ మరియు నేను లండనులో కలిసి ఉన్నాం. తరువాత మేము 1915లో బొంబాయిలో జరిగిన కాంగ్రెస్ యందు కలుసుకున్నాం. అప్పుడు ఆయన ముస్లింలీగ్ అధ్యక్షుడు. పాత పరిచయాన్ని తిరగవేసి మీరు పాట్నా వచ్చినప్పుడు మా ఇంటికి దయ చేయండి అని చెప్పాడు. ఆ ఆహ్వానాన్ని పురస్కరించుకొని నా రాకకు కారణం తెలుపుతూ వారికి జాబు వ్రాసాను. వెంటనే ఆయన కారు తీసుకొని వచ్చి తన ఇంటికి రమ్మని పట్టుపట్టారు. ఆయనకు ధన్యవాదాలు తెలిపి నేను ఫలానా చోటుకు వెళ్ళాలి, ఇప్పుడు ఏ రైలు వుంటే దానిలో నన్ను ఎక్కించండి అని అన్నాను. రైల్వే గైడు చూస్తే నాకు ఏమీ బోధపడలేదు. రాజకుమార్ శుక్లాతో మాట్లాడి, మీరు ముందు ముజప్ఫర్‌పూరు వెళ్ళాలి అని చెప్పి ఆ రోజు సాయంత్రం ముజప్ఫర్‌పూరుకు వెళ్ళే రైలు ఎక్కించారు. ఆచార్య కృపలానీ అప్పుడు మజప్ఫర్ పూర్‌లో వున్నారు. వారిని నేను ఎరుగుదును. నేను హైదరాబాదు వెళ్ళినప్పుడు వారి త్యాగనిరతి, వారి జీవనం, వారి డబ్బుతో అక్కడ నడుస్తున్న ఆశ్రమం మొదలగు వాటిని గురించి డా. చౌథ్‌రామ్ గారి ముఖతః వినియున్నాను. ఆయన ముజప్ఫర్‌పూర్ కాలేజీలో ప్రొఫెసరుగా వున్నారు. ప్రస్తుతం ఆ పని కూడా మానుకున్నారు. నేను వారికి తంతి పంపాను. రైలు ముజప్ఫర్ పూరుకు అర్ధరాత్రి చేరింది. ఆయన తన శిష్యమండలితో

రైలు స్టేషనులో సిద్ధంగా వున్నారు. ఆయనకు అక్కడ ఇల్లు లేదు. ప్రొఫెసరు మల్కానీగారి ఇంట్లో వుంటున్నారు. నన్ను వారింటికి తీసుకొని వెళ్ళారు. ఆనాటి పరిస్థితుల దృష్ట్యా గవర్నమెంటు కాలేజీలో ప్రొఫెసరుగా పనిచేస్తున్న వ్యక్తి నా వంటివాణ్ణి తన గృహంలో ఉండనీయడం గొప్ప విశేషమే.

కృపలానీ బీహారు స్థితిని గురించి, ముఖ్యంగా తిరహుత్ ప్రాంతపు దీనగాథను గురించి చెప్పారు. నేను పూనుకోబోతున్న పని ఎంత కష్టమైనదో కూడా చెప్పారు. కృపలానీ బీహారుతో మంచి సంబంధం పెట్టుకున్నారు. నేను వచ్చిన పని గురించి వారు కొందరికి చెప్పి వుంచారు. ప్రొద్దున్నే కొందరు వకీళ్ళు వచ్చి నన్ను కలిశారు. వారిలో రామనవమీ ప్రసాద్ నాకు జ్ఞాపకం వున్నారు. ఆయన నన్ను ఆకర్షించారు.

"మీరు వచ్చిన పని ఇక్కడ వుంటేకాదు. మావంటి వారి దగ్గర మీరు వుండాలి. గయాబాబు ఇక్కడ పేరుగల వకీలు. వారి పక్షాన వారింటికి రమ్మని నేను ఆహ్వానిస్తున్నాను. మేమంతా గవర్నమెంటుకు భయపడే వాళ్ళమే. అయినా చేతనైనంత సహాయం మీకు చేస్తాం. రాజకుమార్ శుక్లా చెప్పిన మాటలు చాలా వరకు నిజమే. అయితే మా నాయకుడు యివాళ ఇక్కడ లేదు. బాబూ వ్రజకిషోర్ మరియు బాబూ రాజేంద్ర ప్రసాదుకు తంతి పంపాము. వాళ్ళిద్దరూ వస్తారు. మీకు విషయమంతా చెబుతాను. సాయం చేస్తారు. దయయుంచి మీరు గయాబాబు గారింటికి బయలుదేరండి" అని అన్నారు. ఈ మాటలు విని నేను మెత్తబడ్డాను. నేను బసచేస్తే గయాబాబుగారికి ఇబ్బంది కలుగుతుందేమోనని సంకోచించాను. కాని గయాబాబు సంకోచించవద్దని నాకు చెప్పారు. నేను గయాబాబు గారింటికి వెళ్ళాను. వారు, వారి కుటుంబంలోని వారు నన్ను ప్రేమ జల్లుతో తడిపి వేశారు.

వ్రజకిశోర్‌బాబు దర్భంగా నుండి వచ్చారు. రాజేంద్రబాబు పూరీ నుండి వచ్చారు. లక్నోలో నేను చూచిన వ్రజకిషోర్ బాబు సామాన్యుడు కాదని తేలింది. బీహారు ప్రజలకుండే సహజ వినమ్రత, సాదాతనం, మంచి మనస్సు, అసాధారణమైన శ్రద్ధ వారిలో చూచి నా హృదయం ఆనందంతో నిండి పోయింది. బీహారు వకీళ్ళు వారియెడ చూపించిన ఆదరం నాకు ఆశ్చర్యం కలిగించింది.

ఆ మండలి సభ్యులకు నాకు మధ్య ఏర్పడ్డ ప్రేమ బంధం జీవితాంతం విడిపోకుండా నిలిచిపోయింది. వ్రజకిషోర్‌బాబు అక్కడి విషయాలన్నీ నాకు వివరంగా చెప్పారు. ఆయన బీదరైతుల పక్షాన కోర్టుల్లో వాదిస్తున్నారని, రెండు మూడు కేసులు అట్టివి నడుస్తున్నాయని, ఆ కేసుల్లో వాదిస్తున్నారని, ఆ కేసుల్లో వాదించి వ్యక్తి గతంగా కొంత ఊరట చెందుతూ వున్నారని తెలుసుకున్నాను. అప్పుడప్పుడు అందు ఓడిపోతూ వుంటారట. అమాయకులైన ఆ రైతుల దగ్గర సొమ్ము తీసుకుంటూ వుంటారట. త్యాగులే అయినా వ్రజకిషోర్‌బాబు, రాజేంద్రప్రసాద్‌లు కక్షిదారులగు రైతుల దగ్గర ధనం తీసుకుంటూ వుంటారని, అందుకు సంకోచించరనీ తెలిసింది. వృత్తిపరంగా డబ్బు తీసుకోకపోతే మా ఇంటి ఖర్చులకు డబ్బు ఎలా వస్తుందని వారి తర్కం. అట్టి డబ్బుతోనే సమాజ సేవ కూడా చేయగలుగుతున్నామని చెప్పారు. వారికి లభించే సొమ్ముకు, బెంగాల్ బీహారుకు చెందిన మిగతా బారిస్టర్లకు లభించే సొమ్ముకు గల ఊహకైనా అందని వ్యత్యాసాన్ని అంకెల రూపంలో తెలుసుకొని నివ్వెరబోయాను.

"బాబు గారికి మేము ఒపీనియన్ (అభిప్రాయం) కోసం పదివేలు ఇచ్చాం" అని జనం చెబుతూ వుంటే ఆశ్చర్యం వేసింది. వెయ్యికి తక్కువ మాట నాకు వినబడలేదు. ఈ విషయంలో నేను తియ్యగా ఆ మిత్రమండలిని మందలించాను. ఓర్పుతో నా మందలింపును వారు సహించారు. విపరీతార్థాలు తియ్యలేదు. అంతా విన్న తరువాత "ఇక ఇట్టి కేసులు మనం విరమించుకోవాలి. యీ విధమైన కేసుల వల్ల ప్రయోజనం శూన్యం. అణగారిపోయి భయభ్రాంతులై వున్న రైతు సోదరుల్ని కచ్చేరీల చుట్టూ తిప్పితే లాభంలేదు. అది సరియైన చికిత్సకాదు. వాళ్ళకుగల భయాన్ని పోగొట్టాలి. అదే సరియైన చికిత్స. తిన్‌కఠియా రివాజు రద్దు కావాలి. అప్పటివరకు మనం విశ్రమించకూడదు. రెండు రోజుల్లో సాధ్యమైనంతగా చూచి తెలుసుకుందామని వచ్చాను. అయితే యీ పనికి రెండు సంవత్సరాలు పట్టవచ్చని తోస్తున్నది. అంత సమయం ఇవ్వడానికి సిద్ధంగా వున్నాను. ఇందుకు ఏం చేయాలో నిర్ణయిస్తాను,కాని మీ సాయం కావాలి" అని స్పష్టంగా చెప్పాను.

బ్రజాకిషోర్‌బాబు అసలు విషయం అర్థం చేసుకున్నారు. అయితే నాతోను, మిగతా వారితోను తర్కం చేయసాగారు. నా మాటల్లో గర్భితమైయున్న భావాన్ని గురించి ప్రశ్నించారు. మీ అభిప్రాయంలో వకీళ్ళు చేయాల్సిన త్యాగం ఏమిటి? ఎంతవరకు? ఎంతమంది వకీళ్ళు కావాలి? కొద్ది మంది కొద్ది కాలం పని చేస్తే సరిపోతుందా లేదా? మొదలగు ప్రశ్నలు వేశారు. మీరంతా ఎంత త్యాగం చేస్తారో చెప్పండి అని ఆయన మిగతా వకీళ్ళను అడిగారు. ఈ విధమైన చర్చ సాగించి చివరికి "మేము ఇంత మందిమి మీరు అప్పగించిన పనిచేయడానికి సిద్ధంగా వుంటాము. వీరిలో ఎవరిని మీరు ఎప్పుడు రమ్మంటే అప్పుడు మీ దగ్గరకు వస్తాము. జైలుకు వెళ్ళాలంటే మరి అది మాకు కొత్త. అందుకు అవసరమైన శక్తి చేకూర్చుకునేందుకు ప్రయత్నిస్తాం" అని తమ నిర్ణయాన్ని ఆయన ప్రకటించారు.

14. అహింసాదేవి సాక్షాత్కారం

నేను రైతుల పరిస్థితిని పరీక్షించాలి. నీలిమందు కొఠార్ల యజమానులగు తెల్లదొరలకు వ్యతిరేకంగా వచ్చిన ఆరోపణల్లో ఎంత నిజం వున్నదో తెలుసుకోవాలి. ఈ విషయమై వేలాది రైతుల్ని కలవాలి. వారిని కలుసుకునే ముందు నీలిమందు కొఠారుల యజమానుల్ని కలిసి వాళ్ళు చెప్పేది కూడా వినాలి. కమీషనరును కూడా కలవాలి అని చెప్పి నేను పని ప్రారంభించాను. తెల్లదొరలకు, కమీషనరుకు జాబులు వ్రాశాను. యజమానుల సంఘ కార్యదర్శి ఒకడు వున్నాడు. వెళ్ళి కలిశాను. "నీవు పరదేశివి. మాకు, రైతులకు మధ్య నీవు కల్పించుకోవద్దు. ఏమైనా చెప్పదలుచుకుంటే లిఖితంగా రాసి పంపు" అని ఆయన అన్నాడు. ఆయన మాటలకు వినమ్రంగా జవాబిస్తూ "నేను పరదేశిని కాను రైతులు కోరినందువల్ల వారి యీ వ్యవహారం క్షుణ్ణంగా తెలుసుకొనే అధికారం నాకువున్నది" అని చెప్పాను. కమీషనరును కలిశాను, ఆయన నన్ను చూడగానే మండిపడ్డాడు. బెదిరించాడు, తిరహుత్ నుండి తిరుగుముఖం పట్టమని చెప్పివేశాడు. అనుచరులకు యీ విషయమంతా చెప్పి ఇక వ్యవహారం తీవ్రరూపం దాలుస్తుంది. రైతుల పరిస్థితుల్ని పరీక్షించేందుకు ప్రభుత్వం నన్ను వెళ్ళనీయదు. నేను ఊహించినదాని కంటే ముందే నేను జైలుకు వెళ్ళకతప్పదు. మోతీహారీలోగాని, లేక అవకాశం దొరికితే బేతియాలోగాని నేను అరెస్టు కావడం మంచిది. నేను త్వరగా అక్కడికి చేరుకోవాలి అని అన్నాను.

చంపారన్ తిరహుత్ కమీషనరీ యందలి ఒక జిల్లా. దానికి మోతీహారీ ప్రధాన కేంద్రం. బేతియాకు దగ్గరలో రాజకుమార్ శుక్లాగారి ఇల్లువున్నది. అక్కడి కౌఠార్లకు సంబంధించిన రైతులు కడు నిరుపేదలు. వారి పరిస్థితుల్ని చూపించాలని శుక్లాకు ఆరాటం ఎక్కువగా వున్నది. నేను అక్కడికి వెళ్ళి వారిని చూడాలి అని భావించాను. వెంటనే అనుచరులందరినీ వెంటబెట్టుకుని మోతిహారీకి బయలుదేరాను. మోతిహారీలో గోరఖ్‌బాబు ఆశ్రయం. వారిల్లు సత్రంగా మారిపోయింది. మేము వారింటినంతటిని ఆక్రమించాం. మేము చేరిన నాడే అక్కడికి దగ్గరలో అయిదు మైళ్ళ దూరాన వున్న గ్రామంలో ఒక రైతు మీద దుర్మార్గం జరిగిందను వార్త మాకు అందింది. అతణ్ణి చూచేందుకు ధరణీధర బాబు అను వకీలును వెంటబెట్టుకొని నేను ఉదయాన్నే వెళ్ళాలని నిర్ణయించాను. ఆ ప్రకారం ఏనుగు మీద ఎక్కి మేము ఆ గ్రామానికి బయలుదేరాం. గుజరాత్‌లో ఎడ్లబండిని ఉపయోగించిన విధంగా చంపారన్‌లో ఏనుగుల్ని ఉపయోగిస్తారు. సగం దూరం చేరామో లేదో ఇంతలో పోలీసు సూపరింటెండెంటు దూత అక్కడికి వచ్చి "సూపరింటెండెంట్ గారు మీకు సలామ్ చెప్పమన్నారు" అని అన్నాడు. వెంటనే విషయం గ్రహించాను. ధరణీధర బాబును ముందుకు వెళ్ళమని చెప్పి వార్తాహరునితోబాటు అతను తెచ్చిన కిరాయి బండి ఎక్కాను. అతడు చంపారన్ వదలి వెళ్ళిపొమ్మని నోటీసు నాకు ఇచ్చి కాగితం చూసి సంతకం చేయమని అన్నాడు. "నేను చంపారన్ వదిలి వెళ్ళను. నేను ఇక్కడి పరిస్థితుల్ని పరీక్షించాల్సి ఉన్నది" అని సమాధానం రాసి అతనికి ఇచ్చాను. మరుసటిరోజున చంపారన్ వదిలి వెళ్ళనందువల్ల కోర్టులో హాజరుకమ్మని సమను నాకు అందింది. ఆ రాత్రంతా మేలుకొని నేను రాయవలసిన జాబులన్నీ రాశాను. అవసరమైన సూచనలన్నీ రాసి వ్రజకిషోర్‌బాబుకు ఇచ్చాను.

కోర్టువాళ్ళు సమను పంపారను వార్త క్షణంలో జనానికి తెలిసిపోయింది. మోతిహారీలో ఎన్నడూ కనీవినీ ఎరుగని ఘట్టం జరిగిందని ప్రజలు గోలపెట్టారు. గోరఖ్‌బాబు గారి ఇంటిదగ్గర, కోర్టుదగ్గర గుంపులుగా జనం చేరారు. అదృష్టవశాత్తూ ఆ రాత్రే పనులన్నీ పూర్తి చేయడం వల్ల ఆ జనాన్ని శాంతింపచేసేందుకు నాకు అవకాశం చిక్కింది. నా అనుచరుల వల్ల కలిగే ఉపయోగమేమిటో నాకు బోధపడింది. వాళ్ళు జనాన్ని వరసగా నిలబెట్టడం ప్రారంభించారు. కోర్టులో ఎక్కడికి వెళితే అక్కడ నా వెంట ఒకటే జనం. కలెక్టరు, మేజిస్ట్రేటు, సూరింటెండెంటుతో కూడా నాకు సంబంధం ఏర్పడింది. గవర్నమెంటు వారి నోటీసుల్ని వ్యతిరేకించే అవకాశం వున్నా నేను అలా చేయకుండా ఆ నోటీసులన్నింటినీ ఒప్పుకున్నాను. అధికారులతో ఎంతో మంచిగా వ్యవహరించాను. దానితో వారందరికీ నా విషయమై భయం పోయింది. వారిని వ్యతిరేకించినా మంచిగానే వ్యతిరేకిస్తానని వాళ్ళకుబోధపడింది. నన్ను అదుపులో పెట్టడానికి బదులు జనాన్ని అదుపులో పెట్టడానికి నా అనుచరులకు సంతోషంతో వాళ్ళు సహకరించడం ప్రారంభించారు. దానితో పాటు తమ అధికార ప్రాబల్యం ఆనాటితో తగ్గిపోయిందని వాళ్ళు గ్రహించారు. ప్రజలు ఆ క్షణం గవర్నమెంటు అధికారుల దండన, శిక్షల భయం మరచిపోయి తమ కొత్త మిత్రుని యెడగల ప్రేమ యొక్క ఆధిపత్యానికి లోబడి పోయారని అందరికీ స్పష్టంగా తెలిసిపోయింది.

నిజానికి చంపారన్‌లో నన్ను ఎవ్వరూ ఎరుగరు. రైతులు నిరకరాక్షులు. చంపారన్ గంగానదికి ఆవలి ఒడ్డున హిమాలయ పర్వత చరియల్లో నేపాలుకు దగ్గరగా వున్న ప్రాంతం. అంటే అది ఒక కొత్త ప్రపంచమన్నమాట. అక్కడ కాంగ్రెస్ అంటే ఏమిటో ఎవ్వరికీ తెలియదు. కాంగ్రెస్ మెంబరు

ఒక్కడు కూడా అక్కడ లేడు. కొందరి పేర్లు వినపడ్డా వారు భయంతో నక్కి కూర్చున్నారు. కాంగ్రెస్ పేరు తెలియకపోయినా ఈనాడు కాంగ్రెస్ జరిగినంతపని అయింది. అనేక మంది సేవకులు కాంగ్రెసులో చేరినట్లయింది. అక్కడ కాంగ్రెస్ ప్రారంభమైందని అనిపించింది. అనుచరులతో సంప్రదించిన పిమ్మట కాంగ్రెస్ పేరిట ఏ పనీ చేయకూడదని నిర్ణయించాం. పేరుతో అవసరం లేదు. పని ముఖ్యమని భావించాం. మాటలు కాదు చేతలు ముఖ్యమని నిర్ణయించాం. కాంగ్రెస్ పేరు ఎవ్వరికీ ఇష్టం కాలేదు. ఈ పరిగణాలో కాంగ్రెస్ అంటే ప్లీడర్ల వాద, ప్రతివాదాలు, చట్ట సంబంధమైన చిద్రాలతో తలపడటం అని ప్రచారమైంది. కాంగ్రెస్ అంటే బాంబులని, మాటలే గాని చేతలు లేనిదని ఇక్కడి గవర్నమెంటు, మరియు దానికి దన్నుగా నిలబడియున్న తెల్లదొరల అభిప్రాయం. అట్టి కాంగ్రెస్‌కు, ఇక్కడి కాంగ్రెస్‌కు తేడా ఉన్నదని మేము ఋజువు చేయవలసిన అవసరం ఏర్పడింది. అందువల్ల కాంగ్రెస్ ఊసే ఎత్తకుండా పని చేయాలని భావించాం. కాంగ్రెస్ పేరుతో గాక, దాని లక్ష్యాలను ప్రజలు తెలుసుకుంటే చాలునని నిర్ణయానికి వచ్చాం.

అందువల్ల మేము కాంగ్రెస్ పేరిట రహస్యంగా గాని, బహిరంగంగా గాని ఏ పనీ చేయలేదు. రాజకుమార్ శుక్లాకు వేలాది జనంతో కలిసిపోయే శక్తి లేదు. రాజకీయంగా అక్కడ ఇంతవరకు ఎవ్వరూ పనిచేసియుండలేదు. చంపారన్ బయట గల ప్రపంచాన్ని ఆయన ఎరుగడు. అయితే మా ఇరువురి కలయిక పాత మిత్రుల కలయికగా పరిణమించింది. ఆ రూపంలో నేను దేవుణ్ణి, అహింసను, సత్యాన్ని దర్శించాను. ఇది అక్షరాలా నిజం. ఈ విషయమై నాకు గల అధికారం ఏమిటి అని ఆలోచిస్తే ప్రేమతప్ప వేరే ఏమీ లేదని ప్రేమ, అహింసల యెడ నాకు గల నిశ్చలమైన శ్రద్ధ తప్ప మరేమీలేదని తేలింది.

చంపారన్‌లో జరిగిన ఈ వ్యవహారం నా జీవితంలో మరిచిపోవడానికి వీలు లేనిది. అది నాకు, రైతులకు ఉత్సవదినం. ప్రభుత్వ నిర్ణయ ప్రకారం నామీద కేసు నడవబోతున్నది. వాస్తవానికి ఆ కేసు నామీద కాక ప్రభుత్వం మీదనే నడవబోతున్నదన్న మాట. నాకోసం కమీషనరు పరిచిన వలలో ఆంగ్ల ప్రభుత్వమే చిక్కుకోబోతున్నదని వాళ్ళు అప్పుడు గ్రహించలేదు.

15. కేసు ఉపసంహరణ

నా మీద కేసు నడిచింది. గవర్నమెంటు వకీలు, మరియు మేజిస్ట్రేటు కంగారు పడ్డారు. ఏం చేయాలో వారికి పాలుపోలేదు. గవర్నమెంటు వకీలు విచారణను వాయిదా వేయమని ప్రార్థించాడు. నేను చంపారన్ వదిలివెళ్ళమని ఇచ్చిన నోటీసును ఖాతరు చేయలేదు. అపరాధం అంగీకరిస్తున్నాను అని అంటూ నేను రాసుకొచ్చిన కింది పాఠాన్ని కోర్టులో చదివి వినిపించాను.

"చట్ట ప్రకారం సెక్షన్ 144 క్రింద విధించబడ్డ ఆదేశాన్ని ఉల్లంఘించవలసి వచ్చిన కారణాల్ని మీ అనుమతితో క్లుప్తంగా వివరించదలుచుకున్నాను. అది నిరాదరణకు సూచకం కాదని మనవి చేస్తున్నాను. ఇక్కడి ప్రభుత్వానికి నాకు మధ్యగల అభిప్రాయ భేదమే ఇందుకు కారణం. ప్రజాసేవ ద్వారానే దేశ సేవ చేయడానికి నేను ఇక్కడికి వచ్చాను. ఇక్కడి రైతులను యజమానులు సరిగా చూడడం లేదు. అందు నిమిత్తం నన్ను గట్టిగా కోరినందున వారి స్థితిని చూచి సరిచేద్దామనే ఉద్దేశ్యంతో వివరాలన్నీ తెలుసుకుందామని వచ్చాను. నా రాక వల్ల శాంతికి భంగం వాటిల్లుతుందని గానీ, రక్తపాతం జరుగుతుందని గానీ నేను భావించడం లేదు. ఇట్టి విషయాల్లో నాకు మంచి

అనుభవం ఉన్నదని మనవి చేస్తున్నాను. కాని గవర్నమెంటు మరో విధంగా తలుస్తున్నది. ప్రభుత్వానికి గల ఇబ్బంది కూడా నేను ఎరుగుదును.

తనకు అందిన సమాచారం మీదనే ప్రభుత్వం ఆధారపడవలసి వస్తుంది. నేను ప్రజాహితం చేస్తూ అందుకు సంబంధించిన చట్టాల్ని ఆమోదించి ఆ ప్రకారం నడుచుకోవాలని భావించేవాణ్ణి. కాని నాకిచ్చిన ప్రభుత్వ ఆదేశాన్ని పాటించితే ప్రజలకు నేను న్యాయం చేయలేనని భావిస్తున్నాను. వారి మధ్యన ఉండి మాత్రమే నేను ఇక్కడి ప్రజలకు సేవ చేయగలనని నమ్ముతున్నాను. అందువల్ల నేను ఇప్పుడు చంపారన్ విడిచి వెళ్ళలేను. నాకిది ధర్మ సంకటం. అందువల్ల చంపారన్ వదిలి వెళ్ళమని ప్రభుత్వం ఇచ్చిన ఆదేశపు బాధ్యత ప్రభుత్వానిదేనని సూచించవలసి వచ్చినందుకు విచారిస్తున్నాను." "భారతదేశంలో ప్రజా జీవనంలో నా వంటి గౌరవ ప్రతిష్టలు గల వ్యక్తి ఒక చర్యకు పూనుకున్నప్పుడు ఎంతో జాగ్రత్త వహించవలసి యున్నదని నాకు తెలుసును. కాని నాకు ఇక్కడ కల్పించబడిన పరిస్థితిని ఆత్మాభిమానం గల వ్యక్తి ఎవ్వడూ అంగీకరించలేడని చెప్పవలసిన అవసరం కలగడం దురదృష్టకరం. ప్రభుత్వ ఆదేశాన్ని ధిక్కరించడం తప్ప వేరే మార్గం నాకు కనబడలేదని అందువల్ల ఈ ధిక్కార నేరానికి తగిన శిక్ష విధించమని ప్రార్థిస్తున్నాను."

"మీరు నాకు విధించబోయే శిక్షను తగ్గించుకోవాలనే భావంతో నేను ఇలా రాయలేదని మనవి చేస్తున్నాను. యీ సందర్భంలో ప్రభుత్వాన్ని ధిక్కరించాలనే భావం నాకు లేదని స్పష్టంగా చెప్పదలుచుకున్నాను. చట్టరీత్యా ఏర్పాటైన యీ ప్రభుత్వ స్థానిక అధికారుల ఆదేశం కంటే, నా అంతర్వాణి పెద్దదని, దాని ఆదేశాన్ని పాలించడం నా కర్తవ్యమని భావిస్తున్నాను."

నా ప్రకటనలతో కేసును వాయిదా వేయవలసిన అవసరంలేకుండా పోయింది. ఇలా జరుగుతుందని వకీలు గాని, మేజిస్ట్రేటు గాని ఊహించలేదు. అందువల్ల శిక్ష విధించేందుకు కోర్టువారు కేసును ఆపివుంచారు. నేను ఈ వివరమంతా తంతి ద్వారా వైస్రాయికితెలియజేశాను. పాట్నాకు కూడా తంతి పంపాను. భారత భూషణ్ పండిత మదనమోహన మాలవ్యా వంటి పెద్దలకు కూడా తంతి పంపాను. నేను కోర్టుకు బయలుదేరబోతూ వుండగా వైస్రాయి గారి ఆదేశం ప్రకారం కేసును ఉపసంహరించు కోవడమైనదని మేజిస్ట్రేటు నాకు సమాచారం అందజేశాడు. మీరు చేయదలచిన పరీక్షలు చేయండి అని కలెక్టరు జాబు అందింది. అధికారుల సహాయం పొందవచ్చునని ఆ జాబులో ఆయన సూచించాడు. మా చర్యకు ఇంత త్వరగా శుభ పరిణామం కలుగుతుందని కలలో కూడా మేము ఊహించియుండలేదు.

నేను కలెక్టరు మి॥ హెకోసును కలిశాను. అతడు మంచివాడుగా కనబడ్డాడు. మీరు అవసరమనుకున్న పత్రాలన్నీ చూడవచ్చు. అవసరమని అనుకున్నప్పుడు మీరు తిన్నగా వచ్చి నన్ను కలుసుకోవచ్చు. ఏ సాయంకావాలన్నా మీకు అందిస్తాను అని ఆయన చెప్పాడు.

మరో వైపున భారతదేశానికి సత్యాగ్రహం అంటే ఏమిటో, చట్టాన్ని సవినయంగా ఉల్లంఘించడం అంటే ఏమిటో పాఠం నేర్పినట్లయింది. పత్రికల ద్వారా నా యీ వ్యవహారానికి పెద్ద ప్రచారం లభించింది. చంపారన్‌లో, నా ఈ కార్యక్రమానికి ప్రఖ్యాతి లభించింది. నేను అక్కడి పరిస్థితుల్ని పరీక్షిస్తున్నప్పుడు ప్రభుత్వం దృష్టిలో కూడా నేను నిష్పక్షంగా వ్యవహరించడం అవసరమని అయితే అందుకు పత్రికా విలేఖరులను తీసుకొని వెళ్ళి వాళ్ళ ప్రకటనలు వెలువరించ వలసిన అవసరం లేదని నిర్ణయించాను. వాళ్ళు పెద్ద పెద్ద రిపోర్టు పత్రికల్లో ప్రకటిస్తే అపకారం కూడా జరుగవచ్చు.

అందువల్ల చాలామంది పత్రికా సంపాదకులకి మీ విలేఖర్లను పంపవద్దని అవసరమైన వివరాలు నేనే మీ విలేఖర్లకు అందజేస్తూ వుంటానని జాబులో రాశాను. చంపారన్‌లో గల తెల్ల ఖామందులు బాగా కోపంగా వున్నారని నాకు తెలుసు. అధికారులు కూడా సంతోషంగా వుండరని తెలుసు. వాళ్ళకు కోపం వస్తే నన్నేమీ చేయలేరు పాపం అక్కడి నిరుపేదలగు రైతుల్ని యమబాధలు పెడతారని, అందువల్ల నేను చేయదలుచుకున్న విచారణ సరిగా జరుగదని గ్రహించాను. తెల్లదొరలు అప్పుడే విషప్రచారం ప్రారంభించారు. వాళ్ళు నాకు, నా అనుచరులకు వ్యతిరేకంగా అబద్ధపు ప్రకటనలు పత్రికల్లో ప్రకటించడం ప్రారంభించారు. నేను ఎంతో జాగ్రత్తగా వున్నందున, బహు చిన్న విషయాలలో సైతం సత్యం మీద ఆధారపడియున్నందున తెల్లదొరలు ప్రయోగించిన బాణాలు గురితప్పి పోయాయి. బ్రజకిషోర్‌బాబును బాగా దుమ్మెత్తి పోశారు. తెల్లదొరలు వారిని నిందించిన కొద్దీ వారి గౌరవ ప్రతిష్టలు బాగా పెరిగిపోయాయి.

ఇట్టి సున్నితమైన వాతావరణంలో రిపోర్టర్లను వెంట ఉండమని నేను ప్రోత్సహించ లేదు. నాయకుల్ని కూడా ఆహ్వానించలేదు. "అవసరమైనప్పుడు తనను పిలవమని, తాను సిద్ధంగా వున్నానని" పండిత మదనమోహన మాలవ్యాగారు మనిషి ద్వారా వార్త పంపారు. అయినా వారికి కూడా నేను శ్రమ కలిగించలేదు. యీ సమస్యను నేను రాజకీయం చేయదలచలేదు. ఎప్పటికప్పుడు జరిగిన వివరాలు పత్రికలకు పంపుతూ వున్నాను. రాజకీయ సంబంధమైన వ్యవహారాలకు కూడా, రాజకీయం అవసరం లేనప్పుడు రాజకీయ రూపం కల్పించితే రెంటికీ చెడిన రేవడి అవుతుంది. ఈ విధంగా అసలు విషయాన్ని స్థలంమారకుండా అక్కడే వుండనిస్తే అంతా సర్దుకుంటుందని నా విశ్వాసం. ఎన్నో పర్యాయాలు కలిగిన అనుభవం వల్ల నేను ఈ విషయం గ్రహించాను. పరిశుద్ధమైన ప్రజాసేవ యందు ప్రత్యక్షంగా కాకపోయినా పరోక్షంగానైనా రాజకీయం తప్పక పనిచేస్తుంది. చంపారన్‌లో జరిగిన పోరాటం యీ విషయాన్ని రుజువు చేసింది.

16. కార్య విధానం

చంపారన్ పరిస్థితుల్ని వివరించడమంటే చంపారన్ రైతుల చరిత్రను వివరించడమే. ఆ వివరాలన్నీ యీ ప్రకరణాలలో పేర్కొనడం సాధ్యం కాదు. చంపారన్‌లో జరిగిన పరిశీలనంతా అహింసా ప్రయోగమే. అందుకు సంబంధించిన వివరాలు అవసరమైనంత వరకే వివరించాను. మొత్తం వివరాలు తెలుసుకోదలచిన పాఠకులు బాబూరాజేంద్రప్రసాద్ యీ సంగ్రామాన్ని గురించి వ్రాసిన గ్రంథం చదవవచ్చును లేక యుగధర్మ్ ప్రెస్ ద్వారా ప్రకటించబడ్డ ఆ గ్రంధపు గుజరాతీ అనువాదం చదవవచ్చు.

ఇక అసలు విషయానికి వద్దాం. గోరఖ్‌బాబుగారి ఇంటి దగ్గర వుండి నేను యీ పరిశీలనా కార్యక్రమం నిర్వహించియుంటే వారు ఇల్లు వదిలి పెట్టి వెళ్ళవలసివచ్చేదే. మోతీహారీలో కిరాయి చెల్లించినా ఇల్లు ఇచ్చే పరిస్థితిలో ఎవ్వరూ లేరు. అందుకు భయమే కారణం. కాని బ్రజకిషోర్‌బాబు వ్యవహార దక్షులు. ఆయన అద్దెకు ఒక పెద్దభవనం సంపాదించారు. మేమంతా ఆ ఇంటికి వెళ్ళాం. అక్కడ డబ్బు లేకుండా పని జరిగే పరిస్థితే లేదు. ఇటువంటి ప్రజా కార్యక్రమాలకు ప్రజల దగ్గర విరాళాలు తీసుకునే పద్ధతి ప్రారంభం కాలేదు. బ్రజకిషోర్ బాబు, వారితో బాటు వున్న మిత్రమండలి వారంతా వకీళ్ళే. వాళ్ళు తమ ఖర్చులు తామే భరిస్తూ, అవసరమైతే మిత్రుల దగ్గర డబ్బు తీసుకుని

ఖర్చు పెడుతున్నారు. ఆర్థికంగా మంచి స్థితిలో వున్నవాళ్ళు ఇతరుల్ని డబ్బు ఎలా అడగడం అని వారి వాదం. చంపారన్ రైతుల దగ్గర ఒక్క పైస కూడా తీసుకోకూడదని నా దృఢనిర్ణయం. వాళ్ళ దగ్గర డబ్బు తీసుకుంటే ఉద్యమం అర్థం మారిపోతుందని నా అభిప్రాయం. యీ కార్యక్రమం కోసం దేశ ప్రజల్ని కూడా డబ్బు అడగకూడదని నా నిర్ణయం. అలా తీసుకుంటే వ్యవహారానికి రాజకీయ రంగు పులిమే ప్రమాదం వున్నది. బొంబాయి మిత్రుల నుండి 15 వేల రూపాయలు ఇస్తామని ఒక తంతి వచ్చింది. కృతజ్ఞతలు తెలిపి వాళ్ళ కోరికను నిరాకరించాం. బాగా ఆలోచించి చంపారన్ బయట వుండే బీహారుకు చెందిన ధనికుల దగ్గర వ్రజకిషోర్‌బాబు బృందం సాధ్యమైనంత డబ్బు పోగుచేయాలని, లోటుబడితే డాక్టర్ ప్రాణజీవనదాస్ మెహతాగారి దగ్గర డబ్బు తీసుకొని భర్తీ చేస్తానని నేను చెప్పాను. అవసరమైనంత డబ్బు రాసి తెప్పించుకోమని డాక్టర్ మెహతాగారు మొదటే నాకు రాశారు. దానితో డబ్బును గురించి చింత తొలిగిపోయింది. తక్కువ డబ్బు ఖర్చు పెట్టి ఈ సమస్యను పరిష్కరించాలని మా నిర్ణయం. అందువల్ల ఎక్కువ డబ్బు అవసరంపడలేదు. రెండు లేక మూడువేల రూపాయల కంటే ఎక్కువ డబ్బు అవసరం లేదని భావించాను. వసూలు చేసిన డబ్బులో అయిదు వందలో లేక వెయ్యి రూపాయలో మిగిలినట్లు నాకు గుర్తు.

ఆ రోజుల్లో మా సహచరుల అలవాట్లు విచిత్రంగా వుండేవి. నేను రోజూవారి ప్రవర్తనను గురించి ఛలోక్తులు విసురుతూ వుండేవాణ్ణి. వకీళ్ళమండలికి చెందిన ప్రతి వకీలు దగ్గర ఒక వంటవాడు, ఒక నౌకరు వుండేవారు. ప్రతి వకీలుకు వంట విడివిడిగా తయారవుతూ వుండేది. రాత్రిపూట 12 గంటల వరకు భోజనం చేస్తూ వుండేవారు. ఎవరి ఖర్చు వారు భరించినా నాకు వాళ్ళ పద్ధతి నచ్చలేదు. మా అందరి మధ్య స్నేహబంధం గట్టిగా బిగుసుకున్నందున ఎవరెన్ని చెప్పినా, ఎవరేమన్నా మా బంధం చెదరలేదు. నేను విసిరే మాటల బాణాల బాధను నవ్వుతూ వారు సహించేవారు. చివరికి నౌకర్లందరినీ పంపించివేయాలని, భోజన నియమాల్ని అంతా పాటించాలని నిర్ణయించా. అందరూ శాకాహారులు కారు. రెండు కుంపట్లు ప్రారంభిస్తే ఖర్చు పెరుగుతుంది. అందువల్ల ఒకే కుంపటి వెలగాలని, శాకాహార భోజనం తయారు చేయాలని, భోజనం బహు సాదాగా వుండాలని నిర్ణయించాం. దానితో ఖర్చు బాగా తగ్గిపోయింది. కార్యశక్తి పెరిగింది. సమయం కూడా బాగా కలిసివచ్చింది.

మా పని బాగా పెరిగిపోయింది. రైతులు గుంపులు గుంపులుగా వచ్చి తమ గాథలు రాయించ సాగారు. రాసుకునే వారి దగ్గర గుంపులుగా జనం పెరిగిపోయారు. ఇల్లంతా జనంతో నిండి పోయింది. చూడడానికి వచ్చే జనాన్నుండి నన్ను రక్షించడం కోసం నా సహచరులు ఎంతో శ్రమపడ్డారు. ఇక గత్యంతరం లేక సమయం నిర్ధారించి నన్ను బయటికి తీసుకురాసాగారు. ఆరులేక ఏడుగురు వకీళ్ళు రైతులు చెప్పే కథలు రాసుకుంటూ వుండేవారు. అయినా సాయంకాలానికి రాతపని పూర్తి అయ్యేది కాదు. ఇంతమంది వాఙ్మూలాలు అనవసరం. కాని వారు చెప్పింది రాసుకుంటే రైతులు తృప్తిపడతారు. కథలు రాసేవారు కొన్నినియమాల్ని పాటిస్తూ వుండేవారు. ప్రతి రైతును ప్రశ్నలు వేసి సమాధానాలు రాబట్టేవారు. సమాధానం సరిగా చెప్పలేని వారి వాఙ్మూలం రాసుకోకూడదనీ నిరాధారమైన కథలు కూడా రాసుకోకూడదనీ నిర్ణయించాం. అందువల్ల యథార్థమైన గాథలు, ఆధారాలు గల కథలే రాసుకోవడం జరిగింది.

ఈ వాఙ్మూలాలు రాసుకునేటప్పుడు గూఢచారి పోలీసులు తప్పక వుండేవారు. మేము కావాలంటే వాళ్ళు ఆగిపోయేవారే. కాని మేము వాళ్ళను రానివ్వాలని, వారి విషయంలో వినమ్రంగా వ్యవహరించాలని, అవసరమైన సమాచారం వాళ్ళకు అందజేయాలని నిర్ణయించాం. వాళ్ళ కండ్ల ఎదుట రైతులు కథలు చెబుతూ వుండేవారు. ఇందువల్ల రైతులకు ధైర్యం వచ్చింది. గూఢచారి పోలీసులంటే జనం విపరీతంగా భయపడుతూ వుండేవారు. వారి భయం పోయింది. వాళ్ళు చెప్పే కథల్లో అతిశయోక్తులు తగ్గిపోయాయి. అబద్ధాలు చెబితే పోలీసులు పట్టుకుంటారనే భయంతో రైతులు నిజం చెబుతూవుండేవారు. తెల్ల దొరల్ని భయపెట్టి వారిని పారద్రోలడం నా లక్ష్యం కాదు వారి హృదయాలను జయించాలనే ఉద్దేశ్యంతో నా ఈ సంగ్రామం సాగింది. ఫలానా దొరకు వ్యతిరేకంగా వాఙ్మూలాలు వచ్చాయని తెలియగానే జాబులు రాసి వారికి తెలియజేయడమే గాక, వారిని కలిసి మాట్లాడుతూ వుండేవాణ్ణి. తెల్లదొరల బృందాన్ని కలసి వారిసాక్ష్యాలు కూడా సేకరించడం ప్రారంభించాను. వారిలో కొందరు నన్ను అసహ్యించుకునేవారు. కొందరు తటస్థంగా వుండేవారు. కొందరు మంచిగా వ్యవహరించేవారు.

17. అనుచరులు

వ్రజకిషోర్‌బాబు మరియు రాజేంద్రబాబు గారలది గొప్పజోడి. వారిద్దరూ తమ అమిత ప్రేమచే నన్ను, తాము లేకపోతే ముందుకు సాగలేనంతగా, నిర్వీర్యుణ్ణి చేసి వేశారు. వారి శిష్యులు లేక అనుచరులు శంభూబాబు, అనుగ్రహబాబు, ధరణి బాబు, రామనవమీ బాబు మొదలగు వకీళ్ళు దరిదాపు నా వెంటనే వుండేవారు. ఇది బీహారీ సంఘం. రైతుల వాఙ్మూలాలు రాయడం వారిపని. ఆచార్య కృపలానీ మాతో కలవకుండా వుండగలరా? వారు స్వయంగా సింధీలే అయినా బీహారులో వుంటూ బీహారీగా మారిపోయారు. వారివలె ఒక ప్రాంతానికి సంబంధించిన వారు మరో ప్రాంతానికి వెళ్ళి అక్కడివారితో కలిసిపోయి, తాము ఆ ప్రాంతం వారిలా మారిపోగలవారు బహుతక్కువ. ఆయన నాకు ద్వారపాలకుని వలె వ్యవహరించారు. చూడటానికి అసంఖ్యాకంగా వస్తున్న వారి నుండి నన్ను రక్షించే బాధ్యతవారు వహించారు. అదే తమ జీవన సార్థకత అని భావించారు. ఆయన పరిహాసం చేస్తూ కొందరిని నా దగ్గరకు రాకుండా ఆపి వేసేవారు. కొందరిని అహింసాత్మకంగ బెదిరించి ఆపేవారు. రాత్రిపూట ఉపాధ్యాయవృత్తి ప్రారంభించి అక్కడి వారినందరిని నవ్విస్తూ, గుండెదిటవు లేనివారికి ధైర్యం చెబుతూ వుండేవారు.

మౌలానా మజహరుల్‌హక్ నాకు సహాయకులుగా పేరు నమోదు చేయించుకున్నాను. నెలకు రెండు మూడు సార్లు వచ్చిపోతుండేవారు. వెనుకటి రోజుల్లో గల వారి దర్జాకు, ఆడంబరానికి ఇప్పటి సాదా జీవనానికి ఎంతో వ్యత్యాసం వున్నది. మా దగ్గరకు వచ్చి మాలో కలిసిపోతూ వుండేవారు. కాని బయట వారికి మాత్రం వేరుగా దర్జాగా కనబడుతూ వుండేవారు. చంపారన్‌లో పనిచేయడం ప్రారంభించిన తరువాత ఈ గ్రామాలలో విద్యా ప్రచారం జరిగితే తప్ప ఇవి బాగుపడవనే నిర్ణయానికి వచ్చాము. ఎవరికీ చదువురాదు. పిల్లలు చదువులేక తిరుగుతుండేవారు. తల్లిదండ్రులు రెండు మూడు కాసుల కోసం నీలిమందు పొలాల్లో చచ్చేలా పనిచేస్తూ వుండేవారు. పురుషులకు రోజంతా పనిచేస్తే పదిపైసల కూలీ స్త్రీలకు ఆరు పైసల కూలి పిల్లలకు మూడు పైసల కూలి.

నాలుగణాలు తెచ్చుకునే కూలీవాడు గొప్ప అదృష్టవంతుడుగా లెక్కింపబడేవాడు. సహచరులతో చర్చించి మొదట ఆరు గ్రామాల్లో పాఠశాలలు తెరిపించాను. గ్రామ పెద్ద ఇల్లు ఇవ్వాలి, మాస్టారుకు అన్నం పెట్టాలి. మిగతా ఖర్చులు మేము భరించాలి. డబ్బు ఇవ్వలేరు కాని గ్రామస్తులు ధాన్యం ఇవ్వగల స్థితిలో వున్నారు. కనుక గింజలు ఇచ్చేందుకు గ్రామస్తులు సిద్ధపడ్డారు. ఇక ఉపాధ్యాయులు ఎక్కడి నుండి వస్తారా అని ప్రశ్న బయలుదేరింది. బీహారులో జీతాలు లేకుండా పనిచేసే ఉపాధ్యాయులు లేరు, వున్నా తక్కువే, సామాన్యులైన ఉపాధ్యాయులకు పిల్లల్ని అప్పగించకూడదని నా అభిప్రాయం. ఉపాధ్యాయునికి చదువురాకపోయినా పరవాలేదు గాని శీలవంతుడై వుండాలని గట్టిగా చెప్పాను.

ఇందుకోసం వాలంటీర్లు కావాలని ప్రకటించాను. గంగాధరరావు దేశపాండే నా ప్రకటనకు స్పందించి బాబాసాహెబ్ సోమణ్ మరియు పుండలీక్‌ని పంపారు. బొంబాయి నుండి అవంతికాబాయి గోఖలే వచ్చారు. దక్షిణాది నుండి ఆనందీబాయి వచ్చింది. నేను ఛోటేలాలు, సురేంద్రనాథ్, నా చిన్నపిల్లవాడు దేవదాసును పిలిపించాను. మహాదేవదేశాయి, నరహరిపారీఖ్ గారలు వచ్చి కలిశారు. మహా దేవదేశాయి భార్య దుర్గాబెన్, నరహరిపారిఖ్ భార్య మణిబెన్ కూడా వచ్చారు. కస్తూరిబాయిని కూడా పిలిపించాను. ఇంతమంది ఉపాధ్యాయులు ఉపాధ్యాయురాండ్రు సరిపోతారని భావించాను. శ్రీమతి అవంతికాబాయి, ఆనందీబాయి, చదువుకున్నవారే కానీ మణీబెన్ పారీఖ్, దుర్గాబెన్ దేశాయిగార్లకు కొద్దిగా గుజరాతీ వచ్చు. కస్తూరిబాయికి చదువురానట్లు లెక్క. వీరు పిల్లలకు హిందీ ఎలా నేర్పగలరు? వీరు పిల్లలకు వ్యాకరణం చెప్పనవసరం లేదు, నడవడిక నేర్పితే చాలు అని వారికి చెప్పాను. రాయడం చదవడం కంటే వాళ్ళకు పారిశుద్ధ్యాన్ని గురించి చెప్పాలి. హిందీ, గుజరాతీ, మరాఠీ భాషల్లో పెద్ద తేడాలేదని మొదటి తరగతిలో అంకెలు నేర్పమని అందువల్ల మీకు కష్టం ఉండదని చెప్పాను. తత్ఫలితంగా మహిళల క్లాసులు బాగా నడిచాయి. మహిళలకు ఆత్మ విశ్వాసం పెరిగింది. వాళ్ళు తమ క్లాసులకు ప్రాణం పోశారు. వాళ్ళు బాగా పాఠాలు చెప్పారు. యీ సోదరీమణుల ద్వారా గ్రామ మహిళలతో కూడా మాకు బాగా పరిచయం పెరిగింది. నాకు చదువుతో తృప్తి కలుగలేదు. గ్రామాలలో మురికి అధికంగా వున్నది. గ్రామం వీధుల్లో పెంటకుప్పలూ, బావుల దగ్గర బురద, దుర్వాసన ఇళ్ళ ముందు భరించలేని పరిస్థితులు, పెద్దలకు కూడా పారిశుద్ధ్యాన్ని గురించి నేర్పడం అవసరమని భావించాను. చంపారన్ జనం రోగాలతో బాధపడుతున్నారు. సాధ్యమైనంతవరకు గ్రామప్రజలను సరియైన దారికి తేవాలనీ, పారిశుధ్యం నేర్పాలనీ, వారి జీవితంలో ప్రవేశించి కార్యకర్తలు వారికి సేవ చేయాలని నా అభిప్రాయం. ఇందుకు డాక్టర్ సహాయం అవసరం, గోఖలేగారి సొసైటీకి చెందిన డాక్టర్ దేవ్‌గారిని పంపమని కోరాను. వారికి నాకూ ప్రేమ సంబంధం ఏర్పడింది. ఆరుమాసాల పాటు వారి సేవ లభించింది. వారి పర్యవేక్షణలో ఉపాధ్యాయులు, ఉపాధ్యాయినులు పనిచేయవలసి వచ్చింది. తెల్లదొరలకు వ్యతిరేకంగా చేయబడుతున్న ఆరోపణల్లో పాల్గొనవద్దని, రాజకీయాల్లో పడవద్దని ఎవరైనా ఆరోపణలు చేసేవారు వస్తే నా దగ్గరకి పంపమని, మీ క్షేత్రం దాటి వెళ్ళవద్దని అందరికీ చెప్పాను. చంపారన్‌లో ఇట్టి అనుచరుల నియమబద్ధత అత్యద్భుతం. సూచనలను ఉల్లంఘించిన ఉదాహరణ ఒక్కటి కూడా నాకు గుర్తు లేదు.

18. గ్రామాలలో

ప్రతి పాఠశాలలో ఒక పురుషుణ్ణి ఒక మహిళను నియమించే ఏర్పాటు చేశాము. వారి ద్వారానే మందులు ఇప్పించడం, పారిశుద్ధ్య కార్యక్రమం నిర్వహింపచేయడం, మహిళల ద్వారా స్త్రీ సమాజంలో ప్రవేశించడం, మందులు ఇచ్చే పనిని తేలికగా నిర్వహించేలా చేయడం జరిగింది. కునైన్, పట్టీలు, ఆముదం ప్రతిస్కూల్లో వుంచాము. నాలుక మురికిగా వున్నా, అజీర్ణం చేసినా ఆముదం తాగించాలి. జ్వరం తగిలితే ఆముదం త్రాగించిన తరువాత కునైన్ ఇవ్వాలి. కురుపులు, గడ్డలు లేస్తే వాటిని కడిగి మలాంపట్టీ వేయాలి అని ఉపాధ్యాయులకు శిక్షణ ఇచ్చాం. జబ్బు పెద్దదైతే డా. దేవ్‌గారికి చూపించి వారిచేత వైద్యం చేయించాలి. డా.దేవ్ వేరు వేరు సమయాల్లో వేరు వేరు గ్రామాలకు వెళ్ళి రోగుల్ని పరీక్షిస్తూ వుండేవారు. యీ ఏర్పటు వల్ల అధిక సంఖ్యలో గ్రామ ప్రజలు ప్రయోజనం పొందసాగారు. సామాన్యంగా వచ్చే జబ్బులు కొద్దే. వాటికి పెద్ద పెద్ద డాక్టర్ల అవసరం వుండదు. యీ విషయాల్ని గ్రహిస్తే మేముచేసిన ఏర్పాటు ఎంతో ప్రయోజనకరమైనదని చెప్పవచ్చు. జనం ఉపయోగం పొందారుకూడా. పారిశుధ్య కార్యక్రమం మాత్రం కష్టమైపోయింది. జనం మురికిని తొలిగించేందుకు సిద్ధపడలేదు. డా. దేవ్ అంత త్వరగా ఓటమిని అంగీకరించే వ్యక్తి కాదు. ఆయన, మిగతా వాలంటీర్లు కలిసి ఒక గ్రామంలో వీధులు శుభ్రం చేశారు. ఇళ్ళ ముందరపడియున్న పెంటకుప్పలు ఎత్తివేశారు. బావుల దగ్గర పడిన గుంటల్ని మట్టితో పూడ్చారు. పారిశుధ్యం యీ విధంగా కొనసాగించమని జనానికి బోధించారు. కొన్నిచోట్ల జనం సిగ్గుపడి పారిశుధ్యం పనులు చేశారు. కొన్ని గ్రామాలకు నా కారు వెళ్ళుటకు మట్టిరోడ్ల నిర్మాణం కూడా చేశారు. ఇట్టి మధుర అనుభవాలతో పాటు జనుల నిర్లక్ష్యం వల్ల కటు అనుభవాలు కూడా కలిగాయి. పారిశుధ్యం మాటవిని కొన్ని చోట్ల జనం అసహ్యించుకున్నారు. ఒక అనుభవాన్ని గురించి ఇక్కడ రాస్తాను. స్త్రీల సభల్లో అనేకసార్లు ఆ అనుభవాన్ని గురించి చెప్పాను. భీతిహరవా ఒక చిన్న గ్రామం. దాని సమీపంలో దానికంటే చిన్న పల్లె ఒకటి వున్నది. అక్కడి స్త్రీల బట్టలు చాలా మురికిగా వున్నాయి. ఆ మహిళలకు బట్టలు ఉతుక్కోమని, బట్టలు మార్చుకోమని చెప్పమని కస్తూరిబాకు చెప్పాను. ఆమె మహిళలతో మాట్లాడింది. వారిలో ఒక సోదరి ఆమెను తన గుడిసెలోకి తీసుకెళ్ళి "మీరే చూడండి, బట్టలు పెట్టుకునేందుకు మా గుడిసెలో పెట్టె బేడ ఏమీ లేదు. నేను కట్టుకున్న చీర తప్ప మరోచీర లేదు. దీన్ని ఎలా ఉతుక్కోవాలో చెప్పండి. మహాత్మునికి చెప్పి మాకు బట్టలిప్పించండి. రోజూ చీర ఉతుక్కుంటాను. చీరమార్చుకుంటాను" అని చెప్పింది. భారతదేశంలో ఇటువంటి గుడిసెలు అసంఖ్యాకంగా వున్నాయి. ఎన్నో గుడిసెల్లో సామాను గాని, పెట్టె గాని, బట్టలు గాని ఏమీ వుండవు. ఎంతోమంది జనం కట్టుబట్టలతో జీవిస్తున్నారు.

మరో అనుభవం కూడా చెబుతాను. చంపారన్‌లో వెదురుగడలు, గడ్డి ఎక్కువ, భీతిహరవా గ్రామంలో నిర్మించిన పాఠశాలపై కప్పు వెదురుగడలతోనూ, గడ్డితోనూ తయారు చేయబడింది. ఎవరో ఒకనాటి రాత్రి దానికి నిప్పు అంటించారు. దగ్గరలో వున్న నీలిమందు తొట్టెల యజమానుల మనుష్యులు యీ పని చేశారని అనుమానం కలిగింది. దానితో వెదురుగడలతోనూ గడ్డితోనూ ఇల్లు కట్టడం విరమించాం. యీ పాఠశాల శ్రీ సోమణ్ మరియు కస్తూరిబా నడుపుతూ వున్నారు. ఇటుకలతో పక్కాఇళ్ళు కట్టాలని సోమణ్ నిశ్చయించాడు. అతని శ్రమవల్ల ఇటుకలతో ఇల్లు తయారైంది. ఇక ఇల్లు తగులబడుతుందేమోనను భయం పోయింది.

ఈ పని బాగా జరగాలని నేను భావించాను. కాని నా మనోరథం నెరవేరలేదు. దొరికిన వాలంటీర్లు కొంత వ్యవధి వరకే ఉండి పని చేశారు. కొత్త కార్యకర్తలు దొరకడం కష్టం. చంపారన్‌లో పని పూర్తి అయిందోలేదో మరో పని నన్ను లాక్కువెళ్ళింది. ఏది ఏమైనా ఆరు నెలల పాటు అక్కడ సాగిన కార్యక్రమాలు వ్రేళ్ళూని, ఆ రూపంలో కాక పోయినా మరో రూపంలో తమ ప్రభావం చూపుతూనే వున్నాయి.

19. ఉజ్వల పక్షం

గత ప్రకరణంలో నేను వివరించినట్లు ఒకవైపు సమాజసేవ సాగుతూనేవున్నది. రెండోవైపున బాధితుల కష్టగాథలు వ్రాయడం జరుగుతున్నది. రోజురోజుకు అలా పని పెరిగిపోతున్నది. వేలాదిమంది చెప్పిన కథలు లిపిబద్ధం చేయబడ్డాయి. వాటివల్ల ఎంతో ప్రయోజనం చేకూరింది. నా డేరాకు జనం విపరీతంగా వస్తూ వుండటం వల్ల తెల్లదొరల కోపం కట్టలు తెంచుకున్నది. దానితో నా పరిశీలనా కార్యక్రమం ఆపివేయించుటకు ప్రయత్నం చేశారు.

ఒకరోజున బీహారు ప్రభుత్వం నుండి నాకు ఒక జాబు వచ్చింది. "మీ పరిశీలనా కార్యక్రమం చాలాకాలం పాటు సాగింది. ఇక ఆ కార్యక్రమం విరమించి బీహారు వదిలి వెళ్ళిపోండి" అని ఆ జాబులో వున్నది. జాబు మెత్తగా వున్నా భావం స్పష్టంగా వున్నది. .అందుకు సమాధానం ఇస్తూ "నా పరిశీలనా కార్యం పూర్తికాలేదు. ఇంకా చేయవలసి వున్నది. ఆ పని పూర్తి అయిన తరువాత కూడా ప్రజల కష్టాలు తొలగనంతవరకు నేను బీహారు వదలి వెళ్ళను" అని స్పష్టంగా వ్రాశాను.

నా నిరీక్షణ కార్యక్రమాన్ని ఆపాలంటే ప్రభుత్వం ప్రజల కష్టాల్ని తొలగించాలి. విచారణ కమిటీని ప్రభుత్వమే నియమించాలి. గవర్నరు సర్ ఎడ్వర్డ్ గేట్ నన్ను పిలిచి, తామే విచారణ కమిటీ వేస్తామని, అందు మెంబరుగా ఉండమని కోరాడు. మిగతా కమిటీ మెంబర్ల పేర్లు చూచి సహచరులతో చర్చించి కొన్ని షరతుల మీద అంగీకారం తెలిపాను. కమిటీలో చేరినా, నా అనుచరులతో చర్చలు జరిపేందుకు స్వాతంత్ర్యం నాకు వుండాలని, కమిటీలో మెంబరుగా ఉంటూ రైతుల్ని సమర్ధించడం మానుకోమని నాకు చెప్పకూడదని, విచారణ జరిగాక రైతులకు అన్యాయం జరగలేదని తోస్తే రైతుల పక్షం వహించే స్వాతంత్ర్యం వుండాలని కోరాను.

సర్ ఎడ్వర్డ్ గేట్ నా షరతులు న్యాయమైనవని భావించి అంగీకరించాడు. కీ.శే.సర్ ఫ్రేంక్ స్లై యీ కమిటీ అధ్యక్షులుగా ఎన్నుకోబడ్డారు. విచారణ కమిటీ, రైతులు చేసిన ఆరోపణలన్నీ నిజమేనని ప్రకటించింది. అన్యాయంగా తెల్లదొరలు తీసుకున్న సొమ్మునుండి కొంత భాగం రైతులకు చెల్లించాలని, తిన్ కఠియా రివాజును రద్దు చేయాలని సిఫారసు చేస్తూ తీర్మానించింది.యీ రిపోర్టు అంగీకరించబడటానికి, ఆ ప్రకారం చట్టం ప్యాసు చేయించటానికి సర్ ఎడ్వర్డ్ గేట్ మహత్తరమైన కృషి చేశాడు. ఆయన గట్టిగా వ్యవహరించి ఉండకపోతే మా రిపోర్టు ఏకగ్రీవంగా వుండేది కాదు. చట్టం కూడా ప్యాసు అయివుండేది కాదు. తెల్లదొరలు చాలా శక్తివంతులు. రిపోర్టు అందిన తరువాత కూడా చట్టం కానీయకుండా అడ్డుకోవడానికి ప్రయత్నించారు. కాని సర్ ఎడ్వర్డ్ గేట్ ధైర్యంగా వ్యవహరించి చట్టం చేయించాడు. దాన్ని అమలులోకి తెచ్చాడు కూడా. ఈ విధంగా 100 సంవత్సరాల నుండి అమల్లో ఉన్న తిన్‌కఠియా విధానం రద్దు అయింది. తెల్లదొరల రాజ్యం కూడా అస్తమించింది. అణిగిపోయిపడియున్న రైతులు తమ శక్తిని గుర్తించారు. నీలిమందు మచ్చ కడిగినా పోదు అనే భ్రమ తొలిగిపోయింది.

చంపారన్‌లో ప్రారంభించిన నిర్మాణ కార్యక్రమాలు ఇంకా కొంత కాలం విజయవంతంగా అక్కడ సాగించాలని, పాఠశాలలు ఎక్కువగా తెరవాలని, ఎక్కువ గ్రామాల్లో ప్రవేశించాలని అనుకున్నాను. క్షేత్రం సిద్ధంగా వున్నది. కాని భగవంతుడు నా కోరికల్ని అనేకసార్లు పూర్తికానీయలేదు. నేను అనుకున్నదొకటి అయింది మరొకటి. దేవుడు మరోపనికి నన్ను వినియోగించాడు.

20. కార్మికులతో సంబంధం

నేను చంపారన్‌లో కమిటీలో చేరి పనిచేస్తూ వుండగా ఖేడానుండి మోహన్‌లాల్ పాండ్యా, శంకరలాల్ పారిఖ్‌ల జాబు వచ్చింది. ఖేడా జిల్లాలో పంటలు దెబ్బతిన్నాయి కనుక పన్నులు రద్దు చేయడం అవసరం, అక్కడికి వెళ్ళి ప్రజలకు మార్గం చూపించమని వాళ్ళు ఆ జాబులో కోరారు. ఖేడా వెళ్ళి అక్కడి పరిస్థితులు స్వయంగా తెలుసుకోకుండా సలహాలివ్వాలనే కోరిక నాకు కలుగలేదు.

మరో జాబు కార్మిక సంఘం విషయమై శ్రీమతి అనసూయాబాయి వ్రాసింది. వేతనాలు పెంచమని చాలా కాలాన్నుండి కార్మికులు కోరుతున్న విషయం నాకు తెలుసు. అది చిన్న విషయమే, అయినా దూరాన్నుండి సలహాఇచ్చే స్థితిలో నేను లేను. అవకాశం చిక్కగానే నేను అహమదాబాదు వెళ్ళాను. అక్కడి వ్యవహారాలు సరిచేసి చంపారన్ వెళ్ళి నిర్మాణ కార్యక్రమాలు సాగిద్దామని భావించాను. కాని అహమదాబాదు చేరిన తరువాత పనుల వత్తిడి వల్ల అనుకున్న ప్రకారం నేను చంపారన్ వెంటనే వెళ్ళలేక పోయాను. అక్కడ నడుస్తున్న పాఠశాలలు ఒక్కొక్కటే మూతబడ్డాయని తెలిసింది. నేను నా అనుచరులు అంతా ఏమేమో చేద్దామని ఆకాశంలో మేడలు కట్టాం. అవన్నీ కూలిపోయాయి. చంపారన్‌లో గ్రామ పాఠశాలలతోబాటు గోసంరక్షణ కార్యక్రమం కూడా ప్రారంభించాము. గోశాల, హిందీ ప్రచారం రెండు కార్యక్రమాలు ఇజారా మార్వాడీ సోదరులు నిర్వహిస్తామని చెప్పారు. బేతియాలోగల ఒక మార్వాడీ సజ్జనుడు తన ధర్మసత్రంలో నాకు ఆశ్రయం ఇచ్చాడు. బేతియాలో ఒక మార్వాడీ సోదరులు తమ గోశాల విషయంలో నన్ను ఒప్పించారు. 'గో' సంరక్షణను గురించి ఇప్పుడు గల భావాలే ఆనాడు కూడా నాకు వున్నాయి. 'గో' సంరక్షణ అంటే 'గో' వంశవృద్ధి, 'గో' జాతి సంస్కరణ, ఎద్దుల చేత తగినంత పనిని చేయించడం, 'గో' శాలను ఆదర్శవంతమైన క్షీరశాలగా రూపొందించడం. ఇందుకు పూర్తిగా సహకరిస్తామని మార్వాడీ సోదరులు మాట ఇచ్చారు. అయితే నేను చంపారన్ వెళ్ళలేక పోయినందున ఆ పని అసంపూర్తిగా వుండి పోయింది. బేతియాలో గోశాల నడుస్తున్నదే గాని అది ఆదర్శవంతమైన క్షీరశాలగా రూపొందలేదు. చంపారన్‌లో ఎద్దులచేత అపరిమితంగా పని చేయిస్తున్నారు. భారతీయులు ఎద్దుల్ని విపరీతంగా చావకొట్టి ధర్మానికి హాని కలిగిస్తున్నారు. ఆ ముల్లు నా గుండెల్లో గుచ్చుకొని అలాగే వుండిపోయింది. చంపారన్ వెళ్ళినప్పుడు అసంపూర్తిగా మిగిలిపోయిన యీ పనులను గురించి తలచుకొని నిట్టూర్పు విడుస్తూ వున్నాను. వాటిని అసంపూర్తిగా వదిలినందుకు మార్వాడీ సోదరుల్ని, బీహారీల్ని మందలిస్తూ వున్నాను. పాఠశాలలు అనుకున్న విధానంలో కాకపోయినా ఏదో విధంగా నడుస్తున్నాయి కాని గోసంరక్షణా కార్యక్రమం అసలు ప్రారంభమే కాలేదు. అనుకున్నట్లు సాగలేదు. అహమదాబాదులో ఖేడాను గురించి చర్చలు జరుగుతూ వున్నప్పుడే నేను కార్మికుల పనికి పూనుకున్నాను.

నా స్థితి కడు సున్నితంగా వున్నది. కార్మికుల పక్షం బలంగా ఉన్నది. శ్రీ అనసూయాబెన్ తన సొంత అన్నతో పోరాటం సాగించవలసి వచ్చింది. కార్మికులకు, యజమానులకు మధ్య

ప్రారంభమైన యీ దారుణపోరాటంలో శ్రీ అంబాలాల్ సారాభాయి ముఖ్యులు. మిల్లు యజమానులతో నాకు ప్రేమ సంబంధం వున్నది. వారితో పోరాటం జరపడం ఇబ్బందికరమైన విషయం. కార్మికుల విషయమై వారిని కలిసి పంచాయతీ పెద్దలు చెప్పినట్లు వినమని ప్రార్థించాను. కాని యజమానులు తమకు, తమ కార్మికులకు మధ్య నా మధ్యవర్తిత్వం అంగీకరించమని స్పష్టంగా చెప్పివేశారు. కార్మికులకు సమ్మె చేయమని సలహా యిచ్చాను. యీ సలహా యిచ్చుటకు పూర్వం కార్మికులతోను, వారి నాయకులతోను, బాగా కలిసిపోయాను. వాళ్ళకు సమ్మె షరతులు తెలియజేశాను. ఆ షరతులు ఇవి.

1. ఎట్టి పరిస్థితుల్లోను శాంతికి భంగం కలిగించకూడదు.
2. పనికి వెళ్ళదలచిన వారిని బాధించకూడదు
3. బిచ్చం మీద కార్మికులు ఆధారపడకూడదు
4. సమ్మె ఎంతకాలం నడచినా గట్టిగా నిలబడాలి. దగ్గర డబ్బులేకపోతే మరోపని చేసుకొని పొట్టపోసుకోవాలి.

ఈ షరతులు నాయకులు తెలుసుకొని అందుకు అంగీకరించారు. కార్మికుల సభ జరిగింది. కోరికలు సబబైనవా కావా అని నిర్ణయించుటకు పంచాయితీ పెద్దల నియామకం జరగనంత వరకు పనిలోకి వెళ్ళకూడదని కార్మికులు నిర్ణయించారు. ఈ సమ్మె కాలంలోనే శ్రీ వల్లభభాయి మరియు శంకరలాల్ బాంకరుగారలను, దగ్గరగా చూచి అర్థం చేసుకునే అవకాశం లభించింది. అనసూయాబెన్‌ను గురించి అదివరకే నాకు తెలుసు. సమ్మె చేస్తున్న కార్మికుల సభలు నదీతీరాన ఒక చెట్టు కింద జరుగుతూ వుండేవి. వందల సంఖ్యలో కార్మికులు పాల్గొంటూ వుండేవారు. వారు చేసిన ప్రతిజ్ఞను వారికి నేను రోజూ జ్ఞాపకం చేస్తూ వుండేవాణ్ణి. శాంతిసంరక్షణ, వారి కుటుంబపోషణను గురించి రోజూ వారికి చెబుతూ వుండేవాణ్ణి. వాళ్ళు తమ జండా పుచ్చుకొని పట్టణంలో రోజూ తిరుగుతూ వుండేవారు. ఊరేగింపుగా వచ్చి సభలో పాల్గొంటూ వుండేవారు.

ఈ సమ్మె 21 రోజులు సాగింది. మధ్య మధ్య యజమానులతో నేను మాట్లాడుతూ వుండేవాణ్ణి. న్యాయం చేయమని కోరుతూ వుండేవాణ్ణి. "మాకు మాత్రం పట్టుదల లేదా? మాకు మా కార్మికులకు మధ్య తండ్రి కొడుకుల వంటి సంబంధం వున్నది. మా ఇద్దరి మధ్య మరొకరు కాలు పెడితే మేము ఎలా సహిస్తాం? ఇందు పంచాయితీ పెద్దల ప్రమేయం ఎందుకు? అని యజమానులు అంటూ వుండేవారు.

21. ఆశ్రమం

కార్మికుల ప్రకరణానికి ముందు ఆశ్రమాన్ని గురించి కొద్దిగా రాయడం అవసరం. చంపారన్‌లో వున్నా నేను ఆశ్రమాన్ని మరిచిపోలేదు. అప్పుడప్పుడు నేను అక్కడికి వెళ్ళివస్తూ వుండేవాణ్ణి. కోచరబ్ అహమదాబాదు సమీపంలో గల చిన్న గ్రామం. ఆశ్రమం యీ గ్రామంలోనే వున్నది. కోచరబ్‌లో ప్లేగు ఆరంభమైంది. పిల్లల్ని ఆశ్రమంలో సురక్షితంగా వుంచలేని పరిస్థితి ఏర్పడింది. ఆశ్రమంలో పారిశుధ్య నియమాన్ని ఎంతగా పాటించినా చుట్టుప్రక్కల గల మురికిని పోగొట్టడం సాధ్యం కాలేదు. కోచరబ్‌లో గల ప్రజలకు నచ్చజెప్పడానికి, వారికి సేవ చేయడానికి మా శక్తి చాలలేదు. పట్టణానికి, ఆశ్రమాన్ని దూరంగా వుంచాలనేది మా ఆదర్శం. కాని రాకపోకలకు

ఇబ్బంది కలిగేలా వుండడం కూడా మాకు ఇష్టం లేదు. ఆశ్రమం సొంతచోటులో తెరపగాలిలో, ఆశ్రమ రూపంలో ఏదో ఒక రోజున నిర్మాణం కావాలి.

ప్లేగు వ్యాపించినప్పుడు కోచరబ్‌ను వదిలివేయమని ఆదేశం అందినట్లు భావించాను. శ్రీపూంజాభాయి హీరాచంద్‌గారికి మా ఆశ్రమంతో దగ్గర సంబంధం వుంది. ఆశ్రమానికి సంబంధించిన సేవా కార్యాలు శ్రద్ధగా ఆయన చేస్తూ వుండేవాడు. అహమదాబాదు ప్రజాజీవితం ఆయనకు బాగా తెలుసు. ఆశ్రమం కోసం భూమి బాధ్యత ఆయన వహించాడు. కోచరబ్‌కు ఉత్తర దిశయందు భూమికోసం ఆయనతో పాటు నేనూ తిరిగాను. అక్కడికి మూడునాలుగు మైళ్ళ దూరాన భూమి దొరికితే వెతకమని ఆయనకు చెప్పాను. ఇప్పుడు ఆశ్రమం వున్నచోటును కూడా వెతికింది ఆయనే. చోటు జైలుకు సమీపంలో వుండటం వల్ల నాకు కొంచెం మోహం కలిగింది. సత్యాగ్రాహి నొసట జైలు వ్రాసి వుంటుంది. కనుక జైలు సమీపంలో ఆశ్రమం వుంటే మంచిదని అభిప్రాయపడ్డాను. సామాన్యంగా చుట్టుప్రక్కల పరిశుభ్రంగా వున్నచోటే జైలు వుంటుందని నాకు తెలుసు. ఎనిమిది రోజుల్లోపలే భూమి కొనుగోలు వ్యవహారం పూర్తి అయింది. అక్కడ ఒక్క చెట్టు కూడా లేదు. నదీతీరం, ఏకాంత ప్రదేశం. ఇది ఆ చోటు యొక్క ప్రత్యేకత. డేరాలు వేసుకొని వుందామని నిర్ణయానికి వచ్చాం. వంట నిమిత్తం తాత్కాలికంగా రేకుల షెడ్డు వేద్దామని, తరువాత నెమ్మదిగా ఇల్లు కట్టిద్దామని నిర్ణయించాం. ఆశ్రమవాసుల సంఖ్య పెరిగింది. చిన్నాపెద్దా అంతా కలిపి మొత్తం 40 మంది అయ్యారు. అంతా ఒకేచోట భోజనాలు చేస్తారు. అది మంచి సౌకర్యం. ప్లానంతా నాది దాన్ని అమలు పరచడం కీ.శే. మగన్‌లాల్ గాంధీ బాధ్యత. పక్కా ఇళ్ళు తయారయ్యే లోపల చాలా ఇబ్బందులు పడ్డాం. వర్షాకాలం సమీపిస్తున్నది. నాలుగుమైళ్ళ దూరానవున్న పట్టణాన్నుండి వస్తువులు తెచ్చుకోవాలి. అది బంజరుభూమి. పాములకు నివాసం. వాటినుండి పిల్లలను రక్షించడం పెద్దపని అయింది. పాములు మొదలుగా గల వాటిని చంపకూడదని మా నియమం. కాని వాటి భయం మాలో ఒక్కరినీ వదలలేదు. ఇప్పటికీ అదే స్థితి. సాధ్యమైనంతవరకు హింసా ప్రవృత్తిగల ప్రాణులను చంపకూడదని ఫినిక్సులోను, టాల్‌స్టాయి ఫారమ్‌లోను సబర్మతిలోను మూడుచోట్ల నిర్ణయం చేశాం. మూడు చోట్ల బంజరు భూమి. మూడుచోట్ల పాములు మొదలుగా గలవి జాస్తిగా వుండేవి. అయినా ఒక్క ప్రాణిని కూడా మేము చంపలేదని చెప్పగలను. నావంటివాడు ప్రతి ప్రాణియందు దేవుణ్ణి చూస్తాడు. దేవుడు పక్షపాతం చూపించడు. మనిషి ప్రతిరోజు చేసేపనుల్లో దేవుడు ఎందుకు కల్పించుకుంటాడు? ఆయనకు అంత సమయం ఎక్కడ దొరుకుతుంది? సందేహాల్లో మనిషి పడకూడదు. ఈ నా అనుభవాన్ని మరో భాషలో చెప్పలేను. లౌకిక భాషలో దేవుని లీలల్ని చూస్తూ వుంటే ఆయన కార్యాలు అమోఘం అవర్ణనీయం అని చెప్పవచ్చు. ఇది నా అనుభవం. పామరుడు వర్ణించాలంటే చిలకపలుకులే పలుకుతాడు కదా! సర్పాలవంటి పురుగుపుట్రను చంపకుండా సమాజంలో 25 సంవత్సరాలు బతికి వున్నామంటే అదృష్టమని భావించకుండా, దేవుని దయ అని అంటే అది తప్పు. అయితే అట్టి తప్పు అంగీకారయోగ్యమేనని నా భావం. కార్మికులు సమ్మె కట్టినప్పుడు ఆశ్రమనిర్మాణం జరుగుతున్నది. ఆశ్రమంలో నేతపని ముఖ్యం. వడుకు పనిని గురించి ఇంకా మేము ఆలోచించలేదు. అందువల్ల నేతకోసం గృహం నిర్మించాలని నిర్ణయించాం. దానికి పునాది వేశాం.

22. ఉపవాసం

కార్మికులు మొదటి రెండు వారాలు ధైర్యంగాను శాంతంగాను వున్నారు. రోజూ జరిగే సభకు వస్తూ వున్నారు. నేను రోజూ వారికి వారు చేసిన ప్రతిజ్ఞను జ్ఞాపకం చేస్తూ వున్నాను. మేము ప్రాణమైనా వదులుతాం, ప్రతిజ్ఞను మాత్రం నెరవేరుస్తాం అని బిగ్గరగా అరుస్తూ వున్నారు. కాని చివరికి వారు జారిపోతున్నారని అనిపించింది. మిల్లులోకి వెళుతున్న కార్మికులను చూచి వాళ్ళు హింసకు దిగారు. ఎవరిమీదనైనా చెయ్యి చేసుకుంటారేమోనని భయంకలిగింది. రోజూ సభకు వచ్చేవారి సంఖ్య తగ్గిపోయింది. కొద్ది మంది వచ్చినా నిరుత్సాహంతో వుండేవారు. కార్మికుల్లో స్థిరత్వం తగ్గిందని తెలిసి విచారించాను. దక్షిణాఫ్రికాలో కార్మికుల సమ్మెకు సంబంధించిన అనుభవం నాకున్నది. కాని ఇక్కడ కొత్త అనుభవం కలిగింది. రోజూ ప్రతిజ్ఞ చేయిస్తూ సాక్షిగా వున్న నా ఎదుటే ఇలా జరిగితే నేనేం చేయాలా అని ఆలోచించాను. ఇది నాకు కలిగిన అభిమానం అనుకున్నా సరే, కార్మికులయెడ, సత్యం యెడ నాకు గల ప్రేమ అనుకున్నా సరే తీవ్రంగా యోచించాను.

ఉదయం సభ ప్రారంభమైంది. ఏం చేయాలో తోచలేదు. స్థిరంగా ధైర్యంగా వుండక పోతే సమస్య పరిష్కారం కాకపోతే అంతవరకు నేను ఉపవాసం చేస్తాను అని ప్రకటించివేశాను. కార్మికులు నివ్వెరపోయారు. అనసూయాబెన్ కండ్ల నుండి కన్నీరు కారింది. మీరు ఉపవాసం చేయొద్దు. మేము చేస్తాం ప్రతిజ్ఞ మీద నిలబడివుంటాం. క్షమించండి అని కార్మికులు అన్నారు. మీరు ఉపవాసం చేయనవసరంలేదు. మీరు మీ ప్రతిజ్ఞ నెరవేర్చండి. చాలు. మా దగ్గర డబ్బులేదు అయినా కార్మికులకు బిచ్చం తినిపించి సమ్మె చేయించడం నాకు ఇష్టంలేదు. మీరు కాయకష్టం చేసి పొట్టపోసుకోండి. ఎన్నాళ్ళు సాగినా సరే నిశ్చింతగా సమ్మె చేయండి. నిర్ణయం జరగనవంతవరకు నా ఉపవాసం సాగుతుంది అని చెప్పివేశాను. వల్లభ్‌భాయి కార్మికులకు మునిసిపాలిటీలో పని ఇప్పించాలని ప్రయత్నించారు. కాని ప్రయోజనం కలుగలేదు. ఆశ్రమంలో నేతగృహం దగ్గర గల గొయ్యిని పూడ్చాలి. కార్మికులను అందుకు వినియోగించవచ్చునని మగన్‌లాలు సలహా ఇచ్చారు. అందుకు కార్మికులు అంగీకరించారు. అనసూయాబెన్ ఇసుకతో నిండిన మొదటి తట్టను నెత్తికి ఎత్తుకున్నది. నది నుండి ఇసుక తట్టలను ఎత్తుకు వచ్చి గొయ్యి పూడ్చడానికి కార్మికులు పూనుకున్నారు. చూచేందుకు ఆ దృశ్యం ముచ్చటగా వున్నది. కార్మికులకు నూతనోత్తేజం కలిగింది. వారికి మజూరీ చెల్లించిన ఆశ్రమంవారికి నిజంగా అలసట కలిగిందని చెప్పవచ్చు. పని ముమ్మరంగా సాగింది. అయితే నా ఈ ఉపవాసంలో ఒక దోషం వున్నది. యజమానులతో నాకు మధుర సంబంధం వున్నదని మొదటనే వ్రాశాను. అందువల్ల నా ఉపవాసం వారిని కదిలించి తీరుతుంది. ఒక సత్యాగ్రహిగా యజమానులకు వ్యతిరేకంగా నేను ఉపవాసం చేయకూడదు. నిజానికి కార్మికుల సమ్మె ప్రభావం మాత్రమే వాళ్ళ మీద పడాలి. నేను పూనుకున్న ప్రాయశ్చిత్తం యజమానులు చేసిన దోషానికి సంబంధించినది కాదు. కార్మికులకు ప్రాతినిధ్యం వహిస్తూ వున్నందున వాళ్ళ దోషాలకు నేను బాధ్యుణ్ణి. యజమానులను ప్రార్థించగలను. వారికి వ్యతిరేకంగా ఉపవాసం చేయటం వారిని ఘెరావు చేయటమే. అయినా నా ఉపవాస ప్రభావం యజమానుల మీద పడుతుందని నాకు తెలుసు. పడింది కూడా. కాని నా ఉపవాసాన్ని వారెవరూ ఆపలేని పరిస్థితి ఏర్పడింది.

దోష భూయిష్టమైన ఉపవాసం చేస్తున్నానని నేను గ్రహించాను. నా ఉపవాసం వల్ల మీరు మీ మార్గాన్ని వదలవద్దని నేను యజమానులకు చెప్పాను. వాళ్ళు కటువుగాను, తియ్యగాను,

నన్ను ఎన్నో మాటలు అన్నారు. అట్టి హక్కు వారికి వుంది. సేర్ అంబాలాలు ఈ సమ్మెకు వ్యతిరేకంగా యాజమాన్యానికి నాయకత్వం వహించాడు. ఆయన గుండెదిటవు చూచి ఆశ్చర్యం కలిగింది. ఆయన నిష్కపటి కూడా. ఆయనతో వివాదపడటం నాకు ఇష్టం. అయినా ఉపవాస ప్రభావం ఆయన మీద పడకుండా వుండటం సాధ్యమా? మరో రూపంలో ఆయన మీద వత్తిడి తీసుకురావడమే గదా! ఆయన భార్య సరళాదేవి నన్ను సొంత సోదరునిగా చూసుకుంటుంది. ఆమెకు నా యెడ అమిత అనురాగం. నేను ఉపవాసం చేస్తుంటే ఆ దంపతులకు కలిగే బాధ నాకు తెలుసు.

ఉపవాస సమయంలో అనసూయాబెన్, ఇతర మిత్రులు, కార్మికులు నాతో పాటు ఉపవాసం చేశారు. వారిని నేను వారించాను. కాని వింటారా? యీ విధంగా వాతావరణం ప్రేమతో నిండి పోయింది. యజమానులు దయాభావంతో రాజీపడేందుకు సిద్ధపడ్డారు. అనసూయాబెన్‌తో వారి చర్చలు ప్రారంభమయ్యాయి. శ్రీ ఆనందశంకర్ ధ్రువగారు కూడా రంగంలోకి దిగారు. చివరికి వారినే పెద్దగా నిర్ణయించారు. సమ్మె విరమణ జరిగింది. మూడురోజులు మాత్రం నేను ఉపవాసం చేయవలసి వచ్చింది. యజమానులు కార్మికులకు మిఠాయిలు పంచారు. 21వ రోజున ఒడంబడిక కుదిరింది. ఒక ఉత్సవం జరిపారు. అందు యజమానులు, కమీషనరు కూడా పాల్గొన్నారు. మీరు గాంధీ చెప్పిన ప్రకారం నడుచుకోండి అని కమీషనరు వారికి చెప్పాడు. ఆ కమీషనరుతోనే జగడం పెట్టుకోవలసి వచ్చింది. కాలం మారింది అతడూ మారాడు. ఖేడాలో పార్టీవాళ్ళను నా మాట వినవద్దని అతడే చెప్పాడు.

ఒక కరుణాజనకమైన విషయం ఇక్కడ పేర్కొనడం అవసరమని భావిస్తున్నాను. యజమానులు తయారు చేయించిన మిఠాయిలు ఎక్కువగా వున్నందున వేలాదిమంది కార్మికులకు వాటిని ఎలా పంచాలా అని మీమాంస బయలుదేరింది, ఏ చెట్టు క్రింద కార్మికులు ప్రతిజ్ఞ చేశారో, ఆ చెట్టు క్రింద మిఠాయిలు పంచడం మంచిదని అంతా నిర్ణయించారు. 21 రోజులు నియమాన్ని పాటించిన కార్మికులంతా వరుసగా క్యూలో నిటబడి మిఠాయి తీసుకోవాలన్న నిర్ణయాన్ని అమాయకంగా నేను ఒప్పుకున్నాను. కార్మికులు ఒక్కుమ్మడిగా మిఠాయిలు మీద విరుచుకు పడకుండా పంపిణి జరుగుతుందని భావించాను. కాని రెండు మూడు రకాలుగా పంపిణీకి పూనుకున్నారు. కాని పంపిణీ సరిగా జరుగలేదు. రెండు మూడు నిమిషాలకే వరస క్రమం పోయింది. కార్మిక నాయకులు ప్రయత్నించినా ప్రయోజనం కలుగ లేదు. కార్మికులు తండాలు తండాలుగా విరుచుకు పడినందువల్ల కొంత మిఠాయి పాడైపోయింది. మిగిలిన మిఠాయి జాగ్రత్తగా సేర్ మిర్జాపూర్‌లో గల అంబాలాల్ గిరి బంగళాకు చేర్చారు. మరునాడు ఆ బంగళా మైదానంలో మిఠాయి పంచవలసి వచ్చింది. చెట్టు దగ్గర మిఠాయి పంచుతున్నారని విని అహమదాబాదు లో గల బిచ్చగాళ్ళంతా వచ్చి మిఠాయి కోసం విరుచుకు పడినందున ఏర్పాట్లన్నీ చెల్లాచెదరయ్యాయని తరువాత తెలిసింది. ఇందు కరుణరసం ఇమిడియున్నది.

ఆకలి అను రోగంతో బాధపడుతున్న దేశం మనది. తత్ఫలితంగా దేశంలో బిచ్చగాళ్ళ సంఖ్య రోజురోజుకు పెరిగిపోతున్నది. భోజనం దొరుకుతుందీ అంటే అన్నార్తులు నియమాల్ని, నిబంధనల్ని పాటించవలసిన విధుల్ని మరిచిపోతారు. ధనవంతులు ఇట్టి బిచ్చగాళ్ళకు పని అప్పగించ కుండా వాళ్ళకు బిచ్చం ఇచ్చి వాళ్ళ సంఖ్యను బాగా పెంచుతున్నారు.

23. ఖేడా సత్యాగ్రహం

కార్మికుల సమ్మె ముగిసింది. ఇకనాకు ఒక్క నిమిషమైనా తీరిక చిక్కలేదు. వెంటనే ఖేడా జిల్లాలో సత్యాగ్రహం ప్రారంభించవలసి వచ్చింది. ఖేడా జిల్లాలో కరువు పరిస్థితులు ఏర్పడినందున పన్నుల వసూళ్ళు రద్దు చేయమని అక్కడ రైతులు కోరుతున్నారు. మా విషయం శ్రీ అమృతలాల్ ఠక్కర్ పరిశీలించి రిపోర్టు ఇచ్చారు. నేను వెళ్ళి కమీషనరును కలిశాను. శ్రీ మోహనలాల్ పాండ్యా, శ్రీ శంకరాల్ పారిఖ్, శ్రీ విఠ్ఠల్ భాయి పటేల్‌ల ద్వారా వాళ్ళు కౌన్సిలులో ఉద్యమం సాగిస్తున్నారు. ప్రభుత్వం దగ్గరికి రాయబారాలు చాలాసార్లు సాగించారు.

అప్పుడు నేను గుజరాత్ కాంగ్రెస్‌కు అధ్యక్షుణ్ణి. కాంగ్రెస్ పక్షాన కమీషనరుకు, గవర్నరుకు ప్రార్థనాపత్రాలు పంపాను. టెలిగ్రాములు ఇచ్చాను. అవమానాలు సహించాను. వాళ్ళ బెదిరింపుల్ని దిగమింగాను. ఆనాడు అధికారులు వ్యవహరించిన తీరును యీనాడు తలుచుకుంటే హాస్యాస్పదంగా వుంటుంది. ఆనాడు తుచ్ఛంగా వాళ్ళు వ్యవహరించిన తీరును యీనాడు తలచుకుంటే అసహ్యం వేస్తుంది.

ప్రజల కోరిక న్యాయం. సమంజసం. దాన్ని అంగీకరింప చేయడం కోసం నిజానికి ఉద్యమం అనవసరం. ప్రభుత్వ నియమం ప్రకారం రూపాయికి నాలుగు అణాలకు పంట తక్కువగా పండితే పన్నుల వసూళ్ళు వెంటనే ఆపివేయాలి. కాని అక్కడి ఆఫీసర్ల అంచనా ప్రకారం రాబడి నాలుగు అణాలకు పైగా వున్నది. ప్రజలు అది తప్పని రుజువు చేయసాగారు. కాని ప్రభుత్వం అంగీకరిస్తుందా? పంచాయితీ పెద్దల్ని నియమించి నిర్ణయించమని ప్రజలు కోరారు. ప్రభుత్వం అంగీకరించలేదు. ఎన్నో పర్యాయాలు ప్రార్ధనా పత్రాలు పంపి విసిగి వేసారి అనుచరులతో చర్చలు జరిపి చివరికి సత్యాగ్రహం ప్రారంభించారు. వారిలో ఖేడా జిల్లా సేవకులే కాక ప్రత్యేకించి శ్రీ వల్లభభాయి పటేల్, శ్రీ శంకరలాల్ బాంకరు, శ్రీ అనసూయా బెన్, శ్రీ ఇందూలాల్ యాజ్ఞిక్, శ్రీ మహాదేవ దేసాయి మొదలుగా గలవారు కూడా వున్నారు. వల్లభభాయి ముమ్మరంగా సాగుతున్న వకీలు వృత్తి మానుకొని వచ్చారు. ఆ తరువాత వారు వకీలు వృత్తి సాగించలేక పోయారు.

మేము నడియాద్ అనాథాశ్రమంలో మకాం పెట్టాం. అనాథాశ్రమంలో మకాం పెట్టుటకు ప్రత్యేకించిన కారణం ఏమీ లేదు. నడియాద్‌లో ఇంత మంది వుండటానికి మరో ఖాళీగృహం దొరకలేదు. అక్కడి జనంచేత క్రింద తెలిపిన మతలబు రాసిన పత్రం మీద సంతకాలు చేయించి తీసుకున్నాం. "మా గ్రామంలో పంట రాబడి రూపాయికి నాలుగు అణాల కంటే తక్కువని మాకు తెలుసు. అందువల్ల పన్నుల వసూళ్ళు ఒక సంవత్సరం వరకు ఆపమని ప్రార్థించాం. పన్నుల వసూళ్ళు ఆపలేదు. అందువల్ల యీ పత్రం మీద సంతకం చేసిన మేము యీ ఏడు పన్నులు చెల్లించలేమని మనవి చేస్తున్నాం. పన్నుల వసూళ్ళకు పూనుకొని ప్రభుత్వం చర్యలు తీసుకుంటే మేము వ్యతిరేకించం. ఎన్ని కష్టాలైనా సహిస్తాం. మా పొలాలు జప్తు చేసినా ఊరుకుంటాం. మా చేతులతో పన్నులు చెల్లించి అబద్ధాల కోరులం అయి ఆత్మాభిమానం చంపుకోము. ప్రభుత్వం పన్నుల వసూళ్ళు అన్ని చోట్ల ఆపివేస్తే మాలో శక్తి కలిగిన వాళ్ళం పూర్తిగానో లేక కొంత భాగమో తప్పక చెల్లిస్తామని మాట ఇవ్వలేము. మాలో శక్తిగలవారం పన్నులు చెల్లించి వేస్తే, శక్తిలేనివారు

భయపడి తమ కొంపాగోడూ తెగనమ్మి పన్నులు చెల్లించి నానా యాతనలు పడతారు. అందువల్ల శక్తిగలవారం కూడా పన్ను చెల్లించం. ఇలా చెల్లించకపోవడం శక్తివంతుల కర్తవ్యమని భావిస్తున్నాము.

ఈ పోరాట వివరాలు తెలుపుటకు ప్రకరణాన్ని పొడిగించ దలుచుకోలేదు. అందువల్ల ఇందుకు సంబంధించిన మధుర స్మృతులు అనేకం ఇక్కడ వివరించడం లేదు. మహత్తరమైన ఖేడా సత్యాగ్రహ పోరాట చరిత్రను వివరంగా తెలుసుకోవాలని భావించిన వారు శ్రీ శంకరలాల్ పారిఖ్ వ్రాసిన "ఖేడా పోరాట విస్తృత ప్రామాణిక చరిత్ర" అను పుస్తకం చదవమని సలహా ఇస్తున్నాను.

24. ఉల్లిపాయల దొంగ

చంపారన్ భారతావనియందు ఒక మూలవున్నది. అక్కడ సాగిన పోరాటం పత్రికలకు ఎక్కలేదు. అక్కడి పరిస్థితుల్ని చూచేందుకై బయటివారు రాకుండా ప్రభుత్వం చర్యగైకొన్నది. అయినా ఖేడా సత్యాగ్రహాన్ని గురించి పత్రికల్లో వార్తలు వెలువడ్డాయి. గుజరాతీ వారికి యీవిషయం తెలిసింది. వారు శ్రద్ధ తీసుకోవడం ప్రారంభించారు. వాళ్ళు ఎంత డబ్బు అయినా సరే ఇవ్వడానికి సిద్ధపడ్డారు. కాని యీ పోరాటం కేవలం డబ్బుతో నడవదు. డబ్బు అవసరం బహు తక్కువేనని ఎంత చెప్పినా వారికి బోధపడలేదు. వద్దని ఎంత చెప్పినా వినకుండా బొంబాయి పౌరులు చాలా ధనం ఇచ్చి వెళ్ళారు. అవసరాన్ని మించి ధనం ఇచ్చినందున పోరాటం ముగిసిన తరువాత కొద్దిగా ధనం మిగిలింది. సత్యాగ్రాహులచే సైనికులు సాదాజీవనం నేర్చుకోవలసిన అవసరం వున్నది. వారు పూర్తిగా పాఠం నేర్చుకున్నారని చెప్పలేను, కాని చాలావరకు తమ జీవనంలో మార్పు తెచ్చుకున్నారని మాత్రం చెప్పగలను.

అక్కడి రైతులు మొదలగువారికి కూడా పోరాటం కొత్తదే. ఊరూరా తిరిగి యీ పోరాటం గురించి ప్రచారం చేయవలసి వచ్చింది. అధికారులు ప్రజల యజమానులు కారు, వారు సేవకులు, ప్రజలిచ్చే డబ్బునే వాళ్ళు జీతాలుగా తీసుకుంటున్నారు అని చెప్పి అధికారులంటే గల భయం పోగొట్టవలసిన అవసరం ఏర్పడింది. నిర్భయంతోపాటు వినమ్రత కూడా వాళ్ళకు నేర్పవలసి వచ్చింది. ఇది చాలా కష్టమైన పని. భయం పోయిన తరువాత అధికారులు చేసిన అవమానాలకు, వాళ్ళు పెట్టిన కష్టాలకు పగతీర్చుకోవద్దంటే జనం ఊరుకుంటారా? కాని అది సత్యా గ్రహి లక్షణం కాదు. పాలలో విషం కలపడమేకదా? అక్కడి జనం వినమ్రతా పాఠం అర్థం చేసుకోలేదను విషయం ఆ తరువాత తెలుసుకున్నాను. వినయం సత్యాగ్రహికి వుండవలసిన ప్రధానగుణమని అనుభవం వల్ల తెలుసుకున్నాను. వినయమంటే మాటల్లోనే గాక, వ్యతిరేకులను కూడా ఆదరించాలి. సరళస్వభావం కలిగివుండాలి. అందరి మంచిని కాంక్షించి వ్యవహరించాలి. ఆరంభంలో ప్రజల్లో ధైర్యం అమితంగా కనపడింది. ప్రారంభంలో ప్రభుత్వం కూడా మెత్తగా వ్యవహరించింది. ప్రజల్లో చైతన్యం పెరిగి వాళ్ళకు ధైర్యం వచ్చిన కొద్దీ ప్రభుత్వం యొక్క కరుకుదనం కూడా అమితంగా పెరిగిపోయింది. జప్తు చేసేవాళ్ళు రైతుల పశువుల్ని అమ్మివేశారు. ఇళ్ళలో దొరికిన వస్తువులు ఎత్తుకెళ్ళారు. భూములను గురించి కూడా నోటీసులు ఇచ్చారు. కొన్ని గ్రామాల్లో పండిన పంటల్ని పూర్తిగా జప్తు చేశారు. దానితో జనం భయపడ్డారు. చాలామంది పన్ను చెల్లించి వేశారు. కొంత మంది అధికారులు వచ్చి జప్తు చేయాలని పొంచివున్నారు. అక్కడి జనంలో చివరిశ్వాస వరకు

పోరాటం సాగించిన వారు కొందరున్నారు. యీలోపున శ్రీశంకరలాల్ పారిఖ్ గారి పొలానికి చెల్లించవలసిన పన్ను అక్కడ పని చేస్తున్న వాడు చెల్లించివేశాడు. దానితో గందరగోళం జరిగింది. వెంటనే శంకరలాల్ తన భూమినంతటిని జనానికి దానం చేసి తన మనిషి చేసిన దోషానికి ప్రాయశ్చిత్తం చేసుకున్నాడు. దానితో ఆయన ప్రతిష్ట ఇనుమడించింది. అది ఇతరులకు మంచి ఉదాహరణ అయింది.

తప్పుగా జప్తుచేయబడిన ఒక పొలంలో ఉల్లిగడ్డల పంటవున్నది. భయపడిన జనానికి ధైర్యం కలిగించాలనే భావంతో నేను మోహన్‌లాల్ పాండ్యాగారి నాయకత్వాన ఉల్లిగడ్డల్ని పెకిలించమని చెప్పాను. నా దృష్టిలో అది చట్టాన్ని వ్యతిరేకించడం కాదు. చెల్లించవలసిన కొద్ది పన్ను కోసం పంటనంతటినీ జప్తు చేస్తున్నారు. అది మరీ నీతి బాహ్యమైన చర్య. బహిరంగంగా చేస్తున్న దోపిడీయే. అందువల్ల ఇటువంటి జప్తుల్ని ఎండగట్టడం అవసరమని చెప్పాను. ఆ విధంగా చేసినందున జైలుకు పంపుతారు సిద్ధపడాలి అనికూడా చెప్పాను. మోహన్‌లాల్ పాండ్యా అందుకు సిద్ధపడ్డాడు. కష్టాలు పడకుండా వ్యతిరేకతను ఎదుర్కోకుండా సత్యాగ్రహం విజయం సాధించడం ఆయనకు ఇష్టం లేదు. పొలంలో వున్న ఉల్లిగడ్డల్ని పెకిలించేందుకు సిద్ధపడ్డాడు. ఏడెనిమిది మంది ఆయనకు సాయం చేశారు.

ప్రభుత్వం వారిని పట్టుకోకుండా ఎలా వూరుకుంటుంది ? పాండ్యాను, ఆయన అనుచరులను ప్రభుత్వం నిర్బంధంలోకి తీసుకున్నది. దానితో ప్రజల్లో ఉత్సాహం పెరిగింది. జైళ్ళకు వెళ్ళడానికి జనం సిద్ధపడినప్పుడు రాజదండనకు ఎవ్వరూ భయపడరు. ఆ కేసు విచారణను చూచేందుకు జనం విరుచుకుపడ్డారు. పాండ్యాకు, వారి అనుచరులకు కొద్దిగా కారాగార శిక్ష విధించబడింది. కోర్టువారిచ్చిన తీర్పు తప్పుల తడక. అసలు ఉల్లిగడ్డల పెకిలింపు దొంగతనం కిందకురాదు. అయినా అప్పీలు చేయాలని తలంపు ఎవ్వరికీ కలుగలేదు. జైలుకు వెళుతున్న వారిని సాగనంపుటకు ఉల్లిపాయల దొంగ అను గౌరవం ప్రజల పక్షాన పాండ్యా పొందాడు. ఇప్పటికీ ఆయన ఆ శబ్దాన్ని తన పేరుతో పాటు ఉపయోగిస్తూ వున్నాడు.

ఈ పోరాటం ఎలా ముగిసిందో వివరించి ఖేడా ప్రకరణం ముగించి వేస్తాను.

25. ఖేడా సంగ్రామం ముగింపు

ఖేడాలో జరిగిన సంగ్రామం విచిత్రంగా ముగిసింది. దృఢ దీక్షతో చివరి వరకు వున్నవారు నష్టపడి పోవడం నాకు ఇష్టం లేదు. సత్యాగ్రహుల విజయం కోసం అన్వేషించ సాగాను. ఊహించని అట్టి మార్గం ఒకటి దొరికింది. చెల్లించగల పార్టీలు పన్ను చెల్లించితే పేదవారి దగ్గర పన్నుల వసూళ్ళు వాయిదా వేస్తామని నడియాద్ తహసీల్దారు కబురు పంపారు. తహసీల్దారు తన తాలూకా వరకే బాధ్యత వహించగలడు. జిల్లా బాధ్యత కలెక్టరు వహించాలి. అందువల్ల నేను కలెక్టరును అడిగాను. తహసీల్దారు అంగీకరించిన విధంగా ఆదేశం వెలువడింది అని కలెక్టరు చెప్పాడు. నాకీ ఆదేశం విషయం తెలియదు. అటువంటి ఆదేశం ప్రభుత్వం వెలువరిస్తే ప్రతిజ్ఞలో పేర్కొనబడ్డ విశేషం అదే. అందువల్ల మేము అట్టి ఆర్డరుతో తృప్తిపడ్డాం.

అయినా యీ విధంగా జరిగిన ముగింపువల్ల నాకు సంతోషం కలుగలేదు. సత్యాగ్రహం సమాప్తమైనప్పుడు ఏర్పడవలసిన మధుర వాతావరణం ఏర్పడలేదు. కొత్త నిర్ణయం తాను చేయలేదని

కలెక్టరు భావించాడు. అయితే పేదవారిని మినహాయించే విషయమై అతడు అంగీకరించవలసి వచ్చింది. పేదవాళ్ళంటే ఎవరో ఎలా తేల్చడం? ఆ విధంగా నిర్ణయించగల శక్తి జనానికి లేకపోవడం విచారించతగ్గ విషయం. ముగింపు ఉత్సవం జరిపారు, కాని నాకు అంతగా ఉత్సాహం కలుగలేదు. సత్యాగ్రహం ప్రారంభించినప్పటి కంటే ముగించినప్పుడు ప్రజల్లో ఎక్కువ ఉత్సాహం తేజస్సు కనబడినప్పుడే దాన్ని విజయంగా భావించాలి. అట్టి తేజస్సు ఖేడా సంగ్రామం సమాప్తమైనప్పుడు నాకు కనపడలేదు.

అయినా ఈ ఉద్యమం వల్ల కలిగిన సత్ఫలితాలు అనూహ్యమైనవి. పరోక్షంగా ఆ సంగ్రామం ఎన్నో ప్రయోజనాలు చేకూర్చింది. ఖేడా సంగ్రామం వల్ల గుజరాత్‌కు చెందిన రైతుల్లో గొప్ప చైతన్యం వచ్చింది. వారికి రాజకీయంగా మంచి శిక్షణ లభించింది. విదుషీమణియగు డా. బిసెంట్ ప్రారంభించిన ఉద్యమం కంటే వారిలో నిజమైన చైతన్యం యీ ఉద్యమం వల్లనే వచ్చింది. వాలంటీర్లు రైతులతో కలిసిపోయారు. తమ శక్తిని తమ హద్దును తెలుసుకొని ఎంతో త్యాగదీక్షతో పనిచేశారు. వల్లభభాయికి తన శక్తి ఏమిటో తెలుసుకునే అవకాశం యీ సంగ్రామం వల్ల లభించింది. ఇటువంటి అనుభవాలు బార్డోలీలోను, తదితర సంగ్రామాల్లోను కూడా కలిగాయి. గుజరాత్ ప్రజల్లో నూతన తేజస్సు వెల్లి విరిసింది. రైతులు తమ శక్తి ఏమిటో తెలుసుకోగలగడం విశేషం. ప్రజలకు విముక్తి లభించాలంటే అది వారి త్యాగప్రవృత్తి పై ఆధారపడి వుంటుందని అంతా తెలుసుకున్నారు. ఖేడా పోరాటం ద్వారా గుజరాత్ ప్రాంతంలో సత్యాగ్రహం స్థిరమైన స్థానం సంపాదించుకుంది. ఖేడా సంగ్రామ ముగింపు విషయమై నాకు ఉత్సాహం కలుగక పోయినా అక్కడి ప్రజల్లో మాత్రం నూతనోత్సాహం నెలకొన్నది. తాము అనుకున్నది సాధించామనే విశ్వాసం వారికి కలిగింది. భవిష్యత్తులో యిలాంటి సమస్యలు ఎదురైనప్పుడు వాటిని ఎదుర్కొనే విధానం కూడా వారికి బోధపడింది. అయితే సత్యాగ్రహమంటే ఏమిటో ఖేడా ప్రజలు తెలుసుకోలేక పోయారు. అందుకు సంబంధించిన వివరాలు రాబోయే ప్రకరణల్లో తెలియజేస్తాను.

26. సమైక్యత

ఖేడా వ్యవహారం సాగుతూ వున్నప్పుడు యూరపులో మహాయుద్ధం జరుగుతూ వున్నది. ఇందుకోసం ఒక సమావేశం ఏర్పాటు చేసి వైస్రాయి ఢిల్లీకి నాయకుల్ని ఆహ్వానించారు. లార్డ్‌చేమ్స్‌ఫర్డ్‌తో నాకు సత్సంబంధం ఏర్పడిందని ముందే రాశాను. కాని ఆ సభలో ఎలా పాల్గొనడం? నాకు ఒక సంకోచం కలిగింది. యీ సభకు ఆలీ సోదరులను, లోకమాన్య తిలక్‌ను మరియు ఇంకా కొంతమంది నాయకుల్ని ఆహ్వానించ లేదు. అదే నా సంకోచానికి కారణం. అప్పుడు అలీ సోదరులు జైల్లో వున్నారు. వారిని ఒకటి రెండు సార్లే కలిశాను. వారిని గురించి చాలా విన్నాను. వారి సేవా నిరతిని గురించి వారి ధైర్యసాహసాలను గురించి అంతా పొగడటం గమనించాను. హకీం (కీ.శే. హకీం అజమల్ ఖాన్) గారితో ప్రత్యక్ష పరిచయం నాకులేదు. వారి గొప్పతనాన్ని గురించి కీ.శే. రుద్ర్ మరియు దీనబంధు అండ్రూసుగారల నోట చాలా విన్నాను. కలకత్తాలో ముస్లిం లీగు సమావేశం జరిగినప్పుడు కురేషీ, బారిస్టర్ ఖ్వాజాగారిని కలుసుకున్నాను. డా.అన్సారీగారిని, డా.అబ్దుల్ రహమాన్ గారలను కూడా కలిశాను. ముస్లిం పెద్దమనుషుల్ని కలుసుకునేందుకు ప్రయత్నిస్తూ వున్నాను. దేశభక్తులు, పవిత్రులునగు వారిని కలుసుకునేందుకు ప్రయత్నిస్తున్నాను. వారు పిలిచిన చోటుకు సందేహించకుండా వెళుతున్నాను.

హిందువుల మహమ్మదీయుల మధ్య ఐక్యత లేదని దక్షిణ ఆఫ్రికాలో వున్నప్పుడే గ్రహించాను. ఇరువురి మధ్యగల వివాదాల్ని తొలగించేందుకు అవకాశం చిక్కినప్పుడల్లా గట్టిగా ప్రయత్నిస్తూ వున్నాను. అబద్ధాల పొగడ్తలతో, ఆత్మాభిమానం చంపుకొని ఒకరిని సంతోష పెట్టడం నాకు గిట్టదు. నా అహింసా విధానం వీరిరువురి మధ్య సామరస్యం చేకూర్చనప్పుడు పరీక్షకు గురి అవుతుందని భావించాను. ఇప్పటికీ నా అభిప్రాయం అదే. భగవంతుడు ప్రతిక్షణం నన్ను పరిశీలిస్తున్నాడు. నా సత్యశోధన సాగుతూనే వున్నది.

ఇట్టి భావాలతో నేను బొంబాయి రేవులో దిగాను. అలీ సోదరులను కలుసుకొని ఎంతో సంతోషించాను. మా స్నేహం పెరుగుతూ వున్నది. మాకు పరిచయం కలిగిన తరువాత ప్రభుత్వం వారు అలీ సోదరులను జీవించివుండగనే నిర్జీవులా అన్నంత పనిచేశారు. జైలు అధికారుల అనుమతితో మౌలానా మహమ్మద్ అలీ పెద్దపెద్ద ఉత్తరాలు బైతూల్ జైలు నుండి, లేక ఛిందవాడా నుండి నాకు వ్రాస్తూ వుండేవారు. నేను వారిని కలుస్తానని రాసి అనుమతి కోరాను. నాకు అనుమతి లభించలేదు. అలీ సోదరులు నిర్బంధించబడిన తరువాత కలకత్తాలో జరిగిన ముస్లింలీగు సమావేశానికి నన్ను ముస్లింసోదరులు తీసుకువెళ్ళారు. అక్కడ మాట్లాడమని నన్ను కోరారు. అలీ సోదరులను విడిపించడం ముస్లిం సోదరుల కర్తవ్యమని అక్కడ చెప్పాను.

తరువాత వాళ్ళు నన్ను అలీగఢ్ కాలేజీకి తీసుకువెళ్ళారు. అక్కడ ముస్లిం సోదరులను దేశం కోసం ఫకీర్లు కమ్మని ఆహ్వానించాను. అలీ సోదరుల విడుదలకై ప్రభుత్వంతో ఉత్తర ప్రత్యుత్తరాలు ప్రారంభించాను. యీ సందర్భంలో అలీ సోదరుల ఖిలాఫత్ ఉద్యమాన్ని గురించి అధ్యయనం చేశాను. ముస్లిం సోదరులతో చర్చించాను. ముస్లిములకు నిజమైన సోదరునిగా రూపొందదలిస్తే అలీ సోదరులను విడుదల చేయించాలని, ఖిలాఫత్ ఉద్యమం న్యాయబద్ధంగా సఫలం కావడానికి కృషి చేయాలని భావించాను.

ఖిలాఫత్ నాకు సులువైన వ్యవహారమే. అందు స్వతంత్రించి గుణదోషాలు చూడవలసిన అవసరం లేదు. ముస్లిం సోదరుల కోరిక నీతి విరుద్ధం కాకపోతే వారికి సాయం చేయాలని భావించాను. మత విషయంలో శ్రద్ధకు మహత్తరమైన స్థానం వుంటుంది. అందరి శ్రద్ధ ఒకే వస్తువు యెడ, ఒకే విధంగా వుండి వుంటే ప్రపంచంలో ఒకే మతం వుండి వుండేది. ఖిలాఫత్‌కు సంబంధించిన కోరిక నాకు నీతి విరుద్ధమని అనిపించలేదు. యీ కోరికను బ్రిటిష్ ప్రధానమంత్రి లాయడ్‌జార్జి అంగీకరించాడు కూడా. ఆయన అంగీకారాన్ని ఆచరణలో పెట్టించడమే నాకర్తవ్యమని భావించాను. ఆయన మాటలు స్పష్టంగా వున్నాయి. ఇక గుణ దోషాల్ని గురించి యోచించడం ఆత్మ తృప్తి కోసమేనని తేల్చుకున్నాను.

ఖిలాఫత్ వ్యవహారంలో నేను ముస్లిం సోదరులను సమర్థించాను. దానితో మిత్రులు, కొందరు విమర్శకులు నన్ను తీవ్రంగా విమర్శించారు. వారి విమర్శలను పరిశీలించి చూచిన తరువాత కూడా నేను చేసింది సరియైన పనియేనని నిర్ణయానికి వచ్చాను. ఈనాడు కూడ అటువంటి సమస్య వస్తే నా నిర్ణయం అలాగే వుంటుందని చెప్పగలను. ఈ భావాలతో నేను ఢిల్లీ వెళ్ళాను. మహమ్మదీయుల బాధను గురించి వైస్రాయితో మాట్లాడవలసి వున్నది. అప్పటికి ఇంకా ఖిలాఫత్ ఉద్యమం పూర్తి రూపం దాల్చలేదు.

ఢిల్లీ చేరగానే దీనబంధు అండ్రూస్ ఒక నైతిక ప్రశ్న లేవదీశారు. ఆంగ్ల పత్రికల్లో ఇటలీ, ఇంగ్లాండుల మధ్య రహస్య ఒడంబడిక జరిగినట్లు వెలువడిన వార్తలు చూపించి అట్టి స్థితిలో

మీరు యీ సమావేశంలో ఎలా పాల్గొంటారని ఆయన ప్రశ్నించారు. ఆ ఒడంబడికను గురించి నాకు ఏమీ తెలియదు. దీనబంధు మాటలు నాకు చాలు. దానితో మీ సమావేశంలో పాల్గొనుటకు నేను సంకోచిస్తున్నానని లార్డ్ చేమ్స్‌ఫర్డుకు జాబు వ్రాశాను. చర్చలకు రమ్మని ఆయన నన్ను ఆహ్వానించారు. వారితోను, మి॥మేఫీతోను విస్తృతంగా చర్చించాను. చివరికి సమావేశంలో పాల్గొనుటకు నిర్ణయించుకున్నాను. “బ్రిటిష్ మంత్రివర్గం చేసిన నిర్ణయం వైస్రాయికి తెలియవలసిన అవసరం లేదుకదా? ప్రభుత్వం ఎన్నడూ తప్పుచేయదని నేను చెప్పలేను. ఎవరైనా పొరపాటు చేయవచ్చు. బ్రిటిష్ ప్రభుత్వపు ఉనికి ప్రపంచ మనుగడకు మేలు కలిగిస్తుందని, దాని కృషి వల్ల యీ దేశానికి సామూహికంగా మేలు జరుగుతుందని మీరు భావిస్తే ఆపద సమయంలో దానికి సాయపడటం ప్రతిపౌరుని కర్తవ్యమని మీరు భావించరా? రహస్య ఒడంబడికను గురించి పత్రికల్లో మీరు చూచినట్టే నేనూ చూచాను. అంతకంటే మించి నాకేమీ తెలియదు. మీరు నా మాట నమ్మండి. పత్రికల్లో ఏదో తలాతోక లేని వార్త వెలువడినందున మీరు ఇలాంటి సమయంలో ప్రభుత్వానికి సహకరించడం విరమిస్తారా? యుద్ధం ముగిసిన తరువాత మీ ఇష్టం వచ్చినన్ని నైతిక ప్రశ్నలు వేయవచ్చు. ఇష్టం వచ్చినట్లు చర్చలు జరపవచ్చు.” ఇదీ వైస్రాయి లార్డ్ చేమ్స్‌ఫర్డు మాటల సారాంశం.

ఈ తర్కం కొత్తది కాదు. అయితే సమయం, విధానం రెండిటి దృష్ట్యా కొత్తదనిపించింది. నేను సమావేశంలో పాల్గొనుటకు అంగీకరించాను. ఖిలాఫత్ విషయమై వైస్రాయికి నేను జాబు రాయాలని నిర్ణయం జరిగింది.

27. సైన్యం కోసం యువకుల ఎంపిక

నేను సభలో పాల్గొన్నాను. సైనికుల్ని చేర్పించి ప్రభుత్వానికి నేను సాయం చేయాలని వైస్రాయి అభిప్రాయపడ్డారు. నేను సభలో హిందీ - హిందూస్తానీలో మాట్లాడతానని చెప్పాను. వైస్రాయి అంగీకరించారు. హిందీతో బాటు ఇంగ్లీషులో కూడా మాట్లాడమని కోరారు. నేను ఉపన్యాసం ఇవ్వదలచుకోలేదు. “నా బాధ్యత ఏమిటో నాకు పూర్తిగా తెలుసు. తెలిసి కూడా నేను యీ తీర్మానాన్ని సమర్థిస్తున్నాను” అని మాత్రం అన్నాను.

హిందూస్తానీలో మాట్లాడినందుకు చాలామంది నన్ను అభినందించారు. వైస్రాయి సభలో యీ రోజుల్లో హిందూస్తానీలో మాట్లాడటం ఇదే ప్రథమం అని కూడా చెప్పారు. అభినందన, మొదటి పర్యాయం అను మాటలు రెండు నాకు గుచ్చుకున్నాయి. నేను సిగ్గు పడ్డాను. మన దేశంలో, దేశ సమస్యను గురించి దేశభాషలో మాట్లాడకపోవడం దేశ భాషను అవమానించడం ఎంతో విచారకరమైన విషయం. నావంటి వ్యక్తి రెండు వాక్యాలు హిందుస్తానీలో మాట్లాడితే అందుకు అభినందించడమా? మన పతనావస్థను యీ విషయం సూచిస్తున్నది. సభలో నేను అన్న మాటలకు నా దృష్టిలో మంచి తూకం వున్నది. దాన్ని మరిచిపోయే స్థితి యీ సభలో నాకు ఏమీ కనబడలేదు. నాకు గల ఒక బాధ్యతను ఢిల్లీలో నిర్వహించవలసియున్నది. వైస్రాయికి జాబు రాయడం తేలిక పనియని నాకనిపించలేదు. సభలో పాల్గొనేందుకు నా తడబాటు, అందుకు గల కారణాలు, భవిష్యత్తుపై నాకుగల ఆశ మొదలగు వాటిని స్పష్టంగా వెల్లడించడం అవసరమని భావించాను.

నేను వైస్రాయికి జాబు రాశాను. అందు లోకమాన్యతిలక్, అలీ సోదరులు మొదలగువారిని సభకు ఆహ్వానించనందుకు విచారం వెల్లడించాను. ప్రజల రాజకీయ కోరికలను గురించి యుద్ధంవల్ల మహమ్మదీయులకు కలిగిన కోరికలను గురించి ఆ జాబులో పేర్కొన్నాను. జాబును ప్రకటించేందుకు అనుమతించమని వైస్రాయిని కోరాను. ఆయన సంతోషంతో అనుమతించారు. ఆ జాబు సిమ్లా పంపాల్సివచ్చింది. సమావేశం ముగియగానే వైస్రాయి సిమ్లా వెళ్ళిపోయారు. పోస్టులో జాబు పంపితే ఆలస్యం అవుతుంది. నా దృష్టిలో జాబుకు విలువ ఎక్కువ. సమయం ఎక్కువ పట్టకూడదు. ఎవరి చేతనో జాబు పంపడం మంచిది కాదు. పవిత్రుడగు వ్యక్తి ద్వారా జాబు పంపితే మంచిదని భావించాను. దీనబంధు మరియు సుశీల రుద్రగారలు సజ్జనులగు రెవరెండ్ ఐర్లండుగారి పేరు సూచించారు. జాబు చదివిన తరువాత తనకు నచ్చితే తీసుకువెళ్ళేందుకు ఆయన అంగీకరించాడు. జాబు రహస్యమైనది కాదు. ఆయన చదివారు. ఆయనకు నచ్చింది. తీసుకొని వెళ్ళేందుకు అంగీకరించారు. సెకండ్‌క్లాసు కిరాయి ఇస్తానని చెప్పాను. కాని ఆయన కిరాయి తీసుకునేందుకు అంగీకరించలేదు. రాత్రిపూట ప్రయాణం, అయినా ఆయన ఇంటర్ టిక్కెట్టు తీసుకున్నాడు. ఆయన నిరాడంబరత, స్పష్టత చూచి ముగ్ధుడనయ్యాను. ఇంతటి పవిత్రవ్యక్తి ద్వారా పంపిన జాబుకు సత్ఫలితం చేకూరింది. దానితో నాకు మార్గం సులువైపోయింది. సైన్యంలో యువకుల్ని చేర్చడం ఇక నా రెండో బాధ్యత. ప్రజల్ని సైన్యంలో చేరమని నేను విన్నపం చేయాలంటే అందుకు తగినచోటు ఖేడాయే గదా? నా అనుచరుల్ని ఆహ్వానించకపోతే ఇంక ఎవర్ని ఆహ్వానించగలను? ఖేడా చేరగానే వల్లభభాయి మొదలగు వారితో చర్చించాను. చాలామందికి నా మాటలు రుచించలేదు. రుచించిన వారికి ఇందు సాఫల్యం లభిస్తుందా అని సందేహం కలిగింది. ఏ వర్గం వారిని ఇందు చేర్చాలో ఆ వర్గం వారికి ప్రభుత్వం మీద విశ్వాసం లేదు. ప్రభుత్వ అధికారుల వల్ల కలిగిన అనుభవాలు వాళ్ళు ఇంకా మరిచిపోలేదు. అయినా పని ప్రారంభిద్దామని అంతా నిర్ణయానికి వచ్చారు. పని ప్రారంభించినప్పుడు నా కండ్లు తెరుపుడు పడ్డాయి. నా ఆశావాదం తగ్గిపోయింది. ఖేడా సంగ్రామం జరిగినప్పుడు జనం తమ సొంత బండ్లను ఇచ్చారు. ఒక్క వాలంటీరుతో పని జరిగే చోట నలుగురు వాలంటీర్లు పనిచేశారు. కాని ఇప్పుడు డబ్బు ఇచ్చినా బండి కట్టేవాళ్ళు కనబడలేదు. అయితే మేము నిరాశపడే రకం కాదుగదా! బండ్లకు బదులు కాలినడకన తిరగాలని నిర్ణయించాం. రోజుకు 20 మైళ్ళు నడవాల్సి వచ్చింది. బండిదొరకని చోట తిండి ఎలా దొరుకుతుంది? భోజనం పెట్టమని అడగటం మంచిది కాదుగదా! అందువల్ల ప్రతి వాలంటీరు ఆహారం బయలుదేరినప్పుడే వెంట తెచ్చుకోవాలని నిర్ణయించాం. వేసవికాలపు రోజులు. అందువల్ల కప్పుకునేందుకు బట్టలు అవసరంలేదు. వెళ్ళిన ప్రతి గ్రామంలో సభ జరిపాం. జనం వచ్చేవారు కాని ఇద్దరు ముగ్గురు మాత్రమే తమ పేరు నమోదు చేయించుకునేవారు. "మీరు అహింసావాదులు కదా! మమ్మల్ని ఆయుధాలు పట్టమని ఎలా చెబుతున్నారు? ప్రభుత్వం యీ దేశ ప్రజలకు ఏమి మేలు చేసింది? దానికి సాయం చేయమని మీరు ఎలా కోరుతున్నారు?" ఈ రకమైన ప్రశ్నలు జనం వేయసాగారు.

ఇట్టి స్థితిలో కూడా మెల్లమెల్లగా పని చేశాం. పేర్లు బాగానే నమోదు కాసాగాయి. మొదటి బృందం బయలుదేరి వెళితే రెండో బృందానికి మార్గం సుగమం అవుతుందని భావించాం. జనం ఎక్కువగా చేరితే వాళ్ళను ఎక్కడ వుంచాలా అను విషయాన్ని గురించి కమీషనరుతో మాట్లాడాను.

కమీషనరు కూడా ఢిల్లీ పద్ధతిలో సభలు జరుపుతున్నాడు. గుజరాత్‌లో కూడా అట్టి సభ జరిగింది. అందు నన్ను, నా అనుచరులను పాల్గొనమని ఆహ్వానించారు. అక్కడికి వెళ్ళి సభలో పాల్గొన్నాను. ప్రతి మీటింగులోను పరిస్థితి మరో విధంగా వుంటూ వుంది. చిత్తం చిత్తం అను పద్ధతి ఎక్కువ కావడం వల్ల నేను అధికారుల మధ్య ఇమడలేకపోయాను. సభలో నేను కొంచెం ఎక్కువగానే మాట్లాడాను. నా మాటల్లో ముఖస్తుతి అనునది లేదు. రెండు కటువైన మాటలు కూడా అందు వున్నాయి. సైన్యంలో యువకుల్ని చేర్చుకునే విషయమై నేను ఒక కరపత్రం ప్రకటించాను. సైన్యంలో చేరే విషయమై వెలువరించిన విజ్ఞప్తిలో ఒక తర్కం వున్నది. అది కమీషనరుకు గుచ్చుకున్నది. "బ్రిటిష్ ప్రభుత్వం చేసిన ఆకృత్యాలు అపరిమితం. ప్రజలనందరినీ ఆయుధాలు లేకుండా చేసిన చట్టం దేశ చరిత్రలో మాయనిమచ్చ అని చెప్పవచ్చు. చట్టాన్ని రద్దు చేయాలన్నా, ఆయుధాలను ప్రయోగించడం నేర్చుకోవాలన్నా ఇది మంచి తరుణం. రాజ్యం ఆపదలో వున్న సమయంలో మధ్య తరగతి ప్రజలు స్వచ్ఛందంగా సాయపడితే వారి మనస్సులో గల అపనమ్మకం తొలగిపోతుంది. ఆయుధాలు పట్టదలచిన వారు సంతోషంగా పట్టవచ్చును" ఇది ఆ తర్క సారాంశం. దీన్ని దృష్టిలో పెట్టుకుని కమీషనరు మీకు మాకు మధ్య అభిప్రాయభేదం వున్నప్పటికీ సభలో మీరు పాల్గొనడం నాకు ఇష్టం అని అన్నాడు. అందుకు నేను కూడా నా అభిప్రాయాన్ని తీయని మాటలతో సభలో సమర్థించుకోవలసి వచ్చింది. వైస్రాయికి నేను పంపిన పత్రం యొక్క వివరం క్రింద ప్రకటిస్తున్నాను.

"యుద్ధ పరిషత్తులో పాల్గొనే విషయమై నాకు సంకోచం కలిగింది. కాని మిమ్ము కలసిన తరువాత ఆ సంకోచం తొలిగిపోయింది. మీ యెడ నాకు గల అమిత ఆదరణ అందుకు గల ఒక పెద్ద కారణం. ఆ సభలో పాల్గొనమని లోకమాన్యతిలక్, మిసెస్ బిసెంట్, అలీ సోదరులను మీరు ఆహ్వానించ పోవడం నా సంకోచానికి మరో పెద్ద కారణం. వారు గొప్ప ప్రజానాయకులని నా విశ్వాసం. వారిని ఆహ్వానించకపోవడం ప్రభుత్వం చేసిన పెద్ద తప్పిదం. ఇక ముందు జరిపే ప్రాంతీయ సభలకు వారిని తప్పక ఆహ్వానించమని నా సలహా. ఇంతటి ప్రౌఢనాయకుల్ని అభిప్రాయభేదాలెన్ని వున్నప్పటికీ ఏ ప్రభుత్వం నిర్లక్ష్యం చేయదనీ, చేయకూడదనీ నా నమ్రతతో కూడిన వినతి. అందువల్ల నేను సభయొక్క కార్యనిర్వాహక సమితి సమావేశాల్లో పాల్గొనలేక పోయాను. సభలో తీర్మానాన్ని సమర్థించి తృప్తి పడ్డాను. ప్రభుత్వం నా సలహాను అంగీకరిస్తే నేను వెంటనే నా సమర్థనకు కార్యరూపం ఇవ్వగలనని తెలియజేస్తున్నాను. ఏ ప్రభుత్వపు భవిష్యత్తులో మేము భాగస్వాములమని విశ్వసిస్తున్నామో ఆ ప్రభుత్వం ఆపదలో వున్నప్పుడు దానికి పూర్తిగా మద్దతు అందించడం మా కర్తవ్యం. ఇట్టి మద్దతు ద్వారా మేము మా లక్ష్యం వరకు త్వరగా చేరుకోగలమని ఆశిస్తున్నామని చెప్పడం ఈ సందర్భంలో అవసరమని భావిస్తున్నాను. మీరు మీ ఉపన్యాసంలో పేర్కొన్న మార్పుల్లో కాంగ్రెస్, ముస్లిమ్ లీగు కోరుతున్న కోరికలు కూడా చోటుచేసుకుంటాయని విశ్వసించే హక్కు ప్రజలకు వున్నది. నా వల్ల నెరవేరగల పరిస్థితి వుండివుంటే ఇటువంటి సమయంలో హోమ్‌రూలు మొదలగు వాటి పేరు ఎత్తివుండేవాణ్ణి కాదు. సామ్రాజ్యానికి సంబంధించిన ఈ కష్టసమయంలో శక్తివంతులైన భారతీయులందరు దాని రక్షణార్థం మౌనంగా బలిదానం అయిపోవాలని ప్రోత్సహించేవాణ్ణి. ఈ విధంగా చేయడం వల్ల మేము సామ్రాజ్యంలో ఆదరణ గల గొప్ప భాగస్వాములం అయివుండేవాళ్ళం. వర్ణభేదం, దేశభేదం పటాపంచలైపోయేవి.

చదువుకున్న ప్రజలు ఇంతకంటే కొంచెం తక్కువ ప్రభావం కలిగించే మార్గం ఎన్నుకున్నారు. ప్రజాబాహుళ్యం మీద వారి ప్రభావం బాగా పడింది. భారత దేశం వచ్చినప్పటి నుండి సామాన్య ప్రజానీకంతో సంబంధం పెట్టుకున్నాను. వారి హృదయంలో కూడా హోంరూలును గురించిన ఆకాంక్ష నాటుకున్నదని మనవి చేయదలచుకున్నాను. హోంరూలు లేకపోతే ప్రజానీకం సంతృప్తి చెందదు. హోంరూలు కోసం ఎంతటి త్యాగానికైనా ప్రజానీకం సిద్ధంగా వున్నది. రాజ్య రక్షణకు ఎంతమంది సైనికులనైనా మేము ఇవ్వవలసిందే. కాని ఆర్థిక సాయంవిషయమై నేను మాట ఇవ్వలేను. భారతదేశపు ప్రజానీకానికి ఇది శక్తికి మించిన విషయం. ఇప్పటికి ఇచ్చిందే చాలా ఎక్కువ. అయితే సభలో కొందరు చివరి శ్వాస వరకు సాయంచేయాలని నిర్ణయించారు. కాని అది మా వల్ల కాని పని. మేము గద్దెలకోసం గాని మేడల కోసం గాని ఎగబడటం లేదు. మా సాయం భవిష్యత్తు మీద గల ఆశల పునాది మీద ఆధారపడియున్నది. ఆ ఆశలు ఏమిటో స్పష్టంగా చెప్పడం అవసరమని భావిస్తున్నాను. నేను బేరసారాలకు దిగను. కానీ ఈ విషయమై మా హృదయాలలో నిరాశ నెలకొంటే మాత్రం బ్రిటిష్ సామ్రాజ్యం మీద మాకు గల నమ్మకం అంతా నీరుగారిపోతుంది. గృహ కల్లోలాలు మరిచిపొమ్మని అన్నారు. దానికి అర్థం అధికారుల ఆకృత్యాలను మరిచి పొమ్మనా? అలా అనుకుంటే అది సాధ్యం కాని పని. సుసంఘటితంగా సాగే దుర్మార్గాన్ని పూర్తి శక్తి సామర్ధ్యాలతో ఎదుర్కోవడం ధర్మమని నా భావం. అందువల్ల అధికారులకు దుర్మార్గాలు ఆపివేయమని, ప్రజాభిప్రాయాన్ని ఆదరించమని చెప్పండి. చంపారన్‌లో శతాబ్దాల తరబడి సాగుతున్న దుర్మార్గాల్ని ఎదుర్కొని బ్రిటిష్ వారి న్యాయవ్యవస్థ ఎంత గొప్పదో నిరూపించి చూపించాను. సత్యం కోసం కష్టాల్ని సహించగల శక్తి తమకు ఉన్నదని తెలుసుకున్న ఖేడా ప్రజలు వాస్తవానికి ప్రభుత్వ శక్తి ఒక శక్తి కాదని, ప్రజా శక్తియే నిజమైన శక్తియని గ్రహించారు. ఆ తరువాత అక్కడి ప్రజలు అప్పటివరకు తాము శపిస్తున్న ప్రభుత్వం శక్తి యెడ తమకు గల వ్యతిరేకతను తగ్గించుకున్నారు. సహాయనిరాకరణోద్యమాన్ని సహించిన ప్రభుత్వం ప్రజాభిప్రాయాన్ని నిర్లక్ష్యం చేయదని విశ్వసించారు. అందువల్ల చంపారన్, ఖేడాలలో నేను జరిపిన చర్యలన్నీ యుద్ధానికి సహాయపడ్డాయని భావిస్తున్నాను. ఇటువంటి చర్యలు చేయవద్దని మీరు నన్ను కోరితే శ్వాస పీల్చవద్దని నాకు మీరు చెబుతున్నారని భావిస్తాను. ఆయుధ బలం కంటే ఆత్మ బలం, అనగా ప్రేమ బలం గొప్పదను భావం ప్రజల హృదయాలలో నేను నాటగలిగితే భారతదేశం మొత్తం ప్రపంచానికే తలమానికం కాగలదని భావిస్తున్నాను. అందువల్ల ప్రతి వ్యక్తి కష్టాలు దుఃఖాలు సహించగల శక్తిని అలవరచుకునే పద్ధతిన సనాతన విధానాన్ని జీవితంలో అనుసరించడం కోసం నా ఆత్మశక్తి వినియోగిస్తాను. ఈ విధానాన్ని అనుసరించమని ఇతరులను కూడా ఆహ్వానిస్తూ వుంటాను. ఇతర వ్యవహారాలలో తలదూర్చడం యీ విధానం యొక్క గొప్పదనాన్ని రుజూచేసేందుకేనని మనవి చేస్తున్నాను.

ముస్లింరాజ్యాల విషయమై గట్టిగా మాట ఇమ్మని బ్రిటిష్ మంత్రివర్గానికి మీరు రాయండి. ప్రతి మహమ్మదీయుడు యీ విషయమై చింతిస్తున్నాడని మీరు గ్రహించండి. నేను హిందువును అయినా వారి భావాల్ని విస్మరించలేను. వాళ్ళ దుఃఖం మా దుఃఖమే. ముస్లిం రాజ్యాల హక్కుల రక్షణ కోసం, వారి ధార్మిక స్థలాల విషయంలో, వారి భావాల్ని ఆదరించే విషయంలో భారతదేశానికి హోమ్‌రూలు మొదలగు వాటిని అంగీకరించడం బ్రిటిష్ సామ్రాజ్యానికే భారతీయుని హృదయంలో నెలకొల్పాలని కాంక్షిస్తున్నాను."

28. మృత్యుశయ్య మీద

సైన్యంలో యువకుల్ని చేర్చడం కోసం నా శరీరం అరిగిపోయింది. అప్పుడు వేయించి దంచిన బెల్లం కలిపిన వేరుసెనగపప్పు నా ఆహారం. అరటి పండ్లు, రెండు మూడు నిమ్మకాయల రసం, వేరుసెనగ పప్పు ఎక్కువగా తింటే హాని చేస్తుందని తెలుసు. అయినా దాన్ని ఎక్కువగా తిన్నాను. అందువల్ల విరోచనాలు పట్టుకున్నాయి. నేను తరుచు ఆశ్రమం వెళ్ళవలసి వస్తూ వుండేది. విరోచనాలు అంతబాధాకరమని అనిపించలేదు. రాత్రి ఆశ్రమం చేరాను. అప్పుడు మందులేమీ వాడేవాణ్ణి కాను. ఒక పూట ఆహారం మానివేస్తే విరోచనాలు తగ్గిపోతాయని భావించాను. మరునాడు ఉదయం ఏమీ తినలేదు. దానితో బాధ కొంత తగ్గింది. ఇంకా ఉపవాసం చేయడం అవసరమని, ఆహారం తీసుకోవలసి వస్తే పండ్లరసం వంటివే తీసుకోవాలని నాకు తెలుసు.

అది ఏదో పండగ రోజు. మధ్యాహ్నం ఏమీ తినని కస్తూరిబాయికి చెప్పినట్లు గుర్తు. కాని ఆమె పండగపూట కొంచెం తినమని ప్రోత్సహించింది. నేను కొంచెం ఉబలాటపడ్డాను. అప్పుడు నేను పశువుల పాలు పుచ్చుకోవడం లేదు. అందువల్ల నెయ్యి, మజ్జిగ కూడ మానివేశాను. కస్తూరిబాయి నూనెతో వేయించిన గోధమజావ, పెసరపప్పు పదార్థం నాకిష్టమైనవి చేసి వుంచింది. వాటిని చూచేసరికి నాకు నోరు ఊరింది. కస్తూరిబాయికి తృప్తి కలిగించేందుకు కొద్దిగా తిందామని, రుచిచూడటంతో పాటు శరీర రక్షణ కూడా సాధ్యపడుతుందని భావించాను. కాని సైతాను రెడీగా పొంచివున్నాడు. తినడం ప్రారంభించిన తరువాత పూర్తిగా తినివేశాను. తినడానికి పసందుగా వున్నాయేగాని, యమధర్మరాజును చేతులారా కొని తెచ్చుకున్నానని తరువాత తేలింది. తిన్న ఒక గంట అయిందో లేదో కడుపులో నొప్పి ప్రారంభమైంది.

రాత్రికి నడియాద్ వెళ్ళాలి. సబర్మతి స్టేషను వరకు నడిచి వెళ్ళాను. మైలున్నర దూరం నడవాలంటే కష్టమైపోయింది. అహ్మదాబాదు స్టేషనులో వల్లభభాయి కలిశారు. ఆయన నేను పడుతున్న బాధను గ్రహించారు. అయినా బాధ భరించలేక పోతున్నానని ఆయనకు గాని, ఇతర అనుచరులకు గాని నేను చెప్పలేదు. నడియాద్ చేరాం. అక్కడికి అనాధాశ్రమం అర మైలు దూరాన వుంది. పదిమైళ్ళ దూరం నడిచినంత శ్రమ కలిగింది. అతికష్టం మీద అక్కడికి చేరాను. మెలికలు తిరిగేటంతగా వుంది కడుపునొప్పి. పావుగంటకు ఒకసారి చొప్పున విరోచనాలు ప్రారంభమైనాయి. భరించలేక నేను పడుతున్న బాధను గురించి చెప్పివేశాను. మంచం ఎక్కాను. అక్కడి పాయిఖానా దొడ్డిని ఉపయోగించాను. కాని అంతదూరం కూడా వెళ్ళలేక పక్కగదిలో కమోడ్ పెట్టమని చెప్పాను. సిగ్గుపడ్డాను కాని గత్యంతరం లేదు. ఫూల్ చంద్‌బాపూజీ పరుగెత్తుకొని వెళ్ళి కమోడ్ తెచ్చాడు. చింతాక్రాంతులైన నలుగురూ చుట్టూ మూగారు. అంతా ప్రేమామృతం నామీద కురిపించారు కాని నాబాధను పంచుకోలేరు గదా! నా మొండి పట్టు కూడా ఇబ్బందికరంగా వున్నది. డాక్టర్లను పిలుస్తామంటే వద్దని వారించాను. మందు తీసుకోను, చేసిన పాపానికి ఫలితం అనుభవిస్తాను అని చెప్పివేశాను. అనుచరులు ఓర్పు వహించారు. 24 గంటల్లో 30 లేక 40 సార్లు విరోచనాలు అయ్యాయి. ఆహారం పూర్తిగా మానివేశాను. తిందామని వాంఛపోయింది. రాతి వంటి శరీరం నాది అనుకునేవాణ్ణి. కాని బలం తగ్గిపోయింది. డాక్టర్లు వచ్చి మందు తీసుకోమని చెప్పారు. నేను తీసుకోనని చెప్పివేశాను. ఇంజక్షను గురించి అప్పటి నా అనుభవాన్ని తలుచుకుంటే నవ్వు వస్తుంది. ఇంజక్షను గొట్టంలో ఒక విధమైన చెడు ఔషధం వుంటుందని అనుకునేవాణ్ణి. నా అభిప్రాయం

సరికాదని తరువాత తెలిసింది. అయితే అప్పటికి సమయం దాటిపోయింది. జిగట విరోచనాలు తగ్గలేదు. మాటిమాటికి లేవవలసిన పరిస్థితి ఏర్పడింది. దానితో జ్వరం వచ్చింది. ఒళ్ళు తెలియకుండా పడిపోయాను. మిత్రులు భయపడిపోయారు. చాలామంది డాక్టర్లు వచ్చారు. కాని రోగి అంగీకరించకపోతే వారేం చేస్తారు?

సేఠ్ అంబాలాలు, ఆయన సతీమణి నడియాద్ వచ్చారు. అనుచరులతో మాట్లాడి నన్ను మీర్జాపూరులో వున్న తమ బంగళాకు కడు జాగ్రత్తగా తీసుకువెళ్ళారు. జబ్బు స్థితిలో నేను పొందిన నిర్మల, నిష్కామ సేవ మరెవ్వరూ పొందియుండరని చెప్పగలను. జ్వరం తక్కువగా వున్నా శరీరం క్షీణించిపోయింది. జబ్బు చాలాకాలం లాగుతుందని మంచం మీద నుండి లేవలేనని అనుకున్నాను. అంబాలాలు గారి బంగళాలో ప్రేమామృతం వారు ఎంతకురిపిస్తున్నా నేను అక్కడ వుండలేకపోయాను. ఆశ్రమం చేర్చమని వారిని వేడుకున్నాను. నా పట్టుదలను చూచి వారు నన్ను ఆశ్రమం చేర్చారు. బాధపడుతున్న సమయంలో వల్లభభాయి వచ్చి యుద్ధంలో జర్మనీ ఓడిపోయిందనీ, సైన్యంలో యువకుల్ని చేర్చవలసిన అవసరం లేదని కమీషనరు చెప్పాడని అన్నారు. సంతోషం కలిగింది. బరువు తీరినట్లనిపించింది.

జల చికిత్స ప్రారంభించినందున నా శరీరం ఇంకా నిలిచివున్నది. బాధ తగ్గింది. కాని శరీరం కుదుటపడలేదు. వైద్యులు, డాక్టర్లు ఎన్నో సలహాలు ఇచ్చారు. కాని నేను అంగీకరించలేదు. పాలు తీసుకోకపోతే మాంసం పులుసు పుచ్చుకోమని, ఆయుర్వేద శాస్త్రంలో అందుకు అంగీకరించారని కొందరు వైద్యులు గ్రంథాలు తిరగవేసి మరీ చెప్పారు. ఒకరు గుడ్డు తీసుకోమని చెప్పారు. ఎవ్వరి మాటా నేను వినలేదు. ఆహారం విషయంలో గ్రంథాల మీద నేను ఎన్నడూ ఆధారపడలేదు. ఆహారంలో ప్రయోగాలు నా జీవితంలో భాగమై పోయాయి. ఏదో ఒకటి తినడం, ఏదో మందు పుచ్చుకోవడం నేనెరుగను. నా బిడ్డలకు, భార్యకు, మిత్రులకు వర్తించని ధర్మం నాకు మాత్రం ఎలా వర్తిస్తుంది? ఇది జీవితంలో నాకు చేసిన పెద్ద జబ్బు, ఎక్కువకాలం మంచం పట్టించిన జబ్బు కూడా ఇదే. జబ్బు తీవ్రతను దగ్గరగా పరిశీలించే అవకాశం నాకు చిక్కింది. ఒకనాటి రాత్రి ఇక బ్రతకనని అనిపించింది. మృత్యువుకు దగ్గరలో వున్నానని అనిపించింది. శ్రీమతి అనసూయాబెన్‌కు కబురు పంపాను. ఆమె వచ్చింది. వల్లభభాయి వచ్చారు. డాక్టర్ కానూగా వచ్చారు. డాక్టర్ కానూగా కూడా నాడిని జగ్రత్తగా పరిశీలించి చూచి "మృత్యు లక్షణాలేమీ నాకు కనబడటం లేదు. నాడి శుభ్రంగా వున్నది. బలహీనత వల్ల మీరు మానసికంగా భయపడుతున్నారు" అని చెప్పారు. కాని నా మనస్సు అంగీకరించలేదు. ఆ రాత్రి అతి కష్టం మీద గడిచింది. కన్ను మూతబడలేదు.

తెల్లవారింది. నేను చనిపోలేదు అయినా బ్రతుకుమీద ఆశనాకు కలుగలేదు. మరణం దగ్గరలో వున్నదని భావించి గీతాపఠనం విడుకుండా సాగించమని చెప్పి, గీతా శ్లోకాలు వింటూ పడుకున్నాను. పనిచేసే శక్తి లేదు. చదివే ఓపిక అసలే లేదు. రెండు మూడు వాక్యాలు మాట్లాడేసరికి మెదడు అలసిపోతున్నది. అందువల్ల ప్రాణం మీద ఆశ పోయింది. బ్రతకడం కోసం బ్రతకడం నాకు ఇష్టం లేదు. కాయకష్టం చేయకుండా అనుచరుల చేత సేవ చేయించుకుంటూ బ్రతకడం భారమనిపించింది. ఈ విధమైన స్థితిలో వుండగా డాక్టర్ తల్ వల్కర్ ఒక విచిత్రమైన వ్యక్తిని

తీసుకువచ్చారు. ఆయన మహారాష్ట్రకు చెందినవాడు. భారతదేశంలో ఆయనకు ఖ్యాతి లేదు. ఆయనను చూడగానే నామాదిరిగానే ఆయన కూడా పెంకిరకమని గ్రహించాను. ఆయన తన చికిత్సను నా మీద ప్రయోగించి చూచేందుకు వచ్చాడని తెల్చుకున్నాను. ఆయన గ్రేట్ మెడికల్ కాలేజీలో వైద్యశాస్త్రం అధ్యయనం చేశాడు. అయితే డిగ్రీ తీసుకోలేదు. బ్రహ్మ సమాజంలో చేరాడని తరువాత తెలిసింది. ఆయన పేరు కేల్కర్. పూర్తిగా స్వతంత్ర స్వభావం గల వ్యక్తి. మంచు చికిత్స గొప్పదని ఆయన భావం. నా జబ్బు విషయం తెలిసి మంచు చికిత్స చేయడానికి వచ్చాడన్నమాట. ఆయనకు ఐస్‌డాక్టర్ అని పేరు పెట్టాము. తన చికిత్స అంటే ఆయనకు గట్టి నమ్మకం. డిగ్రీమోల్డర్ల కంటే తను గొప్ప డాక్టరునని ఆయనకు అపరిమితమైన విశ్వాసం.

అయితే తనకెంత విశ్వాసం వుందో అంత విశ్వాసం నాకు కలిగించలేక పోయాడు. ఈ విషయం మా ఇరువురికీ విచారం కలిగించింది. కొన్ని విషయాలలో ఆయన తొందరపడ్డాడని నాకు అనిపించింది. ఏది ఏమైనా నా శరీరం మీద ఆయనను ప్రయోగాలు చేయనిచ్చాను. బాహ్యచికిత్సల ద్వారా కుదుటపడటం అంటే ఇష్టంలేక పోయినా ఆయన చేసేది మంచు అనగా జలచికిత్సే గదా అని భావించాను. ఆయన నా శరీరమంతా మంచుగడ్డలతో రాయడం ప్రారంభించాడు. ఆయన చికిత్సవల్ల చెప్పినంత ప్రయోజనం కలుగకపోయినా మృత్యువు కోసం మొదట నిరీక్షించినట్లు ఇప్పుడు నిరీక్షించడం మానివేశాను. జీవితం మీద ఆశచిగురించింది. కొద్దిగా ఉత్సాహం కలిగింది. తినే ఆహారం కొద్దిగా పెరిగింది. 10 నిమిషాల పాటు రోజూ పచారు చేయసాగాను. ఆయన నా ఆహారంలో కొద్దిగా మార్పు చేయమని సూచించి "మీరు గుడ్డు రసం తాగండి. ఇప్పటి కంటే అత్యధికంగా మీకు ఉత్సాహం కలుగుతుంది. పాలవలె గుడ్డు కూడా దోషం లేని వస్తువు. అది మాంసం కానే కాదు. ప్రతి గుడ్డు నుండి పిల్ల పుట్టదు. పిల్లగా మారని గొడ్డుబోతు గ్రుడ్లు కూడా వుంటాయి. వాటిని వాడవచ్చును. కాని అందుకు నేను ఇష్టపడలేదు. అయినా నా బండికొంచెం ముందుకు సాగింది. కొద్ది కొద్దిగా పనులు చేయసాగాను.

29. రౌలత్ చట్టం- ధర్మ సంకటం

మథెరాన్ వెళితే శరీరానికి త్వరగా పుష్టి చేకూరుతుందని మిత్రులు సలహా యిచ్చారు. ఆ ప్రకారం నేను మథెరాన్ వెళ్ళాను. అక్కడి నీళ్ళు పడలేదు. అందువల్ల నావంటి రోగి అక్కడ వుండటం కష్టమైపోయింది. ఆమ్లం ఎక్కువ కావడం వల్ల మలద్వారం మెత్తబడిపోయింది. అక్కడ బాగా గాట్లు పడ్డాయి. దొడ్డికి వెళితే యమబాధ ప్రారంభమైంది. అందువల్ల ఆహారం ఏమన్నా తీసుకుందామంటే భయం వేసింది. ఒక్క వారంరోజుల్లో మథెరాన్ నుండి తిరిగి వచ్చి వేశాను. నా ఆరోగ్యాన్ని గురించి శంకరలాల్ శ్రద్ధ వహించాడు. డాక్టర్ దలాల్ సలహా తీసుకోమని వత్తిడి చేశాడు. డాక్టర్ దలాల్ వచ్చారు. వెంటనే నిర్ణయం చేసే ఆయన శక్తి నన్ను ఆకర్షించింది. "మీరు పాలు తీసుకోనంత వరకు నేను మీ శరీరాన్ని బాగు చేయలేను. మీ శరీరం బాగుపడాలంటే పాలు తాగక తప్పదు. ఆర్సెనిక్ ఇంజెక్షన్లు చేయించుకోవాలి. మీరు సరేనంటే మీ శరీర బాధ్యత నాది" అని అన్నాడు. "ఇంజెక్షన్లు తీసుకుంటాను కాని పాలు మాత్రం తాగను". "పాలను గురించిన మీ ప్రతిజ్ఞ ఏమిటి?" "ఆవులను గేదెలను నరకయాతనలకు గురిచేస్తారని తెలిసి పాలంటే నాకు ఏవగింపు కలిగింది. పాలను ఆహారంగా తీసుకోకూడదని నిర్ణయానికి వచ్చాను. అందువల్ల పాలు తాగడం మానివేశాను."

"అయితే మేకపాలు తీసుకోవచ్చు గదా!" అని నా మంచం దగ్గరే నిలబడి వున్న కస్తూరిబాయి అన్నది. "మీరు మేకపాలు పుచ్చుకున్నా చాలు" అని అన్నాడు డాక్టరు. నేను ఓడిపోయాను. సత్యాగ్రహ సంగ్రామపు మోహం జీవించాలనే లోభాన్ని కలిగించిందన్న మాట. ప్రతిజ్ఞను అక్షరశః పాటిస్తున్నాని సంతోషపడి దాని ఆత్మకు హాని కలిగించాను. పాలు తాగను అని ప్రతిజ్ఞ చేసినప్పుడు నా దృష్టిలో వున్నది ఆవులు గేదెలు మాత్రమే. అయినా పాలు అంటే అన్ని రకాల పాలు అని అర్థం కదా! జంతువుల పాలు ఆహారంగా తీసుకోకూడదు అని నేను భావించాను గనుక ఏ విధమైన పాలు నేను పుచ్చుకోకూడదు కదా! యీ విషయం తెలిసి కూడా నేను మేకపాలు పుచ్చుకునేందుకు సిద్ధ పడ్డాను. సత్యాన్ని పూజించే వ్యక్తి సత్యాగ్రహ సంగ్రామం జరపడం కోసం జీవించాలనే కాంక్షతో అసలు సత్యాన్ని అణచివేసి దానికి మచ్చ తెచ్చాడన్న మాట.

నేను చేసిన యీపని నాకు బాధ కలిగించింది. ఆ బాధ ఆ గాయం యింకా మానలేదు. మేకపాలు మానివేయాలి అను యోచన నాకు కలుగలేదు. మేకపాలు రోజూ తాగుతూ ఉన్నప్పుడు లోలోన బాధపడసాగాను. అయితే సేవ చేయాలనే అతి సూక్ష్మమైన మోహం నన్ను పట్టుకున్నది. అది నన్ను వదలలేదు. అహింసా దృష్టితో ఆహార ప్రయోగాలు చేయడం నాకు ఇష్టం. అందువల్ల నా మనస్సుకు ఆహ్లాదం చేకూరుతుంది. కాని మేకపాలు తాగడం మాత్రం సత్యశోధన దృష్ట్యా నాకు ఇష్టం లేదు. అహింస కంటే కూడా సత్యాన్ని ఎక్కువగా తెలుసుకోగలిగానని నా భావం. సత్యాన్ని త్యజిస్తే అహింస ద్వారా సమస్యల్ని పరిష్కరించలేనని నా విశ్వాసం. సత్య పాలన అంటే మాటను పాటించడం, శరీరం, ఆత్మ రెండిటినీ రక్షించడం, శబ్దార్థం మరియు భావార్థం రెండిటిని పాలించడం అని అర్థం. అయితే మేకపాలు తాగి నేను ఆత్మను, భావార్థాన్ని దెబ్బ తీశానన్నమాట. ప్రతి క్షణం యీ బాధ నన్ను బాధిస్తూనే వుంది. విషయాలు అన్నీ తెలిసినప్పటికీ అసలు విషయం నేను పూర్తిగా తెలుసుకోలేదన్న మాట. లేక దాన్ని పాటించే ధైర్యం నాకు చాలలేదని కూడా చెప్పవచ్చు. "ఓ భగవంతుడా! నాకు అట్టి ధైర్యం ప్రసాదించు!"

మేకపాలు తాగడం ప్రారంభించిన కొద్ది రోజుల తరువాత డా. దలాల్ మలద్వారం దగ్గర పడ్డ గాట్లకు శస్త్ర చికిత్స చేశారు. దానితో గాట్లు సర్దుకున్నాయి. పక్క మీద నుండి లేవగలననే ఆశ కలిగింది. పత్రికలు చదవడం ప్రారంభించాను. ఇంతలో రౌలత్ కమిటీ రిపోర్టు నా చేతికి అందింది. అందు పేర్కొన్న సిఫారసులను చదివి నివ్వెరబోయాను. ఉమర్‌భాయి (సుభానీ), శంకర లాల్ యీ విషయమై గట్టి చర్య తీసుకోవాలని అన్నారు. ఒక నెల రోజులు గడిచిన తరువాత నేను అహమదాబాదు వెళ్ళాను. వల్లభభాయి ప్రతి రోజు నన్ను చూచేందుకు వస్తూ వుండేవారు. వారితో మాట్లాడి దీన్ని గురించి ఏమైనా చేయాలి అని అన్నాను. "ఏం చేయాలి"? అని ప్రశ్నించారు వల్లభభాయి. కమిటీ చేసిన సిఫారసుల ప్రకారం చట్టం చేయబడితే వెంటనే సత్యాగ్రహం ప్రారంభించాలి. అలా చేస్తామని ప్రతిజ్ఞ గైకొనేవారు కొందరైనా అవసరం అని చెప్పాను. నేను మంచం పట్టి వుండకపోతే ఒంటరిగానే పోరాటానికి దిగేవాణ్ణి. తరువాత కొంతమంది అయినా పోరాటంలో చేరేవారు. శరీర దారుఢ్యత లేనందు వలన ఒంటరిగా పోరాటానికి దిగగల శక్తి నాకు లేదు అని చెప్పాను.

ఈ సంభాషణ జరిగిన తరువాత నాతో బాటు పనిచేస్తూ వున్న వారి సమావేశం ఒకటి ఏర్పాటు చేశాను. రౌలత్ కమిటీకి లభించిన సాక్ష్యాధారాలు, వాటిని పురస్కరించుకొని ఆ కమిటీ

చేసిన సిఫారసులు, వాటికి సంబంధించిన చట్టాలు అన్నీ అనవసరం అని నాకు తోచింది. అభిమానం గల ఏ దేశము ఇట్టి చట్టాల్ని అంగీకరిందని స్పష్టంగా తెలిపోయింది. సమావేశం జరిగింది. 20 మంది మాత్రమే ఆహ్వానించబడ్డారు. వల్లభభాయి గాక శ్రీమతి సరోజినీ నాయుడు, హార్నిమెన్, కీ.శే. ఉమర్ సుభాని, శంకరలాల్ బాంకరు, అనసూయాబెన్ వారిలో ఉన్నారని నాకు బాగా గుర్తు. ప్రతిజ్ఞా పత్రం తయారు చేయబడింది. అక్కడ వున్నవారంతా దాని మీద సంతకాలు చేశారని నాకు జ్ఞాపకం. అప్పటికి నేను పత్రికా ప్రచురణ ప్రారంభించలేదు. కాని పత్రికలు వ్యాసాలు వ్రాస్తూ వుండేవాణ్ణి. శంకరలాల్ బాంకరు ఉద్యమం ప్రారంభించారు. ఆయన శక్తి సామర్థ్యాలు అప్పుడు నాకు బాగా బోధపడ్డాయి. సత్యాగ్రహాన్ని మించిన మరో కొత్త ఆయుధ ప్రయోగం ఎవరైనా ప్రారంభిస్తారనే నమ్మకం నాకు కలుగలేదు. అందువల్ల సత్యాగ్రహ సభ ఏర్పాటు చేయబడింది. ముఖ్యమైన పేర్ల పట్టిక బొంబాయిలోనే తయారైంది. అందుకు కేంద్రం బొంబాయి నగరమే. ప్రతిజ్ఞా పత్రం మీద ఎక్కువ మంది సంతకాలు చేయసాగారు. ఖేడా సంగ్రామంలో వలె ఇక్కడ కూడా కరపత్రాలు వెలువడ్డాయి. అనేక చోట్ల సభలు జరిగాయి.

ఆ సంస్థకు నేనే అధ్యక్షుణ్ణి. చదువుకున్న వర్గం వారికి, నాకు అంతగా పొసగదని తేల్చుకున్నాను. కరపత్రాలలో గుజరాతీ భాషనే వాడాలని చెప్పాను. ఇలాంటివే మరికొన్ని విషయాలను వాళ్ళను గొడవలో పడవేశాయి. అయినా చాలామంది నా పద్ధతి ప్రకారం నడిచేందుకు సిద్ధపడి తమ ఉదారబుద్ధిని చాటుకున్నారు. అయితే ఈ సభ ఎక్కువ రోజులు నడవదని ప్రారంభంలోనే గ్రహించాను. పని మాత్రం బాగా పెరిగిపోయింది.

30. అద్భుతమైన దృశ్యం

రౌలట్ కమిటీ రిపోర్టుకు వ్యతిరేకంగా ఒకవైపున ఉద్యమం సాగుతూఉంటే మరోవైపున ప్రభుత్వం ఆ రిపోర్టును అమలు పరిచి తీరాలనే నిర్ణయానికి వచ్చింది. రౌలత్ బిల్లు వెలువడింది. నేను కౌన్సిలు మీటింగులో రౌలట్ బిల్లు మీద జరిగే చర్చ విందామని ఒకసారి వెళ్ళాను. శాస్త్రి గారి ఉపన్యాసం మహా వేడిగా సాగుతున్నది. ఆయన గవర్నమెంటును గట్టిగా హెచ్చరిస్తున్నారు. శాస్త్రిగారు మాటలు జోరుగా సాగుతూ ఉంటే వైస్రాయి ఆయన ముఖం వంక శ్రద్ధగా చూస్తూ ఉన్నాడు. శాస్త్రి గారు మాటల ప్రభావం ఆయన మీద బాగా పడిఉంటుందని అనుకున్నాను. శాస్త్రి గారి భావావేశం బాగా పొంగిపొర్లుతూ వుంది.

నిద్రపోతున్నవాణ్ణి మేల్కొల్పవచ్చు. కాని మేల్కొని వుండి నిద్రపోతున్నట్లు నటించేవాడి చెవి దగ్గర శంఖం ఊదినా ప్రయోజనం ఏముంటుంది? కౌన్సిల్లో బిల్లుల మీద చర్చ జరిగినట్లు పెద్ద నాటకం ఆడాలి కదా! ప్రభుత్వం ఆ పని చేసింది. అయితే తను అనుకున్నట్లే చేయడానికి ప్రభుత్వం పూనుకున్నది. అందువల్ల శాస్త్రిగారిది అంతా కంఠశోష అని తెలిపోయింది. ఇక ఆ సందట్లో నా మాట వినేవాడెదు? వైస్రాయిని కలిసి అనేక విధాల చెప్పాను. జాబులు రాశాను. బహిరంగ లేఖలు కూడా వ్రాశాను. సత్యాగ్రహం తప్ప గత్యంతరం లేదని కూడా ప్రకటించాను. అంతా అడవిలో గాచిన వెన్నెల చందాన అయిపోయింది.

ఇంకా బిల్లు గెజట్‌లో ప్రకటించబడలేదు. నా శరీరం బలహీనంగా ఉంది. అయినా పెద్ద పోరాటానికి నడుం బిగించాను. పెద్ద ప్రసంగాలు చేసే శక్తి ఇంకా నాకు చేకూరలేదు. నిలబడి

మాట్లాడగల శక్తి నాకు ఎప్పుడో పోయింది. ఆ శక్తి ఇక ఈనాటివరకు నాకు చేకూరలేదు. నిలబడి కొద్దిసేపు మాట్లాడితే శరీరం వణికిపోవడం, గుండెలో నొప్పి, కడుపులో నొప్పి ఇదీ వరస. అయితే మద్రాసు నుండి అందిన ఆహ్వానం అంగీకరించాలని భావించాను. దక్షిణాది ప్రాంతాలు నా స్వగృహాలు అని అనిపించేవి. దక్షిణాఫ్రికాలో ఏర్పడిన సంబంధం వల్ల తెలుగు తమిళం భాషల వారి మీద నాకు హక్కు ఉన్నట్లు భావించేవాణ్ణి. ఆ విధంగా భావించడంలో పొరబడలేదనే విశ్వాసం ఇప్పటికీ నాకు ఉన్నది. కీ.శే. కస్తూరి రంగస్వామి అయ్యంగారి ఆహ్వానం నాకు అందింది. ఆ ఆహ్వానం వెనుక శ్రీ రాజగోపాలాచార్యులు ఉన్నారు. ఆ విషయం మద్రాసు చేరిన తరువాత నాకు తెలిసింది. శ్రీ రాజగోపాలాచార్యులతో ఇది నాకు ప్రధమ పరిచయం అని చెప్పవచ్చు. వారి రూపాన్ని మొదటిసారి చూశాను. ప్రజా కార్యక్రమాల్లో ఎక్కువగా పాల్గొనాలనే ఉద్దేశ్యంతో కస్తూరి రంగస్వామి అయ్యంగారి వంటి మిత్రుల ప్రోత్సాహంతో సేలం వదిలిపెట్టి మద్రాసులో వకీలు వృత్తి, ఆచార్యులు ప్రారంభించబోతున్నారని తెలిసింది. వారి ఇంటి దగ్గరే నాకు మకాం ఏర్పాటు చేశారు. అయితే ఈ విషయం నాకు రెండు రోజుల తర్వాత తెలిసింది. కస్తూరి అయ్యంగారి బంగళాలో నేను అతిథిగా వున్నానని అనుకున్నాను. మహాదేవ దేశాయి నా పొరపాటును సరిచేశాడు. రాజగోపాలాచారి మా ఎదుట పడకుండా తప్పుకు తిరుగుతూ ఉన్నాడు. అయితే మహాదేవ్ ఆయన్ను పసిగట్టి "మీరు రాజగోపాలాచారితో పరిచయం చేసుకోవాలి" అని నాకు చెప్పాడు.

నేను పరిచయం చేసుకున్నాను. రోజూ యుద్ధ ప్రణాళికను గూర్చి సలహా సంప్రదింపులు జరుపవలసిన అవసరం ఏర్పడింది. సభలు తప్ప నాకు మరేమీ తోచడంలేదు. రౌలట్ బిల్లు చట్టరూపం దాలిస్తే దాన్ని సవినయంతో ఎలా ఎదుర్కొనడం? అట్టి అవకాశం ప్రభుత్వం కల్పిస్తేనే కదా? ఆ చట్టాన్ని సవినయంగా వ్యతిరేకిస్తే దానికి గల హద్దు ఏమిటి? ఈ విషయాలపై మా మధ్య చర్చ జరుగుతూ ఉండేది. శ్రీ కస్తూరి రంగస్వామి అయ్యంగారు కొద్ది మంది నాయకుల్ని పిలిచి సమావేశం ఏర్పాటు చేశారు. ఆ సమావేశంలో బాగా చర్చ జరిగింది. ఆ చర్చలో శ్రీ విజయ రాఘవాచార్యులు పాల్గొన్నారు. ఆయన సూక్ష్మంగా కొన్ని సూచనలు చేసి సత్యాగ్రహం మీద పుస్తకం వ్రాయమని సలహా ఇచ్చారు. అది నా శక్తికి మించిన పని అని చెప్పాను.

ఇంకా ఒక నిర్ణయానికి మేము రాలేదు. పొయ్యి మీద పులగం ఉడుకుతూ ఉంది. ఇంతలో బిల్లు చట్ట రూపంలో గెజిట్‌లో ప్రకటించబడిందను వార్త మాకు అందింది. ఈ వార్త అందిన నాటి రాత్రి ఏం చేయాలా అని తీవ్రంగా ఆలోచిస్తూ నిదురపోయాను. ప్రాతఃకాలం మెళుకువ వచ్చింది. అర్ధ నిద్రావస్థలో ఒక స్వప్నం వచ్చింది. అందు ఒక సలహా వినబడింది. "ఈ చట్టానికి వ్యతిరేకంగా దేశమందంతటా హర్తాలు జరపమని ప్రకటన చెయ్యాలి. సత్యాగ్రహం ఆత్మశుద్ధికి సంబంధించిన యుద్ధం. అది ధార్మిక యుద్ధం. ధర్మ కార్యం. శుద్ధిగా ప్రారంభించాలి. అందువల్ల ఆ రోజున ఉపవాసం చేయాలి. పనులేవీ చేయకూడదు. ముస్లిం సోదరులు రోజూ ఉపవాసం చేస్తారు గనుక 24 గంటలపాటు అంతా ఉపవాసం చేయాలి. అన్ని ప్రాంతాల వారు చేరుతారో లేదో తెలియదు. కనుక ముందుగా బొంబాయి, మద్రాసు, బీహారు, సింధ్‌లో జరపాలి. ఈ ప్రాంతాల్లో సరిగా హర్తాళ్ జరిగితే దానితో తృప్తి పడాలి". ఇది స్వప్నంలో నాకు వినబడిన సలహా.

ఈ సలహా రాజగోపాలాచార్యులకు బాగా నచ్చింది. తరువాత ఇతర మిత్రులకు తెలియజేశాం. అందరూ హర్షం ప్రకటించారు. ఒక చిన్న నోటీసు తయారు చేశాను. ప్రారంభంలో ది.30 మార్చి 1919 నాడు హర్తాళ్ జరపాలని నిర్ణయించారు. తరువాత అది ఏప్రిల్ ఆరవ తేదీకి మారింది.

ప్రజలకు కొద్ది రోజుల ముందే ఈ సమాచారం అందజేయబడింది. పని వెంటనే ప్రారంభించాలని నిర్ణయించాం. వ్యవధి ఎక్కువగా లేదు.

ఆశ్చర్యం! ఎలా జరిగాయో ఏమో ఏర్పాట్లు పకడ్బందీగా జరిగాయి. భారత దేశమందంతటా పట్టణాల్లో, పల్లెటూళ్ళలో జయప్రదంగా హర్తాళ్ జరిగింది. అద్భుతమైన దృశ్యం అది.

31. ఆ వారం - 1

దక్షిణాదిన కొద్దిగా పర్యటించి ఏప్రిల్ 4వ తేదీ నాటికి బొంబాయి చేరాను. శంకర లాల్ బాంకరు ఏప్రిల్ 6వ తేదీ నాడు హర్తాళ్ జరిపేందుకై బొంబాయి రమ్మని తంతి పంపాడు. మార్చి 30వ తేదీన ఢిల్లీలో హర్తాళ్ జరిగింది. కీ.శే. శ్రద్ధానందగారు, డా. హకీం అజమల్‌ఖాన్ సాహెబ్ అందుకు పూనుకున్నారు. ఏప్రిల్ 6వ తేదీన హర్తాళ్ జరపాలనే వార్త ఢిల్లీకి ఆలస్యంగా చేరింది. ఢిల్లీలో 30వ తేదీన జరిగిన హర్తాళ్ ఎంతో బాగా జరిగింది. హిందువులు, మహమ్మదీయులు కలిసి హృదయపూర్వకంగా చేసిన హర్తాళ్ అది. ముస్లింలు శ్రద్ధానంద్ గారిని జామా మసీదుకు ఆహ్వానించడమే గాక అక్కడ వారిచే ఉపన్యాసం కూడా చేయించారు. ప్రభుత్వాధికారులు ఈ వ్యవహారాన్ని సహించలేకపోయారు. రైలు స్టేషను వైపు ఊరేగింపుగా వెళుతున్న జనాన్ని పోలీసులు ఆపి వారిని తుపాకి గుండ్లకు గురిచేశారు. కొంతమంది చనిపోయారు. చాలామంది గాయపడ్డారు. అధికారులు అణచివేత చర్యకు పూనుకున్నారు. శ్రద్ధానందగారు నన్ను వెంటనే ఢిల్లీ రమ్మని తంతి పంపారు. ఏప్రిల్ ఆరవ తేదీన బొంబాయిలో ఉండి వెంటనే ఢిల్లీ వస్తానని శ్రద్ధానంద గారికి తంతి ద్వారా తెలియజేశాను.

ఢిల్లీలో జరిగినట్లుగానే లాహోరు, అమృతసర్‌లో కూడా హర్తాళ్ జరిగింది. వెంటనే అమృతసర్ రమ్మని డా. సత్యపాల్ మరియు కిచలూగారల తంతి అందింది. ఈ ఇద్దరు సోదరుల్ని నేను బొత్తిగా ఎరుగను. ముందు ఢిల్లీ వెళ్ళి తరువాత అమృత్‌సర్ వస్తానని వారికి తెలియజేశాను. బొంబాయిలో ఆరవ తేది ఉదయం వేలాది మంది జనం చౌపాటీ దగ్గర స్నానం చేసి దేవాలయానికి వెళ్ళేందుకు ఊరేగింపుగా బయలుదేరారు. ఊరేగింపులో స్త్రీలు పిల్లలు కూడా ఉన్నారు. ముస్లింలు కూడా పెద్ద సంఖ్యలో అందు పాల్గొన్నారు. వారు త్రోవలో మమ్మల్ని మసీదుకు తీసుకువెళ్ళారు. అక్కడ సరోజినీ దేవిని మరియు నన్ను ఉపన్యాసం ఇమ్మని కోరారు. మేము ఉపన్యాసాలు ఇచ్చాము. శ్రీ విఠల్ దాస్ జెరాజాణి స్వదేశీ మరియు హిందూ ముస్లిం సమైక్యతకు సంబంధించిన ప్రతిజ్ఞ చేయిద్దామని సూచించాడు. తొందరపాటుగా ప్రతిజ్ఞ చేయించడానికి నేను ఇష్ట పడలేదు. జరిగిన దానితో తృప్తి పడమని సలహా ఇచ్చాను. ప్రతిజ్ఞ చేసిన తరువాత ఉల్లంఘించకూడదు కదా! స్వదేశీ అంటే అర్థం ఏమిటో తెలుసుకోవాలనీ, హిందూ ముస్లిం సమైక్యతకు సంబంధించిన ప్రతిజ్ఞను అర్థం చేసుకోవాలని చెప్పి ఇట్టి ప్రతిజ్ఞ చేయదలచిన వారు రేపు ఉదయం చౌపాటి దగ్గరకు రమ్మని చెప్పాను.

బొంబాయిలో పూర్తిగా హర్తాళ్ జరిగింది. అక్కడ చట్టాన్ని ఉల్లంఘించే కార్యక్రమం నిర్ణయించబడింది. రద్దు చేయడానికి అనుకూలమైన చట్టాలను, ప్రతివారు తేలికగా ఉల్లఘించుటకు వీలైన చట్టాలను ఉల్లంఘించాలనీ నిర్ణయం చేశాము. ఉప్పు పన్ను ఎవ్వరికీ ఇష్టం లేదని తేలింది. దాన్ని రద్దు చేయాలని ఎన్నో ప్రయత్నాలు జరుగుతున్నాయి. మీ మీ ఇళ్ళలో ఉప్పు తయారు చేసి తీసుకురమ్మని చెప్పాను. ప్రభుత్వం నిషేధించిన పుస్తకాల్ని అమ్మాలని చెప్పాను. అట్టి పుస్తకాలు

నావే రెండు ఉన్నాయి. (1) హింద్ స్వరాజ్ (2) సర్వోదయ్. ఈ పుస్తకాలను అచ్చువేయడం తేలిక. ఆ విధంగా చట్టాన్ని ఉల్లంఘించవచ్చు. వెంటనే ఆ పుస్తకాలు అచ్చువేయాలని మరునాడు సాయంత్రం చౌపాటిలో జరిగిన సభల్లో వాటి అమ్మకం జోరుగా జరపాలని నిర్ణయం గైకొన్నాము. మరునాడు చాలామంది వాలంటీర్లు పుస్తకాలు అమ్మడానికి బయలుదేరారు. ఒక కారులో నేను, మరో కారులో సరోజినీ నాయుడు బయలుదేరాం. ముద్రించబడిన పుస్తక ప్రతులన్నీ అమ్ముడుపోయాయి. వచ్చిన సొమ్మంతా యుద్ధ కార్యక్రమం నిమిత్తం ఖర్చుచేయాలని నిర్ణయం గైకొన్నాం. పుస్తకం ధర నాలుగు అణాలు. అయితే నా చేతికి, సరోజినీ దేవి చేతికి మూల్యం మాత్రమే గాక తమ జేబులో ఉన్న సొమ్మంతా ఇచ్చి చాలామంది పుస్తకాలు కొన్నారు. కొందరు అయిదు, పదిరూపాయల నోట్లు కూడా ఇచ్చారు. ఒక ప్రతికి 50 రూపాయలు ఒకరు ఇచ్చినట్లు నాకు గుర్తు. ఈ పుస్తకాలు కొన్నవారికి కూడా జైలు శిక్ష పడవచ్చునని ముందుగానే జనానికి చెప్పాం. కాని ఆ క్షణంలో జైలు భయం జనానికి పోయిందని చెప్పవచ్చు. అయితే ఏ పుస్తకాల్ని ముద్రించి మేము అమ్మకం చేశామో వాటికి నిషేధం లేదని ప్రభుత్వం భావించిందని ఏడవ తేదీన తెలిసింది. అమ్మకం జరిగిన పుస్తకాలు పునర్ముద్రణ పొందినట్టివి. నిషేధం ప్రథమ ముద్రణ వరకే పరిమితం. కనుక పుస్తకాల అమ్మకం చట్టవిరుద్ధం కాదని ప్రభుత్వం భావించిందట. యీ వార్త తెలిసినప్పుడు జనం కొద్దిగా నిరుత్సాహ పడ్డారు.

ఏడవ తేదీన స్వదేశీ వ్రతం పట్టేందుకు హిందూ ముస్లిం సమైక్యత కోసం ప్రతిజ్ఞ చేసేందుకు చౌపాటి దగ్గర సభ జరగాల్సి వున్నది. తెల్లగా కనబడేవన్నీ పాలు కాజాలవని తెలిసింది. అక్కడికి బహు కొద్దిమంది మాత్రమే వచ్చారు. వారిలో ఇద్దరు ముగ్గురు మహిళల పేర్లు నాకు గుర్తు వున్నాయి. పురుషులు కూడా బహుకొద్ది మందే వచ్చారు. నేను వ్రతాన్ని గురించిన ముసాయిదా తయారు చేసి వుంచాను. సభలో పాల్గొన్న వారందరికీ వివరించి చెప్పి వ్రతాన్ని గురించిన శపథం చేయించాను. కొద్ది మంది మాత్రమే హాజరవడం వల్ల నాకు ఆశ్చర్యం గాని, విచారం గాని కలగలేదు. తుపానుల వంటి కార్యాలకు, నిర్మాణాత్మక కార్యాలకు గల తేడా నాకు తెలుసు. తుఫాను కార్యాలంటే సహజంగా జనానికి పక్షపాతం ఉంటుంది. నెమ్మదిగా సాగే నిర్మాణ కార్యక్రమాలంటే అభిరుచి వుండదు. దీన్ని గురించి రాయాలంటే మరో ప్రకరణం అవసరం.

9వ తేదీ రాత్రి ఢిల్లీ అమృత్‌సర్‌లకు బయలుదేరాను. ఎనిమిదవ తేదీన మధుర చేరాను. నన్ను అరెస్టు చేయవచ్చుననే వార్త నా చెవిన పడింది. మధుర తరువాత ఒక స్టేషను దగ్గర రైలు ఆగుతుంది. అక్కడ ఆచార్య గిద్వానీ వచ్చి కలిశారు. నన్ను అరెస్టు చేయబోతున్నారని ఆయన నమ్మకంగా చెప్పాడు. నా సేవలు అవసరమైతే చెప్పండి, సిద్ధంగా వున్నానని అన్నాడు. ధన్యవాదాలు చెప్పి అవసరమైతే మీ సేవల్ని ఉపయోగించు కుంటానని చెప్పాను.

రైలు పల్వల్ స్టేషనుకు చేరక పూర్వమే ఒక పోలీసు అధికారి నా చేతిలో ఒక ఆర్డరు పత్రం ఉంచాడు. "మీరు పంజాబులో ప్రవేశిస్తే అశాంతి ప్రబలే ప్రమాదం వున్నది. గనుక మీరు పంజాబు గడ్డమీద అడుగు పెట్టవద్దు" అని ఆ పత్రంలో వున్నది. ఆ ఆర్డరు పత్రం ఇచ్చి ఇక బండిదిగిపొమ్మని ఆ పోలీసు అధికారి ఆదేశించాడు. బండి దిగడానికి నేను అంగీకరించలేదు. "అశాంతి పెంచేందుకు గాక అశాంతిని తగ్గించేందుకై వెళ్ళదలిచాను. అందువల్ల ఈ ఆదేశాన్ని పాటించలేనని తెలుపుటకు విచారిస్తున్నాను" అని చెప్పివేశాను. పల్వల్ స్టేషను వచ్చింది. మహాదేవ్ నాతోబాటు ఉన్నాడు. ఢిల్లీ వెళ్ళి శ్రద్ధానంద గారికి ఈ విషయం చెప్పి, జనాన్ని శాంతంగా

ఉండేలా చూడమని మహాదేవ్‌కు చెప్పాను. గవర్నమెంటు ఆర్డరును పాటించకుండా అరెస్టు కావడమే మంచిదని భావించానని, నన్ను అరెస్టు చేశాక కూడా ప్రజలు శాంతంగా ఉన్నారంటే అది మనకు విజయమని భావించాలని కూడా చెప్పమన్నాను.

పల్వల్ స్టేషనులో దింపివేసి పోలీసులు నన్ను తమ కస్టడీలోకి తీసుకున్నారు. ఢిల్లీ నుండి వస్తున్న ఏదో రైల్లో మూడో తరగతి పెట్టె ఎక్కించారు. పోలీసుల బృందం నా వెంట వున్నది. మధుర చేరిన తరువాత నన్ను పోలీసుల బారెక్‌కు తీసుకువెళ్ళారు. నన్ను ఎక్కడకి తీసుకువెళతారో ఏ అధికారి చెప్పలేకపోయాడు. ప్రాతఃకాలం నాలుగు గంటలకు నన్ను మేల్కొలిపి బొంబాయికి వెళ్ళే ఒక గూడ్సు బండిలో నన్ను కూర్చోబెట్టారు. మధ్యాహ్నం బండి సవాయి మాధోపూర్ చేరింది. అక్కడ నన్ను దింపివేశారు. బొంబాయి వెళ్ళే బండిలో ఎక్కించారు. లాహోర్ నుండి వచ్చిన ఇన్‌స్పెక్టర్ బోరింగ్ అక్కడ నా బాధ్యత వహించాడు. ఫస్ట్ క్లాస్ పెట్టెలో నన్ను కూర్చోబెట్టారు. నా వెంట బోరింగ్ దొర కూర్చున్నాడు. ఇక నేను జంటిల్‌మెన్ ఖైదీగా మారిపోయానన్నమాట. సర్ మైఖేల్ ఓడయరును గురించి తెల్లదొర చర్చ ప్రారంభించాడు. మాకు మీరంటే వ్యతిరేకత లేదు, కాని పంజాబులో మీరు అడుగుపెడితే అక్కడ అశాంతి ప్రబలుతుంది గనుక అక్కడికి వెళ్ళవద్దని, తిరిగి వెళ్ళిపొమ్మని నాకు చెప్పాడు. “నేను ఆ విధంగా వెళ్ళనని, మీ ఆదేశాన్ని పాటించనని” చెప్పాను. అయితే చట్ట రీత్యా చర్య తీసుకుంటామని అన్నాడు. ఏం చేయదలచుకున్నారో చెప్పమని దొరను అడిగాను. నాకేమీ తెలియదని మిమ్మల్ని బొంబాయి తీసుకువెళుతున్నానని, మరో ఆదేశం కోసం ఎదురు చూస్తున్నానని అతడు అన్నాడు.

సూరత్ చేరాం. మరో అధికారి వచ్చాడు. నా బాధ్యతను తాను స్వీకరించాడు. బండి బయలు దేరింది. మిమ్మల్ని విడుదల చేశారు. మీకోసం మెరీన్ లైన్సు స్టేషనులో బండి ఆపిస్తాను. మీరు అక్కడ దిగిపోతే మంచిది. కొలాబా స్టేషనులో జనం విపరీతంగా వుంటారని భావిస్తున్నాను అని అన్నాడు. మీరు చెప్పిన ప్రకారం చేయడం నాకు సంతోషదాయకం అని అన్నాను. అతడు ఆనందించి ధన్యవాదాలు తెలిపాడు. నేను మెరీన్ లైన్స్‌లో బండి దిగిపోయాను. ఎవరో పరిచితుడి గుర్రం బండి కనబడింది. అతడు నన్ను రేవాశంకర్ ఝుబేరీగారి ఇంటి దగ్గర దింపి వెళ్ళాడు. “మిమ్మల్ని అరెస్టు చేశారని తెలిసి జనం కోపంతో పెట్రేగిపోయారు. వాళ్ళకు పిచ్చి ఎక్కినంత పని అయింది. పాయధుని దగ్గర కొట్లాట జరిగేలా వుంది. మేజిస్ట్రేటు, పోలీసులు అక్కడికి హుటాహుటిన వెళ్ళారు” అని నాకు చెప్పాడు. నేను ఇంటికి చేరానో లేదో ఇంతలో ఉమర్ సుభానీ, అనసూయాబెన్ కారులో వచ్చి నన్ను పాయధునీకి బయలుదేరమని అన్నారు. “ప్రజలు కోపంతో ఉన్నారు. వాతావరణం ఉద్రిక్తంగా ఉంది. జనం ఎవ్వరు చెప్పినా వినే స్థితిలో లేరు. మిమ్మల్ని చూస్తే శాంతించవచ్చు” అని అన్నారు. నేను కారులో కూర్చున్నాను. పాయధుని చేరాను. అక్కడ అంతా గందరగోళంగా ఉన్నది. నన్ను చూడగానే జనం సంతోషంతో ఊగిపోయారు. జనం పెద్ద ఊరేగింపు తీశారు. వందేమాతరం, అల్లా హో అక్బర్ అను నినాదాలతో ఆకాశం మారు మ్రోగింది. పాయధుని దగ్గర పోలీసులు గుర్రాల మీద ఎక్కి కనబడ్డారు. ఇటుకరాళ్ళ వర్షం కురుస్తూ వున్నది. శాంతంగా ఉండమని చేతులు జోడించి జనాన్ని ప్రార్థించాను. ఇటుకలు, రాళ్ళు మాకూ తప్పవని అనిపించింది.

ఊరేగింపు అబ్దుల్ రెహమాన్ వీధినుండి క్రాఫర్డ్ మార్కెట్టు వైపుకు మళ్ళింది. ఇంతలో ఎదురుగా గుర్రపు రౌతుల పటాలం వచ్చి నిలబడింది. ఫోర్టువైపు వెళ్ళకుండా ఊరేగింపును ఆపేందుకు రౌతులు ప్రయత్నించసాగారు. క్రిక్కిరిసి యున్న జనం ఆగుతారా? పోలీసులైనును దాటి జనం

ముందుకు దూసుకు వెళ్ళారు. నా మాటలు ఎవ్వరికీ వినబడలేదు. వెంటనే గుర్రపు రౌతుల దళాధికారి జనాన్ని చెదర గొట్టమని ఆర్డరు ఇచ్చాడు. తళతళలాడే బల్లాలను త్రిప్పుతూ గుర్రపు రౌతులు హఠాత్తుగా జనం మీదకు గుర్రాల్ని తోలారు. ఆ బల్లెం ఒకటి నన్ను కూడా హతమార్చవచ్చునని భయం వేసింది. అయితే అది నిరాధారమైన భయం మాత్రమే. నా ప్రక్కగా బల్లాలు బహు వేగంగా తళతళమెరుస్తూ ముందుకు సాగుతూ ఉన్నాయి. జనం చెదిరిపోయారు. త్రోపుడు ఎక్కువైంది. కొందరు గాయపడ్డారు. కొందరు నలిగిపోయారు. అక్కడ గుర్రాలు పరుగెత్తేందుకైనా చోటు లేదు. ఎటుపోదామన్నా త్రోవ లేదు. దృశ్యం కడు భయానకంగా ఉంది. అటు గుర్రపు రౌతులు, ఇటు జనం. ఇద్దరికీ పిచ్చి ఎక్కినట్లున్నది. గుర్రాలకు ఏమీ కనబడటం లేదు. ఎటుబడితే అటు, ఎలాబడితే అలా దౌడు తీస్తున్నాయి. వేలాది జనాన్ని చెల్లాచెదురు చేయాలి. గుర్రపు రౌతులకు ఏమీ కనబడటం లేదని బోధపడుతూ ఉంది. మొత్తంమీద జనాన్ని చెల్లాచెదురు చేసి వాళ్ళను ముందుకు సాగకుండా చేశారు. మా కారును మాత్రం ముందుకు పోనిచ్చారు. పోలీసు కమీషనరు ఆఫీసు ముందు కారు ఆపించాను. పోలీసులు వ్యవహరించిన తీరుపై అసమ్మతి తెలుపుదామని కారు దిగాను.

32. ఆ వారం - 2

కమీషనరు గ్రిఫిత్ గారి ఆఫీసులోకి వెళ్ళాను. మెట్ల దగ్గర తుపాకులు పుచ్చుకొని సిద్ధంగా వున్న సైనికులు కనబడ్డారు. వారంతా యుద్ధానికి సిద్ధంగా వున్నట్లు బోధపడింది. వరండాలో కూడా గందరగోళంగా వున్నది. నేను కబురు పంపి ఆఫీసులోకి ప్రవేశించాను. అక్కడ కమీషనరు దగ్గర మి॥ బోరింగు కూర్చొని వున్నాడు. నేను చూచిన దృశ్యాన్ని కమీషనరుకు వివరించి చెప్పాను. "ఊరేగింపును ఫోర్టు వైపుకు వెళ్ళకుండా ఆపడమే నా లక్ష్యం. జనం అక్కడికి చేరితే ఉపద్రవం జరిగి తీరేది. ఎంత చెప్పినా జనం వినే స్థితిలో లేనందున వాళ్ళను తొలగించి వేయమని ఆదేశించక తప్పలేదు" అని అతడు క్లుప్తంగా జవాబు ఇచ్చాడు.

"ఫలితం మీకు తెలుసుకదా! గుర్రాల కాళ్ళ క్రింద జనం నలిగిపోవడం తప్ప జరిగిందేమిటి? అసలు గుర్రపు రౌతుల్ని తీసుకురావడం అనవసరం కాదా?" అని నేను అన్నాను. ఆ విషయం మీకు తెలియదు. మీ బోధలు జనం మీద ఎలా పని చేశాయో, చేస్తున్నాయో మీ కంటే పోలీసువాళ్ళం మాకు బాగా తెలుసు. ముందే మేము జాగ్రత్త వహించకపోతే కీడు అధికంగా జరిగివుండేది. స్పష్టంగా చెబుతున్నాను. జనం మీ మాట వినే స్థితిలో లేరు. చట్టాన్ని వ్యతిరేకించమంటే జనం ముందుకు ఉరుకుతారు. కాని శాంతంగా ఉండమని చెబితే వాళ్ళ బుర్రకు ఎక్కదు. మీ విధానం మంచిదే కాని దాన్ని సరిగా అర్థం చేసుకునే వాళ్ళేరీ? వాళ్ళ ధోరణి వాళ్ళదే! అని అన్నాడు కమీషనరు. "మీకూ నాకూ మధ్యగల తేడా ఇదే. ప్రజలు సహజంగా కొట్లాటలకు దిగరు. వాళ్ళు శాంతి ప్రియులు" అని అన్నాను. మా ఇరువురికి మధ్య కొంత చర్చ జరిగిన తరువాత దొర "సరేనండి, మీ బోధను ప్రజలు అర్థం చేసుకోలేదని మీరు గ్రహించారనుకోండి. అప్పుడు మీరేం చేస్తారో చెప్పండి?" అని సూటిగా ప్రశ్నించాడు. "ఆ విషయం నాకు తెలిసిన మరుక్షణం ఉద్యమాన్ని ఆపివేస్తాను" అని అన్నాను. "ఆపివేయడమంటే ఏమిటి? మిమ్మల్ని విడుదల చేసిన మరుక్షణం పంజాబు వెళతానని మీరు బోరింగుకు చెప్పలేదా?" "అవును చెప్పాను. యీ రైలుకే వెళదామని భావించాను కూడా. కాని ఇవాళ వెళ్ళలేను." "కొంచెం ఓపికపడితే అన్ని విషయాలు మీకే తెలుస్తాయి.

అహమదాబాదులో ఏం జరుగుతున్నదో, అమృతసర్‌లో ఏం జరిగిందో మీకు తెలుసా? జనం బాగా పెట్రేగి పోయారు. నాకూ ఇంకా పూర్తి సమాచారం అందలేదు. ఎన్నోచోట్ల తంతి తీగలు తెగగొట్టారు. ఈ రగడకంతటికీ పూర్తిగా మీదే బాధ్యత" "నా బాధ్యత ఎంతవరకో అంతవరకు వహించేందుకు నేను సిద్ధమే. అహమదాబాదులో జనం ఇష్టం వచ్చినట్లు వ్యవహరించారు అంటే నాకు విచారం కలుగుతుంది. అమృతసర్‌ను గురించి నాకేమీ తెలియదు. అక్కడికి నేను ఎప్పుడూ వెళ్ళలేదు. అక్కడ నన్ను ఎవ్వరూ ఎరుగరు. పంజాబు ప్రభుత్వం నన్ను ఆపి వుండకపోతే అక్కడ జనాన్ని శాంతింపచేసేందుకు గట్టి కృషి చేసి యుండేవాణ్ణి. నన్ను వెళ్ళకుండా ఆపి ప్రభుత్వమే జనాన్ని రెచ్చగొట్టింది" అని అన్నాను.

ఈ విధంగా మాటలు సాగుతూ వున్నాయి. మా ఇద్దరి అభిప్రాయలు కలవడం లేదు. చౌపాటీ దగ్గర మీటింగు జరిపి ప్రజలను శాంతంగా వుండమని చెబుతానని చెప్పి అక్కడి నుండి వచ్చివేశాను.

చౌపాటీ దగ్గర సభ జరిగింది. ప్రజలకు శాంతిని గురించి, సత్యాగ్రహ ఆదర్శాల గురించి వివరించి చెప్పాను. "సత్యాగ్రహం అంటే సత్యపు క్రీడ. ప్రజలు శాంతంగా వుండకపోతే నేను సత్యాగ్రహ పోరాటం జరపలేను" అని చెప్పాను. అహమదాబాదులో కూడా దొమ్మీ జరిగిందని అనసూయాబెన్‌కు సమాచారం అందింది. ఆమెను అరెస్టు చేశారని ఎవరో పుకారు లేవదీశారు. దానితో కార్మికులు పెట్రేగిపోయారు. వాళ్ళు హర్తాళ్‌తో బాటు ఉపద్రవానికి పూనుకున్నారు. ఒక సైనికుణ్ణి ఖూనీ చేశారు. నేను అహమదాబాదు వెళ్ళాను. నడియాద్ దగ్గర రైలు పట్టాలు పీకి వేసేందుకు ప్రయత్నించారని అక్కడ నాకు తెలిసింది. వీరంగావ్‌లో ఒక గవర్నమెంటు కార్యకర్తను చంపివేశారు. అహమదాబాదు చేరాను. అక్కడ మార్షల్ లా అమలు చేశారు. జనం జంకినట్లు కనబడింది. చేసిన దానికి వడ్డీతో సహా జనానికి గవర్నమెంటు వారు సైన్య సాయంతో ముట్టచెబుతూ వున్నారన్నమాట. నన్ను స్టేషను నుండి కమీషనరు మిస్టర్ ప్రెట్ దగ్గరికి తీసుకుని వెళ్ళేందుకు మనుష్యులు సిద్ధంగా వున్నారు. నేను వారి దగ్గరికి వెళ్ళాను. ఆయన ఎంతో కోపంగా వున్నాడు. నేను ప్రశాంతంగా సమాధానాలిచ్చాను. జరిగిన హత్యలకు విచారం వ్యక్తం చేశాను. మార్షల్ లా అనవసరమని కూడా చెప్పాను. తిరిగి శాంతి నెలకొల్పేందుకు ఏం చేయమంటే అది చేస్తానని చెప్పాను. బహిరంగ సభ జరిపేందుకు అనుమతి కోరాను. ఆశ్రమ ప్రదేశంలో ఆ సభ జరుపుతానని చెప్పాను. నా అభిప్రాయం ఆయనకు నచ్చింది. ఏప్రిల్ 13వ తేదీ ఆదివారం నాడు బహిరంగ సభ జరిపినట్లు నాకు గుర్తు. ఆ రోజునో లేక ఆ మరునాడో మార్షల్ లా ఎత్తివేశారు. సభలో ప్రసంగిస్తూ జనం చేసిన పొరపాటు ఏమిటో తెలియజేసేందుకు ప్రయత్నించాను. అందుకు ప్రాయశ్చిత్తంగా మూడు రోజులు ఉపవాసం చేయమని చెప్పాను. హత్యలు కావించిన వారు తమ తప్పు అంగీకరించి ప్రభుత్వానికి లొంగిపొమ్మని సలహా ఇచ్చాను. నా కర్తవ్యం ఏమిటో స్పష్టంగా బోధపడింది. ఏ కార్మికుల మధ్య అధిక సమయం గడిపానో, ఏ కార్మికులకు నేను సేవ చేశానో, ఏ కార్మికులు సత్కార్యాలు చేస్తారని నేను ఆశించానో ఆ కార్మికులే కొట్లాటలలో పాల్గొనడం సహించలేకపోయాను. వారు చేసిన అపరాధంలో నేను కూడా భాగస్వామినేనని భావించాను.

ప్రభుత్వానికి లొంగిపొమ్మని జనానికి సలహాయిచ్చినట్లే జనం చేసిన తప్పుల్ని క్షమించమని ప్రభుత్వానికి కూడా విజ్ఞప్తి చేశాను. కాని నా మాట ఇరుపక్షాల వారిలో ఒక్క పక్షం వారు కూడా వినలేదు. ప్రజలు తమ తప్పును అంగీకరించలేదు, ప్రభుత్వం వారిని క్షమించేందుకు సిద్ధపడలేదు. కీ.శే. రమణభాయి మొదలుగా గల పౌరులు వచ్చి సత్యాగ్రహం ఆపివేయమని నన్ను కోరారు. ఆ

విధంగా నన్ను కోరవలసిన అవసరమేలేదు. శాంతిని గురించి తెలుసుకొని జనం ఆ విధంగా నడుచుకోనంతవరకు సత్యాగ్రహసమరాన్ని నిలిపివేయాలని నేను అప్పటికే నిర్ణయానికి వచ్చివున్నాను. అందుకు వాళ్ళంతా సంతోషించారు. కొంతమంది మిత్రులకు కోపం కూడా వచ్చింది. దేశమందంతటా శాంతంగా సంగ్రామం సాగాలని అనుకుంటే అది సాధ్యం కాదని వారు భావించారు. నా అభిప్రాయం స్పష్టంగా చెప్పాను. ఏ ప్రజలకు నేను సేవ చేశానో ఆ ప్రజలు కూడా సత్యాగ్రహ సమరాన్ని గురించి, శాంతిని గురించి సరిగా గ్రహించకపోతే ఇక సత్యాగ్రహ పోరాటం జరపడం సాధ్యం కాదని చెప్పివేశాను. సత్యాగ్రహులు తమ హద్దులో వుండి శాంతియుతంగా పోరాటం సాగించాలని అది నా నిశ్చితాభిప్రాయమని చెప్పాను. ఈనాటికి నా అభిప్రాయం అదే.

33. పర్వతమంత తప్పు

అహమదాబాదు సభ ముగించుకొని నేను నడియాద్ వెళ్ళాను. పర్వతమంత తప్పు అని నేను అక్కడ అన్నమాట ఎంతో ప్రచారంలోకి వచ్చింది. అట్టి మాట అదివరకు నేను ఎప్పుడూ అనలేదు. అహమదాబాదులోనే నా తప్పు నాకు స్పష్టంగా కనబడింది. నడియాద్ వెళ్ళి అక్కడి పరిస్థితిని గురించి యోచించాను. ఖేడాజిల్లాకు చెందిన చాలామందిని అరెస్టు చేశారని విన్నాను. అక్కడి సభలో ప్రసంగిస్తూ ఖేడాజిల్లావాసులను, తదితరుల్ని సహాయ నిరాకరణోద్యమంలో పాల్గొని చట్టాల్ని ధిక్కరించమని నేను కోరాను. ఆ కోరికలో తొందరపాటు కలదని నా మనస్సుకు తోచి పైమాట అనేశాను. ఆ తప్పు పర్వతమంతగా నాకు కనిపించింది. ఆ విషయం బహిరంగంగా ప్రకటించేసరికి నన్ను చాలామంది ఎగతాళి చేశారు. అయినా తప్పును ఒప్పుకున్నాను కనుక నాకు పశ్చాత్తాపం కలుగలేదు. ఇతరులు చేసిన ఏనుగంత తప్పును ఆవగింజంత చిన్నదిగాచూడు. నీవు చేసిన తప్పును పర్వతమంతగా భావించు. అప్పుడే తప్పులెన్నువారు తమ తప్పులు తెలుసుకుంటారు అను మాట చెల్లుబాటు అవుతుంది. ప్రతి సత్యాగ్రహి యీ లక్షణాన్ని అలవరుచుకోవాలని నా అభిప్రాయం. అసలు నాకు పర్వతమంతగా కనిపించిన ఆ తప్పేమిటో కొద్దిగా చెబుతాను. చట్టాన్ని పూర్తిగా అమలుపరిచినట్టి వ్యక్తులు చట్టాన్ని సవినయంగా ఉల్లంఘించారు. భయంవల్లనే అలా చేస్తారని గ్రహించాలి. ఉల్లంఘించితే శిక్షపడుతుందనేదే ఆ భయం. నీతికి అవినీతికి సంబంధించని చట్టాల విషయంలోనే ఇలా జరుగుతుంది. చట్టం వున్నా లేకపోయినా మంచివాడు ఎన్నడూ దొంగతనం చేయడు. కాని రాత్రిళ్ళు సైకిలు మీద వెళుతూ లైటు వెలుగుతున్నదా లేదా అని ఎవ్వడూ చూడడు. సామాన్యంగా చట్టవిరుద్ధమైన ఆ చర్యను గమనించడు. గమనించమని కోరినా మంచివాళ్ళు కూడా అందుకు సిద్ధపడరు. కాని అలా చేస్తే శిక్ష పడుతుందని భయం కలిగినప్పుడు మాత్రం అతడు లైటు వెలిగించడానికి సిద్ధపడతాడు. ఈ విధంగా జరిగే నియమపాలనను, స్వేచ్ఛగా జరిగే నియమపాలన అని అనడానికి వీలు లేదు. నిజమైన సత్యాగ్రహి చట్టాల్ని స్వేచ్ఛగా పాటిస్తాడు. యీ విషయం తెలుసుకొని సమాజంలో చట్టాల్ని పాటించునట్టి వారే చట్టాల యొక్క నీతిని, అవినీతిని గురించి నిర్ణయించుటకు అర్హులు. అట్టివారికే చట్టాన్ని ఆయా పరిస్థితుల్లో, ఆయా పరిధికి లోబడి వ్యతిరేకించే అర్హత వుంటుంది. అట్టి అర్హత వున్నదా లేదా అని గమనించకుండా నేను చట్టాన్ని ఉల్లంఘించమని వారికి చెప్పాను. నాయీ తప్పు నాకు పర్వతమంతగా కనబడింది. ఖేడాజిల్లాలో ప్రవేశించిన తరువాత నాకు అక్కడి ఉద్యమం జ్ఞాపకం వచ్చింది. నేను బహిరంగంగా కనపడుతున్న ప్రమాదాన్ని గుర్తించలేదని నాకు బోధపడింది.

సహాయ నిరాకరణోద్యమాన్ని కొనసాగించేందుకు ప్రజలు అర్హులు కావాలి. అందలి రహస్యాన్ని వారు గ్రహించాలి. తెలిసివుండి కూడా చట్టాల్ని రోజూ ఉల్లంఘించేవారు, రహస్యంగా చట్టాల్ని పలుసార్లు ఉల్లంఘించేవారు, హఠాత్తుగా సహకార నిరాకరణం అంటే ఏమిటో ఎలా తెలుసుకోగలరు? దాని మర్యాదను ఎలా కాపాడగలరు?

వేలాదిమంది, లక్షలాదిమంది జనం ఇట్టి ఆదర్శస్థితిని పొందలేరని అంతా అంగీకరిస్తారు. కాని ఆ విధమైన శిక్షణ ఉద్యమం ప్రారంభించుటకు పూర్వం జనానికి నేర్పాలి. అట్టి శిక్షణ నొసంగగల నిష్ణాతులగు వాలంటీర్లను ముందు తయారు చేయాలి. వాళ్ళకు సహకార నిరాకరణోద్యమం అంటే ఏమిటో బోధించాలి. అప్పుడే యీ ఉద్యమం విజయవంతం అవుతుంది. ఈ విధంగా యోచించి నేను బొంబాయి చేరుకుని సత్యాగ్రహ సంస్థ ద్వారా సత్యాగ్రహుల వాలంటీర్ల దళాన్ని ఏర్పాటు చేసి, సత్యాగ్రహ విధానాన్ని వారికి బోధపరిచి, అందుకు అవసరమైన కరపత్రాలు ప్రకటించే ఏర్పాటు చేశాను. ఈ పని ప్రారంభించానే గాని జనాన్ని ఆకర్షించలేకపోయాను. వాలంటీర్లు అధికంగా దొరకలేదు. చేరిన వారైనా పూర్తిగా గ్రహించారా అంటే సమాధానం చెప్పడం కష్టమే. రోజులు గడిచిన కొద్దీ వాళ్ళు కూడా జారుకోవడం ప్రారంభించారు. దానితో సహకార నిరాకరణోద్యమం బండి నేను అనుకొన్నట్లు వేగంగా నడవడం లేదని, నెమ్మదిగా నడుస్తున్నదని గ్రహించాను.

34. నవజీవన్ మరియు యంగ్ ఇండియా

ఒకవైపున సహాయనిరాకరణోద్యమం (దాని నడక ఎంత సన్నగిల్లినా) నడుస్తూనే వున్నది. మరో వైపున ప్రభుత్వ పక్షాన ఆ ఉద్యమ అణచివేత కార్యక్రమం ముమ్మరంగా సాగుతున్నది. పంజాబులో ఈ దృశ్యం కనబడింది. అక్కడ మిలటరీ చట్టం అంటే నియంతృత్వం ప్రారంభమైంది. నాయకుల్ని నిర్బంధించారు. ప్రత్యేకించి న్యాయస్థానాలు, న్యాయస్థానాలుగా వుండక, గవర్నరు ఆర్డరును పాలించే సాధనాలుగా మారిపోయాయి. విచారణ అనేదే లేకుండా అందరికీ శిక్షలు విధించారు. నిరపరాధుల్ని పురుగుల్లా బోర్లా పడుకోబెట్టి పాకించారు. యీ దుర్మార్గం ముందు జలియన్‌వాలా బాగ్‌లో జరిగిన ఘోరకృత్యం కూడా తలవంచుకుంది. అయితే బాగ్‌లో జరిగింది నరమేధం గనుక ప్రపంచాన్ని అది బాగా ఆకర్షించింది.

ఏ విధంగానైనా సరే మీరు పంజాబు వెళ్ళాలి అని నా మీద వత్తిడి ఎక్కువైంది. నేను వైస్రాయికి జాబు వ్రాశాను. తంతిపంపాను. కాని అనుమతి లభించలేదు. అనుమతి లేకుండా వెళితే లోనికి అడుగుపెట్టనీయరు కదా! చట్టాన్ని సవినయంగా ఉల్లంఘించాననే గౌరవం తప్ప వేరే ప్రయోజనం చేకూరదు. ధర్మ సంకటంలో పడ్డాను. ప్రభుత్వం వారి నిషేధాజ్ఞను ఉల్లంఘించితే అది సహకార నిరాకరణోద్యమం క్రిందకు రాదు. శాంతిని గురించి ఆశించిన విశ్వాసం ఇంకా నాకు కలుగలేదు. పంజాబులో జరుగుతున్న దుర్మార్గపు పాలన వల్ల దేశంలో ఉద్రిక్త వాతావరణం నెలకొన్నది. ఇట్టి స్థితిలో నేను చట్టాన్ని ఉల్లంఘించితే అగ్నిలో ఆజ్యం పోసినట్లవుతుందని అనిపించింది. అందువల్ల పంజాబులో ప్రవేశించడానికి నేను ఇష్టపడలేదు. ఇది చేదు నిర్ణయం. రోజూ పంజాబులో జరుగుతున్న ఘోరకృత్యాలు తెలుస్తున్నాయి. వాటిని వింటూ పండ్లు కొరుకుతూ వుండిపోవలసిన స్థితి ఏర్పడింది.

ఇదే సమయాన క్రానికల్ పత్రికను ప్రచండశక్తిగా రూపొందించిన మిస్టర్ హార్నిమెన్‌ను ప్రజలకు తెలియకుండా రహస్యంగా ప్రభుత్వం ఎత్తుకుపోయింది. యీ దొంగతనంలో నిండివున్న దుర్వాసన యీ నాటివరకు నాకు కొడుతూనే వున్నది. మి॥ హార్నిమెన్ అరాచకత్వాన్ని కోరలేదని నాకు తెలుసు. సత్యాగ్రహ సంస్థ సలహా తీసుకోకుండా పంజాబు ప్రభుత్వపు ఆదేశాన్ని నేను ధిక్కరించడం సరికాదని ఆయన భావించాడు. సహాయ నిరాకరణోద్యమాన్ని వాయిదా వేయడానికి ఆయన పూర్తిగా ఇష్టపడ్డాడు. నేను వాయిదా వేస్తున్నానని ప్రకటించక పూర్వం వాయిదా వేయమని సలహాయిస్తూ ఆయన రాసిన జాబు నాకు ఆలస్యంగా అందింది. అప్పటికి నా ప్రకటన వెలువడింది. ఆ ఆలస్యానికి కారణం అహమదాబాదుకు బొంబాయికి మధ్యన గల దూరమే. ఆయనను దేశాన్నుండి బహిష్కరించిన తీరు నాకు బాధ కలిగించింది. యీ ఘట్టం జరిగిన తరువాత క్రానికల్ పత్రికను నడిపే బాధ్యత నాకు అప్పగించారు. మిస్టర్ బరేల్వీ అక్కడ వున్నారు. అందువల్ల నేను చేయవలసిన పని అంటూ ఏమీ మిగలలేదు. ఆ బాధ్యత కూడా ఎక్కువ రోజులు తీసుకోవలసిన అవసరం లేకుండా పోయింది. ప్రభుత్వం వారి దయవల్ల క్రానికల్ ప్రచురణ ఆగిపోయింది. క్రానికల్ వ్యవస్థను చూస్తున్న ఉమర్‌సుభానీ, శంకరలాల్ బాంకర్ గారలు "యంగ్‌ఇండియా" వ్యవస్థ కూడా చూస్తున్నారు. వారిద్దరూ యంగ్‌ఇండియా బాధ్యత వహించమని నన్ను కోరారు. క్రానికల్ లేని లోటు తీర్చడం కోసం యంగ్‌ఇండియా పత్రికను వారానికి ఒకసారి కాకుండా రెండుసార్లు ప్రచురించాలని నిర్ణయించాం.

ప్రజానీకానికి సత్యాగ్రహ రహస్యాలు తెలియజేయాలనే కాంక్ష నాకు వున్నది. పంజాబును గురించి ఏమీ చేయలేకపోయినా కనీసం విమర్శించవచ్చుకదా! దాని వెనుక సత్యాగ్రహస్ఫూర్తి వున్నదని గవర్నమెంటుకు తెలుసు. అందువల్ల ఆ మిత్రుల సలహాను అంగీకరించాను. కాని ఇంగ్లీషు ద్వారా ప్రజానీకానికి సత్యాగ్రహాన్ని గురించి శిక్షణ ఎలా గరపడం? నా కార్యక్షేత్రం ముఖ్యంగా గుజరాత్ ప్రాంతం. సోదరుడు ఇందూలాల్ యాజ్ఞిక్ అప్పుడు యీ మండలిలో వున్నారు. ఆయన చేతిలో మాసపత్రిక నవజీవన్ వున్నది. ఆ ఖర్చు కూడా పై మిత్రులే భరిస్తున్నారు. ఆ పత్రికను ఇందూలాల్ మరియు ఆ మిత్రులు నాకు అప్పగించారు. అయితే అందు పని చేయడానికి ఇందూలాల్ అంగీకరించారు. ఆ మాసపత్రికను మేము వారపత్రికగా మార్చాము. ఇంతలో క్రానికల్‌కి మళ్ళీ ప్రాణం వచ్చింది. అందువల్ల యంగ్ ఇండియా వారపత్రికగా మారింది. దాన్ని నా సలహా ప్రకారం అహమదాబాదుకు మార్చారు. రెండు పత్రికల్ని వేరు వేరు చోట్ల నుండి వెలువరించాలంటే ఖర్చు పెరిగింది. శ్రమ కూడా హెచ్చింది. నవజీవన్ పత్రిక అహమదాబాద్ నుండే వెలువడుతున్నది. అటువంటి పత్రికలు నడపాలంటే సొంత ప్రెస్సు అవసరమను విషయం ఇండియన్ ఒపీనియన్ అను పత్రిక నడుపుతూ వున్నప్పుడు నాకు బోధపడింది. వ్యాపార దృక్పథంతో సొంత ప్రెస్సుల్లో ముద్రింపబడే పత్రికల్లో ఆయా పత్రికాధిపతులు నా అభిప్రాయాన్ని ప్రకటించడానికి భయపడుతూ వుండేవారు. ఇది కూడా సొంత ప్రెస్సు పెట్టడానికి ఒక కారణం. అహమదాబాదులోనే అది సాధ్యం గనుక యంగ్‌ఇండియాను అహమదాబాదుకు మార్చారు.

ఈ పత్రికల ద్వారా సత్యాగ్రహాన్ని గురించిన వివరాలు ప్రజలకు తెలపడం ప్రారంభించాను. ప్రారంభంలో రెండు పత్రికల ప్రతులు కొద్దిగా ముద్రించబడుతూ వుండేవి. ఆ సంఖ్య పెరిగి 40 వేలకు చేరుకున్నది. నవజీవన్ పత్రిక చందాదారులు ఒక్కసారిగా పెరిగారు. యంగ్ ఇండియా చందాదారులు నెమ్మదిగా పెరిగారు. నేను జైలుకు వెళ్ళిన తరువాత యీ వెల్లువ తగ్గుముఖం

పట్టింది. రెండు పత్రికల్లోను విజ్ఞాపనలు ప్రకటించకూడదని మొదటి నుండి నా నిర్ణయం. దానివల్ల నష్టం కలుగలేదని నా అభిప్రాయం. పత్రికల్లో భావనా ప్రకటనకు గల స్వాతంత్ర్య రక్షణకు యీ విధానం బాగా తోడ్పడింది. ఈ పత్రికలు వెలువడటంతో నాకు శాంతి లభించింది. సహాయ నిరాకరణోద్యమం వెంటనే ప్రారంభించలేకపోయినా నా అభిప్రాయాల్ని ప్రకటించగల అవకాశం దొరికింది. సలహాల కోసం నా వంక చూస్తున్న వారికి ధైర్యం చేకూర్చగలిగాను. ఆ రెండు పత్రికలు గడ్డు సమయంలో ప్రజలకు అధికంగా సేవ చేయగలిగాయని నా అభిప్రాయం. మిలటరీ చట్టాల దుర్మార్గాల్ని ఎండగట్టి వాటిని తగ్గించడానికి కూడా అవి కృషి చేశాయి.

35. పంజాబులో

పంజాబులో జరిగిన ఘోరాలకన్నింటికీ అపరాధిని నేనేనని సర్ మైకెల్ ఒడయర్ నిర్ణయించాడు. ఇక అక్కడ కొందరు నవయువకులు మార్షల్ లాకు కారణం నేనేనని, నేను అపరాధినని అనడానికి కూడా వెనుకాడలేదు. కోపంతో పెట్రేగిపోయిన ఆ నవయువకులు సహాయ నిరాకరణోద్యమాన్ని నేను మధ్యలో వాయిదా వేసి యుండకపోతే జలియన్‌వాలాబాగ్ హత్యాకాండ జరిగియుండేది కాదని, మిలటరీ చట్టం అమలులోకి వచ్చి యుండేది కాదనే స్థితికి వెళ్ళారు. గాంధీ గనుక పంజాబులో అడుగుపెడితే తుపాకీతో కాల్చి పారేస్తామని కూడా కొందరు బెదిరించారు. కాని నేను చేసిన పని సరియైనదేనని, తెలివిగల వాళ్ళెవరూ అందుకు భిన్నంగా ఆలోచించరని నా నిశ్చితాభిప్రాయం. పంజాబు వెళ్ళడానికి ఎంతో తొందరపడ్డాను. నేను పంజాబును చూడలేదు. చూడగలిగినంతవరకూ పంజాబును చూడాలని అభిలాష కలిగింది. నన్ను అక్కడకి ఆహ్వానించిన డా॥ సత్యపాల్. డా॥ కిచలూ, పండిత రామభజదత్త చౌదరిగారలను చూడాలని ఆరాటం ఎక్కువైంది. వారు జైల్లో వున్నారు. అయితే వాళ్ళను ప్రభుత్వం ఎక్కువ కాలం జైల్లో వుంచలేదని నాకు తెలుసు. బొంబాయి వెళ్లినప్పుడే అనేక మంది పంజాబు సోదరులు వచ్చి నన్ను కలియడం ప్రారంభించారు. వారిని ప్రోత్సహించాను. వారంతా సంతోషంతో తిరిగి వెళుతూ వుండేవారు. నేను ఎంతో ఆత్మ విశ్వాసంతో వున్నా నా పంజాబు యాత్ర వాయిదా పడుతూనే వుంది. వైస్రాయి ప్రతిసారి “అప్పుడే కాదు” అంటూ నన్ను పంజాబుకు వెళ్ళనీయలేదు.

ఈలోపున హంటర్ కమిటీ వచ్చింది. ఆ కమిటీ వాళ్ళు పంజాబులో మిలటరీ పాలన యందు జరిగిన అధికారుల చర్యలను పరిశీలించ వలసివున్నది. దీనబంధు ఆండ్రూసు అక్కడకు వెళ్ళారు. వారి జాబుల్లో హృదయాన్ని కదిలించే వర్ణనలు నిండి వున్నాయి. పత్రికల్లో వెలువడిన వివరాలకంటే అక్కడ జరిగిన ఘోరాలు అధికంగా వున్నాయని వారి జాబులు వల్ల తెలిసింది. మీరు త్వరగా పంజాబు రావాలని వారు రాశారు. వెంటనే పంజాబు చేరమని మాలవ్యాగారి టెలిగ్రాములు వస్తున్నాయి. అందువల్ల నేను మళ్ళీ వైస్రాయికి తంతిపంపాను. ఫలానా తేదీన మీరు వెళ్ళవచ్చునని ఆయన సమాధానం పంపాడు. అయితే ఆ తేదీ ఇప్పుడు సరిగా జ్ఞాపకం లేదు. కాని అది అక్టోబరు 17వ తేదీ అయి వుంటుంది.

నేను వెంటనే లాహోరుకు బయలుదేరాను. అక్కడి దృశ్యం ఎన్నటికీ మరచిపోలేను. స్టేషను దగ్గర జనం విపరీతంగా వున్నారు. ఎన్నో సంవత్సరాల నుండి విడిపోయి ఎక్కడో నివసిస్తున్న తమ కుటుంబీకుడు వస్తున్నట్లు వారి ప్రవర్తనా తీరు వుంది. అక్కడి జనం హర్షానందంతో ఉన్మత్తులై పోతున్నారు. పండిత రామభజదత్త చౌదరిగారింట్లో నాకు మకాం ఏర్పాటు చేశారు. నేను మొదటి

నుండి ఎరిగిన సరళాదేవి చౌదరాణి మీద నా ఆతిధ్యపు భారం పడింది. భారమని ఎందుకు అంటున్నానంటే ఆనాటికి కూడా నేను ఏ ఇంటి యజమాని దగ్గర బస చేస్తానో ఆ ఇల్లు ధర్మసత్రంగా మారిపోతూవుంది. పంజాబులో చాలామంది నాయకుల్ని జైళ్ళలో నిర్బంధించి వుంచారు. అందువలన వాళ్ళ చోటును మాలవ్యాగారు, మోతీలాల్ గారు, స్వామీ శ్రద్ధానందగారు అధిష్ఠించారు. మాలవ్యాగారితోను, శ్రద్ధానందగారితోను నాకు అదివరకే పరిచయం వున్నది కాని మోతీలాలుగారితో దగ్గరి పరిచయం లాహోరులోనే నాకు కలిగింది. యీ నాయకులతో పాటు జైళ్ళలో పెట్టబడని పలువురు స్థానిక నాయకులు వచ్చి నన్ను కలిశారు. నన్ను ఎంతో ఆత్మీయంగా చూచారు. మేమంతా ఏకగ్రీవంగా హంటర్ కమిటీ ఎదుట సాక్ష్యాలు గాని, వాఙ్మూలాలు గాని ఇవ్వకూడదని నిర్ణయానికి వచ్చాం. అందుకు గల కారణాలు అప్పుడే సవివరంగా ప్రకటించాం. వాటినన్నిటిని ఇక్కడ తిరిగి ఏకరువు పెట్టను. కాని మేము చెప్పిన కారణాలు బలవత్తరమైనవని ఆ కమిటీని బహిష్కరించడం సబబైన పనేనని యీ నాటికీ నా నిశ్చితాభిప్రాయం. అయితే హంటర్ కమిటీని బహిష్కరించి వూరుకోకూడదని, ప్రజల పక్షాన అనగా కాంగ్రెస్ పక్షాన ఒక ఎంక్వైరీ కమిటీ ఏర్పాటు చేయాలని నిర్ణయం చేశాం. పండిత మాలవ్యాగారు నన్ను, పండిత మోతిలాల్ నెహ్రూ, కీ॥శే॥ చిత్తరంజన దాస్, అబ్బాస్ తయాబ్జీ, జయకర్‌గారలను ఒక కమిటీగా నియమించారు. మేము పరిశీలన కోసం విడివిడిగా పర్యటన ప్రారంభించాం. ఈ కమిటీ భారం ఎక్కువగా నా మీద పడింది. అత్యధిక గ్రామాలను దర్శించే పని నాకు అప్పగించడం వల్ల పంజాబు నందలి గ్రామాల్ని స్వయంగా చూచే అవకాశం నాకు కలిగింది. యీ పర్యటన సందర్భంలో పంజాబు నందలి మహిళలతో నేను బాగా కలిసిపోయాను. యుగయుగాల నుండి వారిని నేను ఎరిగి వున్నంతగా సామీప్యం ఏర్పడింది. వెళ్ళిన ప్రతిచోట స్త్రీలు అత్యధికంగా వచ్చి తాము వడికిన నూలు చిలపలుతెచ్చి నా ఎదుట పోగులు పోయసాగారు. యీ యాత్రా సందర్భంలో పంజాబు ఖద్దరుకు గొప్ప కేంద్రం కాగలుగుతుందనే విశ్వాసం నాకు కలిగింది. అక్కడ జరిగిన ఘోరాలు అపరిమితం. లోతుకు వెళ్ళిన కొద్దీ అధికారుల అరాచకత్వం, దుర్మార్గం, నియంతృత్వం విని, చూచి నివ్వెరపోయాను. ప్రభుత్వ సైన్యంలో ఎక్కువగా వున్నది పంజాబీలే. అట్టి వారి మీద ఇన్ని ఘోరాలు ఎలా చేయగలిగారా, వాళ్ళు ఎలా సహించారా అని యోచించి విస్తుపోయాను.

మా కమిటీ రిపోర్టు తయారు చేసే బాధ్యత నా మీద పడింది. పంజాబ్‌లో జరిగిన దురంతాలను గురించి తెలుసుకోదలచిన వారు మా రిపోర్టు చదవమని కోరుతున్నాను. మా ఆ రిపోర్టులోఎక్కడా అతిశయోక్తులు చోటు చేసుకోలేదని చెప్పగలను. ప్రకటించిన దురంతాలకు సాక్ష్యాలు అక్కడే ఇవ్వబడ్డాయి. సందేహించ వలసిన మాట ఒక్కటి కూడా రిపోర్టులో లేదని స్పష్టంగా చెప్పగలను. సత్యాన్ని మాత్రమే ఎదురుగా పెట్టుకొని తయారు చేయబడ్డ మా రిపోర్టునందు బ్రిటిష్ ప్రభుత్వం వాళ్ళు తమ ఆధిపత్యాన్ని నిలుపుకునేందుకు ఎంతటి ఘోరాలకైనా తెగించగలరని నిరూపించాము. మా రిపోర్టులో పేర్కొనబడిన ఒక్కమాట కూడా అసత్యమని ఎవ్వరూ అనలేకపోయారు.

36. ఖిలాఫత్‌కు బదులు గోసంరక్షణా?

పంజాబ్‌లో జరిగిన మారణ కాండను కొంచెం సేపు వదిలివేద్దాం. పంజాబ్‌లో డయ్యర్ నియంతృత్వ దురంతాల పరిశీలన కాంగ్రెస్ పక్షాన జరుగుతూ వున్నది. ఇంతలో ఒక ప్రజావేదికకు సంబంధించిన ఆహ్వానం నాకు అందింది. దాని మీద కీ॥శే॥ హకీం సాహబ్ మరియు భాయి

ఆసఫ్అలీగార్ల పేర్లు ఉన్నాయి. శ్రద్ధానంద్‌గారు సభలో పాల్గొంటారని అందు రాశారు. ఆయన ఆ సభకు అధ్యక్షుడు అని గుర్తు. ఢిల్లీలో ఖిలాఫత్ గురించి యోచించుటకు రాజీకి అంగీకరించాలా లేదా అని నిర్ణయించుటకు హిందూ ముస్లిములు కలిసి ఏర్పాటు చేసిన సమావేశం అది. నవంబరు మాసంలో ఆ సభ ఏర్పాటు చేయబడినట్లు నాకు గుర్తు. ఆ సమావేశంలో ఖిలాఫత్ విషయంమీదనే గాక గోసంరక్షణను గురించి చర్చజరుగుతుందని, అందుకు యిది మంచితరుణమని అందురాశారు. నాకు ఆ వాక్యం గుచ్చుకుంది. సమావేశంలో పాల్గొనుటకు ప్రయత్నిస్తానని రాసి ఖిలాఫత్ సమస్యకు గో సంరక్షణ సమస్యను ముడివేయడం బేరసారాలు సాగించడం మంచిది కాదని, ప్రతి విషయం మీద దాని గుణదోషాలను బట్టి చర్చించాలని రాశాను. తరువాత సభ జరిగింది. నేను వెళ్ళి అందు పాల్గొన్నాను. జనం బాగా వచ్చారు. అయితే ఇతర సమావేశాల వలె ఇది హడావుడిగా జరగలేదు. శ్రద్ధానంద కూడా సభలో పాల్గొన్నారు. నేను యోచించిన విషయాన్ని గురించి వారితో కూడా మాట్లాడాను. నామాట వారికి నచ్చి, ఆ విషయం సమావేశంలో చెప్పమని ఆయన ఆ పని నాకే అప్పగించారు. డా॥ హకీంసాహెబ్‌తో కూడా మాట్లాడాను. ఇవి రెండూ వేరు వేరు విషయాలు. వాటి గుణదోషాలను బట్టి యోచించాలి అని నా భావం. ఖిలాఫత్ వ్యవహారం నిజమైతే, గవర్నమెంటు సరిగా వ్యవహరించక అన్యాయం చేస్తే హిందువులు మహమ్మదీయులను సమర్థించాలి, సహకరించాలి. అయితే దానితో గోసంరక్షణను జోడించకూడదు. హిందువులు అలా కోరడం మంచిది కాదు. ఖిలాఫత్ కోసం ముస్లిములు గోవధను ఆపుతామంటే అది సరికాదు. ఒకే గడ్డ మీద ఇరుగు పొరుగున ఉండటంవల్ల గో సంరక్షణకు ముస్లిములు పూనుకొంటే అది వారికి గౌరవం. యీ విధంగా యోచించాలని నా భావం. యీ సభలో ఖిలాఫత్‌ను గురించే చర్చించాలని నా అభిప్రాయం అని స్పష్టంగా ప్రకటించాను. సమావేశంలో అంతా అందుకు అంగీకరించారు. గోసంరక్షణను గురించి సమావేశంలో చర్చ జరగలేదు. అయితే మౌలానా అబ్దుల్ బారీ సాహబ్ “ఖిలాఫత్‌కు హిందువులు సహకరించినా సహకరించకపోయినా మహమ్మదీయులు గోసంరక్షణకు పూనుకోవాలి అని అన్నాడు. ముస్లిములు గోవధను నిజంగా ఆపివేస్తారని అనిపించింది. కొందరు పంజాబు సమస్యను ఖిలాఫత్‌తో పాటు చర్చించాలని అన్నారు. నేను వ్యతిరేకించాను. పంజాబుది స్థానిక సమస్య. పంజాబులో జరిగిన దారుణాల వల్ల బ్రిటిష్ సామ్రాజ్యానికి సంబంధించిన ఉత్సవాలకు దూరంగా వుండలేము. ఖిలాఫత్‌తో బాటు పంజాబును కలిపితే మన తెలివి తక్కువను వేలెత్తి చూపే అవకాశం వున్నదని చెప్పాను. అంతా నా వాదాన్ని అంగీకరించారు. యీ సభలో మౌలానా హసరత్ మొహానీ కూడా వున్నారు. వారితో నాకు పరిచయం కలిగింది. కాని ఆయన ఎలాంటి యోధుడో నాకు ఇక్కడే తెలిసింది. మాకు అభిప్రాయభేదం ప్రారంభమైంది. ఆ అభిప్రాయ భేదం ఇంకా అనేక విషయాలలో కూడా ఏర్పడింది. హిందూ మహమ్మదీయులు స్వదేశీ వ్రతం పాటించాలని అందుకోసం విదేశీ వస్త్రాలను బహిష్కరించాలని చర్చజరిగింది. అప్పటికి ఇంకా ఖద్దరు యొక్క జననం కాలేదు. యీ విషయం మౌలానా హసరత్ సాహబ్‌కు గొంతు దిగలేదు. ఖిలాఫత్ విషయంలో బ్రిటిష్ ప్రభుత్వం సహకరించకపోతే పగ తీర్చుకోవాలని ఆయన తపన. అందుకై బ్రిటిష్ వారి వస్తువుల్ని సాధ్యమైనంత వరకు బహిష్కరించాలని ఆయన భావం. నేను బ్రిటిష్ వారి వస్తువుల్ని వెంటనే బహిష్కరించడం ఎంత అసాధ్యమో వివరించాను. నా అభిప్రాయాల ప్రభావం సభాసదుల మీద బాగా పడటం నేను గమనించాను. అయితే మౌలానా హసరత్ సాహబ్ విపరీతంగా తర్కిస్తూ వుంటే ఒకటే చప్పట్లు మోగాయి. దానితో నా పని హుళక్కేనని అనుకున్నాను.

తరువాత ఎవరు అంగీకరించినా, అంగీకరించకపోయినా నా కర్తవ్యం నేను నిర్వహించడం అవసరమని భావించి మాట్లాడేందుకు లేచాను. నా ఉపన్యాసం శ్రద్ధగా జనం విన్నారు. నా భావాలకు బాగా సమర్థన లభించింది. తరువాత నన్ను సమర్థిస్తూ చాలా మంది మాట్లాడారు. బ్రిటిష్ వారి వస్తువుల్ని బహిష్కరిస్తే లాభం లేదని ఎగతాళి తప్ప ప్రయోజనం కలుగదని జనం గ్రహించారు. మొత్తం సభలో వున్న జనం వంటిమీద ఏదో ఒక విదేశీ వస్తువు వున్నది. సభలో పాల్గొన్న వారే ఆచరించలేని విషయాన్ని గురించి యోచించడం అనవసరమని అంతా భావించారు.

మౌలానా హసరత్ ప్రసంగిస్తూ "మీరు విదేశీ వస్త్రాలను బహిష్కరించ మంటే ఎట్లా? అది మాకు ఇష్టం లేదు. మన అవసరాలకు కావలసిన బట్ట ఎప్పుడు తయారు చేసుకుంటాం? ఎప్పుడు విదేశీ వస్త్రాలు బహిష్కరిస్తాం? అందువల్ల ఆంగ్లేయుల్ని వెంటనే దెబ్బతీసే వస్తువేమైనా వుంటే చెప్పండి? బహిష్కారం తప్పదు కాని వెంటనే బ్రిటిష్ వారిని దెబ్బతీయగల వస్తువేమైనా వుంటే త్వరగా చెప్పండి" అని తొందర పెట్టాడు. విదేశీ వస్త్రాల్ని బహిష్కరించమనే గాక మరేదైనా కొత్త వస్తువును బహిష్కరించమని చెప్పడం అవసరమని భావించాను. అవసరమైనంత ఖాదీ వస్త్రం మనం తయారు చేసుకోవచ్చునని తరువాత నాకు బోధపడింది. అప్పటికి నాకీ విషయం తెలియదు. కేవలం విదేశీ బట్టల కోసం మిల్లుల మీద ఆధారపడితే అవి సమయానికి మోసం చేస్తాయని అప్పటికి నేను గ్రహించాను. మౌలానాగారి ప్రసంగం పూర్తి కాగానే నేను ప్రసంగించేందుకు లేచి నిలబడ్డాను.

నాకు తగిన ఉర్దూ హిందీ శబ్దాలు స్ఫురించలేదు. మహమ్మదీయులు ఎక్కువగా ఉన్న ఇట్టి సభలో యుక్తిపరంగా ఉపన్యసించవలసి రావడం నాకు ఇదే ప్రథమం. కలకత్తాలో జరిగిన ముస్లిం లీగ్ సభలో కొద్ది నిమిషాల సేపు మాత్రమే మాట్లాడాను. అది హృదయాల్ని స్పృశించే ఉపన్యాసం. కాని ఇక్కడ వ్యతిరేక భావాలు గలవారి మధ్య ఉపన్యసించాలి. ఇక సంకోచం మానుకొన్నాను. ఢిల్లీ ముస్లింల ఎదుట మంచి ఉర్దూలో ప్రాసయుక్తంగా మాట్లాడవలసిన అవసరం ఉన్నది. కాని నా అభిప్రాయాల్ని అట్టి భాషలో గాక సూటిగా వచ్చీ రానీ హిందీలో తెలియజేయడమే మంచిదని భావించాను. ఆ పని బాగానే పూర్తి చేశాను. హిందీ ఉర్దూయే దేశ భాష కాగలదనుటకు ఆ సభ ప్రత్యక్ష తార్కాణం. ఇంగ్లీషులో మాట్లాడియుంటే నా బండి ముందుకు సాగియుండేది కాదు. మౌలానాగారు సవాలు విసిరారు. అందుకు సమాధానం ఇచ్చే అవకాశం నాకు సూటిగా లభించియుండేది కాదు.

ఉర్దూ లేక గుజరాతీ శబ్దాలు సమయానికి తోచనందుకు సిగ్గుపడ్డాను. అయినా సమాధానం ఇచ్చాను. నాకు "నాన్ కో ఆపరేషన్" అను శబ్దం స్ఫురించింది. మౌలానా గారు ఉపన్యసిస్తున్నప్పుడు బాగా ఆలోచించాను. ఆయన స్వయంగా అనేక విషయాలలో గవర్నమెంటు ను సమర్థిస్తున్నాడు. అట్టి గవర్నమెంటుకు వ్యతిరేకంగా మాట్లాడటం వ్యర్థమని అనుకొన్నాను. కత్తితో సమాధానం ఇవ్వదలచనప్పుడు వారికి సహకరించకపోవడమే నిజంగా వ్యతిరేకించడం అవుతుందని భావించాను. నేను "నాన్ కో ఆపరేషన్" (సహాయ నిరాకరణ) అను శబ్దం ప్రప్రథమంగా ఈ సభలోనే ప్రయోగించాను. దాన్ని సమర్థిస్తూ నా ఉపన్యాసంలో అనేక విషయాలు పేర్కొన్నాను. ఆ సమయంలో నాన్ కో ఆపరేషన్ అను శబ్దానికి ఏఏ విషయాలు అనుకూలిస్తాయో నేను ఊహించలేదు. అందువల్ల నేను వివరాలలోకి పోలేదు. నేను ఆ సభలో చేసిన ఉపన్యాస సారాంశం ఇక్కడ తెలుపుతున్నాను.

"మహమ్మదీయ సోదరులు మరొక మహత్తరమైన నిర్ణయం చేశారు. వారు చేస్తున్న ప్రయత్నానికి విధించబడే షరతులు వ్యతిరేకంగా ఉంటే ప్రభుత్వానికి చేస్తున్న సహకారం వారు విరమిస్తారన్న మాట. అప్పుడు ప్రభుత్వ డిగ్రీలు స్వీకరించడం, ప్రభుత్వ పదవులు అంగీకరించడం

మొదలగు పనులు చేయవలసిన అవసరం ఉండదు. ప్రభుత్వం ఖిలాఫత్ వంటి ఎంతో మహత్తరమైన మతసంబంధమైన విషయాలకు నష్టం కలిగిస్తే మనం అట్టి ప్రభుత్వానికి సహాయం ఎలా చేస్తాం? అందువల్ల ఖిలాఫత్ వ్యవహారం మనకు వ్యతిరేకమైతే ప్రభుత్వానికి చేస్తున్న సహకారాన్ని విరమించుకునే హక్కు మనకు ఉంది". ఈ విషయాన్ని గురించి ప్రచారం చేయడానికి కొన్ని నెలల కాలం పట్టింది. ఆ విషయం కొద్ది మాసాల పాటు సంస్థలోనే పడివుంది. ఒక నెల రోజుల తరువాత అమృతసర్‌లో కాంగ్రెస్ మహా సభలు జరిగాయి. అక్కడ నేను సహాయ నిరాకరణోద్యమానికి సంబంధించిన తీర్మానాన్ని సమర్ధించాను. అయితే హిందూ ముస్లిములు సహాయ నిరాకరణానికి పూనుకోవలసిన అవసరం కలుగుతుందని అప్పుడు నేను ఊహించలేదు.

37. అమృతసర్ కాంగ్రెస్

మార్షల్ లా సమయంలో వందలాది నిర్దోషులగు పంజాబీలను తెల్ల ప్రభుత్వం పేరుకు మాత్రమే స్థాపించబడ్డ కోర్టుల్లో, భూటకపు కేసులు బనాయించి శిక్షలు విధించి జైళ్ళల్లోకి నెట్టివేసింది. ఆ దుర్మార్గాల్ని దుండగాల్ని ఖండిస్తూ ఉవ్వెత్తున వ్యతిరేకత వెల్లడి అయ్యేసరికి ఆ ఖైదీలను ఎక్కువకాలం జైళ్ళలో వుంచడం సాధ్యం కాలేదు. కాంగ్రెస్ సభలు ప్రారంభం కాకముందే చాలామంది ఖైదీలు విడుదల చేయబడ్డారు. లాలా హరికిషన్ లాల్ మొదలగు నాయకులంతా విడుదల అయ్యారు. కాంగ్రెస్ మహాసభలప్పుడు అలీ సోదరులు కూడా విడుదల అయి వచ్చేశారు. దానితో ప్రజల ఆనందం అవధులు దాటిపోయింది. పండిత మోతీలాల్ నెహ్రూ తన వకీలు వృత్తిని కాళ్ళతో తన్నివేసి పంజాబులో తిష్ట వేశారు. వారే అమృతసర్ కాంగ్రెస్ మహా సభకు అధ్యక్షులు. ఇప్పటి వరకు కాంగ్రెస్‌లో పాల్గొని హిందీలో చిన్న ఉపన్యాసం ఇచ్చి హిందీ భాష యొక్క ఆవశ్యకతను నొక్కి చెప్పడం విదేశాల్లో ఉంటున్న భారతీయుల సమస్యలను గురించి చెప్పడం వరకే నా పని పరిమితం అయ్యేది. అమృతసర్ కాంగ్రెస్‌లో కూడా అంతకంటే మించి నేను చేయవలసింది ఏమీ ఉండదని భావించాను. కాని అక్కడ ఎంతో బాధ్యత నా మీద పడింది. బ్రిటిష్ చక్రవర్తి తరఫున కొత్త సంస్కరణలకు సంబంధించిన ప్రకటన వెలువడింది. నాకు అవి పూర్తిగా సంతృప్తిని కలిగించలేదు. ఇతరులకైతే అసలు తృప్తి కరంగా లేనేలేవు. అయినా వాటిని ఆ సమయంలో అంగీకరించటమే మంచిదను నిర్ణయానికి నేను వచ్చాను. చక్రవర్తి ప్రకటనలో లార్డ్ సింహ్ చెయ్యి ఉందని నాకు అనిపించింది. వారి భాషలో నాకు ఆశా రేఖ గోచరించింది. కాని అనుభవజ్ఞులగు లోకమాన్యులు చిత్తరంజన్‌దాస్ మొదలగు యోధులు అంగీకరించలేదు. మాలవ్యా వంటి వారు తటస్థంగా ఉన్నారు.

మాలవ్యాగారి ఇంట్లో నా మకాం ఏర్పాటు చేశారు. కాశీ విశ్వవిద్యాలయం శంకుస్థాపన రోజున మాలవ్యా గారి నిరాడంబరత్వాన్ని చూచే అవకాశం నాకు లభించింది. కాని ఈ పర్యాయం వారు నన్ను తన గదిలోనే ఉండమన్నారు. అందువల్ల వారి దినచర్యను కండ్లారా చూచే అవకాశం దొరికింది. నాకు ఆనందమే గాక ఆశ్చర్యం కూడా కలిగింది. వారున్న గది పేదలుండే ధర్మశాల అని చెప్పవచ్చు. అక్కడ కొద్దిగా కూడా ఖాళీగా వదిలిన చోటు లేదు. అంతటా జనం ఉన్నారు. ఖాళీ చోటు గాని, ఏకాంత ప్రదేశం గాని అక్కడ లేదు. ఎవరైనా సరే ఎప్పుడైనా సరే రావచ్చు. వారితో మాట్లాడవచ్చు. ఆ గది యందలి ఒక కొసన నా దర్బారు, అంటే నా మంచం ఉన్నది. అయితే మాలవ్యా గారి నడవడికను గురించి చెప్పటం నా ఉద్దేశ్యం కాదు. కనుక అసలు విషయానికి

వస్తాను. మాలవ్యా గారితో రోజూ మాట్లాడటానికి అవకాశం లభించింది. తన అభిప్రాయాలను పెద్దన్న గారు తమ్ముడికి చెప్పే పద్ధతిన నాకు ప్రేమతో చెబుతూ వుండేవారు. ప్రభుత్వ సంస్కరణలకు సంబంధించిన సభలో పాల్గొనడం అవసరమని భావించాను. పంజాబ్ కాంగ్రెస్ యొక్క రిపోర్టును గురించిన వ్యవహారంలో నాకు పాలు ఉన్నది. పంజాబు విషయంలో ప్రభుత్వం చేత పనిచేయించుకోవాలి. ఖిలాఫత్ సమస్య సరేసరి. మాంటెగ్యూ హిందూ దేశాన్ని మోసం చేయరన్న నమ్మకం నాకు ఉన్నది. ఖైదీల ముఖ్యంగా అలీ సోదరుల విడుదల శుభ లక్షణమని భావించాను. అందువల్ల సంస్కరణలను అంగీకరిస్తూ తీర్మానం చేయాలని అభిప్రాయ పడ్డాను. సంస్కరణలు అసంతృప్తికరంగా ఉన్నాయి గనుక వాటిని తిరస్కరించాలనే దృఢ దీక్షతో చిత్తరంజనదాస్ ఉన్నారు. లోకమాన్యులు తటస్థంగా ఉన్నారు. అయితే చిత్తరంజన్ ప్రవేశపెట్టే తీర్మానానికే మొగ్గు చూపాలను నిర్ణయానికి వారు వచ్చారు.

ఇటువంటి పండిపోయిన సర్వమాన్యులగు పాత నాయకులతో అభిప్రాయ భేదం రావడం సహించ లేకపోయాను. నా అంతర్వాణి నా కర్తవ్యాన్ని స్పష్టంగా సూచించింది. కాంగ్రెస్ సమావేశాల నుండి పారిపోదామని ప్రయత్నించాను. పండిత మోతీలాల్ నెహ్రూ గారికి, పండిత మాలవ్యా గారికి నా అభిప్రాయం చెప్పివేశాను. నేను హాజరు కాకపోతే పని సాఫీగా జరుగుతుందని, మహా నాయకులను వ్యతిరేకించవలసిన స్థితి నుండి నాకు ముక్తి లభిస్తుందని కూడా చెప్పాను. నా అభిప్రాయం ఆ పెద్దలిద్దరికీ రుచించలేదు. లాలా హరకిషన్‌లాల్ చెవిలో ఈ మాట పడే సరికి "అలా జరగడానికి వీలు లేదు. పంజాబీలకు బాధ కలుగుతుంది" అని ఆయన అన్నారు. లోకమాన్యునితోను, దేశబంధుతోను మాట్లాడాను. మిస్టర్ జిన్నాను కలిశాను. ఏ విధంగానూ దారి దొరకలేదు. నా బాధను మాలవ్యా గారికి తెలిపి "రాజీపడే అవకాశం కనబడడం లేదు. నా తీర్మానం ప్రవేశపెడితే చివరికి ఓట్లు తీసుకోవలసి వస్తుంది. ఇక్కడ ఓట్లు తీసుకునే పద్ధతికూడా సరిగా ఉన్నట్లు నాకు తోచడంలేదు. మన మహాసభలో ధర్శకులకు, ప్రతినిధులకు తేడా ఏమీ లేదు. ఇంతపెద్ద సభలో ఓట్లు తీసుకునే వ్యవస్థ మనకు లేదు. నా తీర్మానం మీద ఓట్లు తీసుకోమని కోరదామంటే అందుకు అవకాశమే లేదు" అని అన్నాను. అయితే లాలా హరకిషన్‌లాల్ అట్టి వ్యవస్థ చేయిస్తానని పూచీ పడ్డారు. ఓట్లు తీసుకునే రోజున దర్శకుల్ని రానివ్వం. ప్రతినిధుల్ని మాత్రమే రానిస్తాం. వారి ఓట్లు లెక్కింపచేసే బాధ్యత నాది. అందువల్ల మీరు కాంగ్రెస్‌కు హాజరు కాకపోవడం సరికాదు అని గట్టిగా అన్నారు.

చివరికి నేను తల వంచాను. నా తీర్మానాన్ని తయారు చేశాను. ఎంతో సంకోచిస్తూ నా తీర్మానాన్ని మహా సభలో ప్రవేశపెట్టుటకు సిద్ధపడ్డాను. మిస్టర్ జిన్నా మరియు పండిత మాలవ్యా గారలు నా తీర్మానాన్ని సమర్థిస్తామని చెప్పారు. ఉపన్యాసాలు పూర్తి అయ్యాయి. భావాలలో వ్యతిరేకత ఉన్నా కటుత్వానికి ఉపన్యాసానికి చోటు లభించలేదు. ఉపన్యాసాలలో తర్కం తప్ప మరేమీ లేదు. అయినా మహాసభలో పాల్గొనే జనం నాయకుల అభిప్రాయ భేదాల్ని సహించే స్థితిలో లేరు. సభలో అందరూ ఏకాభిప్రాయాన్ని కోరుతూ ఉన్నారు. ఉపన్యాసాలు జరుగుతూ ఉన్నప్పుడు కూడా అభిప్రాయ భేదం తొలగించేందుకు వేదిక మీద ప్రయత్నాలు సాగుతూ ఉన్నాయి. నాయకుల మధ్య చీటీల రాకపోకలు జరుగసాగాయి. ఏది ఏమైనా రాజీకోసం మాలవ్యాగారు గట్టిగా కృషి చేస్తున్నారు. ఆయన నాచేతికి తన సలహా కాగితం అందించి అందు ఓట్లు తీసుకునే పరిస్థితి ఏర్పడకుండా చూడమని తీయని మాటలతో కోరారు. నాకు వారి సూచన నచ్చింది. మాలవ్యా గారి కండ్లు

ఆశాకిరణం కోసం వెతుకుతూ తిరుగుతున్నాయి. "ఈ విషయం రెండు పక్షాలకు ఇష్టం అయ్యేలా వున్నది" అని అన్నాను. లోకమాన్యునికి నేను ఆ కాగితం అందజేశాను. "దాసుకు ఇష్టమైతే నాకు అభ్యంతరం లేదు" అని ఆయన అన్నారు. దేశబంధు కరిగిపోయారు. ఆయన బిపిన్ చంద్రపాల్ వంక చూచారు. మాలవ్యా గారి హృదయంలో ఆశ చిగురించింది. దేశబంధు నోటి నుండి 'సరే' అను మాట ఇంకా పూర్తిగా వెలువడ కుండానే మాలవ్యాగారు లేచి నిలబడి "సజ్జనులారా! రాజీ కుదిరిందని చెప్పడానికి సంతోషిస్తున్నాను" అని ప్రకటించారు. సభాస్థలి అంతా కరతాళ ధ్వనులతో మార్మోగిపోయింది. జనం ముఖాన కనబడుతున్న గాంభీర్య రేఖలు తొలగిపోయాయి. అందరి ముఖాలు సంతోషంతో కళకళలాడాయి. ఆ తీర్మానం ఏమిటో ఇక్కడ వివరించవలసిన అవసరం లేదు. ఆ తీర్మానం ఏ విధంగా జరిగిందో వివరించడమే నా యీ సత్యశోధన యొక్క లక్ష్యం. ఆ తీర్మానం వల్ల నా బాధ్యత పెరిగింది.

38. కాంగ్రెస్‌లో చేరిక

కాంగ్రెసులో నేను పాల్గొనవలసి వచ్చింది. అయితే దీన్ని నేను కాంగ్రెస్‌లో చేరిక అని అనను. జరిగిన జాతీయ కాంగ్రెస్ సమావేశంలో నిష్టగా పాల్గొంటూ వున్నాను. అది అంత వరకే పరిమితం. చిన్న సైనికుని పనివంటిదే అక్కడ నా పని. అంతకంటే మించి నాకు అక్కడ భాగస్వామ్యం వుంటుందని భావించలేదు. అట్టి కోరిక కూడా నాకు లేదు. నా శక్తి కాంగ్రెసుకు అవసరమని అమృతసర్ కాంగ్రెస్‌లో అనుభవం మీద తేలింది. పంజాబులో పరిశీలనా కమిటీ ఇచ్చిన రిపోర్టు చూచి లోకమాన్యులు, మాలవ్యాగారు, మోతీలాల్‌గారు, దేశబంధుదాసుగారు మొదలుగా గలవారంతా ఎంతో సంతోషించారు. ఆ విషయం నాకు బోధపడింది. దానితో వారు తమ సమావేశాలకు, చర్చలకు నన్ను పిలవడం ప్రారంభించారు. విషయ నిర్ధారణ సభ నిర్ణయాలన్నీ ఇట్టి సమావేశాల్లోనే జరుగుతున్నాయని గ్రహించాను. యీ సమావేశాలలో జరిగే చర్చల్లో ఆ నాయకుల విశ్వాసపాత్రులే పాల్గొంటూ వుండటం కూడా గమనించాను. కొంతమంది ఏదో విధంగా సమావేశాల్లో జొరబడేవాళ్ళు. వాళ్ళను కూడా చూచాను. రాబోయే సంవత్సరం చేయవలసిన రెండు కార్యక్రమాలను గురించి నాకు ప్రమేయం వున్నది. జలియన్‌వాలా బాగ్‌లో జరిగిన మారణకాండకు స్మారక చిహ్నం ఏర్పాటు చేయడం ఒక కార్యక్రమం. దీన్ని గురించి మహాసభలో బ్రహ్మాండమైన తీర్మానం చేశారు. అందు నిమిత్తం అయిదు లక్షల రూపాయలు వసూలు చేయాలి. ట్రస్టీలలో నా పేరు కూడా చేర్చారు. దేశంలో ప్రజల కార్యక్రమాల నిమిత్తం బిచ్చుమెత్తగల మహాశక్తిమంతుల్లో మొదటి పేరు పండిత మాలవ్యాగారిది. నా పేరు వారి పేరుకి చాలా క్రింద వుంటుందని నాకు తెలుసు. నా శక్తి ఏమిటో దక్షిణఆఫ్రికాలో తెలుసుకున్నాను. రాజుల్ని మహారాజుల్ని గారడీచేసి లక్షలాది రూపాయలు తీసుకురాగల శక్తి నాకు అప్పటికి లేదు. ఇప్పటికీ లేదు. ఈ విషయంలో మాలవ్యా గారిని మించిపోగల వ్యక్తిని నేను చూడలేదు. జలియన్‌వాలాబాగ్ స్మారక చిహ్నం కోసం వారిని చందాలడగడానికి వీలులేదని నాకు తెలుసు. అందువల్ల ఈ బాధ్యత నా మీద పడుతుందని అప్పుడే గ్రహించాను. అదే జరిగింది కూడా. యీ కార్యక్రమం నిమిత్తం బొంబాయి పౌరులు హృదయ పూర్వకంగా విరాళాలు ఇచ్చారు. ప్రజలు యిటువంటి పనులకు కావలసినంత ధనం ఇచ్చే స్థితిలో వున్నారు. అయితే జలియన్‌వాలాబాగ్ గడ్డ హిందూ ముస్లిం సిక్కుల రక్తంతో తడిసినది గనుక ఇక్కడ ఎలాంటి స్మారకచిహ్నం ఏర్పాటు చేయాలి అన్న ప్రశ్న బయలుదేరింది. మరో మాటల్లో ప్రోగైన డబ్బును

ఎలా ఉపయోగించాలా అనునది గడ్డు ప్రశ్న అయింది. ఆ బాధ్యత నా మీద పడినట్లే. సామరస్యం లేకపోవడం వల్ల అది సమస్యగా మారిందని చెప్పవచ్చు.

గుమాస్తాగా పనిచేయడం నాకు గల రెండోశక్తి. దాన్ని కాంగ్రెస్ సంస్థ ఉపయోగించుకునే స్థితిలో వున్నది. చిరకాలం పనిచేసి గడించిన అనుభవం వల్ల ఎక్కడ, ఏ విధంగా తక్కువ మాటలను ఉపయోగించి వినయ విధేయతలతో కూడిన భాష రాయాలో నాకు బాగా తెలుసునని అంతా గ్రహించారు. కాంగ్రెస్‌కు వున్న నియమావళి గోఖలేగారు అప్పగించి వెళ్ళిన ఆస్థియే. ఆయన కొన్ని నియమాలు తయారుచేసి యిచ్చి వెళ్ళారు. వాటి సాయంతో కాంగ్రెస్ నడుస్తున్నది. ఆ నియమాలు తయారు చేసిన విధానాన్ని గురించి వారి నోట నేను విన్నాను. ఆ కొద్ది నియమాలతో ఇక కాంగ్రెస్ సంస్థ నడవదని అంతా తెలుసుకున్నారు. నియమావళి తయారుచేయాలని ప్రతి సంవత్సరం చర్చ జరిగేది. కాని సాలు పొడుగునా సంస్థ పనిచేయవలసిన వ్యవస్థగాని, అందుకు అవసరమైన ఏర్పాటుగాని జరుగలేదు. ముగ్గురు కార్యదర్శులు వుండేవారు. కాని కార్యనిర్వాహక సెక్రటరీ ఒక్కడే మొత్తం వ్యవహారమంతా చూస్తూ వుండేవాడు. ఒక్క కార్యదర్శి ఆఫీసును నడుపుతాడా? భవిష్యత్తును గురించి యోచిస్తాడా? భూతకాలంలో చేయబడ్డ నిర్ణయాలను అమలుబరిచి నడుస్తున్న సంవత్సరంలో పూర్తి చేయగలుగుతాడా? అందువల్ల అందరి దృష్టి యీ విషయం మీద కేంద్రీకృతం అయింది. వేలాదిమంది ప్రతినిధులుగా గల సభమీద ఆధారపడి దేశానికి సంబంధించిన కార్యక్రమాలు ఎలా సాగుతాయి? ప్రతినిధుల సంఖ్యకు హద్దు అంటూ ఏమీ లేదు. ప్రతి ప్రాంతాన్నుండి ఎంత మందైనా సరే, ప్రతినిధులు రావచ్చు. ఎవరైనా సరే ప్రతినిధులు కావచ్చు. ఇందు కొంత మార్పు అవసరమని అంతా నిర్ణయానికి వచ్చాము. ఇక నియమావళిని తయారుచేసే బాధ్యత నేను వహించాను. అయితే ఒక షరతు పెట్టాను. ప్రజలమీద ఇద్దరు నాయకుల పట్టు నేను గమనించాను. అందువల్ల వారి ప్రతినిధులు నాతో పాటు ఉండాలని కోరాను. వాళ్ళు హాయిగా కూర్చొని నియమావళి తయారుచేయలేరని నాకు తెలుసు. అందవల్ల లోకమాన్యునికి, దేశబంధువుకి విశ్వాసపాత్రులగు ఇద్దరు ప్రతినిధుల పేర్లు ఇమ్మని వారిని కోరాను. వారు తప్ప నియమావళి కమిటీలో మరెవ్వరూ వుండకూడదని చెప్పాను. అందుకు అంతా అంగీకరించారు. లోకమాన్యులు శ్రీ కేల్కారుగారి పేరు, దేశబంధు శ్రీ ఐ.బి. సేన్ గారి పేరు సూచించారు. ఈ కమిటీ సమావేశం ఒక్కరోజున కూడా జరగలేదు. అయినా మేము మా పని ఏకగ్రీవంగా పూర్తిచేశాం. ఇట్టి నియమావళి తయారు చేయగలిగామనే అభిమానం మాకు కలిగింది. యీ విధానం ప్రకారం సంస్థను నడిపితే సంస్థ యొక్క పని సవ్యంగా సాగుతుందని నా విశ్వాసం. అయితే నేను యీ బాధ్యత వహించి నిజంగా కాంగ్రెస్ సంస్థలో ప్రవేశించినట్లయిందని అభిప్రాయపడ్డాను.

39. ఖాదీ పుట్టుక

1908 వరకు నేను రాట్నాన్ని గాన్ని, మగ్గాన్ని గాని చూచినట్లు జ్ఞాపకం లేదు. కాని రాట్నం ద్వారా హిందూదేశపు ఏ దారిద్రాన్ని పారద్రోలవచ్చో ఆ ఉపాయంతోనే స్వరాజ్యం కూడా పొందవచ్చునను విషయం అందరూ గ్రహించారు. 1915లో దక్షిణ ఆఫ్రికానుండి భారతదేశం వచ్చాను. అప్పటికి నేను రాట్నం చూడలేదు. ఆశ్రమం తెరవగానే మగ్గం ఏర్పాటు చేశాం. మగ్గం వల్ల ఇబ్బంది కలిగింది. మాకు దాన్ని గురించి ఏమీ తెలియదు. మగ్గం తెప్పించినంత మాత్రాన పని అవుతుందా? మేమంతా కలం వీరులం లేక బేరసారాలు చేసే వాళ్ళం. అలాంటి వాళ్ళం

అక్కడ చేరాం. నేత పనివాడు ఒక్కడు కూడా లేదు. అందువల్ల మగ్గం తీసుకురాగానే నేత నేర్పడానికి పనివాడు కావలసి వచ్చాడు. కాఠియావాడ్ మరియు పాలన్‌పుర్ నుండి మగ్గాలు వచ్చాయి. నేర్పే వాడు కూడా ఒకడు వచ్చాడు. అతడు తనపనితనాన్ని వ్యక్తం చేయలేదు. అయితే మగన్‌లాల్ గాంధీ చేబట్టిన పనిని తేలికగా వదిలిపెట్టే మనిషి కాదు. ఆయన పనిమంతుడు. ఆయన నేత పనిని క్షుణ్ణంగా నేర్చుకున్నాడు. ఆశ్రమంలో ఒకరి తరువాత మరొకరు నేత పనివాళ్ళు తయారైనారు.

మేము మా బట్టలు స్వయంగా నేసుకొని ధరించాలి. అందువల్ల మిల్లు బట్టలు మానివేశాం. ఆశ్రమవాసులు మిల్లు నూలుతో మగ్గంమీద నేసిన బట్ట కట్టుకోవడం ప్రారంభించారు. ఈ వ్రత నిర్వహణలో చాలా విషయాలు తెలుసుకున్నాం. భారత దేశపు నేత పనివారి జీవనం, వారి రాబడి, నూలు సంపాదించాలంటే కలిగే కష్టాలు, ఆ వ్యవహారంలో వారు మోసపోతున్న విధానం రోజురోజుకు ఏ విధంగా అప్పులపాలవు తున్నారో ఆ తీరు మొదలుగా గల వివరాలన్నీ బోధపడ్డాయి. అందరికీ అవసరమైన బట్టంతా నేసుకునే స్థితిలో లేము. అందువల్ల బయటి నేతవారిచేత బట్టనేయించి అవసరమైనంత తెచ్చుకోవాలి. దేశపు మిల్లుల్లో తయారైన నూలుతో నేయబడ్డ నేతబట్ట తేలికగా దొరకదు. విదేశీ నూలుతో నేత వాళ్ళు సన్నని బట్టలు నేసేవారు. దేశవాళీ మిల్లుల్లో తయారయ్యే నూలు సన్నగా వుండేది కాదు. మన మిల్లులు సన్నని నూలు తయారుచేసేవి కాదు. దేశపు మిల్లుల నూలుతో బట్టనేసి ఇచ్చే నేతవాళ్ళు అతికష్టం మీద బహు కొద్దిమంది దొరికారు. అయితే దేశపు మిల్లుల నూలుతో తయారుచేసే బట్ట మొత్తం కొంటామని ఆశ్రమం తరపున మేము హామీ యివ్వవలసి వచ్చింది. ఈ విధంగా తయారుచేసి కట్టుకున్న బట్టను గురించి మిత్రుల్లో బాగా ప్రచారం చేశాము. ఈ విధంగా మేము నూలు మిల్లులకు దమ్మిడీ ఖర్చు లేని దళారులం అయిపోయాం. మిల్లుల్ని గురించి తెలుసుకున్నాం. వాటి వ్యవస్థ, అక్కడి వారి బాధలు తెలిశాయి. స్వయంగా నూలు వడకటం, ఆ నూలుతో బట్టలు నేయడం మిల్లుల లక్ష్యం. మిల్లులు మగ్గాల వారికి సాయం చేయవు. చేసినా ఇష్టం లేకుండా చేసేవన్నమాట. ఇదంతా చూచిన తరువాత వడుకు పని మనమే ఎందుకు చేయకూడదా అని ఆలోచించాము. మన చేతులతో నూలు వడకనంతవరకు మనం పరాయి వారికి బానిసలమేనని తెలుసుకున్నాం. మిల్లు నూలుకు ఏజంట్లమై దేశ సేవ చేస్తున్నామని అనుకోవచ్చునా? మాకు బోధపడలేదు. అయితే రాట్నము మాకు దొరకలేదు. రాట్నం మీద నూలు వడికే వారు దొరకలేదు. నారపీచుతో పురికొస తయారుచేసే రాట్నాలు మా దగ్గర ఉన్నాయి గాని వాటితో దారం తీయవచ్చని మాకు తెలియదు. ఒక పర్యాయం కాళిదాసు వకీలు ఒక సోదరిని వెతుక్కుని తీసుకు వచ్చాడు. ఈమె నూలు వడికి చూపిస్తుందని చెప్పాడు. కొత్త పనులు నేర్చుకోవడం లో నిపుణుడైన ఒక ఆశ్రమ వాసి ఆమె దగ్గర నూలు వడకడం నేర్చుకునేందుకై పంపాము. కాని ఆ కళ మా చేతికందలేదు.

రోజులు గడుస్తున్నాయి. నాకు తొందర ఎక్కువైంది. ఆశ్రమం వచ్చే ప్రతి మనిషిని ఈ విషయం గురించి అడగడం ప్రారంభించాను. అయితే వడుకు వ్యవహారమంతా స్త్రీల సొత్తేనని తెలిసింది. వడుకు తెలిసి ఏ మూలనో పడియున్న స్త్రీలను స్త్రీలే పట్టుకోగలరని తేలింది. 1917లో గుజరాతీ సోదరుడు ఒకడు నన్ను భడోంచ్ శిక్షా పరిషత్తుకు తీసుకువెళ్ళాడు. అక్కడ మహాసాహసియగు మహిళా గంగాభాయి నాకు కనబడింది. ఆమెకు పెద్దగా చదువు రాదు. కాని చదువుకున్న స్త్రీలకంటే మించిన తెలివి, ధైర్యం ఆమెకు ఉన్నాయి. ఆమె అస్పృశ్యతను కూకటివ్రేళ్ళతో సహా పెకిలించి పారవేసింది. ఆమె దగ్గర డబ్బు కూడా ఉన్నది. ఆమె అవసరాలు చాలా తక్కువ. శరీరం బాగా

బలంగా కుదిమట్టంగా ఉన్నది. ఎక్కడికైనా సరే నిర్భయంగా వెళ్ళి వస్తుంది. సంకోచించదు. గుర్రం స్వారీకి సిద్ధపడేది. ఈ సోదరితో గోధరా పరిషత్తులో నాకు పరిచయం ఏర్పడింది. నా బాధను ఆమెకు తెలిపాను. దమయంతి ఏ విధంగా నలుడి కోసం తెగ తిరిగిందో ఆ విధంగా రాట్నం కోసం తిరిగి దాన్ని తెస్తానని ప్రతిజ్ఞచేసి ఆమె నా నెత్తిన గల బరువును దించినంత పని చేసింది.

40. రాట్నం దొరికింది

గుజరాత్ ప్రాంతంలో తెగ తిరిగిన తరువాత గంగాబెన్‌కు గాయక్వాడ్‌కు చెందిన బీజాపూర్‌లో రాట్నం దొరికింది. అక్కడ చాలా కుటుంబాలవారి దగ్గర రాట్నాలు ఉన్నాయి. కాని వాటిని వాళ్ళు అటక మీద పెట్టి వేశారు. వాళ్ళు వడికిన నూలు ఎవరైనా తీసుకొని, వాళ్ళకు ఏకులు ఇస్తే వాళ్ళు నూలు వడికేందుకు సిద్ధంగా ఉన్నారని గంగాబెన్ చెప్పింది. నాకు అమిత సంతోషం కలిగింది. అయితే దూదితో తయారు చేసిన ఏకులు పంపడం కష్టమైపోయింది. కీ.శే. ఉమర్ సుభానీతో మాట్లాడగా ఆయన తన మిల్లు నుండి ఏకులు పంపుతానని మాట ఇచ్చాడు. ఏకులు గంగాబెన్ దగ్గరకు పంపాను. దానితో వడుకు నూలు బహువేగంగా తయారవ్వడం చూచి నివ్వెరబోయాను.

భాయీ ఉమర్ సుభానీ ఉదార హృదయుడు గనుక ఉదార బుద్ధితో ఏకులు ఇచ్చి సహకరించాడు. అయితే దానికి ఒక హద్దంటూ ఉంటుంది కదా! డబ్బు ఇచ్చి ఆయన దగ్గర ఏకులు కొనడానికి సంకోచించాను. అంతేగాక మిల్లులో తయారైన ఏకులతో నూలు వడికించడమా? అది పెద్ద దోషం అనిపించింది. మిల్లుల్లో తయారయ్యే ఏకులు తీసుకుంటే మిల్లుల్లో తయారయ్యే నూలు తీసుకోవచ్చు కదా! అందు దోషం ఏముంటుంది? మన పూర్వీకుల దగ్గర మిల్లుల్లో తయారయ్యే ఏకులు ఉండేవి కాదు గదా? మరి వాళ్ళు ఏకులు ఎలాతయారు చేసుకునేవారో? అయితే ఇక ఏకులు తయారు చేసేవారిని కూడా వెతకమని గంగాబెన్‌కు చెప్పాను. ఆమె ఆ బాధ్యత కూడా వహించి ఒక దూది ఏకేవాడిని వెతికితెచ్చింది. అతనికి నెలకు 35 లేక అంతకంటే కొంచెం ఎక్కువ జీతం ఇచ్చి ఉంచాము. ఏకులు తయారు చేయడం పిల్లలకు నేర్పించాము. ప్రత్తి కావాలని బిచ్చం అడిగాము. యశ్వంతప్రసాద్ దేశాయి ప్రత్తి మూటలు తెచ్చే బాధ్యత వహించాడు. గంగాబెన్ ఖద్దరు పనిని బాగా నడిపించింది. వడికిన నూలుతో బట్టలు నేత ప్రారంభమైంది. బీజాపూర్ ఖాదీ అని దానికి పేరు వచ్చింది.

ఆశ్రమంలో చరఖా వెంటనే ప్రవేశించింది. మగన్‌లాల్ యొక్క పరిశోధనా శక్తి రాట్నంలో చాలా మార్పులు చేసింది. రాట్నాలు కుదుళ్ళు ఆశ్రమంలో తయారయ్యాయి. ఆశ్రమంలో తయారైన మొదటి ఖద్దరు బట్ట గజం ఖరీదు 17 అణాలు పడింది. నేను లావుపాటి నూలుతో తయారైన ఖాదీ గజం 17 అణాలు చొప్పున మిత్రులకు అమ్మాను. బొంబాయిలో కనబడ్డ వారందరినీ అడుగుతూ వున్నాను. అక్కడ నూలు వడికే మహిళలు ఇద్దరు దొరికారు. వాళ్ళకు ఒక సేరు నూలు ఒక రూపాయి చొప్పున ఇచ్చాను. నేను ఖాదీ శాస్త్రంలో ఇంకాపూర్తిగా అనుభవం లేని వాడను. నాకు చేతితో వడికిన నూలు కావాలి. వడికే స్త్రీలు కావాలి. గంగాబెన్ వాళ్ళకు ఇస్తున్న ధరతో పోలిస్తే నేను మోసగింపబడ్డానని తేలింది. సోదరీమణులు తక్కువ సొమ్ము తీసుకునేందుకు అంగీకరించ లేదు. అందువల్ల వాళ్ళను వదిలిపెట్టవలసి వచ్చింది. అయితే వాళ్ళ వల్ల ప్రయోజనం చేకూరింది. వాళ్ళు శ్రీ అవంతికా భాయికి, శ్రీ రమీబాయికామదార్‌కు, శ్రీ శంకరలాల్ బాంకరు గారి

తల్లికి, శ్రీ వసుమతీ బెన్‌కు నూలు వడకడం నేర్పారు. నాగదిలో రాట్నం మోత వినబడ సాగింది. ఈ యంత్రం జబ్బు పడ్డ నన్ను ఆరోగ్యవంతుణ్ణి చేసింది. ఇది మానసికం అన్న విషయం నిజమైన మనస్సునందలి ఒక భాగం మనిషిని ఆరోగ్యవంతుణ్ణి చేసిందంటే చిన్న విషయం కాదు గదా! నేను కూడా రాట్నం చేతబట్టాను. అంతకంటే మించి ఈ రంగంలో ముందుకు పోలేకపోయాను.

ఇక ఏకులు ఎలా వస్తాయి? శ్రీ రేవాశంకర్ ఝుబేరీ గారి బంగళా దగ్గర నుండి ప్రతిరోజు ఒక దూదేకుల వాడు వెళుతూ ఉండేవాడు. అతన్ని నేను పిలిచాను. అతడు పరుపుల కోసం దూదిని ఏకుతూ ఉండేవాడు. అతడు ఏకులు తయారుచేసి ఇస్తానని అంగీకరించాడు. అయితే మజూరి ఎక్కువ అడిగాడు. నేను అంగీకరించాను. ఈ విధంగా తయారైన నూలుతో తయారైన హారాన్ని వైష్ణవులకు డబ్బు తీసుకొని దేవుడికి హారంగా వాడుటకు అమ్మాను. శివాజీ బొంబాయిలో చరఖా క్లాసులు ప్రారంభించాడు. ఈ ప్రయోగాలకు డబ్బు బాగా ఖర్చు అయ్యింది. శ్రద్ధాళువులగు దేశభక్తులు డబ్బు ఇచ్చారు. నేను ఖర్చు చేశాను. ఆ ఖర్చు వ్యర్థం కాలేదని వినమ్రంగా మనవి చేస్తున్నాను. మేము చాలా నేర్చుకున్నాము. కొలత బద్ధ మాకు దొరికింది. ఇక నేను ఖాదీమయం అయిపోవాలని తహతహలాడాను. నేను కట్టుకున్న బట్ట దేశపు మిల్లు నూలుతో తయారయినది. బీజాపూరులోను, ఆశ్రమంలోను తయారవుతున్న ఖద్దరు బట్ట బాగా లావుగా ఉండి 30 అంగుళాల పన్నా కలిగియున్నది. ఒక నెలలోపల 45 అంగుళాల పన్నా కలిగిన ఖద్దరు ధోవతీ తెచ్చి ఇవ్వకపోతే లావుపాటి ఖద్దరు తుండు గుడ్డ కట్టుకోక తప్పదని గంగాబెన్‌కు చెప్పాను. పాపం ఆమె కంగారు పడింది. సమయం తక్కువ అయినా ఆమె అధైర్యపడలేదు. నెలరోజుల లోపల 50 అంగుళాల పన్నా గల రెండు ఖాదీ ధోవతులు తెచ్చి నా ఎదుట ఉంచింది. నా దారిద్ర్యం తొలగిపోయింది. ఈలోపున లక్ష్మీదాసుభాయి లాటీ అను గ్రామాన్నుండి రాంజీభాయి మరియు ఆయన భార్యయగు గంగాబెన్ అను పేర్లు గల అంత్యజులను ఆశ్రమానికి తీసుకువచ్చాడు. వారిచేత పెద్ద పన్నాగల ఖద్దరు తయారు చేయించాడు. ఖద్దరు ప్రచారానికి ఈ భార్యా భర్తలు ఇద్దరూ చేసిన సేవ అసామాన్యమైనది. వాళ్ళు గుజరాత్‌లోను, గుజరాత్ బయట చేతితో వడికిన నూలుతో బట్ట నేయడం చాలామందికి నేర్పారు. ఆమె చదువుకోలేదు. కాని మగ్గం ముందు కూర్చొని నేత పని ప్రారంభించినప్పుడు అందులో లీనమైపోయేది. ఎవ్వరితోను మాట్లాడడానికి ఇష్టపడేదికాదు.

41. ఒక సంభాషణ

స్వదేశీ పేరుతో ఉద్యమం ప్రసిద్ధికెక్కేసరికి మిల్లు యజమానులు నన్ను తీవ్రంగా విమర్శించడం ప్రారంభించారు. భాయీ ఉమర్ సుభానీ ఒక తెలివి గల మిల్లు యజమాని. అందువల్ల అతడు తన తెలివితేటలు నాకు బోధపరుస్తూ ఉండేవాడు. ఇతరుల అభిప్రాయాలు కూడా నాకు తెలుపుతూ ఉండేవాడు. అట్టి వారిలో ఒక వ్యక్తి యొక్క మాటల ప్రభావం సుభానీ మీద కూడాపడింది. నన్ను ఆయన దగ్గరికి తీసుకొని వెళతానని అన్నాడు. ఆయన సలహా ప్రకారం మేము ఆ వ్యక్తి దగ్గరికి వెళ్ళాము. ఆయన ఇలా సంభాషణ ప్రారంభించాడు. "మీ యీ స్వదేశీ ఉద్యమం ఈనాటిది కాదని మీకు తెలుసుకదా! బెంగాలు ప్రాంతం విభజించబడినప్పుడు స్వదేశీ ఉద్యమం ఆరంభమైంది. ఆ ఉద్యమం వల్ల మిల్లు యజమానులం ఎంతో లాభం పొందాం. బట్టల ధర పెంచివేశాం. ఎవ్వరూ ఏమీ అనలేని మాటలు మాట్లాడాం" అని అన్నాడు. "నేను ఆ విషయాన్ని గురించి విన్నాను. కాని అలా జరిగినందుకు విచారిస్తున్నాను." "మీ విచారం ఏమిటో ఎందుకో నాకు తెలుసు. మేము

పరోపకారం చేసేందుకు వ్యాపారం చేయడంలేదు. డబ్బు సంపాదించడమే మా లక్ష్యం. మా భాగస్వాములకు మేము సమాధానం చెప్పాలి. వస్తువుల ధర వాటి గిరాకీ మీద ఆధారపడి ఉంటుంది. దీనికి విరుద్ధంగా ఎవ్వడూ వెళ్ళలేడు. ఈ ఉద్యమం వల్ల స్వదేశీ బట్టల ధర పెరుగుతుందని బెంగాలీలు తెలుసుకోవాలి" అని అన్నాడు.

"పాపం వాళ్ళు నా మాదిరిగా తేలికగా అందరినీ నమ్ముతారు. కనుక మిల్లు యజమానులు స్వార్థపరులు కారని, మోసం చేయరని స్వదేశీ వస్త్రాల పేరట విదేశీ వస్త్రాలు అమ్మరని వాళ్ళు విశ్వసించారు" అని అన్నాను.

"మీరు అలా నమ్ముతారని నాకు తెలుసు అందుకనే నేను మీకు హెచ్చరిక చేస్తున్నాను. ఇక్కడికి రావడానికే శ్రమ పడ్డారు. అమాయకులైన బెంగాలీల వలె మోసంలో పడకండి" అని చెప్పి తన దగ్గర నేయబడుతున్న బట్టల నమూనాలు తెమ్మని ఒకరికి సైగ చేశాడు. మొదటి నమూనా రద్దీ అని పారవేసే దూదితో నేయబడ్డ కంబళి. దాన్ని చూపిస్తూ "చూడండి, మేము దీన్ని కొత్తగా నేయించాం. ఇది బాగా అమ్ముడుపోతున్నది. రద్దీగా భావించబడే దూదితో తయారు చేయబడింది గనుక చౌకగా వుంటుంది. వీటిని ఉత్తరాదికి కూడా పంపుతాం. మా ఏజంట్లు దేశం నాలుగు చరగులా ఉన్నారు. అందువల్ల మాకు మీ వంటి ఏజంట్ల అవసరం ఉండదు. మరోమాట, మీ కంఠస్వరం చేరుకోని దూరదూర ప్రదేశాల్లో సైతం మా ఏజంట్లు ఉన్నారు. సామాగ్రి అక్కడికి చేరుతుంది. భారతదేశానికి కావలసినంత బట్ట మేము తయారు చేస్తాం. అసలు స్వదేశీ అంటే ఉత్పాదనకు సంబంధించిన విషయం. మనకు అవసరమైన బట్ట మనం తయారు చేసుకోగలిగినప్పుడు, మేలు రకం బట్ట తయారు చేసుకోగలిగినప్పుడు, విదేశీ బట్టల దిగుమతి దానంతట అదే తగ్గిపోతుంది. అందువల్ల మీరు నడుపుతూ వున్న స్వదేశీ ఉద్యమం నడపవద్దని సలహా ఇస్తున్నాం. కొత్త మిల్లులు తెరిచేందుకు ప్రయత్నం చేయండి. మన దేశంలో స్వదేశీ వస్తువులు అమ్మకం చేసే ఉద్యమం సాగించడం అనవసరం. మనకు కావలసింది స్వదేశీ వస్తువుల ఉత్పత్తి. ఆ విషయం అర్థం చేసుకోండి" అని అన్నాడు. "నేను ఆ పనే చేస్తున్నాను. ఆశీర్వదిస్తారు కదా!" "అదెలా! మీరు కొత్త మిల్లులు తెరవగలిగితే ధన్యవాదాలు పొందుటకు పాత్రులు కాగలుగుతారు". "ఆ పని నేను చేయడం లేదు. నేను రాట్నం పనిలో లీనమై ఉన్నాను." "అదేమిటి? రాట్నం ఏమిటి" అని అడిగాడు. నేను రాట్నం గురించి వివరించి చెప్పి "మీ అభిప్రాయాలతో ఏకీభవిస్తున్నాను. నేను మిల్లులకు ఏజంటుగా పని చేయకూడదు. అందువల్ల లాభానికి బదులు నష్టం చేకూరుతుంది. మిల్లుల్లో తయారైన సామాగ్రి నిలువ ఉండదు. నేను ఉత్పత్తి అయిన సామాగ్రిని అమ్మకం చేసేందుకు పూనుకోవాలి. ఇప్పుడు నేను ఉత్పత్తి కార్యక్రమానికి పూనుకున్నాను. ఇటువంటి స్వదేశీ వస్తువులంటే నాకు శ్రద్ధ. ఇట్టి సామగ్రి ద్వారా ఆకలితో అలమటిస్తున్న వారికి అన్నం పెట్టవచ్చు. సంవత్సరం పొడుగునా ఖాళీగా ఉండే స్త్రీలకు పని కల్పించవచ్చు. వాళ్ళు వడికిన నూలుతో బట్టనేయించాలి. ఆ విధంగా తయారైన ఖద్దరును ప్రజలచేత ధరింపజేయాలి. ఇదే నా అభిలాష. ఇదే నా ఉద్యమం. రాట్నానికి సంబంధించిన ఈ ఉద్యమం ఎంత వరకు విజయం సాధిస్తుందో నాకు తెలియదు. ఇప్పుడు ఆరంభ దశలో ఉంది. కాని నాకు దాని మీద పూర్తి విశ్వాసం ఉన్నది. ఏది ఏమన్నా గాని, నష్టం మాత్రం ఉండదు. భారత దేశంలో తయారయ్యే బట్ట ఎంత వృద్ధి అయితే ఈ ఉద్యమం వల్ల అంత లాభం చేకూరుతుంది. ఈ కృషిలో మీరు చెప్పిన దోషం లేదని అనుకుంటున్నాను" అని స్పష్టంగా చెప్పి వేశాను.

"ఈ విధమైన ఉద్యమం మీరు సాగిస్తూ ఉంటే నేను చెప్పవలసింది ఇక ఏమీ లేదు. ఈ యుగంలో రాట్నం నడుస్తుందా లేదా అనునది వేరే విషయం. నేను మాత్రం మీ కృషి సఫలం కావాలని కోరుతున్నాను" అని సంభాషణను ముగించాడు ఆ పెద్ద మనిషి.

42. సహాయనిరాకరణోద్యమ తీవ్రత

తరువాత ఖద్దరు అభివృద్ధి ఎలా జరిగిందో ఈ ప్రకరణంలో తెలపడం లేదు. ఆ వస్తువు ప్రజల ఎదుటకు ఎలావచ్చిందో చెప్పిన తరువాత వాటి చరిత్రలోకి దిగడం ఈ ప్రకరణాల లక్ష్యం కాదు. ఆ వివరమంతా చెబితే పెద్ద గ్రంథం అవుతుంది. సత్య శోధన జరుపుతూ కొన్ని వస్తువులు ఒకటి తరువాత ఒకటిగా నా జీవితంలో సహజంగా ఎలా ప్రవేశించాయో తెలుపడమే ఇక్కడ నా ప్రధాన లక్ష్యం. ఇదే క్రమంలో ఇక సహాయ నిరాకరణోద్యమాన్ని గురించి తెలిపే సమయం ఆసన్నమైందని భావిస్తున్నాను. అలీ సోదరులు ప్రారంభించిన ఖిలాఫత్ ఉద్యమం ఒకవైపున తీవ్రంగా సాగుతూ ఉన్నది. కీ.శే మౌలానా అబ్దుల్ బారీ మొదలుగా గల ముస్లిం పండితులతో ఈ విషయమై చర్చలు జరిపాను. మహమ్మదీయులు ఎంతవరకు శాంతిని, అహింసను పాటించగలరా అని యోచించాము. ఒక స్థాయి వరకు వాటిని పాటించడం సులువేనని నిర్ణయానికి వచ్చాము. ఒక్కసారి అహింసా విధానాన్ని పాటిస్తామని ప్రతిజ్ఞ చేస్తే చివరి వరకు దాని మీద నిలబడవలసిందే. అంతా సరేనని అన్న తరువాత సహాయ నిరాకరణోద్యమం సాగించాలని ఖిలాఫత్ కాన్ఫరెన్స్‌లో తీర్మానం అంగీకరించబడింది. అందునిమిత్తం అలహాబాదులో రాత్రంతా సభ జరిగిన విషయం నాకు జ్ఞాపకమున్నది. హకీం అజమల్ ఖాను గారిని శాంతియుతంగా ఉద్యమం సాగించగలమా అని సందేహం పట్టుకుంది. సందేహం నివృత్తి అయిన తరువాత ఆయన రంగంలోకి దిగాడు. ఆయన చేసిన సాయం అపారం. తరువాత గుజరాత్‌లో ప్రాంతీయ సభ జరిగింది. అందు నేను సహాయ నిరాకరణోద్యమ తీర్మానం ప్రవేశపెట్టాను. దాన్ని కొందరు వ్యతిరేకించారు. "జాతీయ కాంగ్రెస్ సహాయ నిరాకరణోద్యమాన్ని అంగీకరించనంత వరకు ప్రాంతీయ పరిషత్తులకు అట్టి విధాన నిర్ణయాన్ని చేసే హక్కు లేదని వారు తెలిపిన మొదటి అడ్డంకి. అయితే నేను వారి వాదనను అంగీకరించలేదు. ప్రాంతీయ పరిషత్తులకు బాధ్యత లేదనిచెప్పి వెనక్కి తగ్గడానికి వీలు లేదు. ముందుకు అడుగు వేసే హక్కు అధికారం ప్రాంతీయ పరిషత్తులకు వున్నదని చెప్పాను. అంతేగాక ధైర్యం ఉంటే వాటి కర్తవ్యమని భావించి ఈ విధంగా చేస్తే ప్రధాన సంస్థ యొక్క శోభ పెరుగుతుందని చెప్పాను. తీర్మానం యొక్క గుణ దోషాలను గురించి కూడా మధురంగా చర్చ సాగింది. ఓట్లు తీసుకొని లెక్కపెట్టారు. అత్యధిక మెజారిటీతో తీర్మానం ఆమోదించబడింది. ఈ తీర్మానాన్ని ఆమోదింపజేయడానికి అబ్బాస్ తయబ్జీ మరియు వల్లభభాయి ఎంతో కృషి చేశారు. అబ్బాస్ సాహెబ్ ఆ సమావేశానికి అధ్యక్షులు. ఆయన సహాయ నిరాకరణోద్యమానికి అనుకూలంగా మొగ్గు చూపారు. భారతీయ కాంగ్రెస్ ఈ ప్రశ్నపై ఆలోచించుటకు ప్రత్యేక మహాసభను కలకత్తాలో సెప్టెంబరు 1920నాడు ఏర్పాటు చేసింది. ఏర్పాట్లు పెద్ద స్థాయిలో జరిగాయి. లాలాలజపతిరాయి ఆ మహాసభకు అధ్యక్షులుగా ఎన్నుకోబడ్డారు. ఖిలాఫత్ స్పెషల్ మరియు కాంగ్రెస్ స్పెషల్ అను రెండు రైళ్ళు బొంబాయి నుండి కలకత్తాకు బయలు దేరాయి. కలకత్తాకు ప్రతినిధులు, దర్శకులు పెద్ద సంఖ్యలో చేరారు. మౌలానా షౌకత్ అలీ కోరిక మేరకు సహాయ నిరాకరణాన్ని గురించిన తీర్మానం ముసాయిదా రైల్లో తయారుచేశాను. నా తీర్మానాలలో ఇప్పటి వరకు శాంతియుతంగా

అను శబ్ద ప్రయోగం చేయలేదు. ఉపన్యాసాలలో మాత్రం ఈ శబ్దాన్ని ప్రయోగిస్తూ ఉండేవాణ్ణి. మహమ్మదీయుల సమావేశాల్లో మాత్రం శాంతియుతం అను శబ్దార్థాన్ని సరిగా వివరించి చెప్పలేక పోతూవుండేవాణ్ణి. మౌలానా అబుల్ కలాం అజాద్‌ను శాంతియుతంగా అను దానికి ఉర్దూ శబ్దం చెప్పమని అడిగాను. ఆయన “బా అమన్” శబ్దం సూచించారు. సహాయనిరాకరణం అను శబ్దానికి “తరకే మవాలాత్” అను శబ్దం సూచించారు. ఈ విధంగా గుజరాతీలోను, హిందీలోను, హిందూస్తానీలోనూ సహాయ నిరాకరణాన్ని గురించిన భాష నా బుర్రలో నిర్మాణం కాసాగింది. కాంగ్రెస్‌లో సహాయ నిరాకరణోద్యమాన్ని గురించి ప్రవేశపెట్టవలసిన తీర్మానం తయారు చేసి రైల్లోనే తీర్మానం షౌకత్ అలీకి ఇచ్చివేశాను. అయితే అందు “శాంతియుతంగా” అను ముఖ్యమైన శబ్దం లేదని ఆ రాత్రి గ్రహించాను. వెంటనే మహాదేవను పరిగెత్తించి శాంతియుతంగా అను శబ్దాన్ని తీర్మానంలో చేర్చమని చెప్పించాను. ఈ శబ్దం చేర్చక పూర్వమే తీర్మానం అచ్చు అయిందని నా అభిప్రాయం. విషయ నిర్ధారణ సభ ఆ రాత్రికే జరుగుతున్నది. ఆ సభలో అందరికీ చెప్పి ఆ శబ్దం చేర్చవలసి వచ్చింది. నేను జాగ్రత్తగా తీర్మానాన్ని సరిచేసియుండకపోతే చాలా ఇబ్బంది కలిగియుండేది. ఎవరు తీర్మానాన్ని వ్యతిరేకిస్తారో, ఎవరు అనుకూలిస్తారో తెలియని స్థితిలో పడ్డాను. లాలాలజపతిరాయ్‌గారి అభిప్రాయం ఏమిటో నాకు తెలుసు. అనుభవజ్ఞులగు కార్యకర్తలు పెద్ద సంఖ్యలో కలకత్తా సమావేశంలో పాల్గొన్నారు. విదుషీమణి అనిబిసెంట్, పండిత మాలవ్యా, విజయ రాఘవాచార్య, పండిత మోతీలాల్, దేశబంధు మొదలగువారంతా అక్కడ ఉన్నారు. నా తీర్మానంలో ఖిలాఫత్ మరియు పంజాబ్‌లో జరిగిన దురంతాలకు సహకరించకూడదని పేర్కొన్నాను. శ్రీ విజయ రాఘవాచార్య గారికి ఈ విషయం రుచించలేదు. సహాయ నిరాకరణం సాగించటానికి నిర్ణయించి అది ఫలానా అన్యాయానికేనని పరిమితం ఎందుకు చేయాలి? స్వరాజ్యం లభించకపోవడం పెద్ద అన్యాయం కాదా! దానికోసం సహాయ నిరాకరణం అవసరం అని రాఘవాచార్య గారి వాదన. మోతీలాల్ గారు కూడా తీర్మాన పరిధిని విస్తరింపచేయాలని భావించారు. నేను వెంటనే వారి సూచనను అంగీకరిం చాను. స్వరాజ్యం అని కూడా తీర్మానంలో చేర్చాను. విస్తారంగానూ, గంభీరంగాను, తీవ్రంగాను చర్చలు సాగిన తదనంతరం సహాయ నిరాకరణోద్యమం తీర్మానం ఆమోదించబడింది.

శ్రీ మోతీలాల్‌గారు ఈ విషయమై శ్రద్ధ వహించారు. నాతో జరిగిన వారి తీయని సంభాషణ ఇప్పటికీ నాకు జ్ఞాపకం ఉన్నది. కొన్ని మాటలు అటూ ఇటూ మార్చ మన్నా వారి సూచనను నేను అంగీకరించాను. దేశబంధును ఒప్పించే బాధ్యత వారు వహించారు. దేశబంధు హృదయం సహాయ నిరాకరణోద్యమానికి అనుకూలమే, కాని ప్రజలు దాన్ని ఆచరణలో పెట్టలేరని ఆయన బుద్ధికి తోచింది. దేశబంధు మరియు లాలాలజపతిరాయ్ గారలు పూర్తిగా నాగపూరులో సహాయ నిరాకరణోద్యమంలో పాల్గొన్నారు. ఈ ప్రత్యేక సమావేశంలో లోకమాన్యుడు లేనిలోటు నన్ను కలిచివేసింది. వారు జీవించి యుంటే కలకత్తా నిర్ణయానికి తప్పక స్వాగతం చెప్పి యుండేవారని నా విశ్వాసం. అలా జరగక వారు వ్యాతిరేకించినా నేను సంతోషించేవాణ్ణి. వారి దగ్గర నేను ఏదో కొంత నేర్చుకునేవాణ్ణి. వారితో నాకు అభిప్రాయభేదం ఉండేది కాని అది తీయనిది. మా ఇరువురి మధ్య మంచి సంబంధం ఉండేది. దాన్ని వారు చెదరనీయలేదు. ఈ వాక్యాలు వ్రాస్తున్నప్పుడు వారి చివరి గడియల దృశ్యం నా కండ్ల ముందు కనిపిస్తున్నది. అర్ధరాత్రి సమయంలో వారు తుది శ్వాస విడిచే స్థితిలో ఉన్నారని ఫోనులో నా పరిచితులు శ్రీ పట్వర్ధన్ తెలిపారు. “ఆయన నాకు

పెద్ద అండ. అది కాస్తా విడిపోయింది" అని ఆ క్షణంలో నా నోటి నుండి వెలువడింది. దేశంలో సహాయనిరాకరణోద్యమం తీవ్రంగా సాగుతున్నది. లోకమాన్యుని ప్రోత్సాహం ఎక్కువగా లభిస్తుందని ఆశించిన తరుణంలో వారు కన్నుమూశారు. ఉద్యమం సరైన రూపం దాల్చినప్పుడు వారి అభిప్రాయం ఎలా ఉండేదో భగవంతునికెరుక. భారతలిదేశ చరిత్ర బహు సున్నిత స్థాయిలో నడుస్తున్న ఈ సమయంలో లోకమాన్యుడు లేకపోవడం నిజంగా తీరని లోటే.

43. నాగపూర్‌లో

జాతీయ కాంగ్రెసు ప్రత్యేక సమావేశంలో అంగీకరించబడ్డ సహాయనిరాకరణకు సంబంధించిన తీర్మానాన్ని నాగపూరులో జరుగనున్న వార్షిక మహాసభలో ఆమోదింపజేయాలి. కలకత్తాలో వలెనే నాగపూరులో కూడా అసంఖ్యాకంగా జనం వచ్చారు. ప్రతినిధుల సంఖ్య నిర్ధారణ కాలేదు. నాకు గుర్తు వున్నంతవరకు 14 వేల మంది ప్రతినిధులు సమావేశంలో పాల్గొన్నారు. లాలాలజపతిరాయ్ గారు కోరిన ప్రకారం విద్యాలయాలకు సంబంధించిన తీర్మానంలో ఒక చిన్న మార్పుకు అంగీకరించాను. దేశబంధు కూడా కొద్ది మార్పులు చేర్పులు చేయించారు. చివరికి శాంతియుత సహాయనిరాకరణోద్యమ తీర్మానం ఏకగ్రీవంగా ఆమోదించబడింది. ఈ సమావేశంలో కాంగ్రెసు నియమావళికి సంబంధించిన తీర్మానం అంగీకరించాలి. ప్రత్యేక కాంగ్రెసులో ఆ తీర్మానం ప్రవేశ పెట్టాను. అది ప్రకటించబడి చర్చించబడింది కూడా శ్రీ విజయ రాఘవాచార్యులు యీ సమావేశానికి అధ్యక్షులు. నియమావళిలో విషయ నిర్ధారణ కమిటీ ఒక్కమార్పు చేసింది. నేను ప్రతినిధుల సంఖ్య 1500 వుండాలి అని పేర్కొన్నాను. ఇన్ని సంవత్సరాల తరువాత ఇప్పటికీ నా అభిప్రాయం అదే. ప్రతినిధుల సంఖ్య ఎక్కువగా వుండటం వల్ల ఎక్కువ మంచి జరుగుతుందనో లేక ప్రజాస్వామ్య విధానం ఎక్కువ పాటించబడుతుందనో భావించడం పూర్తిగా భ్రమయని నా అభిప్రాయం. ప్రజా స్వామ్యరక్షణకు ప్రజానీకంలో స్వాతంత్ర్యాభిలాష, ఆత్మాభిమానం, సమైక్యతాభావం గల నిజమైన మంచి ప్రతినిధుల ఎన్నిక జరగడం అవసరం. కాని సంఖ్యామోహంలో పడిపోయిన విషయ నిర్ధారణ సభ ఆరువేల కంటే ఎక్కువ మంది ప్రతినిధులు కావాలని కోరింది. అందువల్ల చివరికి ఆరువేల సంఖ్య అంగీకరించబడింది. జాతీయ కాంగ్రెసులో స్వరాజ్య లక్ష్యాన్ని గురించి చర్చ జరిగింది. నియమావళి యందలి ఒక నియమం ప్రకారం సామ్రాజ్యంలోపల, బయట ఎలా దొరికితే అలా సామ్రాజ్యంలో వుంటూనే స్వరాజ్యం సంపాదించాలనే వర్గం కూడా అక్కడ వున్నది. పం॥మాలవ్యా, మి॥జిన్నాగారలు యీ పక్షాన్ని సమర్థించారు. కాని వారికి ఎక్కువ ఓట్లు లభించలేదు. శాంతి సత్యం రెండిటిని ఆధారంగా గొని మాత్రమే స్వరాజ్యం సాధించాలని నియమావళిలో వున్నది. యీ షరతును కూడా కొందరు వ్యతిరేకించారు. ఆ వ్యతిరేకతను కాంగ్రెసు అంగీకరించలేదు. చర్చ జరిగిన తరువాత యథాతథంగా తీర్మానం అంగీకరించబడింది. యీ తీర్మానాన్ని జనం నిజాయితీతో అమలు పరిచి వుంటే ప్రజానీకానికి మంచి శిక్షణ లభించి యుండేది. ఆ తీర్మానాన్ని సరిగా ఆచరణలో పెడితే స్వరాజ్యపు తాళం చెవి చేతికి అందియుండేది. అయితే ఆ విషయం ఇక్కడ అప్రస్తుతం.

ఈ సమావేశంలో హిందూ మహమ్మదీయ సమైక్యత, అస్పృశ్యత, మరియు ఖద్దరును గురించి తీర్మానాలు కూడా ఆమోదించబడ్డాయి. అస్పృశ్యతను తొలగించి వేయాలనే గట్టి పట్టుదల సమావేశంలో పాల్గొన్న హిందువులందరి హృదయాలలో నాటుకోవడం ముదావహం. ఖద్దరు

ద్వారా జాతీయ కాంగ్రెసు దేశమందలి అస్థి పంజరాలతో సంబంధం పెట్టుకున్నది. ఖిలాఫత్‌ను గురించి సహాయనిరాకరణోద్యమ తీర్మానం చేసి హిందూ మహమ్మదీయుల సమైక్యతను సాధించుటకు కాంగ్రెసు మహత్తరమైన ప్రయత్నం చేసిందని చెప్పవచ్చు.

44. పూర్ణాహుతి

ఇక యీ ప్రకరణాల్ని ముగించవలసిన సమయం ఆసన్నమైంది. ఆ తరువాత నా జీవితం పూర్తిగా ప్రజామయం అయిపోయింది. ప్రజలకు తెలియని అంశం అంటూ నా జీవనంలో ఏమీ మిగలలేదు. 1921 నుండి జాతీయ కాంగ్రెసు నాయకులందరితో అమితంగా మమేకం అయిపోయాను. ఏమి రాయాలన్నా నాయకులకు సంబంధించిన ఘట్టాలను వర్ణించకుండా వుండలేని స్థితి ఏర్పడింది. వారితో నాకు బహుదగ్గర సంబంధం ఏర్పడింది. శ్రద్ధానంద్, దేశబంధు లాలాజీ, హకీం సాహెబ్ ఇప్పుడు మన మధ్యలేరు. అదృష్టవశాత్తు ఇతర పలువురు నాయకులు మన మధ్య వున్నారు. జాతీయ కాంగ్రెస్‌లో వచ్చిన మార్పును గురించిన చరిత్ర ఇప్పుడు రాయబడుతూ వున్నది. నా ప్రధాన ప్రయోగాలన్నీ కాంగ్రెస్ ద్వారానే జరిగాయి. ఆ ప్రయోగాలను గురించి రాయడం పూనుకుంటే ఆ నాయకుల్ని గురించి రాయక తప్పదు. శిష్టత దృష్ట్యా కూడా ఆ విషయాలను ఇప్పుడు రాయలేను. ఇప్పుడు నేను చేస్తున్న ప్రయోగాలను గురించిన నా నిర్ణయాలు నిర్ణయాత్మకాలుగా పరిగణింపబడవు. అందువల్ల యీ ప్రకరణాలను తాత్కాలికంగా ఆపివేయడం అవసరమని భావిస్తున్నాను. నా కలం ఇక ముందుకుసాగనంటున్నది అని చెప్పగలను. పాఠకుల దగ్గర సెలవు తీసుకోవలసి వచ్చినందుకు విచారంగా వుంది. నా ప్రయోగాలకు నా దృష్టిలో అమిత విలువ వుంది. వాటిని యధాతథంగా వర్ణించగలిగానో లేదో నాకు తెలియదు. యదార్థ చిత్రణ చేయాలని నా మటుకు నేను అమితంగా కృషి చేశాను. సత్యాన్ని నేను ఏ విధంగా చూశానో, ఏ రూపంలో చూశానో, ఆ రూపంలో దాన్ని వివరించడానికి సదా ప్రయత్నించాను. యీ ప్రయోగాల వల్ల పాఠకుల మనస్సులో సత్యము, అహింసలపై అధికంగా విశ్వాసం ఏర్పడుతుందని నా నమ్మకం. సత్యం కంటే మించి మరో భగవంతుడు వున్నాడనే అనుభవం నాకు కలుగలేదు. సత్యమయం కావడానికి అహింసయే ఏకైక మార్గం. యీ విషయం యీ ప్రకరణాల ప్రతి పేజీలో వెల్లడికాకపోతే నా కృషి అంతా వ్యర్థమేనని భావిస్తున్నాను. ప్రయత్నాలు వ్యర్థం అయితే కావచ్చు కాని మాటలు వ్యర్థం కావుకదా! నా అహింస సత్యమయం అయినా అది ఇంకా అపూర్ణమే. అపరిపక్వమే. వేలాది సూర్యుల్ని పోగుచేసినా, సత్యమనే సూర్యుణ్ణి చూడలేము. అంత తీక్షణమైనది సత్యం. అయినా ఆ సూర్యుని కిరణాన్ని మాత్రం దర్శించవచ్చు. అహింసలేనిదే అట్టి దర్శనం లభించడం సాధ్యం కాదు. ఇప్పటివరకు జీవితంలో పొందిన అనేక అనుభవాల ఆధారంగా చేసుకొని యీ మాట చెబుతున్నాను. ఇట్టి వ్యాప్తి చెందిన సత్యనారాయణుని సాక్షాత్కారం కోసం ప్రతిజీవిని ప్రతిప్రాణిని ఆత్మ స్వరూపంలో ప్రేమించడం చాలా అవసరం. అట్టి అభిలాష గల మనిషి జీవన స్రవంతికి దూరంగా వుండలేడు. అందువల్ల సత్యారాధన యే నన్ను రాజనీతిలోకి దింపింది. ధర్మానికి రాజనీతికి సంబంధం లేదని చెప్పేవారికి ధర్మమంటే ఏమిటో తెలియదని గట్టిగా చెప్పగలను. అలా చెప్పడం అవిధేయత కానేరదు. ఆత్మ శుద్ధి లేనిదే ప్రతిజీవితో సమైక్యత ఏర్పడదు. ఆత్మశుద్ధి లేనిదే అహింసా ధర్మపాలన సాధ్యపడదు. ఆ శుద్ధాత్మ పరమేశ్వరుని దర్శనం పొందలేడు. అందువల్ల జీవనరంగంలో ప్రతిభాగము పరిశుద్ధంగా ఉండటం అవసరం. ఇట్టి శుద్ధి అందరికీ సాధ్యమే.

వ్యక్తికి సమిష్టికి మధ్య ఎంతో దగ్గర సంబంధం ఉన్నది. ఒక వ్యక్తి యొక్క శుద్ధి అనేకుల శుద్ధికి తోడ్పడుతుంది. వ్యక్తిగతంగా ప్రయత్నించగల శక్తి సామర్థ్యాలను సత్యనారాయణుడు ఎల్లరకు పుట్టుక నుండే ప్రసాదించాడు.

అయితే శుద్ధి యొక్క సాక్షాత్కారం భయంకరమైనది. అట్టి అనుభవం ప్రతిక్షణం నేను పొందుతూ వున్నాను. శుద్ధి కావడమంటే మనోవాక్కాయ కర్మేణ నిర్వికారుడు కావడమే. రాగద్వేష రహితుడు కావడమే. ఇట్టి నిర్వికార ప్రవృత్తిని అలవరచుకొనుటకు ప్రతిక్షణం ప్రయత్నిస్తున్నప్పటికి నేను ఆ స్థితిని ఇంకా అందుకోలేదు. ప్రజలు నన్ను ఎంత పొగడినా ఆ పొగడ్త నన్ను ఏమరుపాటులో పడవేయదు. అట్టి పొగడ్త నా మదిలో గుచ్చుకుంటూ ఉంటుంది. మనస్సులో గల వికారాలను జయించడం ప్రపంచాన్ని శస్త్రాస్త్రాల యుద్ధంలో జయించడం కంటే కష్టమైనదని నాకు కలిగిన అనుభవం. భారతదేశానికి వచ్చిన తరువాత కూడా నా మనస్సులో గల వికారాలను చూచాను. చూచి సిగ్గుపడ్డాను. కాని ధైర్యం మాత్రం సడలనీయలేదు. సత్యశోధన చేస్తూ రసానందం పొందాను. ఇప్పుడూ పొందుతూ ఉన్నాను. కంటకావృతమైన మార్గం దాటవలసియున్నదని నాకు తెలుసు. అందునిమిత్తం నేను శూన్యుణ్ణి అయిపోవాలి. మానవుడు తన ఇష్ట ప్రకారం అందరికంటే వెనుక తనను నిలబెట్టుకోవాలి. అందరి కంటే తాను బహుతక్కువ వాడనని భావించాలి. ఆ స్థితికి చేరుకునేంత వరకు ముక్తి పొందలేడు. అహింస వినమ్రతకు పరాకాష్ఠ. వినమ్రతను అలవరచుకోనిదే ఏ కాలంలోను ముక్తి లభించదని అనుభవం మీద చెబుతున్నాను. అట్టి వినమ్రత కోసం ప్రార్థిస్తూ, అందుకు విశ్వ సహాయాన్ని యాచిస్తూ ఈ ప్రకరణాలను ముగిస్తున్నాను.